पुटिंग विमेन फर्स्ट

ग्रामीण भागातील स्त्रिया आणि त्यांचे आरोग्य

राणी बंग

सुनंदा खोरगडे आणि रूपा चिनाय यांच्यासह

प्रस्तावना

राहुल गोस्वामी

मराठी अनुवाद

सुनंदा अमरापूरकर

पॉप्युलर प्रकाशन, मुंबई

पुटिंग विमेन फर्स्ट
ग्रामीण भागातील स्त्रिया आणि त्यांचे आरोग्य
(म -१२४१)
पॉप्युलर प्रकाशन
ISBN 978-81-956688-7-8

PUTTING WOMEN FIRST
GRMEEN BHAGATEEL
STRIYA ANI TYANCHE
AAROGYA
(Marathi : Sociology)
Rani Bang, Sunanda
Khorgade, Rupa Chinay

पहिली आवृत्ती : २०२२ / १९४४
पुनर्मुद्रण : २०२४ / १९४६
दुसरे पुनर्मुद्रण : २०२६ / १९४८

मुखपृष्ठ : निर्मिती ग्राफिक्स

प्रकाशक
अस्मिता मोहिते
पॉप्युलर प्रकाशन प्रा. लि.
३०१, महालक्ष्मी चेंबर्स
२२, भुलाभाई देसाई रोड
मुंबई ४०० ०२६

अक्षरजुळणी
संतोष गायकवाड
पिंपळे गुरव
पुणे ४११ ०६१

मुद्रक : मणिपाल टेक्नॉलजीस् लिमिटेड, भारत

ज्यांचं आयुष्य सर्वांत मौल्यवान आहे; आणि म्हणून त्यांचं आरोग्य हा जागतिक आरोग्यातला सर्वोच्च प्राथमिकतेचा मुद्दा असला पाहिजे अशा, जगभरातील सर्व स्त्रियांना...

अनुक्रमणिका

प्रस्तावना

हे पुस्तक म्हणजे आजच्या भारतीय समाजाच्या जीवनाचा आढावा आहे आणि तितकाच, सामाजिक वैद्यकाची जाणीव आणि तिचा व्यवसायात कसा वापर करता येईल, यांचाही लेखाजोखा आहे. ज्या वेळेला डॉ. राणी बंग यांनी मूळ कल्पना विशद केली आणि नंतर त्यावरून पुस्तक आकाराला आलं; त्याचवेळी त्यांनी आग्रहाने सांगितलं होतं की, मेडिकल जर्नलसाठी शोधाभ्यास करणं आणि प्रत्यक्ष काम करणं यांत तपशिलाचा आणि स्वरूपाचा फरक असला पाहिजे, तसा तो असणार आहे. पूर्वी एका प्रसंगी बोलताना त्या म्हणाल्या होत्या, 'ही एका डॉक्टरने सांगितलेली कहाणी आहे. माझ्या दवाखान्यात पेशंट म्हणून आल्यावर मला त्यांचं जगणं जसं दिसलं, त्याबद्दल मी लिहिलेली ही कहाणी आहे.' आणि हा त्यांचा हेतू, या पुस्तकाच्या रूपाने प्रशंसनीय रितीने पूर्ण झाल्याचं दिसतं. 'Putting Women First' हे एका जिल्ह्याचं विलक्षण असं दर्शन आहे, ते या देशातल्या प्रत्येक जिल्ह्याचं प्रतिनिधित्व करतं.

गडचिरोली जिल्ह्यातले आणि आजूबाजूचे बहुतेक सगळे लोक त्यांना 'राणीताई' किंवा 'बंगबाई' म्हणून ओळखतात. या बंगबाईंनी गडचिरोलीचं तळापासून दर्शन घडवताना तिथल्या गुंतागुंतीच्या संमिश्र समाजाविषयीचे असंख्य मुद्दे मोठ्या काळजीपूर्वक आणि कौशल्याने त्यांच्या वैद्यकीय भिंगातून आपल्यासमोर मांडले आहेत. हे साधं काम नव्हतं. कारण त्यांचे पती डॉ. अभय बंग यांच्यासमवेत त्या चालवत असलेलं आरोग्य केंद्र म्हणजे आरोग्य आणि वैद्यक यांबद्दलच्या विविध कल्पना आणि चातुर्य, संशोधन आणि त्याचा वापर या सर्वांचं जणू एक कारंजं आहे. त्यांच्या 'सर्च' (Society for Education, Action and Research in Community Health) या संस्थेत बंग पति-पत्नी आणि त्यांची टीम यांनी जे काम केलेलं आहे, त्यामुळे

भारताचं आरोग्यविषयक धोरण आणि इथल्या कळीच्या प्रश्नांकडे कसं पाहिलं जातं, यांबद्दल गंभीर प्रश्न पुढे आले, त्यांना आव्हान दिलं गेलं आणि त्यातली अनेक धोरणं मुळापासून बदलणं भाग पडलं.

हे पुस्तक अनेक भूमिका यशस्वीपणे निभावताना दिसतं. जे लाखो भारतीयांची दुबळी अवस्था पाहू शकत नाहीत आणि ती सुधारण्याचे उपाय करू शकत नाहीत अशा, आरोग्य धोरण ठरवणाऱ्यांच्या जुनाट ऱ्हस्व दृष्टिदोषावर हे पुस्तक चांगले ताशेरे ओढतं. हा समकालीन समाजशास्त्रावरचा एक निबंध आहे. यामध्ये, टोळ्या करून राहणाऱ्या आदिवासी समाजाला आधुनिकतेचे तडाखे बसल्यामुळे तो कसा पार विस्कळीत होऊन गेला आहे, त्या समाजाचे पारंपरिक नातेसंबंध आणि पर्यावरण व्यवस्था कशी बिघडली आहे याचं वर्णन दिलेलं आहे. हेच पुस्तक मेडिकल केसेसचं लॉगबुकही बनलेलं आहे. राणीताईंनी ग्रामीण भारतीयांना होणारे मुख्य आजार, प्रकृतीच्या तक्रारी हे पुराव्यासहित मोठ्या कुशलतेने गुंफलेले आहे. त्यांच्या आरोग्य केंद्रामध्ये आलेल्या प्रत्येक पेशंटची सर्व माहिती काटेकोरपणे नोंदवली जाते. त्याच्या आधारे अनेक व्याधी आणि त्यांवरचे उपचार अशा पद्धतीने लिहिले आहेत की, वाचणारा घाबरून जात नाही, मात्र त्याचं प्रबोधन केलं जातं.

राणीताई एका संपन्न भूप्रदेशाचं वर्णन करतात. रामायण आणि महाभारतात ज्याचा वारंवार उल्लेख येतो, ते दंडकारण्य हेच. इथे आजही 'राज गोंड', 'माडिया गोंड' आणि 'प्रधान' यांसारख्या टोळी करून राहणाऱ्या जमाती राहतात. त्यांच्या अतिशय गुंतागुंतीच्या गावसभा आणि ग्राम समित्या आहेत. इथे चालणाऱ्या चर्चांना वेळेचं नाही तर चांगुलपणाचं आणि कल्पनांच्या लवचीकतेचं बंधन असतं. जादूटोण्याची थरकाप उडवणारी टोकाची उदाहरणं, जत्रेवर अपार श्रद्धा आणि 'घोटूल' इथे आजही पाहायला मिळतात. घोटूल ही आदिवासी संस्कृतीतली पारंपरिक संस्था. अविवाहित तरुण-तरुणी इथे भेटतात आणि त्यांना टोळीच्या रितीरिवाजांचं अनौपचारिक शिक्षण दिलं जातं.

अभयभाऊ उपरोधाने उल्लेख करतात की, गडचिरोली जिल्हा हा भयानक म्हणून प्रसिद्ध आहे. सतत घातपात करणारे नक्षलवादी, निर्दयपणे हातभट्ट्या चालवणारे दारू-माफिया गुंड आणि प्रलयासारखा कोसळणारा प्रचंड पाऊस. या बाजूला पडलेल्या काही तालुक्यांतल्या विविध जमातींच्या लोकांना आणि त्यांच्या शासनकर्त्यांना 'सर्च'ने हातात आयुधं देऊन सज्ज केलेलं आहे. कशासाठी? त्यांच्या विकासाची मूळ कल्पना व्यक्त करण्यासाठी. त्यांमध्ये

प्रामुख्याने आहेत आरोग्याची मूलतत्त्वे, परस्पर सहकार्य आणि टिकून राहणारे अर्थकारण. 'सर्च' ने इतकं भरघोस काम केलेलं आहे, तरी देखील राणीताईंच्या लिखाणामध्ये एक विनयाचा धागा सातत्याने आढळतो. 'गडचिरोलीच्या घरात' या पहिल्या प्रकरणातच याची साक्ष पटते. गडचिरोलीमध्ये एक डॉक्टर म्हणून काम करत असताना त्यांच्या आयुष्यात जे काही फार अस्वस्थ करून सोडणारे प्रसंग घडले तेव्हा क्वचितच काटेरी शब्दांत संताप व्यक्त होतो. विशेषत: गर्भाची लिंगचाचणी करून घेणं, मुलीचा गर्भ असेल तर गर्भपात करणं किंवा लग्नात हुंडा घेणं या गोष्टींची त्यांना खूप चीड येते. शरीर विक्रयाचा बाजार आणि त्यापायी संसार मोडणारे पुरुष यांबद्दल तर त्यांना तिडीकच येते. एका गोष्टीबद्दल त्यांना राहून राहून आश्चर्य वाटतं, की शिक्षण घेऊन माणसं सुशिक्षित होतात, पण या सुशिक्षित माणसांमध्ये परिस्थितीचं आकलन किंवा समंजसपणा अभावानेच दिसून येतो.

'आरोग्य सेवा म्हणजे नुसतं रोग बरे करणं किंवा औषधं देणं नाही. आपल्याकडे येणाऱ्या रुग्णांशी संवेदनशीलतेने वागणं हेसुद्धा आरोग्य सेवेतच येतं,' राणीताई लिहितात, 'मानववंशशास्त्र, समाजशास्त्र, अर्थशास्त्र हे घटक लोकांच्या आयुष्याला आकार देण्यास कारणीभूत असतात. डॉक्टरांनी याही गोष्टी समजून घेतल्या पाहिजेत.' ही समज तर निश्चितच वाढवण्यात आली पाहिजे. खास करून आता वैश्विकीकरणाचे वारे आपल्या देशात इतक्या जोरदारपणे वाहू लागले आहेत की, आरोग्यविषयक धोरण ठरवण्याच्या तंत्रातही याचा समावेश झाला पाहिजे. तिसऱ्या 'आरोग्य सेवा' या प्रकरणामध्ये प्रजननविषयक समस्या, गरोदरपण आणि बाळंतपण या वेळी येणाऱ्या समस्यांचा उल्लेख आला आहे. यांपैकी ९२ टक्के प्रश्न हे ग्रामीण भारतातील स्त्रियांच्या आवश्यक गरजा पूर्ण न झाल्यामुळे उद्‌भवतात. गडचिरोलीमध्ये 'सर्च' ने जो अभ्यास केला त्यात असं दिसून आलं की, जेमतेम ८ टक्के स्त्रिया या समस्यांचे वेळी वैद्यकीय मदत घेतात. हे धोक्याचा इशारा देणारं, कमी प्रमाण आहे. स्त्रिया प्राथमिक आरोग्य केंद्राकडून गर्भधारणा, गर्भपात, प्रसूतिविषयक सेवा घेतात. आपल्या आरोग्यविषयक सेवांमध्ये 'प्रजननविषयक आरोग्य शिक्षण' याचाही अंतर्भाव केला जाणं आवश्यक आहे. विवाहित जोडपी तसंच पौगंडावस्थेतली मुलं-मुली यांच्याशी या विषयांवर कुणीही, कधीच काही बोललेलं नसतं.

राणीताई लिहितात, 'भारतातल्या ग्रामीण स्त्रिया वैद्यकीय मदत घेण्याविषयी कसा विचार करतात, याबाबतीत त्यांच्यावर कसला प्रभाव पडतो,

याबद्दल समजावून घेण्याचा प्रयत्न, आरोग्य सेवेकडून व्हायला हवा. म्हणजेच त्यांच्या सांस्कृतिक संकल्पना काय आहेत, वैद्यकीय मदत घ्यायला कुठे जायचं, का जायचं, केव्हा मदत घेणं योग्य आणि केव्हा नाही याबद्दल रुग्णांच्या मनात काय विचार आहेत, हे जाणून घेणं आवश्यक आहे.' आरोग्य व्यवस्थेचा दृष्टिकोन बऱ्याच वेळा हास्यास्पद रितीने चुकीच्या माहितीवर आधारलेला असतो. उदाहरणार्थ, अशिक्षित आणि अडाणी अशा विवाहित स्त्रियांना, लैंगिक व्यवहाराबद्दल प्राथमिक ज्ञानदेखील नसल्याबद्दल जबाबदार धरलं जातं. लैंगिक संबंधाबद्दल त्या आपल्या नवऱ्याशी उघडपणे बोलू शकत नाहीत, परिस्थितीचा दबाव आल्यामुळे काही गोष्टी कशा कराव्या लागतात हे नवऱ्यांना समजावू शकत नाहीत यासाठी त्यांची निर्भर्त्सना केली जाते. त्या नवऱ्यावर आणि कुटुंबावर अवलंबून आहेत यासाठी त्यांना दोष दिला जातो. अशा परिस्थितीत मग त्या गर्भपाताला प्रवृत्त होतात. खरं म्हणजे यासाठी फक्त स्त्रियांना जबाबदार धरणं हे पूर्वग्रहदूषित आणि भाबडेपणाचं आहे.

स्त्री आणि पुरुषांच्या वागणुकीतल्या परस्परविरोधी गोष्टींनी काहीशा वैतागलेल्या, गोंधळात पडलेल्या राणीताई बोचऱ्या शब्दांत त्यांची निरीक्षणं उघड करतात. आपल्या पुरुषप्रधान समाजात पुष्कळशा पुरुषांनाच या गोष्टी धड माहिती नसतात; मग स्त्रियांना सगळं सविस्तर माहिती असण्याची अपेक्षा मुळातच चुकीची आहे. ज्या ठिकाणी पुरुषांना हे सगळं नीट ठाऊक असतं, (स्त्रियांना यापासून लांब ठेवलं नाही तर त्याही नक्की शिकून घेतील) तिथेसुद्धा आपल्या बायकोला सगळं नीट शिकवण्याची पुरुषाची जबाबदारी नेहमीच टाळली जाते. आणि याचा कुठे फारसा उल्लेखही होत नाही. एकदा स्त्रीला दुय्यमच ठरवल्यानंतर, जरी तिला सगळी माहिती असली, तरी पुढाकार घेऊन बोलून सवरून तिने आपल्या नवऱ्याला समजावून द्यावं ही अपेक्षा करणं चुकीचंच आहे. ही अवास्तव अपेक्षा ठरते.

आपल्या समाजाला आरोग्याची काळजी घेण्यासाठी ज्या विविध मुद्द्यांची गरज आहे, त्याबद्दल 'Putting Women First' अत्यंत विवेकपूर्ण भाष्य करते. आरोग्यसेवेतील प्रादेशिक विषमता आणि गंभीर त्रुटी, बालमृत्यू, प्रसूतिविषयक काळजी, मातेचे आणि बाळाचे आरोग्य, दाई किंवा सुइणी, अंगणवाड्या, वैद्यकीय गर्भपात आणि चांगला सेवकवर्ग असलेल्या प्राथमिक आरोग्य केंद्रांची तातडीची आवश्यकता इत्यादी. नॅशनल पॉप्युलेशन कमिशनने २००० साली शिफारस केली की, 'अशी एक आरोग्यव्यवस्था असली पाहिजे की जिने स्त्री

आणि पुरुष यांच्या आरोग्यविषयक गरजा वेगवेगळ्या असतात हे जाणले पाहिजे आणि त्यानुसार त्यांना वेगवेगळ्या आरोग्य सेवा उपलब्ध करून दिल्या पाहिजेत. हे लक्षात घेऊन स्त्रियांच्या आरोग्यविषयक गरजा पूर्ण करण्याची आवश्यकता आहे.' बंगबाईंच्या दवाखान्यात या शिफारशीचं दररोज अत्यंत संवेदनशीलतेने पालन होताना दिसतं.

'सर्च'ला त्यांच्या दैनंदिन कामात ज्या विषमतेला किंवा विचित्र कल्पनांना भिडावं लागतं ते खरोखर घाबरवून टाकणारं आहे. आता मुलींच्या शिक्षणाचा मुद्दा पाहिला तर 'सामाजिक विकासासाठी गरीब मुलींना शिकवणं अत्यावश्यक आहे. जेणेकरून भरमसाठ संततिसंख्येला आळा बसेल आणि बालकांचं संगोपन सुयोग्य तऱ्हेने होईल,' ही यामागची मूळ समजूत आहे. स्त्रियांच्या शिक्षणाचे फायदे उघड दिसूनही येतात. तरीसुद्धा प्रत्यक्षात स्त्रियांच्या किंवा मुलींच्या शिक्षणविषयक हक्काच्या अंमलबजावणीची वेळ येते तेव्हा गाडी त्यांना शिक्षणापर्यंत पोचू देण्यापाशीच अडायला लागते. तिथेच किती तरी समस्या असतात. समाजसेवी संस्था आणि स्त्रीकार्यकर्त्यांचा अनुभव असा आहे की, औपचारिक शिक्षणव्यवस्थेच्या बाहेर असणाऱ्या मुलींना शिकवणं जास्त सुलभ असतं कारण शिक्षणव्यवस्था, खास करून सरकारी शिक्षणव्यवस्था ही थोडीसुद्धा लवचीक नाही. त्याचा उलट त्रास होतो.

समजा, 'सर्च' परिसर हा मध्यबिंदू धरून आपण साधारण ५० कि. मी. त्रिज्येचं वर्तुळ काढलं, तर त्यात अहेरी, ब्रह्मपुरी, रायपूर रोड आणि आजूबाजूचे काही भाग येतात. या भागांची पाहणी करता, एखादा सहज असं म्हणू शकेल की, 'ग्रामीण भारतात शालेय शिक्षणाचा नुसता आविर्भावच आहे.' या सर्वार्थाने दरिद्री शाळांमध्ये शिक्षण घेण्याला अर्थ तरी काय आणि त्याचा उपयोग तरी काय? अर्थपूर्ण शिक्षणाला उद्युक्त करण्यासाठी या शाळांमधलं वातावरण क्वचितच उपयोगी ठरत असेल. पुरेसे वर्ग, पिण्याचं पाणी, संडास-मुताऱ्या, वाचनालय, शैक्षणिक साहित्य या सगळ्या मूलभूत सोयी यांपैकी एकाही शाळेत नाहीत. भारताच्या इतर ग्रामीण भागातही हेच चित्र आहे. जवळपास शाळा उपलब्ध नसणे, असंबद्ध शिक्षणक्रम, पुन्हा पुन्हा नापास होणं आणि शाळेत मिळणारी कडक वागणूक यांमुळे मुलं शाळा सोडतात किंवा शाळेत नावच घालत नाहीत.

'नॅशनल सॅम्पल सर्व्हे ऑर्गनायझेशन' यांच्या १९९८ सालच्या पाहणीत असं दिसून आलं की, शाळा सोडून गेलेल्यांपैकी २६ टक्के विद्यार्थ्यांची शाळा

सोडण्याची कारणं ही गरिबी व्यतिरिक्त इतर कारणं होती. 'शाळेतलं वाईट वातावरण', 'शिकून काय उपयोग होणार?' किंवा 'अभ्यास जमत नाही' अशी. अशाच कारणांमुळे ग्रामीण भागातल्या ७५ टक्क्यांपेक्षा जास्त मुलींनी अर्ध्यातून शाळा सोडलेली होती.

राणीताईंनी हाताळलेल्या अनेक प्रकरणांच्या नोंदी (case notes) पाहिल्या तर जे व्यवहार्य आहे, तातडीचं आहे आणि पेशंटच्या गरजांना अनुसरून आहे अशा गोष्टी त्यांत अचूक नोंदलेल्या दिसतात. ते त्यांचं वैशिष्ट्य आहे.

'कायदे करणाऱ्यांनी ठरवत बसावं कोणता गर्भपात कायदेशीर आणि कोणता बेकायदेशीर, पण गाव पातळीवर, तालुका पातळीवर काही फारसा फरक पडत नाही', भोंदू वैद्यांवर भाष्य करताना त्या परखडपणे लिहून जातात (प्रकरण आठवे), 'इथे काय महत्त्वाचं आहे, तर स्वस्त, सुरक्षित, सहज मिळणारी, परिणामकारक, गर्भपात सेवा.' ग्रामीण स्त्रियांच्या गरजांना प्राधान्य देणाऱ्या याच दृष्टिकोनामुळे राणीताईंना सुरक्षित गर्भपाताचं एक सोपं तंत्र विकसित करावंसं वाटलं. या तंत्रात ना भूल द्यावी लागते ना कोणती शस्त्रक्रिया करावी लागते.

विविधतेने भरलेल्या जनतेच्या आरोग्यविषयक गरजांविषयी राज्य सरकारचं सध्याचं धोरण याच्या बरोबर विरुद्ध आहे. स्वतंत्र भारताच्या पहिल्या आरोग्य-व्यवस्थेपेक्षा (इ. स. १९४७ ते १९८३) नाट्यपूर्ण रितीने वेगळं चित्र आहे. त्यावेळचं सरकारचं आरोग्यविषयक धोरण दोन तत्त्वांवर आधारलेलं होतं. एक म्हणजे, पैशाअभावी कुणालाही आरोग्यसेवेपासून वंचित राहावे लागू नये. आणि दुसरं, त्या त्या राज्यातल्या जनतेला आरोग्य सेवा पुरवणं ही राज्य सरकारची जबाबदारी असावी. त्या काळात संसाधनांची कमतरता असूनही मलेरिया, कॉलरा आटोक्यात आणले गेले, देवी आणि प्लेगचं निर्मूलन झालं, मातांच्या मृत्यूचं प्रमाण निम्म्यावर आलं, बालमृत्यूच्या प्रमाणात लक्षणीय घट झाली आणि माणसांचं सरासरी जीवनमान वाढलं. हे काही थोडंथोडकं यश नव्हे. सार्वजनिक आरोग्य विशेषज्ञांच्या व्यावसायिक केडरचे याबद्दल आभारच मानायला हवेत.

आणि आज नि:संशयपणे आरोग्यक्षेत्रात जास्त भांडवल घातले जात असताना (बहुतेक खाजगी कंपन्यांकडून) 'वंचित' नागरिकांना अधिक चांगली आरोग्यसेवा मिळणे दुरापास्त झाले आहे. प्राथमिक आरोग्यसेवेचं विभाजन सुरूच आहे. भारतातले लोक संसर्गजन्य आणि आता जीवनशैलीमुळे उद्भवणारे

असांसर्गिक रोग असं रोगांचं दुहेरी ओझं शिरावर घेऊन जगताहेत. दिवसेंदिवस परिस्थिती अधिकाधिक ठप्प होत चालल्याचं लक्षात येत आहे. नॅशनल कमिशन ऑन मॅक्रोइकॉनॉमिक्स अँड हेल्थ (२००५) यांनी सावधगिरीची सूचना केलेली आहे, की राज्य सरकारे वेगवेगळे उपक्रम राबवत असूनही आरोग्यव्यवस्था बेजबाबदारच आहे. जनतेच्या आरोग्यविषयक उद्दिष्टांपासून तुटलेली, लोकांच्या अपेक्षा पूर्ण करण्यास ती असमर्थ आहे. ज्यांना गरिबीमुळे आरोग्य सेवांचा लाभ घेता येत नाही अशांना आर्थिक सुरक्षितता पुरवण्यात ती अपयशी ठरली आहे. गावकऱ्यांना आरोग्य सेवा उपलब्ध करून देण्याकरता पुष्कळ निधीचा वापर करण्यात आला असला तरीही साधी तापाची गोळी मिळवण्याकरता खेडुतांना २ किलोमीटर चालत गेल्यानंतर प्राथमिक आरोग्य केंद्रात जाता येतं. रक्त तपासणीसाठी ६ कि. मी. चालावं लागतं आणि हॉस्पिटलसाठी तर जवळजवळ २१ कि. मी. लांब जावं लागतं.

'सर्च'ने ज्या दृष्टिकोनातून काम केलं आहे, त्याचा स्पष्ट परिणाम लगेचच दिसून आला आणि त्यावरून हे सिद्ध झालं की, खेड्यातले कामकरी लोक जरी अशिक्षित असले किंवा कामापुरते साक्षर असले तरी त्यांना प्रशिक्षण आणि प्रोत्साहन दिलं तर ते आश्चर्य वाटावं असं काम करून दाखवू शकतात. जर त्या त्या ठिकाणच्या गरजा नजरेसमोर ठेवून, संपूर्ण देशभर गडचिरोलीच्या या प्रयोगाचं अनुकरण झालं, तर दरवर्षी दहा लाख नवजात बालमृत्यू होणाऱ्या परिस्थितीत प्रचंड फरक पडू शकतो.

अभयभाऊंनीच हे निदर्शनास आणून दिलेलं आहे. ते म्हणतात, 'कोणताही डॉक्टर या बालकांपर्यंत पोहोचत नाही. बऱ्याच वेळा त्यांच्या मृत्यूची कुठे नोंदही ठेवली जात नाही. भारतामध्ये होणाऱ्या एकूण बालमृत्यूंपैकी ७५ टक्के मृत्यू हे नवजात अर्भकांचे असतात. सध्याच्या वैद्यकीय विचारसरणी-नुसार बालरोग आणि बालमृत्यू यांना आळा घालण्याकरता प्रसूती ही रुग्णालयामध्येच झाली पाहिजे. असं असलं, तरी दरवर्षी जन्माला येणाऱ्या १३ लक्ष अर्भकांची सोय करण्याइतकी भारताची परिस्थिती नाही. एवढं ओझं पेलवण्यासारखं नाही. एवढ्या बालकांची वैद्यकीय काळजी घेण्याकरता दर साल दोन हजार कोटी रुपये लागतील. ही रक्कम तर देशाच्या संपूर्ण माता आणि बालकांच्या आरोग्यासाठी राखून ठेवलेल्या रकमेइतकी आहे. त्याशिवाय इतकी रुग्णालयं देशात नाहीत आणि लोकांची रुग्णालयामध्ये जाण्याची इच्छा नसते, या गोष्टी वेगळ्याच.'

म्हणजे सामग्रीचा पुरवठा आणि अर्थव्यवस्था यांच्या परिमाणाला अनुसरून, नवजात बालकांच्या आरोग्यासाठी नवे नवे पर्याय शोधणं हे क्रमप्राप्त ठरतं. दक्षिण आशियातल्या सर्व विकसनशील देशांत हेच घडत असतं.

समाजातील माता, बालके, किशोरवयीन मुले-मुली आणि संपूर्ण कुटुंबाच्या गरजा, त्यांच्याविषयीची कळकळ या सगळ्या परिसरालाच बंगबाईंनी लिहिलेला हा वृत्तांत कवेत घेतो आणि त्यामुळेच तो वैशिष्ट्यपूर्ण ठरतो, चमकून उठतो. 'सर्च'चा सुजाण संस्थात्मक दृष्टिकोन आणि अनुभवाचं धन हा बंगबाईंच्या दवाखान्याचा गाभा आहे. त्यामुळे हे पुस्तक निव्वळ वैद्यकीय धोरण आणि औषधे इत्यादी सामग्रीचा पुरवठा यांहून कितीतरी वरच्या पातळीवर पोहोचतं. लहान मुलामुलींचा छळ, दारूचं व्यसन, मानसिक विकृती या सर्वांचे कुटुंबावर काय काय दुष्परिणाम होतात, त्याचा प्रत्यक्षदर्शी अहवालच इथे वाचायला मिळतो. गर्भाची लिंगचाचणी, वंध्यत्व, गर्भनिरोध या सगळ्यांविषयी ग्रामीण लोकांच्या नेमक्या संकल्पना काय आहेत याचा परिणामकारक लेखाजोखा या पुस्तकात सादर झालेला आहे. वैद्यकीय व्यवसाय क्षेत्र कसं अनियमित आणि विस्कळीत आहे, कुठलंही प्रशिक्षण नसलेल्या वैदूंकडून उपचार करून घेण्याचे कसे घातक परिणाम होतात, त्याचप्रमाणे समाजातल्या कुटुंबांवर न दिसणारे असे किती ताण-तणाव-दबाव असतात याची अक्षरश: 'आतली हकिगत' इथे माहिती होते.

एका बाजूला हे पुस्तक म्हणजे समाजशास्त्रातली एक असामान्य साहित्यकृती म्हटली पाहिजे. यामध्ये डॉ. राणी बंग यांनी त्यांच्या पेशंटबरोबर, पेशंटच्या नवऱ्यांबरोबर, त्यांचे कुटुंबीय, मित्र यांच्याबरोबर वेळोवेळी साधलेल्या संवादाची, विचारांची झालेली देव-घेव याचा वृत्तांत आलेला आहे. त्यामुळे हे पुस्तक एकाच वेळी वाचकप्रिय (वैद्यकीय सत्यकथांचं) पुस्तक आणि समाजशास्त्राचे प्राथमिक धडे देणारं पुस्तक झालेलं आहे. या दोन्ही गोष्टी अत्यावश्यक आहेत आणि हेतुपुरस्सर केलेल्या असल्यामुळे कोणत्याही ग्रामीण भागात वैद्यकीय व्यवसाय करणाऱ्यास आदर्श ठराव्यात अशाच.

देशाला स्वातंत्र्य मिळालं आणि लोकप्रतिनिधींद्वारे राज्यकारभार सुरू झाला, म्हणजे नेमकं काय झालेलं आहे हेच अजून ज्यांना पुरतेपणी समजलेलं नाही, अशा समाजावर या बदलाचे काय परिणाम होत आहेत हे वारंवार आपल्यासमोर येत असतं. ही फक्त मध्य भारतातल्या राज्यांचीच समस्या नाही. जिथे जिथे विकासाच्या झंझावाताने तिथल्या मूळच्या रहिवाशांना

हेलपाटून टाकलेलं आहे, तिथे तिथे हे दिसून येतं. आपल्या वैद्यकीय भिंगातून, राणीताईंनी या गोष्टींवरचा पडदा दूर केला आहे, हे त्यांचं यश आहे.

एकोणिसाव्या शतकात जर्मनीमध्ये रुडॉल्फ व्हर्चोव यांनी सामाजिक वैद्यकामध्ये अतिशय उत्तम काम केलं. खरोखर, राणीताईंचं पुस्तक वाचल्यावर त्याची आठवण झाल्याखेरीज राहत नाही. व्हर्चोवने दुखण्यांमागची सामाजिक कारणं समजून घेतली त्यामुळेच सार्वजनिक आरोग्य आणि वैद्यकशास्त्रज्ञ यांच्या व्यापक व्याख्या तो करू शकला. व्हर्चोव असं शिकवत असे, की अनेक दुखणी ही सामाजिक परिस्थितीतून निर्माण होत असल्यामुळे वैद्यक शास्त्रज्ञांनी Clinical Research म्हणून रुग्णांच्या सामाजिक परिस्थितीचा अभ्यास केला पाहिजे. आरोग्य सेवकांनी राजकीय चळवळीत भाग घेतला पाहिजे. व्हर्चोवचं एक आवडतं वचन होतं, 'वैद्यकशास्त्र हे एक सामाजिक शास्त्र आहे आणि राजकारण म्हणजे दुसरं तिसरं काहीही नसून मोठ्या प्रमाणावर वैद्यकशास्त्रच आहे.'

मध्य भारतातल्या लोकजीवनाशी डॉ. बंग यांच्या कुटुंबाचे फार जुने आणि घनिष्ठ संबंध आहेत. सर्वोदय चळवळीचा तेजस्वी दृष्टिकोन आणि आत्मिक शक्ती यांचा त्यांनी अनुभव घेतलेला आहे. सार्वजनिक आरोग्य आणि आरोग्यसेवा या पूर्वी राज्य सरकारांच्या जबाबदाऱ्या होत्या, त्यावर आता खाजगी क्षेत्राचा बऱ्यापैकी प्रभाव पडलेला आहे. स्वातंत्र्य चळवळीच्या काळात सामाजिक शास्त्र म्हणून वैद्यकशास्त्राची गुणवत्ता फार वेगळी होती. १९४० साली भारतीय राष्ट्रीय काँग्रेसच्या, नॅशनल प्लॅनिंग कमिटीची एक नॅशनल हेल्थ सबकमिटी होती. या कमिटीने याचा फार चांगला आढावा घेतलेला आहे. त्यांनी शिफारस केलेल्या योजनेचा आधारस्तंभ म्हणजे दर हजार गावकऱ्यांमागे एक असा ग्रामीण आरोग्यसेवक. या आरोग्यसेवकाला समाजात राहून प्रत्यक्ष काम कसं करायचं, वैयक्तिक स्वच्छता, प्रथमोपचार आणि प्राथमिक वैद्यकीय उपचार यांचं प्रशिक्षण देण्याची शिफारस केलेली होती. हे सगळं करत असताना सामाजिक बाजू आणि सार्वजनिक आरोग्याचा विचार यांना प्राधान्य देणंही अपेक्षित होतं.

त्यानंतर १९४६ साली भोरे समितीचा रिपोर्ट आला. तो आजही अतिशय उपयुक्त आणि योग्य समजला जातो. फक्त तो प्रसिद्ध व्यक्तींनी तयार केला म्हणूनच नाही, तर त्यातल्या सूचना, शिफारशी आजही लागू पडतात म्हणून. त्यामध्ये उच्च तत्त्वांचा पुरस्कार केलेला आहे. उदा. 'केवळ डॉक्टरची फी

भरायला पैसे नाही म्हणून कुणालाही आरोग्य सेवा नाकारली जाऊ नये.' 'आरोग्यसेवेचा केंद्रबिंदू हा ग्रामीण भाग असावा आणि त्यामध्ये प्रतिबंधक उपाययोजनेवर भर दिला जावा आणि जनतेतूनच प्रशिक्षण देऊन 'सामाजिक डॉक्टर्स' तयार केले जावेत.'

तेव्हापासून आरोग्यविषयक धोरणांचा चेहरामोहरा अगदी ओळखू न येण्याइतपत बदलून गेला. आज बऱ्याचशा राज्यांतून, ग्रामीण भागात फक्त काही निवडक सेवा पुरवल्या जातात. आणि शहरी भागात आरोग्य सेवा म्हणून काही थोडे उपचार केले जातात. दुसरीकडे खाजगी आरोग्य क्षेत्र प्रमाणाबाहेर फोफावले आहे. लोकांना दारिद्र्यात लोटणारी अशा प्रकारची वाढ, ही स्वीकारण्यास अगदी अयोग्यच आहे. केंद्र सरकार आणि राज्य सरकारे स्वत:च्या शौर्याचे आणि आर्थिक पराक्रमाचे ढोल नियमितपणे बडवत असले तरीही तथाकथित आर्थिक वाढीमुळे आपल्या समाजाचा फार मोठा हिस्सा कोपऱ्यात ढकलला गेला आहे.

इतकंच नाही, १९८० आणि ९० च्या दशकांतलं रचनात्मक बदलाचं धोरण, यामुळे तर अवघ्या विकसनशील जगालाच मोठा हादरा बसला आणि त्याचाच परिणाम म्हणून आजची ही 'जागतिकीकरण आणि बाजार' केंद्रस्थानी ठेवणारी व्यवस्था निर्माण झाली. जागतिकीकरण करून जगाच्या अर्थव्यवस्थेशी एकात्म पावण्याच्या नादात इकडे आपली सार्वजनिक आरोग्यव्यवस्था मात्र खालावली. दोन्ही बाजूंनी. एक तर अशा कार्यक्रमात भांडवल गुंतलं आणि दुसरीकडे सरकारी अंदाजपत्रकात कमी रक्कम मंजूर होऊ लागली. अनेक स्तरांवर काम करणाऱ्या विकास बँका आणि वित्तसंस्था (यांत संयुक्त राष्ट्र संघाच्या कक्षेतील संस्थाही होत्या) या सर्वांनी आरोग्यव्यवस्थेतला राज्य सरकारचा सहभाग कमी करण्याची शिफारस केली. फक्त ठरावीक बाबतींतच राज्य सरकारने लक्ष घालावं म्हणून दडपण आणलं. आणि भारत सरकारने त्यापुढे मान तुकवली.

राणीताईंनी वर्णन केलेल्या प्रकरणांपैकी बऱ्याच प्रकरणांमध्ये हेच दिसून येतं की, आधीच अन्यायपीडित असणाऱ्या समाजामध्ये खासगीकरणामुळे, कनिष्ठ मध्यमवर्गीय आणि दारिद्र्यरेषेखालचा समाज हा आरोग्य सेवा कक्षेच्या बाहेरच राहतो आणि हा वर्ग एकूण लोकसंख्येच्या ३० ते ६० टक्के आहे. भारतातल्या सार्वजनिक आरोग्य सेवेचा लाभ जास्त कोण घेतं? अभ्यास असं दर्शवतो, की मध्यमवर्गीयांपेक्षा गरीब वर्ग हा आरोग्य सेवेचा जास्त उपयोग

करतो. या सार्वजनिक सेवेमध्ये अदृश्य किमती वाढत चाललेल्या आहेत आणि त्या विशिष्ट वर्गाच्या ऐपतीबाहेर गेल्या आहेत. आरोग्यविषयक धोरण ठरवताना समता हे फार महत्त्वाचं तत्त्व असतं. पण आता जेव्हापासून मध्यमवर्गीय लोक सार्वजनिक आरोग्य सेवांचा लाभ घेईनासे झाले, तेव्हापासून त्यातलं सार्वत्रिकपणाचं तत्त्व दुबळं होऊन गेलंय. त्यामुळे आता सार्वजनिक आरोग्यक्षेत्रावर दोन गोष्टींचा प्रभाव आहे - नफा कमावणाऱ्या बाजाराधिष्ठित वैद्यकीय सेवांची झालेली अवास्तव वाढ आणि जनतेला हवं त्याचा पुरवठा.

हे पुस्तक आकारास आणण्यासाठी ज्यांनी राणीताईंबरोबर काम केलं त्यांचाही यात मोलाचा वाटा आहे. या पुस्तकात आलेल्या प्रकरणांच्या व्यवस्थित नोंदी करणाऱ्या, सहलेखिका रूपा चिनाय या एक कुशल पत्रकारही आहेत. त्यांनी या देशातल्या आरोग्यविषयक प्रश्नांवर अधिकारवाणीने सविस्तर लिहिलेलं आहे. 'हिम्मत' या नियतकालिकातून त्यांनी लेखनास सुरुवात केली आणि मग 'इंडियन एक्सप्रेस', 'संडे ऑब्झर्वर' आणि 'टाईम्स ऑफ इंडिया'सारख्या आघाडीच्या वृत्तपत्रांतून आपलं स्थान 'पत्रकार' म्हणून सुस्थापित केलं. गेली वीस वर्षे रूपा चिनाय प्रगतिशील पत्रकारितेत व्यस्त असून त्यांचा मुख्य विषय आहे 'आरोग्य'. स्वातंत्र्य चळवळीच्या विचारांचा ऊर्जास्रोत ही त्यांची कामाची मुख्य प्रेरणा आहे. त्यामुळे डॉ. बंग यांच्याबरोबर त्यांनी केलेलं हे पुस्तकाचं काम म्हणजे प्रामाणिक वैयक्तिक अनुभव आणि त्याकडे विकसनशील दृष्टीने पाहून केलेलं भाष्य यांचं उत्कृष्ट, संतुलित मिश्रण आहे.

सुनंदा खोरगडे यांचं या मूलभूत कामातलं योगदान हे त्यांच्या 'सर्च'मधल्या सहभागाइतकंच मौल्यवान आहे. त्या समाजशास्त्रातल्या एम. ए. आहेत. 'सर्च'मधल्या स्त्री-आरोग्य विभागाचं त्या नेतृत्व करतात आणि दायांना प्रशिक्षित करतात. 'सर्च'च्या किशोरवयीन मुलांसाठी लैंगिक शिक्षण प्रकल्पामध्येही त्यांचा पुरेपूर सहभाग असतो. या त्यांच्या स्नेहपूर्ण सहकार्याबद्दल त्यांना धन्यवाद दिले पाहिजेत. डॉ. बंग यांच्या दवाखान्यात ज्या आरोग्यविषयक तक्रारी येतात, त्यांच्या मुळाशी जाऊन, या तक्रारी कोणत्या सामाजिक, आर्थिक किंवा जातीय परिस्थितीमुळे उद्‌भवल्या, हे ओळखून जे समोर दिसतंय त्याच्या पलीकडे पाहण्याच्या सुनंदा खोरगडे यांच्या क्षमतेमुळे, गडचिरोलीच्या सामाजिक वैद्यकीय जाणिवेवरच एक चांगला परिणाम झालेला आहे आणि पुढे जाऊन ग्रामीण भारतामधली एकूणच

सामाजिक वैद्यकीय जाणीव सुधारली आहे असं म्हटलं तर वावगं ठरू नये. सुनंदा यांनी ज्या शांतपणे आणि चिकाटीने प्रत्येक प्रकरणाचा पाठपुरावा केला आणि सगळी वास्तव माहिती गोळा केली त्यामुळे Putting Women Firstची संपन्नता खूप वाढली आहे. खास करून त्यांनी ज्या निष्ठेने, काटेकोरपणे ग्रामीण आरोग्यव्यवस्थेची, गुंतागुंतीची सामाजिकता रेखाटली आहे, ते फार मौलिक आहे.

आरोग्यविषयक धोरण ठरवणारे, योजना आखणारे आणि ज्या लोकांसाठी या योजना तयार केल्या जातात ते लोक अशा दोघांनाही फार दिवसांपासून अशा ग्रंथाची गरज भासत होती. याविषयी पुष्कळ वक्तव्ये, चर्चा, झाल्या. डॉक्टर, पत्रकार, समाजशास्त्रज्ञ, संपादक सगळ्यांनी आपापल्या दृष्टिकोनातून प्रखर विरोधाचे मुद्देही नोंदवले. त्या सर्वांचा ऊहापोह झाल्यानंतरच पुस्तकाचा अंतिम मसुदा तयार झाला. राणीताई आणि त्यांच्या सहलेखिकांनी सगळे मुद्दे समजावून घेतले. त्यांत मांडलेले प्रश्न आणि त्यांवरचे उपाय पुन्हा एकदा नव्या नजरेने तपासून घेतले. हा समजूतदारपणा आणि पुनर्विचार करण्याची तयारी अगदी दुर्मीळ असतात.

भारताचा नागरिक, एक पत्रकार आणि त्यांच्याच वाटेने प्रवास करणारा सहप्रवासी म्हणून मला अतिशय सन्मानित झाल्यासारखं वाटत आहे की, Putting Women First च्या लेखनाशी मी जोडला गेलो.

दि. १ जुलै २०१० **– राहुल गोस्वामी**
गोवा

कृतज्ञता

हे पुस्तक गडचिरोलीमधल्या ग्रामीण आणि आदिवासी स्त्री-पुरुषांच्या जीवनावर आधारलेलं आहे. त्यांनी स्वत:चे अत्यंत खाजगी आणि वैयक्तिक अनुभव मला सांगितले. या त्यांच्या प्रेमळपणाबद्दल मी कृतज्ञ आहे. मिळालेल्या माहितीची सत्यासत्यता पडताळून पाहण्यासाठी 'सर्च'च्या रुग्णालयामधील सर्व कर्मचाऱ्यांची मदत झाली. त्या सर्वांचे आभार. माझे टायपिंगचे सर्व काम, 'सर्च'च्या ऑफिसमध्ये काम करणारे दिगंबर देवतळे आणि बलवंत सुर्वे यांनी करून दिले. त्यांचे खूप खूप आभार. 'सर्च'चे उपसंचालक तुषार खोरगडे यांनीच मला बहुतेक सर्व फोटो उपलब्ध करून दिले. त्यांचे मन:पूर्वक आभार. डॉ. अभय बंग हे नेहमीच माझं स्फूर्तिस्थान राहिले आहेत. ग्रामीण आणि आदिवासी जीवनाबद्दलचे त्यांचे मौलिक विचार आम्हांला नेहमी प्रेरणा देतात. त्यांचेही मनापासून आभार. राहुल गोस्वामींच्याबद्दलही मी कृतज्ञता व्यक्त करते. पुस्तकाच्या संहितेला आकार देण्यासाठी आणि हे पुस्तक अधिक समावेशक आणि परिपूर्ण होण्यासाठी त्यांचं मार्गदर्शन आणि मदत मोलाची ठरली.

कै. बाबा आमटे यांची नात आणि माझी मानसकन्या डॉ. शीतल आमटे हिने काही फोटो दिले. तिची मी ऋणी आहे. रूपा चिनाय आणि सुनंदा खोरगडे यांची हे पुस्तक तयार करताना प्रचंड मदत झाली. त्या माझ्या सहलेखिका आहेत. त्यांचं माझ्यावर मोठं ऋण आहे. माझं मूळ इंग्रजी पुस्तक 'स्त्री' तर्फे प्रकाशित झालं असून या पुस्तकाचा सुनंदा अमरापूरकर यांनी केलेला मराठी अनुवाद पॉप्युलर प्रकाशनातर्फे प्रकाशित होत आहे, याचा आनंद वाटतो. प्रकाशकांच्या सहकार्याबद्दल आभारी आहे.

'Putting Women First' च्या या प्रवासामध्ये मी, रूपा, सुनंदा आणि

मंदिरा आम्ही चौघी अगदी घट्ट मैत्रिणी झालो. इतकंच नाही, तर आमचं प्रेमळ कुटुंबच तयार झालेलं आहे.

मॅक्‌आर्थर फौंडेशन, त्यांचे राष्ट्रीय संचालक पूनम मुतरेजा हे माझ्या पाठीमागे खंबीरपणे उभे राहिले. त्यांच्याबद्दल कृतज्ञता व्यक्त करते.

दि. १ जुलै २०१० **– राणी बंग**
गडचिरोली

मनोगत

राणी बंग गडचिरोलीत काम करतात. मध्य भारतातला हा जिल्हा जितका त्याच्या वैशिष्ट्यपूर्ण आदिवासी परंपरांसाठी प्रसिद्ध आहे, तितकाच मागासलेपणासाठीही. राणी बंग स्वत: स्त्रीरोगतज्ज्ञ डॉक्टर आहेत. त्यांचे पती अभय बंगसुद्धा डॉक्टर आहेत. दोघे अनेक वर्षांपासून या भागात काम करत आहेत. १९८६ साली राणी आणि अभय दोघांनी एक स्वयंसेवी संस्था काढली. सोसायटी फॉर एज्युकेशन, ॲक्शन अँड रिसर्च इन कम्युनिटी हेल्थ (सर्च). तिच्या माध्यमातून त्यांनी भारतीय आरोग्य सेवेमध्ये अनेक नवनव्या आदर्श उपक्रमांची सुरुवात केली, जे आज भारतभर आणि इतर देशांमध्येही राबवले जात आहेत.

नागपूरच्या सरकारी वैद्यकीय महाविद्यालयात राणी आणि अभय बरोबरच शिकले. तिथून डॉक्टर होऊन सार्वजनिक आरोग्य आणि संशोधन पद्धतींचा अभ्यासही अमेरिकेतील जॉन हॉपकिन्स युनिवर्सिटीमध्ये दोघांनी बरोबरच केला. दोघंही गांधींच्या विचारांचे पाईक आणि सर्वोदयी विचारसरणीचा मोठा प्रभाव त्यांच्या मनावर होता. त्यामुळे त्यांनी मायदेशी परत येऊन, महाराष्ट्रातल्या सर्वांत दुर्लक्षित गडचिरोली जिल्ह्यापासून आपल्या कामाला सुरुवात करण्याचं ठरवलं. या ठिकाणी ते त्यांचं वैद्यकीय ज्ञान आणि नव्याने प्राप्त केलेलं संशोधन कौशल्य वापरणार होते. त्याप्रमाणे त्यांनी शोधग्राम निर्माण केलं. नागपूरच्या आग्नेय दिशेस १७० किलोमीटरवर. प्रशस्त रुग्णालय आणि संशोधन आणि प्रशिक्षणासाठी सुसज्ज परिसर. पण त्याचं रूप एखाद्या आदिवासी गोंड जमातीच्या गावासारखं. इथून मध्य भारताच्या वनवासी टोळ्यांची वसाहत सुरू होते. एखाद्या अर्धवर्तुळाकृती कमानीसारखी ती पसरलेली आहे. हेच ते पूर्वापार प्रसिद्ध असलेलं दंडकारण्य.

आपल्या सार्वजनिक आरोग्यक्षेत्रातल्या ज्ञानाचा वापर, ग्रामीण जनतेच्या गरजा ओळखण्यासाठी करून, बंग पतिपत्नींनी लोकांच्या तातडीच्या आरोग्य प्रश्नांवर लक्ष केंद्रित केले. स्वत:च्या संकल्पना त्यांच्यावर न लादता त्यांच्या निकडीनुसार काम सुरू केलं. त्यामुळे प्रथम 'सर्च' ने दारू मुक्ती आंदोलनात आघाडी घेतली. कारण संपूर्ण जिल्ह्यातल्या बायकांचा हा जिव्हाळ्याचा प्रश्न होता, त्यांची तळमळीची इच्छा होती. त्यांच्या निदर्शनांनंतर सरकारने गडचिरोली जिल्ह्यात दारू विक्रीला बंदी घातली. 'दारू मुक्ती संघटने'च्या माध्यमातून आजही दारूविरुद्ध मोहीम चालूच आहे. हजारो महिलांचा या चळवळीला पाठिंबा आहे. आता ती लोकचळवळ झाली आहे.

राणीताईंच्या संशोधनावर आधारलेल्या अभ्यासातून असं उघड झालं की, सर्वेक्षणासाठी घेतलेल्यांपैकी ९२ टक्के महिलांना, स्त्रियांच्या विशिष्ट आजारांवरील उपचार घेताच येत नव्हते; कारण स्त्री डॉक्टर उपलब्ध नव्हती. संशोधनातून हेही दिसून आलं की, भारताच्या ग्रामीण भागातल्या स्त्रियांचे आरोग्यविषयक प्रश्न सोडवले न जाण्याचं हे एक महत्त्वाचं कारण होतं. त्यामुळेच आंतरराष्ट्रीय आरोग्यतज्ज्ञांनी विकसनशील देशांतील 'स्त्री जनन आरोग्य आणि बाल आरोग्य' यांचा विचार करताना या आणि अशा प्रकारच्या अभ्यासांचा आधार घेतला.

प्राथमिक आरोग्य आणि लोकांच्या आरोग्याची सर्व बाजूंनी काळजी घेण्याच्या विचाराने बद्ध झालेल्या बंग पतिपत्नींनी शोधग्राममध्ये येणाऱ्या रुग्णांचा हळूहळू अभ्यास सुरू केला आणि त्यांना या गोष्टीची जाणीव झाली की, भारतातल्या गावखेड्यांमध्ये, वाड्यावस्त्यांवर राहणाऱ्या लोकांना, व्यावसायिक वैद्यकीय सेवा कधीही पुरेशा प्रमाणात मिळू शकणार नाही. मग यावर उपाय? त्यांनी शोधला. त्याच गावात राहणाऱ्या स्त्रियांनी आरोग्य सेवेचं, अर्भकांची काळजी कशी घ्यायची याचं प्रशिक्षिण घ्यायचं आणि त्यांनीच गावातल्या स्त्रियांना सहाय्य करून गावातलं नवजात शिशूंचं आरोग्य सांभाळायचं. मग त्यांनी एक प्रकल्प घेतला. यात ६० गावांचा समावेश केला होता. त्या गावातल्या स्त्रिया प्रशिक्षण घेऊन कामाला लागल्या आणि त्यांच्या प्रयत्नामुळे, तिथलं नवजात बालकांच्या मृत्यूचं प्रमाण दर हजारी १२० वरून सरळ ३० पर्यंत खाली आलं. इंडियन कौंसिल ऑफ मेडिकल रिसर्चने सुरुवातीला उत्तर भारतातल्या पाच राज्यांत हा प्रकल्प राबवून पाहिला. आता

राष्ट्रीय ग्रामीण आरोग्य योजनेअंतर्गत संपूर्ण देशात एप्रिल २००५ पासून हा प्रकल्प राबवला जात आहे.

आज शोधग्राम म्हणजे जणू एक पर्णकुटी झालेली आहे. इथे रुग्णांना घरगुती वातावरणात उपचार घेऊन बरं होता येतं. शरीर आणि मन शांतवून परत जाता येतं. इथल्या इस्पितळाची रचना वेगळीच आहे. स्थानिक आदिवासींच्या अपेक्षा लक्षात घेऊन केलेली. त्यामुळे जंगलाच्या पार्श्वभूमीवर वसलेल्या आदिवासी पाड्यासारखं वाटतं ते. इथे संशोधन आणि प्रशिक्षण केंद्र तर आहेच. पण त्यापुढच्या पटांगणात 'दारू व्यसन मुक्ती शिबिर', 'किशोरवयीन मुलामुलींचे आरोग्य शिक्षण' असे अनेक उपक्रम चालतात आणि त्यांना सहाय्यभूत ठरणारे सृजनशील आरोग्य आणि जीवनविषयक कार्यक्रम होत असतात.

दरवर्षी शोधग्राममध्ये एक जत्रा भरवली जाते. या निमित्ताने सारी आदिवासी गोंड जमात एकत्र येऊन त्यांची देवी 'माँ दंतेश्वरी'चा उत्सव साजरा करते. शोधग्रामच्या प्रवेशद्वारापाशी माँ दंतेश्वरीचं छोटंसं देऊळ बांधलेलं आहे. या जत्रेच्या वेळी, येत्या वर्षभर आरोग्याच्या कोणत्या समस्यांवर काम करायचं, यावर देखील विचारविनिमय केला जातो.

भारताच्या सामाजिक आरोग्यासाठी विशेष योगदान दिल्याबद्दल १९९६ मध्ये 'सर्च'ला शेषाद्री सुवर्ण पदक मिळालं. २००३ मध्ये संस्थेला आदिवासी लोकांसाठी काम केल्याबद्दल राज्य सरकारने 'महाराष्ट्र भूषण' पुरस्कार प्रदान केला. २००५ मध्ये जगप्रसिद्ध 'टाईम मॅगझिन'ने 'जागतिक आरोग्याचे नेते' (Global Health Heros)च्या यादीत डॉ. अभय बंग आणि डॉ. राणी बंग या दांपत्याच्या नावांचा समावेश केला. २००६ साली'सर्च'ला सृजनशील समाजकार्याबद्दलचा 'मॅक्आर्थर फौंडेशन आंतरराष्ट्रीय पुरस्कार' मिळाला आणि राणीताईंना महिला आणि बाल कल्याणासाठी उत्तम कामगिरी केल्याबद्दल जमनालाल बजाज पुरस्कार देण्यात आला. २००८ मध्ये तत्कालीन राष्ट्रपती श्रीमती प्रतिभा देवीसिंग पाटील यांच्या हस्ते डॉ. राणी बंग यांना 'महिला विकास कार्या'बद्दल राष्ट्रीय पुरस्कार देण्यात आला.

डॉ. राणी बंग या सरळ आणि संवेदनशील मनाच्या आहेत. त्यांना भेटणाऱ्या प्रत्येकाबद्दल त्यांना मनापासून जिव्हाळा वाटतो. हेच त्यांचे गुण शोधग्रामच्या कार्यपद्धतीतही प्रतिबिंबित झालेले दिसतात. शोधग्रामच्या अवतीभोवतीच्या जंगलातल्या विविध औषधी झाडाझुडपांबद्दल, वृक्षांबद्दल

राणीताईंनी हुशार गोंड आदिवासींकडून विनम्रपणे सगळी माहिती करून घेतली आणि आज प्रत्येक औषधी वनस्पतीची खडान्‌खडा माहिती असलेल्या त्या कुशल माळी आहेत. राणीताईंनी शोधग्राममध्ये सुरू केलेल्या आदिवासी कला केंद्रात आपल्याला इथल्या मूळ रहिवाशांची संपन्न कला पाहायला मिळते. त्यांच्या त्या देवता (Totem Gods), भांडी, टोपल्या, दागिने; तसंच टेराकोटा, दगड, लोखंड आणि बांबू यांच्यापासून बनवलेल्या कितीतरी वस्तू पाहिल्या, की या सर्व कलांची आपल्या संस्कृतीला प्रथम ओळख करून देणारा हा किती उन्नत समाज होता त्याची साक्ष पटते. इथे भेट देणाऱ्या लोकांना जेव्हा या वनवासींच्या अनेक कलाकृती एकाच ठिकाणी पाहण्याची संधी मिळते तेव्हा त्यांच्याबद्दल असलेली 'मागासलेले लोक' ही संकल्पनाच बदलून जाते. स्वत: आदिवासींना देखील या संग्रहालयाला भेट द्यायला आवडतं. आपला सांस्कृतिक ठेवा अशा अभिजात शुद्ध स्वरूपात पाहताना त्यांचा स्वाभिमान आणि आत्मगौरव वाढीस लागतो. संग्रहातले नमुने पाहिल्यावर पारंपरिक सोनार, टोपल्या विणणारे, भांडी करणारे यांना नव्या ऑर्डर्स मिळतात, चार पैसे मिळतात आणि आपलं परंपरागत कलाकौशल्य टिकवून ठेवल्याचं समाधानही.

राणीताईंचं कुटुंब प्रेमळ आणि सहकार्य करणारं आहे. थोरला मुलगा आनंद हा डॉक्टर होऊन शोधग्राममध्ये आईवडिलांच्या मदतीला आलेला आहे आणि धाकट्या अमृतने कॉम्प्युटर सायन्सचं उच्च शिक्षण घेतलं आहे. राणीताई सांगतात की, त्यांचा आत्मविश्वास आणि समाधान हे त्यांनी जे काय मिळवलंय त्यातून आलेलं नाही, तर त्यांनी समाजाला जे दिलेलं आहे त्याचं आहे ते समाधान आणि आत्मविश्वास.

आधुनिक काळात, भारतामध्ये जो अनमोल सांस्कृतिक ठेवा तयार होतो आहे त्याचं प्रतीक म्हणजे डॉ. अभय आणि राणी बंग यांचं 'सर्च' द्वारा चाललेलं कार्य. देशाच्या सर्वाधिक वंचित आणि उपेक्षित भागातल्या मातीत घट्ट पाय रोवून, तिथल्या लोकांसाठी कार्य करण्याचं ठरवून, त्यांचीच जीवनशैली दोघांनी स्वीकारली आहे.

अगदी ताबडतोबीच्या वैद्यकीय मदतीची गरज नसेल, तर शोधग्रामातल्या बंगबाईंच्या दवाखान्यात जायचं म्हणजे गडचिरोलीच्या लोकांसाठी तो खूप आवडीचा सामाजिक सणच असतो. बायका तर त्या दिवसाच्या आधीपासूनच तयारीला लागतात. त्यांची अत्यंत खासगी अशी वैयक्तिक स्वच्छता करतात

म्हणजेच ग्रामीण महिलांच्या गुप्त पद्धतीने शरीरावरचे नको असलेले केस साफ करून टाकतात. काहीजणी 'राजा-राणी' साबणाचा वापर करतात. तो लावला की केस उपटताना फार दुखत नाही म्हणतात. तर काही बायका कातडीला राख चोळून केस काढून टाकतात. स्त्रीरोगतज्ज्ञ डॉक्टरणीकडून तपासणी करून घेण्याबद्दल या बायकांच्या मनात खूप धास्ती असते. त्यावेळी आपण जास्तीत जास्त स्वच्छ, व्यवस्थित दिसावं यासाठी त्या बरीच मेहनत घेतात. घासून घासून अंघोळ करतात, अंगाला, केसांना सुगंधी काहीतरी लावतात आणि छान छान आकर्षक रंगाचे कपडे घालतात. धुतलेल्या, तेल लावून व्यवस्थित वेणीफणी केलेल्या केसांमध्ये रंगीबेरंगी फुलं घालून, सुवासिक गजरा माळून घोळक्याने शोधग्राममध्ये आलेल्या बायका प्रथम गेटजवळच्या छोट्या देवळात जाऊन 'माँ दंतेश्वरी'चं दर्शन घेतात.

बंगबाईंच्या दवाखान्यात येताना बहुतेक ग्रामीण बायका त्यांच्या आवडीची एका वेगळ्या, विशिष्ट प्रकारची साडी नेसून येतात. त्यांच्याजवळची सर्वांत चांगली तीच साडी असते. रेशमासारखी झुळझुळीत, पॉलिस्टरची साडी. गडचिरोलीत 'रसगुल्ला साडी' म्हणून प्रसिद्ध पावलेली. एखाद्या गर्द रंगाची साडी आणि तिला सोनेरी किंवा चंदेरी जरीची कोयरी किनार. कधी तिच्यावर गोलाकार किंवा लंबगोल बुट्टेसुद्धा असतात. या ग्रामीण महिलांची मानसिकता चांगल्या प्रकारे समजून घेतलेल्या कुणा डिझायनरने, इंद्रधनुष्याच्या सर्व रंगांत या साड्या काढलेल्या असाव्यात. क्वचितच एखादा रंग पुन्हा दिसतो. त्यावर विरुद्ध रंगाचा स्टायलिश ब्लाऊज घालणं ही आजची लोकप्रिय फॅशन.

या आदिवासी आणि बिगरआदिवासी महिला आता त्यांच्या मित्राला किंवा नवऱ्याला घेऊन बाईंच्या दवाखान्यात येऊ लागल्यात. त्याचं प्रमाण वाढतंय. पूर्वी बऱ्याचशा पुरुषांना 'बायकांच्या गोष्टीत' लक्ष घालणं लाजिरवाणं वाटायचं. पण आता आधुनिक तरुण त्यात सक्रिय भाग घेऊ लागले आहेत. हा विभक्त कुटुंबपद्धतीचा परिणाम आहे. सामाजिक संकेत बदलत आहेत. शिक्षणाचा आणि माध्यमांचा परिणाम वाढतो आहे. त्यामुळे स्त्रिया आपल्या जीवनसाथीदाराकडून सहभागाची अपेक्षा करू लागल्या आहेत.

ग्रामीण भारतातले पुरुषदेखील स्वत:च्या दिसण्याबद्दल तितकीच काळजी घेऊ लागले आहेत. व्यवस्थित इस्तरी केलेला पॉलिस्टरचा शर्ट आणि पायजमा असा स्मार्ट पोशाख करून, अशा प्रसंगी मिशांना देखील तो खास वळण देतो. एखाद्याला अजून पुरेसं मिसरूड फुटलेलं नसेल तर 'डॉक्टरबाई'पुढे तो त्याच्या

लाडक्या बॉलिवुड हिरोची स्टाईल मारतो. एकदा एका हडकुळ्या तरुणाने अशीच मधल्या बोटाला किल्लीची दोरी गुंडाळत फिरवण्याची स्टाईल मारली होती.

हे तरुण स्त्री-पुरुष, वेगवेगळ्या कारणांसाठी बंगबाईंकडे येत असतात. मलेरिआ, नपुंसकत्व, गर्भपात, गरोदरपणाची तपासणी, तीव्र निराशा, लिंगविषयक आणि प्रसूतिविषयक समस्या आणि इतर. तिथे अतिशय दक्षपणे आणि तत्परतेने त्यांच्या वैद्यकीय समस्येचं अचूक निदान करून कमी किमतीची औषधं लिहून दिली जातात. पण फक्त शारीरिक रोगावर इलाज करणं एवढंच इथं होत नाही. राणी बंग जेव्हा एखाद्या पेशंटचं बोलणं ऐकत असतात तेव्हा त्यांच्या सहाव्या इंद्रियाला त्याने शब्दांत व्यक्त न केलेलं दुखणं उमजतं. अशा वेळेला गुप्तता राखण्यासाठी म्हणून त्या तपासणी कक्षाचं दार लावून घेतात आणि फक्त म्हणतात, 'सांग मला. मी आहे इथे तुला मदत करायला.' असं झालं, की मग माहिती आणि मार्गदर्शनासाठी भुकेल्या, कुणी तरी आपल्याला समजून घेऊन दिलासा द्यावा म्हणून आसुसलेल्या ग्रामीण स्त्री-पुरुषांच्या तोंडून त्यांच्या कहाण्या भराभर बाहेर पडायला लागतात.

जेव्हा जागतिकीकरण आणि मुक्त आर्थिक व्यवहाराचे वारे भारतीय उपखंडातून वाहू लागले, तेव्हा ग्रामीण कुटुंबे त्यामुळे होणाऱ्या आर्थिक, सामाजिक आणि व्यक्तिगत परिणामांसाठी तयार नसल्याने भरडली जाऊ लागली. विशेषत: शिक्षण, माहिती, साधनसंपत्ती या क्षेत्रांत फार मोठे फरक जाणवू लागले. खाण्यापिण्याच्या सवयी, पोशाखाची पद्धत, माणसांचं दिसणं, वागणं या सगळ्यात बदल झाल्यामुळे जीवनपद्धतीच बदलली आणि या सगळ्याचा परिणाम माणसा-माणसांतली नाती, आरोग्य आणि आयुष्यावर होऊ लागला.

गडचिरोलीच्या ग्रामीण भागात आजही कॉम्प्युटर ही दुर्मीळ वस्तू असली तरी धोतर आणि सदऱ्याची जागा केव्हाच पायजमा किंवा जीन पँट आणि पॉलिएस्टरच्या शर्टनि घेतली आहे. तरुण पोरं बेसबॉलची टोपी घालून त्याची पुढची पट्टी मागे करून हिंडतात. (एम टी. व्ही. वरच्या तरुणांसारखी.) भाताची कांजी, आंबील, मोहाच्या फुलांची चटणी हे पारंपरिक खाद्यपदार्थ जाऊन त्या जागी 'चाय-नाश्ता' आलेला आहे. तरुण मुलं मध्यभारतातल्या हॉटेलात आता सर्रास लस्सी, डोसा, गुलाबजाम आणि वर पेप्सी किंवा कोक प्यायला जातात.

जिल्ह्यात कुठेही गेलं तरी केसांची स्टाईल, कपडे, बोलण्या-वागण्याची पद्धत याबाबतींत बॉलिवुडच्या हिरो-हिरॉइनचं अनुकरण केलेलं दिसतं. प्रत्येक तरुणाला एक तरी प्रेमिका पाहिजेच. त्यांची बोलण्याची, लिहिण्याची पद्धत ही बऱ्याच वेळा रुपेरी पडद्यावरच्या त्यांना आवडणाऱ्या हिरोच्या डॉयलॉगबाजीची सहीसही नक्कल असते. वडीलधाऱ्यांबद्दलचा आदरभाव नष्ट होत चालला आहे आणि शरीरप्रदर्शनाची प्रवृत्ती वाढते आहे. नेहमीच दुष्प्राप्य असलेला पैसा हा फॅशनच्या, चैनीच्या वस्तू, कानातले डूल, हातरुमाल, तऱ्हेतऱ्हेचे चपला-बूट, घड्याळं यांवर उडवला जाऊ लागला आहे. हिंदी चित्रपट हे त्यांचं प्रमुख करमणुकीचं साधन. ते सी डी वर पाह्यला मिळतात. सिनेमा पाहून झाल्यावर मग अश्लील सिनेमेही दाखवले जातात. त्यांची नावं मात्र महाराष्ट्रातल्या महान संतांच्या नावावरून दिलेली असतात. त्यातून संत तुकाराम आणि संत ज्ञानेश्वरही सुटले नाहीत.

'टी. व्ही. आणि सिनेमांचा तुमच्या जीवनावर काय परिणाम झाला?' या प्रश्नाचं उत्तर देताना आदिवासी आणि बिगर आदिवासी तरुण-तरुणी स्वत:चे वर्णन करतात. एका दुपारी त्यांच्याबरोबर चर्चा करताना मला जाणवलं की, त्यांची समज ही एखाद्या समाजशास्त्रज्ञासारखी टोकदार आहे. ते स्वत:कडे अलिप्तपणे पाहू शकतात. अपेक्षा वाढल्याचे कसे परिणाम होतात ते त्यांनी सांगितलं. त्यांच्या मते उच्च शिक्षण घेण्याची इच्छा असणं चांगलं. पण फॅशनेबल कपडे, सौंदर्यप्रसाधनं जमवणं ही इच्छा वाईट. लग्नात हुंडा मागणं, आपली भाषा, पारंपरिक मूल्यं, चालीरिती यांचा होत चाललेला ऱ्हास, अल्पावधीत श्रीमंत होण्याची हाव हे सगळं चुकीचं आहे, हे त्यांना समजतं. पण हेच सगळं स्वत:च्या जीवनात घडतं तेव्हा त्याचं ते समर्थन करू पाहतात.

राणी बंग यांच्यासारखे डॉक्टर या लोकांच्या जवळून सान्निध्यात असतात आणि त्यांच्याकडून होईल तेवढा जास्तीत जास्त प्रयत्न करून या समाजाभोवती झालेली समस्यांची कोंडी फोडून मार्ग काढण्याचा प्रयत्न करतात. या समस्या म्हणजे लैंगिक संबंधातून पसरणारे रोग, नको असलेले गर्भ, दारूचं व्यसन, तीव्र निराशा, सैल होत चाललेले कौटुंबिक आणि सामाजिक बंध वगैरे वगैरे. हे पुस्तक आपल्याला ग्रामीण स्त्री-पुरुषांच्या कहाण्या सांगतं. हे स्त्री-पुरुष इतक्या वर्षांत बंगबाईंच्या दवाखान्यात आलेले. त्यांनी त्यांचे प्रश्न कसे सोडवले, त्यांचे आपापसांतले नातेसंबंध कसे होते, त्यांवर समस्यांचा कोणता परिणाम झाला आणि त्यांच्या आरोग्यावर त्याचा

कसा परिणाम झाला नि आजही होतो आहे हे आपल्याला यात वाचायला मिळतं. आणि या कहाण्या वाचत असताना एक सत्य उमगतं की, माणसांचा भूगोल, संस्कृती, वर्ण आणि वर्ग वेगवेगळे असले तरी बऱ्याच समस्या या वैश्विक असतात.

दि. १ जुलै २०१० **– रूपा चिनाय**

मुंबई

प्रकरण पहिले

गडचिरोलीच्या घरी

ग्रामीण भारताशी माझा पहिला संबंध आला १९७८ साली. महाराष्ट्रातल्या वर्धा जिल्ह्यातलं कान्हापूर नावाचं हे खेडेगाव. तिथली एक विधवा, तिच्या छोट्या आजारी मुलीला घेऊन माझ्याकडे आली होती. एक संवेदनशील डॉक्टर असणं म्हणजे काय, याबद्दलचा अत्यंत मोलाचा धडा मी तेव्हा शिकले.

ती विधवा, राईबाई दाबोळे ही चार मुलांची आई, भूमिहीन शेतमजूर. हिचा थोरला मुलगा तेरा वर्षांचा तर धाकटी मुलगी फक्त दोन वर्षांची. तिला घेऊन ती आली. मुलीला गॅस्ट्रो आणि न्युमोनिया झालेला. शरीराचं फार जास्त निर्जलीकरण झालेलं. मुलीला रुग्णालयामध्ये ठेवण्याची गरज होती. मी त्या आईला मुलीला जवळच्या रुग्णालयामध्ये भरती करायला सांगितलं. त्यावर काहीही न बोलता राईबाई निघून गेली. माझ्या मनात आलं, काय हा अडाणीपणा! कशाला इतकी मुलं पैदा करतात ही माणसं? हे लोक कधी म्हणून सुधारायचे नाहीत!!

दोन दिवसांनंतर सकाळी साडे आठला मी दवाखान्यात आले तर तीच छोटी मुलगी आलेली होती. पण आज तिच्याबरोबर होती एक पाच वर्षांची मुलगी. आजारी मुलीची स्थिती अगदी दयनीय होती. एकेक श्वास घेताना तिची दमछाक होत होती. आणि मग तिथल्या तिथे, माझ्या नजरेसमोर ती मुलगी मरण पावली. मी तिची आई राईबाई कुठे आहे म्हणून विचारले, तर ती शेतात कामाला गेल्याचं कळलं. त्या छोटीला वाचवण्यासाठी मी काहीच करू शकले नाही म्हणून मला वाईट वाटलं. मी निराश झाले. त्या आईच्या वागण्याचा तर मला संताप आला. आपल्या इतक्या आजारी असलेल्या लेकराला टाकून जाण्याइतकी ती खरोखर निष्ठुर असेल?

त्यानंतर थोड्याच वेळात येऊन पोचलेल्या राईबाईला पाहून रागाने माझ्या

जिभेचा पट्टा सैल सुटला. ''तुम्हांला काही काही समजत नाही. तुम्ही लोक कधीच सुधारणार नाही.'' या वाक्याने शेवट झाला. ती निर्विकार नजरेने माझ्याकडे बघत होती. माझं सगळं बोलून झाल्यावर तिने शांतपणे विचारलं, ''झालं तुमचं? आता मी बोलू का?''

ती बोलू लागली. ''मी एक रांड-मुंड बाई. (विधवा स्त्री.) दिवसभर शेतात मजुरी करते, तेव्हा रात्री माझी चूल पेटते. जर या लेकराला हॉस्पिटलात नेत बसले तर रातच्या जेवणासाठी पैसा कुठून आणू? कोण कमावेल? थोरलं पोरगं हाय तेरा वर्साचं, यक पोरगी आठ वर्साची. याला वाचवायसाठी बाकीच्यांना भुकं नाही ठेवू शकत. मोठ्या पोरांना जेवू खाऊ घातलं त उद्या मोठे होऊन हाताशी येतील. चार पैसं कमावून माजा भार हलका करतील.''

माझ्या वैद्यकीय जीवनातला हा पहिला धडा होता की, केवळ औषधं देणं आणि रोग बरा करणं म्हणजे लोकांचं आरोग्य सुधारणं नव्हे तर आपल्या पेशंटच्या सुख-दुःखांशी संवेदनशीलतेने समरस होणं हाही वैद्यकीय कर्तव्याचाच एक भाग आहे. मानववंशशास्त्र, समाजशास्त्र आणि अर्थकारण हे घटकही माणसांच्या जीवनाला आकार प्राप्त करून देत असतात. तेव्हा डॉक्टरांनी तेही समजून घेऊन उपचार केले पाहिजेत. त्या दिवशी राईबाईबरोबर ती दुःखद भेट घडली त्याच्या आधीपासून मी तिच्याकडे आणि माझ्याकडे येणाऱ्या इतरांकडे रुग्ण म्हणून पाहत आले होते. पण त्या दिवशी तिने मला जाणीव करून दिली की, त्यांच्याबद्दल फारशी माहिती न घेताच आपण त्यांना उपदेश आणि सल्ला देत असतो. त्यांच्या प्रकृतीची चिकित्सा करत असतो. अशा काही गोष्टी गृहीत धरून चालण्यापूर्वी ते असे का वागतात याबद्दल माहिती करून घ्यायला आम्ही डॉक्टरांनी शिकलं पाहिजे. जेव्हा मी स्वतःला फार अवघड वाटणारा प्रश्न विचारला की, 'इतर बायकांना त्यांच्या आरोग्याबद्दल प्रश्न विचारणारी आणि उपदेश करणारी मी कोण लागून गेलेय?' तेव्हा मला या गोष्टीची जाणीव झाली.

यासारखे अनुभव सुरुवातीच्या काळात आले, त्याची प्रतिक्रिया म्हणून, मी ज्या वाटेने चालते आहे, ती वाट निश्चित झाली. माझ्या दैनंदिन प्रॅक्टिसमध्ये भेटलेल्या अनेक रुग्णांकडून, दायांकडून आणि माझे आईवडील आणि शिक्षक यांच्याकडून मला पुष्कळ धडे शिकायला मिळाले. अर्थातच या अनुभवाइतके ते सगळे विदारक, विषण्ण करून सोडणारे नव्हते. त्यांच्यापासून प्रेरणा घेऊन मी माझी वाटचाल सुरू ठेवली. मला असं खात्रीनं वाटतं की, भारताच्या

ग्रामीण भागातल्या लोकांच्या आरोग्यविषयक गरजांबद्दल काही महत्त्वाच्या गोष्टी मला माहिती आहेत. त्याचप्रमाणे, त्यांच्याशी संवाद साधल्यामुळेच आपण त्या समाजासाठी काम कसं करू शकतो, हेही मी समजावून सांगू शकते.

सामाजिक परिवर्तनाविषयी म्हणायचं, तर ज्या पद्धतीने ते घडून यावं म्हणून माझे प्रयत्न चालले होते, त्याच पद्धतीने ते नेहमी घडून आलं असं झालं नाही. कधी कधी काही अनपेक्षित घटना घडल्या. चळवळीला वेगळं वळण मिळालं. उदाहरणार्थ, गडचिरोली शहरात मोठा 'रेड लाईट एरिया' (वेश्यावस्ती) आहे. खूप वेळा समुपदेशन करून, प्रयत्न कर करून अखेर एकदा तीन वेश्यांना लग्नासाठी तयार करण्यात मला यश मिळालं. पण काही गोष्टी मी लक्षात घेतल्या नव्हत्या. या स्त्रियांना स्वतंत्रपणे जगण्याची, मनाला वाटेल त्याप्रमाणे हिंडण्याफिरण्याची सवय झालेली असणार आणि त्यांच्या नवऱ्यांना त्यांचा भरोसा वाटणार नव्हता. त्यांचं पुनर्वसन करण्याची माझी तळमळीची इच्छा होती पण माझी योजना अयशस्वी ठरली. त्यांतल्या दोघी लवकरच प्रेमात पडल्या. पण माझ्या दृष्टीने त्यांच्यासाठी ते नवरे योग्य नव्हते. एकीने लग्नसुद्धा केलं आणि माझं सततचं समुपदेशन असूनही दोनच महिन्यांनंतर ती त्याच्यापासून वेगळी झाली.

माझे हे सगळे प्रयोग चाललेले असताना माझी मुलं प्रत्येक वेळी साक्षीदार होती. कुठेही मी गेले तरी ती माझ्याबरोबर असायची. आणि आमच्या बोलण्यामधून काही काही कल्पना डोक्यात घ्यायची. बऱ्याच वेळा त्याचा अर्थ त्यांना नीट समजतही नसे, असं माझ्या लक्षात आलं. माझा धाकटा मुलगा अमृत तेव्हा असेल पाचेक वर्षांचा. नेहमी या बायकांबरोबर खेळत असायचा. एक दिवस माझ्याजवळ येऊन निरागसपणे त्याने 'निरोध' (संतति-प्रतिबंधाचे पुरुषांनी वापरायचे साधन) मागितला. कशाला पाहिजे? तर म्हणे, 'मग? या बायकांच्याबरोबर खेळतो ना मी? मलाही कसला रोग लागला तर?'

माझ्या नेहमीच असं मनात येत असे की, समाजात पुरुष आणि स्त्रिया यांना वेगळेवेगळे नीतिनियम लावले जातात. उदाहरणार्थ, वेश्या म्हटली की ती 'वाईट'. पण कुणाची गरज भागवण्यासाठी ती शरीर विकते? पुरुषांची. पण ते पुरुष समाजात ताठ मानेने वावरतात आणि शरीर विक्रय करणाऱ्या स्त्रीची मात्र निर्भर्त्सना केली जाते. मी माझ्या स्वत:च्याच संकल्पनांना प्रश्नचिन्हं लावायला सुरुवात केली. जेव्हा माझ्या कानावर पडतं, की एका विधवेचे

कुणा पुरुषाशी संबंध आहेत; पण पदरात मुलं असल्याने ती त्याच्याशी लग्न करू शकत नाही. तेव्हा तिच्या शीलाविषयी शंका घेणं बरोबर आहे का? मग मी या बाबतीत काय करू शकते? जाऊन तिच्याशी बोलू शकते. असं वागताना ती कोणकोणते धोके पत्करते आहे, त्याची तिला जाणीव करून देऊ शकते. आणि त्यापासून स्वत:ला कसं वाचवायचं यामध्ये तिला मदत करू शकते.

पूर्वी दारुड्या लोकांना मीसुद्धा वाईट समजायची. पुढे पुढे मला जाणीव व्हायला लागली, की दारू वाईट असते. तिचा धिक्कार, तिरस्कार झाला पाहिजे, दारू पिणाऱ्या माणसांचा नाही. वेगवेगळ्या परिस्थितीतून आलेल्या माझ्या पेशंट्समुळे मला शिकता आलं की, एखादी गोष्ट करणं वाईट आहे किंवा चांगलं आहे, एवढं फक्त म्हणणं पुरेसं नसतं. हे समजल्यावर पुढे हेही लक्षात येत गेलं की, जर उत्तम डॉक्टर व्हायचं असेल तर मला समाज कार्यकर्ती व्हावं लागेल. समाजकार्य हा एक चांगला व्यवसाय होऊ शकतो पण त्याचवेळेला, हेही तितकंच खरं आहे, की ज्याला दुसऱ्यांच्या भावनांची कदर आणि सहानुभूती वाटते, ज्याचं मन चौकस आहे आणि ज्याच्या अंगी समाजासाठी काही मदत करण्याची इच्छा आणि धमक आहे, असा सामान्य माणूसही उत्तम समाजकार्यकर्ता होऊ शकतो. या गरीब आणि आदिवासी लोकांमध्ये काम करत असताना मला नवनवीन गोष्टी शिकायला मिळतात. त्या मला आणि माझ्या कुटुंबाला उपयोगी पडतात. त्यांचा परिणाम माझ्या अनुभवांवर होतो आणि इतरांबद्दलची संवेदनशीलता अधिकाधिक खोल होण्यासाठी मला या सर्वांचा उपयोग होतो.

मात्र प्रत्येक सामाजिक परिस्थिती वेगवेगळी असते. ती नीट समजावून घेऊन तिचं मोजमाप करणं आवश्यक असतं. एकदा एका सामाजिक प्रकल्पाचं काम करत असताना माझ्या लक्षात आलं, की इतर समाजमूल्यं आणि संकल्पना यांची ओळख करून देत असताना त्याची सुरुवात आरोग्यापासून करणं हे कसं धोक्याचं ठरू शकतं. माझा नवरा अभय आणि मी मागे एकदा, एका सेवाभावी संस्थेसाठी काही खेडेगावांमध्ये काम करत होतो. एक दिवसाआड आम्ही आरोग्य शिबिर घ्यायचो. अभयला असं वाटत होतं की, लोकांना आरोग्याची उत्तम जपणूक करायला शिकवता शिकवता एक चळवळच उभी करणं शक्य आहे. वर्गरहित समाजाची चळवळ.

१९७९ सालची गोष्ट आहे. आम्ही वर्धा जिल्ह्यात काम करत होतो, त्यावेळी अजबराव नावाच्या एका बांधील मजुराला अपघात झाला. तो मळणीयंत्रावर काम करत असताना त्याचा उजवा हात यंत्रात सापडला. तो कापावा लागला. असंघटित मजुरांना नुकसानभरपाईचा हक्क नसतो आणि सर्वसाधारणपणे मालकलोक पैसे द्यायला कां कूं करतात. आम्ही या घटनेकडे सामाजिक न्यायाच्या दृष्टिकोनातून पाहत होतो. त्यामुळे आम्ही गावसभा बोलावली.

सभेची वेळ होती रात्री ९ ची. डिसेंबर महिना होता. थंडी पडलेली आणि आम्ही आमच्या 'लूना'वर बसून तिथे पोहोचलो. तिथे चिटपाखरूसुद्धा नव्हतं. पण आम्ही लाऊडस्पीकरवरून जोरदार भाषण द्यायला सुरुवात केली. त्याबरोबर अचानक आमच्या अंगावर दगड फेकले जाऊ लागले. जीव वाचवण्यासाठी आम्ही तिथून धूम ठोकली. त्या तशा थंड रात्री आम्हांला घाम फुटला. आम्ही फार अपमानित झालो होतो आणि तितकेच संतापलो होतो. आम्ही त्यांच्या फायद्यासाठी एवढे प्रयत्न करत होतो आणि त्यांनी मात्र आम्हांला अशी वागणूक दिली होती. आमची पहिली प्रतिक्रिया होती, 'परत कधीही तिकडे फिरकायचं म्हणून नाही.' पण दुसऱ्या दिवशी आमच्या ताठरपणाने डोकं वर काढलं. दोघांनीही ठरवलं, सरळ गावकऱ्यांसमोर जायचं आणि त्यांना त्यांच्या वागण्याचा जाब विचारायचा. ठरल्याप्रमाणे पुढच्या शिबिराच्या तारखेला आम्ही नेहमीप्रमाणे त्या गावात हजर झालो. तर जणू मध्यंतरी काही घडलंच नव्हतं अशा पद्धतीने सगळे गावकरी वागत होते. ''त्या दिवशी आमच्या अंगावर तुम्ही दगड फेकलेत आणि आज मात्र नेहमीप्रमाणे वागताहात. याचा अर्थ काय?'' आम्ही विचारलं. त्यावर त्यांचं उत्तर होतं, ''तुम्ही डॉक्टर आहात ना? मग डॉक्टरचंच काम करा. आम्हांला नव्हतं वाटलं तुम्ही असे 'छुपे रुस्तुम' निघाल म्हणून. तुम्ही इथे कामगारांना संघटित करणार म्हणून अगोदर सांगायला पाहिजे होते. डॉक्टरकी करायला आलात ना? मग डॉक्टरकीच करा इथे. आम्ही तुम्हांला मानतो; पण तुम्हांला जर वाटत असेल, की त्या निमित्ताने आमच्या आपसांतल्या गोष्टींत लुडबुड करायला मिळेल तर मग आम्ही तुम्हांला गावात येऊ देणार नाही.''

आमच्या लक्षात आलं की, ज्यांची सेवा करायला आपण आलो, त्यांच्याशी नेहमी प्रामाणिकच राहिलं पाहिजे. आरोग्य सेवेच्या निमित्ताने आम्ही इथे शिरकाव केला होता आणि खरोखर काही दुसरंच त्यांना शिकवू लागलो

होतो. आम्ही असं गृहीत धरलं होतं की, डॉक्टर आहोत, म्हणजे वाटेल त्या विषयाबद्दल त्यांना उपदेश करायचा आम्हांला हक्कच आहे. तेही त्या समाजाची परवानगी न घेता. वास्तविक आम्ही त्या जमीन मालकाशी याबद्दल बोललो होतो पण गावकऱ्यांनाही सांगून विश्वासात घ्यावं हा विचारच केला नव्हता.

आम्ही पहिल्यांदा गडचिरोलीला आलो १९८६ मध्ये. तेव्हा इथल्या लोकांना विचारलं की, आरोग्यविषयी कोणता प्रश्न तुम्हांला सर्वांत गंभीर आहे असं वाटतं? त्यावर त्यांनी उत्तर दिलं, 'भरमसाठ वाढत चाललेलं दारूचं व्यसन.' या त्यांच्या गरजेनुसार मग आम्ही दारूबंदी चळवळीचं नेतृत्व केलं. याचा परिणाम असा झाला की, राज्य सरकारने गडचिरोलीला कोरडा जिल्हा (dry district) म्हणून जाहीर केलं. म्हणजे या जिल्ह्यात दारू विकणं तसंच दारू पिणं यांवर कायद्याने बंदी घालण्यात आली. वर्धा आणि गडचिरोली ह्या महाराष्ट्राच्या दोन जिल्ह्यांमध्ये कायद्याने दारू बंद केली गेली. या आंदोलनाच्या काळात मी सामाजिक कार्याचा महत्त्वाचा धडा शिकले.

त्या काळात, म्हणजे १९८९ साली, दारूचे दुकानदार आमच्यावर जाम वैतागलेले होते. गडचिरोली शहराच्या मधोमध असलेल्या 'इंदिरा चौका'त त्यांनी जाहीर सभा घेतली. हे ठिकाण 'सर्च'च्या ऑफिसपासून जवळच होते. या सभेत पुष्कळ वक्त्यांनी भाषणं केली. त्यांनी ठासून सांगितलं की, डॉक्टरांनी लोकांना औषध देण्याचं काम करावं, इतर भानगडीत नाक खुपसू नये. दारूबंदी चळवळ आणि तिचे नेते (म्हणजे आम्ही) यांच्यावर सडकून टीका करण्यात आली. त्या सभेत त्यांनी आमचे पुतळे करून जाळलेसुद्धा.

यानंतर ताबडतोब एक घटना घडली. ती म्हणजे माझी सत्त्वपरीक्षाच होती. अभय एका कॉन्फरन्ससाठी जपानला गेलेले होते. त्यावेळी आम्ही शहराच्या बाहेर राहत होतो. दोन लहान मुलांसह मी एकटीच घरात होते. मध्यरात्रीच्या सुमारास अचानक बाहेरच्या दरवाजावर ठकठक झाली. पाहिलं तर दाराबाहेर पायरीवर एक धिप्पाड माणूस उभा होता. तो खोजा समाजातला दारू दुकानदार असल्याचं मी ओळखलं. तो आत आला आणि सांगू लागला की, तीन मैलांवर असलेल्या एका खेडेगावात एक लहान मूल खूपच आजारी आहे. त्या माणसाच्या दुकानात काम करणाऱ्या एका तरुणाची बायको दोन दिवसांपूर्वी बाळंत झाली होती आणि ते दोन दिवसांचं मूल गंभीर आजारी होतं. तेव्हा मी त्याच्याबरोबर जाऊन त्याच्यावर उपचार करावेत. मला वाटलं, हा नक्कीच सापळा रचलेला असावा. म्हणून मी सांगितलं, की मी कुणाच्या

घरी जाऊन उपचार करत नाही. पण तो मी त्याच्याबरोबर यावं म्हणून आग्रह धरून राहिला. 'माझी तब्येत बरी नाही. मी गेले तर माझी लहान मुलं घरी एकटीच राहतील,' असं सगळं सांगून झाल्यावरही तो त्याचं म्हणणं सोडीना. आता करावं तरी काय? मला समजेना. मला असा पक्का संशय होता की, मला त्रास देण्याकरता गडचिरोलीच्या दारू माफियांनी मुद्दामच हा कट रचला असावा.

शेवटी मी घरात गेले, देव्हाऱ्यापुढे उभी राहिले आणि कृष्णाला साकडं घातलं. म्हटलं, 'देवा, आता तूच मार्ग दाखव.' माझ्या आतून आवाज ऐकू आला की, 'तू जा.' 'तू जायला पाहिजेस!'

मुलं झोपलेली होती. मी आनंदला उठवलं. त्यावेळी तो होता दहा वर्षांचा. मी पोलिस कंट्रोल रुमचा फोन नंबर लिहून त्याच्या हातात दिला आणि म्हटलं, "हे बघ, सकाळपर्यंत मी परत आले नाही, तर या नंबरवर फोन करून पोलिसांना कळव." एवढासा होता आनंद, पण अजिबात न घाबरता लगेच मला म्हणाला, "जा तू आई. मी आहे घरी. बरोबर सांभाळतो सगळं."

तो दारू दुकानदार स्कूटर घेऊन आला होता. मी म्हटलं, 'मी काही स्कूटरवर तुमच्यामागे बसून येणार नाही.' म्हणून आम्ही चालतच निघालो. त्या तशा अंधाऱ्या रात्री किर्र शांततेत हातात एक टॉर्च आणि स्टेथोस्कोप घेऊन मी त्या माणसाच्या मागून चालू लागले. मनात शंकेचं आवर्त उठत होतं, जर आपल्यावर हल्ला झाला तर काय करायचं? यथावकाश आम्ही त्या खेडेगावात पोहोचलो. खरोखरच तिथे एक तान्हं मूल गंभीर आजारी होतं. मग त्याला तपासून मी त्याला रुग्णालयामध्ये दाखल करायला त्यांना मदत केली आणि पुन्हा चालत चालत घरी परत आले. माझी फी किती? असं विचारून तो धिप्पाड माणूस गेला.

दुसऱ्या दिवशी तो परत आला आणि सांगू लागला की, त्या दिवशी माझा पुतळा जाळण्यात आला, त्या सभेला तो हजर होता. मग त्याने सांगितलं की, 'आज मात्र मी माझ्या शेजाऱ्यांना आणि मित्रमंडळींना सांगितलं, की त्या बाईंच्या विरुद्ध जे बोललं जात आहे त्यावर माझा अजिबात विश्वास बसत नाही. त्या माझ्याशी फार चांगलं वागल्या. डॉक्टरसाहेब घरात नव्हते. तरी त्यांनी मला दार उघडून घरात येऊ दिलं. एवढ्या रात्री ३-४ मैल चालत येऊन बाळाला तपासलं, दवाखान्यात ॲडमिट केलं. आता

माझी खात्रीच पटलीय की त्या फार प्रामाणिक आणि सचोटीच्या बाई आहेत. प्रसिद्धीसाठी स्टंट करणारी ही माणसं नाहीत. त्यांच्याविरुद्ध कुणीही बोलता कामा नये.' त्या दिवशीपर्यंत जिल्ह्यातल्या दारू माफियांनी पद्धतशीरपणे, सातत्याने आमचं चारित्र्यहनन करण्याची मोहीम चालवलेली होती आणि त्यांच्या आदेशानुसार पत्रकारही आमच्या नावावर भयंकर राळ उडवत राहिले होते. पण त्या दिवसानंतर मात्र हे सगळं पूर्णपणे थांबलं. त्यांनी चळवळीला विरोध करणं चालू ठेवलं पण आमच्यावर होणारी व्यक्तिगत टीका आणि निंदा थांबली.

आमचा नव्याने मित्र झालेला तो दारू दुकानदार तर आमच्यावर इतका खुश झाला की म्हणू लागला, 'तुम्ही फक्त सांगा. मी आत्ता माझं चालतं दुकान बंद करून टाकतो.' निदान असं म्हणण्याचा मोठेपणा तरी दाखवला त्याने. नंतर एकदा त्याने अभयला नि मला घरी जेवायलासुद्धा बोलावलं. खरं म्हणजे हा मोठा विरोधाभास होता; कारण आमची दारूबंदी चळवळ अद्याप चालूच होती. पण तरीही, हा एक फार छान आविर्भाव होता. माणसांमध्ये अंगभूत असं एक सौजन्य वसत असतं आणि अतिविशिष्ट परिस्थितीमध्ये ते कसं आपोआप व्यक्त केलं जातं याचाच तो पुरावा होता. त्या रात्री मी जो धोका पत्करला त्याबद्दल माझ्यावर टीकेची झोड उठली खरी. पण एका डॉक्टरने जसं वागायला पाहिजे, तशीच मी वागले होते. त्या माणसाच्या मनात वसणारी माणुसकीसुद्धा त्यामुळे जागृत झाली. अजूनही दर दिवाळीला त्याचा आवर्जून फोन येतो. त्याच्या बायकोची ट्यूबेक्टॉमीची शस्त्रक्रिया झाली, तेव्हा ती मीच करावी असा त्याने आग्रहच धरला होता.

समाजकार्य करताना अशा स्नेहसंबंधांची आवश्यकता असते. आंदोलनात मतभेद, विरोध हे अटळच होतं. दारूबंदीमुळे ज्यांच्या पोटावरच पाय पडणार होता, उदरनिर्वाहच अडचणीत येणार होता, त्यांचा विरोध हा होणारच होता. पण माझे त्यांच्याशी वैयक्तिक पातळीवरही संबंध होते. हल्ली आम्ही केव्हाही भेटलो की ते गमतीने म्हणत असतात, 'तुमची चळवळ यशस्वी झाली आणि आमचं दुकान गेलं. तुमची मुख्यमंत्र्यांशी ओळख आहे ना! आता असं करा. आपला जिल्हा आहे बॅकवर्ड (मागासलेला). मुख्यमंत्र्यांकडून एखादी शिक्षण संस्था घ्या मागून. एखादं इंजिनियरिंग नाहीतर मेडिकल कॉलेज. म्हणजे आमचं तरी पुनर्वसन होऊन जाईल!'

चळवळीत आमचे साथीदारही होतेच. दारू माफियांची सभा झाल्याबरोबर

आदिवासी पुढाऱ्यांनीही सभा घेतली, चर्चा केली आणि दारूबंदी आंदोलनाला संपूर्ण पाठिंबा जाहीर केला. ते म्हणाले, ''हे लोक म्हणजे आमचे देवच आहेत. ते आमच्या भल्यासाठी हे आंदोलन करीत आहेत. दारू दुकानदारांनी आमच्या सहनशीलतेचा अंत पाहू नये. अजूनपर्यंत आम्ही काही बोललो नाही. पण वेळ आली, तर कुऱ्हाडी घेऊन लढायची आमची तयारी आहे.''

समाजाच्या व्यापक आर्थिक अडचणींबद्दल आम्हांला काळजी वाटत असे. त्यासाठी काम करताना असाच बरंच काही शिकवून जाणारा अनुभव मिळाला आणि आमची विचारप्रक्रिया अधिक विकसित झाली. आरोग्य सेवेव्यतिरिक्त आम्ही रोजगार हमी योजनेतही लक्ष घातलं. मजुरांना संघटित करणं, त्यांना हवं तेव्हा काम मिळेल हे पाहणं, त्यांना मजुरी वेळेवर मिळते का यावर लक्ष ठेवणं, त्यांना आवश्यक ते प्राथमिक ज्ञान देणं (उदा. घनमीटर म्हणजे किती हे त्यांना शिकवणं. त्यांची मजुरी मोजताना त्याचा वापर केला जातो). आम्ही मोर्चे, प्रात्यक्षिकं आयोजित केली पण त्याचा काही फारसा उपयोग झाला नाही. सामाजिक काम झालं, पण महत्त्वाचं विशेष असं काही त्यातून साध्य झालं नाही. त्यांची मजुरी कीव येण्याइतकी कमी होती. दिवसभर काबाडकष्ट केल्यावर तीन रुपये मिळायचे. यावर त्यांची गुजराण कशी होत असेल? आम्ही रोजच्या दिवसाला आमच्या दवाखान्यामध्ये या कमालीच्या दारिद्र्याचे दुष्परिणाम बघत होतो. महाराष्ट्र सरकारच्या रोजगार हमी योजना समितीचे चेअरमन माझ्या सासऱ्यांचे मित्र होते. आम्ही त्यांच्याशी याबद्दल चर्चा केली. ते म्हणाले, 'अत्यंत काळजीपूर्वक विचार केल्यानंतर तज्ज्ञांनी मजुरीची ही रक्कम ठरवलेली आहे.' चौकशी केल्यावर असं निष्पन्न झालं की, हे तज्ज्ञ म्हणजे मुंबईचे एक मधुमेह विशेषज्ञ डॉक्टर होते. त्यांनी मुंबईत राहून बैठी जीवनशैली जगणाऱ्या श्रीमंत माणसांच्या आहारावरून या काबाडकष्ट करणाऱ्या मजुरांना किती उष्मांक असणारा आहार आवश्यक आहे, ते ठरवलं होतं आणि त्यावरून त्यांना रोज किती मजुरी द्यावी तो आकडा निश्चित केला होता. 'हे दुरुस्त केलंच पाहिजे,' असा निश्चय करून अभय थेट हैद्राबादला गेले. तिथल्या 'नॅशनल इन्स्टिट्यूट ऑफ न्यूट्रिशन'मध्ये त्यांनी या समस्येचा अभ्यास केला. आणि त्यांच्या अभ्यासाचा निष्कर्ष असा निघाला की, रो. ह. यो. खाली मजुरांना किमान रोजगार १२ रुपये मिळाला पाहिजे. म्हणजे त्यावेळच्या मजुरीच्या चौपट रक्कम.

अभय परत आल्यानंतर या समस्येवर आम्ही एक पुस्तिका प्रकाशित

केली. तिच्या आधारे महाराष्ट्रातल्या अनेक सेवाभावी संस्थांनी हा प्रश्न धसास लावून सरकारवर प्रचंड दडपण आणलं. अखेर रो. ह. यो. ची किमान मजुरी वाढवून १२ रुपये करण्यात आली. (गडचिरोली जिल्ह्यात ठरावीक मोसमातच रोजगार उपलब्ध असल्याने २००९ साली शेतमजुरांना दररोज ५० ते १०० रुपये मजुरी मिळाली.)

या साध्या शास्त्रीय अभ्यासावरून एक मुद्दा स्पष्ट झाला, की सेवाभावी संस्थांनी एखाद्या समस्येचा शोधाभ्यास केल्यानंतर त्यातली निरीक्षणं आणि निष्कर्ष जर लोकांना पटले तर त्याचा मोठा फायदा होऊ शकतो. अशा संशोधनावर आधारलेल्या मध्यस्थीचं मोल पुन्हा पुन्हा आमच्या लक्षात येत गेलं. त्यावरून आमची खात्री पटली की, वेगवेगळ्या समस्यांचा समग्र अभ्यास हा प्रत्यक्ष सेवेइतकाच आवश्यक आहे.

अभयला आणि मला जेव्हा अमेरिकेतल्या जॉन हॉपकिन्स विद्यापीठात जाऊन अभ्यास करायची संधी मिळाली, तेव्हा शास्त्रशुद्ध संशोधन कसं करावं ते आम्हांला समजलं. सार्वजनिक आरोग्याचे तज्ज्ञ डॉ. कार्ल टेलर यांच्या सहकार्यामुळे सार्वजनिक आरोग्य या विषयात पदव्युत्तर अभ्यासासाठी आम्हांला दोघांनाही अभ्यासवृत्ती (फेलोशिप) मिळाल्या होत्या. ते तेव्हा त्या विद्यापीठासाठी काम करत होते. आम्ही सामाजिक आरोग्याच्या क्षेत्रात काम करायचं असं ठरवलं, कारण आम्हांला दवाखाना चालवण्याचा अनुभव आणि संशोधनाची पार्श्वभूमी होती. साथीचे रोग नाहीसे करणं हा उद्देश साध्य करण्यासाठी आम्हांला समाजाचा सहभाग मिळवणं गरजेचं होतं आणि त्यासाठी त्यांना महत्त्वाच्या वाटणाऱ्या सेवा पुरवणं हे आवश्यक होतं.

यापूर्वी दोन वेळा मला अमेरिकेतल्या विद्यापीठात अभ्यासवृत्ती मिळण्याची संधी आली होती पण मी ती नाकारली. कारण मला लग्न करायचं होतं आणि माझं काम आणि कुटुंब यांच्याबरोबर जुळवून घ्यायचं होतं. माझा थोरला मुलगा आनंद तेव्हा तीन वर्षांचा होता. तरी अभय म्हणाला, 'आपण दोघं बरोबरच अमेरिकेला जाऊ या.' घरच्या सगळ्यांनी गृहीत धरलं होतं, की अभय एकटाच अमेरिकेला जाईल. कारण इतक्या छोट्या मुलाला घेऊन दोघं कसे तिकडे अभ्यास करू शकणार? मी डॉ. टेलरना लिहिलं, त्यांना कळवलं की, अभय एकटाच तिकडे येईल म्हणून. त्यावर त्यांचं उत्तर आलं, 'मी अगोदरच तुझ्याबद्दल सगळी माहिती मिळवली आहे. तुला एक मुलगा असल्याचं मला ठाऊक आहे. आई होणं हा काही गुन्हा नाही. तुझ्याकडे

बुद्धिमत्ता आहे आणि तू शिकायला हवंस. मी फोर्ड फौंडेशनशी बोललो आहे. मुलाचा प्रवासखर्च, पाळणाघराचा तसंच शाळेचा खर्च त्यांच्याकडून मिळेल.' अशा प्रकारे पहिल्यांदाच त्यांनी अभ्यासवृत्तीच्या रकमेत मुलासाठी होणाऱ्या खर्चाची भर घातली असावी. त्याबद्दल मी डॉक्टर टेलर यांची फार फार कृतज्ञ आहे.

आम्ही हॉपकिन्स विद्यापीठात शिकायला गेलो हा आमच्या आयुष्यातला परिवर्तनाचा काळ ठरला. कारण तिथे आम्ही शास्त्रशुद्ध संशोधन करायला तर शिकलोच; शिवाय सार्वजनिक आरोग्याकडे बघण्याचा आमचा एक दृष्टिकोन तयार झाला. तिथे मी मानववंशशास्त्र, समाजशास्त्र यांसारख्या विषयांचा अभ्यास केला. त्यामुळे जगाकडे बघण्याची माझी नजरच जणू बदलली, नवी झाली. संशोधन पद्धतीचा अभ्यास (Research Methodology) हा विषय फक्त डॉक्टरेट करणाऱ्या विद्यार्थ्यांसाठी होता, पण आम्ही विशेष विद्यार्थी (Special Students) म्हणून त्यासाठी प्रवेश घेतला.

या सगळ्या गोष्टी, आमचं काम यशस्वी होत गेलं, त्यासाठी महत्त्वाच्या आहेतच. पण ही पूर्ण कहाणी नव्हे. आदिवासी मुलं मोकळेपणाने इतरांशी बोलू लागली, संवाद साधू लागली. याचा दूरगामी परिणाम त्यांच्या शिकण्याच्या क्षमतेवर झाला आणि त्यामुळे पर्यायाने त्यांचं आरोग्य सुधारण्यास मदत झाली, याचं मोजमाप तुम्ही कसं करणार? हा त्यांचा विकास काही मी संख्यात्मक रितीने मांडून सिद्ध करू शकत नाही. पण तरी ती जीवनदायी प्रक्रिया आहेच. कारण त्यात त्यांचा व्यक्तिगत विकास, शिक्षण आणि आरोग्याचा अंतर्भाव होतो आहे. संशोधन पद्धतीमध्ये संख्यात्मक आणि गुणात्मक अशा दोन्ही दृष्टींनी आढावा घेतला जातो. फक्त संख्यात्मक पद्धतीने पाहिलं, तर ज्या समाजाचा आपण विचार करतो आहोत, ते प्रत्यक्षात जगतात कसे, याबद्दलच्या मूळ माहितीतच मोठी गफलत होऊ शकते.

स्त्रियांच्या गर्भाशय आरोग्य आणि प्रसूतिविषयक गरजा यांसारख्या विषयांचा 'सर्च' ने शोधअभ्यास केला, त्याचा उपयोग भारतातील प्रजनन आरोग्याविषयीचे प्रश्न आंतरराष्ट्रीय पातळीपर्यंत पोचवण्याकरता झाला. त्याचप्रमाणे न्यूमोनियाचा शोधाभ्यास, त्याचा बालमृत्यूशी असणारा संबंध आणि खेड्यातच प्रशिक्षित केलेल्या ग्रामीण आरोग्य सेविकांद्वारे त्यावर केले जाणारे घरगुती उपचार यांचाही तसाच परिणाम झाला. दारूच्या व्यसनामुळे कुटुंबावर आणि समाजावर होणारे आर्थिक दुष्परिणाम जेव्हा समोर मांडले

त्यावेळेला दारूबंदीची निकड आणि व्यसनमुक्ती चळवळीची गरज लोकांच्या लक्षात आली.

दारूच्या व्यसनाचे आरोग्यावर आणि समाजावर होणारे दुष्परिणाम सर्वांना माहीत असतात. पण त्याच्या आर्थिक दुष्परिणामांचा विचार फारसा कुणी करताना दिसत नाही. राजकारणी आणि राज्याचं आर्थिक धोरण ठरवणारे जेव्हा राज्याच्या विकासासाठी अधिक निधी उपलब्ध व्हावा म्हणून मद्यविक्रीवर कर बसवतात, तेव्हा त्यांनी हे समजावून घेणं आवश्यक आहे. १९८८-८९ मध्ये 'सर्च'ने यावर एक शोधाभ्यास केला. त्यात असं दिसून आलं की, गडचिरोली जिल्ह्यातल्या ६० सरकारी परवानाधारक दारू विक्रेत्यांनी एका वर्षात दारूची विक्री करून जी रक्कम जमवली ती, जिल्हा प्लॅनिंग आणि डेव्हलपमेंट कमिटीने पूर्ण जिल्ह्यासाठी एक वर्षाकरता निश्चित केलेल्या रकमेपेक्षाही जास्त होती. राजीव गांधी पंतप्रधान होते, त्यावेळी त्यांनी ही वस्तुस्थिती मांडली होती. त्यांनी सांगितले की, सरकारकडे जमा होणाऱ्या रकमेच्या ८५ टक्के रक्कम ही पायाभूत सुविधा (रस्ते, विमानतळ, रेल्वे इत्यादी) आणि सरकारी कर्मचाऱ्यांचे पगार यांतच खर्च होते. उरलेली फक्त, ५ टक्के रक्कम विकासकामांसाठी वापरण्यात येते. आमच्या शोधाभ्यासाने असं दाखवून दिलं की, गडचिरोलीच्या दारिद्र्याचं प्रमुख कारण हे दारूचं व्यसन आहे. दारू विकत घेण्यासाठी लोकांच्या खिशातून प्रचंड पैसे खर्च केले जात आहेत. याच पैशांचा योग्य विनियोग करून त्यांचं आरोग्य सुधारता येईल, विकासही साधला जाऊ शकतो.

अर्थात अशा प्रकारचे अभ्यास हाती घ्यावेत ही कल्पना काही अशी आभाळातून आमच्या हातात पडली नाही. संशोधन आणि अभ्यास यांसाठी काही संदर्भ असावा लागतो. 'जॉन हॉपकिन्स'मध्ये शिकून आल्यानंतर आम्ही गडचिरोलीला आलो ते अशा एखाद्या गावाच्या शोधात, की जिथे आम्हांला आमचं काम चांगल्या रितीने करता येईल. अभयचं कुटुंब गांधीवादी विचारांचं. त्यावेळी ते वर्धा जिल्ह्यात राहत होते. तिथे अगोदरच पुष्कळशा गांधीवादी सेवाभावी संस्था काम करत होत्या. आरोग्याच्या दृष्टीने सगळ्यात मागे असलेल्या जिल्ह्यात काम करण्याची आमची इच्छा होती. पण आमचं हे कार्यक्षेत्र शोधायचं कसं? एक दिवस मी माझ्या मुलाला अकबर आणि बिरबलाची गोष्ट वाचून दाखवत असताना, अचानक या प्रश्नाचं उत्तर सापडलं. अकबराने सांगितलं, 'माझ्या राज्यातली दहा मूर्ख माणसे शोधून माझ्यापुढे आण.' त्यांतले नऊ मूर्ख सापडले. त्यांना दुसऱ्या दिवशी दरबारात हजर

करायचं होतं. त्या रात्री बिरबलाला एक माणूस भेटला. तो छोटीशी चिमणी हातात घेऊन (चिमणी म्हणजे छोटा दिवा) काहीतरी शोधत होता. त्याला विचारलं, ''तू काय शोधतो आहेस?'' तो म्हणाला, ''माझी अंगठी शोधतोय.'' ''अंगठी? कुठे पडली होती?'' ''अंगठी पडली यमुनेच्या काठावर. पण तिथे अंधार पडलाय ना, म्हणून इथे शोधतो आहे.'' झालं. बिरबलाला दहावा मूर्ख सापडला.

आमच्यासाठी या गोष्टीतून घ्यायचा बोध असा होता की, आमच्या गावात जर आम्ही मिळवलेल्या ज्ञानाचा उपयोग लोकांना होणार नसेल, तर आम्ही दुसरीकडे जायला हवं. महाराष्ट्राचा सगळ्यात दुर्लक्षित असलेला जो जिल्हा आहे, 'गडचिरोली' तिकडे जायला पाहिजे. तिथे जाण्याची कुठल्याच डॉक्टरची इच्छा नसते. आपण तिथे जाऊन, मिळवलेल्या ज्ञानाचा सदुपयोग तरी करू या.

पहिल्यांदा आम्ही गडचिरोलीला कामाला सुरुवात केली, ती सरकारी माध्यमातून. कारण आमचा असा विश्वास होता, की तिथे असलेल्या प्रस्थापित आरोग्य संरचनेशी सहकार्य करत, त्यांना पूरक ठरणारं काम आपण केलं पाहिजे. आम्ही दोन प्राथमिक आरोग्य केंद्रं चालवू लागलो आणि शिवाय जिल्हा रुग्णालयातही काम करत होतो. याच वेळेला आमच्या असं लक्षात आलं की, आपण स्वतंत्रपणे काम केलं पाहिजे. उदाहरणार्थ, दर महिन्याला जिल्हा आरोग्य अधिकारी आणि कर्मचारी म्हणजे नर्सेस, पुरुष आरोग्य कर्मचारी, अंगणवाडी सेविका यांची एक मिटिंग घेतली जायची. आमची 'सर्च' संस्थाही या मिटिंगमध्ये भाग घेत असे. पहिल्या मासिक मिटिंगच्या वेळी आम्ही खुर्च्यांवर बसलो होतो, पण इतरांना खाली जमिनीवर बसवण्यात आलं होतं. मग आरोग्य अधिकाऱ्यांनी, त्यांना कोणकोणती टार्गेट्स पूर्ण झाली त्याची यादी उभं राहून सांगायला लावली. जी कामं पूर्ण झाली नाहीत त्याबद्दल अतिशय कडक शब्दांत हजेरी घेतली. मी त्या अधिकाऱ्यांना सांगितलं की, पुढची मिटिंग मी घेईन.

पुढच्या मिटिंगला जमिनीवर सतरंज्या अंथरून त्यांवरच सर्वांची बसण्याची व्यवस्था केली. सरकारी धोरणाप्रमाणे आम्हीही त्यांना टार्गेटबद्दल विचारलं, पण नंतर लगेच टार्गेट्स का पूर्ण होऊ शकली नाहीत, कोणत्या अडचणी आल्या, त्यांवर कोणते उपाय करता येतील यांबद्दल चर्चा केली. मिटिंग फार छान झाली आणि अनेक गोष्टी आमच्या लक्षात आल्या.

पण जिल्हा आरोग्य अधिकारी मात्र नाराज झाले. ते म्हणाले, ''अगदीच दरिद्री झाली मिटिंग. माझ्या मतानी, दोन तीन नर्सेस तरी रडल्या पाहिजेत. म्हणजे कसं मिटिंग यशस्वी झाल्यासारखं वाटतं!'' बाप रे! मला धक्काच बसला हे ऐकून! जिथे इतक्या विकृत प्रवृत्तीचा प्रभाव असेल आणि सहकार्याची भावनाच नसेल तिथे लोकांना चांगलं काम करावं असं कसं वाटेल? असो. प्रशिक्षण देताना कसं काम करू नये आणि लोकांशी कसं वागू नये याचा चांगला वस्तुपाठ मला त्या मिटिंग्जमुळे मिळाला.

सरकारी यंत्रणेत राहून आम्ही आमचं काम करू शकणार नाही हे स्पष्ट होतं. म्हणून दोन वर्षांनंतर 'सर्च' स्वतंत्रपणे काम करू लागली. आता आमच्या कामाचं महत्त्वाचं उद्दिष्ट होतं, बालमृत्यूला प्रतिबंध करणं आणि त्यासाठी स्थानिक स्त्रीपुरुषांनाच प्रशिक्षण देऊन आरोग्यसेवक आणि दाई म्हणून तयार करणं. ते आम्ही यशस्वीपणे केलं आणि आमच्या प्रकल्पासाठी जी गावं निवडली होती, तिथलं बालमृत्यूचं प्रमाण दर हजारी १२० होतं ते ३० पर्यंत खाली आणू शकलो.

या दायांसोबत काम करत असताना आणि अशिक्षित स्त्रियांना सुइणी म्हणून प्रशिक्षित करताना, अनौपचारिक शिक्षण पद्धतीचं माझं ज्ञान खूपच वाढलं. उदाहरणार्थ, खेळांमधून आणि गाण्यांतून शिकवणं, हे मला नक्कीच वैद्यकीय प्रशिक्षणातून मिळालेलं नव्हतं. पोस्टर्स तयार करायची, चित्रं काढून रंगवायची, गावसभेत भाषणं करायची, या सगळ्या गोष्टी माझ्यासाठी नवीन होत्या. त्या मला हळूहळू शिकाव्या लागल्या. मग मी ठरवलं की, या दायांना सगळं माहिती आहे. त्यांनाच म्हटलं, 'मला शिकवा.' मग त्यांनी मला एकेक गोष्ट माहीत करून द्यायला सुरुवात केली. तिथले लोक कसे असतात, तिकडची झाडं-झुडपं, औषधी वनस्पती यांबद्दल सांगू लागल्या. मी इतरांच्या जीवनात बदल करायला निघाले होते; पण त्यांनीच मला शिकवलं आणि माझ्या जीवनात बदल घडून आला. पेशंटशी संवाद कसा साधायचा हे त्यांनी मला शिकवलं. त्यामुळे मला 'चांगली डॉक्टरीण' होता आलं. आणि याचबरोबर मला त्यांचं अलोट प्रेमही मिळालं.

एक महत्त्वाचा धडा मी दाईंकडून शिकले. तो म्हणजे अपत्य जन्माबद्दलच्या ग्रामीण संकल्पना. उदाहरणार्थ, एखादं मेलेलं मूल जन्माला आलं, तर त्याची नोंद त्या करायच्या नाहीत. मला वाटायचं, खोटे आकडे लिहितात. पण एकदा जेव्हा त्यांच्यात बसून गप्पा मारता मारता शोध घ्यायचा

प्रयत्न केला तेव्हा, त्या घटनेकडे त्या कसं पाहतात त्याचा उलगडा झाला. माझ्या असं लक्षात आलं की, 'मेलेलं मूल जन्माला येऊ शकतं' ही संकल्पनाच त्यांना परकी होती. त्यांना असं ठामपणे वाटत होतं की, बाईच्या पोटातून मूल बाहेर येतं, ते जिवंतच असलं पाहिजे. त्यांना 'आकुंचन' ही कल्पना माहिती नव्हती त्यामुळे आकुंचन होऊन, मेलेलं मूलसुद्धा बाईच्या गर्भपिशवीतून बाहेर ढकललं जाऊ शकतं हे मान्य करायला त्या तयार नव्हत्या.

शरीराच्या आतल्या रचनेबद्दलच्या पारंपरिक कल्पना काय आहेत हेसुद्धा समजून घेणं फार महत्त्वाचं असतं. उदाहरणार्थ, छाती आणि पोटाची पोकळी यांच्यामध्ये श्वासपटल असतं हे त्यांना माहीत नव्हतं. त्यांना वाटायचं, सगळे महत्त्वाचे अवयव उदरपोकळीत आपले भरलेले असतात. त्यांच्या मते लिव्हर हा सगळ्यात महत्त्वाचा अवयव. त्यांना असंही वाटायचं की, गर्भपिशवीचं तोंड वरून उघडं असतं. जेव्हा मासिक पाळीच्या वेळी कमी रक्तस्राव होतो, तेव्हा उरलेल्या भागाचा गोळा तयार होतो आणि तो लिव्हरमध्ये शिरतो. हा गोळा त्या बाईचा जीव घेऊ शकतो. समजा, आपण 'तांबी'सारखं एखादं गर्भनिरोधक योनीमध्ये घातलं, तर ते वर वर सरकत पार उदरपोकळीत जाईल आणि तिथल्या महत्त्वाच्या अवयवांना इजा करील. हे असं असल्यामुळे त्यांना शरीराची अंतर्गत रचना समजावून देणं हे फार महत्त्वाचं होतं.

'नाळ' हा फारच संवेदनशील विषय असल्याचं लक्षात आलं. मूल जन्माला आल्याबरोबर नाळ कापायला दाया तयारच नसायच्या. त्याला तसंच कारण होतं. ती नाळ तशीच ठेवायची त्यांची पद्धत होती. ती वार आपोआप स्त्रीच्या शरीराबाहेर आली पाहिजे आणि नैसर्गिकपणे वेगळी झाली पाहिजे आणि तोपर्यंत ते मूल तसंच जमिनीवर आईशेजारी ठेवायचं. त्याच्या अंगावर कपडा नाही, की काही नाही. त्याचं अंग तसंच रक्ताने बरबटलेलं. यामुळे न्यूमोनियाचं प्रमाण वाढलंय, तान्ही अर्भकं मृत्युमुखी पडताहेत हे त्यांच्या ध्यानातच आलेलं नव्हतं. मी जेव्हा विचारलं की, तुम्ही नाळ का कापत नाही? तर म्हणाल्या, ''आमच्याकडे लावून ठेवायला चिमटा नाही.'' मी सांगितलं की, तुम्ही दोरा गुंडाळूनही ती नाळ कापू शकता. पण तो पर्याय त्यांना पसंत नव्हता. त्यांनी मला सांगितलं की, तो बांधलेला दोरा तिच्या गर्भपिशवीतून लिव्हरपर्यंत जाऊन धडकेल आणि मग ती मरेल.

या अशा सगळ्या समजुतींमुळे त्या काय करायला लागल्या, की ते मूल

तिच्या शरीरातून बाहेर आल्याबरोबर ती नाळ, वार ओढून काढायचा प्रयत्न करू लागल्या. कारण नाहीतर ती तिच्या पोटात वर वर शिरून घात करील, अशा भीतीने. त्यांनी तर त्या प्रकाराला 'रस्सीखेच' (Tug of war) असं नावही देऊन टाकलेलं होतं. त्या म्हणाल्या, ''दोरी वर सरकू नये म्हणून वढूनच काढावी लागती. जर का आपण ती मधीच कापली तर सगळा तोलच जाणार. तसं होता कामा नाई. ते सगळं आपोआपच झालं पायजे.'' हा त्यांचा त्यावर खुलासा होता.

जर ती वार आपोआप पडली नाही आणि ओढून काढली व कापली तर फार जास्त रक्तस्राव होतो. त्याच्यामुळे अनेक स्त्रिया मरण पावतात.

आणि म्हणून दायांच्या संकल्पना समजावून घेणं महत्त्वाचं असतं. त्यांना पुन्हा पुन्हा, 'नाळ कापण्याची गरज असते' असं सांगूनही उपयोग होत नाही. कारण त्यांच्या समजुतीच्या विपरीत असणारं हे तर्कशास्त्र त्यांना पटल्याखेरीज त्या ते अमलात आणणारच नाहीत. आपण त्यांना गर्भपिशवीची अंतर्रचना कशी असते ते समजावून सांगितलं पाहिजे. पण ते त्यांना कसं सांगायचं हे आपण स्वत: आधी शिकावं लागतं. कारण त्यांच्या समजुती आणि आधुनिक वैद्यक यांच्यात प्रचंड मोठी दरी आहे. ते अंतर आधी पार करावं लागतं. मी जे वैद्यकीय शिक्षण घेतलं, त्यात या गोष्टींचा दूरान्वयानेही कधी संबंध आला नव्हता. या विषयाची आमची तयारी नव्हती करून घेतलेली.

बाळाच्या नाळेची योग्य विल्हेवाट लावली गेली पाहिजे, याबद्दल आदिवासी आणि बिगर आदिवासी दोन्ही ग्रामीण कुटुंबामध्ये अत्यंत दक्षता घेतली जाते. ही गोष्ट मला ओघाओघाने समजली. त्याचं असं झालं, की आमची एक दाई लागोपाठ दोन शिबिरांना अनुपस्थित राहिली. 'का नाही आली?' असं मी विचारताच एकजणीने सांगितलं की, गावकऱ्यांनी तिला गावाबाहेर हाकललं. का? तर म्हणे, तिने एका बाळाची नाळ एका परक्या बाईला खायला दिली. ''मग त्यात काय इतकं विशेष झालं? ती कापलेली नाळ तर फेकूनच द्यायची असते ना?'' मी विचारलं, ''तसं नाही हो. समजा ती नाळ तुम्ही एखाद्या वांझोट्या बाईला खायला दिली, तर ती पोटुशी राहीन पण ज्या बाळाची ती नाळ होती, ते बाळ मरंल ना,'' त्यांनी शांतपणे मला समजावून सांगितलं.

खेड्यामध्ये त्या बाळाच्या नाळेवर आणि बाळंतीणबाईवर फार बारीक लक्ष ठेवलं जातं. ती नाळ सुकून आपोआप पडून जाईपर्यंत, चार पाच दिवस

त्या बाईला खोलीच्या बाहेरसुद्धा पडायची परवानगी नसते. आणि मग ती पडलेली नाळ काळजीपूर्वक एका अंधाऱ्या खोलीत खड्डा खणून पुरली जाते. घरातल्या लोकांनी बारीक नजर ठेवायची, की ती नाळ कुणी वाईट हेतूनं उकरून तर काढत नाही ना? कुणा वांझोट्या बाईच्या हातात तर ती पडत नाही ना? आणि ह्यासाठी त्या बाळंतिणीला, बाळाची नाळ आपोआप सुकून खाली पडेपर्यंत खोलीच्या बाहेर पडायलाच बंदी असते. तिला जेवण-खाण, पाणीसुद्धा थोडंच देतात. जास्त खाल्लं तर शौचाला जावं लागेल, घराबाहेर पडावं लागेल. (खेड्यात, घरात संडास नसतात.) या बंधनांमुळे बाळंतिणीची तब्येत खालावते. बाळाला प्यायला भरपूर दूध तिला सुटत नाही. ती स्वतःच्या शरीराची नीट स्वच्छता करू शकत नाही. या सगळ्या गोष्टींचा परिणाम बालमृत्यूचं प्रमाण वाढण्यात होतो.

बाळाची नाळ खूप सांभाळून ठेवली पाहिजे ही कल्पना सगळीकडेच रूढ झालेली आहे. माझ्या स्वतःच्या कुटुंबात देखील ती पाळली जात असल्याचं मला आठवतं. मी लहान असताना, आईच्या कपाटात एक छोटी पुरचुंडी ठेवलेली असायची. तिच्या पाचही अपत्यांच्या सुकून पडलेल्या नाळी तिने तीत जपून ठेवल्या होत्या. मी जर तिला हात लावू लागले तर ती ओरडायची. ती तिची जणू मौल्यवान ठेव होती. एका बाजूला तिच्या भारी भारी कांजीवरम साड्यांची थप्पी लागलेली आणि दुसऱ्या बाजूला ती छोटी पुरचुंडी. आंध्र प्रदेशात बाळंतीणबाईला दिवसा झोपू देत नाहीत. का? तर बाळाची नाळ सुरक्षित राहावी म्हणून. दुपारी बऱ्याच बायका तिच्याभोवती जमतात आणि मोठ्या आवाजात बडबड करून तिला जागं ठेवतात. ही पद्धत बाळंतिणीच्या आरोग्याला घातक आहे. बाळ तिला रात्री जागं ठेवणार असतं त्यामुळे दिवसा तिने विश्रांती आणि झोप घेण्याची गरज असते. असं असलं तरी आपण त्यांचे विचार समजून घेतले पाहिजेत त्यांची थट्टा करता कामा नये, कारण त्यांच्या मते त्या योग्यच वागत असतात.

पण पारंपरिक दायांच्या काही समजुती एकदम मनोरंजक असतात. मी जेव्हा जेव्हा आगगाडीने प्रवास करून यायची तेव्हा त्या माझं तिकीट मागून घ्यायच्या. बसची तिकिटं त्यांना नको असायची. याच्या मागचं तर्कशास्त्र असं की, आगगाडी ही बसपेक्षाही वेगाने धावते मग आगगाडीचं तिकीट खाल्लं तर बाळ वेगाने बाहेर येईल. मी त्यांना पुढच्या वेळी विमानाचं तिकीट देण्याचं वचन दिलं.

या दायांबरोबर काम करणं फायदेशीर असतं, कारण बहुतेक साऱ्या कनवाळू असतात. खरोखर पेशंटची चांगली काळजी घेतात. पण काही थोड्या 'जादा शहाण्या' सुद्धा भेटतात. एकदा आमची एक प्रशिक्षित दाई माझ्याकडे तीन म्हाताऱ्या बायकांना घेऊन आली. तिघींनाही योनिमुखाचा कॅन्सर झालेला होता. रोग बळावलेला, अंतिम अवस्थेतला होता. त्या म्हणाल्या की, त्या वैदूकडून झाडपाल्याची औषधं घेत होत्या. (हे वंशपरंपरेने चालत आलेले वैदू झाडपाल्याची औषधं देतातच पण जादूटोणा, मंत्र-तंत्र हेही करतात.) त्याचा काहीच उपयोग होईना, तेव्हा त्यांना बंगबाईकडे आणलं होतं. मी त्या आमच्या दाईला रागावले; त्या बायांना आधीच का नाही घेऊन आलीस म्हणून. त्यावर तिने गंभीरपणे उत्तर दिलं, ''मला ठाऊक होतं त्यांना कॅन्सर हाय. शेवटच आलेला. तुमीच शिकवलंय की अशा टायमाला काहीच करू सकत नाय. मंग कशापायी उगं माझा रोजगार बुडवू? आन् कशापायी तुमचा येळ वाया घालवू? मी सोताच वैदू हाय ना! मंग केला जमन तसा उपचार.'' (ग्रामीण भागात डॉक्टरकडे जायचं म्हणजे अख्खा दिवस जातो, कारण प्राथमिक आरोग्य केंद्र खूप दूर असतं. रस्ते खराब, वाहतुकीची सोय नाही. शेत मजुरांचं हातावरचं पोट असतं. त्यांना डॉक्टरकडे जाण्यात दिवस घालवणं परवडत नाही.) ''मग? आता तरी कशाला आणलंस गं त्यांना इकडे?'' मी वैतागून विचारलं, ती दाई उत्तरली, ''त्या म्हनल्या, मरायच्या आधी तुझ्या बंगबाईची तरी गाठ घालून दे. त्यांनी तिघींनी मिळून माझ्या तिकिटाचे पैसे भरले आणि मी त्यांना तुमच्या भेटीला आनलं.'' दाईने त्या बऱ्या होणार नाही असं स्वत:च ठरवलं होतं, पण तिला सरळ उघडपणे रागावणं मला मात्र फार जड गेलं.

समाजसेवकाला किंवा सेविकेला रुग्ण आपल्या दुखण्याची पूर्वहकिगत (Case History) सांगत असतात. पण हीच हकिगत डॉक्टरांना सांगताना बदलली जाते. असं बरेचदा घडतं. कारण त्यांच्या मनात उच्चनीचपणाची भावना असते. आणि ते दोघांना वेगवेगळ्या भूमिकांमध्ये बघत असतात. अशीच एक रुग्ण माझ्याकडे येण्यापूर्वी आमच्या समाजसेविकेशी बोललेली होती. मी तिला पाहिलं तेव्हा तिच्या सर्वांगावर जखमांचे ओरखडे होते. तिने सांगितलेलं होतं की, नवऱ्याने तिला मारलं. मी तिला सहानुभूती दाखवत थोड्या रागाने विचारलं, ''पण तू का सहन केलीस त्याची मारहाण?'' तेव्हा नवऱ्याची बाजू घेत ती म्हणाली ''त्याची बी काय चूक नाय पघा. त्यो

रानातून आला दमून भागून, भूक लागल्याली आन माझं जेवन काय तयार नव्हतं.''

पण खरी गोष्ट तशी नव्हतीच. आमच्या समाजसेविकेबरोबर चर्चा करताना माझ्या लक्षात आलं. तिचा नवरा निर्दयपणे तिला मारझोड करत असे हेच खरं होतं. पण कहाणीला आणखी एक पदर होता. तिचे कुणाशी तरी विवाहबाह्य शरीरसंबंध होते. त्यातून तिला दिवस गेले. मग कुणा भोंदू डॉक्टरकडून गुपचूप पोट पाडून घेतलं. ती माझ्याकडे आली तेव्हा तिच्या नवऱ्याला तिच्या चारित्र्याबद्दल संशय आलेला होता, म्हणून त्याने तिला खूप झोडून काढलं होतं. पण तरीही तिचं विवाहबाह्य प्रकरण चालूच होतं. माझ्या खोलीत आली होती, तेव्हा दाराबाहेर वाट पाहत थांबलेला माणूस तिचा प्रियकरच होता. इथं तर्कशास्त्र असं होतं की, तिची बिघडलेली तब्येत बरी करणारी मी डॉक्टर म्हणून मला योग्य वाटेल असंच कारण सांगितलं पाहिजे. समाजसेविका ही तिला संकटातून सोडवणारी म्हणून तिला उरलेली खरी कहाणी सांगितली. कधी कधी आम्हांला अशा दोन हकिगती एकत्र करून खरी गोष्ट शोधावी लागते.

तसंच भाषेचं आणि तिच्या वापराचं. पाश्चिमात्य वैद्यकाचं शिक्षण घेतलेल्या डॉक्टरांनी स्थानिक भाषेचा वापर कसा केला जातो हे शिकण्याची गरज आहे; तरच त्यांना रोगाचं अचूक निदान करता येईल. कधी कधी एखादा शब्द उचलून त्याचा पूर्णपणे वेगळ्या अर्थाने वापर होत असतो. जेव्हा एखादी रुग्ण सांगते की, तिला 'कमजोरी' आहे, तेव्हा त्याचा अर्थ असतो, अंगावरून पांढरं जात आहे (श्वेतप्रदर). अशा वेळी सरळ विचारावं लागतं, 'अंगावरून पांढरं पाणी जातं का?' तेव्हा ती होकार देते.

विशिष्ट तक्रारींना स्थानिक शब्दकोशात फार रंगीबेरंगी नावं दिलेली आढळतात. त्यांतलं एक आहे 'मामा भाचीचा दुख'. याचा शब्दश: अर्थ होतो 'मामा आणि भाची यांचं दु:ख.' पण ज्यावेळी गर्भाशय आत ओढलं गेल्यामुळे वेदना होतात त्यासाठी हा शब्द वापरला जातो. काही समस्या अशा असतात ज्यांचा उच्चार उघडपणे करणं योग्य समजत नाहीत. अशा वेळी खुणेची भाषा वापरली जाते. उदा. गर्भाशय खाली सरकलं असेल तर हाताची दोन बोटं खाली करून दाखवली जातात. स्वत:ला मूलबाळ होत नाही हेसुद्धा शब्दांत सांगणं शक्यतो टाळलं जातं. मग इतर तक्रारी सांगता सांगता सहज सांगायचं 'काली महावारी' येते म्हणून. याचा अर्थ, गर्भ राहत नाही. हा

डॉक्टरने थेट प्रश्न विचारण्याचा संकेतच समजावा. हे भाषिक संकेत समजून घेणं विचित्र वाटत असलं तरी ते ओळखायला शिकणं महत्त्वाचं असतं. कारण डॉक्टरने हे मोघम शब्द समजून योग्य ते प्रश्न विचारले नाहीत, तर मुख्य समस्येवर विचारच होत नाही आणि त्यामुळे ती तशीच शिल्लक राहते. हा अचूकपणा आम्हांला वैद्यकीय महाविद्यालयात शिकवलाच जात नाही किंवा रहिवासी डॉक्टर (Intern) असतानाही नाही. त्याऐवजी आम्ही फक्त रुग्णांना लोहाच्या गोळ्या द्यायला शिकतो. त्याचा परिणाम असा होतो की, लवकरच रुग्णाचा आधुनिक वैद्यकावरचा विश्वास उडून जातो.

ग्रामीण भागात वैद्यकीय व्यवसाय करताना नेहमीच वेगळ्या प्रकारच्या माणसांशी आणि व्यावसायिकांशी गाठ पडते. तिकडे रक्तहीनता (ॲनिमिया) हा आजार मोठ्या प्रमाणात असल्यामुळे लोकांचं कल्याण करणारी एक नवीत जमात उदयाला आलेली आहे. हे लोक स्वत:ला रक्ताचे ठेकेदार (blood contractors) म्हणवून घेतात. गडचिरोली शहराजवळ विसापूर नावाचं खेडेगाव आहे. तिथला असा एक ठेकेदार सांगत होता की, त्याने सोळा जणांना रक्त दिलेलं आहे. तो स्वेच्छेने सरकारी रक्तपेढीत रक्तदान करतो. तिथे त्या रक्ताची HIV आणि हेपॅटायटिस बी ची चाचणी केली जाते. रक्तदाता म्हणून आपलं रक्त कुणाला देण्यात यावं याबद्दलही तो दक्ष असतो. एकदा त्याने अतिशय कमी हिमोग्लोबिन असलेल्या स्त्रीची निवड केली आणि आपलं रक्त तिलाच दिलं जावं अशी इच्छा व्यक्त केली.

काही आपण होऊन परिवर्तनाला मदत करणारे मध्यस्थ असतात. उदाहरणार्थ, काही ग्रामीण स्त्रिया स्वत: कमनशिबी असूनही इतरांना मदत करत असतात. शीला अशीच एक तरुणी. तिचा नवरा वारला तेव्हा 'संजय गांधी निराधार योजने'कडून तिला दहा हजार रुपयांची मदत मिळाली. ज्या स्त्रिया आणि मुलांना कुणाचाही आधार नाही त्यांना अशी मदत मिळते. दोन मुलं पदरात असणाऱ्या निराधार स्त्रीला सहाशे पंचवीस रुपये महिना आणि एक मूल असलेल्या स्त्रीला महिन्याला पाचशे रुपये मिळतात. ही मदत तिचा मोठा मुलगा अठरा वर्षांचा होईपर्यंत मिळते. जी कुटुंबं 'दारिद्र्य रेषेखाली' असल्याचं ठरतं त्यांना एकदाच एकरकमी दहा हजार रुपये मिळतात. स्वत:चा मुलगा अठरा वर्षांचा होईपर्यंत शीलाने या योजनेचा लाभ घेतला. तोपर्यंत तिला अशा मदत योजनेचं तंत्र चांगलंच अवगत झालं. इतकी वर्षं सतत 'लाल फितीशी' संबंध आला. मदत लोकांपर्यंत पोचवणारे तेच असतात ना, सरकारी अधिकारी. मग तिने ठरवलं की, आपल्यासारख्याच इतर गरीब

लोकांना, अशा सरकारी योजनेतून पैसे मिळण्यासाठी मदत करायची. काय काय योजना असतात त्यांची यादीच तिने मला सांगितली होती.

समजा, पहिल्या मुलीच्या जन्मानंतर एखाद्या बाईने संततिप्रतिबंधक शस्त्रक्रिया करून घेतली, तर त्या स्त्रीला वीस हजार रुपये मिळतात. ते तिच्या मुलीच्या बँक खात्यात जमा केले जातात. साठ वर्षांवरील स्त्रियांना आणि पासष्ठ वर्षांवरील पुरुषांना 'इंदिरा रोजगार योजने'तून दोनशे पन्नास रुपये महिना मिळू शकतात. शारीरिक अपंगत्व असणारे (अंध, मूक, बधिर) लोक बसमधून फुकट प्रवास करू शकतात. इतर अपंगांना २५ टक्के बसभाडे भरून प्रवास करता येतो. अपंग व्यक्तीस व्यवसाय सुरू करायचा असेल तर समाज कल्याण बोर्डाकडून व्हॅन, रिक्षा, तीन चाकी सायकल खरेदी करण्यासाठी वगैरे पंचवीस हजार रुपये मदत मिळते.

शीला सांगते, तिने आतापर्यंत तीनशे जणांना अशी मदत केली आहे. चमकदार डोळ्यांची, व्यवस्थित राहणारी शीला फक्त सातवीपर्यंत शिकलेली आहे. पण तिने स्वत:साठी समाजसेवेचा व्यवसायच तयार केला आहे. तिला अनुभवातून मिळालेलं कौशल्य वापरण्याची आज जिल्ह्यातल्या अनेक लोकांना गरज पडते आहे. कारण 'लाल फितीने' ठप्प करून ठेवलेल्या या योजनांपर्यंत पोहोचण्याकरता त्याचा उपयोग होत आहे. या योजना राबवताना जराशी बेपर्वाई आणि गैरशिस्त होते हेही तिला दिसत असतं. ती सांगते, ''काही लोक मुलाचं लग्न होऊन नातवंडं झाली, तरी 'संजय गांधी निराधार योजने'चे पैसे घेतच राहतात. याउलट काही शेतकरी, शेतमजूर फार गरीब आहेत पण ते या योजनेच्या अटींत बसत नाहीत. कधी कधी मी सांगते त्यांना की, सगळं खरं खरं लिहायची काय गरज आहे? पैसा सरकारचा आहे आणि तुम्हांला खरोखर गरज आहे मदतीची.'' शीलाला आता कागदपत्रांची माहिती झालेली आहे आणि तहसीलदार वगैरे सरकारी कर्मचारीही ओळखीचे झालेत. ''एखाद्याला योजनेतून पैसे मिळायला लागले, की तो आनंदाने माझ्या कामाबद्दल मला पैसे देतो,'' ती सांगते. अशी ही शीला. दररोज अगदी तत्परतेने गडचिरोलीच्या गल्ल्याबोळांतून फिरत असते आणि 'परिवर्तनाचा दूत' म्हणून स्वत:चा छोटासा वाटा उचलत राहते.

जंगलाच्या कडेला वसलेलं हे गडचिरोली. इथे आम्हांला बरीच धाडसं करावी लागली आहेत आणि त्याचबरोबर रोजच्या रोज भेटणाऱ्या लोकांनी आमचं जगणं समृद्ध करून सोडलेलं आहे. पण १९९५ मध्ये, मला 'आपुले

मरण पाहिले म्या डोळा' असा जो अनुभव आला, साक्षात स्वत:चा मृत्यू पाहण्याचा, त्याच्याइतका दिव्य अनुभव दुसरा कोणताच नव्हता. त्यामुळे माझ्या कामाचं स्थानिक लोकांना किती महत्त्व वाटतं त्याचा मला शोध लागला. त्याचं असं झालं, की काही आठवड्यांसाठी मी परगावी गेले होते. परत आल्यावर पाहिलं, तर माझ्या आरोग्य केंद्रामध्ये पेशंट येत नव्हते. पहिले काही दिवस वाटलं की, मी परत आल्याचं लोकांना कळलं नसेल. पण माझं आरोग्य केंद्र रोजच रिकामं राहायला लागल्यावर मी गंभीरपणे विचार करायला लागले, की काय घडलं असावं? मी परत आल्यानंतर सहाव्या दिवशी रुग्ण यायला लागले, तेव्हा मला आनंद वाटला. पण काही वेळातच मला समजलं की, ते माझ्या अंत्ययात्रेसाठी येत आहेत! बाप रे! मला धक्का बसला आणि मजाही वाटली. माझी फार दिवसांपासूनची रुग्ण जयवंतीबेन झाडाचं एक मोठं पान घेऊन आली होती. हे मृत माणसाच्या तोंडात ठेवण्याची पद्धत आहे. बऱ्याच जणी माझा धाकटा मुलगा अमृत याला पोटाशी धरून रडत होत्या. इतर जण अभयचं सांत्वन करू लागले.

नंतर मला समजलं, खेड्यातल्या गावगप्पांतून बातमी पसरली होती, की 'बंगबाई मेली!' ती अफवासुद्धा सविस्तर होती. म्हणे, काही दिवसांपूर्वी मी नेहमीसारखी सकाळी लवकर रानात फिरायला गेले. परत येऊन चहा करायला म्हणून गॅस पेटवला तर सिलिंडरचा स्फोट झाला. बऱ्याच जणांची अशी खात्री होती की, मी त्यातून वाचले, पण उपचारांसाठी मला अमेरिकेला नेण्यात आलेलं आहे. याच अफवेची दुसरी आवृत्ती अशी होती की, घरगुती भांडणातून माझ्या नवऱ्याने मला जाळलं. मग त्यातून प्रश्न पुढे आला की, हिचं शेवटचं क्रियाकर्म कोण करणार? या सगळ्या अफवा सहन होईनात तेव्हा, मी ज्यांना प्रशिक्षण देऊन 'दाया' बनवलं होतं, त्या बायका म्हणू लागल्या की, ते दारूचे दुकानदार आणि ते वैदू (खोटे डॉक्टर) यांच्याशी तुम्ही नेहमी पंगा घेता ना, त्यांनीच तुमच्याबद्दल अशा वाईटसाईट अफवा पसरवल्या असतील. मी मेल्याचं कळल्यावर त्या दारूच्या व्यापाऱ्यांनी सुटकेचा नि:श्वास टाकला म्हणे! अर्थात त्याचं मला बिलकुल आश्चर्य वाटलं नाही. आम्हांला नंतर एका दारू दुकानदारानं सांगितलं की, दारूचा धंदा करणाऱ्यांनी एक सभा घेतली. त्या सभेत असं जाहीर झालं की, आता राणी वारली. तेव्हा अभयही गडचिरोली सोडून जाईल. त्यामुळे यापुढे आपली दारूविक्री पहिल्यासारखी करण्यासाठी काय करता येईल, याचा विचार करण्यासाठी ही सभा बोलावलेली आहे.

आमच्या दायांनी मात्र ही बातमी कशी खोटी आहे हे सिद्ध करण्याचा त्यांच्या तर्कबुद्धीला अनुसरून आटोकाट प्रयत्न केला. 'असं झालेलं नसणार. कारण बंगबाई तर खादीच्या साड्या वापरते. खादी काय लगेच पेटत नाय आणि अंगाला चिकटून बी रहात नाय.' त्या तावातावानं सांगायच्या. पुढे हळूहळू सगळ्या अफवा विरून गेल्या आणि मी धडधाकट असून नेहमीसारखी जोमाने काम करते हे स्पष्ट झालं. त्यानंतरही बायका जवळ येऊन माझी साडी उचलून पाय पाहायच्या आणि खात्री करून घ्यायच्या की ही भाजली नव्हती म्हणून. त्या वर्षीचा अख्खा जून महिना, शोधग्रामने रणरणत्या उन्हातून झुंडी झुंडीने, 'समाचाराला' येणाऱ्या लोकांचा पाहुणचार केला. त्याहून गमतीची गोष्ट म्हणजे त्यावेळेला माझी थोरली बहीण श्यामा माझ्याकडे आलेली होती. ती दररोज सकाळी उठून मोठी मोठी पातेली भरून लिबाचं सरबत तयार करून ठेवायची, उन्हातान्हातून लांबलांबून 'सांत्वनासाठी' येणाऱ्या लोकांची तहान भागवण्यासाठी. एके दिवशी एस. टी. चे ड्रायव्हर्स आणि कंडक्टर्स आले मला भेटून 'सॉरी' म्हणण्याकरता. त्यांनी खुलासा केला, ''आम्ही ऐकलं तुम्ही गेलात आणि मग लोकांना, पेशंटना सांगायला सुरुवात केली की, बंगबाई तर निधन पावल्या. आता तिकडं जाऊन काही उपयोग नाही. आम्ही असं बोलल्याबद्दल आम्हांला माफ करा.''

या सगळ्यातच आदिवासी सभेचे लोक अभयच्या सांत्वनासाठी आले. त्यांनी असा ठराव पास केला होता, की बंगबाईंनी इतक्या लोकांना मदत करून वाचवलेलं आहे, त्या मरणं शक्य नाही. त्या जिवंत असल्या पाहिजेत. शेवटी आम्हांला वृत्तपत्रात एक निवेदन छापावं लागलं की, 'माझ्या मृत्यूविषयीच्या सर्व बातम्या या अफवा असून मी जिवंत आहे.' परंतु आजतागायत आम्हांला माहिती नाही, की ही अशी अफवा उठवली कोणी? आता ते सगळंच मला फार मनोरंजक वाटतं, पण त्यावेळी ही बातमी ऐकून माझे वडील, भाऊ आणि अभयच्या बहिणी दु:ख आणि काळजी यांनी व्याकूळ होऊन शोधग्रामला तातडीने आले होते. ह्या सगळ्या घटना घडत असताना पहिल्यांदा मला जाणीव झाली की, लोक आमच्यावर किती प्रेम करतात! आणि हो. आजही मी गडचिरोलीत आहे, जिवंत आणि धडधाकट!

इथल्या आदिवासी टोळ्यांशी आमच्या कुटुंबाचे तसे फार जुने संबंध. कधीकधी त्यातून विचित्र प्रसंगही उभे राहिलेले आहेत. माझे आजोबा (आईचे वडील) वकील होते. ते या लोकांचे खटले कोर्टात लढवत असत. एकदा

एका आदिवासी माणसाने नऊ जणांचे खून केले. त्याचा खटला आजोबांनी कोर्टात लढून जिंकला आणि तो निर्दोष सुटला. खटल्याच्या शेवटच्या काही दिवसांत तो आरोपी आणि त्याची बायको सिरोंचाहून येऊन थेट माझ्या आजी-आजोबांच्या घरातच राहत होते. (सिरोंचा हे गडचिरोलीच्या दक्षिण टोकाला असलेलं गाव.) मला त्या माणसाचे शब्द आठवतात. तो आजोबांना म्हणत होता, ''तुमी लई येळेला मला वाचिवलं, पर माज्याकडं काई तुमची फी द्यायाला पैसे न्हाईती. कोन तुमचा दुष्मन हाय मला सांगा. आत्ता जाऊन त्याचा मुडदा पाडतो बघा.'' तो माणूस हे इतकं सरळ आणि स्पष्ट शब्दांत म्हणत होता की, तो नक्कीच बोलल्याप्रमाणे करील असं वाटलं. ते ऐकताच माझी आजी घाबरली आणि एकदम संतापली. 'या माणसांना हाकलून द्या घरातून! आत्ताच्या आत्ता!' ती आजोबांकडे हट्टच धरून बसली होती.

असल्या मागण्या वगैरे बाजूला ठेवल्या तरी या आदिवासी लोकांच्या सतत संपर्कात आल्यामुळे त्यांची काही ठळक सांस्कृतिक मूल्यं आमच्यात आली आणि त्याचा परिणाम म्हणून, आम्ही नागरी संस्कृतीत न केल्या जाणाऱ्या काही गोष्टी करू लागलो. नागरी समाजातली अनेक कुटुंबं हुंड्यासाठी हापापलेली असतात. पण माझ्या आईवडिलांनी हुंड्याची अपेक्षा धरणाऱ्या स्थळांना स्पष्ट नकार दिला आणि त्यांच्या या ठाम मताचा जितक्या तऱ्हेने प्रसार करता येईल तितक्या तऱ्हेने ते करत असत. एकदा माझ्या वडिलांनी एका वरपित्याला पत्र लिहिलं की, 'मी हुंडा द्यायला तयार आहे. पण पहिल्यांदा आपण वर आणि वधू या दोघांच्या डिग्रीची सर्टिफिकेट्स शेजारी शेजारी ठेवून कुणाला किती टक्के गुण पडले ते पाहू. दोघांपैकी ज्याला जास्त गुण पडले असतील त्याच्या खात्यात अधिक रक्कम जमा केली जाईल.'

माझ्या जीवनावर माझी आई आणि वडील यांचा मोठा प्रभाव आहे. ते सभ्य आणि प्रामाणिक होते. गरिबांविषयी कनवाळू होते आणि खरोखर आमच्या घरचं वातावरण असं होतं की, घरी सतत लोकांची ये-जा चालू असे. वडिलांनी एकेकाळी श्रीमंतीचे दिवस पाहिलेले होते पण त्यांना गरिबीचाही अनुभव घ्यावा लागला. ते जमीनदार घराण्यातले. त्यांच्या कुटुंबातल्या स्त्रिया त्या काळात मेण्यातून, पालखीतून प्रवास करीत असत. पण पुढे त्या कुटुंबाला वाईट दिवस आले आणि वडिलांना दारिद्र्याचे चटके सहन करावे लागले. ते नेहमी आम्हां भावंडांना उपदेश करीत असत, 'पैशावरून स्वतःची लायकी ठरवू नका. पैसा जवळ असणं ठीकच आहे. पण

त्यापायी स्वत:ला फुकट घालवू नका. पैसा काय, आज आहे तर उद्या नाही. तेव्हा जेवढा पैसा तुम्हांला मिळेल तेवढ्यात समाधानी रहा. आई-वडील म्हणून आम्ही तुम्हांला शिक्षण आणि संस्कार देऊ शकतो. सदाचार आणि नीती हीच तुमची संपत्ती असली पाहिजे.'

आमच्या शिक्षणाचा त्यांना फार अभिमान वाटायचा. आमच्यासाठी त्यांनी नृत्यशिक्षिका ठेवली होती. शिक्षणासाठी खर्च करायला ते कायम तयार असत. अभिनय, इतर कला यांसाठीही खर्च करीत. त्यांनी नाटकात कामं करून स्वत:ची वैद्यकीय महाविद्यालयाची फी भरली होती. ते उत्तम धावपटू होते. माझे वडील जितके देखणे तितकीच आईही दिसायला सुंदर होती.

तर अशा वातावरणात मी लहानाची मोठी झाले. आमच्या घरी मुलगे आणि मुली यांच्यात भेदभाव नव्हता. आमच्या मैत्रिणी, इतकंच काय, मित्रसुद्धा घरी येत असत. हे चारचौघांपेक्षा थोडं वेगळं होतं. माझे आईवडील अनेक विद्यार्थि-विद्यार्थिनींना आर्थिक मदत करीत असत. एकदा मला एक स्कॉलरशिप मिळाली. त्यावेळी अर्थातच मी प्रथम क्रमांकाने उत्तीर्ण झाले होते. दुसऱ्या क्रमांकाने पास झालेला एक दलित मुलगा होता. तेव्हा माझ्या वडिलांनी बोर्डाला विनंती केली की, माझ्या मुलीला मिळालेली स्कॉलरशिप त्या मुलाला मिळावी. कारण मी माझ्या मुलीच्या शिक्षणाचा खर्च करू शकतो, पण त्याला आर्थिक मदत मिळाली तर त्या गरीब कुटुंबाला मोठा आधार होईल. त्या वेळेला मला अपमानित झाल्यासारखं वाटलं. मी वैतागले, पण नंतर मात्र मला उमगलं की, ही कृती करणारे माझे वडील किती मोठ्या मनाचे होते! अनेक वेळा अशी संवेदनशीलता त्यांच्या वागण्यातून प्रकट होई.

अभ्यासात मी तशी हुशार होते. वर्गात नेहमी पहिला नंबर यायचा. त्यावेळी चौथीच्या विद्यार्थ्यांची महाराष्ट्र सरकारतर्फे बोर्डाची परीक्षा असे. त्या परीक्षेला आम्हांला सुपरवायझर म्हणून दुसऱ्या शाळेतले शिक्षक होते. मी हुशार असल्याचं त्यांना माहीत झालेलं असावं बहुतेक. गणिताच्या पेपरला ते माझ्याजवळ येऊन म्हणाले, 'तुझं अमुक उत्तर चुकलंय.' ते शिक्षक आहेत म्हणजे त्यांचं म्हणणं बरोबरच असेल असं समजून मी माझं उत्तर बदललं. पण नंतर मला वाटलं, की मी काढलेलं उत्तरच बरोबर होतं. म्हणून पुन्हा पहिलं उत्तर लिहिलं. पुढच्या दोन-तीन पेपरांच्या वेळीही त्यांनी असाच मला चुकवण्याचा प्रयत्न केला. शेवटी मी घरी जाऊन सांगितलं की 'ते अमुक

अमुक सर ना, वेडपटच आहेत! त्यांना काहीच येत नाही. चुकीचीच उत्तरं सांगतात. वर्गातही ते असंच चुकीचं शिकवत असतील.'

ते सुपरवायझर मला मुद्दाम चुकीची उत्तरं सांगत होते, हे माझ्या लक्षातच आलं नाही. माझ्या शाळेतल्या शिक्षकांनी मात्र त्यांची ही कूटनीती बरोबर ओळखली आणि शिक्षणाधिकाऱ्यांकडे तक्रार केली. त्या शिक्षकाला नोकरीतून निलंबित करण्याची त्यांची मागणी होती. मात्र माझ्या वडिलांचं मत असं होतं, की त्यांनी त्या शिक्षकाला सोडून द्यावं. 'नाहीतरी राणीने त्याच्या म्हणण्याप्रमाणे बदल केलेले नाहीतच. त्यामुळे विशेष नुकसान असं काही झालेलं नाही. उगीच त्याचं तरी जीवन बरबाद कशाला करायचं? माझ्या मुलीमुळे कुणाला शिक्षा व्हायला नको. हे पहा, माणसांच्या हातून चुका होत असतात, पण आपणही माफ करू शकतो ना! जाऊ द्या. सोडून द्या त्याला.' असं त्यांचं म्हणणं होतं. अशा काही घटनांवरून मला जाणवत राहिलं, की माझे वडील किती थोर मनाचे आहेत!

माझ्या आईची देवावर श्रद्धा होती. ती दररोज देवाची पूजा करत असे. ती असं मानायची की, आयुष्यात आपण जसं वागतो, त्याचीच फळं आपल्याला मिळत असतात. तिचं बोधवचन एकच होतं, 'कुणालाही त्रास देऊ नका. होता होईल तेवढं दुसऱ्यांचं कल्याण करत राहा.' ती वारल्यानंतर आमच्या दाराशी भिकारी येऊन कसे रडले होते, ते मला आठवतं. ती नेहमी मोठ्या मोठ्या बरण्या भरून त्यांच्याकरता लोणचं घालून ठेवत असे. म्हणायची, 'गरिबांना परवडत नाही गं लोणची-बिणची घालायला!' तिचा असा विश्वास होता, की दुसऱ्यांना दिल्याने आपल्याला काही कमी पडत नाही. आमच्या घरी पुष्कळ नोकर होते, पण त्यांच्याबरोबर माझी आईपण काम करायची. तिच्या सर्व अपत्यांना (त्यांत मुलगेही आलेच) घरातली कामं करता आली पाहिजेत, असा तिचा कटाक्ष असे. पाणी भरणं, चूल पेटवणं, रांगोळ्या काढणं हे सगळं तिने आम्हांला शिकवलेलं होतं. मुलांनी फक्त अभ्यास न करता त्यांचा सर्वांगीण विकास झाला पाहिजे, असं माझे वडील आणि आई दोघांनाही वाटायचं.

आमचं घर म्हणजे चैतन्यमय गोकूळ होतं. सतत कारणानिमित्ताने माणसं येत राहायची. प्रत्येक सण साजरा केला जायचा आणि त्या त्या वेळेला त्या त्या सणाचं, उत्सवाचं महत्त्व आमचे आईवडील समजावून सांगत असत.

आईने आम्हांला निसर्गाची पूजा करायला शिकवलं. वेगवेगळ्या कला आमच्यामध्ये रुजवल्या. परसबाग कशी करायची तेही शिकवलं.

मी डॉक्टर व्हावं अशी माझ्या आईवडिलांची तीव्र इच्छा होती. ज्यावेळी मी स्त्रीरोगचिकित्सा आणि प्रसूतिशास्त्रात (गायनेकॉलॉजी आणि ऑब्स्टेट्रिक्स) पदव्युत्तर शिक्षण घ्यायचं ठरवत होते, त्यावेळी आई मला म्हणाली, ''हे बघ बेटा, तुझं लग्न झालेलं नाही अजून. लग्न आणि मुलाला जन्म देणं यांचा प्रत्यक्ष अनुभव तुला आलेला नाही. ती वेळ फार अवघड असते बरं बाई! मी पाह्यलंय, बाळंतीण होताना कळा देत असलेल्या बायकांवर नर्सेस, डॉक्टर लोक खेकसतात, हिडीस फिडीस करतात. तेव्हा पेशा म्हणून हे सगळं स्वीकारताना नीट विचार कर. बायकांच्या त्या कठीण अवस्थेत तू त्यांना भावनिक आधार देऊ शकणार आहेस का? त्यांच्याशी प्रेमाने, सहानुभूतीने वागू शकणार आहेस का? तरच ह्या व्यवसायात पड.'' माझ्यासाठी तर हे पुन्हा एकदा वैद्यकीय नीतिमत्तेची शपथ घेण्यासारखंच होतं. माझ्या रुग्णांवर मी कधीतरी जेव्हा चिडते, तेव्हा मला माझ्या आईची आठवण होते, तिचे शब्द आठवतात आणि मी स्वत:ला सावरते.

आईवडिलांनी लहानपणी रुजवलेलं शहाणपण, मोठेपणी माझ्या खूप उपयोगी पडलं. त्यांनी शिकवलं होतं की अडचणींना तोंड कसं द्यायचं, जबाबदाऱ्या कशा सांभाळायच्या. आपल्याला मिळालेलं इतरांबरोबर वाटून घ्यायचं हे तत्त्व तर माझ्या अंगात चांगलंच मुरवलं होतं त्यांनी. वडील म्हणायचे, 'जे होतं ते चांगल्यासाठीच होत असतं.' उदाहरणार्थ, जमीनदारी गेली हे चांगलंच झालं. त्यामुळेच लोक शिकून शहाणे होऊ लागले. माणसाची परीक्षा घेण्यासाठीच देव या अडचणी निर्माण करत असतो. त्या निवारण करत असताना आपला आत्मविश्वास वाढीस लागतो. त्यांनी आम्हांला दु:ख आणि संकट यांचं स्वागत करायला शिकवलं. त्यांच्यामुळेच आपलं चांगलं होतं हे मनावर बिंबवलं.

आईच्या बोलण्याने तर एकदा मी चाटच पडले! सरळ म्हणाली, ''ही राणी एकदा नापास झाली पाहिजे.'' ''नापास झाली पाहिजे? का म्हणून?'' मी उसळून विचारलं, ''तू असं का म्हणालीस?'' त्यावर तिचं उत्तर होतं, ''तुला आत्ता राग येतो आहे माझ्या बोलण्याचा, पण माणसाला जीवनात कधीतरी अपयशाचा सामना करावा लागला पाहिजे. नेहमी यशच मिळत राहिलं, तर आपल्यामध्ये सहनशक्ती वाढत नाही. कधी ना कधी माघार घ्यावी

लागली, म्हणजे अडचणींचा सामना करायला माणूस चांगला तयार होतो.'' असं माझं तिने छान समुपदेशन केलं.

आई सांगायची, 'लोकांना नेहमी चांगल्या वस्तू द्याव्यात.' हे ती आम्हांला फळांच्या उदाहरणावरून शिकवायचा प्रयत्न करायची. ती नेहमी आम्हां मुलांना उत्तमातली उत्तम फळं द्यायची. आम्हांला आंबे खूप आवडत असत. आमच्या वडिलांना तर ते खूपच आवडत. इतके, की त्यांतले काही आंबे ते त्यांच्या तिजोरीतच सांभाळून ठेवीत. आई म्हणायची, आपल्याजवळ जे चांगलं असेल ते दुसऱ्याला द्यावं म्हणजे देव बक्षीस देतो आणि आपली मुलंबाळं खूपच चांगली होतात. खरोखर, आईवडील कसे असतात आणि ते मुलांवर कोणते संस्कार करतात यांवर बरंच काही अवलंबून असतं. वडील नेहमी आम्हां मुलांना सांगायचे, आपला हात कधी उताणा नसावा. याचा अर्थ आपण कधी कुणाकडून काही मागू नये. उलट आपला हात पालथा म्हणजे देण्याचा हात असू द्यावा. पण माझं लग्न ठरलं तेव्हा मात्र त्यांनी मला जवळ बोलावलं आणि म्हणाले, ''आज मला तुला काही तरी विशेष सांगायचं आहे. तू समाजकार्य करत आहेस, करणार आहेस. तेव्हा नेहमी हात उताणा ठेव. आपल्याला वाटत असतं, आपण समाजासाठी काम करतो आहोत म्हणजे लोकांना काहीतरी देतो आहोत. म्हणजे, तुम्ही देणार आणि समोरची व्यक्ती घेणार. असं भिकाऱ्यासारखं तुमच्याकडून घेऊन त्या उपकाराखाली दबून राहणं कुणालाच नको असतं. तुम्ही 'आपण देतो आहोत' असा दृष्टिकोन ठेवला तर तुमचा हात वर येणार ना, ते कुणाला आवडणार आहे? म्हणून तुमची मूठ उघडी ठेवा. जे जे द्यायचं आहे, ते समोर धरा. घेणारा स्वत:च्या आवडीप्रमाणे त्यातून घेईल. किती घ्यायचं, काय घ्यायचं ते समोरच्याला ठरवू द्या. देताना तुमचा स्वार्थ बघू नका.''

अभयने आणि मी, दोघांनीही आजवरच्या आयुष्यात पुष्कळ अडचणींना तोंड दिलं. पण आम्ही धैर्याने त्यांचा सामना केला. हे मी गर्वाने सांगत नाही, पण आता मला कळलेलं आहे, की मी मरणाला घाबरत नाही. गडचिरोलीच्या दारू व्यावसायिकांनी जेव्हा मला धमक्या दिल्या तेव्हा मी घाबरले नव्हते. कारण मला खात्री होती, की मी कधीच कुणाला दुखावलेलं नाही; तेव्हा माझ्या बाबतीत तसलं वाईट-साईट घडणार नाही. अभयला जेव्हा हृदयाचा त्रास झाला तेव्हाही मी शांत होते कारण मला आतून असं वाटत होतं, की काहीही विपरीत घडणार नाही आहे. मी जाणूनबुजून तर

कधीही कुणाला त्रास किंवा दु:ख दिलेलं नाही. आयुष्यात आपण चांगलं काम करत राहायचं म्हणजे चांगलीच फळं मिळतात.

अभयशी माझी वैद्यकीय महाविद्यालयात गाठ पडली. तो माझ्याच वर्गात शिकत होता. पुढे M.D. करायचं हे मी नक्की ठरवलं होतं. अभयची माझी ओळख झाल्यानंतर मला समजलं की, त्याला खेड्यात राहून काम करायचं आहे. त्याने मला हेन्री डेव्हिड थोरो, जॉर्ज वॉशिंग्टन कार्व्हर, महात्मा गांधी, विनोबा भावे यांची पुस्तकं वाचायला लावली आणि मी त्यांवर विचार करायला लागले. हा माझ्यासाठी मोठाच बदल होता कारण तोपर्यंत मी मासिकं आणि त्याच प्रकारचं हलकंफुलकं साहित्य वाचायची. पण आता मला दारिद्र्य, खादी अशा विषयांबद्दल कुतूहल वाटू लागलं आणि मला मिळालेल्या शिक्षणाचा जास्तीत जास्त चांगला उपयोग मी कसा करेन, याचा मी विचार करू लागले.

'वैद्यकीय ज्ञानाचा वापर समाजसेवेसाठी' या कल्पनेकडे मी आकर्षित झाले. एक कुशल डॉक्टर तर मी होतेच, पण अभयने माझ्या कारकिर्दीला योग्य दिशा दाखवली. सुरुवातीला मी खेड्यामध्ये काम करायला लागले, तो माझ्या जीवनातला मोठा परिवर्तनाचा काळ होता. अभयने त्याचे विचार किंवा म्हणणं माझ्यावर कधीच लादलं नाही. मी खादीच वापरावी किंवा त्याला पटणाऱ्या गोष्टी मीही अमलात आणाव्यात अशी अपेक्षाही ठेवली नाही. पण माझाच त्यावर गाढ विश्वास बसल्याने मी तशी वागू लागले. माझी नणंद पद्मजादीदी ही माझी जिवलग मैत्रीण. तिने आणि माझ्या सासूबाईंनी नेहमीच मला सामाजिक समस्यांवर बोलण्यासाठी प्रोत्साहन दिलं.

एके काळी मी सेवाग्राम वैद्यकीय महाविद्यालयात लेक्चरर म्हणून नोकरी करत होते. तेव्हा मला घरी यायला उशीर व्हायचा. पण माझ्या सासूबाई माझ्यासोबत जेवायसाठी थांबलेल्या असायच्या. इतकंच नाही, त्या अभयलाही थांबायला लावीत. 'तू एकट्याने का बरं आधी जेवून घ्यायचंस? फक्त पत्नीनेच पतिव्रता असायला पाहिजे असं नाही.' अशा एका तऱ्हेने आईने मुलाला 'पत्नीव्रत' व्हायला सांगणं ही विलक्षणच गोष्ट होती.

मुलांचे आई-बाप म्हणून आम्ही एखाद्या प्रश्नाकडे कसं पाहायचं हे आम्हांला अनुभवानेच कळलं. उदाहरणार्थ, अश्लील वाङ्मय किंवा संभोग क्रियेची वर्णनं वाचणं. एकदा आम्ही काय केलं, पुष्कळ लैंगिक दृश्यं आणि हिंसाचार असलेला एक सिनेमा घरी आणून, मुलांबरोबर बसून पाहिला आणि

मग त्याच्यावर चर्चा केली. समजा, आपल्या घरात असलं काही घडलं तर काय वाटेल तुम्हांला, असं मुलांना विचारलं. त्यांना जे समजायला पाहिजे ते अचूक समजलं. माझ्या मुलांच्या वागण्यात जेव्हा काही वावगं दिसतं, तेव्हा मला वाटतं, त्यांना दोष देण्यापेक्षा आई म्हणून त्यांना शिकवण्यात मी कुठं कमी पडले, हे पहिल्यांदा तपासून पाहण्याची गरज आहे. आपण नेहमी पाहतो की, मुलाला शिस्त लावताना आईवडील त्याला त्याची चूक सुधारण्याची संधी देण्याच्याऐवजी त्यालाच दोष देत राहतात. 'हे बघ, तुझं हे वागणं मला मुळीच आवडलेलं नाही. यावर विचार कर,' असं मुलाला क्वचितच सांगितलं जातं. काय बरोबर आहे आणि काय चूक आहे? याबद्दल तुला काय वाटतं? अशी मुलाबरोबर समोरासमोर चर्चा आईवडील सहसा करताना दिसत नाहीत.

गडचिरोलीसारख्या अनेक वर्षं दुर्लक्षित राहिलेल्या, मध्य भारतातल्या काही जिल्ह्यांतल्या खेड्यांतले युवक-युवती आता घरातून बाहेर पाऊल टाकत आहेत. त्यांना आता शिक्षण मिळत आहे, पण त्या शिक्षणाने त्यांच्या मूळच्या संस्कृतीशी त्यांची नाळ घट्ट होण्याऐवजी, त्यांचे मूळबंधच सैल होऊ लागले आहेत. विशेषत: टोळ्या करून राहणाऱ्या आदिवासींमध्ये हे स्पष्टपणे दिसून येतं. त्यांची जंगल आणि निसर्ग यांविषयी गाढ श्रद्धा असते. सगळ्यांनी वाटून खायचं, एकमेकांची काळजी घ्यायची, ही त्यांची खरी संस्कृती. त्यामुळे त्यांच्या समाजात भिकारी दिसत नाहीत. हुंड्याची पद्धत नाही. साठा करून ठेवत नाहीत, त्यामुळे चोरीची भीती नाही. त्यांची स्वच्छता, पारंपरिक पोशाख, उत्सव आणि नृत्य यांचा गावकऱ्यांना फार अभिमान वाटत असतो. नैसर्गिक साधनसंपत्तीचा वापर ते गरजेपुरता करतात, हाव सुटल्यासारखा करत नाहीत. त्यांच्या संस्कृतीतल्या या ज्या अंत:स्फूर्तीने आलेल्या गोष्टी आहेत त्या आधुनिक शिक्षणाच्या प्रभावामुळे उखडल्या जात आहेत. त्यांची जागा प्रसार माध्यमांमुळे फोफावलेली ग्राहक संस्कृती घेते आहे.

स्वातंत्र्य मिळून साठ वर्षं उलटली आहेत तरी अजूनही आपल्या देशाचे हे काही भाग वंचना आणि उपासमार यांतून बाहेर पडलेले नाहीत. इथले लोक फार भयानक परिस्थितीत जगलेले आहेत. जिवंत राहण्याकरता लागणाऱ्या प्राथमिक गोष्टींची चणचण हा त्यांना सतत छळणारा प्रश्न. पोटाला पुरेसं खायला न मिळाल्याचा परिणाम म्हणून 'दुसऱ्याचं हिसकावून घ्यायचं आणि खायचं' ही प्रवृत्तीच अनेक ग्रामीण कुटुंबांमध्ये तयार झालेली दिसते आणि

चैनीच्या वस्तू सतत बिनधास्त विकत घेण्यामुळे यात भरच पडते आहे. एक 'उपासमार संस्कृतीच' तयार झालेली आहे.

एखाद्याच्या हातात जरा कुठे पैसा आला, हुंड्यातून म्हणा किवा दुसऱ्या काही मार्गाने, तर तो लवकरात लवकर खर्चून टाकायचा, बऱ्याच दिवसांपासून हवा असलेला टी. व्ही., सोन्याचे दागिने, कपडे किंवा अशाच इतर वस्तूंवर. त्यांना वाटतं की, या वस्तूंमुळे त्यांचा सामाजिक स्तर उंचावेल आणि लोक त्यांना मान द्यायला लागतील. उद्या जेवायला मिळेल की नाही याचा काय भरवसा? आज मिळालंय ना, मग घ्या खाऊन, अशी वृत्ती. पण उद्यासाठी जास्तीचं घेऊन साठवून ठेवावं असा प्रयत्न नसतो. भविष्यासाठी गुंतवणूक करून ठेवावी, शिक्षण घ्यावं किंवा धंद्याचं कसब शिकून पुढच्या उदरनिर्वाहाची व्यवस्था करून ठेवावी या संकल्पनाच नाहीत. इतकंच काय, यांनी फारसं जग पाहिलेलं नसतं. आपल्या समस्या कोणत्या आहेत, त्यांवर काय तोडगा काढता येईल, यावर विचार करून त्या इतरांपुढे मांडायला त्यांना जमत नाही. हे सगळं, ग्रामीण माणसांच्या सक्षमीकरणात अडथळा ठरत आहे.

भारताच्या खेड्यापाड्यांतल्या युवकांनी 'स्वत:शी संवाद' करण्याचा जिवंत, रसरशीत अनुभवच घेतलेला नसतो. आपल्यामध्ये निर्मितीच्या कोणत्या क्षमता आहेत, ज्यांचा उपयोग करून आपण आपलं जीवनमान सुधारू शकतो हे शोधण्याचे मार्ग त्यांच्याकडे नाहीत. किंवा टीकात्मक आत्मपरीक्षण कसं करावं, त्यासाठी कसा विचार करावा हेही त्यांना कुणी शिकवलेलं नसतं. मुळात थोडंसं स्थैर्य आणि सुरक्षितता असेल तर या गोष्टी पुढे जाऊ शकतात. स्थिर, सुरक्षित वातावरणात माणूस विचार करायला शिकतो. स्वत:चे विचार, कल्पना व्यक्त करू शकतो आणि आत्मपरीक्षणही करू लागतो. या विचार-प्रक्रियेतूनच त्याची जीवनमूल्यं तयार होतात आणि तो आत्मसंयमनही करायला शिकतो. दुर्दैवाने माझ्या आरोग्य केंद्रामध्ये येणाऱ्या बहुसंख्य तरुण मुलींचा या प्रक्रियेशी कधी संबंधच आलेला नसतो. आणि त्यामुळे आपण जीवनातल्या कोणत्या महत्त्वाच्या गोष्टीला मुकलेल्या आहोत याची त्यांना जाणीवही नसते. तसं त्यांना कुणी कधी सांगितलेलं नसतं.

काम करता करता माझ्या असं लक्षात आलं की, आरोग्य शिक्षण हा तरुणांपर्यंत पोहोचण्याचा प्राथमिक मार्ग आहे. यामुळे त्यांच्या विश्वात प्रवेश करून, त्यांच्या समस्यांबद्दल बोलायला सुरुवात करता येईल. आपल्याला स्वत:च्या शरीराची तसंच आपल्या जोडीदाराच्या शरीराची माहिती असली

पाहिजे, याची काय गरज असते, लैंगिक क्रिया म्हणजे काय, त्यात काय काय अडचणी येऊ शकतात याविषयी या तरुणतरुणींमध्ये प्रचंड अज्ञान आहे. ही त्यांची सर्वांत मोठी समस्या आहे.

माझ्याकडे येणाऱ्या बऱ्याच तरुण जोडप्यांना शरीराची निरोगी अवस्था आणि आजारी असतानाचं शरीर यांत काय फरक असतो, हे समजत नाही. उदाहरणार्थ, एका तरुण विवाहितेला, तिच्या नवऱ्याला वृषण नाहीत हे ठाऊकच नव्हतं. त्याचा तो जन्मजात दोष होता. पण पुरुषाच्या शरीररचनेची माहिती नसल्यामुळे तिच्या ते लक्षातच आलं नाही. यांचं या पातळीपर्यंतचं अज्ञान, त्यात भर पडते सरकारी आरोग्य व्यवस्थेच्या अनास्थेची. समस्या वाढतच राहतात. माध्यमांनी निर्माण केलेल्या प्रतिमांचाही याबाबतीत काही उपयोग नसतो. इथे मला एक प्रसंग आठवतो. माझा मुलगा बारा वर्षांचा होता तेव्हा मला सांगत आला, 'मी श्रीमंताच्या मुलीशीच लग्न करणार.' हे ऐकून मला धक्काच बसला. वाटलं, त्याच्या मनात योग्य ती मूल्यं रुजवण्यात आपण अपयशी ठरलो की काय? मग मी त्याला विचारलं, की असं का म्हणतोस? तेव्हा मला कळलं, की ही कल्पना त्याच्या डोक्यात सिनेमा पाहण्यातून शिरलेली होती. कारण बऱ्याच सिनेमांमध्ये हिरॉईन ही श्रीमंताची मुलगी दाखवतात. मग मी त्याला याकडे कसं बघितलं पाहिजे हे शिकवण्याचा प्रयत्न केला.

पौगंडावस्थेतील मुलामुलींना शिक्षित करण्याच्या योजनांवर सरकारतर्फे एवढा खर्च केला जातो, पण कधी कुणी त्यांच्याशी नातेसंबंधांबद्दल बोलतं? इतरांबरोबर वाटून घेण्याचं महत्त्व, आईवडील आणि भावंडांबद्दलची आपली कर्तव्यं आणि जबाबदाऱ्या यांबद्दल त्यांना सांगण्यात येतं? जबाबदार पालकत्व म्हणजे काय हे त्यांच्याशी बोललं जातं? माझा अनुभव सांगतो, की तरुणांना अशा व्यक्तीची नितांत गरज असते, जिच्याशी ते मनमोकळेपणी बोलू शकतील. विश्वासाने आणि सरळ. आडून आडून नव्हे. (पाहा : प्रकरण पाचवे. अभिजित केस.) रोजच्यारोज रुग्णांशी बोलल्यामुळे माझे डोळे उघडले आहेत. आणि फक्त रोगाच्या बाबतीत बोलण्याच्या, डॉक्टरांच्या झापडे लावलेल्या दृष्टिकोनापासून माझी सुटका झाली आहे.

भारतामध्ये आपण आर्ट्स आणि सायन्स हे दोन अभेद्य असे वेगळे विभाग मानतो; पण प्रत्यक्षात हे दोन्ही प्रवाह एकमेकांत अनेक ठिकाणी मिसळत पुढे वाहत जात असतात. त्याचप्रमाणे पेशंटच्या शारीरिक रोगावर

चांगला इलाज करायचा असेल तर त्याचं किंवा तिचं मन समजून घेणं अत्यंत महत्त्वाचं असतं. डॉक्टर म्हणून आम्ही हे लक्षात ठेवलं पाहिजे की, आपण ज्यांच्यावर उपचार करतो आहोत ती माणसं आहेत, यंत्रं नाहीत. आपल्या आरोग्य सेवेमध्ये सामाजिक शास्त्रांकडे कल असलेले अनेक व्यावसायिक आहेत. त्यांना देशातले जे जुनाट हटवादी रोग आहेत, त्यांचा बीमोड करण्यासाठी त्यांच्या सामाजिक शास्त्रांमधील ज्ञानाचा नक्कीच वापर करता येईल. पण असं करण्यासाठी त्यांना कसला अडसर होत असेल? संरचनात्मक अडचण आहे, की लाल फितीचा अडथळा? आणि तो कसा दूर करता येईल, असं वाटत राहतं.

माझं निरीक्षण असं आहे की, खरी समस्या ही देणगीदारपुरस्कृत असे जे प्रकल्प राबवले जातात ना, त्यांमध्ये एकाच विशिष्ट रोगावर सगळं लक्ष केंद्रित केलेलं असतं, तोच सगळ्यात मोठा प्रश्न असं मानून त्यावरच उपायांचा भडिमार केला जातो. समस्येकडे स्थानिक लोकांच्या सर्वांगीण प्राथमिक आरोग्याच्या दृष्टीने न बघता एकांगी दृष्टिकोनातून बघितलं जातं हीच त्यातली त्रुटी आहे. अशा प्रकारचे उपचार करणं म्हणजे लाकूड मिळवता मिळवता झाडंच नाहीशी करण्यासारखं आहे. भारताला स्वातंत्र्य मिळालं. अगदी तेव्हापासून आम्ही एका निर्मूलनाकडून दुसऱ्या निर्मूलनाकडे झेपावत आलो आहोत. कुटुंबनियोजन, टी. बी., मलेरिया, कुष्ठरोग, अंधत्व, माता आणि बालक आरोग्य, कॅन्सर, जननेंद्रियाचे रोग, एड्स, लैंगिक शिक्षण, बालमृत्यू कमी करणं वगैरे. पण माणसांची आयुष्य अशी कप्प्याकप्प्यांनी बनलेली नसतात हो. त्यांना मूलभूत सर्वांगीण आरोग्य सेवेची आवश्यकता असते.

अशा प्रकारचा संकुचित दृष्टिकोन 'वंध्यत्व' या समस्येकडे पाहताना दिसून येतो. ग्रामीण भागात काम करत असताना, 'वंध्यत्व' ही मुख्य समस्या मला वारंवार सामोरी येत असते. मला पुन्हा पुन्हा जाणवलेलं आहे की, जोडपी या प्रश्नाचा किती गंभीरपणे पाठपुरावा करत असतात, पण आरोग्य व्यवस्थेकडून त्यांना कुठलाही पाठिंबा मिळत नाही. सरकारला फक्त बायांच्या फॅलोपियन ट्यूब्स (fallopian tubes) कापून टाकण्यात स्वारस्य आहे. ज्यांना मूल होऊ शकत नाही, अशा जोडप्यांसाठी कोणताही प्रकल्प राबवला जात नाही. कारण कुटुंबनियोजन कार्यक्रमाचा जो झपाटल्यासारखा प्रचार चाललेला आहे, त्यात ही समस्या येत नाही. पण वंध्यत्व ही मोठीच वैद्यकीय समस्या आहे, इतकंच नाही, तर त्याचे सामाजिक आणि आर्थिक परिणामही व्यापक आहेत. वंध्यत्व

आणि तद्‌जन्य इतर समस्या यांच्यावर उपाय करण्यासाठी सरकारी आरोग्यव्यवस्थेतर्फे एखादा प्रकल्प हाती घेण्याची गरज आहे. कारण शहरांमध्ये यासाठी काही अत्याधुनिक सोयी आहेत; पण खेड्यातली जनता तिथपर्यंत पोहोचू शकत नाही.

प्राथमिक आरोग्य केंद्रात वंध्यत्वाचे निदान करण्यासाठी प्राथमिक सोयी असण्याची गरज आहे. प्रशिक्षित प्रयोगशाळा तज्ज्ञांकडून पुरुषांची वीर्यतपासणी करता आली पाहिजे. आम्हांला अशा प्रकल्पांची गरज आहे, की ज्यांद्वारे पुरुषांना दारूपासून दूर ठेवण्याचा प्रयत्न केला जाईल, तसेच शरीरसंबंधाद्वारे पसरणाऱ्या गुप्तरोगांमुळे प्रजननक्षमतेवर कसा विपरीत परिणाम होतो, ते त्यांना पटवले जाईल. पण कुठे आहेत असे समुपदेशनाचे प्रकल्प, कुठे आहेत तसे प्रयोगशाळा तज्ज्ञ आणि वीर्यतपासणी करणारे डॉक्टर्स? नवी दिल्ली इथे असलेली All India Institute of Medical Sciences यासारख्या मोठ्या शहरांतल्या संस्थांमध्ये वंध्यत्वचिकित्सा आणि उपचार केले जात असले, तरी ग्रामीण भागातल्या त्याच प्रश्नाकडे ते ढुंकूनही पाहायला तयार नसतात.

आरोग्य शिक्षण दिलं पाहिजे, दिलं पाहिजे असं आम्ही म्हणत असतो. पण कोण घेणार त्याच्या प्रचाराची जबाबदारी? कसं करणार आहोत आपण ते? लोकांचा विश्वास कसा मिळवणार आहोत? लोकांनी का बदलावं? या सगळ्या प्रश्नांची उत्तरं देण्याची जबाबदारी आपणा सर्वांची आहे. उदाहरणार्थ, स्त्रियांमध्ये आलेलं वंध्यत्व हे पुष्कळदा, वारंवार करण्यात आलेल्या गर्भपातांचा परिणाम म्हणून आलेलं असतं. माझ्या दवाखान्यात येणाऱ्या बऱ्याच विवाहित आणि अविवाहित स्त्रिया, गर्भपात करून घेऊ इच्छीत असतात. त्याचे कोणते दूरगामी, विपरीत परिणाम आपल्या शरीरावर होतील याचा त्यांनी अजिबात विचार केलेला नसतो. यासाठीच पौगंडावस्थेतील मुलामुलींना लैंगिक शिक्षण देण्याचा प्रकल्प असला पाहिजे. त्यामध्ये मुलांना आणि मुलींना कोणत्या गरजा असतात याच्या वेगवेगळ्या आणि एकत्र अशा चर्चा घडवून आणल्या पाहिजेत. ही तातडीची गरज आहे.

आपल्या 'प्रजनन आरोग्य प्रकल्पा'त पौगंडावस्थेतील मुला-मुलींचे आरोग्य शिक्षण अंतर्भूतच केलेलं नाही. आपल्याला व्यापक प्रमाणात अशा समस्यांबाबत जाणीव जागृती केली पाहिजे, म्हणजे त्या वेळीच लक्षात येतील. पण दुर्दैवाने आमच्या इथे आरोग्य शिक्षणाचे जे काही थोडे प्रयत्न होतात ते एचआयव्ही - एड्स आणि निरोध वाटप इथेच रेंगाळतात. शाळेमध्ये आम्ही

पदार्थविज्ञान, रसायनशास्त्र, गणित अशा विषयांना खूप महत्त्व देतो पण मुलांच्या जीवनावर प्रत्यक्ष परिणाम करणाऱ्या प्रश्नांचं काय? उदाहरणार्थ, 'लिंग-विषयक जागरूकता' याबद्दल आपण आपल्या शैक्षणिक प्रकल्पात बरंच काही बोलत असतो, पण तो विषय समाविष्ट करण्याचे विशेष प्रयत्न होताना दिसत नाहीत.

माझी एक रुग्ण होती २५ वर्षांची. तिचं नाव मनीषा. तिचं उदाहरण सांगून मी 'लिंगविषयक जागरूकता' याबद्दल समजावून सांगण्याचा प्रयत्न करते. ती आणि तिचा नवरा दोघेही अशिक्षित शेतकरी. ती माझ्याकडे तपासणी करून घेण्यासाठी आली, तेव्हा चार महिन्यांची गर्भवती होती. तिला आधीची दोन मुलं होती. आठ वर्षांची मुलगी आणि दोन वर्षांचा मुलगा. त्यानंतर ती पुन्हा दवाखान्यात आलीच नाही. एक वर्षानंतर जेव्हा आमच्या समाजसेविकेने चौकशी केली तेव्हा कळलं, की तिला जुळं झालं होतं. पहिल्यांदा मुलगी जन्मली. तोपर्यंत बाई घरीच होती. दुसरं मूल बाहेर येईना, तेव्हा गडचिरोली शहरातल्या जिल्हा रुग्णालयामध्ये हलवलं. तिथे तिने मुलाला जन्म दिला. जन्माचे वेळी दोन्ही मुलं छान सुदृढ होती. वजन प्रत्येकी दोन किलो. पण दोन महिन्यांनी त्यांतली मुलगी मरण पावली. हे कसं काय घडलं, असं विचारलं तेव्हा मनीषाने थंडपणे सांगितलं की, तिने मुलीला दूध पाजलं नाही. ती सुकून सुकून मरून गेली! आईला मुलगी नको होती. ह्या घटनेनंतर तिने कुटुंबनियोजन शस्त्रक्रिया करून घेतली. म्हणजे बघा, या बाईने स्वत:च्या मुलीला मारून टाकलं. अंगावर शहारे आणणारी घटना आहे. मनीषा 'मुलगी नको' याबद्दल किती दुराग्रही होती, हेसुद्धा या घटनेवरून दिसून येतं. हाच दृढनिश्चय एखाद्या चांगल्या गोष्टीसाठी का वापरता येऊ नये?

बाया मला नेहमी सांगत असतात की, घरात त्यांच्या म्हणण्याला काही किंमत नही. सासूसासऱ्यांच्या जाचक बंधनातच त्यांना वागावं लागतं. मी त्यांना सांगते, ''फॅशन करायची वेळ येते, तेव्हा तुमच्या मनासारखं करता, मग इतर बाबतींतही तुमचे विचार का मांडत नाही तुम्ही? शिकून काय उपयोग आहे? शिक्षण निव्वळ चांगला नवरा मिळण्यासाठीच का?'' बायकांनी ठामपणे सांगायला पाहिजे, 'नाही. मी असं करणार नाही आणि तुम्हांलाही करू देणार नाही.'

एखाद्या प्रश्नाकडे सरळसोट पाहण्यातली समस्या अशी असते की, केवळ एकाच दृष्टीने तुम्ही त्याकडे पाहता आणि त्याच्याशी संलग्न असणारे इतर

अनेक छोटे-मोठे दुवे दुर्लक्षित राहतात. जर एखादी व्यवस्था सर्वंकषपणे नीट चालायची असेल, तर अशा सर्वच लहानमोठ्या प्रश्नांवरती काम होणं गरजेचं असतं. आरोग्य शिक्षण आणि स्थानिक समाजासाठी आवश्यक असणारी सर्व-समावेशक अशी आरोग्य सेवा यांच्याबरोबरच उत्तम आर्थिक व्यवस्थापनसुद्धा गरजेचं आहे. रोगनिवारणासाठी अचूक असंच औषध देणं जितकं आवश्यक आहे, तितकंच त्या औषधाच्या किमतीचाही विचार होणं गरजेचं आहे. आता उदाहरणार्थ, श्वेतप्रदर (पांढरा स्राव जाणे) ही ग्रामीण स्त्रियांमध्ये सर्रास आढळणारी तक्रार. याचा इलाज करण्यासाठी स्वस्त आणि उपयुक्त अशा गोळ्या प्राथमिक आरोग्य केंद्रात उपलब्ध करून दिल्या पाहिजेत.

आता सार्वजनिक आरोग्य व्यवस्थेचा रचनाबंध खालपासून वरपर्यंत मजबूत करण्याचा प्रयत्न सरकारने सुरू केला आहे. अगदी गावातील प्राथमिक आरोग्य केंद्रापासून जिल्हा रुग्णालयापर्यंत, सगळीकडे आवश्यक त्या सोयीसुविधा आणि साधनसामग्री उपलब्ध करून देण्याचा प्रयत्न केला जात आहे. पण तेवढं पुरेसं नाही. प्रशिक्षित, सेवाहेतूने प्रेरित आणि संवेदनशील वैद्यकीय व्यावसायिकांची कमतरता हा गंभीर प्रश्न झालेला आहे. तो सोडवला जात नाही तोपर्यंत इतर साध्य केलेल्या गोष्टी व्यर्थ जात राहणार. या ठिकाणचे डॉक्टर हे माणूसपणा नसलेल्या रोबोसारखे होत चालले आहेत. पेशंटकडून पैसा उकळून त्यांचा छळ करणं, स्वत:च्या खाजगी दवाखान्यात बोलवून नंतरच उपचार करणं ह्या गोष्टींवरून आमच्या या व्यवसायातून माणुसकी नष्ट झाल्याचंच स्पष्ट होतं. वैद्यकीय शिक्षण घेतलेले डॉक्टर समाजाचं देणं लागतात आणि त्याकरताच त्यांना पगारही मिळत असतो. आपल्या सार्वजनिक आरोग्यसंस्था लवचीक झाल्या पाहिजेत. ज्यांना खर्च परवडत नाही, अशांनासुद्धा संपूर्ण उपचार करून घेता आले पाहिजेत.

सध्या स्त्रियांच्या आरोग्यासाठी प्रकल्प राबवले जात आहेत; पण त्यांत केवळ गर्भवती आणि नुकत्याच माता झालेल्या स्त्रियांचं आरोग्य, कुटुंब नियोजन यांचाच फक्त समावेश आहे. प्रत्यक्षात बालपण ते वृद्धत्व अशा संपूर्ण जीवनभरातही त्यांना आरोग्यसेवेची गरज असते. स्त्रियांच्या अनेक समस्या अशा आहेत, की ज्यांची कधीच दखल घेतली जात नाही. उपचार दूरच.

आम्ही मागे स्त्री आरोग्याबद्दलचा एक शोधअभ्यास केला होता. १९८८ च्या ब्रिटिश मेडिकल जर्नल 'द लॅन्सेट'मध्ये तो प्रसिद्ध झाला. अशा प्रकारचा तो पहिलाच सामाजिक अभ्यास होता. त्यातून असं निरीक्षण पुढे आलं की,

पाहणी केलेल्या स्त्रियांपैकी ९२ टक्के ग्रामीण स्त्रियांना गर्भाशय, गर्भधारणा, मासिक पाळी वगैरेचे विकार होते आणि त्यांतल्या बहुसंख्य जणींवर कधी उपचारच केले गेले नव्हते. या अभ्यासातून ग्रामीण स्त्रियांची अशी एक तातडीची गरज पुढे आली, जी आजवर उपेक्षित होती.

या अभ्यासासाठी एकूण ६५० स्त्रियांची तपासणी करण्यात आली. यात सर्व वयोगटांतल्या स्त्रिया होत्या. नुकत्याच वयात आलेल्या मुलींपासून ते ज्यांचे विटाळ जाऊन काही वर्षे झालेली आहेत अशा ज्येष्ठ स्त्रियांपर्यंत. यांतील ८८ स्त्रिया अविवाहित होत्या. ६५० पैकी निम्म्या स्त्रियांना योनिमार्गात जंतुसंसर्ग झालेला होता. पण त्यांतल्या फक्त ७.८ टक्के स्त्रियांनीच यासाठी वैद्यकीय सल्ला घेतलेला होता. अविवाहित मुलींपैकी ४८ टक्के मुलींनी संभोगाचा अनुभव घेतलेला होता. १९९४ च्या कैरो परिषदेत या अभ्यासाची प्रामुख्याने दखल घेण्यात आली. सार्वजनिक आरोग्य क्षेत्राच्या जागतिक नकाशावर, 'प्रजनन आरोग्य' हा विषय येण्याच्या दृष्टीने, या अभ्यासामुळे मूलभूत आणि मौलिक काम केलेलं होतं. जगातील अनेक देशांच्या सरकारांनी 'प्रजननविषयक आरोग्य धोरण' त्यावेळेला मान्य केलं. यांत अर्थातच भारतही होता. पण ते बरंचसं अजूनही कागदावरच राहिलेलं आहे. या अभ्यासात आम्ही मासिक पाळी सुरू होण्यापासून संपेपर्यंत अशा कालखंडावर लक्ष केंद्रित केलं होतं. पण अनुभवाने माझं असं मत झालेलं आहे की, स्त्रीच्या प्रजनन आरोग्यासाठी तिच्या जन्मापासूनच तिच्याकडे लक्ष दिलं गेलं पाहिजे. कधी कधी जन्मत:च तिच्या जननेंद्रियात काही दोष किंवा कमतरता असू शकते आणि ती वर्षानुवर्षं इलाजाविना तशीच राहते. असे पेशंट मग नाइलाजाने वैदू किंवा भोंदू डॉक्टर यांच्याकडे जातात, कारण आपल्या आरोग्य व्यवस्थेमध्ये अशा केसेसचा विचारच केलेला नसतो.

अशीच एक स्त्री तिच्या आठ महिन्यांच्या मुलीला घेऊन माझ्याकडे आली होती. तिच्या मुलीला योनीचं भोकच नव्हतं. तो भाग पूर्ण बंद होता. मात्र लघवी बाहेर येण्यासाठी मार्ग मोकळा होता. मी त्या बाईला सांगितलं, की ती मुलगी थोडी मोठी होऊ दे. साधारण मासिक पाळी सुरू होण्याच्या वयात आली, की हे जन्मजात व्यंग दूर करण्याठी शस्त्रक्रिया करता येईल. त्या आईच्या निरीक्षणाचं मला कौतुक वाटलं. याही गोष्टीचं बरं वाटलं की, तिने तिच्या मुलीला एखाद्या मांत्रिकाला किंवा भोंदू वैद्याला दाखवलं नाही. त्याने तर तिला इजादेखील करून ठेवली असती.

ज्या स्त्रियांच्यामध्ये असे जन्मजात दोष असतात त्या आरोग्य व्यवस्थेच्या कक्षेत येऊ शकत नाहीत कारण त्यांना गर्भही राहण्याची शक्यता नसते आणि कुटुंब नियोजनाची गरजही नसते.

तर अशा या मुलीच्या केसप्रमाणे इतर अनेक प्रकरणांचा अभ्यास करून त्यांचा या पुस्तकात समावेश केला आहे, कारण अशा घटना हा वैश्विक मानवी अनुभवाचा भाग आहे. जगात कुठेही वास्तव्य करणाऱ्या माणसांच्या बाबतीत हे घडू शकते. या पुस्तकाचा उद्देश सुरस आणि चमत्कारिक कथा सांगण्याचा नाही. कुणाही सर्वसामान्य माणसाच्या बाबतीत हे घडू शकतं हे लक्षात घेऊन वाचकांनी स्वत:च्या जीवनाशी, त्यातल्या अनुभवांशी ताडून पाहणं इथे अपेक्षित आहे. अशा गोष्टी एकमेकांना सांगण्या-ऐकण्यातूनच मनुष्याला परिवर्तनाची प्रेरणा मिळत असते. या केसेसेचा अभ्यास करताना या माणसांचे जीवनानुभव मी माझ्या अनुभवांशी ताडून पाहू शकले. माझ्या कुटुंबाच्या, समाजाच्या अनुभवांशी जोडून पाहिले आणि मग माझ्या लक्षात आलं की, आपल्या परिघामध्ये आपण कशाप्रकारे परिवर्तनाचा दूत होऊ शकतो.

रवींद्रनाथ टागोरांची एक कविता आहे. त्यात अशी कथा येते की, एक दिवस सूर्य पृथ्वीवर वैतागला आणि त्याने आपला प्रकाशच काढून घेतला. झालं! सगळीकडे अंधारच अंधार पसरला. मग पृथ्वीने चंद्राची मदत मागितली. तो म्हणाला, ''सूर्य तर सर्वांचा पिता. चराचराचा निर्माता. मी त्याची जागा कशी घेऊ शकणार?'' ताऱ्यांना विचारलं. त्यांनीही माना खाली घातल्या. म्हणाले, ''हे काम करणं आम्हांला अशक्य आहे.'' ग्रहांनाही हे काम करता येण्यासारखं नव्हतं. तेही बिचारे गप्पच बसले. मग पृथ्वी एका छोट्या दिव्याकडे गेली. म्हणाली, ''दिव्या दिव्या, सूर्य माझ्यावर रुसला आहे. आज तो काही प्रकाश देत नाही. तू मला मदत करतोस का?'' यावर दिव्याने उत्तर दिलं, ''पृथ्वीमाते, सूर्य प्रचंड आहे. महान आहे. मी त्याची जागा घेऊ शकणार नाही. पण मला जे करणं शक्य आहे, ते मी नक्कीच करतो.''

ही कविता अत्यंत प्रेरणादायक आहे. त्यातून असा बोध मिळतो की, जेवढं करणं शक्य आहे, तेवढं चांगलं काम करायला माणसाने सुरुवात करावी. भले ते लहान प्रमाणात का असेना. मग एकाकडून दुसरा माणूस स्फूर्ती घेतोच.

**

प्रकरण दुसरे

गडचिरोली जिल्हा – एक आढावा

सामान्यत: गडचिरोली जिल्हा म्हणजे नक्षलवादाने ग्रासलेला, मागासलेला आदिवासी टोळ्यांचा भाग, अशी लोकांची कल्पना असते. त्यामुळे लोक सहसा इकडे फिरकायचा विचार करत नाहीत. दुसरीकडे इथले रहिवासी, खास करून आदिवासी लोक असं समजतात की, शहर म्हणजे भयंकर. धोकादायक. त्यामुळे ते वैद्यकीय सेवा घेण्यासाठी सुद्धा जिल्हा ओलांडून नागपूरपर्यंतही जायला तयार नसतात. अशा प्रकारे बाहेरच्या लोकांचे समज-गैरसमज आणि इथल्या स्थानिक लोकांचे बाहेरच्यांबद्दलचे समज-गैरसमज यांचा सगळा घोटाळा झालेला आहे. त्यात लोकप्रिय माध्यमं आणि स्वस्तातल्या व्हीडीओ सीडी (किंवा डीव्हीडी) बघून गडचिरोली जिल्ह्यातल्या लोकांच्या मनात शहरी भारत म्हणजे उथळ, हीन अभिरुचीचा आणि विध्वंसक अशी प्रतिमा तयार झाली आहे.

मध्य भारताच्या पठारी प्रदेशावर, महाराष्ट्राच्या पूर्वेच्या टोकावर गडचिरोली जिल्हा वसलेला आहे. त्याच्या पूर्वेस नव्याने घोषित झालेले छत्तीसगढ राज्य तर दक्षिणेस आंध्र प्रदेश आहे. पश्चिमेकडे महाराष्ट्रातला चंद्रपूर जिल्हा आहे. नागपूरच्या पूर्वेस एकशेऐंशी किलोमीटर्सवर असलेल्या गडचिरोली शहरातून (साडेतीन तासांचा रस्ता) जिल्ह्याचा सरकारी कारभार चालतो. दूरवर पसरलेल्या या जिल्ह्यातील इतर ठिकाणी पोचण्यास फारच वेळ लागतो. जिल्ह्याच्या पश्चिम सीमेवर, उत्तरेकडून दक्षिणेकडे वैनगंगा नदी वाहते. म्हणजेच गडचिरोली आणि चंद्रपूर जिल्ह्यांच्या मधून ही नदी वाहत जाते.

या भागात पूर्वीपासून आदिवासी टोळ्यांची वस्ती आहे. मध्य भारता-

मधला मोठा अर्धवर्तुळाकार आदिवासी पट्टा तो हाच. महाराष्ट्रातले चंद्रपूर आणि गडचिरोली जिल्हे, त्याला लागून असलेले छत्तीसगढ हे राज्य, मग मध्य प्रदेशातलं सुप्रसिद्ध बस्तर, त्यानंतर ओडिशाचा काही भाग आणि मग दक्षिणेकडे आंध्र प्रदेशाचा काही भाग. रामायण आणि महाभारतात वर्णन केलेलं दंडकारण्य म्हणजे हेच. हा सगळा आदिवासी टापू निसर्ग सौंदर्य आणि विपुल खनिज संपत्ती यांसाठी ओळखला जातो. फळांचे रस काढून विकण्याचा व्यवसाय करणारे आणि कागद उद्योगातले कंत्राटदार यांनी इथल्या हिरवाईची भरपूर लूट केली असली तरी बांबूची घनदाट जंगलं आपलं अस्तित्व टिकवून आहेत. यामुळे इथली व्यापक जैव विविधता वैशिष्ट्यपूर्ण आहे. गडचिरोलीला लागून असलेल्या बस्तरसारख्या काही भागात आजही भारतातली काही नैसर्गिक घनदाट अरण्यं शाबूत आहेत.

१९८२ मध्ये चंद्रपूर जिल्ह्याचा काही भाग हा गडचिरोली जिल्हा म्हणून वेगळा काढण्यात आला. हा निर्णय राज्यकारभाराच्या सोयीसाठी घेण्यात आला. कारण आंध्रप्रदेशात उद्भवलेली नक्षलवादी चळवळ या आदिवासी जंगलभागात सरकून चांगलीच मूळ धरू लागली होती. गडचिरोलीचे माजी पोलीस कमिशनर श्री. राजवर्धन सांगतात, 'नक्षलवाद्यांना अधिक परिणामकारकपणे हाताळता यावं, यासाठी गडचिरोली जिल्हा वेगळा करण्यात आला.'

गडचिरोलीला आदिवासीबहुल भाग असं जरी म्हटलं जात असलं आणि राज्यसभेच्या तीन जागा या आदिवासी उमेदवारांसाठी राखीव ठेवलेल्या असल्या तरी आजमितीस गडचिरोली जिल्ह्याच्या लोकसंख्येपैकी ६१ टक्के जनता ही बिगर आदिवासी आहे. एकेकाळी गोंड आदिवासी समाज इथे बहुसंख्य होता. इथले स्थानिक गोंड पुढारी सांगतात की, त्यावेळी जंगल खूपच दाट होतं आणि छोटी छोटी गावं अशी तुटक तुटक विरळपणे वसलेली होती. नवीन येणाऱ्या लोकांना खूप जागा मिळायची आणि कोणताही झगडा न करता ते इथे स्थायिक व्हायचे. मोगलांच्या काळात इथे बाहेरचे लोक यायला सुरुवात झाली. दख्खनच्या पठाराकडे जाताना ते इथून जाऊ लागले आणि त्यांतले काही इथे स्थिरावले. इथून व्यापार करू लागले. त्यांची संख्या जशी वाढायला लागली तसतसे गोंड आदिवासी अधिकाधिक दाट जंगलात शिरून राहू लागले आणि आज त्यांची वस्ती मुख्यत: गडचिरोली जिल्ह्याच्या पूर्वभागात असल्याचं दिसून येतं. बिगर आदिवासींपैकी शेतीशी संलग्न

असलेल्या जमाती म्हणजे तेली, कुणबी, माळी यांचं इथे आधिक्य असून, जिल्ह्याच्या पश्चिमेकडे, वैनगंगा नदीच्या सुपीक खोऱ्यात ते स्थिरावले आहेत. दलितांची वस्तीपण येथे बरीच आहे. त्यामध्ये महार किंवा नवबौद्ध बहुसंख्येने आढळतात. जिल्ह्याच्या दक्षिण भागात तेलुगू बोलणारे हिंदू लोक, आंध्रमधून स्थलांतर करून आलेले आहेत.

ब्रिटिश राजवटीत या ठिकाणी भूसंपादन कायदा लादण्यात आला, तो इथली लाकूड संपत्तीने गच्च भरलेली जंगलं पद्धतशीरपणे रिकामी करून, रेल्वेमार्ग बांधण्यासाठीच. इथला मुबलक खनिजांचा नैसर्गिक साठा, कोळसा, मँगेनीज हे सगळं उद्योगधंदे आणि कारखान्यांसाठी वापरलं गेलं. मध्य भारतातल्या आदिवासी भागात अनेक ठिकाणी आपले तीरकमठे आणि भाले सरसावून गोंड जनतेने ही कत्तल थांबवण्याचा प्रयत्न केला, असं इतिहासकार सांगतात. पण ब्रिटिशांच्या शक्तिशाली आधुनिक शस्त्रांपुढे त्यांचं काही चाललं नाही. स्थलांतरितांच्या लाटांवर लाटा येऊन धडकू लागल्या. स्वातंत्र्यप्राप्तीनंतर रस्ते तयार झाले. कोळसा खाण उद्योग, जंगल संपत्तीवर आधारित इतर उद्योगधंदे यांना उधाण आलं आणि दिवसेंदिवस बाहेरून इथे येऊन राहणाऱ्यांची संख्या वाढत गेली. या सगळ्याचा परिणाम म्हणून आदिवासींचा हा भूप्रदेश बऱ्यापैकी परक्यांचा प्रदेश होऊन गेला.

आदिवासींच्या जमिनी बिगर आदिवासींना देण्यामध्ये भारत सरकारचा मोठा वाटा आहे. 'दंडकारण्य शरणागत पुनर्वसन योजने'अंतर्गत, १९४७ साली फाळणीच्या वेळेला पाकिस्तानातून आलेले हिंदू निर्वासित, पुढे बांगला देशातून दारिद्र्य आणि अत्याचाराने पीडित होऊन आलेले निर्वासित या सगळ्यांना मध्यप्रदेशातल्या आदिवासी भागात वस्ती करायला पाठवण्यात आलं. (१९७०) गोंड नेते हिरामणजी वरखेडे सांगतात, की सुरुवातीला दीडशे कुटुंबं आली. त्यांचं दोनशे लहान गावांमध्ये पुनर्वसन करण्यात आलं. प्रत्येक कुटुंबास पाच एकर जमीन देण्यात आली. त्यांची संख्या वाढत राहिली आणि २००४च्या निवडणुकीच्या वेळी इथली लोकसंख्या होती आठ लाख. त्यातले दीड लाख नोंदणीकृत मतदार होते.

वरवर पाहता असं वाटतं की, इथे भूमिहीन आदिवासी नसतील; पण 'जमिनीची मालकी' आजही अनिश्चितच आहे. बिगर आदिवासी लोकांनी जमिनीची कागदपत्रं स्वत:च्या नावावर करून घेतलेली आहेत. त्यामुळे त्यांचे मालकी हक्क निश्चित झालेले आहेत. पण आदिवासी हे पिढ्यान् पिढ्या ही

जमीन कसत आले असले तरी त्यांच्या मनात अजून 'समाजाची किंवा टोळीची संयुक्त मालकी' हीच संकल्पना आहे. त्यामुळे वैयक्तिक जमीन मालकीचा कोणताही अधिकृत पुरावा त्यांच्यापाशी नसतो. आता जंगलाचे नवीन कायदे करण्यात आले आहेत. त्यांद्वारे आदिवासींना 'राखीव' जंगल भागात प्रवेश करण्यास बंदी आहे. त्यामुळे त्यांच्या अस्तित्वालाच धक्का बसलेला आहे. त्यांच्या सगळ्या गरजा भागवणारं जंगल हे त्यांना आपलंच आहे असं वाटत होतं. त्यामुळे अनेक आदिवासी खेडी ही जिल्हा प्रशासन आणि वन अधिकाऱ्यांशी सतत भांडत आली आहेत. सरकारच्या राखीव जंगलाच्या सीमा ठरवताना या अधिकाऱ्यांनी जमिनीची पारंपरिक सामुदायिक मालकी आणि आदिवासींचे वहिवाटीचे हक्क लक्षात घेतलेले नाहीत.

अशा रितीने आदिवासींच्या जमीन वापरावर बंधनं आणल्यामुळे आणि त्यांच्या जंगलातल्या मुक्त वावरावर मर्यादा घातल्यामुळे गोंडांच्या जगण्यावर आणि संस्कृतीवर विपरीत परिणाम झालेला आहे. काही शिकलेल्या गोंड जमातीच्या लोकांचं असं मत आहे की, आर्थिक उन्नतीचा प्रयत्न आणि इतर समाजाशी होणारी तुलना यांमुळे समाजाच्या 'मुख्य प्रवाहा'त मिसळण्याची आदिवासींची धडपड सुरू झालेली आहे. हिंदूंच्या देवता आणि उत्सव हे आता त्यांचेही होऊ लागले आहेत. उदाहरणार्थ, गणेशोत्सव. त्यांच्या जीवनशैलीतही बदल दिसून येत आहेत. इतर नागरी वस्तीजवळ राहणाऱ्या आदिवासींमध्ये क्रिकेट खेळणं, लग्नात हुंडा देणं आणि घेणं, पॉलिस्टरच्या साड्या नेसणं अशा गोष्टी सर्रास सुरू झाल्या आहेत. शिक्षणामुळे आदिवासी संस्कृती उखडून टाकण्याचं काम पद्धतशीरपणे चालू आहे. सरकारच्या वनवासी विकास विभागातर्फे चालवल्या जाणाऱ्या 'आश्रमशाळा' म्हणजे आदिवासी मुलामुलींसाठी निवासी शाळा असतात. या सरकार चालवतं किंवा सरकारकडून अनुदान घेऊन खाजगी संस्था चालवतात. पण या ठिकाणी या गोंड जमातीच्या मुलांची भाषा, त्यांची संस्कृती जपून ठेवण्याचे कोणतेही प्रयत्न केले जात नाहीत.

आदिवासींमधला बहुतेक शिक्षित समाज हा या आश्रमशाळांमध्ये शिकून आलेला आहे. आदिवासी संस्कृती आणि जीवनपद्धती घेऊन मुख्य प्रवाहात स्थलांतरित झालेला तरुणांचा एक गट असं म्हणता येईल त्याला. शिक्षणामुळे त्यांच्यात एक नवा उच्च वर्ग निर्माण झालेला आहे आणि तो आदिवासी समाजाला खालच्या दर्जाचा समजू लागला आहे. मध्यमवर्गीय मूल्ये मानणाऱ्या

शहरवासियांसारखे हे तरुण वागू लागले आहेत. हे सगळे शुद्ध, स्पष्ट भाषा बोलणारे असून त्यांच्यातून नवं नेतृत्व निर्माण होत आहे.

भटक्या विमुक्त जमातींसाठी असलेल्या राखीव कोट्यातून त्यांना सरकारी नोकऱ्या मिळतात; त्यामुळे त्यांचा वावर बिगर आदिवासी लोकांमध्ये होऊ लागतो आणि ते त्यांच्यात मिसळून जातात. जे मिसळत नाहीत ते आदिवासींमध्येच राहतात पण एक नवा दृष्टिकोन घेऊन जगतात. गडचिरोली हा अधिकृतपणे आदिवासी भाग म्हणून ओळखला जातो. इथे मी अगोदर सांगितल्याप्रमाणे विधानसभेवर तीन सदस्य निवडले जातात ते भटक्या विमुक्त जातीचेच. पण प्रत्यक्षात इथे सत्तेचा वेगळाच खेळ दिसून येतो. तेली, कुणबी, माळी अशा मध्यमवर्गीय जमातींचं इथे बऱ्यापैकी प्राबल्य आहे. आणि कुठली जात आपल्या जवळची आहे किंवा कुठल्या जमातीच्या जवळ राहणं आपल्याला सुरक्षित आणि सोयिस्कर आहे यावरून लोक कुणाला मत द्यायचं ते ठरवतात. राजकारणी हे जातीचा वापर करून मोठे होतात. बिगर आदिवासींच्या कामांना ते प्राधान्य देतात, कारण त्यांच्या पाठिंब्याशिवाय निवडून येणं शक्य नसतं. याचा परिणाम असा होतो की, आदिवासींच्या मागण्या मागे पडतात. त्यांचे प्रश्न धसास लावले जात नाहीत. निवडून आलेले पुढारी रेल्वेमार्ग, पाणीपुरवठा, रस्ते, कारखाने असे मुद्दे पुढे रेटतात. पण वनसंरक्षण, राखीव जंगल भागावरचा आदिवासींचा हक्क इकडे त्यांचं लक्ष जात नाही. त्यामुळे गोंडांच्या प्रमुख समस्या दुर्लक्षितच राहिल्या आहेत.

नैसर्गिक बिनकष्टांची शेती म्हणजेच पावसाळ्यातली भातशेती यावर आदिवासी प्रामुख्याने गुजराण करतात. ते काही कडधान्यं आणि बाजरीही पिकवतात. सेंद्रिय किंवा नैसर्गिक पद्धतीच्या शेतीतून त्यांना बऱ्यापैकी उत्पादन मिळतं. अर्थात इतर ठिकाणी होणाऱ्या योजनाबद्ध सेंद्रिय शेतीपेक्षा हे उत्पादन कमीच असतं. कारण भौगोलिक परिस्थिती, मेहनत आणि पैसा हे सगळंच त्यामानाने अपुरं पडतं. पण मोहाची फुलं, तेंदूची पानं, सरपणाची लाकडं अशा वस्तू जंगलातून गोळा करून, त्या विकून त्यावर आदिवासी पोट भरत असतात. त्याशिवाय सरकारच्या रोजगार हमी योजनेखाली बांधकामावर मजूर म्हणूनही काहीजण काम करतात. काहीजण खासगी ठेकेदारांसाठी तेंदूची पानं गोळा करणं किंवा कागद उद्योगासाठी बांबूची तोड करणं यातून पैसे मिळवतात. पण असं असलं, तरी दैनंदिन गरजांसाठी आदिवासी जंगलावरच अवलंबून असतात. त्यांची घरं जंगलातल्या लाकडाने आणि बांबूंनीच बांधली

जातात. जंगलात सापडणाऱ्या वस्तूंची देवघेव हा त्यांच्या आर्थिक व्यवस्थेचा मोठा भाग आहे. पण ही देवघेव आपापसांतच चालते. बाहेरच्या लोकांशी आर्थिक व्यवहार ते सहसा करू इच्छीत नाहीत, पण आता हे चित्र बदलत चाललं आहे. जंगलातल्या झाडांपासून मिळणाऱ्या उत्पादनांचा औषधांसाठी, खाण्यासाठी आणि इतर उपयोगांसाठी सृजनशील वापर हा आश्चर्यकारक रितीने वाढतो आहे, अधिकाधिक व्यापक होतो आहे.

गडचिरोलीच्या आदिवासी गोंड समाजामध्ये 'माडिया गोंड' या जमातीचे लोक बहुसंख्येने आहेत. राजगोंड (राज्यकर्त्यांची जमात) आणि प्रधान गोंड या सामाजिक उतरंडीमध्ये सर्वांत खाली येतात. एका विशिष्ट गोंड खेड्यात दोन किंवा तीन मोठी कुटुंबे असतात. 'पाडा', 'कोडप' किंवा 'तोफा' अशा आडनावांची. तशी गोंड जमात ही समतावादी असल्याने त्यांच्यात जातिव्यवस्था नाही; पण त्यांच्या टोळीतच असलेले, मात्र 'जन्माने गोंड नसलेले' अशांचा एक गट असतो. त्यांना 'प्रधान' म्हणतात आणि त्यांचा दर्जा सर्वांत खालचा समजतात. त्यांच्या मते 'प्रधानाचा' चेहरामोहरा हा शुद्ध गोंडासारखा कधीच नसतो. गोंड आणि प्रधान यांच्यातील विवाहास मान्यता नाही. वरखेडेंच्या म्हणण्याप्रमाणे, प्रधान हे मुघल आक्रमणाचे वेळी राजस्थानमधून पळून आलेले आहेत. त्या वेळी ते भजनं फार सुरेख गात असत त्यामुळे गोंड राजाचे आवडते झाले आणि पुढे हळूहळू गोंड समाजाचा एक भाग होऊन राहिले. २००१ च्या जनगणनेप्रमाणे एकूण गोंड आदिवासी समाजापैकी ३५ टक्के गोंड हे गडचिरोलीमध्ये राहतात. 'राजगोंड' हे तसे संख्येने कमी आहेत. हे आदिवासींमधील जमीनदार असतात. आर्थिक, राजकीय आणि शैक्षणिकदृष्ट्या इतरांपेक्षा हे वरचढ आहेत.

इथे राजेशाही अस्तित्वात आहे. उदाहरणार्थ, अहेरी गावातल्या आदिवासींचा एक राजा आहे. अहेरी मतदारसंघ हा या राजघराण्यासाठी राखून ठेवल्या-सारखाच आहे. निवडणुकीच्या वेळी चुलतभाऊ एकमेकांविरुद्ध उभे राहतात. दसऱ्याच्या दिवशी हजारो गोंड आदिवासी राजाच्या दर्शनाला अहेरीमध्ये हजेरी लावतात. तो त्याच्या दरबार हॉलमध्ये बसून लोकांनी आणलेल्या भेटी स्वीकारतो. तांदूळ, तेल, फळं अशाच प्रकारच्या भेटी असतात. भारतातल्या राजघराण्यांमध्ये गोंड राजघराण्याची गणना होते. त्यांची मुलं, संस्थानिकांच्या मुलांबरोबर विशिष्ट शाळांमध्ये शिक्षण घेतात. ते उत्तम बोलू शकतात. त्यांची राहणी सुखासीन असते. भारताच्या मुख्य प्रवाहातल्या

हिंदू संस्कृतीचा या राजवंशी लोकांवर खूप प्रभाव पडलेला दिसतो.

'माडिया गोंड' हे मागासलेले समजले जातात. कारण आधुनिक जगाशी त्यांचा जास्त परिचय झालेला नाही. १९८६ मध्ये डोंगराळ भागात राहणाऱ्या चुणचुणीत मुलामुलींची भेट झाली. ते पहिल्यांदाच बाजूच्या जिल्ह्यात एका सांस्कृतिक महोत्सवात भाग घेण्यासाठी आले होते. तेव्हा त्यांनी प्रथम एक आगगाडी पाहिली. मेरी गो राऊंडचा खेळ बघितला. साखरेचा चहा प्यायला. आणि या सगळ्या गोष्टी पाहताना ते अक्षरश: थरारून गेले होते.

आदिवासींचं निसर्गनिरीक्षण जबरदस्त असतं आणि ते त्यांच्या नृत्यांत प्रतिबिंबित होतं. सरपटणारी पाल, हत्तीचं झुलत चालणं, हरणासारखं टुणटुण उड्या मारणं, पाखरांचं दाणे टिपणं हे सगळं नेहमी ते नृत्यातून दाखवत असतात. त्यांच्या कलाविष्कारात जंगल, रानटी जनावरं आणि पक्षी यांचा समावेश असतो, कारण शतकानुशतकं तेच त्यांना प्रेरित आणि प्रभावित करत आलेले आहेत. त्यांच्या बोलण्यातून नेहमी जीवनाचं चक्र, मनुष्य आणि प्राणी यांच्यातला समभाव हे विषय येत असतात कारण तेच त्यांचं विश्व आहे. आज माणसांच्या जीवनशैलीवर व्यावसायिक बाजारूपणाचा खूप खोल ठसा उमटलेला आहे. जंगलाच्या दुर्गम कोन्याकोपऱ्यात वसलेल्या माडिया समाजातही तो प्रभाव घुसला आहे आणि त्यामुळे तो समाज फार झपाट्याने बदलतो आहे. असं असलं तरी त्यांचे जंगलाशी असलेले बंध घट्ट आहेत आणि रोजीरोटीसाठी ते आजही जंगलावर अवलंबून आहेत.

माडिया गोंडांची वस्ती म्हणजे २५ ते ४० घरांचा पुंजका असतो. पण आर्थिक, सामाजिक, सांस्कृतिक अशा सर्व दृष्टीने ह्या वस्तीचे लोक स्वयंपूर्ण आणि स्वावलंबी असतात. प्रत्येक आदिवासी खेडं हे एक स्वतंत्र सामाजिक केंद्र असतं आणि आजही 'ग्रामस्वराज' या संकल्पनेतली आत्मनिर्भरता आणि स्वायत्तता यांचं प्रतिनिधित्व करतं. ते त्यांचा सर्व कारभार स्वतंत्रपणे चालवतात. गावातला प्रत्येकजण हा त्याच सामाजिक गटातला असल्याने वर्गाधारित उच्चनीचता इथे नाही. प्रत्येकाकडे सरासरी दोन एकर ते दहा एकर जमीन असते. आर्थिक विषमता खरोखर इथे आस्तित्वातच नाही.

आदिवासी खेड्यातील सामाजिक, आर्थिक समस्यांबद्दल निर्णय हा तेथील गावसभा घेते. तिथले सर्व रहिवासी ग्रामसभेचे सभासद असतात, पण महत्त्वाचे निर्णय ज्येष्ठ पुरुष सभासद घेतात. स्त्रिया सभेला उपस्थित राहू शकतात, पण त्यांना मुद्दाम प्रश्न विचारला तरच त्यांनी बोलावं असा संकेत असतो. काही

कौटुंबिक समस्या असतील किंवा स्त्रिया आणि मुलांचे प्रश्न असतील तरच स्त्रिया गावसभेत बोलतात. गावचा पाटील सभेचं नेतृत्व करतो. तो गावाचा अधिकृत प्रवक्ता असतो. गावकरी चर्चा करून, विचारविनिमय करून जो निर्णय घेतात तो पाटील सभेत सांगत असतो. गावातला ज्येष्ठ जमीनदार, मुख्य धर्मगुरू 'माझी' आणि निरोप पोहोचवणारा 'भूमिया' ही गावाची सामाजिक-सांस्कृतिक त्रिमूर्ती असते.

प्रत्येक जमीनदार साधारण तीस ते पन्नास खेड्यांचा जमीनदार असतो. हे ब्रिटिश काळापासून चालत आलेलं आहे. हा जमीनदार तेवढ्या प्रदेशाचा शेतसारा वसूल करून देई आणि सरकारच्या वतीने कारभार पाहत असे. उत्तर प्रदेशासारखं, तो जमीनदार तेवढ्या जमिनीचा मालक होत नसे. इथे तो सगळी व्यवस्था पाहायचा आणि शेतसारा वसूल करून द्यायचा. सगळ्या जमिनीवर त्याचा मालकी हक्क नव्हता.

ह्या पारंपरिक आदिवासी संस्थेव्यतिरिक्त इथे भारत सरकारची कमिटी असते. 'ग्रामपंचायत'. एक पंचायत पाच खेड्यांचा कारभार सांभाळते. भारतीय राज्यघटनेतील तरतुदीप्रमाणे, गावकरी पाच व्यक्तींना निवडून देतात आणि या पाच व्यक्ती तेवढ्या खेड्यांचा कारभार चालवतात. ग्रामपंचायत आणि गावसभा यांच्या आदिवासींच्या जीवनात वेगळ्या विशिष्ट जागा आहेत. सरकारी योजना वाढत गेल्या तसं ग्रामपंचायतीचं कार्यकारी महत्त्व वाढलं. पण आदिवासींच्या जीवनातल्या सामाजिक आणि सांस्कृतिक प्रश्नांसाठी आजही गावसभा महत्त्वाची आहे.

प्रत्येक जमीनदार 'इलाखा सभा' घेत असतो. यात त्याच्या इलाख्यातल्या कोणाही नागरिकाला भाग घेता येतो. अशा ठिकाणी साधारण ५०० ते १००० लोक उपस्थित असतात. इलाखा सभेतर्फे 'देवीच्या जत्रे'सारखे समारंभ घडवून आणले जातात. या ठिकाणी मग ठेकेदाराबरोबर बोलणी करून तेंदू पानांचे भाव वगैरे ठरवले जातात. जत्रेला सर्व खेड्यांतून नागरिक येतात.

गावसभा किंवा इलाखा सभा ज्या पद्धतीने निर्णय घेतात त्यामुळे त्या वैशिष्ट्यपूर्ण ठरल्या आहेत. बिगर आदिवासी समाजात नेता हा नेमला जातो किंवा निवडला जातो आणि त्याने घेतलेले निर्णय इतरांना मान्य करावे लागतात. याच्या उलट आदिवासी समाजात, प्रत्यक्ष लोकसहभाग असलेली लोकशाही पद्धत राबविली जाते. लोकसहभागाचं हे आदर्श उदाहरण आहे. 'सर्वसंमती' हेच त्यांचं मार्गदर्शक तत्त्व आहे. एखादा ठराव सर्वसंमतीने पास

होण्याकरता बरेच दिवस लागतात. असं नेहमी घडतं. आणि नाहीच झालं सर्वांचं एकमत तर कुठलाही निर्णय न घेता सभा बरखास्त करावी लागते. परस्परविरुद्ध मतं असणाऱ्या व्यक्ती एकतर हळूहळू विचार बदलतात किंवा मग काही मध्यममार्ग काढून निर्णय घेतला जातो. समजा, एखाद्या बाबतीत फक्त थोड्या जणांचाच विचार वेगळा असला आणि बाकी बहुसंख्य लोक एका विचाराचे असले तर त्या थोड्या जणांना विरोधी विचार मांडायला संकोच वाटतो आणि बऱ्याच वेळा ते बहुमताशी मुकाट्याने सहमत होतात. या ठिकाणी 'वेळ' हा महत्त्वाचा मुद्दा नसतो. एकेका विषयावर दोन-तीन दिवसही बैठका होतात. कधी कधी तर दहा दिवससुद्धा लागतात. बऱ्याच वेळा गावकरी सांगतात की, आम्ही गावी परत जातो आणि इतर गावकऱ्यांना विचारून मग अंतिम निर्णय सांगतो. त्या चर्चेच्या वेळीसुद्धा सगळे तर्कसंगतच बोलतात असं नसतं. मधेच कुणीतरी उठून भलत्याच मुद्द्यावर बोलू लागतो. यामुळे ऐकणारे गोंधळात पडतात, वैतागतात. पण सभेच्या शेवटी सगळे समज गैरसमज दूर होतात आणि सर्वसंमतीने निर्णय घेतला जातो. ती सरळसोट प्रक्रिया नसून बहुकेंद्रित अशी प्रक्रिया आहे.

आदिवासींची ही जी सरळ न वाटणारी विचारप्रक्रिया आहे ना ती खरं तर अत्यंत विषयकेंद्रित (Focussed) आहे, असं मत एक समाजनिरीक्षक नोंदवतात. पाश्चात्त्य समाजात ज्याला Multitasking किंवा 'एकाच वेळेस वेगवेगळी कामे करण्याची क्षमता' म्हटलं जातं ना, त्याची आदिवासींना लहानपणापासूनच सवय असते. माहितीचे छोटे छोटे कण गोळा करून त्यांच्या मानसिक 'डेटाबँके'त साठवलेले असतात. ताबडतोब कृती करण्यासाठी किंवा पुढच्या सभेत मांडण्यासाठी. उदाहरणार्थ, एखादी बांबूची जात दोन महिन्यांपासून नीट वाढत नसेल (कदाचित अवकाळी आलेल्या उन्हाळी हवेमुळे) तर फक्त मोजक्या प्रश्नांतच खात्री केली जाते, की इतरांच्याही ते लक्षात आलं आहे का? किंवा जवळपासच्या कागद कारखान्यात मजूर भरती सुरू झाली असेल तर तत्परतेनं ती बातमी पसरवली जाते म्हणजे ज्या तरुणांना गरज असेल ते जाऊ शकतात. गावाबाहेरच्या एखाद्या घरातून हातभट्टीची दारू विकली जात असेल तर त्याबद्दलची ताकीदही लगेच सगळीकडे पोचवली जाते. या सगळ्यामागे त्यांचा वैयक्तिक संबंध नसतोही पण सगळ्या समाजाच्या कल्याणासाठी हे केलं जातं.

इथे एकतर्फी निर्णय कधी लादले जात नाहीत. अपवाद व्यक्तिगत समस्यांचा. समजा, एखाद्या स्त्रीची तक्रार आहे की तिला तिचा नवरा आवडत नाही किंवा एखादीने नवऱ्याला सोडलेला असेल तर ही तक्रार गावसभेकडे केली जाते. मग गावसभा संबंधितांना बोलावून आपापली बाजू मांडायला सांगते आणि निर्णय घेतला जातो. एक तर दोघांचा समेट घडवून आणायचा प्रयत्न केला जातो किंवा दोघांपैकी दोषी ठरणाऱ्याला दंड केला जातो. गुन्ह्यांच्या बाबतही अशाच पद्धतीने न्यायनिवाडा केला जातो. आर्थिक दंड हा 'गावजेवण घालणे' वगैरे अशाच स्वरूपाचा असतो, जेणेकरून अपराध्याला शरमेची जाणीव व्हावी. तर, अशा तऱ्हेने वैयक्तिक आणि सामाजिक तंटे सोडवले गेल्यामुळे अशा तक्रारी कुणी पोलिसात किंवा कोर्टात नेत नाहीत.

आदिवासी हा सहसा गावसभेचा किंवा इलाखा सभेचा अवमान करू धजत नाही. तसं कुणी करेल तर तो खलासच झाला म्हणून समजावं. जर जंगलात नीट जगायचं असेल तर टोळीवाल्यांच्या विरोधात जाणं किंवा एकट्याने राहणं परवडतच नाही. शारीरिक, आर्थिक आणि मानसिक दृष्ट्या सुरक्षित जीवनासाठी त्याला एका गटाचा किंवा समूहाचा भाग होऊन राहावं लागतं. नागरी समाजात राहणारे लोक स्वतःचं विरोधी मत नोंदवू शकतात, स्वतःचा वेगळा दृष्टिकोन ठेवू शकतात. पण ग्रामीण किंवा टोळीवाल्या समाजाचं स्वरूप असं असतं, की कुणाला अशी बुद्धिवादी भूमिका घेऊ देत नाही. मात्र इतरांना सांगून तो त्यांचं मतपरिवर्तन करण्याचा प्रयत्न करू शकतो.

गावसभा ही व्यक्तिगत तंट्याबखेड्यांचा न्यायनिवाडा करते आणि त्या आदिवासींना तो मान्य करणं बंधनकारक असतं. गावाबद्दलचे काही मोठे प्रश्न असतील तर मात्र निर्णय सर्वसंमतीनेच होऊ शकतो.

आदिवासी माणसं, बिगर आदिवासी माणसांशी वागताना कमालीची सौजन्यशील असतात. इतर अनेक भारतीय समाजांप्रमाणेच आदिवासी संस्कृती असं मानते की, आपलं विरोधी मत प्रकट करणं उद्धटपणाचं लक्षण होय. त्यामुळे नेहमी असं घडतं की, ते काही बोलत नाहीत म्हणजे त्यांना मत पटलं आहे, असं वाटतं. पण ते त्यांचं केवळ विनयशील वागणं असतं. जर त्यांचा विरोध न ओळखता कुणी स्वतःचं म्हणणं पुढे रेटू लागलं तर त्याच्या पदरी निराशाच येते. सरकारी योजना या लोकांच्या बाबतीत बरेचदा निरुपयोगी ठरतात; कारण ते मान्य करतात पण त्यांना ते पटलेलं नसतं.

आदिवासी लोकांशी नीट संवाद साधायचा असेल तर त्यांची वेगळी अशी सांस्कृतिक, मानसिक परिभाषा आहे, त्यांच्या विशिष्ट संकल्पना आहेत त्या आधी आत्मसात कराव्या लागतात. ही एक मोठीच आंतरसांस्कृतिक समस्या आहे. पाश्चात्त्य विचारसरणी, एखाद्या निर्णयावर उलटसुलट मत मांडणं हे सगळं फार फार वेगळं आहे. त्यामुळे त्यांचे निर्णय त्यांच्यावरच सोपवले पाहिजेत. आदिवासींचं कल्याण करण्याच्या उद्देशाने जे बाहेरून इकडे येतात त्यांनी प्रथम आदिवासींच्या रितीभाती शिकून घेतल्या पाहिजेत. सत्तेच्या असमतोल कल्पनांमुळे काय होतं, की सामान्यत: जो आदिवासी नाही तो स्वत:ला आदिवासी माणसापेक्षा वरचढ समजतो आणि आदिवासी कशा प्रकारे विचार करत असतील हे समजून घेण्याची तसदीच घेत नाही. जेव्हा जेव्हा बिगर आदिवासी लोक आदिवासींवर स्वत:चं म्हणणं लादू लागतात तेव्हा तेव्हा आदिवासी लोक फक्त एकाच मार्गाने विरोध व्यक्त करतात. ते त्यांच्या सांगण्याप्रमाणे वागत नाहीत. आणि त्यामुळेच सरकारी योजना इथे अयशस्वी ठरतात. त्यांना काय सांगायचं आहे, ते शांतपणे, लक्षपूर्वक ऐकून घेणं; ही आदिवासींशी संवाद साधण्याची, त्यांच्याबरोबर वागण्याची गुरुकिल्ली आहे.

आदिवासींची गावं छोटी छोटी असतात. घनदाट सावली देणारे वृक्ष आणि फुलांनी बहरलेली झुडपं वातावरण प्रसन्न करून टाकतात. इतर बिगर आदिवासी वस्त्यांमध्ये आढळणारी कचरा, सांडपाणी यांची गैरव्यवस्था आणि त्यामुळे आढळणारं गलिच्छ दृश्य इथे दिसत नाही. आदिवासींची जीवनशैली अतिशय साधी असल्याकारणाने कचराही मोठ्या प्रमाणावर निर्माण होत नाही. त्यांच्या गरजा कमी असतात आणि त्या जंगलात मिळणाऱ्या उत्पादनांनी भागतात. आदिवासी माणसांकडे भरपूर शारीरिक ताकद आणि पुष्कळ वेळ असतो. त्यांचा उपयोग ते आपली घरे आणि परिसर स्वच्छ ठेवण्यासाठी करतात. गावामध्ये ड्रेनेज व्यवस्था नसते. पण आदिवासी घरांमध्ये जास्तीची घाण निर्माणच होत नाही. त्यांच्या आंघोळीचं, भांडी घासण्याचं पाणी घरामागच्या परसबागेत जातं. घरांमध्ये पुरेसं अंतर सोडलेलं असतं. त्यामुळे गर्दीचे दुष्परिणाम टळतात (जे इतर खेड्यांमध्ये दिसून येतात). सांडपाण्याचा निचरा घराच्या पाठीमागे, अवतीभोवती असा परिसरातच होत असतो. तो रस्त्याच्या मधोमध येऊन आजूबाजूचं वातावरण दूषित करत नाही. अगदी परवा परवापर्यंत आदिवासी लोक गावात किंवा रस्त्याकडेलाही शौचास बसत नसत. अगदी लहान मुलांपासून सर्वजण रानातच शौचास जात असत.

आम्ही जेव्हा पहिल्यांदा इथे राहायला आलो तेव्हा कॉलऱ्याची साथ आलेली होती. तेव्हा आम्ही पाहिलं की, साथीचा जोर बिगर आदिवासी भागात होता. आदिवासीबहुल भागात त्यामानाने साथीचा फैलाव कमी होता. जरा बारकाईने तपास केला तेव्हा असं आढळलं की, आदिवासी भागातलं पिण्याचं पाणी दूषित झालेलं नव्हतं. ते आरोग्यपूर्ण रितीने सांभाळलेलं होतं. त्याचा वापर इतर कामांसाठी केला जात नव्हता. आदिवासी माणसं कधीही पाण्याच्या साठ्याजवळ किंवा घराजवळ शौचास बसत नाहीत. शौचानंतर झाडांच्या मोठ्या मऊ पानांनी अंग पुसून घेतात. स्वत:चे हातसुद्धा पुसताना खराब होऊ देत नाहीत. याच्या विरुद्ध, बिगर आदिवासी भागात एकाच पाणवठ्याच्या जागी प्यायचं पाणी भरायचं आणि तिथेच भांडी-धुणं-इतर सर्व कामं करायची. लोक रस्त्यावरच काय, दुसऱ्यांच्या घरांसमोरही शौचास बसतात. शौचाला जाताना एक लोटाभर पाणी नेतात. त्याने घाण नीट साफ होत नाही. मग त्यांना वेगवेगळे रोग होतात. असं आदिवासी भागात क्वचितच दिसतं. आपला तथाकथित सुसंस्कृत समाज आदिवासींना 'पानपुश्या गोंड' म्हणून हिणवतो (ते शौचानंतर अंग पुसायला झाडाची पानं वापरतात म्हणून). त्याचा परिणाम असा झाला की, आदिवासींमध्ये न्यूनतेची भावना निर्माण झाली. त्यांनी त्यांच्या जुन्या पद्धती सोडल्या आणि पाण्याचा लोटा घेऊन शौचाला जाऊ लागले. आता त्यांच्यातही जंतुसंसर्ग दिसून येऊ लागला आहे.

आदिवासी कुठेही गेले, तरी स्वच्छता पाळतात. 'सर्च'तर्फे दरवर्षी एकदा आदिवासी जत्रा भरवली जाते (त्या निमित्ताने देवपूजा, उत्सव आणि जाणीव जागृती करण्याच्या उद्देशाने). यावेळी सुमारे ५०० आदिवासी शोधग्राममध्ये येऊन राहतात. तेव्हा त्यांच्या स्वच्छ सवयी उठून दिसतात. बारकाईने पाहणाऱ्यांच्या लक्षात येतं की, काहीही खाण्यापूर्वी हात धुणं हे ते कटाक्षाने पाळतात. एवढ्या मोठ्या संख्येने दुसरा कुठला समाज जमला तर कचरा आणि घाणीने ती जागा भरून जाईल. पण जत्रा संपल्यानंतर आदिवासी जातात, मात्र ते राहिले ती जागा एकदम स्वच्छ करूनच.

आदिवासी समाज तसा निरोगी आहे. मुलींना स्वत:चा नवरा स्वत: शोधायला परवानगी असते आणि हुंड्याची पद्धत नाही. त्याऐवजी नवऱ्या मुलालाच वधूदक्षिणा (Bride Price) द्यावी लागते. ती मुलगी लग्न न करता बापाकडेच राहिली, तर किती कमाई करेल, त्याची अंशत: भरपाई म्हणून ही

रक्कम दिली जाते. आदिवासींमध्ये भिकारी सापडत नाही. ज्याला गरज असेल त्याला सगळेजण खायला देतात. जमातीमध्ये कुणालाही उपाशी राहू देत नाहीत. बाहेर जाताना कुणीही घराला कुलूप लावत नाहीत. हा खूप समजूतदार समाज आहे. त्यांना निसर्गाची फार काळजी असते. झाडाला आंबे पिकले की आपण सर्रास हवे तेवढे तोडून घेतो; पण आदिवासी माणूस कधीही आंबा झाडावरून तोडत नाही. तो झाडावरच पूर्ण पिकून खाली पडला की मग उचलून घ्यायचा. झाडाखाली पडलेली फळं तिथेच खाऊ शकतो, पण घरी न्यायची नाहीत. आंब्याची सालं, कोयी झाडाखालीच टाकायची. म्हणजे इतर जनावरांना ती खाता येतात. तथाकथित मुख्य प्रवाहातले लोक आणि आदिवासी यांच्यात फार महत्त्वाचा फरक आहे. मुख्य प्रवाहातले म्हणवून घेणाऱ्यांना वाटतं की, निसर्ग त्यांच्यासाठीच आहे, त्याचं वाटेल तसं शोषण करून घ्यावं. पण आदिवासींचा मात्र सर्व प्राणिमात्रांबरोबर वाटून खाण्यावर दृढ विश्वास आहे.

या समाजात विवाहापूर्वी लैंगिक क्रियेला मान्यता आहे. पण संभोग फक्त ज्याच्याशी लग्न होणार आहे त्याच्याबरोबरच. एकदा एक आदिवासी मुलगी तिच्या धाकट्या अविवाहित बहिणीला माझ्याकडे तपासणी करायला घेऊन आली. तिचे एका आदिवासी मुलाबरोबर शारीरिक संबंध होते. जेव्हा मी विचारलं, की या मुलीला दिवस गेले तर काय कराल तुम्ही? तेव्हा बहीण उत्तरली, 'काय करायचं? तिला इकडे घेऊन येऊ.' मी म्हटलं, 'आणि समजा इन्फेक्शन वगैरे झालं तर?' 'तर काय? तुमच्याकडे आणून तिचं पोट पाडून घेऊ!' (MTP म्हणजेच वैद्यकीय गर्भपात) बस्स. इतकंच! तिच्या हे डोक्यातही आलं नाही की त्यापेक्षा बहिणीला जरा धाक लावावा आणि जे काय करायचं ते जपून करायला सांगावं. स्वत:चं वागणं आटोक्यात ठेवायला सांगावं. हे आदिवासी लोक त्यांच्या स्वत: ठरवलेल्या नीतितत्त्वांप्रमाणेच वागतात. समजा एखाद्या तरुणाने, गर्भातल्या बाळाचं पितृत्व स्वीकारायला नकार दिला, तर ग्रामपंचायत निर्णय घेते आणि तो त्या तरुणाला मान्यच करावा लागतो.

एका वेळी अनेक जणींशी संबंध ठेवणं हे आदिवासी पुरुषांमध्ये सहसा आढळत नाही. ते आपली जोडीदारीण 'घोटूल'मध्ये निवडतात आणि सर्वसाधारणपणे तिच्याशी एकनिष्ठ राहतात. लग्नापूर्वी लैंगिक उपभोग घेणं इतकंच नाही, तर लग्नापूर्वी मुलं होणं यालाही समाजात मान्यता असते. कित्येक वेळा २-३ मुलं झाल्यानंतर जोडपी लग्न करतात. स्त्री-पुरुष अत्यंत

मोकळेपणाने एकमेकांशी वागतात. जोडप्यांमध्ये काही गंभीर समस्या उद्‌भवल्या तर ग्रामपंचायतीत त्या सोडवल्या जातात.

गोंड आदिवासी स्त्रियांचा दर्जा हा पुरुषांपेक्षा खालचा असतो. तिला समाजाच्या सर्व चालीरिती आणि रूढीपरंपरा पाळाव्या लागतात, हे त्याचंच निदर्शक आहे. अगदी अलीकडे निघालेले नियम असे आहेत की, स्त्रीने चारपाईवर (बाजेवर) बसायचं नाही (पुरुषांसारखं), किंवा केस मोकळे ठेवून चारचौघांसमोर यायचं नाही. गावसभेमध्ये स्त्रिया उघडपणे आपली मतं प्रदर्शित करू शकत नाहीत. तिला बोलावून विचारलं तर तेवढ्या प्रश्नांची फक्त उत्तरं द्यायची. घरातलं सगळं काम, काबाडकष्ट तिनेच केले पाहिजेत. पुरुषांनी थोडा हातभार लावला तरी बस्स.

गोंड समाजात जादूटोणा, जारणमारण, मंत्रतंत्र हे सर्रास केलं जातं. काही बायकांना मृतात्म्यांशी वगैरे संवाद साधता येतो. तशी त्यांना दैवी देणगी असल्याचं मानलं जातं. त्यांना 'पुजारीण' म्हणतात. त्या लोकांचे काही प्रश्न सोडवतात, त्यांवर तोडगे सुचवतात. त्यांच्या अंगात जास्त सामर्थ्य असतं असा समज आहे. त्या बळी वगैरे देत असतात. समाजात एकूण स्त्रियांचा दुय्यम दर्जा लक्षात घेतला तर हे त्याच्या अगदी विरुद्ध आहे. समाजशास्त्रज्ञ म्हणतात की, ज्या जमिनीत या स्त्रिया राबतात, खूप मेहनत करतात त्यात उगवणारी फळं त्यांना कितपत चाखायला मिळतात हा खरा महत्त्वाचा मुद्दा आहे; त्यावरून आदिवासी समाजाची मानसिकता लक्षात घेतली पाहिजे. जर स्त्रिया कसतात ती जमीन समाजाच्या मालकीची असेल, तर स्त्रियांचा आणि त्यांच्या मुलांचा त्यावर हक्क असलाच पाहिजे.

आदिवासी समाज त्यांच्या स्त्रियांशी सामान्यतः मृदूपणे आणि सभ्यपणे वागत असतो. पण हाच समाज, ज्या स्त्रिया कणखर, स्पष्टवक्त्या आणि स्वतःला न पटणारं उघड बोलून दाखवणाऱ्या असतात त्यांच्याशी अतिशय क्रूरपणे वागू शकतो, ही आश्चर्यकारक गोष्ट आहे. अशा स्त्रियांना चेटकीण किंवा जादूटोणा करणारी ठरवून तिचा छळ केल्याच्या घटना घडलेल्या आहेत. पुष्पा नावाची एक आदिवासी तरुणी तिने प्रत्यक्ष अनुभवलेली घटना सांगते. १९९७ मध्ये पुष्पाच्या ५५ वर्षे वयाच्या आईला काही लोकांनी 'चेटकीण' ठरवलं. त्यांत तिचा दीर आणि इतर काही नातेवाईक होते. त्यांची मुलगी सारखी सारखी आजारी पडते याचं कारण पुष्पाच्या आईने तिच्यावर करणी केली आहे, असं ठरवून त्यांनी तिला काठीने झोडपलं, पोटावर प्रहार केले,

चपला-स्लीपर्सने तिला मारहाण केली, तिचे कपडे फाडले आणि शिक्षा म्हणून दुसऱ्या बाईचं विटाळाचं रक्त तिला प्यायला लावलं. त्यावेळी पुष्पाचे वडील मृत्युशय्येवर अखेरच्या घटका मोजत होते. पुष्पा त्यावेळी दिवाळीसाठी म्हणून घरी आलेली नसती, तर त्या लोकांनी तिच्या आईला मारूनच टाकलं असतं. पुष्पाने पोलिसात तक्रार नोंदवली. हल्लेखोरांना अटक झाली आणि खटला भरण्यात आला. पुढे पुरेसा पुरावा नाही म्हणून ती केस रद्दबातल ठरवण्यात आली. पुष्पा खात्रीने सांगते की, तिच्या नातेवाइकांनी पैसे चारून केस दाबून टाकली. पण एक गोष्ट मात्र झाली, की पुन्हा कुणी तिच्या आईला तशा प्रकारचा त्रास दिला नाही.

आदिवासी भागात नरबळीसारखी भीषण कृत्यं केली जातात, त्यात अंधश्रद्धांचाही मोठा वाटा दिसतो. देवतांना प्रसन्न करून घेण्यासाठी, पीक-पाणी चांगलं येण्यासाठी किंवा इडा-पीडा टाळण्यासाठी अशी कृत्यं करण्याचा प्रघात आहे. १९८० साली असाच एका सहा वर्षांच्या मुलाचा बळी देण्यात आला. चार मुलांच्यातला तो सर्वांत धाकटा मुलगा होता. त्याची आई, मी प्रशिक्षित केलेली दाई असल्यामुळे तिने १९८९ मध्ये मला ही कहाणी सांगितली. सगळ्या गावकऱ्यांनी तर या कृत्यात भाग घेतलाच, पण तिने खूप विरोध करूनसुद्धा तिच्या नवऱ्याने म्हणजे मुलाच्या वडिलांनी स्वत:च ह्या दुष्कृत्याला हातभार लावला. त्या मुलाचा गळा चिरण्यात आला आणि त्याच्या रक्तात भिजवलेले खिळे प्रत्येकी दीडशे ते तीनशे रुपयांना विकण्यात आले. भाताचं पीक चांगलं येण्यासाठी सगळ्यांनी ते खिळे आपापल्या खाचरात पुरून ठेवले. यावेळी त्यांनी सगळं शास्त्र, सगळी अक्कल बाजूला काढून ठेवली असावी, कारण भाताची रोपं अगोदरच उगवलेली होती.

जंगलात खोल वसलेल्या या खेड्यांचा वर्षानुवर्षं बाह्य जगाशी संबंध आलेला नसल्यामुळे आणि कोणत्याही प्रकारच्या आरोग्यसेवा त्यांच्यापर्यंत पोहोचत नसल्याने, तिथे चेटूक, भानामती यांबद्दलच्या अफवा चांगलं खतपाणी मिळून फोफावलेल्या होत्या. १९८८ साली 'सर्च'च्या हस्तक्षेपामुळे एक मोठी दुर्घटना टळली. एका बिगर आदिवासी खेड्यात एका मांत्रिकाने एका माणसाला मृत्यूची शिक्षा दिली. का? तर म्हणे त्याने एका आजारी माणसावर काळी जादू केली होती. ही शिक्षा देण्यासाठी सारा गाव तयार होता. त्या गावात राहणाऱ्या आमच्या एका नर्सने आम्हांला हे सांगून सावध केलं. त्यासरशी अभय आणि मी तिकडे धावलो. तो आरोपी बिचारा मरणाच्या भीतीने थरथर

कापत उभा होता. आम्ही गावच्या सरपंचाला आणि पोलीस पाटलाला बोलावून घेतलं आणि त्यांच्यासमोर त्या आजारी माणसावर उपचार केले. त्याच्या हाताच्या अंगठ्याला जंतुसंसर्ग झालेला होता. त्याला प्रतिजैविकांवर ठेवल्यावर लवकरच तो बरा झाला. पण हे सगळं गावकऱ्यांना काही आवडलं नाही. शेवटी आम्ही सगळ्यांना बजावलं की, त्या माणसावर खोटा आरोप ठेवण्यात आला आहे. जे कुणी शिक्षा करण्यासाठी त्याच्या अंगाला हात लावतील, त्या सगळ्यांना तुरुंगात जावं लागेल. दहा वर्षांपूर्वी अशाच एका माणसाला चेटूक करण्याच्या आरोपावरून या लोकांनी जिवे मारलेलं होतं. पण आता आम्ही तसं होऊ देणार नव्हतो. आमच्या धमकीचा उपयोग झाला आणि एका माणसाचा जीव वाचला.

अगदी अलीकडेच म्हणजे २००२ साली, आठवीत शिकणाऱ्या एका मुलाचा बळी देण्यात आला. आणि तो दिला कुणी? तर त्याचा मांत्रिक असलेला आजा, आजी आणि इतर नातलगांनी. त्यांची विवाहित मुलगी खूप आजारी झाली होती. तिच्यावरचं अरिष्ट टाळण्यासाठी हा क्रूर प्रकार केला. त्या मुलाची जीभ कापून टाकली, गळा चिरला आणि त्यातून येणारं रक्त त्या मांत्रिक आजोबाने पिऊन घेतलं. अक्षरश: स्वत:च्या नातवाच्या नरडीचा घोट घेतला! तेच रक्त साऱ्या घरभर शिंपडण्यात आलं आणि हे केल्यावर तो निर्लज्ज आजोबा अभिमानाने सांगत होता की, हा त्याचा शंभरावा नरबळी होता!

आजूबाजूचे आदिवासी त्याला इतके घाबरत होते, की 'थांब, तुला बघून घेईन,' असं त्याने नुसतं म्हटलं तरी समोरचा नुसत्या भीतीनेच खलास होत असे. पण या घटनेनंतर मात्र स्त्रियांकडून तीव्र निषेध झाला आणि त्या नरभक्षक मांत्रिकाला 'यापुढे नरबळी बंद' असं जाहीर करायला भाग पाडण्यात आलं. त्याच्यावर खटला भरला गेला. बळी गेलेल्या मुलाचे आजोबा, आजी, वडील आणि काका तुरुंगात गेले. मी त्या खेड्यात गेले होते. तिथल्या बायकांशी आणि त्या मांत्रिकाशी बोलून आले.

आदिवासी भागात अगदी अलीकडेपर्यंत चालू असलेली दुसरी एक अनिष्ट प्रथा म्हणजे, जर बाळाला जन्म देऊन त्याची आई मेली, तर त्याची जबाबदारी घ्यायला कुणी नाही म्हणून त्याला जमिनीत गाडून टाकीत असत. (कायद्यानेच आदिवासींचं मूल दत्तक घेण्याची तरतूद नाही.) डिसेंबर २००३ मध्ये आलेल्या मलेरिआच्या साथीत एक बाई मेली, तेव्हा घरच्या लोकांनी

तिच्याबरोबर तिच्या जिवंत बाळालाही गाडण्याची तयारी सुरू केली. पण तिचं बाळंतपण करणाऱ्या दाईने ते दोन महिन्याचं मूल सांभाळायचं कबूल केलं, तेव्हा त्याचं मरण टळलं.

या भागात, तापवलेल्या इस्तरीने पोटाला चटका देण्याची प्रथासुद्धा अगदी सर्रास चालू आहे.

जेव्हा ॲसिडिटीमुळे पोटात गुरगुरतं, तेव्हा या खेड्यातल्या माणसांना वाटतं की पोटात एक बोका आहे, तोच गुरगुरतो आहे. गुरगुरण्याचं वर्णनसुद्धा ते 'पोटात बोका उठलाय' असंच करतात. सर्वसाधारणपणे मांजरं विस्तवाला घाबरतात म्हणून ते गरम इस्त्रीने पोटाला चटका देऊन बोक्याला पळवून लावण्याचा प्रयत्न करतात. वास्तविक पोटात भुकेचा डोंब उसळला की, किंवा पोट बिघडलं की असा गुरगुर आवाज सुरू होतो. इस्तरीने डाग देण्याची वेदना इतकी असते की तिच्यापुढे ती छोटी-मोठी गुरगुर माणूस विसरून जातो. एकदा एक बाई पोट दुखण्याची तक्रार घेऊन सर्चच्या दवाखान्यामध्ये आली, तेव्हा तिच्या पोटावर इस्तरीने भाजल्याचे ताजे डाग होते. पुरुषांनी शर्ट काढल्यावर अनेकांच्या पोटावर असे डाग दिसतात.

दारिद्र्यामुळे काही गोष्टी इथल्या ग्रामीण रहिवाशांना कराव्याच लागतात. मार्च-एप्रिल महिन्यांत मोहाची झाडं फुलांनी बहरली की मध्य भारतातल्या टोळीवाल्या-आदिवासींचे कामाचे दिवस सुरू झाले म्हणून समजायचं. भल्या पहाटे उठून उन्हं तापायच्या आधीच रानात जाऊन ते मोहाची फुलं गोळा करून आणतात. ती ते इथल्या स्थानिक दारू गाळणाऱ्यांना विकतात. त्या फुलांची आंबवून दारू केली जाते. मोहाची फुलं आणि तेंदूची पानं रानातून गोळा करून विकणं, हे इथल्या आदिवासींचं उपजीविकेचं मुख्य साधन आहे. कितीही आजारी असले, तरी या मोसमात काम न करणं त्यांना परवडत नाही.

अशीच एक व्यक्ती म्हणजे आजी. खूप म्हातारी झाली आहे, दम्याचा त्रास आहे. श्वास लागत होता, कशीबशी चालत होती, पण त्याही अवस्थेत तिला 'सर्च'च्या रुग्णालयात भरती व्हायला वेळ नव्हता. औषधं न्यायला आली होती. म्हणजे ती घेऊन काम करत राहायचं होतं. तिच्या दोघीं मुली घेऊन आल्या होत्या तिला. म्हणाल्या की, कामं संपली की घेऊन येऊ तिला भरती करायला. माझा आग्रह होता तिला त्याच दिवशी भरती करण्याचा. पण तिघीही जणी अशा काही अडून बसल्या, की शेवटी मलाच माझं म्हणणं सोडून द्यावं लागलं. जाण्यापूर्वी आजीनं एक छोटं गाठोडं माझ्या टेबलावर ठेवलं.

त्यात ताजे ताजे हरभरे होते. पिवळे धम्मक, नैसर्गिक पद्धतीने पिकवलेले. मोड फुटायला तयार. ही माणसं कमालीची गरीब असतात. पण सौजन्य, प्रेमाची ऊब आणि दानत ही त्यांच्या आदिवासी संस्कृतीतून परंपरेनेच त्यांना मिळालेली असते.

आदिवासींना होणारे मुख्य आजार म्हणजे कुपोषण, जंतुसंसर्ग आणि अपघातामुळे होणाऱ्या जखमा. कुपोषणामुळे लहान मुलं आणि मोठी माणसं लहानखुरी दिसतात. पुरुषाची सरासरी उंची असते पाच फूट तर स्त्रिया फार तर ४ फूट ६ इंचांपर्यंत उंच असतात आणि वजन असतं साधारण ३० ते ४० किलो. पण हे गोंड आदिवासी अपार शारीरिक श्रम करतात. बहुतेक जणांना त्यांची वयं माहिती नसतात. मग वय ही नुसती अंदाजाने सांगायचीच गोष्ट उरते. बालमृत्यू सोडले, तर आदिवासींचं सरासरी आयुष्यमान पन्नास वर्षांपर्यंत असतं.

रक्तहीनता किंवा पंडुरोग (ॲनिमिया) याचं प्रमाण फार जास्त आहे. २००२-२००३ मध्ये 'सर्च'तर्फे १२ आदिवासी खेड्यांची पाहणी केली होती. त्यात असं दिसून आलं की, ९० टक्के स्त्रियांना रक्तहीनता होती. हिमोग्लोबिनचं प्रमाण १० ग्रॅमपेक्षाही कमी होतं. अ आणि ब जीवनसत्त्वांची कमतरता तर सर्रास असते. त्याचप्रमाणे मलेरिया, टी. बी., कुष्ठरोग, फायलेरिया, गुप्तरोग यांसारख्या रोगांचे जुनाट जंतुसंसर्ग असणंही नेहमीचंच. बहुतेकांच्या आतड्यात कृमी सापडतात. डायरिया आणि न्युमोनिया तर सार्वत्रिकच. आनुवंशिक रोगांमध्ये 'सिकलसेल'चं प्रमाण इथे खूप जास्त आहे.

यांना अपघात होतात ते साप चावणं, जनावरांशी झटापट किंवा झाडावरून पडून. इथल्या रानात अतिशय विषारी सापाच्या चार जाती आढळतात. चष्मेवाला कोब्रा (Spectacled Cobra), वायपर (Russel's Viper), क्रेट (Krait) आणि पट्टेवाला क्रेट (Banded Krait). हल्ला करणारी जनावरं म्हणजे काळं अस्वल, मोठं जंगली अस्वल नाहीतर चित्ता.

जिल्ह्याच्या आरोग्यसेवेचा आढावा घेतला असता असं आढळतं, की इथल्या आरोग्यव्यवस्थेची संरचना आणि संसाधनं सुधारण्याचा सरकारतर्फे जो प्रयत्न केला जातो, त्याचा चांगला परिणाम होत आहे. राष्ट्रीय आरोग्यसेवेचे ठरवलेले निकष आहेत, त्याप्रमाणे गडचिरोलीला जिल्ह्याचं जे रुग्णालय आहे त्याचा क्रमांक आरोग्य शिडीच्या सगळ्यात वरच्या पायरीवर लागतो. संपूर्ण जिल्ह्यातल्या प्राथमिक आरोग्य केंद्रांतून आणि ग्रामीण रुग्णालयांतून गंभीर

अवस्थेतले रुग्ण इथे पाठवले गेल्यास त्यांची योग्य काळजी घेतली जाणं अपेक्षित आहे. शिडीच्या दुसऱ्या पायरीवर सात ग्रामीण रुग्णालयं आहेत. त्यांनी बिगर आदिवासी खेड्यांतल्या दीड लाख आणि आदिवासी भागातल्या एक लाख लोकांच्या आरोग्याची काळजी घेणं अपेक्षित आहे. एका ग्रामीण रुग्णालयाने पाच प्राथमिक आरोग्य केंद्रांवर देखरेख करायची आणि एका प्राथमिक आरोग्य केंद्राच्या कक्षेत बिगर आदिवासी क्षेत्रात ३०,००० तर आदिवासी क्षेत्रात २०,००० लोक येतात. प्रत्येक ५ हजार ते १०,००० लोकांमागे आरोग्य उपकेंद्र असतं. यांच्या कामावर प्राथमिक आरोग्य केंद्राने देखरेख ठेवायची असते. राज्याच्या काही भागांत प्राथमिक आरोग्य युनिट असतं त्यातर्फेसुद्धा ५ ते १० हजार लोकांच्या आरोग्याची काळजी घेणं अपेक्षित आहे.

ही संरचना सुधारण्याच्या दृष्टीने राज्य सरकारने आंतरराष्ट्रीय मदत घेतली आहे, वर्ल्ड बँकेसारख्या (जागतिक बँक) एजन्सीकडून. 'महाराष्ट्र आरोग्य व्यवस्था विकास प्रकल्प' यांच्याद्वारे हा कार्यक्रम राबवला जातो. १९९९ साली द्वितीय श्रेणी आरोग्य व्यवस्थेच्या विकासासाठी हा प्रकल्प सुरू केला गेला. यामध्ये राज्य सरकारला एकदाच ५५० कोटी रुपयांचं कर्ज मिळतं, ६ वर्षांच्या मुदतीसाठी आणि त्यावर १ टक्क्यापेक्षा कमी सेवा कर भरावा लागतो, असं राज्याच्या आरोग्य सेवा संचालकांनी सांगितलं.

आज ग्रामीण रुग्णालयात स्त्री डॉक्टर्स असतात. प्राथमिक आरोग्य केंद्रातही असतात आणि प्राथमिक गरजेच्या औषधांचा पुरवठाही वाढलेला आहे. यापूर्वी रुग्णांना जिल्ह्याच्या आरोग्य केंद्रात जाण्यासाठी २५० किलोमीटरचा प्रवास करावा लागत होता. आता त्यापेक्षा निम्म्या अंतरावरच या सोयी उपलब्ध आहेत. या सुधारणा झालेल्या असल्या तरी सार्वजनिक आरोग्यसेवेवरचा लोकांचा विश्वास अजूनही फार कमीच आहे. कारण त्यातले काही महत्त्वाचे दुवे अजून दुर्लक्षित राहिले आहेत. गडचिरोलीच्या जिल्हा रुग्णालयामध्ये १२५ टक्के खाटा वापरल्या जातात, हे त्या व्यवस्थेवर भरोसा असल्याचं लक्षण नाही; तर तिथे खाजगी रुग्णसेवा उपलब्ध नाही आणि सार्वजनिक आरोग्यसेवा ही अकार्यक्षम आणि अनास्थापूर्ण असल्यामुळे रुग्णांना दुसरा पर्यायच नाही. म्हणून त्यांना जिल्हा रुग्णालयामध्ये भरती व्हावं लागतं.

जिल्हा रुग्णालयाच्यादेखील काही महत्त्वाच्या त्रुटी आढळतात. उदाहरणार्थ – गरीब रुग्णांना परवडणारी जाण्यायेण्याची सोय नाही. अडलेल्या बाळंतिणींना

मोठ्या प्रमाणावर इकडे पाठवण्यात येतं. त्यांच्यावर तातडीने सिझेरियन शस्त्रक्रिया करणं आवश्यक असतं. पण जंगलाच्या अंतर्भागातल्या खेडेगावातून येण्यासाठी सार्वजनिक वाहतूक व्यवस्था सहज उपलब्ध होण्यासारखी नसते. मग जीव वाचवण्याकरता वेळेला त्यांना खाजगी वाहनासाठी दोन हजार रुपयेसुद्धा मोजावे लागतात. आणि बऱ्याच वेळेला असं घडतं की, सगळी व्यवस्था करून जिल्हा रुग्णालयात रुग्ण पोहोचेपर्यंत जंतुसंसर्ग बाधा झालेली असते (Sepsis infection). त्यात अनेक स्त्रीरुग्णांचं हिमोग्लोबिन २ ते ३ प्रतिग्राम पर्यंत खाली असतं. (जागतिक आरोग्य संघटनेचे तज्ज्ञ सांगतात की, भारतीय स्त्रीचं सर्वसाधारण हिमोग्लोबिनचं प्रमाण ११ प्रति ग्राम असलं पाहिजे.) त्यामुळे शस्त्रक्रियेनंतर या स्त्रियांना प्रचंड रक्तस्राव होण्याची शक्यता असते. बरं, जवळपासची ग्रामीण रुग्णालयं आणि प्राथमिक आरोग्य केंद्रं अशा केसेस हाताळू शकत नाहीत, कारण त्यांच्याकडे तेवढ्या सुविधा नसतात. नुकतंच, अहेरी इथल्या ग्रामीण रुग्णालयानं सिझेरियन, संततिप्रतिबंधाची शस्त्रक्रिया आणि वैद्यकीय गर्भपाताच्या काही केसेस हाताळल्या आणि गडचिरोली जिल्हा रुग्णालयावरचा रुग्णभार हलका केला (अहेरी हे गडचिरोलीच्या दक्षिणेस १०० किलोमीटर अंतरावर आहे).

जिल्ह्यात फक्त दोनच भूलतज्ज्ञ आहेत. एक जिल्हा रुग्णालयात आणि दुसरा अहेरीच्या ग्रामीण रुग्णालयात. खाजगी क्षेत्रातल्या कुणाकडे शस्त्रक्रियेसाठी लागणाऱ्या सुविधा नाहीत. 'सर्च'सारख्या काही सेवाभावी संस्था आहेत त्या अधून मधून शस्त्रक्रियांची शिबिरं भरवत असतात. त्यावेळी तिथे बाहेरगावाहून भूलतज्ज्ञ आणायची व्यवस्था केली जाते.

पण बाकी मधल्या पातळीवरच्या सेवा उपलब्ध नाहीत. उदाहरणार्थ, धानोरा ब्लॉक इथल्या ग्रामीण रुग्णालयात काही सोयी नसल्यामुळे ते रिकामंच पडलेलं असतं. धानोरा गावातल्या महिला सांगतात, जेव्हा खाजगी डॉक्टरला द्यायला पैसे नसतात तेव्हा चक्क ५० कि. मि. प्रवास करून आम्ही धानोरा रुग्णालयात येतो.

ज्यांच्याकडे बसभाड्यालाही पैसे नसतात त्या मग गावातल्या वैदूंकडे जातात नाहीतर कोणतेच इलाज करून घेत नाहीत. धानोरा रुग्णालयामध्ये ५ रुपये नोंदणी फी घेऊन ठरलेल्या औषधांचा इलाज केला जातो. किरकोळ दुखणी, ताप यांवरची औषधे फुकट मिळतात. इथे एक मेडिकल ऑफिसर, दोन डॉक्टर (एमबीबीएस झालेले), सहा परिचारिका, दोन तंत्रज्ञ, एक एक्स रे

काढणारा, सहा मदतनीस आणि तीन क्लार्क एवढा कर्मचारीवर्ग आहे. लघवी, रक्त तपासणीचे पैसे घेतात. सगळ्या सुविधा प्राथमिक आहेत. शौचालये स्वच्छ नाहीत. पाणी कमी असतं. रुग्णालयाचा बाह्यरुग्णविभाग सकाळी ९ ते १२ फक्त चालू असतो. संध्याकाळी इथे काम बंद असतं. तिथे जाऊन आलेल्या रुग्ण स्त्रिया सांगतात की, सूर्य मावळल्यानंतर रुग्णालयात फक्त एक नर्स असते. एखाद्या 'वजनदार' माणसाने शिफारस केलेली नसेल तर रुग्णाला ॲडमिटच करून घेत नाहीत. रुग्ण विचारतात, 'साधं दाखल करून प्राथमिक उपचार करायची टाळाटाळ केली जाते, सरळ रुग्णाला जिल्हा रुग्णालयात पाठवलं जातं, तर काय उपयोग आहे असल्या ग्रामीण रुग्णालयाचा? कोणती सेवा करतात हे आमची?'

शसकीय सेवेबद्दल बायकांच्या दोन मुख्य तक्रारी असतात. पहिली आहे ती पैसे चारण्याबद्दल. तुमच्याकडे जर त्यांना गुपचूप खाऊ घालायला पैसे नसतील तर वॉर्डबॉयपासून डॉक्टरपर्यंत कुणी लक्षसुद्धा देणार नाही. गडचिरोली सिव्हिल हॉस्पिटलमध्ये रुग्णसेवेचे दर ठरलेले आहेत. मोठ्या शस्त्रक्रियेसाठी १६० रुपये, लहान शस्त्रक्रियेसाठी ६० रुपये आणि दवाखान्यात राहायचं असेल तर एका व्यक्तीला रोज १० रुपये (जेवणासहित). तरीसुद्धा डॉक्टर प्रत्येक शस्त्रक्रियेचे ३००० रुपये मागतात. दुसरी तक्रार अशी आहे की, सरकारी दवाखान्यात काम करणारे डॉक्टर रुग्णांना त्यांच्या खाजगी दवाखान्यात तपासणीसाठी बोलावतात आणि त्याची जरा जास्त फी घेतात, त्यातून पैसे कमावतात. म्हणजे सर्व प्राथमिक आरोग्य सुविधा उपलब्ध असतानाही ग्रामीण रुग्णालयात रुग्ण का दिसत नाहीत, या गोंधळात टाकणाऱ्या परिस्थितीमागे हे कारण असतं. रुग्ण सांगतात की, ग्रामीण रुग्णालयात ते गेले तरी तिथून त्यांना खाजगी दवाखान्यात पाठवलं जातं.

लोकांना जी वैद्यकीय सेवा मिळते त्याबद्दल स्थानिक रहिवासी नाराज आहेत. 'सरकारी कर्मचारी गरीब लोकांना फार वाईट पद्धतीने वागवतात. आमच्याशी उद्धटपणे वागतात. एखाद्याला फीट येऊन तो पडला किंवा दुसऱ्या काही त्रासासाठी त्याच्याकडे ताबडतोब लक्ष देण्याची गरज असेल तरी ते बेपर्वाईनेच वागत राहतात. डॉक्टर रुग्णांची तपासणी काळजीने करत नाहीत. ॲडमिट करून घेतल्यावर जी नर्स त्यांची देखभाल करत असते तिच्यावरच डॉक्टर ते काम सोपवतात. पण ती फक्त लहानसहान तक्रारींवरच इलाज करू शकते. उदाहरणार्थ कुठे दुखत असेल तर वगैरे. दवाखान्यात फुकट औषधे

मिळतात पण रोग बरे करायला ती फारशी उपयोगी नसतात. त्यांच्याकडे सगळ्याच तक्रारींवर एकच औषध असतं,' रुग्ण सांगतात.

ग्रामीण रुग्णालयात डॉक्टर जबाबदारी घ्यायला तयार नसतात पण त्यांच्या खाजगी दवाखान्यात गेलं की तेच डॉक्टर रुग्णांची फार चांगली काळजी घेतात, असं धानोऱ्याच्या बायका सांगतात. सरकारी डॉक्टरांनी खाजगी प्रॅक्टीस करावी की नाही याबद्दल सरकारी नियम स्पष्ट नाहीत. त्याचा फायदा घेऊन डॉक्टर सरकारी रुग्णालयात रुग्णाची उपेक्षा करत राहतात. उदाहरणार्थ, डॉक्टरांनी किती वेळ सरकारी रुग्णालयासाठी द्यावा किंवा पेशंटच्या कोणकोणत्या गोष्टींची जबाबदारी त्यांनी कशाप्रकारे घ्यावी याचं कोणतंही मार्गदर्शन सरकारी नियमांत स्पष्टपणे केलेलं नाही. नियमात असं म्हटलं आहे की, 'सरकारी रुग्णालयातील कर्तव्यात बाधा न येता, एम. बी. बी. एस. डॉक्टरांनी अर्धवेळ खाजगी व्यवसाय करावा.'

एक नियम असा आहे की, रुग्णालयापासून दीड किलोमीटरच्या परिसरात कोणत्याही डॉक्टरने खाजगी व्यवसाय करता कामा नये. या नियमाचं उघड उघड उल्लंघन केलं जातं. बरेच डॉक्टर रुग्णालयाच्या आवारातच असणाऱ्या त्यांच्या शासकीय निवासस्थानी स्वत:चे खाजगी दवाखाने चालवतात. शिवाय गडचिरोली शहरात त्यांचे वेगळे दवाखाने आहेतच.

एक बाई आठवण सांगत होती की, मासिक पाळीच्या वेळी पोटात दुखत होतं म्हणून ती सरकारी रुग्णालयात गेली होती तेव्हा तिथल्या एमबीबीएस डॉक्टरने तिला त्याच्या खाजगी दवाखान्यात यायला सांगितलं. धानोऱ्याला राहणाऱ्या आणखी एका बाईने तिच्या पुतणीची हकिगत सांगितली. या अठरा वर्षांच्या मुलीचा फाल्सिपारम मलेरियाने मृत्यू ओढवला होता. 'त्या मुलीला दोन तीन दिवसांपासून ताप येत होता. तिसऱ्या दिवशी ताप खूप वाढला तेव्हा ग्रामीण रुग्णालयात नेलं. तिथे तिच्याकडे लक्ष द्यायला कुणीच नव्हतं. डॉक्टर बाहेर गेलेले, नर्स बाजारात गेलेली होती. पेशंटला नुसतं झोपवून ठेवलं आणि काही वेळानंतर ताप उतरण्यासाठी एक इंजेक्शन दिलं. त्यांनी तिला ताबडतोब जिल्हा रुग्णालयात पाठवायला हवं होतं. ''जेव्हा पोरगी मेली तेव्हा आम्ही नर्सला सांगायला धावलो तर तिने त्या मेलेल्या पोरीलाच सलाईन लावलं आणि थेट दुसऱ्या दिवशी सकाळी वरच्या ऑफिसरला सांगितलं. तिला दुसऱ्या दवाखान्यात हलवायचं तर आमच्याकडे पैसे नव्हते.''

ग्रामीण रुग्णालयात पुरवली जाणारी मुख्य सेवा म्हणजे संततिप्रतिबंधक शस्त्रक्रिया. बाकी सर्व सेवा, सरकारी कर्मचाऱ्यांच्या खाजगी व्यवसायातून पुरवल्या जातात. खाजगी व्यवसाय भरभराटीला आले आहेत आणि सरकारी रुग्णसेवेपेक्षा वरचढ ठरलेले आहेत. अशाच एका प्राथमिक आरोग्य केंद्रात एक नर्स तिचं 'खाजगी गर्भपात केंद्र' चालवते. गावचे रहिवासी सांगतात की, सरकारी डॉक्टरांना रात्रीची झोप मोडलेली अजिबात चालत नाही; पण गावातले वैदू चोवीस तास उपलब्ध असतात.

''वैदू तापावर औषध देतो. इंजेक्शन टोचतो. बाळंतपणही करतो. मला तर त्याच्याच दव्यानी बरं वाटतं. त्याच्याकडे गावातले लई मानसं जातेत. सरकारी दवाखान्यात गरीबांचा कुनी वाली न्हाई. त्यांची सेवा पायजे कुणाला? त्यांना फक्त पैशे खायला पाहिजेत,'' धानोऱ्याचा एक रहिवासी सांगत होता.

गडचिरोलीच्या पारडी प्राथमिक आरोग्य केंद्रात आम्ही गेलो तेव्हा सरकारी सेवांचा आपापसांत मेळ नसल्यामुळे, जनतेला आरोग्य सेवांपर्यंत पोचणं कसं अशक्य होऊन बसतं ते उघड झालं. इथे देण्यात येणाऱ्या मुख्य सेवा म्हणजे मलेरिया, फायलेरिया, टी. बी., कुष्ठरोग यांवरचे इलाज आणि लसीकरण. इथला औषधांचा साठा भरपूर होता. प्रसूतिपूर्व तपासणी आणि कुटुंब नियोजन हीसुद्धा इथे चालणारी प्रमुख कामं. पारडीच्या केंद्रातला कर्मचारी वर्ग असा - एक आयुर्वेद पदवीधारक स्त्री डॉक्टर, एक पुरुष आणि एक महिला सुपरवायझर, दोन परिचारिका (नर्सेस), एक हरकाम्या मुलगा आणि एक कम्पाऊंडर. या आरोग्य केंद्राच्या कक्षेत सहा उपकेंद्रं येतात. प्रत्येक उपकेंद्र ५००० माणसांची काळजी घेतं. प्रत्येक उपकेंद्रात एक प्रशिक्षित नर्स आणि एक मदतनीस असतो. त्या नर्सला, दररोज आठ तास काम करून पन्नास घरांना सेवा द्यावी लागते. दर आठवड्याला एक गाव (साधारण सरासरी २२०० लोकवस्तीचं) पूर्ण करावं लागतं.

कुटुंबनियोजनासाठी आरोग्य कर्मचाऱ्यांना दिलेली उद्दिष्टं सक्तीने पूर्ण करावी लागतात. दर वर्षी त्यांना ६९ तांबी (Copper T) बसवाव्या लागतात. दर हजार व्यक्तींमागे १३ जणांच्या संततिप्रतिबंधक शस्त्रक्रिया कराव्या लागतात. (स्त्रियांच्या किंवा पुरुषांच्या नसबंदी शस्त्रक्रिया.) 'अहो, अशी उद्दिष्टं ठरवून दिली नाहीत ना, तर कुणी कामच करणार नाहीत इथे!' पारडी प्राथमिक आरोग्य केंद्राच्या आरोग्य अधिकारी असलेल्या आयुर्वेदिक डॉक्टर बाई सांगत होत्या. खरं तर स्त्रियांना तात्पुरत्या संततिप्रतिबंधक साधनांची किंवा उपायांची

नितांत गरज असते, पण ते त्यांना इथे उपलब्ध करून दिले जात नाहीत. तांबी बसवून घ्यायला महिला घाबरतात, कारण त्यामुळे अतिरिक्त रक्तस्राव किंवा अंगावर पांढरं पाणी जाणं यांसारखे दुष्परिणाम होऊ शकतात. त्यांची अशीही समजूत असते की, तांबी बसवली की पुढे आपण वांझ होऊ (मूलबाळच होऊ शकणार नाही). त्याच स्त्री आरोग्याधिकारी सांगत होत्या. 'खरं म्हणजे आरोग्य सेवकांनी वारंवार त्या महिलांना समजावून सांगून त्यांचे हे गैरसमज दूर करायला पाहिजेत. तांबी बसवल्यानंतर स्त्रियांना वेगवेगळ्या समस्या येत असतात. पुरुष डॉक्टरांनी त्यांना तपासावं हेही त्यांना आवडत नाही. कित्येक जणी तर माझ्यापासूनही दूर पळायला बघतात.'

लोकांचं समुपदेशन करून त्यांच्या आवश्यकतेनुसार सेवा पुरवण्याऐवजी सरकारचे प्रयत्न असे असतात की, एक तर त्यांना आमिष दाखवून आकर्षित करायचं; नाहीतर मग जोडप्यांना जबरदस्तीने कायमस्वरूपी संततिप्रतिबंधक शस्त्रक्रिया करून घ्यायला भाग पाडायचं. लग्न होऊन थोडीच वर्षं झालेल्या तरुणांना हे उपाय नको असतात, कारण त्यांना पाहिजे तेवढी मुलं अजून झालेली नसतात. याचा परिणाम असा होतो की, स्त्रिया वारंवार वैद्यकीय गर्भपात करून घेतात. पारडीच्या डॉक्टरबाई सांगतात, ''ग्रामीण भागात स्त्रियांचे वारंवार करवून घेतले जाणारे गर्भपात ही मोठी समस्या आहे. आमच्याकडे तशा सोयी असत्या तर आम्ही इथेही गर्भपात करवून दिले असते. इथे त्याला फार मागणी आहे. लग्न झालेल्या स्त्रिया इतर गर्भनिरोधक साधनं वापरत नाहीत. गर्भ राहिल्यावर त्या पहिल्यांदा वैदूंकडे जातात. ते त्यांच्या योनिभागात कसल्या कसल्या काड्या खुपसून ठेवतात आणि खूप जास्त रक्तस्राव व्हायला लागला, इतर काय काय त्रास होऊन जिवावर बेतलं की मग आमच्याकडे येतात मदत मागायला. गेल्या वर्षी माझ्याकडे अशा चार-पाच तरी केसेस आल्या होत्या.''

पारडी गावातल्या बायका सांगतात की, ''शेजारच्या खारपुंडी गावात एक वैदू आहे त्याच्याकडे आम्ही गर्भ पाडून घ्यायला जात असतो. प्राथमिक आरोग्य केंद्रात गेलं, तर ते आम्हांला गडचिरोलीला पाठवतात, जिल्हा रुग्णालयात. ते फार महाग पडतं. गर्भपात आणि औषधं मिळून एका वेळेला चारशे रुपये खर्च होतात आणि गर्भ जितका जास्त दिवसांचा तितके तिथले डॉक्टर जास्त पैसे मागतात. म्हणून मग वैदूकडे जाणंच आम्हांला परवडतं. एखाद्याने भरपूर पैसे दिले तरच डॉक्टर लोक लक्ष देतात. नाहीतर नाही.

जिल्हा रुग्णालयात भरती होण्यापेक्षा इथंच मेलेलं काय वाईट?'' असं एकजण म्हणाली. एका मध्यमवयीन बाईने फार स्पष्टपणे त्यांच्या अनुभवाचं वर्णन केलं. 'थोडक्यात म्हणायचं तर प्राथमिक आरोग्य केंद्राचं असं असतं. ते लोक रुग्णाला रडकं पोर समजतात. एखादं बिस्किट हातात दिलं, का पोरानं गप्प बसावं असं वाटतं त्यांना.'

गडचिरोलीमध्ये इतकं कमालीचं दारिद्र्य आहे की, केसपेपर काढायला दोन रुपयेसुद्धा त्यांच्याजवळ नसतात. मग ते औषधं विकत घ्यायला पैसे कुठून आणणार? या दृष्टीने त्यांच्या परिस्थितीकडे पाहिलं पाहिजे. वर्षाचे जवळ जवळ आठ महिने त्यांना दाखवता येईल असं कोणतंच उत्पन्न नसतं. फक्त शेतात काम करायचा जो मोसम असतो तेवढे चार महिने त्यांना शेतमजूर म्हणून काम मिळतं आणि थोडी मजुरी मिळते. तांदूळ हेच तिथलं मुख्य पीक. बाकी आठ महिने ते जंगलात सापडणाऱ्या गोष्टींवरच उदरनिर्वाहासाठी अवलंबून असतात. पण त्यातून काही उत्पन्न मिळण्याची शाश्वती नसतेच. मग त्यांच्यातले बरेच जण रोजगार मिळवण्यासाठी दुसरीकडे स्थलांतर करतात.

केंद्र सरकारने दारिद्र्य निर्मूलन करण्याच्या उद्देशाने 'राष्ट्रीय ग्रामीण रोजगार हमी योजना' सुरू केली आहे. या योजनेअंतर्गत प्रत्येक व्यक्तीला वर्षातून किमान १०० दिवस काम मिळण्याची तरतूद आहे. ही सुरू झाल्यापासून चित्र काहीसे बदलताना दिसते आहे. पण ही योजनादेखील बऱ्याच त्रुटींनी भरलेली आहे. उदाहरणार्थ, मजुरीचे पैसे लोकांना ताबडतोब मिळत नाहीत. त्यासाठी चार चार महिने थांबावं लगागतं. कधी कधी हा काळ एक वर्षाइतकासुद्धा लांबू शकतो. काम बऱ्याच वेळा दहा दिवसांहून अधिक मिळत नाही. थंडीत जेव्हा आदिवासींना कामाची गरज असते तेव्हा ते मिळत नाही. रोजगार हमी योजनेची कामं उन्हाळ्यातच निघतात आणि उन्हाळ्यात मोहाची फुलं, तेंदूची पानं रानातून गोळा करून आणणं अशी पैसे मिळवून देणारी कामं आदिवासी करत असतात.

रोजगार हमी योजनेचे पैसे बँक खात्यात भरण्याची तरतूद आहे. पण ग्रामीण भागांत बँकांच्या एवढ्या शाखा नाहीत. बँकेत जाण्यासाठी लोकांना कित्येक मैलांचा प्रवास करावा लागतो.

प्रगत वैद्यकीय सेवा मिळावी म्हणून स्थानिक लोकांना जिथे पाठवण्यात येतं, तिथे पैशाविना त्यांना कोणतीच सेवा मिळत नाही. ग्रामीण प्राथमिक आरोग्य केंद्राच्या सुपरवायझर बाई सांगत होत्या, ''एखाद्या बाईला अगदी

श्वास घ्यायलासुद्धा त्रास होत असेल, शेवटचे श्वास घेत असेल, तेव्हासुद्धा ती जिल्हा रुग्णालयात जायला नाहीच म्हणते. गरोदर बायका असतात. हिमोग्लोबिन ५ ग्रॅम इतकं कमी झालेलं, ताबडतोब रक्त देण्याची गरज असते, पण त्या सांगतात की, काय करायचं ते इथेच करा. आम्ही काही जिल्हा रुग्णालयात जाणार नाही.

''संपूर्ण जिल्ह्यामध्ये फक्त जिल्हा रुग्णालयामध्येच सिझेरियन शस्त्रक्रिया होऊ शकते. तेवढी एकच जागा आहे. तिथल्या प्रसूतितज्ज्ञ डॉक्टरणी त्यांच्या पुरुष सहकाऱ्यांपेक्षा जास्त फी आकारतात. भूलतज्ज्ञांची फी वेगळी असते आणि पैसे दिल्याशिवाय कुठलीही सेवा रुग्णांना मिळत नाही. मी तिथे सिझेरियनची एक केस घेऊन गेले होते. त्यावेळी प्रत्यक्ष पाहिलेली ही परिस्थिती आहे.''

सिव्हिल हॉस्पिटलच्या अनुभवांच्या आठवणी सांगताना धानोऱ्याच्या नागरिकांच्या अंगावर शहारा येतो. 'पुन्हा कध्धी तिकडं जायाचा प्रसंग येऊ नाही बाबा! तुमच्याकडं नोटा असतील तर जिल्हा रुग्णालयवाले तुमच्याकडे पाहनार.' तिथल्या बायांना असे कितीतरी प्रसंग आठवतात. त्या सगळ्यांमधून जिल्हा रुग्णालयामधली बेशिस्त आणि रुग्णांची पिळवणूक, अडवणूक करण्याची प्रवृत्ती अधोरेखित होते. ती तिथली पद्धतच होऊन गेली असल्याचं जाणवतं. एक मध्यम वयाची बाई, तिच्यावर करण्यात आलेल्या दोन सिझेरियन शस्त्रक्रियांची हकिगत सांगत होती. दोन्ही सिझेरियन्स गडचिरोलीच्या जिल्हा रुग्णालयामध्ये झाली. प्रत्येक वेळी सिझेरियन करणाऱ्या पुरुष डॉक्टरला ३००० रुपये आणि भूल देणाऱ्या डॉक्टरला ४५० रुपये द्यावे लागले. त्याची पावती मिळाली नाही. सिव्हिल हॉस्पिटलमध्ये सोनोग्राफी करायला ६० रुपये पडतात. पण त्या डॉक्टरने स्वत:च्या खाजगी क्लिनिकमध्ये सोनोग्राफी करून त्याचे ३५० रुपये घेतले. दुसऱ्या एका बाईने सांगितलं की, तिच्या मुलीच्या सिझेरियनसाठी डॉक्टरणीने १५०० रुपये फी घेतली आणि भूल देण्याचे ५०० रुपये वेगळे. औषधं सगळी बाहेरूनच आणावी लागली. 'सगळ्यांची सिझेरियनच करतात. असं का? इथून पुढे बाया आपसूक बाळंत होणारच नाहीत का?' असा त्या बाईचा सवाल होता.

गेल्या दहा वर्षांत या जिल्ह्यातले बरेच सिव्हिल सर्जन आणि डॉक्टर लाचलुचपत आणि चुकीचे उपचार केल्याच्या प्रकरणात अडकले. निदान कागदपत्रं तरी तसं दाखवतात. त्यांतल्या काहींच्या बदल्या करण्यात आल्या.

त्यांनी आपली नीच कृत्यं इतर कुठेतरी चालू ठेवली. इतरांना निलंबित करण्यात आलं. ते खाजगी प्रॅक्टिस करून आपला पगार कमावत आहेत आणि काहींना मात्र तिथेच राहू दिलेलं आहे. त्यांचं गैरवर्तन सहन करण्यात येत आहे. याचं साधं कारण असं आहे की, इथे येऊन त्यांची जागा घ्यायला दुसरे विशेषज्ञ डॉक्टरच मिळत नाहीत.

एका प्रसूतितज्ज्ञ डॉक्टरणीचं नाव वारंवार रुग्णांच्या 'काळ्या यादी'त ऐकू येत असतं. आपल्याला कोणताही कायदा किंवा नियम हात लावू शकत नाही याबद्दल तिची इतकी खात्री आहे की, ती निर्लज्जपणे सांगते, 'रुग्णांना दुसरीकडे जायला जागाच नाही. ते माझ्याकडेच येणार. तुम्ही विचारा त्यांना, मला काही जास्तीचे पैसे दिलेत का त्यांनी?' जिल्हा रुग्णालयाच्या मेडीकल ऑफिसरने स्पष्ट सांगितलं, की या डॉक्टरणीविरुद्ध अनेक रुग्णांच्या तोंडी आणि लेखी तक्रारी आलेल्या आहेत. दुसरी एक स्त्रीरोगतज्ज्ञ, एक भूलतज्ज्ञ आणि हाडांचे डॉक्टर यांच्याविरुद्धही अशाच तक्रारी आलेल्या आहेत की, ते रुग्णालयाच्या आवारातच पेशंटकडून जास्तीची फी घेतात आणि पावत्या देत नाहीत. यावर रुग्णालयाच्या प्रमुखांनी त्यांना ताकीद दिली. इतरांच्या बदल्या करण्यात आल्या पण प्रसूतितज्ज्ञ राहिली, कारण तिची जागा घ्यायला दुसरं कुणी उपलब्धच नाही. गडचिरोलीच्या एका रहिवाशाने सांगितलं, ''आम्ही वर्षानुवर्षं या लाचखोर सिव्हिल सर्जन्स आणि डॉक्टरांची काळी कृत्य पाहत आहोत. त्यांच्या वागणुकीत काडीचाही बदल झालेला नाही.''

खाजगी आणि सार्वजनिक, दोन्ही क्षेत्रांतले डॉक्टर नेहमीच हे दाखवून देत असतात की, अचूक रोगनिदान आणि सुरक्षित तरीही परिणामकारक औषध-योजना करणं त्यांना कसं जमत नाही. संगीता शिंदे नावाची एक तरुण गृहिणी सांगत होती की, शेजारच्या जिल्ह्यातल्या, स्वतंत्र प्रॅक्टिस करणाऱ्या एका डॉक्टरने तिला टी. बी. (क्षयरोग) असल्याचं चुकीचं निदान केलं आणि अनेक दिवस ती टी. बी. चे उपचार घेत राहिली. पुढे एकदा गडचिरोलीच्या जिल्हा रुग्णालयातर्फे आरोग्य शिबिर घेण्यात आलं. तिथे साध्या ॲलर्जीसाठी तिला स्टेरॉईड्स घेण्याचा सल्ला तिथल्या डॉक्टरने दिला. अशा घटनांवरून हेच सिद्ध होतं की, चुकीचं रोगनिदान आणि ॲलोपॅथी औषधांचा मारा करून रुग्णांना त्रास देणं हे खाजगी आणि सार्वजनिक दोन्ही वैद्यकीय क्षेत्रांत किती बोकाळलेलं आहे.

'शासकीय धोरण ठरवणाऱ्यांनी तर या सगळ्या गोष्टींची सरमिसळ करून गंभीर विसंगती निर्माण करून ठेवल्या आहेत. साध्या आणि गरिबांना सामान्यत: त्रास देणाऱ्या 'खवडा' (Scabies) रोगासारख्या व्याधींसाठी आरोग्य खात्याकडून पैशांची तरतूद केली जात नाही. त्याऐवजी 'हेपॅटिटिस बी'ची लस टोचणं यासारख्या गोष्टींवर सढळ हाताने खर्च केला जातो. वास्तविक हा प्रकल्प खर्चीक आहे आणि सरसकट सगळ्यांना ही लागण होत नसते; फक्त काही समाज गटांतच तिचा धोका जास्त असतो. गरीब माणसाला जेव्हा हृदयविकारासारखा गंभीर आजार होतो तेव्हा तो त्यातून बरा होण्याची शक्यता जवळपास नसतेच. तो माणूस जरी त्यात मेला नाही तरी उपचारांचा खर्च एवढा असतो, की कुटुंबावर कर्जाचं प्रचंड ओझं होतं आणि त्याखाली कुटुंब दबून जातं. मला एक कुणबी कुटुंब माहिती आहे. त्यांच्या मुलीला हृदयविकार उद्‌भवला. तिच्या उपचारासाठी त्यांना अक्षरश: दीड एकर शेतजमीन विकावी लागली. आणि एवढं करूनही ती मुलगी जगण्याची शक्यता फार कमी होती.

गडचिरोली जिल्ह्यात इतर क्षेत्रांकडे पाहिलं, तर गेल्या सतरा वर्षांमध्ये, विकासाच्या दृष्टीने महत्त्वाची सुधारणा म्हणजे रस्ते तयार केले गेलेले आहेत. माजी पोलीस कमिशनर श्री. राजवर्धन यांच्या म्हणण्याप्रमाणे, आदिवासी भागात वाढीस लागलेल्या नक्षलवादी चळवळीविरुद्ध सरकारने उचललेलं पाऊल म्हणजे चांगले रस्ते तयार केले गेले. १९९० साली महाराष्ट्र सरकारने नक्षलवादी चळवळ रोखण्यासाठी विशेष कृति समिती नेमली. त्यांना १९२ करोड रुपये निधी मंजूर करण्यात आला. त्यापैकी १४० करोड फक्त रस्त्यांसाठी राखीव होते. याचा परिणाम असा झाला की, आदिवासी सुलभतेने वेगवेगळ्या शहरांपर्यंत पोहोचू लागले. तसंच सरकारी अधिकारी आणि विकास योजना खेड्यापर्यंत पोहोचू लागल्या. रस्त्यांमुळे जास्त विद्यार्थी शाळेपर्यंत पोहोचू लागले आणि मुलामुलींचे घोळके रस्त्याने दूरदूरपर्यंत चालत शाळेकडे जाताना दिसू लागले. प्रत्येक खेड्यात एक प्राथमिक शाळा असते. साधारण दहा खेड्यांमागे एक माध्यमिक शाळा असते. विद्यार्थी चालत किंवा सायकलवरून शाळेत जातात. त्या मार्गावरून एखादी बस असेल तर बसनेही प्रवास करून विद्यार्थी शाळेत पोहोचतात. रोजच्या रोज एवढा प्रवास आणि दगदग करावी लागत असल्यामुळे, शाळा सोडून देणाऱ्या विद्यार्थ्यांचे प्रमाण खूप जास्त आहे. यावर उपाय म्हणून राज्य सरकारने निवासी शाळा (आश्रमशाळा) सुरू केल्या आहेत.

शिक्षणाला सगळ्यात जास्त महत्त्व देणारी आणि शिक्षणाचा सर्वांत जास्त फायदा घेतलेली जमात म्हणजे 'महार' समाज. भेदभावाने भरलेल्या जातिव्यवस्थेने त्यांना शतकानुशतकं क्रूरपणे पायाखाली तुडवत ठेवलेलं होतं. या हिंदू जातिव्यवस्थेच्या अत्याचारातून सुटण्याचा एक प्रयत्न म्हणून दलित आणि मागासवर्गीय जातीच्या ९० टक्के लोकांनी धर्मांतर करून बौद्ध धर्म स्वीकारला. डॉ. बाबासाहेब आंबेडकरांसारख्या नेत्यांनी या समाजात जागृती निर्माण केली. त्यामुळे महारांनी भरपूर शिक्षण घेतलं. आक्रमकपणे स्वत:चे हक्क मिळवले. त्यांच्या स्त्रियांकडे पाहिलं, तर हे दिसून येतं. त्यांना काय वाटतं ते त्या तिथल्या तिथे ठासून सांगतात. आत्मविश्वास त्यांच्या रोमारोमांत भिनलेला दिसतो. अनेक सुशिक्षित महार लोक सरकारी नोकऱ्या करताना दिसतात. बरेच जण कारकून किंवा शिपाई असतात. (नोकरशाहीतील वर्ग ३ व ४ चे कर्मचारी.) मागासवर्गीयांसाठी असलेल्या राखीव जागेवर त्यांना नोकऱ्या मिळतात. फार थोडे अधिकारी (वर्ग १ चे कर्मचारी) असलेले दिसतात.

जुलमी जातिव्यवस्थेने मागासलेल्या जमातींना उच्च वर्गाच्या बरोबरीने शिक्षण घेण्याचा व नोकरी करण्याचा हक्क नाकारला होता. परंतु स्वतंत्र भारताच्या राज्यघटनेने, या मागास जमातींना उच्च जमातींच्या बरोबरीला येता यावं; त्यांच्यासारखंच शिक्षण घेता यावं, नोकऱ्या करता याव्यात याकरिता शिक्षण आणि नोकऱ्यांमध्ये मागासवर्गीय जमातींसाठी आरक्षणाची तरतूद केली. ही व्यवस्था तशीच चालू राहणं दलितांसाठी महत्त्वाचं आहे. कारण उच्च वर्गीय जातीच्या लोकांना पिढ्यान्‌पिढ्या शैक्षणिक, सामाजिक आणि व्यावसायिक वातावरणाचा जो लाभ मिळाला आहे, त्यामुळे त्यांचे जे फायदे झालेत ते दलितांना नुसत्या शिक्षणाने मिळणे शक्य नाही. कीर्ती नावाची एक महार तरुणी ग्रंथपाल म्हणून वाचनालयात काम करते. तिच्या मते शिक्षण हा त्यांचा धर्मच झाला आहे. वृद्ध स्त्रियासुद्धा आता स्वत:ची सही करायला शिकल्या आहेत. सगळी मुलं (यात मुलीही आल्या) खेड्यात राहूनसुद्धा शालेय शिक्षण पूर्ण करतात. महार जातीतल्या मुली या मुलांपेक्षा जास्त गुण मिळवतात, त्यांच्यापेक्षा नियमितपणे शाळेत जातात आणि अभ्यासाव्यतिरिक्त इतरही उपक्रमांत भाग घेतात. उच्च शिक्षण घ्यायचं, काम करायचं आणि समाजाला उपयोग होईल असं काम करायचं अशा त्यांच्या महत्त्वाकांक्षा असतात. सरकारने मागासवर्गीय जाती आणि भटक्या जमातींतील

विद्यार्थ्यांसाठी शिष्यवृत्त्या ठेवलेल्या आहेत. याचा फार मोठ्या प्रमाणावर फायदा घेऊन संधीचं सोनं करण्यात महार समाज आघाडीवर आहे.

''हे तरुणतरुणी चांगले कापडे घालतात, आधुनिक साधनं (मोबाईल, गॉगल इत्यादी) जवळ बाळगतात, बँकेत खातीही उघडतात. त्यांच्याजवळ पूर्वी काहीच नव्हतं, पण आता स्वत:च्या कमाईतून ते हवं ते खरेदी करू शकतात. आता ते दलित वस्तीतून बाहेर पडून इतर समाजाबरोबर काम करू लागले आहेत, इतरांच्यात मिसळू लागले आहेत. जातिभेदावर मात करण्यात यशस्वी होत आहेत,'' कीर्ती मनापासून सांगत होती.

कीर्तीचे वडील चंद्रपूर जिल्ह्यातल्या, ब्रह्मपुरी गावच्या महाविद्यालयात प्रयोगशाळा सहाय्यक म्हणून नोकरी करतात. कॉलेजच्या हौसिंग कॉलनीत घर बांधून राहणारं यांचं एकुलतं एक महार कुटुंब आहे.

'बौद्ध महिला मंडळ' सारख्या संस्थांच्या उपक्रमात आख्खा महार समाज भाग घेतो. त्यांच्या लघु-पत संस्था मजबूतपणे काम करत आहेत. विदर्भातल्या (पूर्व महाराष्ट्र) विनोबा भाव्यांच्या भूदान चळवळीतून काही दलित कुटुंबांना जमीन देण्यात आलेली आहे. त्याचबरोबर दलित साहित्य आणि दलित नाट्यकृती यांच्यामुळे इतर समाजाला दलितांच्या हालअपेष्टांची, दाहक जीवनानुभवाची जाणीव झालेली आहे. जर कुणी त्यांचा जातिवाचक शब्द वापरून अवमान केला किंवा काही त्रास द्यायचा प्रयत्न केला, तर महार समाजाने अनेकदा अत्याचार विरोधी कायद्याचा (१९८९) आधार घेतलेला आहे. हा दखलपात्र गुन्हा असून आरोप सिद्ध झाल्यास गुन्हेगाराला कमीत कमी सहा महिने तुरुंगवासाची शिक्षा आहे.

छाया नावाची महार नर्स सांगते, ''शहरी भागात उघड उघड भेदभाव केला जात नाही; पण आमच्याकडे पाहण्याचा दृष्टिकोन पूर्वग्रहदूषित असल्याचं जाणवतं. माणसामाणसांत कुठे तरी एक अंतर मधे येतं. माझी एक अतिशय जवळची मैत्रीण आहे. माझी जात कळल्यावर तिच्या आईने आमच्या मैत्रीबद्दल नापसंती व्यक्त केली. ही घटना मला नेहमी आठवत राहते. आम्ही त्यांच्याशी मोकळेपणाने वागतो. ते आमच्यात का मिसळू शकत नाहीत? आता आम्ही प्रत्येक बाबतीत त्यांच्या बरोबरीचे आहोत; शैक्षणिक, आर्थिक बाबतीतही. तरीसुद्धा ते आम्हांला त्यांच्यापेक्षा खालचे का समजतात? शिक्षणाद्वारे आमचा समाज प्रयत्न करतो आहे सगळं काही ब्राह्मणांसारखं करण्याचा.'' छाया बोलत होती, ''एवढी सगळी झेप घेतल्यानंतर मी आजही

स्वत:ला प्रश्न करते, हा दृष्टिकोन का बदलू शकत नाही? इतर जातींचे लोक आमच्याकडे 'खालच्या जातीतले' म्हणून पाहतात आणि त्यांना वाटतं, 'अरे, इतक्या जलद हे कसे काय वर आले?' ते त्यांना पाहवत नाही. त्याचवेळी खालच्या जातीतले लोक स्वत:चा हीन दर्जा, भेदभाव आणि छळ सोसल्याचा इतिहास विसरू शकत नाहीत. आपल्याला वाईट वागणूक मिळाली याची चीड कायमची त्यांच्या मनात वस्ती करून राहिलेली असते. जुन्या पिढीच्या लोकांचं असं आहे आणि नव्या पिढीच्या मनावरही त्याचा परिणाम होतोच. पण मी महाराच्या घरात जन्माला आले यात माझा काय दोष? आणि ब्राह्मणाच्या घरी जन्म घेतलेल्यांच्यात असं काय विशेष असतं? यामुळे मला फार फार वेदना होतात.''

विदर्भाच्या शहरी भागात बौद्ध चळवळीचा मोठा प्रभाव आहे. पण खेड्यातील जनजीवन पूर्वीसारखेच आहे. जात आणि अस्पृश्यता ही ज्वलंत समस्या तिथे आहे. 'सर्च'मध्ये प्रशिक्षण घेऊन दाई झालेल्या स्त्रियांच्या गटाबरोबर चर्चा चालू असताना एक महार जातीची दाई सांगत होती, आजही तिच्या खेड्यात बोअरवेलवर पाणी भरताना, सगळ्या उच्च जातीच्या बायांचं पाणी भरून होईपर्यंत, महाराच्या बायांना दूर उभं राहून वाट पाहावी लागते. समजा, आदिवासी प्रधान जातीच्या माणसांनी विहिरीचं पाणी काढलं तर इतर उच्च जातीची माणसं सभोवार पाणी टाकून ती जागा शुद्ध करून घेतात. जनावरांची कातडी सोलणाऱ्या 'मडगी' समाजालाही अशीच वागणूक दिली जाते. ''सरकारी विहिरीवर आम्ही मधी घुसून पानी भरून घेतो. पन कुनाच्या मालकीची विहीर आसल, तर त्येना नाई आवडत आम्ही आल्यालं,'' महार दाई खुलासेवार सांगत होती, ''दुष्काळ पडला तर लोक आम्हांला पानी भरू देतात पन मोजूनच हंडे घेऊ देतात.''

लहान लहान पद्धतींमधून जातिभेद स्पष्ट होत असतो. गावजेवणाच्या वेळी दलितांना आणि प्रधान आदिवासींना आपापली ताटं धुऊन नेऊन द्यावी लागतात. इतरांवर ते बंधन नसते. ''आम्हांला हे फार अपमानाचं वाटतं म्हणून आम्ही अशा ठिकाणी जेवायला जातच न्हाई,'' एका प्रधान जातीच्या दाईने सांगितलं, ''आमच्या समाजात लग्न असलं, तर आम्ही गोंड लोकांना बोलवतो. पण ते आमच्या हातचं पाणीसुद्धा पीत नाहीत. जेवणाचं तर लांब राहिलं.''

जातशिडीच्या सगळ्यात खालच्या पायरीवर भंगी समाज आहे. लोकांची विष्ठा गोळा करून, डोक्यावरून वाहून नेणारी ही जमात. यांना तर महारसुद्धा शिवत नाहीत.

इथे आंतरजातीय विवाहाला बंदी आहे. एका गोंड जातीच्या दाईने आठवण सांगितली. एकदा एक गोंड आदिवासी मुलगी एका दलित मुलाच्या प्रेमात पडली. प्रकरण पुढे गेलं. दोघांनी लग्न करायचं ठरवलं. गोंड जमातीने ठणकावलं, जर हे लग्न झालं तर मुलीच्या कुटुंबाला वाळीत टाकू. आणि तसंच केलं. त्या मुलीचे वडील वारले, तेव्हा कुणी त्यांना भेटायला गेलं नाही की एकही जातवाला त्याच्या मयताला सुद्धा गेला नाही. गोंड समाजाच्या रितीरिवाजाप्रमाणे त्या मुलीने समाजाची माफी मागून गावजेवण घालायला पाहिजे होतं म्हणजे तिला पुन्हा जातीत घेतलं असतं. पण ते पडले गरीब. कुठून गावजेवण घालणार? शेवटी बहिष्कार सहन करत राहिली.

गोंड समाजात दुसऱ्या जातीचे लोक स्वीकारत नाहीत. क्वचित तसं केलं जातं, पण नाइलाज असेल तरच. पण त्याही वेळेला त्या व्यक्तीला एक मोठं डुक्कर नाहीतर बकरा दंड म्हणून द्यावा लागतो आणि साऱ्या गावाला गोड-धोडाचं जेवण द्यावं लागतं. पण ते खालच्या जातीतल्या व्यक्तीला (उदा. प्रधान आदिवासी) गोंड समाजात कधीही प्रवेश देत नाहीत.

'सर्च'मध्ये काम करणारी समाज कार्यकर्ती सुनंदा सांगते की, 'सर्च' म्हणजे अशा वाळीत टाकलेल्या जोडप्यांचं 'आश्रयघर'च झालं आहे. 'सर्च' ने घेतलेल्या एका युवा शिबिराचे वेळी एक गोंड मुलगा आणि प्रधान मुलगी एकमेकांच्या प्रेमात पडले. दोघे घरातून पळून गेले आणि त्यांनी एकत्र राहायचं ठरवलं. या गोष्टीला गावातून प्रचंड विरोध झाला. आता लग्न करायचं ही त्यांची पुढची पायरी होती. पण गडचिरोलीला लग्न रजिस्टर करण्यासाठी त्यांना त्या मुलीचा जन्मदाखला हवा होता. तो आणायचा तर पुन्हा गावात जायला पाहिजे. तेवढं धैर्य त्यांच्यापाशी नव्हतं. मग 'सर्च' मधल्या काही जणांनी त्या मुलीबरोबर तिच्या घरी जावं असं ठरलं. 'त्या मुलीच्या बापाने तिला पाहताक्षणी घरातून मोठी काठीच आणली तिला बदडून काढण्यासाठी,' सुनंदा आठवण सांगत होती आणि मोठ्याने ओरडू लागला, ''तुला काही मिळणार नाही इथे. चालती हो. मग आम्ही कारमध्ये जाऊन बसलो. मुलीला लग्न

करायचंच होतं. त्यासाठी जन्माचा दाखला लागणारच होता. मग आम्ही सर्वांनी निकराचे प्रयत्न केले. शेवटी दया येऊन घरातल्या माणसांनी जन्मदाखला काढून दिला. पण तिच्या वडिलांना पुन्हा एकदा रागाचा झटका आला आणि ते चप्पल घेऊन मुलीला मारायला धावले. तो एक मोठा तमाशा व्हायलाच पाहिजे होता. त्याशिवाय गावातल्या लोकांना कसं कळणार की, आंतरजातीय लग्नाला पोरीचा बाप तयार नव्हता म्हणून?'

गडचिरोलीमधल्या बिगर आदिवासी जमातींमध्ये कुणबी, तेली आणि माळी संख्येने जास्त आहेत. हे बाजूच्या जिल्ह्यातून स्थलांतरित झालेले शेतकरी आहेत. ते बहुतेकजण स्वावलंबी असतात. भाताची आणि भाजीपाल्याची शेती करतात, नाहीतर दुसऱ्यांच्या शेतावर रोजंदारीवर कामाला जातात. सरकारी 'रोजगार हमी'च्या कामावरही काहीजण जातात. त्यांना चैन करण्याइतका पैसा मिळत नाही पण रोजचं जेवणखाण भागतं. हे आम्हांला 'सर्च'च्या कँटीनमध्ये आचारीकाम करणाऱ्या मीनाने सांगितलं. ती जातीने कुणबी आहे. तिच्या स्वतःच्या कुटुंबाच्या मालकीची शेतजमीन होती. तिचे आजोबा असताना ५० एकर शेती असल्याचं तिला आठवतं. पण घरच्या पुरुषांनी दारूच्या व्यसनापायी थोडी थोडी करून ती विकून टाकली. आता फक्त आठ एकर राहिली आहे, त्यात डाळ, तांदूळ, टोमॅटो आणि वांगी घेतात. मीनाचे वडील गावचे पोलीस पाटील आहेत. पण ते स्वतःच व्यसनी असल्यामुळे गावात हातभट्टीचं पीक फोफावलं आहे, असं मीना सांगत होती. कुटुंबाचं वार्षिक उत्पन्न २० ते २५ हजार रुपये आहे. घरी टी. व्ही., फॅन हे सगळं मीनाच्या पगारातून आणलेलं आहे. रोख पैसे मिळायला लागले तेव्हा श्रीमंत लोकांसारखं राहावं असं वाटायला लागलं.

पूर्वी महार, गोंड यांना 'हुंडा' माहिती नव्हता. आता त्यांच्यातही ही हुंड्याची समस्या गंभीर होऊ लागली आहे. इतर मागासवर्गीय म्हणजे कुणबी, तेली वगैरेंना हा हुंडापद्धतीचा दबाव भयंकर वाटतो.

सदानंद हा तेली जातीचा तरुण गडचिरोलीला समाज सेवक म्हणून काम करतो. तो सांगत होता की, तेली समाज फारसा शिकलेला नाही. त्यांच्यात मुलींना खालचं स्थान आहे. फार थोड्या मुली बारावीपर्यंत शिकल्या आहेत. पण आता यात सुधारणा होत असून मुली मुलांपेक्षा चांगल्या शिकत आहेत. पण शिकलेल्या मुलींच्या पालकांनाही अजून हुंडा द्यावाच लागतो. साधारण

सोळा वर्षांच्या मुलींची लग्ने होतात. सदानंदच्या बहिणीचं चौदाव्या वर्षी लग्न झालं. तेली लोक असा विचार करतात की, घरात दोन-तीन मुली असल्या की त्यांची लग्नं लहान वयात करून टाकलेली बरी. मग त्या लवकरच गरोदरही होतात आणि आयुष्यभरासाठी त्यांचं आरोग्य बिघडतं. तेली समाजात कधी कधी अडीच लाख रुपयेसुद्धा हुंडा म्हणून मागितले जातात. तेली लोक बरेचसे शेतमजूर म्हणून काम करतात. स्त्रियासुद्धा घराबाहेर पडून कामासाठी जातात. तेल्यांकडे तसं खायला-प्यायला भरपूर असतं. दोन ते दहा एकरांपर्यंत जमीनही असते. तरीसुद्धा बाहेर जाऊन काम करतात. वर्षाचे काही महिने ते शहरातही रोजंदारी करण्यासाठी जाऊन राहतात.

गडचिरोली शहराबाहेर 'इंदिरानगर' म्हणून वस्ती आहे. तिथे जास्तीत जास्त तेली राहतात. जिल्ह्याच्या ठिकाणी शहराबाहेर जी घाणेरडी उपनगरे उभी राहत आहेत, अगदी तसंच हे इंदिरानगर. तिथे भरपूर धूळ, घाण आणि शहरातल्या नवश्रीमंतांची भपकेबाज दिसणारी घरं. मोठे वृक्ष नाहीत की शांतता, प्रसन्नता नाही. इथे राहणाऱ्या एका तरुण मुलीशी बोलत होते. तिचं लग्न ठरलेलं होतं. तिला विचारलं, ''तुझे आईवडील रोख पैसे आणि वस्तू मिळून ५३,००० रुपये हुंडा देणार आहेत. तुला काय वाटतं याबद्दल?'' तिने उत्तर दिलं, ''मुलीला फक्त एकदाच देतात. मुलाला तर घरदारच देतात. तसं थोडंच मुलीला मिळतं?'' तिच्या आईने सांगितलं की, कुणाकुणाकडून उसने पैसे घेऊन त्यांनी हुंड्याची रक्कम जमा केली होती. पुढे आई असंही म्हणाली की, काय करणार? हुंडा नाही दिला तर पोर जन्मभर कुंवार राहील.

इंदिरानगरमधली दुसरी एक आई सांगत होती, ''लेकीला हुंडा देण्यासाठी मी माझं घर विकलं. तिला पन्नास हजार दिले. आता आम्ही भाड्याच्या घरात राहतो. हे पन्नास हजार सगळेच्या सगळे लग्नात खर्च झाले. शिवाय तिला आम्ही सोन्याची चेन, अंगठी आणि कानातले दिले. नवऱ्या मुलाने सगळे पैसे कपड्यांवर आणि जेवणावळीवर खर्च केले. त्यांनी काही त्यातले थोडे पैसे मुलीच्या भविष्यासाठी बँकेत ठेवले नाहीत. आम्ही तसं सांगितलंही त्यांना. पण नाही ऐकलं त्यांनी. शिवाय म्हणाले कसे, 'सगळी हुंड्याची रक्कम आमच्या हातात आल्यावरच लग्नपत्रिका छापायला टाकू आम्ही.' आता आम्ही आमच्या मुलाच्या लग्नातही असंच करणार. हे बदलायचा प्रयत्न करण्यात

काही अर्थ नाही. आमचा जावई एका दुकानात काम करतो. मुलगी आणि जावई दोघंही दहावी पास आहेत. काय करणार, मुलगी जातीतच द्यावी लागते ना, दुसऱ्या जातीच्या मुलाला नाही देता येत.''

गर्भ राहिला की त्याची लिंगपरीक्षा करून घ्यायची आणि मुलगी असेल तर गर्भपात करायचा (हे दोन्ही बेकायदा आहे), पण ते तेल्यांमध्ये सर्रास चालतं. 'सर्च'मधल्या केसपेपर्सवरून हे स्पष्टपणे दिसून येतं की, मुलगा होईपर्यंत, तेली बायकांना एका पाठोपाठ गर्भधारणा होते, मग लिंगचिकित्सा केली जाते आणि त्यानंतर सरळ वैद्यकीय गर्भपात करवला जातो. अर्थातच लिंगपरीक्षा त्यांना परवडते, तोपर्यंतच हे घडत राहतं. (गर्भलिंगपरीक्षा करणं कायद्याने गुन्हा आहे.)

'सर्च' क्लिनिकमध्ये ज्या ज्या विवाहित स्त्रिया येतात त्या प्रत्येकीच्या केसपेपरवर, लग्नात किती हुंडा दिला, ते लिहून ठेवलं जातं. एकदा एक तेली जातीची तरुणी आली. तिचे वडील काँग्रेस पक्षाचे पुढारी आहेत. तिने लिहिलं, की लग्नामध्ये तिच्या आईवडिलांनी हुंडा म्हणून ऐंशी हजार रुपये रोख दिले. शिवाय टी. व्ही., फ्रीज, मिक्सर, गॅसची शेगडी, सोफासेट, दागिने आणि कपडे दिले ते वेगळे. तिचा नवरा एका खाजगी शाळेत शिक्षक आहे. ही शाळा शिवसेनेच्या एका नेत्याने चालवलेली आहे. शिवसेना हा राजकारणातला मराठी भाषकांचा कैवार घेणारा पक्ष. त्या शिक्षकाची चार वर्षं नोकरी झाल्यानंतर शाळेच्या मालकाने त्याला सांगितले, की इथून पुढेही नोकरी चालू राहावी असं वाटत असेल तर दोन लाख रुपये आणून दे. शिक्षक म्हणाला, एवढी मोठी रक्कम मी भरू शकत नाही. तेव्हा शाळा चालवणाऱ्या त्या शिवसेना नेत्याने शिक्षकापुढे पर्याय ठेवला की, पैसे नसतील तर तुझ्या सासऱ्याने काँग्रेस सोडून शिवसेनेत आलं पाहिजे. सासरा बिचारा त्यालाही तयार झाला. पण जावई स्वाभिमानी. त्याने सासऱ्याला त्या विचारापासून परावृत्त केलं. म्हणाला, 'नाही नाही. तुम्ही आधीपासून पक्षाचे पुढारी होता, माझे सासरे त्यानंतर झालात.'

झालं. त्या शिक्षकाची नोकरी गेली. त्याची १ एकर जमीन आहे फक्त. आता सासराच त्याचं कुटुंब पोसतो आहे. त्याचं पहिलं मूल आजारी आहे. त्याला अपस्मार (Epilepsy) नावाचा विकार आहे.

त्या ऐंशी हजार रुपये हुंड्याचं काय झालं? ते सगळे लग्न समारंभासाठी

खर्च झाले. आता सासरा किती दिवस त्यांना पोसत राहील? ती मुलगी या प्रश्नाचं उत्तर देते, 'ते जिवंत आहेत तोपर्यंत.'

अशी काही उदाहरणं असली, तरी तेली, कुणबी आणि दलित समाजात खूप लोक बचत करतात. अर्थात त्यांचा हेतू हुंडा जमवण्याचा असतो. याच्या उलट आदिवासी टोळीवाल्यांकडे कधीच रोख पैसा नसतो. ते क्वचितच बचत करताना दिसतात. 'आजचा दिवस जगून घालवायचा. उद्याचं उद्या पाहू.' हाच त्यांचा जीवनाकडे पाहण्याचा दृष्टिकोन आहे.

**

प्रकरण तिसरे

आरोग्य सेवा
धोरण आणि अंमलबजावणी यांतली तफावत

गडचिरोली जिल्ह्यातील आरोग्य सेवेचा अभ्यास केला आणि तिथल्या समाजाच्या अगदी काठावरच्या लोकांवर तिचा काय परिणाम झाला आहे हे बघितलं, तर महाराष्ट्र राज्याचं आणि सर्वसाधारण ग्रामीण भारताचं आरोग्य धोरण कसं दलदलीत फसलेलं आहे हे समजून येतं. याबाबतीत गडचिराली जिल्हा सर्वांत खालच्या पातळीवर आहे. अलीकडच्या काही वर्षांत महाराष्ट्र सरकारने राज्याच्या आरोग्य सेवेची संरचना किंवा सांगाडा सुधारण्याचा प्रयत्न केलेला आहे. त्यात गडचिरोलीचाही समावेश आहे. पण फक्त रुग्णालयाच्या इमारती आणि वैद्यकीय उपकरणं म्हणजे खरी आरोग्यसेवा नव्हे. उत्तम तऱ्हेने प्रशिक्षण घेतलेले आणि रुग्णांच्या अनेकपदरी गरजांना माणुसकीच्या नजरेतून प्रतिसाद देण्यासाठी कटिबद्ध असणारे (फक्त वैद्यकीय गरजा नव्हेत) वैद्यकीय व्यावसायिक नसल्यामुळे सरकारी प्रयत्नांच्या पायालाच सुरुंग लागल्यासारखं झालेलं आहे.

रुग्णांना डॉक्टर्स कसे पाहिजेत? तर ज्यांच्याजवळ ते आपलं मन मोकळं करू शकतील, मनावरचं ओझं हलकं करू शकतील. पण प्रत्यक्षात त्यांना काय मिळतं? तर भ्रष्टाचार, निर्दयपणा आणि व्यावसायिक अकार्यक्षमता! इथे सार्वजनिक आणि खाजगी, दोन्ही क्षेत्रांत ही अनास्था दिसून येते. आणि दारिद्र्याने अगोदरच गांजलेल्या जनतेवर याचा फार विदारक परिणाम होतो. त्यांना दुसरा पर्याय नसल्यामुळे हे चित्र जास्तच भयानक होऊन जातं. ते

बिचारे पैसे द्यायला तयार आहेत, तरीसुद्धा त्यांना सुरक्षित आणि भरवशाची आरोग्य सेवा मिळू शकत नाही. जिल्ह्यातल्या सर्व थरांतल्या रुग्णांच्या प्रातिनिधिक गटाशी बोलल्यावर पुन्हा एकदा हाच निखळलेला दुवा नजरेसमोर आला, की ज्यांच्यावर विश्वासून राहावं अशा वैद्यकीय व्यावसायिकांचा इथे अभाव आहे.

इथल्या वैद्यकीय व्यावसायिकांना फक्त स्वत:च्या करिअरमध्ये स्वारस्य आहे, त्यामुळे साहजिकच रुग्णसेवेतलं लक्ष फार कमी आहे. आणि हीच समस्या आहे. व्यावसायिक म्हणून, भारतीय रुग्णांच्या गरजा ओळखून त्याला अनुरूप वैद्यकीय धोरण ठरवण्यात आणि त्याप्रमाणे योग्य आरोग्य सेवा पुरवण्यात आम्ही अपयशी ठरलेले आहोत. आमच्या आंतरराष्ट्रीय देणगीदारांना पाहिजे त्याप्रमाणे एकेका विषयावर पूर्ण लक्ष केंद्रित करून, उच्च तंत्रज्ञानाचा वापर करून ठरावीक उद्दिष्टपूर्ती करण्याच्या दृष्टीने आम्ही आरोग्य धोरण ठरवतो. त्यामुळे आरोग्यसेवा खर्चीक झाली आहे. रुग्णांना ती सहज उपलब्ध होत नाही. मानवतापूर्ण दृष्टिकोनातून पूर्ण सक्षमतेने केलेली, सर्वसमावेशक प्राथमिक आरोग्य सेवा ही रुग्णांना त्यामुळे मिळूच शकत नाही. अशा तऱ्हेने आमच्या आरोग्य धोरणात कशाला प्राधान्य द्यावं हे आमचे आंतरराष्ट्रीय देणगीदार ठरवतात आणि आमचे डॉक्टर रुग्णांकडून भरमसाठ फी घेऊन आणि आंतरराष्ट्रीय सहली मारून पैसे ओढत राहतात. असा स्वार्थी दृष्टिकोन ठेवला तर ज्यांना आपल्या मदतीची गरज आहे अशा समाजाचे प्रश्न आपण कधीतरी सोडवू शकणार आहोत का?

ग्रामीण भारतातील स्त्रियांच्या वैद्यकीय गरजांमध्ये ९२ टक्के गरजा या गर्भाशयातील दोष, गरोदरपण, बाळंतपण या विषयीच्या तक्रारींबद्दल आहेत आणि त्या अजूनही दुर्लक्षित आहेत. दहामधल्या नऊ केसेस याबद्दलच्या असतात. आम्ही गडचिरोलीचा केलेला अभ्यास असं दर्शवतो, की फक्त ८ टक्के स्त्रिया अशा समस्यांसाठी वैद्यकीय मदत घेतात. हे चित्र बदलता येईल. त्यासाठी सहज पोहोचता येईल अशा अंतरावर प्राथमिक आरोग्य केंद्रं व्हायला हवीत आणि अशा संस्था पाहिजेत जिथे गर्भारपण, बाळंतपण, गर्भपात यांविषयी सुरक्षित आणि खातरीलायक सेवा उपलब्ध असेल. जोडपी आणि पौगंडावस्थेतील मुलं-मुली यांना प्रजनन आरोग्याविषयी समुपदेशन करण्याचीही सोय आपल्या आरोग्य व्यवस्थेत असली पाहिजे. अज्ञान आणि अंधश्रद्धा

यांच्या घट्ट विळख्यात सापडलेल्या स्त्री रुग्णांच्या मनापर्यंत पोहोचण्याची संधी, ग्रामीण भागात काम करणाऱ्या स्त्री डॉक्टरला क्वचितच मिळते. अशा वेळेला आम्ही त्यांना शारीरिक आणि मानसिक आरोग्याच्या वाटेवर घेऊन येऊ शकतो. पण दुर्दैवाने, असं पोषक वातावरण निर्माण करण्याच्या संधी प्रत्यक्षात मिळतच नाहीत.

धोरण आणि त्याची अंमलबजावणी यांतली तफ़ावत गडचिरोलीमध्ये सातत्याने दिसून येते. त्याचप्रमाणे ज्याला महाराष्ट्र म्हटलं जातं आणि सगळ्या सेवा, उत्पादनं यांचं केंद्रच असलेला, खूप जास्त शहरीकरण झालेला भाग म्हणजे मुंबई, ठाणे, पुणे हा महानगरांचा पट्टा; इथेही तीच तफावत पाहायला मिळते. या भागात, शहरातील उच्चभ्रू आणि धनवान लोकांनी पोसलेल्या पंचतारांकित आरोग्य-सोयींची कमतरता नाही. तरीसुद्धा एकंदर आरोग्याच्या दर्शकांकावर प्रश्नचिन्हच आहे. २००४-२००५ मध्ये केलेलं महाराष्ट्राचं आर्थिक सर्वेक्षण असं दाखवतं, की आरोग्य सेवेची उपलब्धता, अंमलबजावणी आणि प्रत्यक्ष होणारं काम याबाबतीत जिल्ह्याजिल्ह्यांत तसंच शहरी आणि गाव भागात फार मोठा फरक आहे. आदिवासी आणि डोंगराळ भागात आरोग्यविषयक सोयी-सुविधा आणि साधनं यांची वानवा आहे. राष्ट्रीय कौटुंबिक आरोग्य सर्वेक्षण (२००५-२००६) याची तिसरी फेरी असं दाखवते की, या संपन्न महाराष्ट्रात लहान मुलं आणि मोठी माणसं यांच्यात सातत्याने मोठ्या प्रमाणावर असणारे कुपोषण आणि रक्तहीनता (ॲनिमिया) यांमुळे वैद्यकीय सेवेच्या पायालाच धक्का पोहोचत आहे.

शासनाचा सध्याचा दृष्टिकोन पाहिला तर अपत्यजन्माचं प्रमाण कमी झालेलं आहे आणि लसीकरणाचं काम सुधारलेलं आहे. प्रजनन आणि बालक आरोग्य यांमधला मातेचं आरोग्य हा घटक मात्र यशस्वी झालेला नाही. हा कार्यक्रम कुटुंब नियोजनाची उद्दिष्टं गाठण्याच्या दृष्टीने राबवला जातो. त्यात प्रजनन आरोग्य सेवेचा संपूर्ण पट समाविष्ट केला जात नाही. असाच संकुचित दृष्टिकोन आम्ही पाहिला आहे, एड्‌ससाठी देण्यात येणाऱ्या, व्हायरसला विरोध करणाऱ्या औषधांबाबतीत. ती औषधं महाग तर असतात पण त्यांनी रोगही बरा होत नाही. त्याचप्रमाणे लैंगिक संबंधातून पसरणाऱ्या गुप्तरोगांवरच्या इलाजाचं. त्यात प्रजनन मार्गाच्या इतर जंतुसंसर्गाचा समावेशक विचार केलेला नाही. नवजात बालकांच्या आरोग्याविषयी सरकारचं सध्याचं धोरण आहे त्यातलीही हीच चूक सुधारण्याची गरज आहे, की नवजात बालक आजारी

पडल्यानंतरच त्याला औषधोपचार सुरू केले जातात. खरं म्हणजे रोगप्रतिबंधक उपाय हा आरोग्य सेवेतला महत्त्वाचा मुद्दा आहे. तोच इथे दुर्लक्षित राहतो. स्त्रियांच्या बाबतीतही स्त्रीला गर्भधारणा होण्याच्या अगोदरच तिची प्रकृती सुधारली पाहिजे. बालक जन्माला आल्यानंतर त्याच्यावर उपचार करणं फारच खर्चीक होतं. कोणत्या स्त्रियांना मदतीची गरज आहे हे प्रसूतितज्ज्ञांनी गरोदरपणातच व्यवस्थित तपासणी करून ठरवलं पाहिजे. त्या अवस्थेत कितीतरी महत्त्वाच्या गोष्टी इलाज करून सुधारून घेता येतात. योग्य आहार आणि जीवनशैलीबाबत स्त्रिया जागरूक असल्या तर त्या निरोगी बालकांना जन्म देतात.

ग्रामीण आरोग्य प्रकल्पातला आणखी एक कच्चा दुवा म्हणजे स्त्रियांनी कोणती संततिप्रतिबंधकं वापरावीत याबाबत योग्य तो सल्ला दिला जात नाही आणि साधनांचा पुरवठा नीट केला जात नाही. प्राथमिक आरोग्य केंद्रात हे न होणं ग्रामीण स्त्री आरोग्याला फार घातक ठरतं. निर्बीजीकरण ही गर्भनिरोधाची एक लोकप्रिय पद्धत आहे. पण त्यांना हवी तितकी मुलं झाल्यानंतरच स्त्रिया ते करून घेतात. तात्पुरतं संततिनियमन हे एकतर स्त्रिया फारसं स्वीकारत नाहीत किंवा ते उपलब्धच नसतं. याचा थेट परिणाम दोन अपत्यांमधील अंतरावर होतो. मग नको असताना गर्भ राहिला की बायका वैदूकडे जाऊन गर्भपात करून घेतात. ते आरोग्याला घातक ठरतं. जरी १९७२ सालापासून पाचव्या महिन्यापूर्वी केलेला गर्भपात भारतात कायदेशीर केलेला असला तरी शासकीय रुग्णालयात सुरक्षित गर्भपात करण्याची सोय कागदावरच राहिली आहे.

प्राथमिक आरोग्य केंद्रात प्रशिक्षित आरोग्य कर्मचारी नसल्यामुळे गरोदरपणात आणि बाळंत झाल्यावर स्त्रियांची योग्य ती काळजी घेतली जात नाही. आमच्या मताप्रमाणे, बाळंतीण स्त्रीला तीव्र नैराश्याचा त्रास होऊ शकतो. ही तक्रार सार्वत्रिक असली, तरी त्यावरची उपाययोजना मातेच्या आरोग्य सेवेत समाविष्ट केलेली नाही. तसेच स्त्रियांच्या वंध्यत्वाच्या समस्येवरही विचार आणि उपचार करण्याची गरज आहे.

पौगंडावस्थेतील मुलामुलींना लैंगिक आरोग्याचं शिक्षण देणं ही ग्रामीण आरोग्य सेवेतली एक महत्त्वाची गरज आहे; पण हल्ली त्याकरता फक्त एचआयव्ही - एड्स आणि निरोध यांबद्दलच माहिती दिली जाते. आम्ही जबाबदार लैंगिक संबंध, नाती आणि चांगली माणसं होणं याबद्दल त्यांच्याशी

बोलत नाही. निरोधाचा वापर कसा करावा हे त्यांना नीट समजावून न सांगता, नुसतं एड्स आणि कंडोमबद्दल बोलण्यामुळे पुनरुत्पादन आणि त्याचं आरोग्य यांविषयीचं त्यांचं शिक्षण संकुचितच राहतं. त्याशिवाय, हल्लीच्या रोगांचा एकत्र विचार करणं, लक्षणं आणि औषधं यांवरची पाठ्यपुस्तकं यांच्या नादात आरोग्य का बिघडलं याचा मूलभूत विचार करणं राहूनच जातं. कारण शारीरिक आरोग्यावर परिणाम करणारे काही सामाजिक घटकही असतात याची फारशी माहितीच आम्हांला नसते.

रुग्णांची सांस्कृतिक पार्श्वभूमी समजून घेण्यासाठी आरोग्य व्यावसायिकांनी, त्यांना कोणकोणते सामाजिक आणि कौटुंबिक कलंक सहन करावे लागतात हे समजून घेतलं पाहिजे. उदाहरणार्थ, वंध्यत्व किंवा वांझपणा. 'सर्च'ने जो रुग्ण अभ्यास (case studies) केला त्यावरून असं लक्षात येतं की, जिला 'वांझ' म्हणून हिणवलं जातं, त्या स्त्रीमध्ये दोष नसतो. बरेचदा पुरुषांमध्येच वंध्यत्वदोष असतो. त्यांच्या शुक्रजंतूंची संख्या कमी असते किंवा शून्य असते. विवाहापूर्वी किंवा विवाहबाह्य संबंधांमध्ये या पुरुषवंध्यत्वामुळे, गुप्तरोगांचा प्रसार होतो ही मान्य झालेली वस्तुस्थिती आहे. दारूचं व्यसन हेसुद्धा फार धोक्याचं ठरू शकतं. त्यामुळेसुद्धा वारंवार गुप्तरोगाचा जंतुसंसर्ग होऊन पुढे नपुंसकत्व येऊ शकतं. आपली आरोग्य व्यवस्था दारू व्यसनाच्या समस्येसाठी काहीच प्रयत्न करत नाही किंवा पुरुषांना कोणकोणत्या कारणांमुळे नपुंसकत्व येऊ शकतं, याबद्दल त्यांचं समुपदेशनही केलं जात नाही.

स्त्रियांमध्ये सुद्धा विवाहपूर्व किंवा विवाहबाह्य लैंगिक संबंधातूनच गुप्तरोगांची लागण होणं (एकतर प्रेमिकाकडून नाहीतर नवऱ्याकडून) हे वंध्यत्वाला कारणीभूत ठरतं. दुसरं एक कारण, मी आधी उल्लेख केल्याप्रमाणे स्त्रियांना सुरक्षित आणि तात्पुरत्या संततिप्रतिबंधक साधनांची माहिती नसते, त्यामुळे त्यांना नको असलेला गर्भ आणि मग असुरक्षित गर्भपात यांना सामोरं जावं लागतं. वारंवार करवून घेतलेले वैद्यकीय गर्भपात (MTP) किंवा चोरून केलेले असुरक्षित गर्भपात यांच्यामुळे गर्भाशयाची जी नासधूस होते, ते वंध्यत्वाचं एक महत्त्वाचं कारण असतं. प्राथमिक आरोग्य केंद्रात स्त्री डॉक्टर नसल्यामुळे अनेक स्त्रिया जंतुसंसर्गामुळे होणाऱ्या त्रासावर उपचार करायला जात नाहीत. गडचिरोलीसारख्या जिल्ह्यांमध्ये स्त्रिया त्यांच्या विशिष्ट तक्रारींवर इलाज करून घेत नाहीत याचं कारण असं आहे की, पुरुष डॉक्टरने अंगाला हात लावून तपासलेलं त्यांना आवडत नाही. ग्रामीण भारतात फार थोड्या

स्त्री डॉक्टर आहेत. पण हळूहळू हे चित्र बदलत अहे. स्त्रीरोगतज्ज्ञ स्त्री डॉक्टरांच्या नेमणुका खेड्यांतून होऊ लागलेल्या आहेत.

रुग्ण स्त्रिया कशाला योग्य आणि कशाला अयोग्य समजतात हे जर समजावून घेतलं तर लक्षात येतं, की त्या कुणाकडे आणि का उपचार करून घ्यायला जातात ते. आता हेच पाहा. लहानपणापासून स्त्रिया आणि मुलींना हे शिकवलेलं असतं की, गर्भारपणात खूप पाठ-कंबर दुखते, पायांवर सूज येते ह्या गोष्टी होतातच, पण बाईच्या जातीने त्या चुपचाप सहन करायच्या असतात. मध्येच केव्हा तरी अंगावरून पांढरं पाणी जायला लागलं, तर ते योनिमार्गात किंवा जननेंद्रियामध्ये जंतुसंसर्ग झाल्याचं लक्षण आहे. पण ते लज्जास्पद समजलं जातं म्हणून कुणाला सांगितलं जात नाही. मग अशा जंतुसंसर्गावर उपचार झाले नाहीत की बाळंतपण सुखरूप होण्यात अडचणी येतात. कधी कधी त्यामुळे गर्भपातही होतो. असा जंतुसंसर्ग झालेला असेल तर बाळामध्ये जन्मजात व्यंग असणं, बाळाचं वजन अतिशय कमी भरणं, वंध्यत्व किंवा योनिमुखाचा कर्करोग होण्याच्या शक्यता वाढतात. योनिमार्गात जंतुसंसर्ग होणं, हे बाळाचे वजन जन्मत: कमी भरण्याचं महत्त्वाचं कारण असू शकतं.

तांबीसारखं तात्पुरतं गर्भनिरोधक शरीरात सरकवतेवेळी अशी काही लक्षणं दिसत असली, तरी ती नर्सच्या लक्षात येत नाहीत. प्राथमिक आरोग्य केंद्राच्या नर्सेस आणि कर्मचाऱ्यांना जर प्रशिक्षण दिलं तर अशा प्रकारच्या तक्रारींचं ते तिथेच निवारण करू शकतील. दुर्दैवाने, ग्रामीण भारतात अशा प्रकारच्या प्रशिक्षित वैद्यकीय व्यावसायिकांची टंचाईच आहे आणि जिथे ते आहेत तिथे त्यांनीसुद्धा लोकांना प्रत्यक्षात कोणत्या वैद्यकीय समस्या येतात याची माहिती करून घेणं आवश्यक आहे.

१९८९-९० मध्ये 'सर्च'ने ६५० स्त्रियांचा अभ्यास केला. त्यामध्ये असं दिसून आलं की, पुरुष डॉक्टरांकडून तपासून घ्यायलाही त्यांचा विरोध असतो, पण हीच कुटुंबातली माणसे वैदूकडून मात्र वैद्यकीय सेवा घ्यायला तयार असतात. बाळंतीण अडली, की ते त्यालाच बोलावतात. कारण ते त्याला ओळखत असतात. आम्ही जास्त चौकशी केली तेव्हा आम्हांला याचे दोन प्रकार आढळले. बाळंतीण होण्यापूर्वी जर बाईला काही त्रास होत असेल तर नवरा जाऊन वैदूला ते सांगतो आणि तिच्यासाठी औषध घेऊन येतो. वैदू स्वत: त्या बाईला तपासत नाही. पण जेव्हा ती स्त्री बाळंत होण्याची वेळ

येते तेव्हा एक वेगळीच सांस्कृतिक संकल्पना तयार झालेली आहे. त्यांची समजूत अशी, की बाळाला जन्म देणारी, निर्माण करणारी स्त्री ही त्या क्षणी देवीचं रूपच असते. स्त्री किंवा पुरुष असा लिंगविशेष तिला उरत नाही. त्यामुळे त्या नवनिर्मितीच्या क्षणी तिला जो मानव मदत करील, त्याच्या लिंगाचा (स्त्री किंवा पुरुष असा) विचार करणं अप्रस्तुतच आहे. तो पुरुष असला तरी चालेल.

तर अशी विचारसरणी समजून घेतल्यामुळे, आम्ही अशी खात्री करून घेतो, की खेड्यातल्या या महिलांना प्रशिक्षण द्यायचं. मग भले एखादी पूर्वीपासून सुइणीचं काम करत असली तरी तिला प्रशिक्षित करायचं म्हणजे त्या गर्भारपणात, अपत्य जन्माच्या वेळी आणि नंतरही तरुण स्त्रियांना व्यवस्थित मदत करू शकतात. कारण बऱ्याच ठिकाणी प्राथमिक आरोग्य उपचारांची सोय नसते आणि रुग्णालयाचा खर्च पुष्कळ जणांना परवडण्यासारखा नसतो. अशा वेळी अशा प्रशिक्षित ग्रामीण महिलांचा गट असणं फार गरजेचं ठरतं. प्रस्थापित आरोग्य व्यवस्थेचा या योजनेला विरोधच असतो. पण आता आरोग्य धोरण ठरवणाऱ्यांना या गोष्टीचं महत्त्व पटू लागलं आहे. पूर्वी एकदा भारत सरकारतर्फे, समाजातूनच आरोग्यसेवक तयार करण्याचा प्रयोग केला गेला होता. पण तो फसला. कारण माणसांची निवड योग्य तऱ्हेने केली नव्हती आणि त्यांना जो आधार आणि सातत्याने प्रशिक्षण द्यावं लागतं ते दिलं गेलं नव्हतं. एखादी योजना किंवा व्यवस्था केली तर ती व्यवस्थित चालवली जातेय की नाही याकडे लक्ष ठेवणं गरजेचं असतं. मी जर एखाद्या सुइणीला नीट प्रशिक्षित करू शकले नाही, तर दोष तिचा नाही, माझ्या अकार्यक्षमतेचा आहे. गावपातळीवरील आरोग्यसेवक-सेविकांना पाठिंबा देण्यासाठी प्राथमिक आरोग्य केंद्रं आणि रुग्णालयांमध्ये भक्कम व्यवस्था पाहिजे. त्यावर अशी माणसं नेमली गेली पाहिजेत, की जी प्रशिक्षित असतीलच आणि शिवाय त्यांना रुग्णांना होणाऱ्या त्रासाची जाणीव असेल, त्यांच्या सांस्कृतिक पार्श्वभूमीची कल्पना असेल.

सरकारी ग्रामीण आरोग्य व्यवस्थेमध्ये प्रशिक्षित कर्मचाऱ्यांचा तुटवडा असतो. महिला डॉक्टरांच्या ग्रामीण भागात सक्तीने नेमणुका केल्या तर ही समस्या सुटू शकते. ज्याप्रमाणे नर्सेसना ग्रामीण भागात काम करणं सक्तीचं आहे, तसंच ते महिला डॉक्टरांनाही असलं पाहिजे. याबाबतीत जो सरकारी नियम आहे त्याला असा फाटा फोडण्यात आलेला आहे, की डॉक्टर स्त्रीचं

लग्न झाल्यास तिची ग्रामीण भागात झालेली नेमणूक आपोआप रद्द होते. मग हे फक्त डॉक्टरांच्याच बाबतीत का? नर्सेसच्या बाबतीत का नाही? डॉक्टर स्त्रिया समाजाच्या वरच्या थरातल्या असतात म्हणून? आणखी एक उपाय असा आहे की, पुरुषांच्या बरोबरीने महिला डॉक्टरांच्या नेमणुका झाल्या पाहिजेत. वैद्यकीय महाविद्यालयात पुरुष आणि स्त्री विद्यार्थ्यांचं प्रमाण समसमान असतं मग पदवी घेतल्यानंतर या महिला डॉक्टर जातात कुठे? स्त्री डॉक्टर प्राथमिक आरोग्य केंद्रात काम करू शकणार नाहीत किंवा काम करणार नाहीत हे गृहीत कशासाठी धरायचं? वास्तविक डॉक्टरांना शिक्षणात ज्या भरपूर आर्थिक सवलती मिळतात त्या गोरगरिबांनी भरलेल्या अप्रत्यक्ष करामुळेच मिळत असतात.

जर आरोग्य कर्मचारी प्रशिक्षित आणि प्रेरित असतील, सामाजिक घटकांचा आरोग्यावर कसा परिणाम होत असतो हे ते जर लोकांना समजावून सांगू शकत असतील, तर त्याचा फार चांगला दूरगामी परिणाम होईल. आरोग्याकडे आणि परस्पर नातेसंबंधांकडे समंजसपणे आणि जबाबदारीने कसं पाहायचं हे रुग्णांना समजायला लागेल. मिळालेल्या आंतरराष्ट्रीय निधीतून ग्रामीण आणि जिल्हा रुग्णालयांच्या इमारतींचं नूतनीकरण करून अद्ययावत सामग्री खरेदी करत असताना आपण हेही लक्षात ठेवलं पाहिजे की, इथे काम करणारे लोक कसे आहेत त्याच्यावरून ही रुग्णालयं उपयुक्त आहेत की निरुपयोगी हे ठरणार आहे. म्हणून योग्य तऱ्हेने प्रशिक्षित केलेला, कार्यासाठी प्रेरित झालेला गावातील लोकांचाच एक गट — की जो रुग्ण आणि रुग्णालयातले कर्मचारी या दोघांमधला दुवा ठरू शकेल असा — निर्माण करणं फार निकडीचं आहे.

असे आहेत आपल्या देशाच्या ग्रामीण बाल आरोग्य प्रकल्पातले काही महत्त्वाचे कच्चे दुवे. यामुळे आरोग्य व्यवस्थेला हवा तसा प्रतिसाद मिळत नाही. त्याचबरोबर अनेक रुग्णांच्या उदाहरणांवरून (case studies) हेच दिसून येतं की, वैद्यकीय व्यावसायिकांनी चुकीची निदानं करून कसा सावळा गोंधळ घातलेला आहे. अगदी साध्या गरोदरपणाच्या निदानातही त्यांच्या चुका होत असतात.

रुग्णांचा आरोग्य व्यवस्थेवरचा आणि वैद्यकीय व्यावसायिकांवरचा विश्वास कसा उडून जातो याचं एक उदाहरण. अरमोरी तालुक्यातलं विजया आणि मोरेश्वर बांदे या दांपत्याचं. पहिल्या मुलानंतर बराच काळ जाऊ दिल्यानंतर गर्भात राहिलेलं बाळ त्यांना, 'ते कदाचित अपंग जन्माला येईल,' या भीतीपोटी

गर्भपात करून गमवावं लागलं. याला कारण चुकीचं निदान आणि सदोष उपचारांची सक्ती! ते जर त्याच डॉक्टरच्या सल्ल्याने वागत राहिले असते तर पूर्णत: चुकीच्या मार्गाला लागले असते! दोन मुलांमध्ये व्यवस्थित अंतर ठेवलं पाहिजे हा विचार पटल्यामुळे त्यांनी पहिल्या मुलानंतर चांगलं पाच वर्षांचं अंतर ठेवून नंतर दुसऱ्यांदा गर्भधारणा होऊ दिली.

फेब्रुवारी २००४ मध्ये अरमोरी ग्रामीण रुग्णालयात विजयाची गरोदरपणाची चाचणी नकारात्मक आली. तिथूनच त्यांच्या समस्येला सुरुवात झाली. ते डॉक्टरच तिथले रुग्णालय अधीक्षकही (hospital superintendent) होते. त्यांनी काही तिची शारीरिक तपासणी केलेली नव्हती. बांदे दांपत्याला शंका वाटली, म्हणून पुन्हा एकदा त्यांनी एका स्त्रीरोगतज्ज्ञ डॉक्टरणीला दाखवलं. तिनेही विजया गरोदर नसल्याचं सांगितलं. तिची पाळी अनियमित झाली असेल असं समजून ती नियमित होण्यासाठी त्या डॉक्टरीणबाईंनी तिला संप्रेरकं (Hormone Treatment) देण्यास सुरुवात केली. पण त्यावेळी विजयाला गर्भधारणा होऊन दहा आठवडे झालेले होते.

विजयाला तरीही बरं वाटेना आणि मनातली शंका जाईना तेव्हा तिने एका सरकारी आरोग्य शिबिरात भाग घेतला. तिथेही तिची प्रत्यक्ष शारीरिक तपासणी न करताच औषधं दिली गेली. तिथले डॉक्टर म्हणाले, 'काही नाही, हिला सर्दीखोकला झाला आहे आणि थोडा तापही आहे.' त्यानंतर थोड्या दिवसांनी स्थानिक प्राथमिक आरोग्य केंद्राच्या कर्मचाऱ्यांनी तिला पटवलं, की तिने तांबी बसवून घेतली पाहिजे. फक्त पाळी अनियमित झाली आहे याचा अर्थ ती गरोदर आहे असा होत नाही. त्याही वेळेला तिची कोणी शारीरिक तपासणी केली नाही, त्यामुळे तिचं गरोदरपण लक्षातच आलं नाही.

तीन महिन्यांची गर्भवती असूनही त्याची कल्पना नसलेली विजया पुन्हा त्याच स्त्रीरोगतज्ज्ञ डॉक्टरणीकडे गेली. यावेळी तिची शारीरिक तपासणी केल्यानंतरही डॉक्टरणीने पुन्हा एकदा ती गरोदर नसल्याचा निर्वाळा दिला आणि वर पाळी येण्याकरता आणखी गोळ्याही घेण्यास सांगितलं. आता मात्र मोरेश्वरने विजयाच्या तब्येतीबद्दल त्याला येणाऱ्या शंका बोलून दाखवल्या आणि आपण तिची सोनोग्राफी करून घेऊ असं सुचवलं. त्याप्रमाणे त्या डॉक्टरीणबाईंच्याच दवाखान्यात तिची सोनोग्राफी केली, तेव्हा दिसून आलं की विजया गर्भवती आहे. बांदे पति-पत्नी सांगत होते की, यावर त्या डॉक्टरीणबाईंनी फक्त ती तांबी बसवलेली काढून टाकली आणि म्हणाल्या,

'होतं असं कधी कधी.' हे सांगताना मोरेश्वरच्या मनातला संताप आणि असहायता स्पष्ट कळत होती. ''त्या डॉक्टरणीने सोनोग्राफीचा रिपोर्टही दिला नाही. आम्हांला हे मूल पाहिजे होतं. पण विजयाने हार्मोन्सच्या गोळ्या घेतल्या होत्या. त्यामुळे बाळाला जन्मत:च काही व्यंग आलं असतं म्हणून आम्हांला गर्भपात करून घ्यावा लागला. हे डॉक्टर लोक इतकी स्ट्राँग औषधं कशी घ्यायला सांगतात? तेही न तपासता? त्या डॉक्टरणीने अगोदर हिची तपासणी करायला पाहिजे होती. मला मी डॉक्टर नसून ते सुचलं, ते या डॉक्टरांना सुचू शकत नाही?''

चित्रा या २८ वर्षांच्या तरुणीची केससुद्धा अशीच. ती गरोदर राहिली पण आरोग्य व्यवस्थेकडून मात्र गर्भधारणा झाली नसल्याचं निदान करण्यात आलं. त्याचं असं झालं, २००१ साली स्थानिक प्राथमिक आरोग्य केंद्रातर्फे नसबंदी शिबिर घेण्यात आलं होतं. तिथे चित्रा गेली होती. दोन मुलं होती, तेवढ्यावर ती आणि तिचा शेतकरी नवरा समाधानी होते. या अगोदर एकदा दिवस राहिले होते तेव्हा सहाव्या महिन्यात, जिवाला धोका होता, तरी तिने वैदूकडे जाऊन गर्भपात करवून घेतला होता, बेकायदेशीरपणे. पण आता तिला या त्रासातून कायमची सुटका हवी होती. झालं, प्राथमिक आरोग्य केंद्राच्या डॉक्टरने फक्त पोट बधिर करून नसबंदी करण्यासाठी पोट उघडलं. पाहतात तो काय, पोटात गर्भ! त्याबरोबर त्याने नसबंदी न करता घाईघाईने पोट शिवून टाकलं. त्याने शस्त्रक्रियेआधी तिची तपासणी केली नव्हती हे तर उघडच आहे. स्त्रीला गर्भधारणा झाली आहे की नाही हे नुसत्या लघवीच्या तपासणीवरून नेहमीच लक्षात येतं, असं नाही आणि नसबंदी करायची असेल, तर मासिक पाळी नंतरचे दहा दिवस हा त्यासाठी उत्तम काळ समजला जातो. परंतु सरकारी आरोग्य कर्मचारी असले काही नियम पाळायची तसदी घेत नाहीत, कारण त्यांना कसंही करून कुटुंबनियोजनाचं ठरवून दिलेलं उद्दिष्ट पूर्ण करायचं असतं. या घटनेनंतर चित्रा माझ्याकडे गर्भपात करवून घेण्यासाठी आली, तेव्हा तिने मला ही हकीगत सांगितली.

माझ्या दोन रुग्ण, अनसूया आणि पद्मा. या दोघींना गर्भधारणा झाली नसताना ती झाल्याचं निदान केलं गेलं होतं. सप्टेंबर २००१ मध्ये अनसूया प्राथमिक आरोग्य केंद्रात गेली होती. त्यावेळी ती सतरा वर्षांची होती. तिचं एका मजुराशी लग्न झालं होतं. त्यावेळी तिच्या पोटाची वगैरे तपासणी न करताच तिथल्या डॉक्टरने सांगून टाकलं, की तिला दिवस गेले आहेत. ती

नियमित तपासणीसाठी गेल्यावर तिला तीन धनुर्वात प्रतिबंधक (Anti-Tetanus) इंजेक्शन पण देण्यात आली.

१९९५ मध्ये एकोणीस वर्षांच्या पद्मालाही असाच अनुभव आला. तिचेही नुकतेच एका शेतकऱ्याशी लग्न झाले होते. पद्मा आणि अनसूया दोघींचेही सातव्या महिन्यात रीतसर डोहाळेजेवण, ओटीभरण वगैरे कार्यक्रम झाले. कुटुंबातली मंडळी नव्या बाळाचं स्वागत करायला उत्सुकतेने वाट पाहू लागली. पण नऊ महिने संपले, दहा महिने झाले तरी बाळांचा पत्ताच नाही! अनसूयाचं पोट फारच बारीक दिसत होतं, म्हणून तिचा नवरा तिला माझ्याकडे घेऊन आला. तेव्हा मी सांगितलं की, अनसूयाला गर्भधारणा झालेलीच नव्हती. पद्मा 'अजून का बाळ होत नाही?' म्हणून प्राथमिक आरोग्य केंद्रात गेली होती, तिथे तिला सत्य समजलं. त्यानंतर ती खातरी करून घेण्यासाठी माझ्याकडे आली.

या घटनेमुळे दोन्ही जोडपी फार व्यथित झालेली होती. खूप कष्टी झाली होती आणि त्यांना प्राथमिक आरोग्य केंद्रात जी वागणूक मिळाली त्यामुळे वैतागूनही गेली होती. तिचं पहिलं कथित गरोदरपण संपण्याच्या वेळी जेव्हा मे २००२ मध्ये अनसूया माझ्याकडे आली, तेव्हा 'ग्रामीण बालक आरोग्य योजने'चा पहिला टप्पा पूर्ण झालेला होता. जिथे डॉक्टर रुग्णाच्या पोटाला साधा हात लावूनसुद्धा तपासायला तयार नाहीत, तिथे गर्भवती आणि तिच्या पोटात वाढणारा गर्भ यांची काळजी घेण्यात कसली सुधारणा होणार आहे? कशाच्या गप्पा मारताहेत हे लोक? सरकारी केंद्रातल्या लोकांचा सगळा वेळ तपशीलवार नोंदी ठेवण्यात आणि लसीकरणाचा डांगोरा पिटण्यात जातो आणि योजनेच्या बाकी भागांचं काय? रुग्णांची व्यवस्थित तपासणी करणं ही तर कोणत्याही आरोग्य सेवेची मूलभूत प्राथमिक गरज आहे. अनेक रुग्ण माझ्याकडे येऊन त्यांच्या दुःखभरल्या अनुभवांच्या कहाण्या सांगत असतात.

सरिताची कहाणी तर फारच विचित्र आहे. तीसुद्धा नसबंदी करून घेण्याकरता प्राथमिक आरोग्य केंद्रात गेली होती. तिथल्या डॉक्टरने तिचं पोट उघडल्यानंतर सांगितलं, 'तू गर्भवती आहेस.' मग शस्त्रक्रिया न करता तसंच पोट शिवलं आणि तिला घरी पाठवलं. सात दिवसांनी टाके काढायला म्हणून परत केंद्रावर गेली तेव्हा कळलं की तिला गर्भ राहिलेलाच नव्हता, कारण तिला चक्क मासिक पाळी सुरू झालेली होती. सगळं इतकं चकित करून सोडणारं आहे! ती रुग्ण स्त्री सांगते आहे की, तिची पाळी दोन महिन्यांपासून

अनियमित झालेली आहे; तरी तिची शारीरिक तपासणी न करता डॉक्टर शस्त्रक्रियेला सुरुवात करतो. तिला भूल देतो, पोट उघडतो आणि मग सांगतो की तुझ्या पोटात गर्भ आहे आणि प्रत्यक्षात गर्भधारणा झालेलीच नसते! त्या रुग्ण स्त्रीवर काय प्रसंग गुदरला असेल? तिला कोणत्या कोणत्या मानसिक आणि शारीरिक त्रासांना सामोरं जावं लागलं असेल? नुसती कल्पना करणंसुद्धा कठीण आहे! आरोग्य व्यवस्था स्त्री रुग्णांना कशी वागणूक देते हेच यावरून दिसून येतं.

रुग्णांना आतून तपासण्यात, सविस्तर शारीरिक तपासणी करण्यात जर डॉक्टर अपयशी ठरले तर त्याचे फार गंभीर परिणाम होऊ शकतात. नीलिमाच्या बाबतीत असंच झालं. नीलिमा ही पस्तीस वर्षं वयाची एक अशिक्षित शेतमजूर स्त्री. १९९८ मध्ये ती माझ्याकडे आली. चार महिन्यांपासून अनियमित रक्तस्राव होतो अशी तिची तक्रार होती. तपासलं तेव्हा तिला गर्भाशयाचा कर्करोग असल्याचं लक्षात आलं. रोग पुढच्या अवस्थेत होता. मी तिला विचारलं, ''इतक्या उशिरा का आलीस तपासायला?'' तर म्हणाली की, तीन महिन्यांपूर्वी गडचिरोलीच्या जिल्हा रुग्णालयामध्ये दाखवलं होतं. डॉक्टरांनी तक्रार ऐकली. तपासलं वगैरे नाही. गोळ्या, औषधं लिहून दिली. कॅन्सरचं निदान झालंच नाही.

व्यावसायिक दृष्टिकोनाचा अभाव, व्यावसायिक नीतिमत्तेचा अभाव! या भागातल्या डॉक्टरांनी आपल्या वागण्यातून पुन:पुन्हा अशा अभावाचं दर्शन घडवलेलं आहे. हेच उदाहरण पाहा. महाराष्ट्रात १९९४ पासून गर्भलिंग परीक्षा ही बेकायदेशीर ठरवण्यात आली आहे. पण अशी बंदी घातलेल्या चाचणीला ते अधिकाधिक उत्तेजन देत आहेत, ही गोष्ट उघड उघड निंद्य आहे. वस्तुस्थिती खरं तर अशी आहे की, गर्भाची लिंगचाचणी करण्यास मनाई करणारं महाराष्ट्र हे देशातलं पहिलं राज्य असून १९८८ सालीच अशी बंदी घालण्यात आलेली होती. पण गडचिरोली जिल्ह्यातील असंख्य रुग्णांच्या केसेस पाहिल्या, तर या बाबतीत खाजगी डॉक्टर आणि सरकारी डॉक्टर यांचं आपसांत कसं साटंलोटं आहे ह्याचेच पुरावे मिळतात. ह्यांपैकी एकजण गडचिरोलीतले ज्येष्ठ आरोग्य व्यावसायिक आणि 'गर्भलिंग चिकित्सा जागरूकता समिती'चे सदस्य आहेत.

सरकार एकीकडे आरोग्य सेवेचा ढाचा बदलण्याचे प्रयत्न करत आहे. अशा वेळी ही सेवा लोकांपर्यंत पोचण्यासाठी अनेक घटक जबाबदार असतात.

यातला सर्वांत गंभीर अडथळा म्हणजे वैदूंची वाढून बसलेली संख्या. (प्रकरण आठवे पाहा.) ही बाब किती दुर्दैवी ठरू शकते ते कुमुदच्या उदाहरणावरून दिसतं.

कुमुद ही सतरा वर्षांची मुलगी माझ्या 'सर्च'मधल्या क्लिनिकमध्ये चेकअपसाठी आली, तेव्हा ती साडेचार महिन्यांची गरोदर होती. सहा महिन्यांपूर्वीच तिचं एका शेतकऱ्याशी लग्न झालेलं होतं. पण त्यानंतर पुन्हा ती आलीच नाही. तेव्हा काय झालं त्याची चौकशी करण्यासाठी 'सर्च'ची समाजसेविका सुनंदा, कुमुदच्या नवऱ्याच्या घरी गेली. तिथे कुमुदचा सासरा होता. त्याने काहीच सांगितलं नाही. सुनंदाने जेव्हा कुमुदच्या आईवडिलांचा शोध घेऊन त्यांच्याकडे चौकशी केली तेव्हा सगळी हकीगत समजली. कुमुद बाळंत होण्याची वेळ आली तेव्हा कळा यायला लागल्यापासून चोवीस तास उलटून गेले तरी बाळ बाहेर आलं नाही. शेवटी तिला ब्रह्मपुरीच्या मिशन रुग्णालयामध्ये नेलं. तिथे तिचं सीझेरियन करून, मेलेली मुलगी बाहेर काढण्यात आली. (ब्रह्मपुरी हे चंद्रपूर जिल्ह्यातलं गाव गडचिरोली आणि नागपूरच्या मध्ये आहे.)

त्याचं असं झालं होतं की, कुमुदचा सासरा स्वत:च वैदू आहे. गरोदरपणात तिने कोणतीही औषधं घेऊ नयेत असं त्याने बजावलेलं होतं. तिला कोणत्याही डॉक्टरकडून तपासून घ्यायलाही बंदी होती. पण ती तशीच जबरदस्ती, चोरून लपून माझ्याकडे येऊन गेल्याचं कळल्यावर, त्याने रागाने तिच्यावर पहाराच ठेवून, पुन्हा तिला माझ्याकडे येऊ दिलं नाही. तिची बाळंतपणाची वेळ आली, कळा येऊ लागल्या, तरी तिला रुग्णालयामध्ये नेऊ दिलं नाही. ती अडली, लवकर बाळंत होईना, त्यावेळीसुद्धा रुग्णालयामध्ये नेऊ दिलं नाही. पण मग तिची प्रकृती गंभीर झाली तेव्हा कुठे गडचिरोलीच्या जिल्हा रुग्णालयात नेलं. पण तिथे भूलतज्ज्ञच उपस्थित नव्हता. सिझेरियन करणार कसं? शेवटी तिला चंद्रपूरला हलवलं. पण तोपर्यंत फार उशीर झाला होता. आई आणि मुलगी दोघीही मृत्युमुखी पडल्या. त्या वैदूचा दुराग्रह आड आला नसता तर ही सगळी दुर्घटना टाळता आली असती.

रुग्ण जरी मदतीसाठी सार्वजनिक आरोग्य सेवेकडे वळले, तरी इतर काही घटकांमुळे त्यांना अटकाव केला जातो. अगोदर उल्लेख केल्याप्रमाणेआरोग्य व्यवस्थेला कुटुंबनियोजनाची उद्दिष्टं गाठण्याचा जो ध्यास लागलेला आहे त्या नादात त्यांचं इतर सर्व गोष्टींकडे दुर्लक्ष होतं. तारा नावाच्या आदिवासी स्त्रीला

असाच अनुभव आला. ती आणि तिचा नवरा दोघेही अडाणी मजूर. तिने मला तिची कहाणी सांगितली तेव्हा तिचं वय होतं तीस वर्षांचं. त्या दोघाही नवरा–बायकोंना आरोग्य कर्मचाऱ्यांनी बळजबरीने नसबंदी करून घ्यायला कसं भाग पाडलं ते तिने सांगितलं. तिची नसबंदी शस्त्रक्रिया दहा वर्षांपूर्वीच करण्यात आली. त्यावेळी त्यांना तीन मुलं होती. दोन मुलगे, एक मुलगी आणि एक वर्षापूर्वी पुन्हा तिच्या नवऱ्याचीही नसबंदी करायला लावली. तो होता व्यसनी. त्याला दारूचं आमिष दाखवून फसवून आरोग्य कर्मचाऱ्यांनी त्याची नसबंदी केली. दुर्दैवाने, ही फक्त तारा आणि तिच्या नवऱ्याची कहाणी नाही. अशा बऱ्याच जणांना मोहात पाडून नाहीतर धाकदपटशा दखवून सरकारी आरोग्य कर्मचारी नसबंदी करून टाकतात, कारण कुटुंबनियोजनाची उद्दिष्टपूर्ती करण्याचं सरकारी ओझं त्यांच्याही डोक्यावर असतं.

अशा तऱ्हेने उद्दिष्टपूर्तीच्या मागे लागलेल्या कर्मचारी वर्गामुळे, आरोग्य यंत्रणेचा स्त्रियांकडे बघण्याचा दृष्टिकोन निर्दय आणि संवेदनाहीन होऊन जातो आणि कित्येकदा त्यांच्या शरीराचं कधी भरून न येणारं नुकसान होऊन बसतं. अशा वेळेला त्यांनी निर्माण करून ठेवलेल्या समस्येची जबाबदारी स्वीकारून, त्या स्त्रीला आधार देऊन मदत करण्याऐवजी आरोग्य अधिकारी तिला तिच्या नशिबावर सोडून देतात आणि मग स्त्रिया घाबरतात, असहायपणे चिंताक्रांत होऊन जातात. अशीच एक केस मला याठिकाणी आठवते. पद्मिनीची. पद्मिनी ही एकोणतीस वर्षांची तरुणी. तिचा नवरा वन रक्षकाची नोकरी करणारा. नोव्हेंबर १९९७ मध्ये नागपूरच्या काही डॉक्टरांनी शस्त्रक्रिया शिबिर घेतलं. तिथे हिने नसबंदी शस्त्रक्रिया करवून घेतली. या शस्त्रक्रियेच्या वेळी तिच्या गर्भपिशवीला जखम झाली आणि तेव्हापासून तिला योनीवाटे थोडा थोडा रक्तस्राव होऊ लागला. हे असं सतत साडेतीन महिने चालू राहिलं, तेव्हा डॉक्टरांनी तिला गर्भपिशवी काढण्याची शस्त्रक्रिया करून घ्यायला सांगितलं. मग एप्रिल १९९८ मध्ये ही शस्त्रक्रिया चंद्रपूरच्या रुग्णालयामध्ये करण्यात आली. पण गर्भपिशवी आणि ओव्हरीज काढून टाकल्यामुळे पद्मिनीला ऋतुनिवृत्तीच्या वेळी होणारे त्रास सुरू झाले. तीव्र चिंता वाटण्याचा विकार जडला.

या शस्त्रक्रियेनंतर दहा आठवड्यांनी ती माझ्याकडे आली तेव्हा तिच्या अनेक तक्रारी होत्या. छातीत खूप धडधडणं, अशक्तपणा, अंग दुखणं, अस्वस्थता, मळमळणं, चक्कर येणं, झोप नीट न लागणं, विचित्र स्वप्नं पडणं,

आळस येणं. हे सगळं त्या शस्त्रक्रियेनंतरच सुरू झालेलं होतं. पद्मिनी पुष्कळ डॉक्टरांकडे गेली, बरेच पैसे खर्च केले, पण तिला काही बरं वाटेना. आम्ही तिच्या 'तीव्र चिंता' या समस्येवर इलाज केला, रक्तहीनतेसाठी औषधं दिली आणि ऋतुनिवृत्तीबद्दल तिचं समुपदेशनही केलं. तिच्या मनावर आलेल्या ताणामुळे तक्रारी उद्भवल्या होत्या. तो ताण हलका करण्याचा कुणीच प्रयत्न केला नव्हता. तुझी पहिली शस्त्रक्रिया करताना डॉक्टरचा जो हलगर्जीपणा झाला त्यामुळे ही सगळी दुर्घटनांची साखळी निर्माण झाली आणि ऐन तारुण्यात तुला ऋतुनिवृत्तीचे त्रास भोगावे लागले, हेही तिला कुणी नीट समजावून सांगितलेलं नव्हतं. ग्रामीण भागात पद्मिनीसारख्या कहाण्या अनेक स्त्रियांच्या पाहायला मिळतात. (दहाव्या प्रकरणामध्ये नंदिता, मालती, रंजना यांच्या कहाण्या वाचा.)

या अशा घटनांचे पेशंटच्या आरोग्यावर गंभीर परिणाम होतातच; त्याखेरीज त्यांची मुलं, नवरा, कुटुंबीय, सर्वांची दैनंदिन सुरक्षितता यांच्यावर मोठे परिणाम होतात. माझी दुसरी एक पेशंट माला. तिचं उदाहरण पाहिलं तर या मुद्द्याची तीव्रता लक्षात येते. माला २१ वर्षांची असताना तिला दिवस गेले आणि बाळंत होण्याची वेळ आली. बाळ लवकर बाहेर येईना, तेव्हा स्थानिक प्राथमिक आरोग्य केंद्रात नेलं. पुरेसं प्रशिक्षण नसलेल्या तिथल्या डॉक्टरने आणि नर्सने तिच्या योनिमार्गात काही काही घालून त्या गर्भाला पुढे ढकलण्याचा प्रयत्न केला. त्या प्रयत्नात तिचं मूत्राशय आणि योनिमार्ग फाटला. तिला बाळ झालं. तो मेलेला मुलगा होता. त्यानंतर दोन महिने मालाला लघवीवर नियंत्रण नसण्याचा त्रास झाला. तो इतका वाढला, की तिच्या नवऱ्याने तिला टाकून दिलं. त्या अगोदर एकदा असाच मालाने मृत मुलीला जन्म दिलेला होता. ते बाळंतपण घरीच एका दाईने केलं होतं. दोन्ही गरोदरपणांत मालाला जंतुदाहाचा त्रास झाला. त्याचं कारण नक्की कळलेलं नसलं तरी जंतुसंसर्गाने असं होत असावं. दोन्ही गरोदरपणांत तिने तपासण्या करून घेतल्या नव्हत्या.

पण इथे प्रश्न असा उपस्थित होतो की, असं सगळं घडलं, त्यात चूक कोणाची? गरोदरपणात तपासण्या करून घेतल्या नाहीत, म्हणून त्या स्त्री रुग्णाची? (ती अशिक्षित आहे हे लक्षात घेतलं पाहिजे) की प्राथमिक आरोग्य केंद्रातल्या त्या डॉक्टर आणि नर्सची, आपल्या हाताबाहेरची अवघड केस त्यांनी जिल्हा रुग्णालयाकडे सिझेरियनसाठी पाठवली नाही, म्हणून? सरकारी

आरोग्य धोरणात असं आग्रहाने प्रतिपादन केलं जातं की, स्थानिक आरोग्य केंद्रात स्त्रियांच्या प्रसूती झाल्या पाहिजेत. पण तिथे कसल्या सोयी नाहीत. डॉक्टर, नर्सेस प्रशिक्षित नसतात. एखादे वेळी अगदी आणीबाणीची वेळ आली तर परिस्थिती योग्य प्रकारे हाताळली जाण्याची अपेक्षा करता येत नाही. आणि या केसमध्ये माला ज्या केंद्रात गेली, ते गडचिरोली शहरापासून जवळ होतं. मग तिथल्या कर्मचाऱ्यांनी तिला गडचिरोलीच्या मोठ्या रुग्णालयामध्ये का पाठवलं नाही? याचं समर्थनच होऊ शकत नाही. या केसमध्ये मूल तर दगावलं नसतंच, पण स्त्रीचा योनिमार्ग फाटणं, हे तर कधीही झालं नसतं. तिचा कटिभाग आकुंचित झालेला असणार हे तर उघडच होतं. पण या ठिकाणी पुन्हा एकदा असं झालं की, कर्मचाऱ्यांच्या डोक्यावर थोपलेल्या सक्तीच्या उद्दिष्ट आकड्यांमुळे त्यांनी व्यवस्था धुडकावून लावली आणि तिचे नियम धाब्यावर बसवले. आपल्या केंद्रात अमुक इतक्या प्रसूती झाल्याच पाहिजेत हे दडपण त्यांच्यावर असल्यामुळे कर्मचारी वर्ग संख्या वाढवण्याच्या दृष्टीनेच निर्णय घेतो. त्या रुग्णाला त्या क्षणी कशाची गरज आहे हा मुद्दा बाजूलाच राहतो. याच संख्या पूर्ण करण्याच्या नादात, स्त्रियांनी गरोदरपणी नियमित तपासणीसाठी आलं पाहिजे, हे शिक्षण देण्याचंही राहून जातं. त्या केंद्रातल्या नर्सने जर मालाची अगोदर तपासणी केलेली असती, तर या स्त्रीला बहुतेक शहरातल्या रुग्णालयामध्ये पाठवावं लागेल हे तिला अगोदरच माहिती झालं असतं.

प्राथमिक आरोग्य केंद्रांना विश्वासार्ह सेवा देण्यासाठी उद्युक्त करायला फार कमी वाव आहे. पण गडचिरोलीच्या जिल्हा रुग्णालयामधले विशेषज्ञ डॉक्टर रुग्णांशी जी वर्तणूक करतात ती खरोखर अक्षम्य आहे. प्राथमिक आरोग्य केंद्रातले बिनडोक (Muddle Headed) डॉक्टर रुग्णांना पुढे मोठ्या रुग्णालयांमध्ये न पाठवता तिथेच ठेवून घेतात आणि त्यांच्या जिवाशी खेळ करतात आणि इकडे जिल्ह्यातल्या सर्वांत मोठ्या रुग्णालयातले डॉक्टर चक्क त्यांच्याकडे पाठ फिरवतात आणि त्यांना सांगतात की, जा घरी. तुमची केस जास्तच गुंतागुंतीची दिसतेय. आम्ही नाही सोडवू शकत.

मीना नावाची पंचवीस वर्षांची अडाणी मजूर स्त्री जेव्हा जिल्हा रुग्णालयामध्ये तातडीने भरती होण्यासाठी गेली, तेव्हा तिथल्या तज्ज्ञ (specialist) डॉक्टरांनी असंच केलं. खरं तर मीना गडचिरोलीपासून जवळच असलेल्या खेड्यात राहते. पण तीन दिवस घरी भयंकर प्रसूतिवेदना होत

होत्या, तरी घरच्यांनी काही तिला जिल्हा रुग्णालयामध्ये नेलं नाही. शेवटी जेव्हा एकदाचे ते तिला घेऊन गेले तेव्हा तिथले डॉक्टर तिला अॅडमिट करून घ्यायला तयार होईनात. का? तर म्हणे, तिला खूप जास्त जंतुसंसर्ग झाला आहे, आम्ही नाही सिझेरियन करू शकणार. तिला जायला दुसरी जागाच नव्हती. शेवटी बिचारी घरातच बाळंत झाली. त्याचे जे काही दुष्परिणाम व्हायचे होते ते झाले. योनिमार्ग खूपच अरुंद झालेला आणि मृत बालक जन्माला आलं. त्यानंतर ती जेव्हा माझ्याकडे आली, त्यावेळी तिला रातांधळेपणा आला होता. हिमोग्लोबीन ८ ग्रॅमवर आलेलं, प्रचंड रक्तहीनता, हृदयविकाराचा त्रास सुरू झालेला, योनिमार्ग वेडा-वाकडा फाटलेला, त्याची लक्तरं लोंबताहेत आणि योनीचं छिद्र बंद झालेलं.

एवढा सगळा विध्वंस झाला, कुणाला दोषी धरायचं? गरोदरपणी नियमित तपासणी करून न घेणाऱ्या रुग्ण स्त्रीला? की तीन दिवस कळा देत पडलेल्या सुनेला रुग्णालयामध्ये न पोचवणाऱ्या घरातल्या माणसांना? की इतक्या अवघड अवस्थेतल्या रुग्ण स्त्रीला घरी पाठवणाऱ्या डॉक्टरांना? हे जिल्ह्यातलं मुख्य, सर्व सोयींनी सज्ज आणि सर्व प्रकारच्या विशेषज्ञांनी संपन्न असं रुग्णालय आहे. इथे गंभीर आणि अवघड परिस्थितीत आलेल्या रुग्ण स्त्रीला ते कसं काय परत पाठवू शकतात?

या जिल्हा रुग्णालयाची हीच समस्या आहे. रुग्णांना तिथे प्रवेश मिळाला तरी त्यांना उत्तम प्रतीची सेवा मिळेल याची कोणतीही खात्री नसते. कविता नावाची वीस वर्षांची गरोदर तरुणी माझ्याकडे आली. पहिल्यांदाच गरोदर होती. नियमित तपासणीसाठी येत होती. तिसऱ्या तिमाहीत माझ्या लक्षात आलं, की तिचा कटिभाग फारच आकुंचित होता. त्यामुळे सीझेरियन शस्त्रक्रिया करावी लागेल. म्हणून मी तिला गडचिरोलीच्या जिल्हा रुग्णालयामध्ये पाठवलं. जेव्हा तिला प्रसववेदना सुरू झाल्या, तेव्हा ती रुग्णालयामध्ये गेली तर तिथल्या डॉक्टरणीने तिला तपासलंही नाही आणि घरी जायला सांगितलं. शिवाय 'सर्च'मध्ये का गेलीस म्हणून रागावलीसुद्धा. नंतर मग एका नर्सने तिचं बाळंतपण केलं. ते अवघडच होतं. मृत मूल जन्माला आलं. हेच जर त्या वेळेस तिची योग्य ती काळजी घेतली गेली असती, मदत मिळाली असती आणि योजनाबद्ध शस्त्रक्रिया करण्यात आली असती तर पुढे तिला जो मानसिक त्रास भोगावा लागला, तो टळला असता. खरं तर हे जिल्ह्याचं मुख्य रुग्णालय. इथे सगळ्या गंभीर अवस्थेतल्या रुग्णांना

दाखल करून त्यांना उत्तम वैद्यकीय सेवा पुरवण्यात यायला पाहिजे. पण डॉक्टरांचे अहंकार इतके मोठे होऊन बसले आहेत की त्या पायी रुग्णांना बाहेर ढकललं जातं.

माझ्या प्रॅक्टीसमध्ये नेहमी समोर येणारी समस्या म्हणजे पति-पत्नींचे रक्तगट जुळणारे नसतात आणि त्यामुळे त्यांना होणाऱ्या बाळावर अनिष्ट परिणाम होतात. समजा आईवडिलांपैकी एकाचा रक्तगट RH पॉझिटिव्ह आहे आणि दुसऱ्याचा RH निगेटिव्ह आहे तर मुलाला दोन्हींपैकी एक रक्तगट येतो. जर वडील Rh निगेटिव्ह असतील, आई Rh पॉझिटिव्ह असेल आणि बाळ Rh निगेटिव्ह असेल तर काळजीचं कारण नसतं. पण वडील Rh पॉझिटिव्ह असतील, आई Rh निगेटिव्ह असेल आणि बाळ Rh पॉझिटिव्ह असेल तर मात्र प्रश्न निर्माण होतो. अशा जोडप्याचं पहिलं अपत्य Rh पॉझिटिव्ह असेल तरी त्याला काही त्रास होत नाही. पण दुसऱ्या तिसऱ्या बाळंतपणामध्ये बालकांना फार मोठा धोका असतो. अशा वेळेला पहिल्या बाळंतपणानंतर लगेचच सुरक्षेचे उपाय करावे लागतात. हे फार गरजेचं असतं. कारण Rh निगेटिव्ह असणाऱ्या आईच्या रक्तामध्ये अँटीबॉडीज तयार होतात. (जीवसुरक्षेचा उपाय म्हणून शरीर अँटीबॉडीज तयार करतं.) याचा परिणाम असा होतो की, पुढच्या प्रत्येक गर्भावर त्यांचा वाईट परिणाम होतो. यासाठी स्त्री जेव्हा पहिल्या गरोदरपणात तपासणीसाठी येते, त्यावेळी तिचा आणि नवऱ्याचा, दोघांचेही रक्तगट नोंदवून घेणं फार महत्त्वाचं असतं. जर वडिलांचा रक्तगट पॉझिटिव्ह आणि आईचा निगेटिव्ह असेल तर जन्मलेल्या बाळाचा रक्तगट ताबडतोब तपासून घेतला पाहिजे. जर तो Rh पॉझिटिव्ह असेल, तर त्याच्या आईला लगेचच 'अँटी डी' इंजेक्शन दिलं पाहिजे, तिच्या रक्तात निर्माण झालेल्या अँटी बॉडीज नष्ट करण्यासाठी. म्हणजे तिची पुढे जन्माला येणारी सारी बाळं सुरक्षित राहतील. पहिल्या वेळेला जर स्त्रीचा गर्भपात झाला किंवा मृत बालक जन्मलं तर त्याचा रक्तगट पॉझिटिव्ह होता असं समजून Rh निगेटिव्ह असणाऱ्या आईला अँटी-डी इंजेक्शन दिलं जातं.

दुर्दैवाने, आमच्या जिल्हा रुग्णालयातले डॉक्टर या गोष्टीबद्दल संपूर्णपणे अनभिज्ञ असल्यामुळे वारंवार शोकांतिका घडल्याचं दिसून येतं. अशा प्रकारच्या हलगर्जीपणामुळे बत्तीस वर्षांची गृहिणी असलेली नसीम, हिला तिची दोन बालकं गमवावी लागली. तिला पहिल्यावेळी मुलगा झाला. नैसर्गिक बाळंतपण घरच्या घरी झालं. तो मुलगा आजही चार वर्षांचा चांगला सुदृढ

आहे. दुसऱ्या वेळीसुद्धा मुलगाच होता. पण आठव्या महिन्यातच मृतावस्थेत जन्माला आला. बाळंतपण घरच्या घरीच झालं. मूल जन्माला येताना, त्या प्रक्रियेतच दगावलं होतं. जर मूल पोटात चोवीस तासांपूर्वीच दगावलेलं असेल आणि पेशींच्या विघटनाला सुरुवात झालेली असेल तर गरोदरपणात नीट काळजी घेतली गेली नव्हती, असं समजलं जातं. पण इथे तसं नव्हतं. व्यवस्थित वाढ झालेलं बाळ जन्माला येताना मरण पावलं होतं. तिसऱ्या गरोदरपणात नसीम तपासणीकरता जिल्हा रुग्णालयात गेली होती. तिथे तिला नीट तपासून, बाळंतपणाचे वेळी भरती होण्यासाठी ये म्हणून सांगितलं. या वेळेला बाळ पूर्ण नऊ महिने पोटात होतं. पण प्रसूतिवेदना फार काळ चालू होत्या. बाळंतपण एका स्त्रीरोगतज्ज्ञ स्त्री डॉक्टरने केलं. याही वेळेला मुलगाच होता आणि तोही जन्माला येण्याच्या प्रक्रियेतच मरण पावला होता. रक्तगट तपासून पाहण्याचं कुणालाही सुचलं नाही.

त्यानंतर एकदा नसीम आरोग्य तपासणीसाठी 'सर्च' क्लिनिकमध्ये आली. त्यावेळी ती चौथ्या वेळी गरोदर होती. पाच महिने झाले होते. मी तिला रक्तगट तपासायला लावला आणि 'अँटी डी' इंजेक्शन दिलं. ते दोनेक हजार रुपये किमतीचं असतं. मी तिला बाळंतपण दवाखान्यातच करायला सांगितलं. पण तिने ते घरीच होऊ दिलं. पुढे आम्ही चौकशी केली त्यात असं कळलं की, चौथ्या वेळेलाही तिला मुलगाच झाला. त्याला जन्मत: जबरदस्त कावीळ झालेली होती. त्याचा रक्तगट Rh पॉझिटिव्ह होता. तो मुलगा जगला नाही.

आता या केसमध्ये कुणाला जबाबदार धरायचं? त्या जिल्हा रुग्णालयाच्या डॉक्टरला? त्याला नसीमची समस्या काय आहे हे शोधून काढण्याची संधी होती. त्याने तिची रक्त तपासणी करायला पाहिजे होती. पण त्याने काहीच केलं नाही. तो जबाबदार होता या दुर्घटना मालिकेला? की स्वत: नसीमच जबाबदार होती? अगोदरची दोन मुलं तिने गमावली असताना तिला बाळंतपणासाठी दवाखान्यात जायचा सल्ला दिला होता, पण ती गेली नाही. वाईट अनुभवातून धडा शिकली नाही. ती जबाबदार होती का या दुर्दैवी बालमृत्यू मालिकेला?

प्रतिभा नावाच्या एका पंचवीस वर्षीय आदिवासी महिलेची कहाणी अशीच. घरच्या घरी बाळंत झाली. मूल लगेच मरण पावलं. आणि तिचा रक्तस्रावच थांबेना. घाईघाईने जिल्हा रुग्णालयामध्ये नेलं तेव्हा तिथल्या डॉक्टरांनी हाताने ओढून वार बाहेर काढली आणि तिला वाचवलं. पण तिचा

आणि नवऱ्याचा रक्तगट तपासून तिची पुढची बाळंतपणं सुरक्षित करावीत, हे त्यांच्या लक्षात आलं नाही. ते जर त्यांनी केलं असतं, तर त्याचवेळी त्यांच्या लक्षात आलं असतं, की विरुद्ध रक्तगट असणाऱ्या जोडप्याची ही केस आहे. दुसऱ्यांदा गरोदर राहिली तेव्हा तपासून घ्यायला प्रतिभा माझ्याकडे आली. तेव्हा माझ्या लक्षात आलं की, नवरा-बायकोचे रक्तगट जुळणारे नाहीत. मग मी तिला बाळंतपणासाठी हॉस्पिटलमध्येच जा, असं सांगितलं आणि 'अँटी डी' इंजेक्शनही घेण्याबद्दल सांगितलं. पुढे आम्ही चौकशी केली तेव्हा कळलं की, प्रसववेदना सुरू झाल्या तेव्हा ती जिल्हा रुग्णालयामध्ये गेली.पण डॉक्टरांनी तिची विशेष काही काळजी घेतली नाही, तपासण्याही केल्या नाहीत. तिने जो वृत्तान्त सांगितला, तो ऐकून आम्ही हादरलोच.

''आमच्याजवळ पैशे नसले, तर सरकारी डाक्टर बघायलाबी तयार नसतात,'' प्रतिभा सांगत होती. तिची तक्रार अशी होती, की तिथल्या कर्मचाऱ्यांनी एक हजार रुपये तर वाजवून घेतले, पण ती वेदना सोसत पडून होती तर तीन दिवसांत कुणी तिच्याकडे फिरकलंही नाही. आणि तिने त्याबद्दल तक्रार केली तर तिथल्या स्त्री डॉक्टरने तिच्या तोंडात मारली! ज्यांच्याजवळ द्यायला पैसे नसतात अशा रुग्णांना अशीच वाईट वागणूक मिळाल्याच्या हकिगती नेहमीच ऐकायला मिळतात. मग प्रतिभा तिथून निघून एका खाजगी रुग्णालयामध्ये भरती झाली. हे रुग्णालय, जिल्हा रुग्णालयाचेच एक कर्मचारी डॉक्टर चालवतात. तिथे तिने मृत बालकाला जन्म दिला. त्यावेळी योनीचा भाग फाटला. त्याला नीट टाके घातले गेले नाहीत. त्यामुळे नंतर तो भाग दुखत राहिला. पहिल्या बाळंतपणाचे वेळी 'अँटी डी' इंजेक्शन दिलं नाही त्यामुळे आणि फार काळ प्रसववेदना झाल्यामुळे तिचं दुसरं बाळही मृतावस्थेत जन्माला आलं. तरी दुसऱ्या वेळेलासुद्धा डॉक्टरांनी प्रतिभाला 'अँटी डी' इंजेक्शन दिलं नाही. आता समजा, तिसऱ्यांदा ती गरोदर राहिली तर त्याही बाळाला अशाच दुर्दैवाच्या फेऱ्यातून जावं लागेल.

या हकिगतीवरून काय दिसतं? सरकारी डॉक्टर काय नि खाजगी डॉक्टर काय, कुणाकडून चांगली सेवा मिळेल असा विश्वास रुग्णांना वाटण्याची शक्यताच नाही. दोन्हीकडे अज्ञान आणि कोडगेपणा यांचाच प्रभाव दिसतो.

ललिता या पंचवीस वर्षे वयाच्या अशिक्षित रुग्ण स्त्रीचा अनुभवसुद्धा याहून फारसा वेगळा नाही. ती म्हणते, रुग्णालयामध्ये जाण्यापेक्षा घरीच बाळंत होणं बरं पडतं. तिचं पहिलं बाळंतपण घरी झालं. नैसर्गिक बाळंतपण. मुलगा

झाला. चांगला सुदृढ आहे. दुसऱ्या आणि तिसऱ्या वेळी पूर्ण दिवस भरले पण खूप वेळ कळा आल्या तरी मोकळी होईना तेव्हा जिल्हा रुग्णालयामध्ये दाखल केली. तिथे तीच अनास्था. कितीतरी वेळापर्यंत तिच्याकडे कुणी लक्ष दिलं नाही. दोन्ही वेळा वेळेवर हालचाली केल्या नाहीत, योग्य कृती केली नाही त्यामुळे दोन्ही मुलांचे मृत्यू ओढवले. घिसाडघाई करून चिमटे वापरले (Forceps) आणि दुसऱ्या वेळेला तिच्या गुदमार्गाजवळ फाटलेला भाग तसाच रहिला. ललिताला जेव्हा चौथ्यांदा दिवस गेले, तेव्हा ती घरीच बाळंत झाली. नैसर्गिक बाळंतपण होऊन मुलगी सुखरूप जन्माला आली. 'दोन वेळेला हॉस्पिटलात गेले; काय मिळालं मला? दोन मेलेली पोरं, आन् अंगाला भोक!' ललिता म्हणते.

रेणू जिल्हा रुग्णालयात गेली, तेव्हापासून तिची गर्भपिशवी जागेवरून खाली सरकली. रेणूला चाळिसाव्या वर्षी दिवस गेले. नऊ महिने भरले पण प्रसूतिवेदना फार काळ होत राहिल्या. जन्माला येताना मूल दगावलं, ते नर्सने हाताने ओढून बाहेर काढलं. अकुशल हातांनी गलथानपणे केलेल्या ओढाताणीमुळे बाईची बाह्य जननेंद्रियं फाटली आणि गर्भपिशवी लोंबायला लागली. त्यामुळे तिला असह्य वेदना होऊ लागल्या. शौचक्रियेवर नियंत्रण राहिलं नाही. तिला चालणंही अशक्य होऊ लागलं. याचा परिणाम असा झाला की, पुढे रेणूच्या नवऱ्याने दुसरं लग्न केलं. रेणूला तर बाहेर पडायचीसुद्धा लाज वाटू लागली होती. तिच्यावर शस्त्रक्रिया करायला पाहिजे होती, पण नागपूरला जाऊन शस्त्रक्रिया करून घेण्याइतकी तिची आर्थिक परिस्थिती नव्हती.

गर्भपिशवी जागेवरून खाली सरकून लोंबू लागल्याची समस्या अनेक ग्रामीण स्त्रियांना त्रास देत असते. गर्भपिशवी पूर्णपणे सुटून लोंबू लागल्याची अनेक उदाहरणं मी पाहिली आहेत. बाळंतपण करताना धसमुसळेपणा करून चुकीची ओढाताण करण्यामुळे असं होत असतं. एकदा रेखा नावाची एक चोवीस वर्षांची तरुणी माझ्या दवाखान्यात अशाच अवस्थेत आली होती. ती सांगत होती की, तिच्या तिसऱ्या बाळंतपणाची वेळ आली, तेव्हा गावात एकही दाई उपलब्ध नव्हती. घरातही तिच्या मदतीला येण्यासारखं कुणी नव्हतं. शेवटी तिने स्वतःच स्वतःची नाळ कापली. पहिल्या दोन खेपांनाही असंच केलं होतं. पण यावेळेला तिनं कसं ओढलं, तर आख्खी गर्भपिशवीच बाहेर

आली. ती माझ्याकडे आली, तोपर्यंत या सगळ्या प्रकारात झालेल्या घर्षणामुळे तिच्या गर्भपिशवीत अल्सर (व्रण) तयार झालेले होते.

ही घटना घडली १९९६ मध्ये. म्हणजे आपल्याकडे ग्रामीण बाल आरोग्याचे (RCH) डंके पिटले जात होते तेव्हा. मात्र रेखाच्या गावात साधी एक प्रशिक्षित दाईसुद्धा नव्हती. ते गाव आदिवासीबहुल होतं असंही नाही. अशा घटना घडू नयेत यासाठी खालच्या पातळीपासून सहकार्य मिळालं पाहिजे आणि ही समस्या दूर करण्यासाठी स्त्रियांना वरच्या थरातूनही पाठिंबा मिळाला पाहिजे.

जिल्हा रुग्णालयाच्या स्त्रीप्रसूतितज्ज्ञ बाईंनी मंजुळाची सिझेरियन शस्त्रक्रिया केली, तेव्हा तिचं मूत्राशय फाटलं होतं. योनिमुखालाही इजा झालेली होती. सारखी थोडी थोडी लघवी होत राहू लागली. तिच्या दुसऱ्या बाळंतपणाचे वेळी हे घडलं. तिचे दिवस पूर्ण भरले आणि वेणा सुरू झाल्या, त्या रात्री अकरा वाजता लगेच तिला हॉस्पिटलमध्ये दाखल केलं. पण रात्री तिला कुणीच तपासलं नाही. दुसऱ्या दिवशी सकाळी ९ वाजता तिला डॉक्टरने तपासलं. पुन्हा एकदा तोच अनुभव इथे अधोरेखित झाला, की रात्री अंधार पडल्यानंतर खेड्यामध्ये वैद्यकीय सेवा मिळणं दुरापास्त असतं. मंजुळाला वैद्यकीय सेवा उशिरा मिळाली. त्यामुळे तिचं मूल दगावलं. तिची सिझेरियन शस्त्रक्रिया करताना शरीराला गंभीर इजा होऊन बसली आणि ती दुरुस्त करण्याचा प्रयत्नही झाला नाही. पुढे तिला नागपूर मेडिकल कॉलेजच्या रुग्णालयामध्ये जवळजवळ दोन महिने राहून उपचार करून घ्यावे लागले. ह्या सगळ्यासाठी खूप पैसे खर्च करावे लागले.

एकीकडे राज्याच्या आरोग्यविषयक धोरणात असा आग्रह धरला जातो की, स्त्रियांची बाळंतपणं ही रुग्णालयामध्ये व्हावीत. तिथल्या कर्मचाऱ्यांना तशी उद्दिष्टंही ठरवून दिली जातात. मात्र प्रत्यक्षात रुग्णांना यंत्रवत वागणूक दिली जाते. जणू रुग्ण म्हणजे यंत्राचे सुटे भाग आहेत आणि एखादा रोबो त्यांना जोडायचं काम करतो आहे. सुनीताच्या केसवरून हेच पुन्हा एकदा दिसून आलं. सुनीता सकाळीच स्थानिक आरोग्य केंद्रात आली आणि तिने बाळाला जन्म दिला. तिथल्या नर्सने तिला मदत केली. सुनीताची पहिलीच खेप होती. त्याच संध्याकाळी तिला आणि बाळाला आरोग्य केंद्राच्या वाहनातून घरी नेऊन सोडण्यात आलं. खरं तर बाळंतपण नैसर्गिकरीत्या झालं असेल तरी स्त्रीला तिच्या बाळासह तीन दिवसपर्यंत दवाखान्यातच राहणं

आवश्यक असतं. इथे सुनीताचं बाळ जन्माच्या वेळी गुदमरलं होतं. तरी त्याच्यावर कोणतेही उपचार न करता अर्ध्या दिवसातच घाईने बाळ-बाळंतिणीला घरी पाठवण्यात आलं आणि त्यानंतर बाळाची आणि बाळंतिणीची प्रकृती कशी आहे हे पाहण्याचीही तसदी कुणी घेतली नाही. बाळाची प्रकृती खालावली तेव्हा सुनीताच परत त्याला घेऊन प्राथमिक आरोग्य केंद्रात गेली, तेव्हा तिथल्या डॉक्टरने 'न्युमोनिया'चं निदान केलं, पण फार उशीर झाला होता. जन्मानंतरच्या तिसऱ्या दिवशी बाळाचा मृत्यू झाला.

जन्माचे वेळी बाळ गुदमरलं होतं, तर त्याला आणि त्याच्या आईला इतक्या लवकर घरी का पाठवलं? केंद्राच्या लोकांना जास्तीत जास्त बाळंतपणाच्या केसेस केल्याचं दाखवायचं असतं. पण त्या स्त्रीने नऊ महिने गर्भारपण सोसलं, त्याचं फळ काय मिळालं? त्या बाळाला केंद्रात ठेवून घेऊन निरीक्षणाखाली का नाही ठेवलं गेलं? आपल्या आरोग्य सेवेविषयी हा आणि असे अनेक प्रश्न अनुत्तरितच राहतात.

सुरक्षित आणि विश्वसनीय सेवेअभावी कुटुंबजीवनावर विध्वंसक परिणाम होऊ शकतात. शालू आणि सोमा हे एक तरुण आदिवासी जोडपं. या बेजबाबदार आरोग्यसेवेमुळे त्यांना आयुष्यात कधी मूलच न होण्यासारखी परिस्थिती निर्माण होणार होती. त्याची हृदयद्रावक कहाणी त्यांनी मला सांगितली. त्या पत्नीच्या प्रजननक्षमतेची नासधूस आणि त्याचा नवऱ्यावर झालेला वाईट परिणाम म्हणजेच आमच्या आजच्या प्रजनन आरोग्य वर्तुळाची कर्मकहाणी आहे. लग्नानंतर शालूला दिवस गेले आणि पाचव्या महिन्यातच तिचा नैसर्गिक गर्भपात झाला. त्यानंतर तिला पुन्हा दिवस गेले. मग ती माझ्याकडे आली. त्या वेळी तिच्या पोटातील गर्भ सहा आठवड्यांचा होता. दोन वेळा ती नियमित तपासणीसाठी आली. नंतर आली नाही. मग ती माझ्याकडे आली एकदम बाळंतपण झाल्यानंतर. तेव्हाच तिने तिची रामकहाणी मला ऐकवली.

शालूचे गरोदरपणाचे नऊ महिने पूर्ण झाल्यानंतर तिला प्रसूतिवेदना सुरू झाल्या. त्या प्रदीर्घ काळ चालू होत्या. स्थानिक आरोग्य केंद्रात एका नर्सने तिचं बाळंतपण केलं. शालूला सिझेरियनसाठी जिल्हा रुग्णालयाला पाठवण्याऐवजी तिने स्वतःच बाळंतपण करण्याचा अट्टहास केला; कारण उघड आहे, सरकारी उद्दिष्टांचा अतिरेक. त्या बाळाच्या गळ्याभोवती नाळेचे दोन वेढे घट्ट बसले होते. नर्सने योनिमुखाजवळची कातडी कापून बाळाला बाहेर

घ्यायचा प्रयत्न केला. तिने सरळ त्या बाळाला हाताने धरून ओढलं. बाळ मृत होऊनच बाहेर पडलं. आणि शालूला जबरदस्त जंतुसंसर्ग (Puеperal Sepsis) झाला. मूल दगावल्याचा तिच्या नवऱ्याला मोठा मानसिक धक्का बसला आणि त्या दिवसापासून त्याने भरपूर दारू प्यायला सुरुवात केली. मी सोमूशी बोलले. तो म्हणाला की, हे त्याचं दुसरं लग्न आहे. पहिली बायको लग्नानंतर पंधरा दिवसांनी घर सोडून गेली. त्याचं शालूवर मनापासून प्रेम आहे पण तिचा पहिला गर्भपात आणि दुसऱ्यांदा मेलेलं मूल झालं, या घटनांमुळे त्याला दुःख असह्य होऊन त्याने प्यायला सुरुवात केली. मी त्याला मानसिक उपचार दिले. त्यानंतर तो 'सर्च'च्या व्यसनमुक्ती शिबिरातही आला होता.

आता या सगळ्या घटनाक्रमाचा शालूच्या प्रजननक्षमतेवर कसा परिणाम झालाय ते आम्हांला माहिती नाही. ती नियमित तपासणीसाठी आली नाही, ही तिची चूक झाली खरी, पण म्हणून त्या जोडप्याला असा त्रास भोगावा लागावा हे सर्वस्वी अयोग्य होय. ते घडलं केवळ आरोग्य कर्मचाऱ्यांच्या हलगर्जीपणामुळे. हीच आरोग्य व्यवस्था बाळंतपणापर्यंत सगळं काही आरोग्य केंद्रात झालं पाहिजे म्हणून डांगोरा पिटत असते, पण आपल्या गलथानपणामुळे लोकांच्या जीवनावर कोणते अनिष्ट परिणाम होतात याची त्यांना मुळीच पर्वा नाही.

गडचिरोलीचे सामान्य लोक वैद्यकीय सेवेच्या अपेक्षेने जातात त्यांना छळवणूक, अवहेलना आणि हेळसांड वाट्याला येते. खूप त्रास भोगावा लागतो. हे दुर्दैव आता नेहमीचंच होऊन बसलं आहे. विश्वास आणि ज्योत्स्ना देशमुख यांची कहाणी हे याचंच उदाहरण आहे. ज्योत्स्नाला पहिले दोन मुलगे झाले. दोन्ही वेळेला सिझेरियन केलं होतं. तिसऱ्या वेळी दिवस राहिले तर ते धोक्याचं ठरणार हे माहीत असल्यामुळे त्यांनी ज्योत्स्नावर नसबंदीची शस्त्रक्रिया करवून घेतली. गडचिरोलीच्या जिल्हा रुग्णालयामध्ये तिथल्या डॉक्टरने ज्योत्स्ना शस्त्रक्रियेच्या टेबलवर असताना कसे २००० रुपये वसूल केले आणि त्याची पावतीही दिली नाही, हे विश्वासला चांगलंच आठवत होतं. शस्त्रक्रिया झाल्यानंतर तीन दिवसांनी त्यांची संमतीपत्रावर सही घेण्यात आली. पण शस्त्रक्रिया नीट करण्यात आली की नाही हे बघण्याची तसदी मात्र वरिष्ठ डॉक्टरने घेतली नाही. रुग्णालयाच्या रेकॉर्डमध्ये ती शस्त्रक्रिया करणाऱ्या डॉक्टरचं नाव, नंबर किंवा सही सापडत नाही. ही शस्त्रक्रिया होऊनही तीन वर्षांनी ज्योत्स्ना परत एकदा गरोदर झाली. याचाच अर्थ नसबंदी शस्त्रक्रिया अयशस्वी झाली. त्याच रुग्णालयामधील दुसऱ्या डॉक्टरणीने ज्योत्स्नाला

तपासून ती गरोदर असल्याचं सांगितलं. मग देशमुखांनी ही गोष्ट हॉस्पिटलच्या अधिकाऱ्यांच्या निदर्शनास आणली की, तुमच्या इथे केलेली शस्त्रक्रिया चुकीची झाली होती, तर आता पत्नीचा गर्भपात करून द्या. यानंतर जे झालं, ते आरोग्य व्यवस्थेला रुग्णांच्या भावनांची कदर नसल्याचं स्पष्ट निदर्शक आहे. अशी निबर कातडी हे आता त्यांचं वैशिष्ट्य झालं आहे.

जिल्हा शल्यचिकित्सकाने देशमुखांकडून असं एक पत्र मागितलं की, या गर्भपात प्रक्रियेत काही बरंवाईट झालं तर रुग्णालय त्यासाठी जबाबदार असणार नाही. म्हणजे दोन सिझेरियन शस्त्रक्रिया झाल्यानंतर वैद्यकीय गर्भपात करणं धोक्याचं असून रुग्णालय त्यातली स्वत:ची जबाबदारी झटकू पाहत होतं. ह्या गोष्टीमुळे देशमुखांना संताप येणं साहजिक होतं. कारण ज्योत्स्नाच्या अवस्थेला संपूर्णपणे रुग्णालयच कारणीभूत होतं. विश्वासनी सांगितलं, 'आम्ही असं पत्र द्यायला साफ नकार दिला. त्यांच्या गलथानपणामुळे आम्ही धोक्यात आलो होतो. त्याची जबाबदारी त्यांनीच घ्यायला पाहिजे होती.' याहून वाईट गोष्ट यानंतर घडणार होती.

ज्या डॉक्टरने ज्योत्स्नावर चुकीची शस्त्रक्रिया केली होती, त्याच्याच हातात ही केस सोपवण्यात आली. त्याला यत्किंचितही पश्चात्ताप झालेला नव्हताच, पण आधीच विनाकारण त्रास भोगणाऱ्या त्या जोडप्याला आणखी छळायला तो पुढे सरसावला. त्याने देशमुखांना सांगितलं की, दोन सिझेरियननंतर वैद्यकीय गर्भपात करणं धोक्याचं असतं. तुम्ही खाजगी रुग्णालयामध्ये गेलात तर याच कामाचे ४०००० रुपये घेतील. त्यापेक्षा तुम्ही मला ५००० रुपये द्या, म्हणजे मी सरकारी खर्चाने तुम्हांला नागपूर मेडिकल कॉलेजच्या रुग्णालयामध्ये पाठवतो. त्यांनी या सूचनेला नकार दिला, तेव्हा त्या डॉक्टरने त्यांना जिल्हा रुग्णालयात ॲडमिट करायलाच नकार दिला.

तेव्हा मग देशमुख 'सर्च'मध्ये आले. पण आमच्या दवाखान्यात पुरेश्या सोयी नसल्यामुळे त्यांना चंद्रपूरच्या एका खाजगी डॉक्टरकडे पाठवलं. चंद्रपूर ६०कि. मी. अंतरावर आहे. नागपूरपेक्षा जवळ. त्या डॉक्टरने सांगितलं की, शस्त्रक्रिया धोक्याची आहे, तो एवढी जबाबदारी घेऊ शकत नाही. त्याने त्यांना चंद्रपूरच्या सरकारी रुग्णालयामध्ये पाठवलं. तिथून त्यांना पुन्हा गडचिरोलीच्या जिल्हा रुग्णालयात जायला सांगितलं. त्यावर ते चंद्रपूरच्या सिव्हिल सर्जनना भेटले आणि ज्योत्स्नाची नागपूर मेडिकल कॉलेज रुग्णालयामध्ये सोय करण्याची विनंती केली. पण सिव्हिल सर्जनने त्यांना गडचिरोलीच्या जिल्हा आरोग्य

अधिकाऱ्यांना भेटण्याचा सल्ला दिला. शेवटी ते जोडपं नागपूरला गेलं आणि तिथे त्यांनी ती शस्त्रक्रिया करवून घेतली.

देशमुख दांपत्याची ही कहाणी जिल्हाभरातल्या स्थानिक वृत्तपत्रांमध्ये छापून आली. गडचिरोलीच्या जिल्हा रुग्णालयामधले डॉक्टर गरीब रुग्णांना कसे फसवतात आणि नाडतात, या लोकांच्या तक्रारीला वाचा फुटली. विश्वास देशमुख अतिशय संतापून सांगत होते, 'हे सरकारी खर्चाने ऑपरेशन्स करतात आणि आमच्याकडून प्रायव्हेट हॉस्पिटलसारखी फी घेतात. कारण नसताना सिझेरियन्स करतात आणि बायकांचे जीव धोक्यात घालतात. ह्यांना एवढा अमाप पैसा कसा मिळतो, त्याची चौकशी व्हायला पाहिजे आणि त्यांनी किती शस्त्रक्रिया चुकीच्या करून लोकांचं नुकसान करून ठेवलं आहे, त्याचीही चौकशी झाली पाहिजे. जिल्ह्यामध्ये फक्त एकच सरकारी हॉस्पिटल. या निर्दय, नीतिभ्रष्ट वैद्यकीय कर्मचाऱ्यांपासून पेशंटना वाचवायला पाहिजे. फक्त त्या डॉक्टरांच्या बदल्या करून काही उपयोग नाही, कारण जातील तिथे हे असेच वागत राहतील. या समस्येवर कायमस्वरूपी तोडगा काढण्याची गरज आहे.'

एकीकडे चांद्रयान अंतराळात झेप घेऊन भारतीयांची मान उंचावत आहे, या तंत्रज्ञानातील प्रगतीचा आपण अभिमान बाळगतो आणि दुसरीकडे देशातील गरिबांची आरोग्य परिस्थिती अत्यंत हलाखीची झालेली आहे. १९७८ मध्ये झालेल्या Alma Ata Declaration या कराराद्वारे देशामध्ये 'मजबूत प्राथमिक आरोग्य सेवा' निर्माण करण्याचा ठराव झाला. यामध्ये भारताने देखील सहभाग घेऊन स्वाक्षरी केलेली होती. २००० साली इतर १८९ देशांसोबत भारताने 'सहस्रकातील विकास उद्दिष्ट' म्हणून २०१५ पर्यंत 'सर्वांसाठी आरोग्य' निर्माण करण्याची शपथ वाहिली. आमची बहुतेक आरोग्य सेवा ही शहरी भागात महानगरांमध्ये एकवटली असून ग्रामीण आणि आदिवासी भागात राहणाऱ्या ७० टक्के जनतेला आरोग्य सेवा जवळपास दुर्मिळ आहे. आरोग्य सेवेपासून ते लोक वंचितच राहिलेले आहेत. ही सेवा स्त्रिया आणि पुरुष दोघांनाही अनुपलब्ध असली तरी स्त्रियांना याची फार मोठी किंमत द्यावी लागते. प्रजनन आरोग्य हा स्त्री आरोग्याचा मोठा घटक. प्राथमिक आरोग्य सेवेत याचं महत्त्वाचं स्थान आहे. परंतु देशाच्या ग्रामीण बालक आरोग्य व्यवस्थेत अनेक कच्चे दुवे राहून गेलेले आहेत.यांच्याकडे लक्ष दिलं गेलं नाही, कारण आधी कुटुंब नियोजन आणि अलीकडे एच. आय. व्ही. एड्स यांना देण्यात आलेलं अवास्तव महत्त्व. या कच्च्या दुव्यांमध्ये एक महत्त्वाचा दुवा म्हणजे ग्रामीण स्त्रियांना सुलभतेने आणि

सुरक्षित गर्भपात व प्रसूती करण्याच्या सोयी नाहीत. वैद्यकीय व्यवस्थेत महागड्या आणि तितक्या खात्रीलायक नसलेल्या तांत्रिक साधनांना नको इतकं महत्त्व दिलं जात आहे. पण वैद्यकीय व्यावसायिक त्यादृष्टीने प्रशिक्षित केले जात नाहीत. त्यांना तसं प्रेरितही केलं जात नाही.

रुग्णांशी संवाद कसा साधायचा, त्यांचं समुपदेशन कसं करायचं याबद्दल आमचं वैद्यकीय शिक्षण आम्हांला काहीही शिकवत नाही. त्याचप्रमाणे मानववंशशास्त्र, समाजशास्त्र हे लोकांच्या शारीरिक आरोग्याला कारणीभूत असणारे महत्त्वाचे घटक असताना, त्याबद्दलही आम्हांला काहीच शिकवलं जात नाही.

**

प्रकरण चौथे

तिचे, त्याचे आणि त्यांचे
स्त्री–पुरुष नातेसंबंधातल्या भागीदारीचे परीक्षण

वैवाहिक संबंध कशामुळे जुळतात आणि टिकून राहतात? त्याची एक खूण असते.

एकदा मी तुषारला विचारलं की, त्याच्या बायकोची आवडती भाजी कोणती? तुषार आणि सुनंदा दोघंही माझ्या फार आवडीचे. दोघंही जण 'सर्च'मध्ये समाजसेवक (Social Worker) म्हणून काम करतात. ही जोडी म्हणजे वैवाहिक सलोख्याचं उत्तम उदाहरण. माझा प्रश्न ऐकून तुषारने थोडा वेळ विचार केला. मग म्हणाला, ''कारलं. हो हो. तिला कारल्याची भाजी आवडते. नेहमी करते ती.'' तोच प्रश्न सुनंदाला विचारला, खात्री करण्यासाठी तेव्हा ती म्हणाली, ''मला वांग्याची भाजी आवडते. कारल्याची नाही. पण तुषारला आवडते म्हणून नेहमी करत असते मी कारल्याची भाजी.'' आणि असं म्हणून ती हसली.

एकमेकांविषयी वाटणारा प्रेमादर, मित्रत्व, एकोप्याची भावना आणि सुसंवाद ह्या चांगल्या वैवाहिक जीवनासाठी आवश्यक असणाऱ्या गोष्टी आहेत असं तुषार सुनंदाकडे पाहून लक्षात येतं (आवडत्या भाजीचा गोंधळ असला तरीही). पण माझ्या दवाखान्यात येणाऱ्या अनेक तरुण जोडप्यांमध्ये दुर्दैवाने या गोष्टींचा अभाव आढळून येतो. स्त्री–पुरुष नातेसंबंधांमध्ये विविध प्रकारच्या समस्या निर्माण होतात. त्यावरून असं लक्षात येतं की, वैवाहिक जीवनातला आनंद, त्यातले अनुभव, सुख–दुःखं यांना तोंड देण्यासाठी, उपभोग घेण्यासाठी

काय करावं लागतं याचं शिक्षण या स्त्री-पुरुषांना त्यांच्या आईबापांकडून फारसं दिलंच गेलेलं नसतं. पालक त्याविषयी काही करत नाहीत.

लग्नामुळे आणि लग्नानंतर स्त्रियांना बऱ्याच शारीरिक आणि मानसिक समस्या येतात. त्यांना संपूर्णपणे नव्या परिस्थितीशी जुळवून घ्यावं लागतं, नव्या प्रश्नांना तोंड द्यावं लागतं. उदाहरणार्थ, हुंडा कमी मिळाल्याने केला जाणारा छळ. त्यांच्या आयांना कदाचित हा त्रास कधी झालाही नसेल. पण या कारणामुळे आजच्या ग्रामीण भारतातील नववधूंचा अत्यंत निर्दयपणे छळ केला जात आहे. नव्याने श्रीमंत झालेल्या वर्गातील वाईट चालींचं अनुकरण करत, आता गरीबगुरीबही हुंडा देणं-घेणं ही प्रतिष्ठेची बाब समजू लागले आहेत. ते पाहिल्यावर असा प्रश्न विचारणं भाग पडतं की, इतक्या वर्षांत आमच्या शिक्षण व्यवस्थेने कुठला चांगला फरक घडवून आणला? हुंड्यासारख्या अनिष्ट सामाजिक प्रथांमुळे स्त्रियांच्या प्रजनन आरोग्यावर (Reproductive Health) दुष्परिणाम झालेला आहे. उदाहरणार्थ, हुंड्याची प्रथा ही स्त्रियांना दुय्यम ठरवणारी आणि अपत्य म्हणून मुलींना भेदभावाने वागवणारी प्रथा आहे. बेकायदा ठरवलेली गर्भलिंगनिदान चाचणी करून घेणं, वारंवार केले जाणारे असुरक्षित गर्भपात, त्याने स्त्रीला पुढे वंध्यत्व येणं किंवा तिच्या जिवावर बेतणं, हे लग्नामुळे होणारे काही नकारात्मक परिणाम.

चांगले लैंगिक संबंध असणं हा प्रजनन आरोग्यासाठी महत्त्वाचा दुवा आहे. इतर सर्व समाजांप्रमाणे ग्रामीण आणि आदिवासी समाजांसाठीसुद्धा, लैंगिक सुख हा महत्त्वाचा घटक आहे. ती माणसांची मूलभूत गरज आहे. अगदी खाणं, आंघोळ करणं यांसारखीच महत्त्वाची दैनंदिन गरज. पण लैंगिक समागम योग्य पद्धतीने कसा करावा हेच तरुण-तरुणींना माहिती नसेल, तर समस्या उभी राहते. जर दोघांपैकी एकाचे किंवा दोघांचेही विवाहबाह्य संबंध असतील तरी समस्या येतात. जर दोघांतल्या एकाला गुप्तरोग असेल आणि लैंगिक क्रियेतून दुसऱ्याला लागण झाली तरीही समस्या उद्भवतात. विवाहातल्या विसंगतीची, विसंवादाची ही गंभीर उदाहरणं असून याचा दोन्ही कुटुंबांवर परिणाम होतो. बहुतेक वेळा पुरुषांना वेश्यांकडून गुप्तरोगाची लागण झालेली असते आणि त्यांच्याकडून त्यांच्या बायकांनाही हे रोग दिले जातात. नवऱ्यांच्या बेफिकीरपणामुळे आणि शरीरविक्रय करणाऱ्यांच्या बेजबाबदारपणामुळे निष्पाप स्त्रियांना त्रास भोगावा लागतो. 'वेश्याव्यवसाय करणाऱ्या स्त्रीपुरुषांचे हक्क' याविषयी राष्ट्रीय आणि आंतरराष्ट्रीय पातळीवर पुष्कळ चर्चा

केल्या जातात. पण आपल्या पुरुषप्रधान भारतीय संस्कृतीमध्ये, नवरा 'निरोध न वापरता' भोग घेऊ लागला तर पत्नी त्याला विरोध करू शकत नाही. मग शरीरविक्रय करणाऱ्यांप्रमाणे तिलाही आपले मानवाधिकार सुरक्षित ठेवण्याचा हक्क नाही?

लैंगिक व्यवसाय करणाऱ्यांचं आणि दारूचं व्यसन असणाऱ्यांचं पुनर्वसन करणं ही महत्त्वाची सामाजिक गरज आहे. कारण दोघांच्या वर्तनव्यवहारातून रोगप्रसाराचे मोठे धोके असून, ते एकमेकांत गुंतलेले आहेत.

प्रजनन आरोग्यविषयक समस्यांचा विचार करायचा झाला तर स्त्री आणि पुरुष दोघांच्याही समस्यांची दखल घ्यावी लागेल. गुप्तरोग त्याचप्रमाणे इतर जंतुसंसर्ग यांना प्रतिबंध घालण्यासाठी मजबूत सेवायंत्रणा असली पाहिजे. गर्भपात, कुटुंबनियोजन शस्त्रक्रिया, संततिप्रतिबंधक उपाय, गरोदर माता-बालकांच्या आरोग्याची काळजी हे सगळं त्यांना सुरक्षितपणे करता आलं पाहिजे. इतकंच नाही, तर त्यांना पिण्यासाठी शुद्ध पाणी पुरवलं गेलं पाहिजे. त्याशिवाय आरोग्याच्या प्रश्नांवर उपाय म्हणून त्यांना आरोग्य-शिक्षण दिलं पाहिजे. सांडपाण्याचा निकाल, स्वच्छतेच्या सवयी यांविषयी जाणीव जागृती केली पाहिजे. साध्या साध्या गोष्टी म्हणजे, आंघोळ कशी करावी, अंग कोरडं कसं करावं, जेवण्यापूर्वी आणि शौचाहून आल्यानंतर हात कसे साबण लावून धुतले पाहिजेत, हे शिकवलं गेलं पाहिजे. व्यायामाचं स्थानही तितकंच महत्त्वाचं. चांगल्या आहाराचं ज्ञान, प्रतिकारशक्ती उत्तम राहावी यासाठी पोषणमूल्यं नष्ट होऊ न देता अन्नपदार्थ कसे शिजवावेत ते शिकवलं गेलं पाहिजे. इथे एड्सबद्दल चर्चा होतात. त्यासाठी प्रचंड पैसा खर्च केला जातो. पण बाकी सगळ्या गोष्टींबद्दल फारच थोडं बोललं जातं. आपल्या देशात २३ कोटींच्या आसपास मुलं पौगंडावस्थेत म्हणजे १० ते १९ या वयोगटातली आहेत. त्यांच्याशी या आणि इतर अनेक बाबतींत बोललं जाण्याची गरज आहे. त्यांच्यासाठी आखलेल्या राष्ट्रीय योजना फोल ठरत आहेत, कारण एकेका रोगावरच लक्ष केंद्रित केलं जातं. स्त्री-पुरुष संबंधांवर परिणाम करणारे अनेक घटक असतात, हे तरुणांना समजण्याची आवश्यकता आहे. त्यात विविध प्रकारे समस्या येऊ शकतात. त्यांच्याशी माणुसकीच्या ओलाव्याने बोलण्याची गरज आहे. त्यांच्या गरजा कोणत्या आहेत हे समजावून घेऊन त्यांच्या प्रश्नांची उत्तरं शोधण्याची आवश्यकता आहे. बऱ्याच वेळा आपल्या

मनातलं सांगायला, प्रश्न विचारायला तरुणांना कुणी नसतं. लैंगिक समागम क्रियेबद्दल त्यांना कसलीही माहिती नसते. काय झालं म्हणजे हे बरोबर, चौरचौघांसारखं आहे आणि काय घडलं म्हणजे आपल्यात काही वैगुण्य आहे, हे त्यांना कळत नाही आणि विचारायची पण लाज वाटत असते. अगदी उच्चशिक्षित तरुणांचाही यात समावेश असतो.

एकदा डॉक्टर झालेली एक तरुणी माझ्याकडे येऊन सांगत होती, की लग्न झालं आहे तरी ती कुमारिकाच होती अजून. कारण लैंगिक समागम कसा करायचा, हे तिच्या नवऱ्याला माहितच नव्हतं आणि तिची समस्या अशी होती, की तिने जर त्याला ते सांगितलं, तर त्याला वाटायचं, हिला याचा बराच अनुभव दिसतो आहे! असं होऊ नये यासाठी पौगंडावस्थेतील मुला-मुलींमध्ये या विषयातली जाणीव निर्माण केली गेली पाहिजे. त्यांच्याशी स्त्री-पुरुषांतलं नातं, स्त्रीत्व-पुरुषत्व म्हणजे काय, त्यातला वेगळेपणा, ताण आल्यावर काय होतं, त्याच्याशी कसं जुळवून घ्यावं लागतं, वैवाहिक विसंवाद म्हणजे काय, जबाबदार लैंगिक व्यवहार या सगळ्यांबद्दल मोकळेपणाने बोलायला सुरुवात झाली पाहिजे. त्यांना हेसुद्धा समजलं पाहिजे की, आपल्या जीवनसाथीविषयी जर आदर असेल, मैत्रीची भावना असेल तरच त्याच्याशी आपलं उत्तम वैवाहिक नातं जुळू शकेल. एकमेकांचे गुण-अवगुण, सामर्थ्य, आवडीनिवडी हे दोघांनाही माहीत असलं पाहिजे. उत्तम संवाद आणि विश्वास यांच्यामधूनच चिरस्थायी नाती निर्माण होत असतात. लैंगिक क्रिया हा प्रेम व्यक्त करण्याचा एकमेव मार्ग नाही, हे त्यांना शिकवण्याची, त्यांच्या मनावर ठसवण्याची आज गरज आहे.

पुरुष पालकांचं बऱ्याच वेळा आपल्या अपत्यांबरोबर वेळ घालवण्याचं राहूनच जातं. त्यांनी हे लक्षात ठेवलं पाहिजे, की एकत्र जेवणं, मुलांशी मनमोकळ्या गप्पा मारणं यांसारख्या परस्पर सहवासाच्या साध्या गोष्टींमुळेच कौटुंबिक स्नेहबंध निर्माण होतात आणि पक्केही होत असतात. बरीच जोडपी एकमेकांशी अजिबात बोलतच नाहीत आणि मग लवकरच परस्परांना कंटाळतात. मुळात लग्न म्हणजेच छोट्या-मोठ्या तडजोडी करत राहणं असतं. त्यासाठी दोघांनीही हे लक्षात घेतलं पाहिजे की, अवास्तव अपेक्षा ठेवल्या की निराशा ही ठरलेलीच आहे. विश्वास, प्रामाणिकपणा आणि समान नीतिमूल्यं हीच वैवाहिक संबंध अबाधित ठेवू शकतात. एखाद्याचे आपल्या पत्नीबरोबर खूप मतभेद असू शकतील, पण ज्यावेळी शारीरिक संबंध आणि भावनिक

प्रेमाचा प्रश्न येतो तेव्हा परस्परांवरचा गाढ विश्वास आणि खात्री हीच त्या ठिकाणी असली पाहिजे.

तरुणपणी पुष्कळ त्याग करायचा आणि मध्यम वयात हातून संधी सुटून गेल्या म्हणून तक्रार करत बसायची, असा बहुतेक स्त्रियांचा कल असतो. दुसऱ्या बाजूला, नवरा जर खूपच बायकोला जपणारा असेल, तर तो तिला परावलंबी करून ठेवतो आणि पुढे तोच, 'तू काहीच करत नाहीस' म्हणून तिच्यावर संतापतो. असं होऊ नये म्हणून नवरा बायको दोघांनीही एकमेकांना त्यांचं स्वतंत्र अवकाश (space) दिलं पाहिजे. पहिल्या अपत्याच्या जन्मानंतर नेहमी असं घडतं की, पत्नी आपल्या आईच्या नव्या भूमिकेत इतकी गुंतलेली राहते की पतीला वाटतं, ही आपल्याकडे आता लक्षच देत नाही. अशा वेळी पुरुषाने समजून घेतलं पहिजे की, तिची मातृत्वाची नैसर्गिक भावना आहे आणि उलट तिला आता कशाकशाची गरज आहे त्याकडे त्याने लक्ष पुरवलं पाहिजे. त्याला हे समजलं पाहिजे की, पालनपोषण आणि संगोपन करणं ही स्त्रीची नैसर्गिक मनोप्रवृत्ती असते आणि तिच्या या गुणामुळेच ती स्वयंपाकघर, बागबगिचा, कुटुंब, सामाजिक संबंध, नातीगोती सगळं प्रेमाने सांभाळणार असते. अशा वेळी तिला वाटणाऱ्या असुरक्षिततेची जागा आश्वासनाने भरून काढणं त्याचं काम असतं. अशाच प्रकारे रजोनिवृत्तीच्या काळातही तिला एकटेपण ग्रासून टाकत असतं.

या अशिक्षित ग्रामीण महिलांशी मी संवाद करत असताना कधीकधी मानवी स्वभावाचे वेगळेच नमुने समोर येतात. आता 'एका पुरुषाच्या दोन बायका' ह्या काटेरी विषयाचं उदाहरण घेऊ या. एखाद्या शिकलेल्या महिलेच्या दृष्टीने विचार केला, तर 'सवतीबरोबर राहणं' ही प्रचंड मोठी, अशक्य कोटीतली समस्या असेल. पण मला काही अशिक्षित स्त्रिया अशा भेटल्या की त्यांनी या समस्येवर तोडगा शोधून काढला होता. एक दिवस, इंदुमती नावाची एक मध्यमवयीन अडाणी बाई माझ्या दवाखान्यात आली. तिचं पहिलं लग्न एका दारुड्या नवऱ्याबरोबर झालेलं होतं. त्याच्या बाहेर भानगडी सुरू झाल्यामुळे तिने त्याला सोडून दिलं. मग आईवडिलांनी दुसऱ्या एका बिजवराशी तिचं लग्न लावून दिलं. पहिल्या बायकोला मूलबाळ होत नव्हतं म्हणून त्याने दुसरं लग्न केलेलं होतं. तसे त्याचे शारीरिक संबंध दोन्ही बायकांबरोबर चालू होते. पण हिच्याशी लग्न केल्यानंतर पहिलीला दिवस राहिले. आता दोघींनाही याच्यापासून मुलं झालेली आहेत. इंदुमती सांगत होती की, त्या दोघी

संसारात गुण्यागोविंदाने नांदत आहेत. तिचं त्याच्या पहिल्या बायकोशी भांडण नाही. आता तिला त्याच्याकडून फारसं लैंगिक सुखही नको आहे. तिला त्याच्यापासून मुलं झाली. बस्स झालं. ती आणि तिची पोरं आनंदात राहत आहेत. तिला वाटतं, पुरुषाला स्वत:ची मुलं हवी असणं हे कायदेशीरच आहे आणि तो दोन्ही बायकांना सुखात ठेवतो आहे ना, सगळं दोघींना सारखंच पुरवतो आहे, मग दोघींनाही नांदवलं तर काय हरकत आहे? एखाद्या सुशिक्षित शहरी जोडप्याच्या बाबतीत ही कल्पनासुद्धा करणं अवघड आहे की, पहिला नवरा नपुंसक निघाला म्हणून दुसऱ्याबरोबर लग्न केलं आणि आता एक बाई दोघा नवऱ्यांसोबत नांदते आहे!

इंदुमतीची कहाणी, 'आणि मग ते सर्वजण सुखाने नांदू लागले' असा शेवट असलेली आहे. पण दोन बायकांची एखादी ग्रामीण कहाणी वाकडं वळणही घेते आणि त्यांतल्या एकीच्या मन:स्वास्थ्यावर त्याचा विपरीत परिणाम होतो. लक्ष्मीने मला तिचा अनुभव सांगितला. लक्ष्मी ही पंचवीस वर्षांची अडाणी खेडूत तरुणी. तिचं लग्न झालं, तेव्हा त्या नवऱ्याची पहिली बायकोपण घरात होती. तिच्याच हाताखाली हिला घरात नांदायचं होतं. पहिलीला मूलबाळ नव्हतं आणि ती दुष्ट आणि मत्सरी स्वभावाची होती. लक्ष्मीला जेव्हा पहिली मुलगी झाली तेव्हा त्या सवतीने मुलीला विष घालून मारलं. लक्ष्मीने पोलीस केस करण्याचा हट्ट धरला, पण नवरा काही ऐकेना. तोही अशिक्षितच होता. शेवटी लक्ष्मीने त्याला सोडलं आणि दुसरं लग्न केलं. या दुसऱ्या नवऱ्याला पहिल्या दिवंगत बायकोपासून चार मुलं झालेली होती. लक्ष्मी माझ्या दवाखान्यात आली तेव्हा दुसऱ्या नवऱ्यापासून गरोदर होती. सातवा महिना होता.

स्त्री-पुरुष नात्याला अनेक तलम असे पापुद्रे असतात, खास करून जेव्हा दुसरी स्त्री त्यात गुंतते तेव्हा जास्तच. एकदा रेखा नावाची एक सुशिक्षित तरुणी एका आदिवासी मुलीला घेऊन माझ्याकडे आली. त्या मुलीचे रेखाच्या नवऱ्याशी शरीरसंबंध असल्याचं तिच्या लक्षात आलं होतं आणि ती त्या मुलीला तपासायला माझ्याकडे घेऊन आली होती. त्या पोरीने निर्लज्जपणे मला सांगितलं, "ते माझ्यावर प्रेम करतात, मी बी त्यांच्यावर प्रेम करते. रेखाला माहिती आहे." हे शब्द त्या मुलीने मोठ्या गर्वाने उच्चारले होते. त्या मुलीचा कावेबाजपणा आणि स्वत:च्या नवऱ्याचा व्यभिचार याकडे रेखाने बघून न बघितल्यासारखं केलं या गोष्टीचा मला राग आला, खेदही वाटला.

ढळढळीतपणे समोर दिसणाऱ्या सत्याला तोंड देण्याची तिची इच्छा नव्हती. त्यामुळे तिच्या भावनिक आणि मानसिक स्वास्थ्यावर फार विपरीत परिणाम होणार होता.

समीरा ही तीस वर्षांची मुस्लिम तरुणी. तिचं एका व्यावसायिकाशी लग्न झालं. त्यांना तीन मुलं आहेत. दोन मुलगे, एक मुलगी. ही बाई सर्वसाधारण तक्रारी घेऊन एकदा 'सर्च' हॉस्पिटलमध्ये आली. झोप येत नाही, छातीत दुखतं, अंग दुखतं आणि चक्कर आल्यासारखं होतं वगैरे. सुरुवातीला १९८८ मध्ये आमच्या आरोग्य विभागाने तिला तपासून उपचार केले होते. पण तिला आराम पडला नाही. शेवटी २००२ मध्ये तिला माझ्याकडे पाठवलं गेलं. 'तुला काय त्रास होतो आहे?' असं मी विचारल्याबरोबर तिने रडायला सुरुवात केली आणि मग भडाभडा स्वत:ची सगळी कहाणी तिने मला ऐकवली. तिने सांगितलं की, तिचा नवरा दररोज तक्रार करायचा की तुझं अंग फार सैल पडलंय. त्यामुळे मला संभोगातून काही सुखच मिळत नाही. आणि आता त्याने दुसरी बायको करून आणीन म्हणून धमकी दिली होती. समीराचा स्वभाव अत्यंत लाजरा-बुजरा. तिने ही गोष्ट आत्तापर्यंत कुणालाही सांगितलेली नव्हती. मी तिला तपासलं. ती तर अगदी व्यवस्थित होती. तिच्यात कोणताही दोष नव्हता. मग मी तिच्या नवऱ्याला बोलावून घेतलं आणि दोघांना एकत्र बसवून समजावून सांगितलं. नंतर काही दिवसांनी समीराने येऊन मला सांगितलं की, आता त्या दोघांचे संबंध पूर्ववत सुरळीत झाले आहेत.

या घटनेवरून हे अधोरेखित होतं की, स्त्री रुग्ण आपल्या महिला डॉक्टरशी मन मोकळं करून बोलल्या पाहिजेत. तिला नवरा छळत असेल तर डॉक्टर बाईंनी त्याच्याशीसुद्धा बोललं पाहिजे. अशा परिस्थितीत आपण त्याला विचारलं पाहिजे की, बाबा रे, तू तिच्याशी लग्न केलंस. कशासाठी? फक्त संभोग सुखासाठी? बायको आणि मुलं यांच्याशी तुझी कोणती बांधिलकी नाही? लग्नाचा अर्थ काय? कशासाठी करायचं असतं लग्न?

माझ्याकडे कित्येकदा अशा केसेस येतात. नवरे बायकांविषयी तक्रारी सांगत असतात. तिची छातीच खूप लहान आहे, जननेंद्रिय 'लूज' पडलं आहे, नाहीतर हिला मूलच होत नाही अजून. अरे संभोग करणं आणि मूल होणं हा एवढाच अर्थ असतो का लग्न करण्याचा? आणि नवऱ्यांच्या मनातला संशय हा तर कित्येकदा वेडाच्या पातळीवर जाऊन पोचलेला असतो. अशा पुरुषांनी व्यावसायिक समुपदेशन घेतलं पाहिजे. मीरा नावाची माझी एक रुग्ण

आहे. अशिक्षित आहे. तिचं लग्न दहावीपर्यंत शिकलेल्या एका क्लार्कशी झालेलं आहे. ती तिच्या नवऱ्याबरोबर माझ्याकडे आली, पण एक शब्द बोलायला तयार नव्हती. पण नवरा सारखं सांगत होता की, तिची लघवीची जागा आणि संडासची जागा यांच्या मधल्या जागेवर व्रण पडलेले आहेत. आठ महिन्यांपासून तिला मासिक पाळी येण्याची बंद झालेली होती. (रजो-निवृत्तीमुळे.) त्यांना एकूण सहा मुलगे झाले. त्यांतले चार गेले. दोन जिवंत आहेत. एक एकवीस वर्षांचा, दुसरा एकोणीस वर्षांचा. मी तिला नीट तपासलं. कुठे व्रण नाही, काही नाही. ती ठीक होती. प्रकृतीत कोणताच बिघाड नव्हता. मग तिने सांगितलं, ''मला कोणतीच समस्या नाही. समस्या त्यालाच आहे. तो फारच संशयी स्वभावाचा आहे. सतत माझ्या चारित्र्यावर संशय घेत राहतो. मला घराबाहेर कुठेही जाऊ देत नाही.'' मी तिच्या नवऱ्याशी बोलले. व्यावसायिक समुपदेशकाचा सल्ला घेण्यासाठी त्याचं मन वळवलं.

पुरुषांच्या मनातला संशय कमालीच्या टोकाला जाऊ शकतो. तर दुसरीकडे एखादा नपुंसक नवरा, स्वत:च्या बायकोला दुसऱ्या पुरुषाबरोबर लैंगिक संबंध ठेवायला भाग पाडू शकतो आणि मग ती गरोदर राहिली की, 'हे माझंच मूल' असं सांगून जगापुढे आपलं पुरुषपण सिद्ध करायला पाहतो. प्रमिलाचं उदाहरण असंच. प्रमिला ही अठ्ठावीस वर्षांची तरुणी. जातीने महार. बारा वर्षांपूर्वी तिचं एका अशिक्षित शेतकऱ्याशी लग्न झालं. नऊ वर्षांपूर्वी ती गरोदर राहिली. जुळी मुलं झाली. जन्मल्यावर काही वेळात दोन्ही मुलं दगावली. तीन वर्षांपूर्वी ती माझ्याकडे आली. तिची समस्या होती, की तिला इच्छा असूनही मूल होत नाही, पण पूर्वी मुलं झाली होती. मी तिला तपासलं. तिच्यात दोष नव्हता. नवऱ्याची तपासणी केली, तर त्याच्या वीर्यात शुक्राणू संख्या शून्य होती. मी दोघांशी बोलले. समजावून सांगितलं की, बायको ठीक आहे. समस्या नवऱ्याच्या बाबतीत आहे. त्याला मूल होऊ शकणार नाही. त्यावर तिने सांगितलं, की नऊ वर्षांपूर्वी नवऱ्याने खूप छळून छळून शेवटी तिला परपुरुषाशी संभोग करायला भाग पाडलं आणि मग पुढे ती गरोदर राहिली आणि तिला जुळं झालं. याचा अर्थ प्रमिलाच्या नवऱ्याला माहीत होतं की, तो नपुंसक आहे पण त्याला ते जगापासून लपवायचं होतं. त्यासाठी परिणामांचा विचार न करता त्याने तिला बळजबरीने परपुरुषाशी संबंध ठेवण्याची सक्ती केली. तो पुरुषही विवाहित होता, तो समाजात तिची

बदनामी करू शकला असता, त्याची बायको चारचौघांत या गोष्टीचा बोभाटा करू शकली असती, कदाचित त्या पुरुषाकडून प्रमिलाला एखाद्या गुप्तरोगाची लागणही झाली असती. मी प्रमिलाला कृत्रिमरीत्या गर्भधारणा करून घेण्याचा किंवा मूल दत्तक घेण्याचा सल्ला दिला. तिच्या नवऱ्याने हे दोन्ही पर्याय धुडकावून दिले, कारण त्याला त्याकरता लागणारा खर्च करायचा नव्हता.

स्त्रीला मुलगा होत नसेल तर तिला टाकून द्यायची, मुलींना एखाद्या वस्तूसारखं वागवायचं या गोष्टी भारतीय समाजात दिवसेंदिवस सर्रास वाढत चाललेल्या आहेत. खरं तर दहापैकी सात जोडप्यांना मूल न होण्याचं कारण पुरुषाच्या वीर्यात पुरेसे शुक्राणू नसणं, हे असतं. असं असूनही मुलींना वाईट वागवलं जातं. ग्रामीण विवाह संबंधात, शरीरशास्त्राच्या अज्ञानामुळे, बायकोला सोडून देणं, वांझ म्हणून तिचा मानसिक छळ करणं असे अनेक दुष्परिणाम होत असतात. (प्रकरण नववे पाहा.) सामाजिक अज्ञानाची स्त्रियांना मोठी किंमत मोजावी लागते.

स्त्रीला गर्भधारणा कशी होते, मुलगा किंवा मुलगी जन्माला येणार हे कशामुळे ठरतं, याबद्दल लोकांना शिकवून शहाणं करण्यासाठी मोठी मोहीम हाती घेण्याची आज आवश्यकता आहे. मुलगा होण्यासाठी पुरुषाकडून क्रोमोसोम्स (Y गुणसूत्रे) यावी लागतात, स्त्री त्याबाबत काही करू शकत नाही. याची माहिती लोकांना करून द्यायला हवी. शरीरशास्त्रात सांगितलेलं आहे की, प्रत्येक मानवी पेशीत २३ गुणसूत्रांच्या जोड्या असतात, त्याद्वारे पहिल्या पिढीकडून दुसऱ्या पिढीकडे गुणसूत्रे पोहोचवली जातात. आता यांपैकी २२ जोड्यांमध्ये, एक गुणसूत्र वडिलांकडून येतं आणि एक आईकडून येतं. यांना 'कायिक' किंवा 'शारीरिक गुणसूत्रे' म्हणतात. यांच्यामुळे अपत्याचा रंग, उंची, वजन, डोळ्यांचा आणि केसांचा रंग वगैरे निश्चित होतात. शेवटची २३ वी गुणसूत्रांची जोडी ही 'लिंग गुणसूत्रां'ची. होणारं बाळ मुलगा असेल की मुलगी हे गुणसूत्रांच्या याा जोडीवरून ठरतं. प्रत्येक स्त्रीमध्ये सारख्या लिंग गुणसूत्रांची जोडी म्हणजे (xx) असते. याला अपवाद नसतो. प्रत्येक पुरुषामध्ये भिन्न गुणसूत्रांची जोडी (xy) असते. पुरुषांच्या शुक्राणूंमधील या गुणसूत्रांचं स्त्रीच्या x गुणसूत्राशी मिलन झालं की गर्भाचं लिंग पुरुष असं ठरतं. दोघांमधल्या x गुणसूत्राचंच मिलन झालं तर गर्भाचं लिंग स्त्री असं निश्चित होतं. निसर्गानं स्त्रीला Y हे गुणसूत्र दिलेलं नाही. अशा रितीने मुलगा होत नाही यासाठी स्त्रीला जबाबदार धरणं चुकीचं आहे. त्यात तिचा कोणताही दोष

नसतो. मात्र मुलगा होत नाही, या मुद्द्यावरून स्त्रियांचा शारीरिक छळ वाढतच राहिलेला आहे आणि हा छळ मुकाट्याने सोसणं हीसुद्धा अगदी सर्वसाधारण बाब झालेली आहे. बहुतेक पुरुष आपल्या बायकोला या मुद्द्यावरून छळलं जात असताना तिच्या मदतीलासुद्धा जात नाहीत. यातून होणाऱ्या हिंसेचं अनेकदा समर्थनच केलं जातं.

विमला नावाची एक चोवीस वर्षांची तरुणी माझ्याकडे आली. 'अंगावरून पांढरं पाणी जातं' ही तिची समस्या होती. पण मला तिच्या जननसंस्थेत कोणताही दोष आढळला नाही. ती सारखा तिचा डावा हात माझ्यापासून लपवण्याचा प्रयत्न करत होती. मी विचारलं तरी त्याबद्दल सांगायला तयार नव्हती. नंतर ती बाहेर गेली आणि नवऱ्याला घेऊन आली. त्याने कबूल केलं, की विमलामध्ये काहीही दोष नव्हता पण आठ दिवसांपूर्वी त्याने तिला जबरदस्त मारहाण केली. त्यात तिचा डावा हात पिरगळला जाऊन दुखावला. तिने काही तरी झाडपाल्याचं औषध लावलं त्यामुळे ॲलर्जी झाली. नवरा सांगत होता, ''माझ्याकडून ही चूकच झालेली आहे. पण ही नेहमी खोटं बोलते बघा. आज सुद्धा तिने तुम्हांला खोटंच सांगितलं. खरं म्हणजे मी तिचा हात दाखवायलाच तुमच्याकडे आणलं होतं.'' मग मात्र बायकोने ताडकन उत्तर दिलं, ''हां. म्हंजे काय सांगायचं होतं मी डॉक्टरबाईंना? माझा नवरा मारतो म्हणून?'' म्हणजे नवऱ्याला तिची काळजी वाटत होती, तरीसुद्धा तो स्वत:च्या तिला मारहाण करण्याचं समर्थनच करत होता.

दारू पिऊन बायकांना मारहाण करणारे नवरे ही तर गंभीर समस्या आहे. माला ही वीस वर्षांची युवती. बारावीपर्यंत शिकलेली. तिचा नवरा तिच्यापेक्षा कमी शिकलेला. दहावी पास. तो पोलिसची नोकरी करतो. लग्नाला एक वर्षच झालेलं. अजून मूलबाळ नाही. एकदा नवरा पिऊन आला आणि नशेत तिच्या डाव्या कानफटात अशी मारली, की तिच्या कानाचा पडदाच फाटला आणि त्या कानाने ती बहिरी झाली. तिच्या नवऱ्याने माझ्यासमोर यायला नकार दिला. पुढे वर्षभराने मला समजलं की मालाला मुलगा झाला आहे. पण नवऱ्याचं दारू पिणं आणि तिला मारहाण करणं चालूच आहे. मालाचे वडील म्हणाले की, ते काही जावयाला जाब विचारायला जात नाहीत, मुलीला त्याने टाकून दिलं तर, अशी त्यांना भीती वाटते.

रेहानाचंही असंच झालं. ती असेल आता पस्तीस वर्षांची. तिचं लग्न एका अशिक्षित मजुराशी झालं. तीसुद्धा नवऱ्याने भयंकर मारहाण केल्यामुळे एका

कानाने बहिरी झाली. तिला तपासलं. तर तिला योनिमार्गात भयंकर जंतुसंसर्ग झालेला होता. पहिलं मूल दीड-पावणेदोन वर्षांचं होतं, तेव्हाच दुसरं मूल झालं. बाळंतपण घरीच झालं. तिचा अशिक्षित नवरा जन्मांध होता आणि त्याला लैंगिक सुखाची फार हाव होती. दुसऱ्या बाळंतपणानंतर अकराव्या दिवशीच तो समागमाची मागणी करू लागला. तिने विरोध दर्शवताच त्याने तिला असं काही मारलं की डाव्या कानाचा पडदा फाटून ती कायमची बहिरी झाली. तपासल्यावर तिला गुप्तरोगही झाल्याचं उघड झालं.

स्त्रियांचा शारीरिक छळ केला जातो, त्यांच्या बाबतीत हिंसाचार होतो त्यावेळी त्या असहाय्य असतात. त्या अत्याचारी माणसावरचा राग जर त्या व्यक्त करू शकल्या नाहीत तर मग तो कुठूनतरी भलतीकडून वाट काढतो. अशाच माझ्या एका रुग्ण स्त्रीने, छळवादी नवऱ्याचा राग आपल्या होणाऱ्या बाळावर काढला. गोळ्या खाऊन त्याला गर्भातच मारून टाकलं.

अरुणाचं पाच वर्षांपूर्वी लग्न झालं. तिला दोन मुलगे झाले. एक अडीच वर्षांचा, दुसरा अठरा महिन्यांचा, सहा महिन्यांपूर्वी कुटुंबनियोजन शिबिरात तिच्यावर नसबंदीची शस्त्रक्रिया करण्यात आली. त्यावेळी ती दोन महिन्यांची गर्भवती होती, असं तिची तपासणी करणाऱ्या डॉक्टरांनी सांगितलं. पण शस्त्रक्रिया करण्याचा तिने हट्टच धरला. पोटातला गर्भ वाढत होता. ती माझ्याकडे दोन वेळा तपासणीसाठीदेखील येऊन गेली. पुढे घरीच बाळंत झाली. मुलगा झाला. पण तिने तो मारून टाकला. म्हणाली, ''लई वाईट हायत सासरची माणसं. नवरा सासू, ननंद... तिघं बी रोजच्या दिसाला मारहान करतेत मला. मी सूड घ्येतला. पोराला औषधंच पाजली नाहीत. म्येलं त्ये.' पोटच्या पोराला मारल्याची ही उघड कबुली ऐकून मी सटपटलेच! शेवटी ती एक आई होती! स्त्रीमध्ये जबरदस्त ताकद असते याची मला जाणीव आहे; पण ती जेव्हा अशा अमानुष पद्धतीने व्यक्त होते, तेव्हा भयंकर अस्वस्थ करून सोडते.

हिंसाचारी नवरे आपल्या गर्भवती पत्नीला अतिशय गंभीर हानी पोचवू शकतात. संगीता ही वीस वर्षांची तरुणी माझ्याकडे तपासणीसाठी येऊ लागली तेव्हा ती दोन महिन्यांची गर्भवती होती. दोन वर्षांपूर्वी तिचं लग्न झालं होतं. दुसऱ्यांदा आली, तेव्हा पोटात आणि पाठीत खूप दुखत असल्याचं सांगत होती. म्हणाली, नवऱ्याने लाथ घातली आणि माहेराहून पाच हजार रुपये आणायला सांगितलं. पुढे पाचव्या आणि सातव्या महिन्यातही ती

माझ्याकडे आली होती. नंतर यायची बंद झाली. पुढे चौकशी केल्यावर कळलं, की ती घरीच बाळंत झाली. फार काळ प्रसूतिवेदना झाल्या. मूल पोटात आडवं आलेलं होतं. खूप त्रास झाला. एक सुईण आणि वैदू यांनी तिचं बाळंतपण केलं. प्रचंड रक्तस्राव होऊ लागला. तिला फिट्स येऊ लागल्या. तेव्हा गडचिरोलीच्या जिल्हा रुग्णालयात नेलं. बाळाला जंतुसंसर्ग आणि न्यूमोनिया झाला होता. पण दोघीही त्यातून वाचल्या. त्यानंतर तिच्या आईवडिलांनी तिला माहेरी नेलं. पोरगीच झाली म्हणून नवरा दोघींना बघायला देखील गेला नाही.

'गुदसंभोग' (Anal Sex), सर्रास आचरणात येत असलेला हा प्रकार म्हणजे विनाशकारी हिंसाचारच आहे. अनेक स्त्रियांना यामुळे जंतुसंसर्ग, गुदद्वारात चिरा पडणं असे त्रास होतात. बीना ही बावीस वर्षांची तरुणी. एका पोलिसाची बायको. दोघेही बारावी नापास. ती माझ्याकडे आली. तिच्या गुदद्वाराची आणि योनिमुखाची भयंकर आग होत होती. लघवी करताना आणि शौचविसर्जनाच्या वेळेला वेदना होत होत्या. हा त्रास दीड महिन्यापूर्वी लग्न झालं, तेव्हापासूनच सुरू झाला होता. तपासल्यावर उघड झालं की, तिचा गुदमार्ग फाटलेला आहे आणि तिला एका गुप्तरोगाची बाधा झालेली आहे (Candida Vaginitis). अशा प्रकारे गुदमार्ग फाटला की आतड्यातले जंतू योनिमुखाकडे सरकतात. अशा गुदसंभोगामुळे आपल्या जोडीदारिणीला काय त्रास भोगावा लागतो, याबद्दल पुरुषांना काळजी असल्याचं कुठे दिसत नाही. अनेकदा उच्चशिक्षित महिलादेखील अशा पाशवी लैंगिक अत्याचारापुढे हतबल ठरल्याचं दिसतं. अशीच एक हकीगत स्मृतीची. स्मृती ही बी. ए. झालेली अठ्ठावीस वर्षांची तरुणी. नवरा दहावी शिकलेला. आ. टी. आय मध्ये नोकरीला. तिच्या लग्नानंतर एका महिन्याने तिचं पूर्ण गुदद्वार फाटल्याचं आढळून आलं. तसंच योनिमार्गालाही बऱ्याच चिरा गेल्या होत्या. हे कसं काय घडलं, असं विचारल्यावर तिने कबुली दिली की, तिचा नवरा नेहमी गुदसंभोगच घेत असतो. मी तिच्या नवऱ्याला बोलावून घेतलं आणि त्याच्याशी बोलले. त्याने कारण दिलं, 'मला ती इतक्या लवकर गरोदर व्हायला नको आहे.' आणि माझी ती रुग्ण. एवढी शिकली सवरलेली बाई, या मुद्द्यावरून भांडायला चक्क घाबरत होती. पुढे ती आईकडेच राहायला गेली. (प्रकरण दहावे पाहा. अनिताची केस क्र. २९२६/२००)

स्त्री-पुरुष नातेसंबंधात एकजण प्रामाणिक नसेल तर मोठीच अशांतता

निर्माण होऊ शकते. विशेषत: ज्या स्त्रियांना मूल होण्याची आस असते, त्यांच्या बाबतीत हे जास्त घडतं. सरिता ही बत्तीस वर्षांची स्त्री माझ्याकडे आली तेव्हा तीव्र निराश मन:स्थितीत होती. तिच्या लग्नाला पाच वर्षं झाली होती. अजून मूलबाळ नव्हतं. सातवीपर्यंत शिकलेल्या नवऱ्याचं आधी एकदा लग्न झालेलं होतं. दोन मुलींना मागे ठेवून पहिली बायको वारली होती. नवरा शेतकरी होता. दुसऱ्या लग्नापूर्वी त्याने नसबंदी करून घेतली होती. पण सरिताला हे माहीत नव्हतं. ती आतुरतेने बाळाची वाट पाहत होती. 'तुम्ही तपासून घ्या,' म्हणून नवऱ्याची विनवणी करीत होती. पण तो त्याकडे दुर्लक्ष करत राहिला होता. शेवटी त्याने तिला सांगून टाकलं की, त्याने अगोदरच नसबंदी करून घेतलेली आहे म्हणून. सरिताला स्वत:ची घोर फसवणूक झाल्यासारखं वाटलं आणि तीव्र निराशेचा झटका आला. ''मला मूल होणार नाही म्हणून मला फार वाईट वाटत नाही हो,'' सरिताने सांगितलं, ''पण त्यांनी मला अंधारात ठेवलं. नसबंदी करून घेतल्याचं आधी सांगितलं नाही. मला फसवलं. त्याचंच फार दु:ख होतंय. पहिलीच्या दोन मुली असताना मी त्यांच्याशी लग्न केलं. त्याच वेळी त्यांनी खरं काय ते सांगून टाकायला पाहिजे होतं की बाई गं, अगोदरच्या दोन मुली आहेत. आता मला आणखी मुलं नको आहेत. आपल्याला मूल होणार नाही.''

अशा प्रकारे काही पुरुष वैवाहिक नात्यातील समंजस भागीदारी पेलण्यास असमर्थ ठरतात. त्याचप्रमाणे स्त्रियाही कमी पडतच असतात. दहावी शिकलेली अनसूया माझ्याकडे गरोदरपणातल्या तपासणीसाठी आली तेव्हा तिचं वय होतं एकोणीस वर्षं. नवरा अशिक्षित शेतकरी. दीड वर्षांपूर्वी लग्न झालेलं. आली तेव्हा अडीच महिने झालेले होते. नंतर पुन्हा आली नाही. एका वर्षाने चौकशी केली तेव्हा नवऱ्याने सांगितलं की, तिला मुलगी झाली आणि नंतर मुलीला नवऱ्याकडे ठेवून अनसूया दुसऱ्या माणसाबरोबर पळून गेली. त्याची तर मतीच कुंठित झाली. तो सांगू लागला की, त्याला शारीरिक व्यंग होतं. तिच्या आईबापांनी काही तिला विश्वासात घेतलं नाही; तसंच लग्न लावून दिलं. आता त्याच्यावर चमत्कारिक प्रसंग ओढवला होता. स्वत: अपंग, तान्ही मुलगी एकट्याने सांभाळायची. तो हतबल होऊन गेला. त्यात भर म्हणून, अनसूया ज्याचा हात धरून पळाली त्याची बायको येऊन याच्याशी भांडू लागली. ''मेल्या तुझाच दोष हाय सगळा. तुझ्यामुळेच झालाय ह्यो गुतडा. तिला पयले तू सांगितलं नाय, घेतलं लग्न करून आन् आता ती पळाली ना माझ्या

नवऱ्याला घेऊन.'' ''आता मला सांगा, मी काय करू?'' तो विचारत होता. अनसूयाच्या पळून जाण्याचे अनेक भयानक दुष्परिणाम झाले होते. एका अपंग नवऱ्याला, बायकोच्या मदतीशिवाय मूल मोठं करावं लागणार होतं. एक दुखावलेली स्त्री नवऱ्याविना निराधार झाली होती आणि तिच्या मुलांना पित्याच्या छत्राविना पोरकं जीवन जगावं लागणार होतं. जर अनसूयाने त्याच वेळी अपंग नवऱ्याशी लग्न करायला नकार दिला असता तर कितीतरी माणसं सुखाने राहू शकली असती.

स्वतःच्या मुलीसाठी किंवा मुलासाठी अनुरूप जीवनसाथी निवडण्याच्या बाबतीत आईवडील जो निष्काळजीपणा किंवा संवेदनाहीनता दाखवतात ना, त्याचा मला फार त्रास होतो. काही वेळेला याच कारणामुळे जोडपी विभक्त होण्याकडे ढकलली जातात. रश्मी सातवीपर्यंत शिकलेली होती. वयाच्या अवघ्या सोळाव्या वर्षी तिचं लग्न एका श्रीमंत माणसाशी लावण्यात आलं. त्याला पहिली बायको आणि मुलंसुद्धा होती. रश्मी त्याची दुसरी बायको. तो दहावीपर्यंत शिकलेला होता. रश्मीचे आईवडील शेतकरी. त्यांनी विचार केला, की त्यांच्या पोरीला ना रूप, ना रंग. जितक्या लवकर लग्न होईल तितकं बरं. भले मग सवतीबरोबर का संसार होईना. लग्नानंतर दोन वर्षांनी रश्मीचे वडील तिला माझ्याकडे घेऊन आले. मी तिला तपासलं. तिला STD या गुप्तरोगाची लागण झालेली होती. त्यावेळी तिची मुलगी आठ महिन्यांची होती. रश्मीने सांगितलं की, ती सहा महिन्यांपूर्वी नवऱ्याचं घर सोडून माहेरी आली होती. कारण मोठी सवत तिला छळायची पण नवरा काहीच करत नव्हता. रश्मीला घरचं सगळंच कामकाज एकटीला करावं लागायचं. आणि मग तिने बापाच्या तोंडावर सांगितलं की इथून पुढे ती माहेरीच राहणार आहे, कारण लग्न करून तिची ही परवड तिच्या आईबापांमुळेच झालेली आहे.

मुलीच्या जबाबदारीतून लवकर मोकळं होण्याच्या नादात त्यांनी मुलीच्या आयुष्याचं मोठंच नुकसान करून ठेवलेलं होतं. लग्नामुळे तिला काय मिळालं तर गुप्तरोग (जो औषधोपचाराने बरा झाला असता) आणि बापाने नाकारलेली एक मुलगी.

दुसऱ्या एका उदाहरणात असं घडलं की, आईबापांनी बळजबरीने स्वतःच्या मुलीचं लग्न दारुड्याशी लावलं. का? तर त्यांची अशी मूर्ख कल्पना होती की, लग्न केलं की त्याची दारू सुटेल. दहावीतून शाळा सोडलेल्या त्या तेवीस वर्षांच्या पोरीला, रुक्मिणीला मी जेव्हा पहिल्यांदा तपासलं तेव्हा तिला

गुप्तरोगाची लागण झालेली होती. मूत्रमार्गात जंतुसंसर्ग होता आणि ती तीव्र निराशेने ग्रासलेली होती. माझ्याशी बोलताना तिने कबूल केलं की, तिच्या जीवनाबद्दल ती पूर्णपणे नाखूष होती. तिला सगळंच नापसंत होतं. इतकं, की ती रात्र-रात्र झोपू शकत नसे. चार वर्षांपूर्वी तिचं लग्न झालं होतं. त्यानंतर दोनच महिन्यांत ती नवऱ्याला सोडून आली, कारण तो तिला वाईट वागवत होता. रुक्मिणी सांगत होती, की तिला सारखं रडावंसं वाटतं. आपला नवरा आणि सासरची माणसं आपल्याशी किती वाईट वागली, ह्याचाच ती विचार करत राहते. मी रुक्मिणीच्या आईबापांशी बोलले. तेच तिला घेऊन आले होते. मी त्यांना विचारलं की, अशा माणसाशी तुम्ही पोरीचं लग्न कसं काय लावून दिलं? त्यावर तिचे वडील म्हणाले, ''आम्ही त्याला वळखत होतो. म्हंजे लांबच्या नात्यातलाच हाय तो आमच्या. त्याला पयल्यापासून दारूचा आन् बायकांचा नाद. पर घरचा चांगला मालदार. आन् आमी पडलो गरीब. इचार क्येला, आपली पोर चांगल्या खात्या-पित्या घरात नांदंल. आन् कुनी सांगावं? लगीन झाल्यावर त्याचे वाईट नाद बी सुटत्याल. पर तसं काय बी झालं न्हाय. हिला मारहान करायचा, तरास द्यायचा आन् सासू-सासरा बी त्येच्याच बाजूचं.''

स्वत:च्या डोक्यावरचं जबाबदारीचं ओझं कमी करण्यासाठी, मानसिक दृष्ट्या स्वस्थ नसलेल्या मुलींचीही आईवडील लग्नं लावून देतात. लग्नापूर्वी त्या नवऱ्या मुलाला आणि त्याच्या घरच्या माणसांना फसवून परिस्थितीत काही बदल होणार नसतो, हे त्यांनाही माहिती असतं. पण त्यांच्यापुरतं त्यांना समस्या सोडवल्याचं समधान मिळतं. ललिताचं असंच झालं. एकोणतीस वर्षांची असताना तिचं बी. ए. झालेल्या माणसाशी लग्न झालं. उण्यापुऱ्या पंधराच दिवसांत ती कायमची माहेरी आली. तिला छिन्नमनस्कतेचा (Schizophrenia) विकार होता आणि त्यासाठी नागपूरच्या मनोरुग्णालयात उपचारासाठी ठेवलं होतं; हे तिच्या आईवडिलांनी जावयाला सांगितलंच नव्हतं. लग्नानंतर त्याला ते समजलं, तेव्हा त्याने ताबडतोब तिला सोडलं. इकडे आईवडिलांनी मात्र गावात वेगळीच कहाणी पसरवून दिली. आम्ही त्याच्या जास्तीच्या हुंड्याची मागणी पूर्ण करू शकलो नाही, म्हणून म्हणे त्याने ललिताला माहेरी पाठवून दिलं.

कधी कधी फसवणुकीच्या प्रकारामागे काही लपवून ठेवलेल्या अगदी आतल्या समस्या असतात. एकदा असं झालं की, शेजारच्या चंद्रपूर जिल्ह्यातून

माझ्याकडे दोघी बहिणी आल्या. त्यांतली एक माझी रुग्ण होती पुष्पा. तिचं एका वर्षापूर्वी लग्न झालं होतं, एका बिजवराशी. त्याला पहिल्या बायकोपासून मूलबाळ झालं नव्हतं. ती पहिली बायको पुष्पाच्या गावची. तिनेच पुष्पाचं लग्न स्वत:च्या नवऱ्याबरोबर ठरवलं, निदान हिच्यापासून तरी मुलं होतील या हेतूने. पण पुष्पाला मासिक पाळीच येत नव्हती, ही गोष्ट कुणालाच माहीत नव्हती. जेव्हा कळलं तेव्हा दोघा नवराबायकोंनी मिळून पुष्पाला घराबाहेर काढलं. का? तर, म्हणे तू आम्हांला फसवलंस! पुष्पाची बहीण सांगत होती की, 'घरात आम्हांला कुणालाच ही गोष्ट माहीत नव्हती. पाच वर्षांपासून पाळी आली असं खोटंच सांगून पुष्पा दूर बसायला लागली. पण तिला चुकूनसुद्धा कधी एक थेंबही रक्तस्राव झालेला नव्हता. तिला नवऱ्याने टाकून दिली, तेव्हाच आम्हांला खरं काय ते समजलं.' पुष्पा माझ्याकडे मदतीसाठी आली होती. पण मी काहीच करू शकत नव्हते. कारण तिला क्वचित आढळणारी समस्या होती, जिला इंग्रजीत 'म्युलेरिअन डक्ट ॲप्लेशिया' (Mullerian Duct Aplasia) म्हणतात. ही एक जन्मजात विकृती असते. यामुळे मुलीच्या शरीरात जन्माचे वेळी गर्भाशयच तयार झालेले नसते, म्हणजे गर्भाशय नसलेली मुलगी जन्माला येते.

दुसऱ्या एका मुलीच्या आईबापांनी पण अशीच चूक करून ठेवली होती. त्यांच्या सतरा वर्षांच्या अशिक्षित मुलीचं लग्न लावून देताना तिच्या नवऱ्याला किंवा सासूसासऱ्यांना हे सांगितलं नाही की, त्यांची मुलगी विभा अजून वयात आलेली नाही. (तिला मासिक पाळी सुरू झालेली नाही.) लग्नाला सहा महिने झाले. दर महिन्याला पाळी आली म्हणून ती आपली तीन दिवस दूर बसायची. नवरा शेतकरी होता. सातवी नापास. शेवटी तिचे आईवडील तिला माझ्याकडे घेऊन आले. त्या वेळी तिच्या तोंडाला दुर्गंधी येत होती. चेहऱ्यावर पांढरे डाग पडले होते. (ते गेले पाच महिने असल्याचं कळलं.) तिच्या अंगात रक्त कमी होतं. मूत्रमार्गात जंतुसंसर्ग झालेला होता आणि योनिमुखालाही जंतुबाधा होती. मी तिला तपासलं. योनिमुखावरचा पडदा (hymen) फाटलेला होता आणि तिच्या योनीत काहीतरी खुपसून ठेवलेलं होतं, ते मी काढून टाकलं. विभाने सांगितलं की, दोन दिवसांपूर्वी तिच्या घरच्या माणसांनीच पाळी सुरू व्हावी म्हणून ती वस्तू तिच्या योनीत खुपसली होती. त्यामुळे दुर्गंधीयुक्त स्राव योनीतून सुरू झाला आणि जंतुसंसर्ग झाला होता. दुर्गंधी वाढली तेव्हा आईवडील घाबरून तिला माझ्या दवाखान्यात घेऊन आले. तिला

संपूर्ण तपासलं तर तिचं गर्भाशय व्यवस्थित होतं. तिला मासिक पाळी सुरू होण्यासाठी उपचार दिले; मात्र त्यामुळे तिच्या जननक्षमतेवर परिणाम झाला.

ग्रामीण भारतही आता वेगाने बदलतो आहे आणि बऱ्याच तरुणी आता आईवडिलांच्या ओंजळीने पाणी पीत नाहीत. असं जरी असलं आणि लग्न ठरवण्यामध्ये आईबापांची भूमिका कमी झालेली असली तरी अजूनही समोर येणारे परिणाम विचित्र असू शकतात. वैशाली ही महार समाजातली दहावी शिकलेली तरुणी एकदा माझ्या दवाखान्यात आली. गर्भधारणा होत नाही ही तिची समस्या होती. तिचा अशिक्षित नवरा व्यसनी होता. दारू पीत असे. वैशालीची गोष्ट म्हणजे एखाद्या हिंदी सिनेमासारखीच वाटते. तिचा नवरा हा तिच्या थोरल्या बहिणीचा धाकटा दीर. बहिणीचा नवरा वारला. त्यावेळी तिची बहीण आठ महिन्यांची गरोदर होती. साहजिकच वैशाली वारंवार तिला भेटायला जायची. झालं, बहिणीच्या म्हाताऱ्या सासूने आरोपच केला, की माझ्या धाकट्या मुलाला स्वत:च्या जाळ्यात ओढायलाच वैशाली घरी येत असते. त्याचा वैशालीला राग आला. तिला वाटलं, म्हातारी गावात फुकटचा तमाशा करून मला बदनाम करते आहे. हिला धडाच शिकवला पाहिजे. तिने म्हातारीच्या म्हणण्याचं आव्हानच घेतलं. तो मुलगा हिच्यावर खूष होताच. पण हिला काही तो फारसा आवडत नसे. तरीपण म्हातारीच्या इरीशिरीवर तिने त्याच्याशी लग्न केलं. हे सगळं ती मोठा विजय मिळवल्यासारखं मला सांगत होती. अशा प्रकारे म्हातारीचा अपमान करण्याच्या उद्दाम दृष्टिकोनातून घेतलेल्या या निर्णयामागे निव्वळ द्वेषबुद्धी होती.

पण काही सकारात्मक बदलही झालेले दिसतात. तरुण पुरुष (साधारण दहापैकी आठ जण) आपापल्या बायकांची काळजी घेताना दिसतात. त्यांच्याबरोबर दवाखान्यात येतात. एकदोन पिढ्यांपूर्वी पत्नीबद्दलचा जिव्हाळा पुरुष उघडपणे व्यक्त करीत नसत. आपल्याला पत्नीची काळजी वाटते हे क्वचितच कुणी उघड उघड दर्शवत असे. त्यानंतरचा हा चांगला बदल आहे.

काही पुरुष मात्र बायकांच्या बाबतीत कमालीचे हिशेबी आणि पिळवणूक करणारे असतात. एका बाईला रक्त देण्याची गरज होती. तर त्याचा खर्च करण्याआधी, तिचा जीव वाचण्याची किती शक्यता आहे, हे तिच्या नवऱ्याला अगोदर माहिती करून घ्यायचं होतं. त्यापेक्षा धक्कादायक म्हणजे तो विचारत होता की, मी नसबंदी करून घेऊ की नको? म्हणजे समजा;

बायको मेली तर पुन्हा लग्न करीन तेव्हा तिलाही मुलं व्हायला हवीत ना? ती संधी कशाला घालवायची, असा त्याचा हेतू होता.

चाळीस वर्षांची कल्पना ही अशीच तिच्या नवऱ्याच्या विषयासक्त वर्तणुकीचा बळी ठरली होती. दोघंही नवराबायको सातवीपर्यंत शिकलेली. एकदा दोघं माझ्या दवाखान्यात आले. तिला महिनाभरापासून खूप अशक्तपणा आला होता आणि सारखं गरगरल्यासारखं व्हायचं. कल्पनाची पाच बाळंतपणं झालेली होती, त्यांतली दोन मुलं दगावली आणि सर्वांत धाकटा चौदा वर्षांचा होता. तिला रक्तहीनता (anaemia) होती. हिमोग्लोबिन फक्त शेकडा ४.८ ग्रॅम शिल्लक होतं. (जागतिक आरोग्य संघटनेच्या तज्ज्ञांच्या मते, भारतीय महिलांच्या रक्तातील हिमोग्लोबिनची सर्वसाधारण पातळी शेकडा ११ ग्रॅम असली पाहिजे.) जेव्हा मी तिला रक्त द्यावं लागेल म्हणून सांगितलं तेव्हा तिचा नवरा म्हणाला, मला परवडत नाही आणि कुणी रक्तदाताही मी मिळवू शकणार नाही. तो उलट तक्रार करू लागला की, बायको घरात काही कामच करत नाही. म्हणजे ती घरात नोकरासारखी राब राब राबली, मुलांना लहानाचं मोठं केलं तरी नवरा तिला आळशी म्हणत होता आणि तिला अत्यंत आवश्यक होतं त्यावेळेला परवडत नाही म्हणून वैद्यकीय उपचाराला नकार देत होता.

नवऱ्याकडून आणि सासरच्या माणसांकडून दिली जाणारी वाईट वागणूक हे स्त्रियांमधल्या तीव्र निराशेचं महत्त्वाचं कारण असतं. पंचवीस वर्षांच्या स्मिताचं एका चौथी शिकलेल्या शेतकऱ्याशी लग्न झालं होतं. ती माझ्याकडे आली तेव्हा आत्यंतिक निराशेत होती. तिला स्वत:चं जीवन निरर्थक वाटू लागलेलं होतं. तपासणी अंती तिला कमालीची रक्तहीनता आणि ब जीवनसत्त्वाची कमतरता असल्याचं निष्पन्न झालं. त्यात व्यक्तिगत चिंता आणि तणाव यांमुळे ती तीव्र निराशेकडे ढकलली गेली. वयाच्या अकराव्या वर्षी म्हणजे मासिक पाळी सुरू होण्याआधीच स्मिताचं लग्न झालं होतं आणि तिला दहा आणि सहा वर्षं वयाच्या दोघी मुली होत्या. गेली दोन वर्षं ती नवऱ्यापासून वेगळी राहत होती कारण मुलग्याच्या आशेने त्याने दुसरी बायको करून आणली होती. एक मुलगी नवऱ्याकडे होती, एक स्मिताकडे. थोरल्या मुलीला तिच्या धाकट्या आईला मदत करण्यासाठी बापाकडेच ठेवून घेतले होते. या गोष्टींचा स्मिताच्या मनावर खूप ताण आला. ती धड जेवेना, खाईना. अपुऱ्या पोषणामुळे अंगातलं रक्त कमी झालं आणि सगळ्याचा संयुक्त परिणाम म्हणून स्मिता खोल निराशेत गेली.

बऱ्याच वेळा स्त्रीची लैंगिक पिळवणूक किंवा अत्याचार हे जोडप्याचं विभक्त होण्याचं कारण असतं. सव्वीस वर्षे वयाच्या अशिक्षित नलिनीवर तिचा सासरा बळजबरी करीत असे. तिचा नवरा आणि सासू त्याला काहीच प्रतिकार करत नसत. शेवटी नलिनी त्या घरातून बाहेर पडली. काडीमोड घेतला. नंतर तिने दुसरं लग्न केलं ते एका विधुराशी. त्याला एक मुलगा होता. तीन महिन्यांची गरोदर असताना नलिनी माझ्याकडे आली. यथावकाश तिला मुलगा झाला. त्या वेळेला तिने तिच्या पहिल्या लग्नाची कर्मकहाणी मला ऐकवली. इतकी वर्षं मी या बायकांच्या करुण कहाण्या ऐकण्यात घालवली. मला दुःखाने नमूद करावं लागतंय की अशी उदाहरणं खेडोपाडी अगदी सर्रास आढळतात.

रोजच्या रोज माझ्या तरुण जोडप्यांशी भेटी होत असतात, तेव्हा मला जाणवतं की, लैंगिक जीवनाबद्दल ते अगदी घोर अज्ञानात असतात. आपण कल्पनासुद्धा करू शकणार नाही, एवढं अज्ञान. एकदा नुकतं लग्न झालेलं एक जोडपं माझ्याकडे आलं. गीता आणि यशवंत. दोघेही घाबरलेले, शरमलेले दिसत होते. बायको दहावी शिकलेली एकोणीस वर्षांची तरुणी. तिने सांगितलं की, दोन दिवसांपूर्वी त्यांचं लग्न झालं, आणि त्यांनी पहिल्यांदा लैंगिक समागम केला. तेव्हापासून तिला जो रक्तस्राव सुरू झाला, तो अजून चालूच आहे. त्या दोघांनाही वाटलं, की तिला काहीतरी मोठीच इजा झाली असावी. पण घरातल्या कुणालाही त्यांनी याबद्दल चकार शब्दाने सांगितलं नाही. मी तिला तपासलं. तिचा योनिमुखावरचा पडदा (hymen) फाटला होता आणि त्यातून जरासं रक्त अजूनही येत होतं. हे समजावून सांगून मी त्यांना आश्वस्त केलं. पुढे दोन महिन्यांनी गीता पुन्हा 'सर्च'मध्ये आली. तेव्हा ती गरोदर होती आणि यशावकाश तिची नैसर्गिक प्रसूती झाली.

दुसरं असंच एक जोडपं. संदेश आणि अबोली. लग्न झाल्यानंतर दीड वर्षांनी दोघं माझ्याकडे आले. तिच्या अंगावरून पांढरं पाणी जात होतं. मी तपासलं, तर ती अजून कुमारिकाच होती. (एकदाही लैंगिक समागम झाला नव्हता.) मी दोघांशी बोलले. तपासलं. दोघेही शारीरिक दृष्ट्या निर्दोष होते, पण आश्चर्य म्हणजे संभोग क्रिया कशी करतात हे दोघांनाही माहीत नव्हतं. मी विचारलं, ''तुम्ही कुणा अनुभवी माणसांना विचारलं का नाही?'' तर ती म्हणाली, ''आम्हांला लाज वाटली विचारायला. मी तर माझ्या नवऱ्याशी बोलायला पण खूप लाजते. तो म्हणाला, सगळ्यांचं असंच असतं

(संभोगाशिवाय वैवाहिक जीवन). मला माहिती आहे, सगळ्यांचं असं नसतं. काहीतरी गडबड आहे. पण मी नाही काही बोलू शकले. म्हणून ते विचारायलाच मी तुमच्याकडे आले.'' आम्ही त्या दोघांनाही लैंगिक जीवनाबद्दल समुपदेशन केलं. त्यानंतर त्यांचे चारचौघांसारखे लैंगिक व्यवहार सुरू झाले.

लैंगिक क्रिया किंवा संभोग म्हणजे काय, ती कशी केली जाते याविषयी मूलभूत अज्ञान असेल तर जोडप्यांमध्ये अतिशय हास्यास्पद पण गंभीर असे गैरसमज निर्माण होऊ शकतात. विनिता आणि राजेश ही एक अशीच जोडी. तीन वर्षांपूर्वी त्यांचं लग्न झालेलं होतं. ते माझ्याकडे आले, तेव्हा विनिताने मोठ्या हिमतीने धीर एकवटला आणि नवऱ्यासमोर मला विचारलं, ''मॅडम, रात्री आम्ही दोघं जी काय क्रिया करतो ना, त्या वेळी यांच्याऐवजी माझ्याच शरीरातून ते पांढरं वीर्य का काय ते बाहेर येऊ शकतं?'' त्या नवऱ्याचं असं म्हणणं होतं की, ती इतर कुणाशी तरी संभोग करते आणि त्यावेळी तिच्या योनीत गेलेलं वीर्य त्याच्याशी संभोग करतेवेळी बाहेर येतं. या भागातल्या अनेक खेडुतांप्रमाणे हाही वीर्याला 'युरिया' म्हणत होता. कारण या शेतकऱ्यांना खतातला 'युरिया' हा परिचयाचा शब्द वाटतो. मग मला दोघांना नीट समजावून सांगावं लागलं की, संभोग क्रिया सुलभतेने व्हावी म्हणून निसर्गाने स्त्रीच्या शरीरातूनही चिकट द्राव स्रवण्याची सोय केलेली आहे. पुरुषांच्या वीर्याचा त्याच्याशी तसा काही संबंध नसतो. मी हे सांगत होते, तेव्हा विनिताच्या नजरेत क्षणभर, 'होय, असं होतं खरं!' असा एक सहमतीदर्शक भाव चमकला, पण तिने लगेच तो लपवला. इतके दिवस तिचा नवरा तिच्यावर व्यभिचाराचा आरोप करत राहिला होता. पण मनातला संताप तिला उघडपणे व्यक्त करता येत नव्हता. कारण शेवटी तो तिचा 'नवरा' होता. त्याला उलटं आव्हान कसं द्यायचं? पण माझा खुलासा ऐकल्यानंतर तिचा मार्ग सुकर झाला असेल. (प्रकरण तेरावे बघा)

फक्त तरुणांनाच लैंगिक नातेसंबंध समजून घ्यायला अडचणी येतात असं नाही. प्रौढांच्या सुद्धा वेगळ्या लैंगिक समस्या असतात. शेजारच्या जिल्ह्यात राहणारी एक वयस्कर बाई आहे, ती तिच्या ओळखीच्या सगळ्या स्त्रियांना घेऊन माझ्याकडे येते. आम्ही दोघीही तेलुगू बोलू शकतो, त्यामुळे तिला माझ्याजवळ बोलायला मोकळेपणा वाटतो. एकदा ती तिच्यापेक्षाही वयस्कर स्त्रीला घेऊन माझ्याकडे आली आणि शांतपणे मला सांगितलं की, या बाईंना

संभोग करायला त्रास होतो. मी तपासलं. वय झाल्यामुळे नैसर्गिकपणे त्या स्त्रीचा योनिमार्ग आक्रसला होता. मग मी हातानेच तो भाग फाकवून वगैरे जरा रुंद करायचा प्रयत्न केला. त्या बाईला बरं वाटलं. नंतर ती तिच्या म्हाताऱ्याला (नवऱ्याला) सोबत घेऊन माझ्यासाठी खाऊ घेऊन आली होती. म्हणाली, तुमच्या 'ट्रीटमेंटनंतर' चांगला बदल जाणवतो आहे. इतक्या म्हाताऱ्या स्त्रीच्यासुद्धा लैंगिक गरजा असू शकतात, हे कळल्यावर मला मोठं आश्चर्य वाटलं. मी असं समजत होते की, लैंगिक समस्या या फक्त तरुणांनाच येतात आणि ऋतुनिवृत्तीनंतर स्त्रियांमधली संभोगेच्छा संपते. म्हाताऱ्या माणसांनाही हे प्रश्न सतावत असतील हे मला जाणवलंच नव्हतं.

या प्रश्नावर फारसं संशोधन झालेलं नाही. पण जे काही शोधाभ्यास केले गेले (त्यात आम्ही 'सर्च'मध्ये केलेला शोधाभ्यासही येतो) ते असं स्पष्टपणे दाखवून देतात की, वयाबरोबर संभोगेच्छा वाढते आणि चांगली तीव्र राहते. तेवढा खाजगीपणा मिळत नाही, ही समस्या आहे. त्यामुळे स्त्रिया याबद्दल उघडपणे बोलू शकत नाहीत. आमच्याकडच्या दाया मला सांगतात, 'चिखलाला पाणी हे सुटणारच!' पुरुषांना जशी कुठल्याही वयापर्यंत संभोगेच्छा असते, वीर्यही असतं, तद्वतच, स्त्रिया कितीही म्हाताऱ्या झाल्या तरी त्यांना संभोग सुख घ्यावंसं वाटतं आणि शरीरात तसे द्रावही स्रवतात.

बऱ्याच तरुणांना आपण संभोग करण्यासाठी सक्षम आहोत, लैंगिक दृष्ट्या 'पावरफुल' आहोत याची खात्री करून घ्यावीशी वाटत असते. त्यासाठी डॉक्टरांकडे किंवा मानसतज्ज्ञांकडे जाण्याऐवजी ते शरीर विक्रय करणाऱ्यांकडे जातात. अमिता आणि राकेश हे जोडपं. दोघेही शिकलेले. अमिता नववी तर राकेश बारावीपर्यंत. तो ग्रामपंचायतीत ग्रामसेवक म्हणून नोकरी करतो. त्याला दारूचं व्यसन आहे. दोघाही नवराबायकोंना जननें-द्रियापाशी चट्टे पडलेले होते. खूप आग व्हायची आणि लाल लघवी व्हायची. दोघांनाही बरेच गुप्तरोग जडलेले. सगळे संभोगातून पसरणारे. तीन वर्षांपूर्वी लग्न होऊन, त्यांना मुलगी होती दोन वर्षांची. अमिताचा तिसऱ्या महिन्यात गर्भपात झाला तेव्हा ती माझ्याकडे आली. मी जेव्हा तिला गुप्तरोगाची लागण झालेली पाहिली तेव्हा राकेशशी बोलले. त्याने सांगितलं की, लग्नापूर्वी त्याचे नागपूरच्या वेश्यावस्तीमधल्या एका वेश्येशी संबंध आले. तो त्याच्या मित्रांसोबत आपल्या ठरलेल्या लग्नाचा आनंद 'साजरा करण्यासाठी' गेलेला होता. लग्नापूर्वी आपण लैंगिकदृष्ट्या सक्षम आहोत याची खात्री करून घेण्याचा

हा त्यांचा मार्ग. पण ते संबंध पुढे साडेतीन वर्षांपर्यंत चालूच होते. त्याची तपासणी केली तेव्हा असं आढळून आलं की, जन्मापासून त्याला उजवीकडचं वृषणच नव्हतं. वृषणाचा अर्धा भागच होता. हे त्याला माहीत होतं आणि म्हणूनच आपल्या पौरुषाविषयी तो साशंक होता. त्याला वाटायचं, यामुळे आपल्या लैंगिक जीवनावर अनिष्ट परिणाम होईल. त्याची बायको त्याला याबद्दल कधीच काही बोललेली नव्हती. पण आपल्या पौरुषाची खात्री करण्यासाठी तो मात्र एकापेक्षा एक 'सराईत' वेश्यांकडे जात राहिला. त्यांनी त्याला लैंगिक क्रियेतली वेगवेगळी तंत्रं शिकवली. त्या त्याच्याशी फार प्रेमाने वागायच्या.

राकेशसारखे पुष्कळ तरुण नेहमीच वेश्यांकडे जात असतात. त्या त्यांना हवी असलेली खात्री पटवून देतात. मी राकेश आणि अमिताचं समुपदेशन केलं. त्यांची HIV चाचणी केली. ती नकारात्मक आली. त्यानंतरही ते माझ्याकडे येत राहिले. पुढे त्यांचं आरोग्य सुधारलं.

सुरेश आणि प्रतिमा मात्र एवढे नशीबवान ठरले नाहीत. वारंवार नागपूरच्या वेश्यावस्तीत जायला लागल्यावर त्यांची HIV चाचणी सकारात्मक आली. ते जोडपं माझ्याकडे आलं, तेव्हा पहिल्यांदा त्यांच्या गुप्तरोगांवर उपचार करावे लागले. सुरेशची HIV चाचणी सकारात्मक आली तर सुरुवातीला प्रतिमाची HIV चाचणी नकारात्मक आली. ह्या गोष्टीमुळे सुरेश मनाने फारच विस्कटून गेला आणि मग दारूच्या आहारी गेला. दारूचं व्यसन, त्यात कुपोषण यांमुळे सुरेशची प्रकृती खालावतच गेली आणि मग त्याला एड्स झाला. अशा स्थितीत संभोग क्रिया न करण्याबद्दल बजावलेलं असलं तरी प्रतिमाला नवऱ्याची मागणी पूर्णच करावी लागे. ते निरोध वापरत होते, तरीसुद्धा तिला पुन्हा एकदा गुप्तरोगाची लागण झाली. प्रतिमा स्वतःच्या या परिस्थितीवर खूप वैतागली होती. पण करणार काय? अजून एका बहिणीचं लग्न व्हायचं होतं. माहेरी जाऊन आईवडिलांच्या डोक्यावरचं ओझं वाढवण्याचीही तिची इच्छा नव्हती. आणि इकडे सासूचं टुमणं मागे लागलेलं, 'तू त्याला सुख नाय दिलं, तर त्यो परत बाहेरची वाट धरील.' आता अशी सगळी परिस्थिती असताना कसं काय तिच्या 'मानवी हक्कांचं संरक्षण' होणार? पुढे मग प्रतिमाच्या HIV चाचण्याही सकारात्मक आल्या आणि दोघांच्याही तब्येती उतरणीला लागल्या.

अशा प्रकारे वेश्यांकडे जाऊन आल्यावर आपल्या बायकांनाही गुप्तरोगांची भेट देणाऱ्यांची अनेक उदाहरणं मी माझ्या कारकिर्दीत पाहिली आहेत.

त्यांच्यावर उपचारही केलेले आहेत. एकदा एक अगदी तरुण जोडपं मला भेटायला आलं. त्यांच्या लग्नाला फक्त अडीच महिने झाले होते. पण त्याआधी वर्षभर तो वेश्यांकडे जाऊ लागला होता. त्याला गुप्तरोग झाला होता आणि त्या रोगाची लागण लगेचच बायकोलाही झाली. ती दहावीपर्यंत शिकलेली फक्त अठरा वर्षांची तरुणी होती आणि तो बारावीला नापास झाल्यानंतर मेकॅनिक म्हणून काम करू लागलेला तरुण. ती माझ्याकडे बार्थोलिन सिस्ट (Bartholin Cyst) करिता उपचार घ्यायला आली. त्या गळवात पू भरलेला होता आणि तो काढून साफ करायला पाहिजे होता. गोनोरिआ आणि क्लॅमायडिआ या गुप्तरोगांचा हा परिणाम असतो. तिला त्या दोन्ही रोगांसाठी उपचार सुरू केले.

भारतीय पुरुषांच्या मनात 'ताकद' आणि 'पौरुषत्व' याविषयी भलभलत्या अवास्तव कल्पना भरलेल्या असतात. त्यामुळे कुटुंब नियोजनाची वेळ येते तेव्हा ते बेजबाबदारपणे वागतात. त्यांच्या बायकांना कोणकोणते त्रास भोगावे लागतात याबद्दलही ते अगदी बेपर्वा असतात. संततिप्रतिबंधक साधनांचा वापर न केल्यामुळे १५ ते ४५ वर्षे वयोगटातल्या (प्रजननयोग्य वयोगट) अनेक महिलांना वारंवार गर्भधारणा होते आणि त्या कायम रक्तहीनतेची शिकार होत असतात, सतत आजारी पडतात आणि त्यातच मरण्याचं प्रमाणही जास्त आहे. पद्मिनीच्या बाबतीतही हेच दिसून आलं. ही अशिक्षित महिला माझ्याकडे आली तेव्हा पंचवीस वर्षांची होती. नवरा दुसरीपर्यंत शिकलेला मजूर. त्यांना एक आठ वर्षांचा मुलगा आणि चार वर्षांची मुलगी होती. बाईच्या अंगात रक्त कमी. हिमोग्लोबीन फक्त ७.३ ग्रॅम प्रतिशेकडा उरलेलं. त्यांचं तिसरं मूल जन्मानंतर बारा तासांतच दगावलं. चौथ्या वेळी जेव्हा तिचा गर्भपात झाला, त्या वेळी ती माझ्याकडे आली. तिला उपचार करून घरी पाठवलं. पुन्हा अडीच महिन्यांनी आली, तेव्हा दीड महिन्यांची गरोदर होती. यावेळी हिमोग्लोबीन थोडंसं वाढलेलं म्हणजे ८.३ ग्रॅम प्रतिशेकडा होतं. त्यानंतर काही ती पुन्हा तपासायला आली नाही.

त्यानंतर तीन वर्षांनी आम्ही तिची चौकशी केली. तेव्हा नवऱ्याने सांगितलं की, पद्मिनी पूर्ण दिवस भरल्यावर प्रसूत झाली. प्रसूतिवेदना चोवीस तासांपेक्षाही जास्त काळ चालू होत्या. मग गडचिरोलीच्या जिल्हा रुग्णालयामध्ये नेलं. तिथे सिझेरियन करण्यात आलं. जन्माला येतानाच बाळाचा मृत्यू झाला. पद्मिनीला प्रसूतीनंतर प्रचंड रक्तस्राव झाला. त्यानंतर

ती तिच्या आई-वडिलांकडेच राहायला गेली. जोपर्यंत नवरा नसबंदी करून घेत नाही, तोपर्यंत त्याच्याजवळ राहायला तिने नकार दिला. नवरा शस्त्रक्रिया करायचं टाळू लागला. एकतर त्याला मुलांकडे पाहावं लागत होतं आणि नसबंदी केल्यामुळे दुर्बलता येईल अशी त्याला भीती वाटत होती. त्याने पद्मिनीला धमकी दिली की, तू तीन महिन्यांत परत नाही आलीस, तर मी दुसरं लग्न करीन. त्याने स्वत:ऐवजी तिलाच शस्त्रक्रिया करून घ्यायला सांगितलं. तिने तयारी दाखवली पण तिच्या अंगात रक्त खूपच कमी असल्यामुळे डॉक्टरांनी तिच्या शस्त्रक्रियेला नकार दिला. नवऱ्याने मात्र तिच्या प्रकृतीविषयी पूर्णपणे बेपर्वाई दाखवली आणि संततिप्रतिबंधासाठी कोणतेही साधन वापरायलासुद्धा नकार दिला.

पद्मिनीची तक्रार हीच आहे की, तिच्या अंगात मुळीसुद्धा रक्त उरलेलं नाही, तरी नवरा आपला वारंवार तिला गरोदर करतच राहतो. मी असं खात्रीपूर्वक सांगते, की पुरुषांना लैंगिक दुर्बलता वगैरे असा कोणताही प्रकार नसते. तो निव्वळ गैरसमज आहे. पुरुषांच्या हे लक्षातच येत नाही की, कुटुंब नियंत्रण करण्यामध्ये आपण जी बेपर्वाई दाखवतो, बेजबाबदारपणे वागतो त्यामुळे बायकोच्या मनावर किती वाईट परिणाम होतो! जर एखाद्या स्त्रीला वारंवार मनाविरुद्ध गर्भपात करून घ्यावे लागले, तर ती 'तीव्र नैराश्य' या मनोविकाराने पछाडली जाऊ शकते.

ज्योती ही अशीच एक रुग्ण स्त्री आहे. तीन वर्षांपूर्वी एकदा आणि दोन वर्षांपूर्वी एकदा असे दोन वेळा तिला तीन-तीन महिने झाल्यानंतर गर्भपात करून घ्यावे लागले. तेव्हापासून ती तीव्र निराश मनोवस्थेत गेली. ती सांगते, ''मला मूल पाडायचंच नव्हतं, पण नवऱ्याने सक्ती करून गर्भपात करवला. आणि आता सांगतो की हिला वेड लागलंय आणि शॉक द्यायला नेतो. पण मी वेडी नाही. तोच वेडा आहे. त्याच्या डोक्यावर आधी इलाज करा.'' त्यांना आठ आणि पाच वर्षांचे दोन मुलगे आहेत. ज्योतीचा नवरा एका हायस्कूलमध्ये क्लार्क आहे. त्याने सांगितलं की, तिचं CT स्कॅन केलेलं आहे आणि नागपूरच्या मनोरुग्णालयात नेऊन दोन वेळा शॉक्स पण दिलेले आहेत. दोन वेळा तिच्या मनाविरुद्ध गर्भपात केले त्यामुळे तेव्हापासूनच तिला हा तीव्र नैराश्याचा त्रास सुरू झाला असावा.

'गर्भनिरोध' किंवा 'संततिप्रतिबंध' याकडे स्त्री आणि पुरुष वेगवेगळ्या दृष्टिकोनातून पाहतात. स्त्रिया संततिप्रतिबंधक साधनांविषयी माहिती करून

घ्यायला, त्यांचा वापर करायला उत्सुक असतात. पुरुष मात्र नेहमी या गोष्टीला विरोध करतानाच दिसतात. माझी एक रुग्ण होती स्नेहलता नावाची. आपल्या दारुड्या नवऱ्याला कळू नये म्हणून तिने सर्वसामान्यांपेक्षा फारच लांबचा असा मार्ग संततिनियमनासाठी शोधून काढला. नवरा दारूच्या व्यसनातून मुक्त होऊन, त्याने दारू पिण्याची सवय पूर्णपणे सोडून दिल्याखेरीज मूल होऊ द्यायचं नाही असा तिने निश्चयच केला. जेव्हा स्नेहलता पहिल्यांदा माझ्याकडे आली, तेव्हा तिने सांगितलं की तिला तात्पुरतं वंध्यत्व आलं होतं, म्हणून पाळी नियमित करण्याकरिता प्राथमिक आरोग्य केंद्रातल्या नर्सने तिला 'माला डी' नावाच्या गोळ्या घ्यायला सांगितल्या (संततिप्रतिबंधक गोळ्या). ती वंध्यत्वावर उपचार करून घेते आहे म्हटल्यावर नवरा खुश झाला. पण तिने आम्हांला नंतर खरी गोष्ट उघड करून सांगितली की, तिला नवऱ्याच्या नकळत, गर्भनिरोधाचा प्रयत्न करायचा होता त्याचीच ती युक्ती होती.

खेड्यातल्या बायका विवाहबाह्य संबंधामध्येही गुंतलेल्या असतात. अशा गोष्टी नेहमी लग्नाचा हंगाम संपल्यावर उजेडात येतात. कारण साधारण जून-जुलैमध्ये उघडकीस येतं, की काही मुलींना लग्नापूर्वीच दिवस गेलेत. कुसुम नावाच्या वीस वर्षांच्या मुलीला तपासलं तेव्हा ती पाच महिन्यांची गभर्वती हेती. मात्र तिच्या लग्नाला तेव्हा फक्त दोन महिने झालेले होते. 'मासिक पाळी येत नाही' अशी तक्रार करत ती माझ्याकडे आली. बरोबर तिची आई आणि मामा होते. जेव्हा मी सांगितलं की, तिच्या पोटात पाच महिन्यांचा गर्भ आहे, तेव्हा तिने सपशेल नकार दिला. मी सोनोग्राफी केली. तेव्हा दिसलं की, पोटात पाच महिन्यांचा गर्भ वाढतो आहे. पुढे आम्ही चौकशी केली तेव्हा कळलं की कुसुम घरीच नैसर्गिकरीत्या प्रसूत झाली. मुलगा झाला. पण नवऱ्याने मूल स्वीकारलं नाही म्हणून ती आईकडेच राहू लागली. तिची आई सांगत होती की, माझ्याकडे येण्यापूर्वी ती मुलीला आणि जावयाला घेऊन गडचिरोलीच्या एका प्रसूतितज्ज्ञ डॉक्टरणीकडे गेली होती. गर्भ फक्त दोन महिन्यांचा आहे असं मुलीच्या नवऱ्याला सांगायला ती डॉक्टर तयार होती. (प्रत्यक्षात गर्भाला साडेचार महिने पूर्ण झालेले होते.) ती ६००० रुपये घेऊन मुलीचा गर्भपात करायलाही तयार होती. पण नर्सने खरं काय ते तिच्या नवऱ्याला सांगितलं, तेव्हा त्याने मूल स्वीकारायला नकार दिलाच, पण कुसुमविरुद्ध पोलिसात तक्रार दिली की, ती दुसऱ्याचं मूल पोटात वाढवते आहे, वास्तविक तिने गर्भपात करूनच लग्न करायला पाहिजे होतं.

छाया या आदिवासी मुलीचं एका अशिक्षित शेतकऱ्याशी लग्न झालं. त्यानंतर काही दिवसांनी ते दोघे माझ्याकडे गर्भधारणेची चाचणी करायला आले. ती गर्भवती होती. साडेचार महिन्यांची! तिचं हे पहिलंच गरोदरपण असल्याचं जरी ती दर्शवत असली तरी माझ्या लक्षात आलं, की लग्नापूर्वी-सुद्धा ती गर्भवती झालेली होती. तिला गुप्तरोग झालेला होता. शिवाय योनिमुखाला जंतुसंसर्ग होता. छायाचे तिच्या मावसभावाशी लग्नाआधी शरीरसंबंध होते आणि त्याच्यापासून आधी एकदा गर्भधारणासुद्धा झालेली होती. तिने आईवडिलांना यातलं काहीही सांगितलं नव्हतं, त्यामुळे त्यांनी तिला दिवस गेलेले असतानाच तिचं लग्न लावून दिलं. हे उघड झाल्यावर तिने मला गयावया करत विनंती केली की, मेहरबानी करून माझ्या नवऱ्याला यातलं काही सांगू नका. यथावकाश तिचं नैसर्गिक बाळंतपण झालं. मुलगा झाला. सासरची माणसं आणि नवरा खूष झाले, कारण पहिला मुलगा झाला. त्यांना वाटलं की, पूर्ण दिवस भरण्याआधीच ही बाळंत झाली. त्यांना माहीत नव्हतं की त्या मुलाचा बाप कुणी दुसराच होता.

आपली बायको आपल्याशी एकनिष्ठ नाही हे कळल्यानंतर वेगवेगळ्या पुरुषांच्या अगदी विचित्र प्रतिक्रिया होतात. माझी एक रुग्ण हिरा. सतरा वर्षांची. तिचं लग्न झालं आणि पाच महिन्यांनी आली गरोदरपणाची तपासणी करायला. तर पोटातल्या गर्भाचं वय होतं साडे सात महिने. मी गर्भपात करायला नकार दिला कारण एवढं मोठं पोट आलेलं आणि कायद्यानेसुद्धा इतक्या उशिरा गर्भपात करायला बंदी आहे. पुढे आम्हांला कळलं, की तिने एका वैदूकडून बेकायदेशीर गर्भपात करवला. तिला विचारलं तेव्हा म्हणाली, ''माझ्या नवऱ्याला कळलं, का लग्न व्हायच्या आधीचंच हे पोर हाय. तवा म्हनला पोट पाडून घे. आन मंग माझ्याकडं राह्यला मिळंल. त्यो दिसायला लई कुरूप दिसतो आन मी अशी देखनी. म्हनून त्याला मी पायजेच.''

गौरी नावाची दुसरी एक तरुणी. नवऱ्याच्या बाहेरख्यालीपणाबद्दल नेहमी दोष देत राहायची. चार वर्षांपूर्वी तिचं लग्न झालं होतं, पण दोन वर्षांतच त्याला सोडून ती आईवडिलांकडे राहायला गेली. तिचं म्हणणं होतं की, तिचा नवरा 'मवाली' आहे. त्याचे इतर बायकांशी संबंध आहेत. मी जेव्हा तपासलं, तेव्हा ती तीन महिन्यांची गर्भवती होती. मग तिने कबूल केलं की, तिचे आतेभावाबरोबर संबंध होते. पण त्याचं लग्न झालेलं होतं. दोन मुलंही होती. तिला गर्भपात करून हवा होता. मी करून दिला. पण तिच्या दांभिकपणाचं मला नवल वाटत राहिलं.

बऱ्याच वेळा तरुणपणी वैधव्य आलेल्या स्त्रियांचे विवाहित पुरुषांशी संबंध असतात. साधना ही अशीच अडतीस वर्षांची विधवा. गेली पंधरा वर्षं विधवेचं आयुष्य कंठत होती. तिला दोन मुली होत्या. एक अठरा वर्षांची, एक पंधरा वर्षांची. दुर्गंधीयुक्त पांढरं पाणी अंगावर जातं म्हणून उपचार करण्यासाठी माझ्याकडे आली होती. तिला गुप्तरोगही होता. मी विचारल्यावर तिने सांगितलं की, तिच्या घरात भाडेकरू म्हणून राहणाऱ्या कुटुंबातल्या पुरुषाशी तिचे लैंगिक संबंध होते. ही गोष्ट त्याच्या बायकोला माहीत होती पण तिने विरोध केला नाही; कारण ही बाई त्यांच्याकडून घराचं भाडं घेत नव्हती.

कधीकधी कुटुंबाच्या संमतीनेच विवाहबाह्य संबंध ठेवले जातात. पंचवीस वर्षांची अर्चना अशिक्षित आहे. तिचं लग्न लहानपणीच तिच्या आतेभावाशी लावण्यात आलं. लग्नानंतर सात वर्षांनी ती वयात आली. नवराही निरक्षर. मेंढ्या पाळणारा. वेडसर (बौद्धिक वाढ थांबलेला) आणि नपुंसक. अर्चनाला तिच्या धाकट्या दिरापासून मुलगी झाली ती आता दहा वर्षांची आहे. हा दीर नवऱ्यापेक्षा वयाने लहान, पण हिच्यापेक्षा मोठा. त्याचं लग्न झालेलं. त्याला स्वत:ची तीन मुलं. तिच्या जावेला यांचे संबंध नीट माहीत आहेत कारण सासू-सासऱ्यांच्या संमतीनेच सगळं चाललेलं. 'अंगावर पाणी जातं आणि लघवीला जळजळ होते,' या तक्रारीसाठी अर्चना माझ्याकडे आली होती. तिला गुप्तरोग असल्याचं निष्पन्न झालं. सहा वर्षांपूर्वी तिची संततिप्रतिबंधक शस्त्रक्रिया, नसबंदी (Tubectomy) झालेली होती. हा निर्णय घरातील सर्व माणसांच्या संमतीने घेण्यात आला. त्याचं असं झालं की, गावातल्या प्राथमिक आरोग्य केंद्रातल्या नर्सने त्यांना शासनाच्या एका योजनेची माहिती दिली. एका मुलीच्या जन्मानंतर जी स्त्री नसबंदी शस्त्रक्रिया करून घेईल, तिला शासनातर्फे १०,००० रुपये दिले जातील. शिवाय तिच्या मुलीच्या नावावर ५००० रुपयांची मुदत ठेव केली जाईल. ही रक्कम त्या मुलीला अठरा वर्षं पूर्ण झाली की मिळू शकेल. म्हणून कुटुंबीयांनी ठरवलं की, अर्चनाची शस्त्रक्रिया करून आपण या योजनेचा लाभ घ्यावा. शेवटी अर्चनाची शस्त्रक्रिया झाली, तिला १०,००० रुपये मिळाले आणि त्यांतले ५००० तिच्या जावेने मागितले.

ज्या स्त्रिया विवाहबाह्य संबंधात गुंततात त्या नेहमीच गर्भपात करवून घेतात आणि नंतर नसबंदी शस्त्रक्रियाच करतात. काही वेळेला त्यांच्या नवऱ्याची नसबंदी झालेली असते पण बायकोला दिवस राहतात. तेव्हा मग 'आपली

नसबंदी नीट झालीच नाही,' असा समज त्यांना करून घ्यावा लागतो. पुरुष नसबंदी अयशस्वी होऊ शकते हे जरी खरं असलं तरी वीर्यतपासणी करून त्याची खात्री करता येते. म्हणजे विवाहबाह्य संबंध ठेवणाऱ्या बायकोला पकडणं तसं सोपं आहे. (प्रकरण दहावे – पाहा गायत्री केस).

उषा माझ्याकडे गर्भपात करून घेण्यासाठी आली, तेव्हा ती दोन महिन्यांची गरोदर होती. चौदा वर्षांपूर्वी तिचं लग्न एका निरक्षर शेतकऱ्याशी झालेलं होतं. तिची पाच बाळंतपणं झाली, त्यांतली चार मुलं हयात होती. दोन मुली, दोन मुलगे. सात वर्षांपूर्वी धाकट्या मुलाचा जन्म झाला. त्यानंतर नवऱ्याने नसबंदी करून घेतली. तरी आता तिला दिवस गेले होते. मी नवऱ्याची वीर्यतपासणी करून घ्यायला सांगितली, म्हणजे नसबंदी शस्त्रक्रिया अयशस्वी झाली की काय ते कळलं असतं. पण नवरा सांगू लागला, ''हिच्या चवचालपणासाठी मला तपासणी करून घ्यायची गरज नाही. याच्या आधी पण दोन वेळा एका लग्न झालेल्या मानसाबरोबर झोपलेली मी पकडलं होतं तिला. त्यो बी कसा? एक तर आपल्या जातीचा नाय आन दिसायला यकदम बेक्कार. मी त्याच्यापुढं देखनाच म्हणावा लागंल. पर काय करू? घरात पोराबाळांचा पसारा. हिला सोडून बी देता येत नाही.'' या परिस्थितीवर त्याने स्वतःच एक तोडगा शोधून काढला. साऱ्या गावासमोर हिच्या चवचालपणाचा बोभाटा केला आणि जाहीर केलं की, पुन्हा एकत्र दिसले तर दोघांचाही काटा काढीन आणि नंतर गर्भपात करवून घेण्याचा खर्च म्हणून बायकोच्या याराकडून ३०० रुपये वसूल करायलाही तो विसरला नव्हता. तोच गर्भपात करायला तो तिला माझ्याकडे घेऊन आलेला होता.

नंदाला तर नवऱ्याला फसवल्याबद्दल मोठीच किंमत चुकती करावी लागली. तीस वर्षांच्या नंदाला तीन मुलं होती. एक मुलगा, दोन मुली. नवरा शेतकरी. त्याची आठ वर्षांपूर्वी तिथल्याच स्थानिक आरोग्य केंद्रात नसबंदी शस्त्रक्रिया झालेली. पण त्यानंतर नंदाला मुलगा झाला. तो सहा वर्षांचा होता. आता नंदा पुन्हा गर्भवती झाली होती आणि तिसऱ्या महिन्यात तिला गर्भपात करून घ्यायचा होता. आम्ही नवऱ्याची वीर्यतपासणी करून पाहिलं तर शुक्रजंतूंची संख्या शून्य. याचा अर्थ त्याची नसबंदी पूर्ण यशस्वी झालेली होती. म्हणजेच नसबंदी केल्यानंतर झालेली मुलं दुसऱ्याची. अनौरस. त्यावेळी 'सर्च'मध्ये गर्भपाताची सोय नव्हती म्हणून आम्ही नंदाला गडचिरोलीच्या जिल्हा रुग्णालयात पाठवली. पण ती गेली नाही. नंतर समजलं की, नऊ

महिन्यांनी ती घरी प्रसूत झाली. मुलगा झाला. दुसऱ्या दिवशी आई-बाप दोघांनी मिळून त्याला मारून टाकलं. हे नंदाने कबूल केलं. 'पण त्याचवेळेला गर्भपात का करून घेतला नाही?' असं विचारल्यावर म्हणाली, ''काय सांगू कर्माची कहाणी? त्याला कळलं होतं ना आमचं प्रकरण, मग त्याचा न्याय भयंकर होता. म्हणाला 'आताच पोट पाडलं, तं तू धडा शिकायची नाहीस. होऊ दे नऊ महिने. ते प्वार बाहेर आलं, का माझ्या डोळ्यादेखत आपल्या हातांनी मारायचं.' मी खूप विरोध केला. पाया पडले, रडले पन काही उपेग झाला नाही. मला त्याचं ऐकावंच लागलं,'' नंदा रडून रडून सांगत होती, ''आन मग झालं पोर. चांगला पोरगा व्हता. माज्याच्यानं मारायचं व्हईना. पुना रडले, भेकले, म्हनलं आपल्याला येकच पोरगा हाय. ह्यो राहू दे भावाला भाऊ. मी नाय पुन्हा वाईट वंगाळ वागायची. पन त्या दुष्टाला पाझर फुटला नाही. मला पोर मारावंच लागलं.''

कधी स्वत:चा पूर्वतिहास (Case History) सांगताना नवरा आणि बायको दोघंही वेगवेगळ्याच हकिगती सांगतात. एकदा शांती आणि तिचा नवरा माझ्याकडे आले. नवरा धार्मिक कार्यं करणारा पुजारी होता. ती दोन महिन्यांची गरोदर होती. नवऱ्याने सांगितलं की, पाच वर्षांपूर्वी त्यांचं लग्न झालं असून त्यांना एक मुलगी आहे. आणि शांती सांगत होती की, तीन वर्षांपूर्वी त्यांचं लग्न झालं. त्यांना दोन मुली आहेत आणि पाच महिन्यांपूर्वी एकदा गर्भपात झाला आणि दोघंही अगदी छातीठोकपणे आपापली माहिती सांगत होते. मी त्यांना सांगितलं की, नक्की केव्हा काय झालं ते ठरवा आणि मग माझ्याकडे या. पण ती दोघं काही परत आली नाहीत.

दुसऱ्या अशाच एका प्रकरणात मात्र या वेगवेगळ्या कहाण्यांचं रहस्य मला उलगडलं. चार वर्षांपूर्वी मालतीचं लग्न झालं होतं. ती तीन महिन्यांची गरोदर असताना माझ्याकडे तपासायला आली. पुढच्या तिमाही तपासणीच्या वेळी तिचा नवरा बरोबर होता. मालतीच्या पायांवर सूज होती आणि गर्भाची वाढ पाहिजे तितकी होत नव्हती. मी औषधं लिहून दिली आणि पंधरा दिवसांनी यायला सांगितलं तेव्हा तिचा नवरा म्हणतो, ''पुन्हा पुन्हा येणं अवघड आहे हो. आम्ही मध्य प्रदेशमध्ये राहतो.'' ''पण तुझ्या बायकोने तर ती गडचिरोलीत राहते म्हणून सांगितलं,'' असं मी सांगितल्यावर 'तसं नाहीये' असं ठासून सांगत राहिला आणि नंतर बदलून सांगायला लागला की, ''माझी बायको गडचिरोली जिल्ह्यातल्या जेप्रा गावात राहते.'' ते जोडपं गेलं आणि योगायोगाने

जेप्रा गावातलाच एक रुग्ण आला. तो म्हणाला, ''मी या दोघांना ओळखतो.'' त्याने सांगितलं की मालती तिच्या आईवडिलांकडे जेप्रा गावात राहते आणि नवरा मध्य प्रदेशात शिक्षक आहे. तिथे त्याने दुसरी एक बाई ठेवलेली आहे. मला आश्चर्य वाटलं की ती दोघं माझ्याशी असं खोटं का बोलली? त्याने तर मला आपण शेतकरी असल्याचं सांगितलं होतं.

सांगितल्याप्रमाणे पंधरा दिवसांनी मालती आली. यावेळी तिची आई होती बरोबर. मी विचारलं, ''मला खोटं का सांगितलं?'' त्यावर तिची आई म्हणाली, ''चालायचंच. काय बिघडलं यवढं तेवढं खोटं सांगितलं तर? इतकं काय गंभीर थोडंच हाय त्ये?''

बऱ्याच वेळेला, जास्त मुलं असली, तर बायकांना लाज वाटते सांगायला. मग पूर्वेतिहास सांगताना जरा बदल करून सांगतात. चाळीस वर्षांच्या आशा या रुग्ण स्त्रीने मला सांगितलं की, तिला चार मुलं आहेत. दोन मुलगे, दोन मुली. शेवटचं बाळंतपण नऊ वर्षांपूर्वी झालं म्हणाली. तिच्याबरोबर आलेली मैत्रिण लगेच बोलली, ''असं खोटं का सांगतेस?'' मग मात्र आशाने कबूल केलं की, तिला सात मुलं आहेत. तीन मुलगे आणि चार मुली. 'खोटं का सांगितलंस?' असं विचारल्यावर म्हणाली की, कुटुंब नियोजन केलं नाही म्हणून तुम्ही रागवाल अशी भीती वाटली. ती माझ्याकडे तपासायला येण्याचं कारण तिच्या दोन मासिक पाळ्या आलेल्या नव्हत्या (म्हणजेच पुन्हा गर्भ राहिल्याची शंका होती) आणि अंगावरून पांढरं पाणी जात असल्याची तक्रार होती.

मी तिला तपासलं. ती गर्भवती नव्हती. आशाने सांगितलं की, तिला स्वत:ला कुटुंब नियोजन करण्याची खूप इच्छा आहे. पण तिचा अडाणी, दारुडा नवरा तिला तसं करू देत नाही. (तसे नवरा - बायको दोघेही निरक्षर आहेत.) दोन वेळा तर त्याने तिच्याशी भांडून कुटुंबनियोजन शिबिरातून तिला काढून घरी नेलं होतं.

स्त्री आणि पुरुष यांनी काही विशिष्ट मुद्द्यांबाबत सामंजस्य, परस्पर सहकार्य दाखवलं पाहिजे. या दृष्टीने तपास केला तर असं आढळतं की, मुळात याचा अर्थ काय हे समजायला आणि मग वागण्यातून त्याचे आदर्श उभे करायला भारतीय समाजाला अजून फार वाटचाल करावी लागणार आहे. दोघांनी एकत्र पाळली पाहिजेत अशी चांगली तत्त्वं कोणती आणि त्याबाबतीत दोघांनी कोणते आदर्श मानले पाहिजेत हे जर समजावूनच घेतलं नाही, तर सुदृढ कुटुंबं

आणि निरोगी समाजाची अपेक्षा करणंच चुकीचं ठरेल. पत्नीला पतीची गरज असते तशी पतीलाही पत्नीची तितकीच गरज असते ही वस्तुस्थिती आहे. सुस्थिर आणि समाधानी व्यक्ती होण्यासाठी दोघांनाही एकमेकांची गरज असते. बऱ्याच स्त्रियांना याची जाणीव असलेली दिसते. पण इथल्या पुरुषाला मात्र आपल्या जीवनाच्या जोडीदारिणीबद्दल आदर बाळगणं, समानतेने वागणं आणि तिच्याशी मोकळेपणाने संवाद करणं या संकल्पनाच अजून समजलेल्या दिसत नाहीत. स्त्रियांची अस्मिता जागृत झाली पाहिजे. आपण आर्थिकदृष्ट्या दुय्यम नाही हे समजण्याइतका त्यांचा आत्मविश्वास वाढायला हवा. चांगल्या, निरोगी नातेसंबंधामुळे आपल्याला विकासाची संधी मिळेल हे त्यांना समजलं पाहिजे. वेगवेगळी पार्श्वभूमी असलेल्या कुटुंबांतून पति-पत्नी लग्न करून एकत्र येतात. त्यांना गुण्यागोविंदाने नांदायचं असेल तर तडजोड आवश्यकच आहे. परंतु इथे इतरांच्या अपेक्षा पूर्ण करण्याचं जोखड मुख्यत: स्त्रीवरच असतं. पुरुषाला मात्र तिचा आनंद कशात आहे, तिच्या गरजा काय आहेत आणि दोघांनी मिळून आपल्याला काय करता येईल याचा शोध घेण्यातसुद्धा स्वारस्य नसतं. कुटुंब वाढवायला सुरुवात करताना त्यातली आईची भूमिका अत्यंत महत्त्वाची असते हे खरं असलं तरी पितृत्व म्हणजे काय, पित्याची कुटुंबात जबाबदारी काय असते हे समजून वागणंसुद्धा महत्त्वाचंच आहे.

या महत्त्वाच्या संकल्पना आपले मुलगे आणि मुली यांच्या मनात खूप लहानपणापासून रुजवल्या पाहिजेत.

निवेदन

स्वातंत्र्यप्राप्तीनंतर ज्या सामाजिक सुधारणांचा हिंदु कोड बिलात अंतर्भाव करण्यात आला त्यांत द्विभार्या प्रतिबंधक कायद्याचा समावेश आहे. पण भारत देशात त्याची फारशी कडक अंमलबजावणी होत नाही. त्याची अट अशी आहे की, पुरुषाच्या पहिल्या बायकोने, तिची संमती नाही असा लेखी अर्ज दिला पाहिजे. बऱ्याच वेळा त्या दुर्दैवी स्त्रीला तसं करणं व्यावहारिकदृष्ट्या शक्य नसतं. एका पुरुषाला दोन बायका असणं ग्रामीण भागात सर्रास चालतं आणि हिंदू समाज ते सहज स्वीकारताना दिसतो. दोन बायका करण्याला कुणी हरकत तर घेत नाहीच. उलट पहिलीला मूल झालं नसेल, घराण्याचा वारस तिने जन्माला घातलेला नसेल तर त्या दुसऱ्या लग्नाला सर्व समाजाकडून पाठिंबा मिळतो.

**

प्रकरण पाचवे

तरुणांच्या मनावरची ओझी आणि उडणारा गोंधळ

माझ्या वैद्यकीय प्रॅक्टिसचा बराच मोठा भाग हा किशोरवयीन किंवा नवतरुण युवक-युवतींनी व्यापलेला आहे. यांच्याकडून मला गडचिरोली जिल्ह्याच्या जंगलवासियांच्या जीवनात काय चालले आहे त्याची माहिती मिळत असते. जंगलात गोंड आदिवासी टोळ्या तसंच बिगर आदिवासी समाजातल्या असंख्य जातिजमातींचे लोक गट करून राहत आहेत. त्यांतली ही तरुण माणसं- विशेषत: नवतरुणी आणि त्यांचे नवरे किंवा प्रियकर त्यांच्या लैंगिक आणि प्रजनन आरोग्याविषयीच्या समस्या घेऊन माझ्याकडे येत असतात. त्यांच्याशी माझा जो संवाद, गप्पा होतात त्यांतून मला कळतं की, त्यांच्या जीवनशैलीत झपाट्याने मोठे बदल होत चालले आहेत. ते त्यांच्या जगण्याला व्यापून उरलेत आणि त्यामुळे या पारंपरिक समाजाचं स्वरूपच एकूण बदलत चाललं आहे.

एखाद्या नाटकाचा विषय असतो ना, की एका कुमारिकेला लग्नाआधी दिवस जातात. मग तिचा प्रियकर, त्याचे कुटुंबीय, हिचे कुटुंबीय, भोवतीचा समाज यांच्या त्या घटनेबद्दल कशा वेगवेगळ्या प्रतिक्रिया येतात. आणि त्या नाटकाचे पुन्हा पुन्हा प्रयोग होत राहतात. अगदी तशा या घटना इथे वारंवार घडत राहतात आणि प्रतिक्रियांचीही पुनरावृत्ती होत राहते. भारताच्या या जंगलव्याप्त ग्रामीण भागातले तरुणतरुणी, त्यांत काही आदिवासी, काही बिगर आदिवासी असतात; ते आपली प्रेमप्रकरणं कशा प्रकारे चालू ठेवतात, कोणत्या वयापासून ते लैंगिकसुखाचा शोध घेऊ लागतात, परंपरा आणि जातीच्या

बंधनाकडे ते कोणत्या दृष्टिकोनातून पाहतात, आरोग्याचे प्रश्न कसे सोडवतात, त्यांचे कुटुंबीय आणि समाज यांच्या प्रतिक्रिया कशा असतात? माझ्या वीस वर्षांच्या प्रॅक्टिसमध्ये मला साक्षीदार म्हणून पाहाव्या लागलेल्या दीर्घ कथेच्या या सगळ्या बहुविध परिमिती आहेत.

गर्भ पाच महिन्यांचा झाल्यानंतर केलेला वैद्यकीय गर्भपात (Medical Termination of Pregnancy) बेकायदा ठरवण्यात आला आहे. अशा परिस्थितीत त्या मुलीला एकतर गुपचुप बेकायदा गर्भपात करून घ्यावा लागतो नाहीतर लग्नाआधी दिवस गेल्याचं छपवून घाईघाईने लग्नाचं पांघरूण घ्यावं लागतं. एके दिवशी सकाळीच एक त्रिकूट 'सर्च'वर आलं. गडचिरोलीच्या जंगलाचे रहिवासी होते. त्यांच्या कहाणीतून हे स्पष्ट झालं की, इथल्या आदिवासी समाजातली जातीपातीची कुंपणं, आजूबाजूला खंदक खणून पक्की करण्यात आली आहेत आणि ती ओलांडून एकमेकांच्या प्रेमपाशात बद्ध होऊन लैंगिक सौख्य उपभोगणाऱ्या युवकयुवतीकडे हा समाज कोणत्या नजरेतून पाहत असतो.

एक तरुण मुलगी आली होती. तिच्यासोबत दोन पुरुष होते. तिचं नाव राजी. राजी अगदी सडपातळ आणि तिच्या एका हातात आणि एका पायात दोष होता. चेहऱ्यावर मनमोकळा हसरा भाव. त्यामुळे दिसणारं सौंदर्य सगळ्या दोषांवर मात करत होतं. तिचं लग्न झालेलं नव्हतं. पण चार महिन्यांची गरोदर होती. राजीचा बाप बरोबर आला होता. जीर्ण धोतर, कुर्ता आणि डोक्यावर पागोटं होतं. त्यांच्याबरोबर आलेला तिसरा माणूस मध्यमवयीन होता. उघडच जरा चांगल्या आर्थिक स्तरातला दिसत होता. अंगात चांगल्या प्रतीच्या कापडाचा कुर्ता–पायजमा घातलेला. त्याने स्वत:ची ओळख सरपंच म्हणून करून दिली. गडचिरोली जिल्ह्याच्या दक्षिण टोकाला, महाराष्ट्र आणि आंध्रप्रदेशच्या सीमेवर इटापल्ली ब्लॉक नावाचा परिसर आहे. तिथल्या एका गावातून हे तिघं आले होते आणि तो माणूस गावचा सरपंच म्हणून निवडून आलेला होता. (प्रकरण दुसरे, पाहा आकृती २.२)

राजी आणि तिचा बाबा गोंड आदिवासी होते. सरपंच हा प्रधान समाजातला होता. हीसुद्धा आदिवासी जमातींपैकी आहे. परंतु गोंड आदिवासी स्वत:ला उच्च आणि प्रधानांना त्याहून खालचे समजतात (प्रकरण दुसरे). या राजीचं सरपंचाच्या मुलावर प्रेम बसलं आणि ती त्याच्यापासून गर्भवती झाली. तो खालच्या जातीचा असल्यामुळे दोघांचं लग्न होण्याचा प्रश्न नव्हता. राजीचा

बाप म्हणाला की, त्याची पोराबद्दल तक्रार नाही, पण त्याने लग्नाला संमती दिली तर गोंड समाज त्याला कायमचा वाळीत टाकेल; त्यामुळे हे लग्न होणं अशक्य आहे. राजी सांगू लागली, ''प्रधान ही खालची जात आहे. ते गोंडाशी लग्न करू शकत नाहीत. तसं झालं तर आमच्या अख्ख्या कुटुंबाला समाज जातीबाहेर टाकील. मग माझ्या बहिणींचं, भावांचं काय होणर? त्यामुळे मला गर्भपात करून घेणंच फार आवश्यक आहे.''

त्या मुलाचे वडील सांगत होते, ''त्यांनी दोघांनी लग्न केलं तर माझं काही म्हणणं नाही. पण यांच्या कुटुंबाला त्यांचा समाज वाळीत टाकेल. आमचं काही नाही. आमच्या पोराला आम्ही दोन-तीन बायकासुद्धा करू शकतो. पण या पोरीच्या कुटुंबाबद्दल वाईट वाटतं. म्हणून मी या लग्नाला विरोध करतो आहे. ती पोर सारखी सांगतीय की माझ्या पोरानंच बळजबरी करू करू तिला हे सगळं करायला भाग पाडलं. काही हरकत नाही. मी सगळं नीट करतो ना. कशाला काळजी करता? मी हॉस्पिटलचा खर्च देतो. जाण्यायेण्याचा खर्च पण देतो. त्याचं काय आहे, मी इटापल्लीतल्या गावचा सरपंच आहे. तिकडं उगंच बोभाटा आन बदनामी नको. दुसरं काय?''

गडचिरोलीच्या गोंड आदिवासी खेड्यांमध्ये जातीची उच्चनीचता अगदी काटेकोरपणे पाळली जाते. आजही गावच्या विहिरीवर गोंड स्त्रिया पाणी भरत असतील तर प्रधान जातीच्या स्त्री-पुरुषांना थांबावं लागतं. त्यांचं झाल्यानंतरच पाणी भरावं लागतं. जर समजा आदिवासी समाजाचे कायदे मोडून, गोंड समाजातल्या मुलीने एखाद्या खालच्या जातीतल्या मुलाशी लग्न केलंच, तर शिक्षा म्हणून तिच्या वडिलांना गावजेवण घालावं लागतं. गरीब-गुरीब आदिवासी माणसं या शिक्षेला फार घाबरतात. कारण एक गावजेवण द्यायला कमीतकमी पाच हजार रुपये लागतात. ''कुठून आणू यवढे पैसे मी?'' राजीचा बाबा विचारत होता.

आदिवासी कायदे आणि परंपरा यांनी अशी तरतूदच करून ठेवलेली दिसते की, राजीसारख्या गरीब, शारीरिक दृष्ट्या अपंग आणि जिच्याशी लग्न करायला सहसा कुणी तरुण इच्छुक नाही अशा मुलीला सरपंचासारख्या, तिच्या मानाने कितीतरी श्रीमंत असणाऱ्या घरापर्यंत पोहोचताच येऊ नये.

''जातीबाहेर लग्न करता येणार नाही हे माहिती असूनसुद्धा तू त्या मुलाशी संबंध का चालू ठेवलेस?'' असं मी राजीला विचारल्यावर ती म्हणाली, ''मी

बाई मानूस. माझ्या काय हातात आहे?'' त्यांच्या प्रकरणाबद्दल मला उत्सुकता होती म्हणून मी तिला सहज विचारलं, ''काय गं, काय काय आणून देत होता तो तुला?''

''कशाचं काय आणून दिलं मला? त्याच्याकडे मी माझेच कपडे, कानातले, गळ्यातले घालून जात होते. निसते खायाला फुटाणे आणून देत होता. आम्ही शीडी (सीडी) वर पिच्चर पहायचो. गावात कुनालाच माहिती नव्हतं आम्ही बाहेर जायचो म्हनून.''

''पण एवढ्या उशिरापर्यंत तू बिनलग्नाची कशी काय राहिलीस?' या प्रश्नावर स्वत:बद्दल बिलकुल सहानुभूती न दर्शवता ती म्हणाली, ''मला कोण पसंत करणार? मी कुणालाच नको होते.''

आदिवासी तरुण-तरुणी नेहमीच माझ्या दवाखान्यात येत-जात असतात. सगळे जण बॉलिवूडचे प्रेमी. भक्तच म्हटलं तरी चालेल. सिनेमाच्या पडद्यावर घडणाऱ्या कहाण्यांशी त्यांच्या स्वत:च्या जीवनातल्या घटना जणू स्पर्धाच करत असतात. परवा राजू आणि पुष्पा ही प्रेमिकांची जोडी माझ्याकडे आली होती. तिचा गर्भपात करून घ्यायचा होता. दोघांचं लग्न झालेलं नव्हतं. आदिवासी समाजात अविवाहित तरुण-तरुणींना एकत्र राहण्यास मज्जाव नाही. दोघांनी एकमेकांशी एकनिष्ठ राहायचं ठरवलं असेल तर लग्नाआधी मुलं झालेली चालतात. समाज काही म्हणत नाही. मी विचारलं की, तुम्ही दोघं एकत्र राहत आहात मग गर्भपात कशासाठी करून घ्यायचा आहे? त्यावर राजूने सांगितलं की, तिचे दुसऱ्या आदिवासी मुलाबरोबर संबंध आहेत. त्याने पुष्पाच्या त्या मित्राने लिहिलेलं पत्र दाखवलं. त्यात लिहिलं होतं, 'ही पोरगी बरोबर नाही. तुझं वाटोळं करील. तू तिच्याशी का लग्न करतोस? तसं केलंस तर मी तुला चांगला धडा शिकवीन. माझ्या फार मोठ्या-मोठ्या माणसांशी ओळखी आहेत. (याचा अर्थ, मी तुझ्यापेक्षा 'वजनदार' मानूस आहे.) तिचे माझे पहिल्यापासून संबंध आहेत. एकदा मी तिला चाकू मारला होता. तिच्या पोटावर जखम आहे. मग मी स्वत:च पोलीस चौकीत गेलो. या पोरीसाठी मी दोन वर्षे तुरुंगात काढलेली आहेत.'

आमचा सल्ला ऐकून राजूने पुष्पाच्या पहिल्या मित्राने त्याला पत्रातून जी दमदाटी केली, त्याविरुद्ध पोलिसात तक्रार केली. त्यानंतर त्याने ते पत्र तिथल्या नक्षलवादी तरुणांना दाखवून त्या मुलाला त्यांच्याकडूनही दम दिला आणि दाखवून दिलं की, त्याच्यासुद्धा 'जबरदस्त' ओळखीपाळखी आहेत.

मग पुष्पाच्या वडिलांनी समाजाला शांत करण्यासाठी, डुक्कर आणि बकरा मारून गावजेवण दिलं आणि त्यानंतर पुष्पा आणि राजू विवाहबद्ध झाले.

आदिवासींचे कौटुंबिक आणि सामाजिक कायदे विचित्र आहेत. समजा एखाद्या मुलापासून आदिवासी मुलीला दिवस गेले आणि ऐनवेळी तो तिच्या पाठीशी उभा राहिला नाही तर नियम मोडल्याबद्दल तिला एकटीला गावाचा रोष सहन करावा लागतो. मैना नावाची एक आदिवासी मुलगी एकदा माझ्याकडे गर्भपात करून घ्यायला आली. ती जांभळी गावातून आली होती. गरोदरपणाची पुढची अवस्था होती. पाच महिन्यांनंतर गर्भपात बेकायदा असल्यामुळे मी तिला नकार दिला. पुढे काही दिवसांनी जांभळी गावाचा मुखिया आला पंधरा वीस माणसं घेऊन 'सर्च' हॉस्पिटलमध्ये. त्याला मैनाचे केसपेपर्स पाहून खात्री करून घ्यायची होती की तिने इथेच गर्भपात करवून घेतला की काय? मुखिया म्हणत होता की, तिच्या घरातल्या माणसांनी सांगितलं की तिला गर्भ राहिलाच नव्हता म्हणून. त्याला ते सगळं संशयास्पद वाटत होतं. त्याचं म्हणणं होतं की, त्यांनी घरीच पोरीचं बाळंतपण केलं, पोर मारून घराच्या मागे पुरून टाकलं. शेजारी राहणाऱ्या एका बाईने तान्ह्या पोराचं रडणं ऐकलं होतं आणि त्याला पुरताना पाहिलेलं होतं. तिने गावकऱ्यांना सांगितलं. त्यांनी घरामागे खणून पोराचं मृतशरीर बाहेर काढलं. म्हणून त्यांना 'सर्च'मधून पुरावा पाहिजे होता, ती गरोदर होती याचा. त्यांना तिला शिक्षा करायची होती.

पण पेशंटची खाजगी कागदपत्रे इतरांना दाखवायची नसतात, या कारणाने 'सर्च'ने त्यांना नकार दिला. पण मी त्यांना विचारलं की, तुम्ही या कृत्याची जबाबदारी एकट्या मुलीवर का टाकता? ज्या मुलाने तिला गरोदर केली, त्याच्यावर का नाही? त्यावर त्यांचं उत्तर होतं की, तो तिच्या नात्यातलाच होता. तिच्याशी लग्न करायला तयार नव्हता. शेवटी ते प्रकरण खास आदिवासी पद्धतीनेच मिटवण्यात आलं. तिच्या कुटुंबीयांनी रात्रीचं गावजेवण दिलं. लोकांना भरपूर दारू पाजली.

मुलीच्या पोटात गर्भ वाढला म्हणून ती पकडली गेली; पण मुलगा मात्र कुठल्याही दोषारोपाविना सहीसलामत सुटून गेला.

गडचिरोलीच्या बिगर आदिवासी भागात सुद्धा अविवाहित मुलीला गर्भधारणा सर्रास होताना दिसते. कुसुम ही शेजारच्या चंद्रपूर या जिल्ह्यातली शेतमजूर. ती एकदा 'सर्च'मध्ये आली. अंगावर शाळकरी मुलीसारखा स्कर्ट-

ब्लाऊज घातलेला. त्यातून तिचं पुढे आलेलं पोट उघड दिसत होतं. सात महिन्यांची गरोदर होती. तिच्याबरोबर तिची आई आली होती. त्यांच्या मते तिच्या पोटात ट्यूमर होता आणि तो काढून टाकायचा होता. माझ्यासमोर कुसुमने निष्पाप असण्याचं छान नाटक केलं. डोळे मोठे करून गरागरा फिरवत ती पाठ केलेली वाक्ये बोलत होती. ''मी देवाची शपथ घेते, आई शपथ सांगते मी कोणतंही वाईट काम केलं नाही. माझ्या पोटात गोळा वाढतो आहे. तो गर्भ नाही, गोळा आहे.''

ती गर्भवती आहे, हे मी तिला तपासून केलेलं निदान मायलेकी दोघीही मान्य करायला तयार नव्हत्या. उलट मलाच आव्हान देत होत्या. मग मी त्यांना सोनोग्राफी करण्यासाठी चंद्रपूरला पाठवलं. त्यानंतर चार वेळा लागोपाठ 'सर्च'ची समाजसेविका सुनंदा तिच्या मावशीकडे इंदिरानगरच्या घरी गेली. कुसुम तिथे होती, पण आता तिचं पोट सपाट होतं. म्हणजे तिने पोट पाडलं तरी कुठं जाऊन? त्याबद्दल ती, तिची आई आणि मावशी वेगवेगळंच काहीतरी सांगत होत्या. प्रत्येकीचं म्हणणं होतं की 'मला काही माहिती नाही.' त्यांनी तो गर्भ कसा नाहीसा केला हे त्यांच्या तोंडून वदवणं अशक्यप्राय होतं. खरं म्हणजे कुसुम तशी पुढे होऊन बोलणारी होती. रोजंदारीवर काम करणारी शेतमजूर या नात्याने स्वत:च्या दैनंदिन जगण्याबद्दल ती पुष्कळ बोलत होती. तिला प्रकृतीच्या बऱ्याच तक्रारी होत्या. त्या बहुतेक कुपोषण आणि रक्तहीनता यांतूनच निर्माण झालेल्या होत्या. पण तिचा डॉक्टरांशी शत्रुत्व असल्यासारखा संशयी स्वभाव, इतर सर्वांशीही तशीच वागणूक यांमुळे आम्ही तिला जास्त मदत करू शकलो नाही.

अशीच एक दिवस एक सतरा वर्षांची अविवाहित तरुणी माझ्या दवाखान्यात आली. बरोबर तिचे वडील होते. त्यांना तिच्या दहा आठवड्यांच्या गर्भाचा गर्भपात करून घ्यायचा होता. पण अर्चनाने यातलं काहीही तिच्या आईला सांगितलेलं नव्हतं. मी 'आईला घेऊन ये' असं सांगून तिला परत पाठवलं. दुसऱ्या दिवशी अर्चना तिच्या आईला घेऊन आली. मी पाहिलं, ती मुलगी आईशी अत्यंत उर्मटपणे आणि गर्हणीय पद्धतीने वागत होती. मी तिची शारीरिक तपासणी करत असताना ती आईवर ओरडली, 'एऽ, तिकडे तोंड कर.' मी भडकलेच आणि तिला चांगलं झापलं. म्हटलं, ''तुला माहिती आहे, आईचं महत्त्व? तिनेच तुला या जगात आणलं आणि स्वत:चं दूध पाजून तुला वाढवलं आहे. चल, तिच्या पाया पडून माफी माग!'' त्याच

दिवशी माझ्या आईची पुण्यतिथी असल्यामुळे मी जरा जास्तच संवेदनाशील झालेली होते. त्या मुलीचं वागणं मला खटकलं.

नंतर तिला गर्भपात करण्यासाठी 'सर्च'मध्ये भरती केलं. गावातल्या खालच्या जातीच्या एका मुलाशी तिचे संबंध होते. ''तो चांगला मुलगा होता. पण आता बिघडायला लागला आहे. खूप दारू पितो. माझे फक्त दोनदाच त्याच्याशी संबंध आले. मी त्याच्याशी लग्न नाही करणार.'' गर्भपात वगैरे सगळं पार पडल्यावर अर्चनाने मनातलं सांगून टाकलं आणि दोघी मायलेकी घरी जायला निघाल्या.

जाण्यापूर्वी तिची आई जे बोलली त्यामुळे आमच्या जिल्ह्यातले आईवडील आणि मुलींचे नातेसंबंध, त्यांच्या अपेक्षा यांवर प्रकाश टाकल्यासारखं वाटलं. ती आई सांगत होती, ''अहो, त्यांच्या घरात दोन वेळचं जेवण मिळायची मारामार. तो मुलगा काहीच कमवत नाही. आमच्या जातीत पुष्कळ चांगले मुलगे पडलेत. आणखी एक वर्षाने ही अठरा वर्षांची होईल, मग पाहून देऊ हिला एखादा चांगला मुलगा. मी एका अंगणवाडीत आहे कामाला. (भारत सरकारच्या बाल विकास कार्यक्रमांतर्गत मुलांना जेवण, प्राथमिक औषधांचा पुरवठा करणारी पाळणाघरं). आरोग्याच्या अनेक समस्या हाताळण्याचं शिक्षण आम्हांला दिलेलं असतं. मला निरोध, गोळ्या यांचीही माहिती आहे.. पण मी ते माझ्या मुलीला कधी सांगितलं नाही. तिला सुरक्षित संभोगाबद्दल काहीच माहिती नाही. माझी स्वत:चीच मुलगी असं करील असं मला वाटलंच नव्हतं. बरं तर बरं, आम्ही वेळेवर इथे येऊन MTP करून घेऊन शकलो. आणखी उशीर झाला असता तर, तिला विहिरीत उडी मारणं नाहीतर स्वत:ला जाळून घेणं याशिवाय पर्याय राहिला नसता. मग काय केलं असतं मी? तिने फार मोठी चूक केलीय, पण आता यातून तिने शिकायलाच पाहिजे.''

आमच्या दवाखान्यात हायस्कूलमध्ये शिकत असलेल्या गरोदर मुली येणं हे काही आता विशेष राहिलेलं नाही. रुग्णालयाच्या नोंदीवरून कळतं की, अगदी लहान वयात म्हणजे तेराव्या, चौदाव्या वर्षी गरोदर राहण्याचं प्रमाण वाढत चाललेलं आहे. मला स्वत:ला अशा प्रसंगांना अनेक वेळा तोंड द्यावं लागतं तरी मला दरवेळी नव्याने त्या गोष्टीचा धक्का बसतो.

छाया ही पंधरा वर्षांची बिगर आदिवासी समाजातली मुलगी माझ्याकडे आली. तिची तक्रार होती, पोटात कसला तरी गोळा फिरत असल्याची.

तपासलं तर तिच्या पोटात आठ महिन्यांचा गर्भ होता. एका तरुणाशी तिचा फक्त तीन वेळा संबंध आला होता. पण आता गर्भपातासाठी फारच उशीर झालेला होता. त्यामुळे पूर्ण दिवस भरल्यावर तिने मुलीला जन्म दिला. त्या मुलाने लग्नाला नकार दिला. त्याच्यावर पोलीस केस करूनही उपयोग झाला नाही. मग गावपंचायतीकडून त्याच्यावर सामाजिक दडपण आणलं. त्या तरुणाला आणि त्याच्या कुटुंबाला गावाने वाळीत टाकलं. पण लवकरच त्यांनी ५०० रुपये देणगी दिली आणि गावजेवण घातलं. त्यामुळे बहिष्कार उठला. मुलगा उजळ माथ्याने वावरू लागला. नंतर असं ऐकण्यात आलं की, गर्भपातासाठी उशीर केला म्हणून तो मुलगाच मुलीच्या आईबापांना दोषी ठरवत होता.

रचना माझ्याकडे आली तेव्हा तेरा वर्षांची होती. सहावीत शिकत होती. एक वर्षापूर्वीच वयात आलेली मुलगी पण जवळ जवळ आठ महिन्यांची गरोदर होती. याचा अर्थ तिला पहिली मासिक पाळी आली आणि लगेच ती गर्भवती झाली. तिचे एका वर्गमित्राबरोबर एका वर्षात साधारण पाच वेळा संबंध आले होते. मी तिला विचारलं की, तू इतक्या उशिरा माझ्याकडे का आलीस आणि तुझ्या आईला आधी का सांगितलं नाहीस? तेव्हा तिने सांगितलं की, पहिले तीन महिने तिला नियमित पाळी येत होती. त्यानंतर ती बंद झाली. त्यावर तिची आई सहज म्हणाली, 'होतं असं कुणाकुणाला.'

मी चकित झाले. तेरा वर्षांच्या मुलीला दिवस गेलेत ही गोष्ट तिची प्रत्यक्ष आई इतक्या सहजपणे कशी घेऊ शकते?

गीता नावाची एक एकोणीस वर्षांची आदिवासी मुलगी. तिचा एक नातेवाईक तिच्याशी नेहमी संभोग करायचा आणि दरवेळी तिला दहा-पाच रुपये द्यायचा. ही मुलगी दोन वेळा माझ्याकडे येऊन गेली. लघवी करताना जळजळ होते अशी तिची तक्रार होती. तिला रक्तहीनता होती आणि योनिमार्गात जंतुसंसर्ग झाला होता. दुसऱ्या वेळेला आली तेव्हा योनिमुखाला जास्तच जंतुबाधा झालेली (Vaginitis). तिच्या बरोबर आलेल्या चुलतीला मी विचारलं, ''कुणाबरोबर फिरते ही? त्या पोराशी लग्न लावणार का हिचं?'' त्यावर ती म्हणाली की, तसं काही होणार नाही कारण ते पोरगं हिच्यापेक्षा सहा वर्षांनी लहान आहे. त्याचं वय आहे फक्त तेरा वर्षं!

कमला ह्या चौदा वर्षांच्या मुलीला माझ्याकडे आणलं, तेव्हा ती दीड महिन्यांची गरोदर होती. आणि योनिमुखाला पुष्कळ जंतुसंसर्ग झालेला. तिने

सांगितलं की, तिचे गावातल्या एका स्वजातीय मुलाशी तेरा वेळेला शरीरसंबंध आलेले होते. तिने विशेष काही घडलं नसल्यासारखं मला नीट खुलासेवार सांगितलं. ''आम्ही सरांच्या घरी शिकायला जात होतो. तिथं टी.व्ही. पण पाहायचो. तेव्हा हा सारखा मला डोळा मारायचा. शेवटी मला जाळ्यात ओढलंच. मग आमची चांगली मैत्री झाली. म्हणून त्याच्याशी संबंध केला.'' तिला त्या मुलाशी लग्न करायचं नव्हतं म्हणून तिने गर्भपात करवून घेतला.

सोळा वर्षांची एक बिगर आदिवासी समाजातली मुलगी माझ्याकडे आली तेव्हा ती साडेसहा महिन्यांची गर्भवती होती. रूपाली तिचं नाव. तिला अर्थातच गर्भपात नाकारण्यात आला. ती गडचिरोलीच्या एका शाळेत शिकत होती आणि तिथल्याच एका होस्टेलवर राहत होती. दहावीपर्यंत शिक्षण झालं होतं. तिचे एका मैत्रिणीच्या नातेवाइकाबरोबर प्रेमसंबंध जुळले. तो तरुण, अविवाहित शिक्षक होता, पण दुसऱ्या जातीतला होता. तिला त्याच्यापासून दिवस राहिले. त्यानंतर चार महिन्यांत घरच्यांनी नात्यातल्याच एका मुलाबरोबर तिचं लग्न लावून द्यायचं ठरवलं. त्यासाठी तिला 'अर्जंट' गर्भपात करून पाहिजे होता. आम्ही नकार दिला. गरोदरपणाच्या तिसऱ्या तिमाहीत गर्भपात करणं हे बेकायदा आणि अतिशय धोक्याचं ठरलं असतं. पुढे काही दिवसांनी तिचे वडील 'सर्च'मध्ये आले. मला भेटून असं सांगितलं की, माझ्या मुलीचे केसपेपर्स तुमच्या फायलीतून काढून टाका. त्यांचं म्हणणं होतं, की आमचे समाज सेवक गावागावातून फिरत असतात. समजा त्याच्या पोरीच्या गरोदरपणाची बातमी फुटली तर गावोगाव पसरेल आणि कुटुंबाची बदनामी होईल. पुढे त्याने असंही बजावलं की, 'त्या तुमच्या समाज सेवकांना आमच्या घरी पाठवत जाऊ नका बरं का आणि मला पह्यले ते केसपेपर्स काढून द्या तुमच्या फायलीतले.' नंतर त्यांनी आम्हांला सांगितलं की शेवटी त्यांनी दुसऱ्या डॉक्टरकडून मुलीचा गर्भपात करवलाच पण त्या नवऱ्या मुलाला ते कळलं आणि त्याने लग्नाला नकार दिला. त्यांनी मला विनंती केली की, तुम्ही त्या मुलाची समजूत घाला. त्याला सांगा की, त्या मुलीचा गर्भपात वगैरे काही झालेला नाही. मी त्या मुलाला निरोप पाठवून बोलावून घेतलं. त्याने मला स्पष्ट सांगितलं की, मला त्या गर्भपाताबद्दल सगळं माहिती झालेलं आहे आणि मी काही तिच्याशी लग्न करणार नाही. त्यामुळे तिचे आईवडील फार नाराज झाले.

आणखी एका सुषमा नावाच्या मुलीला माझ्याकडे गर्भपात करून घेण्याकरता आणलं तेव्हा तिला सहावा महिना चालू होता. खूप उशीर झाला होता म्हणून मी गर्भपाताला नकार दिला. मी तिला समजावून सांगायला लागले, की गर्भपात कशाला करतेस, त्यापेक्षा ज्याने तुला गरोदर केलं, त्याच्याशी लग्न कर. त्यावर तिच्या आईसमोर निर्लज्जपणे ती म्हणाली, ''ते कसं कळणार? तिघांपाशी झोपत होते.'' पहिला तिचा आतेभाऊ होता, लग्न होऊन पोरंबाळं होती त्याला. दुसरा पण असाच कोणता भाऊ होता, त्याचं लग्न झालेलं नव्हतं. तिसरा वेगळ्या जातीचा होता, त्याचंही लग्न झालेलं होतं.

त्यांच्या जातीत आते-मामे भावंडं एकमेकांशी लग्न करू शकतात म्हणून मी सुचवलं की, त्या दुसऱ्या अविवाहित असलेल्या आते की मामेभावाशी लग्न कर. पुढे तिच्या आईकडून आम्हांला समजलं की, सुषमा दहावीला नापास झाली. तिने शेवटी एका वैदूकडे जाऊन गर्भपात करवून घेतला. पण तिने एक निर्णय बरा घेतला. तिने कुणाशीही लग्न केलं नाही.

काही तरुणींना लग्नाआधी दिवस जातात आणि त्या ती वस्तुस्थिती नाकारत राहतात. योग्य वेळेस कुणाची मदत न घेतल्यामुळे त्या स्वतःच्याच पायावर धोंडा टाकून घेतात. जसजसे जास्त दिवस जातील तसतसा त्यांच्या वाट्याला छळ आणि पिळवणूकसुद्धा येऊ लागते. सतरा वर्षांची दहावीत शिकणारी सुमेधा माझ्याकडे गर्भपात करून घेण्यासाठी आली, तेव्हा तिला सातवा महिना चालू होता. वर्गातल्या एका मुलाशी एक वर्षभर तिचे शरीरसंबंध होते. मी विचारलं की हिला इतक्या उशिरा डॉक्टरकडे का आणलंत? तिच्या आईने सांगितलं की, तिचं पोट खूप पुढे येईपर्यंत ही आम्हांला फसवत राहिली. पाळी आल्याचं सांगून दर महिन्याला चार दिवस दूर बसत होती. आईला संशय आला आणि तिने कधी विचारलं, तर भांडायची. आईला म्हणायची, 'तू अडाणी गोळा. तुला काही समजतं का?' शेवटी तिच्या काकांनी जबरदस्तीने माझ्याकडे तिला पाठवलं तेव्हा ती आली. पण मी इतक्या उशिरा बेकायदा गर्भपात करणार नाही म्हणून तिला परत पाठवलं. पुढे चौकशी केल्यावर समजलं की, तिने कुणाकडून तरी बेकायदा गर्भपात करवून घेतला.

पंधरा वर्षांची आश्रमशाळेत राहणारी प्रतिभा माझ्याकडे आली. तिच्या पोटात दुखत होतं. दोन महिन्यांची गर्भवती होती. पण मी खात्रीने सांगितल्यावरही तिने ठामपणे नकार दिला. मी तिच्या आईला सांगितलं की,

माझ्या सांगण्यावर विश्वास बसत नसेल तर तुम्ही तिची सोनोग्राफी करून घ्या. त्या मायलेकी काही पुन्हा आल्याच नाहीत. पुढे चौकशीला गेल्यावर गावच्या पाटलाने आणि त्याच्या बायकोने आमच्या समाज सेविकेला सांगितलं की, तिचे तिच्या चुलत भावाशीच लैंगिक संबंध होते. तो अकरावीत शिकत होता. आदिवासी समाजात जवळच्या नातलगाशी लग्न करत नाहीत. गावकऱ्यांच्या लक्षात आलं की, ही मुलगी गर्भार आहे तेव्हा तिने त्यांच्याशी भांडण करून उलटा आरोप केला की, ह्यांना मला बदनाम करायचं आहे म्हणूनच असं बोलत आहेत. तिच्या आईवडिलांनी तिला साडेसात महिने होईपर्यंत या बाबतीत काहीच केलं नाही. नंतर त्यांनी तिला एका भोंदू वैदूबाबाकडे नेलं. हा वैदू त्याच्याकडे जाणाऱ्या स्त्रियांचं लैंगिक शोषण करण्याबद्दल कुप्रसिद्ध होता. त्याने एकदा ७०० रुपये आणि दुसऱ्यांदा औषधाचे ३०० रुपये घेतले. पण गर्भपात झालाच नाही. शेवटी प्रतिभा पूर्ण दिवस भरल्यानंतर बाळंत झाली. मुलगा झाला, तो तिच्या आईबापांनी मारून टाकला.

एवढं सगळं झाल्यानंतर तिचा तो चुलतभाऊ आला आणि, 'तुम्ही माझ्या मुलाला जिवे मारलंत, आता मला नुकसानभरपाई द्या,' असं म्हणायला लागला. प्रतिभाने गरोदर राहिल्याचं लक्षात आलं, तेव्हाच ते मान्य केलं असतं तर पुढचा एवढा सगळा त्रास झाला नसता. लवकरच तिचा गर्भपात करता आला असता.

या भागातल्या तरुणांचं समुपदेशन करण्याची फार गरज आहे. शिवाय त्यांच्या समस्या ऐकून घेऊन त्यातून मार्ग काढायला मदत करणारं कुणी नसल्यामुळे त्यांच्या आरोग्यावर वाईट परिणाम होत राहतात. अभिजित या तरुणाचंच उदाहरण पाहू या. ह्याला त्याचे वडील माझ्याकडे घेऊन आलेले होते. खूप डोकं दुखतं, सारखं गरगरतं अशी तक्रार होती. त्याचा रक्तदाबही वाढलेला होता. वैद्यकीय दृष्टीने या लक्षणांसाठी एकतर त्याच्या डोळ्यांची तपासणी करायला हवी होती किंवा मेंदूतल्या ट्यूमरची शक्यता पडताळून पाहावी लागली असती. पण मला काही वेगळाच संशय आला आणि मी त्याला सरळच विचारलं. तो पहिल्यांदा बिचकला पण नंतर मोकळेपणी उत्तरं देऊ लागला. माझी शंका खरीच होती. त्याला स्वत:च्या पौरुषत्वाविषयी खात्री नव्हती. आपलं लिंग ताठ का होत नाही? आपल्यात काही दोष तर नाही? आपण वेश्यांकडे जातो म्हणून असं होतंय का? हस्तमैथुन केल्याने त्रास होईल

का? हे आणि असे प्रश्न खूप वेगाने आणि मोठ्या संख्येने त्याच्या मनात निर्माण होत होते. त्यानंतर दोन दिवसांनी अभिजितचे वडील त्याची एक चिठ्ठी घेऊन माझ्याकडे आले. अगदी या भागातली तरुण मुलं बोलतात तसे फिल्मी डॉयलॉग मारत, बॉलिवुड स्टाईलने त्याने लिहिलं हातं. 'आदरणीय आंटीजी, मला वाटतं, तुम्हीच मला समजून घ्याल म्हणून लिहितो आहे. एखाद्या तरुण मुलीला किंवा स्त्रीला पाहिलं, की 'मेरे दिल में कुछ कुछ होता है ।' पण पुढे जाऊन झटकन तिला काही करावं असं वाटत नाही. तेवढा ताठपणाच येत नाही. मला वाटतं माझ्या शरीरात तेवढी गरमी नसावी. सुंदर आणि देखण्या मुलींबरोबर झोपावं असं मला नेहमीच वाटत असतं. माझे मित्र तसं करतात. पण मी ऐनवेळी कमी पडतो. तसं काही करू शकत नाही. प्लीज आंटी, मला असं काही चांगलं औषध द्या, ज्याच्यामुळे मी सशक्त होईन आणि 'त्या दृष्टीने' पण स्ट्राँग होईन. माझ्या प्रॉब्लेम समजून घेतलात त्याबद्दल खूप खूप थँक्स, आंटी. मी हे सगळं समक्ष बोलू शकलो नसतो म्हणून लिहिलं. माझा तुमच्यावर संपूर्ण विश्वास आहे. फक्त माझ्या वडिलांना हे पत्र दाखवू नका किंवा त्यांना काहीच सांगू नका.'

ज्याच्याजवळ मनातले सगळे प्रश्न, समस्या सांगू शकेल असं अभिजितला कुणीच नव्हतं. अभिजितचे वडील, निरक्षर शेतमजूर, त्यांनी हात जोडून मला सांगितलं, 'मी पोराला तुमच्यावर सोपवलाय. माझी खातरी आहे तुम्ही त्याला चांगल्या मार्गावरच नेऊन सोडाल.'

असंच एक जोडपं एकदा माझ्याकडे आलं होतं. वंध्यत्वावर उपचार घेण्यासाठी. वास्तविक दोघंही सक्षम होती. त्यांना मूल होण्यासाठी कोणतीही 'ट्रीटमेंट' करण्याची गरज नव्हती. पण त्यांचे शेजारपाजारचे लोक, कुटुंबातली माणसं यांनी 'मूलबाळ' नाही म्हणून त्यांना इतका त्रास दिला की शेवटी तिला दिवस गेले, तेव्हाच दोघांना शांततेने राहता येऊ लागलं. इतकं झालं तरी तो नवरा बायकोला म्हणतच होता की, 'काही नाही, तुझं वजन वाढलंय आणि असंच सांगते आहेस की मला दिवस गेलेत म्हणून. ढोंग करतेस गरोदरपणाचं!'

मी त्याला दरडावून विचारलं, ''काय रे, असं बोलतोस बायकोला? तुला बहीण आहे का? जर तिला कुणी असं बोललं तर कसं वाटेल तुला? बायको कुठे जाडी झालीय तुझी? तिला काय कारण आहे ढोंग करायचं? नवरा-बायकोचा विश्वास असला पाहिजे एकमेकांबद्दल. तुझ्या बायकोला पहिल्यांदाच

दिवस गेलेत. तुला किती आनंद व्हायला पाहिजे की दोघांना मिळून आता बाळ होणार आहे म्हणून! ती जर दु:खी राहिली तर तिच्या तब्येतीवर आणि मनावर परिणाम होईल. तेव्हा इथून पुढे तूच तिला शरीराने आणि मनाने सांभाळलं पाहिजेस. ही तुझीच जबाबदारी आहे.'' त्या तरुण मुलीला माझ्या आधाराची गरज होती आणि मी तिच्या नवऱ्याला समजावून सांगावं याचीही गरज होती. तिच्या सासूसासऱ्यांना तिच्याबद्दल सहानुभूती नव्हती आणि आपल्या बायकोशी संवेदनाशून्य वागणाऱ्या तिच्या नवऱ्याला बोलणारंही कुणीच नव्हतं.

डॉक्टरांना रुग्णांकडून त्यांची बरीच खाजगी माहिती कळत असते. पण त्यांच्या गुप्ततेला धक्का न पोचवता त्या माहितीचा जर शहाणपणाने उपयोग करून घेतला तर डॉक्टर आपली सामाजिक भूमिका योग्य तऱ्हेने बजावू शकतो. समजात पडू पाहणाऱ्या अनिष्ट पायंड्यांना वेळीच पायबंद घालू शकतो. उदाहरणार्थ, सोबा नावाच्या वीस वर्षांच्या आदिवासी तरुणीवर पोलिसांनीच बलात्कार केला होता, पण ही वस्तुस्थिती उघडकीस आली माझ्या खोदून खोदून चौकशी करण्यामुळे. त्याचं असं झालं होतं, सोबाने बेकायदेशीरपणे गुपचूप गर्भपात करवून घेतला. गर्भ दोन महिन्यांचा होता. तिच्याच जातीतल्या एका पुरुषाबरोबर तिचे लैंगिक संबंध होते. त्यातून गर्भधारणा झाली होती. पण तो गर्भपात झाला अर्धवट आणि मग रक्तस्राव सुरू झाला तो थांबायलाच तयार नव्हता. शेवटी तिला माझ्याकडे आणलं. त्या वेळेला मग सोबाने तिचा पूर्वीचा एक वाईट अनुभव मला सांगितला. ती आणि तिच्या गावातल्या तिघी मुली सगळ्यांवर दोन पोलिसांनी बलात्कार केलेला होता. त्यांतला एकजण त्यांच्या ओळखीचाच होता.

त्या चौघी मैत्रिणी एकदा गडचिरोली शहरात भरणाऱ्या रविवारच्या बाजाराला गेल्या. दोघी लग्न झालेल्या, त्यांना मुलं होती आणि दोघींची लग्नं व्हायची होती. गावी परत जायचं, तर त्यांची बस चुकली. संध्याकाळची वेळ, धो धो पाऊस पडायला लागलेला. तशात त्यांना तो पोलीस भेटला. त्याचा भाऊ त्यांच्या गावातच राहत होता त्यामुळे त्या त्याला ओळखत होत्या. तो त्यांना त्याच्या घरी घेऊन गेला. त्याची बायको घरात नव्हती. तो हॉटेलातून सर्वांसाठी खायला घेऊन आला. त्या रात्री त्या दोन पुरुषांनी चौघी मुलींना प्रत्येकी दोनदा स्वत:बरोबर जबरदस्तीने संभोग करायला भाग पाडलं. त्यांनी

मदतीसाठी आरडाओरडा केला. पण कुणीही आलं नाही. शेवटी पहाटे त्याने त्यांना बाहेर सोडलं आणि त्या गावी परत गेल्या.

मी विचारलं, ''मग तशाच पोलीस स्टेशनमध्ये जाऊन तुम्ही त्यांच्या विरुद्ध तक्रार का नाही दाखल केलीत? त्यांतल्या एकाचं तर नावही माहीत होतं ना तुम्हांला?'' त्यावर सोबाचं उत्तर होतं की, लग्न झालेल्या मुली तक्रार करायला तयार झाल्या नाहीत, कारण नवरे आपल्याला टाकून देतील अशी त्यांना भीती वाटत होती.

आदिवासी आणि बिगर आदिवासी समाजाकडून नको असलेल्या गरोदरपणाबद्दल ज्या प्रतिक्रिया दिल्या जातात त्याचा स्त्रिया आणि लहान मुलांवर फार वाईट परिणाम होत असतो. इथे अनाथाश्रम नाहीत, मुलं दत्तक देण्याची सोय नाही. गरिबीने गांजलेल्या या लोकांना आधारभूत ठरणारी अशी कोणतीही व्यवस्था इथे नाही. त्यामुळे त्यांच्या समस्या जास्त गंभीर होऊन समोर येतात. याचा एक अपरिहार्य परिणाम म्हणून आदिवासी समाजात एक प्रथा सर्रास सर्वत्र चालू असलेली आढळते. ती म्हणजे अशी समाजमान्यता नसलेली, बेकायदा संतती झाली तर जन्मल्याबरोबर त्या बाळाचा गळा घोटून टाकायचा किंवा जिवंत असतानाच त्याला जमिनीत पुरून टाकायचं.

साविंगी नावाच्या चौदा वर्षांच्या मुलीची कहाणी अशीच आहे. साविंगीच्या, शेतात काम करणाऱ्या निरक्षर आईबापांनी ती सात महिन्यांची गरोदर असताना तिला माझ्याकडे आणलं. तिची आत्या आजारी असताना, सेवा करायला म्हणून ती वर्षभर तिच्याकडे राहायला गेली होती. त्यावेळी तिच्या अविवाहित आतेभावाबरोबर हिचे लैंगिक संबंध आले. माझ्याकडे गर्भपात करायला म्हणून आणलं तेव्हा ती आत्याही बरोबर होती. पण आता फार उशीर झाला होता. गर्भपात करणं शक्य नव्हतं. इतक्या जवळच्या नातेवाइकाशी त्यांच्या समाजात लग्न करता येत नाही. मग काय करायचं? पुढे चौकशी केल्यावर समजलं की, घरातच तिचं बाळंतपण केलं. मुलगी झाली. आई आणि आत्याने मिळून पोरीला मारून ताबडतोब पुरून टाकली. पण तिची आई फार घाबरलेली होती. सारखी आम्हांला बजावत होती, 'कुनाला सांगू नका बरं का! गरिबाचा कोनी वाली नाय बघा.'

दुसरी अशीच मुलगी सरिता. एकोणीस वर्षांची अविवाहित कन्या. तिचे आजीआजोबा आणि काका तिला माझ्याकडे घेऊन आले तेव्हा तिला प्रसूति-वेदना येऊ लागलेल्या होत्या. मुलगा झाला. अजून वार पुरती बाहेरही पडली

नव्हती तोच तिचा आजा थेट त्या बाळंतिणीपाशी आला आणि, हे मूल आम्हांला नको आहे, असं सांगून गेला. नंतर सारखा सारखा खोलीत डोकावून जात होता, 'मुलाला मारून टाकलं आहे' याची खात्री करण्याकरता. सरिताला गावातल्या एका विवाहित माणसापासून ते मूल झालेलं होतं. मी तिच्या आजोबांना सांगितलं की, डॉक्टर म्हणून आमचं काम 'माणसाचा जीव वाचवायचा' हे आहे. 'जीव घ्यायचा' हे आमचं काम नाही. मला भीती वाटत होती की हा माणूस त्या खोलीत येऊन बाळाला मारून टाकील. त्यासाठी मी बाळाला नर्सेसच्या खोलीत ठेवायची व्यवस्था केली आणि सरिताला घरी पाठवायलाही नकार दिला. म्हटलं, ''तिचे आईवडील येतील तेव्हाच तिला इथून जाऊ देऊ.''

एवढं झाल्यावर तो आजा सांगू लागला की, तिच्या आईबापांनी गरोदरपणाबद्दल आम्हांला काही न सांगताच तिला आमच्याकडे राहायला पाठवली. आम्हांला अगोदर काहीच माहिती नव्हतं. तरी तिचं मोठं पोट बघून संशय येत होता. शेवटी मी त्याला सांगितलं, ''तिच्या आईबापांनी तुम्हांला फसवलंय. पण आता कुणी त्या बाळाला काही करायला जाल तर मी पोलिसात तक्रार देईन. पोरीची काळजी तिच्या आईबापांनीच घ्यायला हवी होती.'' त्यानंतर चंद्रपूरच्या एका राजकीय पुढाऱ्याचा मला फोन आला. त्याला सरिताची आणि तिच्या बाळाची महिती हवी होती. का? तर त्याचा एक पुतण्या होता. त्याला तीन मुली होत्या. आता मुलगा पाहिजे होता. त्यामुळे सरिताचा मुलगा तो दत्तक घेऊ इच्छीत होता. एका मध्यस्थामार्फत त्याने तिच्या घरच्यांशी बोलणी केली होती. ते रीतसर दत्तकविधी करून मुलगा द्यायला तयार होते. मी सांगितलं की, आम्ही अशी खासगी माहिती इतरांना देत नसतो आणि नकार दिला.

आदिवासी कुटुंबामध्ये तीन गट असतात. ते किती देवांची उपासना करतात त्यावरून ते ठरतं. 'पाच देवा', 'सहा देवा' आणि 'सात देवा'. मुलीचं लग्न, तिला मूल होणं याकडे त्या गटाच्या नियमांप्रमाणेच बघितलं जातं. आता 'पाच देवा गोंड' हा त्याच 'देव गटातल्या' मुलीशी लग्न करू शकत नाही. त्यांचा तसा शिरस्ता नाही. त्या गोष्टीला अगदी कडक बंदी आहे.

पण मला काही उदाहरणं अशी दिसली की, एकाच देवगटातल्या स्त्रीपुरुषांचं प्रेम जमतं आणि मुलगी गरोदरही राहते. अशा वेळेला स्त्रीला गर्भपात करून घ्यावा लागतो किंवा मग मुलाचं आणि मुलीचं कुटुंब मिळून

गावजेवण घालतात आणि भरपूर दंड भरतात. एकदा ते केलं की मग कुणी त्यांच्याकडे बोट दाखवत नाही. लवकरच समाज ते सगळं विसरून जातो.

अंधश्रद्धा हेही या समाजाच्या ऱ्हासाचं मोठं कारण आहे. शेवंता नावाची एक सोळा वर्षांची मुलगी माझ्याकडे गर्भपात करून घ्यायला आली. तिला दोन महिने होऊन गेले होते. एक वर्षभर ती एका तरुणाबरोबर राहत होती (आदिवासी समाजात अशी परंपराच आहे). पण तीन महिन्यांपूर्वी त्याला साप चावून तो मेला. त्यानंतर तिचे त्या तरुणाच्या भावाबरोबर संबंध आले आणि त्यातून ती गरोदर झाली. पण शेवंताला त्याच्याबरोबर लग्न करायचं नव्हतं, म्हणून ती गर्भपात करू इच्छीत होती. या मागचं तिचं तर्कशास्त्र असं की, त्यांच्या घराण्यातले मुलगे तरुण असतानाच मरतात म्हणे! त्यावेळी आमच्या रुग्णालयाला गर्भपाताची परवानगी मिळालेली नव्हती म्हणून मी तिला गडचिरोलीच्या जिल्हा रुग्णालयामध्ये पाठवलं. पण पुढे समजलं की, ती तिकडे गेलीच नाही. त्याऐवजी तिने वैदूकडून बेकायदा गर्भपात करवून घेतला.

आदिवासी समाजाचं एक गमतीदार वैशिष्ट्य आहे. जेव्हा लग्न न झालेल्या त्यांच्या पोरींच्या भानगडीचा विषय येतो ना तेव्हा अख्खा गावच्या गाव मूग गिळल्यासारखा गप्प असतो. एकदा फुलमाला नावाची अठरा वर्षांची आदिवासी नवतरुणी माझ्याकडे आली. तिची तक्रार होती की, तिला मासिक पाळी वेळच्या वेळी येत नाही. मी तपासलं तर ती तीन महिन्यांची गर्भवती होती. एक आदिवासी तरुण नेहमी ट्रॅक्टर घेऊन यायचा आणि तिला भुलवायचा. त्याच्यापासूनच तिला दिवस गेले होते. अगोदर त्याने लग्नाचं वचन दिलं होतं, पण वेळ आल्यावर नकार दिला. मग आईवडिलांनी तिचं लग्न दुसऱ्या गावातल्या तरुणाबरोबर ठरवलं. तिची आई तिला माझ्याकडे घेऊन आली त्यानंतर दोनच दिवसांनी तिचं लग्न होणार होतं. ठरल्याप्रमाणे पाहुणे यायला सुरुवात झाली आणि लग्नातले एकेक विधी सुरू झाले. मग तिची आई म्हणाली, आता लग्नानंतर गर्भपात करू. नवऱ्याकडे पंधरा दिवस राहून मग ती माहेरी येईल (तसा रिवाजच आहे) तेव्हा करू. त्यावेळी ती आई सांगत होती की, मुलीला दिवस गेलेत हे गावातल्या लोकांना माहीत असलं तरी, तिच्या वैवाहिक जीवनावर अनिष्ट परिणाम होऊ नये. म्हणून तिच्या नवऱ्याला किंवा सासरच्या गावातल्या कुणालाही ते काही सांगणार नाहीत.

आदिवासी मुलींचं शोषण, बिगर आदिवासी पुरुषांकडून केलं जाणं

नेहमीचंच. आदिवासी भागांमध्ये शाळा नाहीत त्यामुळे शासनाने दूरच्या गावात काढलेल्या आश्रमशाळेत राहून मुलींना शिकावं लागतं. त्यामुळे त्या लैंगिक शोषणाला बळी पडतात. व्यभिचारी पुरुषांना आयती संधीच मिळते. निरागस मुली घराच्या उबदार, सुरक्षित वातावरणापासून दूर एकट्या राहत असताना हे पुरुष त्यांना वेगवेगळ्या भेटवस्तू देऊन, आमिष दाखवून भुलवतात आणि त्यांच्या मनावर एक दडपणही आणतात आणि त्यांना फशी पाडतात. अशा संस्थांमधून विद्यार्थिनींना अतिशय निर्दयपणे वागवलं जातं. त्यांचे गरीब, अशिक्षित आईबाप त्याविरुद्ध पोलिसात तक्रार करायलाही धजावत नाहीत. का? तर मुलीच्या चारित्र्यावर समाजाने शिंतोडे उडवू नयेत म्हणून.

अशाच मानवी क्रौर्याला बळी पडलेल्या कल्पना नावाच्या बारा वर्षांच्या मुलीला माझ्याकडे आणलं होतं. तिच्यावर अमानुषपणे बलात्कार झालेला होता. योनिमुखावरचा पडदा फाटला होता, अंगावरून पांढरा स्राव जात होता आणि गंभीर जंतुसंसर्ग (Infection) झालेला होता. आश्रमशाळेच्या अधीक्षक बाईंच्या नवऱ्यानेच त्या मुलीवर क्रूर अत्याचार केलेला होता. पण मुलीचे आई-बाप तक्रार करायला घाबरत होते.

अशा घटना घडतात, तेव्हा बऱ्याच वेळा कुटुंबातल्या स्त्रिया, म्हणजे त्या मुलीची आईच तिला गर्भपात करण्यासाठी घेऊन येत असते. वडिलांना कधी कधी काही माहीतसुद्धा नसतं. दीपाच्या बाबतीत असंच घडलं. दहाव्या इयत्तेत शिकणाऱ्या, सतरा वर्षांच्या दीपाचा तिच्या आईने गर्भपात करवून घेतला आणि हे जेव्हा योगागोगाने तिच्या वडिलांना कळलं, तेव्हा आपल्या मुलीचा अशा रितीने बेकायदा गर्भपात झाला म्हणून ते अक्षरशः रडले! दीपा पहिल्यांदा माझ्याकडे आली, ती पाळीच्या वेळी फार जास्त रक्तस्राव होतो म्हणून सांगत होती. तेव्हा तिच्या अंगात रक्त खूपच कमी होतं. हिमोग्लोबीन फक्त शेकडा ५ ग्रॅम! तिच्या वडिलांनीच तिला माझ्याकडे आणलं होतं. त्यानंतर मध्ये एक वर्ष गेलं आणि पुन्हा मी तिला तपासलं, तर तिचा अर्धवट गर्भपात करण्यात आलेला होता (गर्भावस्थेच्या तिसऱ्या महिन्यात) आणि त्यानंतर पंधरा दिवस तिला रक्तस्राव होत होता. मी विचारल्यावर दीपाने कबूल केलं की, तिचे तिच्या मावस भावाबरोबर लैंगिक संबंध होते. त्याचं लग्न होऊन दोन मुलंही होती. माझ्याकडे येण्याआधीच्या रात्रीसुद्धा त्यांचा संबंध आला होता. इतका रक्तस्राव होत असतानासुद्धा. वडिलांसमक्ष दीपाने खरं काय ते स्पष्टपणे सांगून

टाकलं. तिच्या वडिलांना वाटत होतं की, रुग्णालयाऐवजी घरीच तिच्यावर उपचार करावेत. तिने सांगितलं की, त्या मावस भावाने आणि आईने मिळून एका वैदूला आणून गर्भपात करवून घेतला. वडिलांना यातलं काहीच माहीत नव्हतं. त्यामुळे आपल्या दहावीत शिकणाऱ्या मुलीचा खरोखर गर्भपात झालेला आहे, यावर त्यांचा प्रथम विश्वासच बसायला तयार नव्हता. जेव्हा सत्याची जाणीव झाली तेव्हा ते मटकन खाली बसले आणि मग त्यांना रडू आवरेना.

कधी कधी आई आणि मुलगी खूप वेगवेगळ्या हकिगती सांगतात. सतरा वर्षांची लक्ष्मी चार महिन्यांची गर्भवती असताना तिची आई तिला माझ्याकडे घेऊन आली. तिने सांगितलं की ज्याच्यापासून दिवस गेले, त्याच्याशी लग्न करायला आमची परवानगी नाही, कारण तो दुसऱ्या जातीचा आहे. मुलीने मात्र असं सांगितलं की, तो आमच्याच तेली समाजातला आहे, पण तो फार जास्त हुंडा मागतो आहे. तो देणं काही आम्हांला परवडण्यासारखं नाही, म्हणून माझं लग्न त्याच्याशी होऊ शकत नाही. चौथीतून शाळा सोडल्यानंतर लक्ष्मी मजुरीची कामं करायला लागली. पुढे तिथेच कुठेतरी तिला तो मुलगा भेटला होता. प्रेम जमलं. 'लग्न करीन' म्हणून त्याने वचन दिलं. तेव्हा ही शरीरसुख द्यायला तयार झाली. पुढे तिला दिवस गेले, तो दिलेलं वचन विसरला. गोष्टी हुंड्याशी अडल्या आणि तिला गर्भपाताशिवाय पर्याय उरला नाही. मी तिला गडचिरोलीच्या जिल्हा रुग्णालयात पाठवलं, तिथे तिचा गर्भपात करण्यात आला.

नीति-अनीतीच्या तिरपागड्या समजुती आणि घराण्याच्या प्रतिष्ठेच्या भ्रामक संकल्पना यांमुळेच वीणासुद्धा भरडली गेली. बी. ए.च्या दुसऱ्या वर्षाला होती वीणा. असेल एकवीस वर्षांची. वडील एका शाळेचे मुख्याध्यापक होते. ती साडेचार महिन्यांची गर्भवती असताना आम्ही तिला गडचिरोलीच्या शासकीय रुग्णालयात गर्भपातासाठी पाठवलं. त्याचं असं झालं की, वीणाचं लग्न ठरलं होतं. होणाऱ्या नवऱ्याबरोबर लैंगिक संबंध आले आणि दिवस गेले. लग्नाला तीन दिवस राहिले असताना नवऱ्या मुलाने हुंडा मागितला आणि त्याच कारणावरून त्याने लग्नाला नकार दिला. वीणाच्या पायाखालची जमीनच सरकली. त्यात तिच्या पोटात त्याचं मूल वाढत असलेलं. मी त्यांना सांगितलं की तुम्ही पोलिसात तक्रार करा. पण तिच्या हेडमास्तर वडिलांना वाटलं की, त्यामुळे कुटुंबाची बदनामी होईल. गर्भपात करण्यासाठीसुद्धा ते याच

कारणासाठी दुसऱ्या जिल्ह्यातून, लांबचा प्रवास करून गडचिरोलीला आले होते, या कानाचं त्या कानाला कळू नये म्हणून.

काही कुटुंबांमध्ये नीतिमत्तेचा एक विचित्र आविर्भाव किंवा मुखवटा असतो आणि तो वेळ आली की सोयिस्करपणे पुढे केला जातो. माझी एक रुग्ण आहे ममता. दहावी पास आहे. शेतकरी कुटुंब. आईवडील अशिक्षित. तिला एक मोठी बहीण आहे. लग्न झालेली. तिला मूलबाळ होणार नाही. म्हणून ममताच्या घरचे तिला मेव्हण्याशी संबंध ठेवायला सांगताहेत. त्यांना वाटतंय की, ममताने मेव्हण्याशी लग्न करावं म्हणजे तो तिच्या मोठ्या बहिणीला टाकणार नाही. त्यांची अशी खात्री आहे की, धाकटी बहीणच सवत म्हणून घरात आली की तिच्या घरातल्या स्थानाला कुणी धक्का लावू शकणार नाही.

खेड्यातला पुराणमतवाद आणि कट्टर जातिभेद हे प्रेमिकांच्या मार्गातले मोठे अडथळे ठरतात असं नेहमी दिसून येतं. असं असलं आणि समाजाने अगदी वाळीत जरी टाकलं तरी काही जोडपी धैर्याने आणि प्रामाणिकपणे त्याला तोंड देतात. रंजिता ही तेली समाजातली सोळा वर्षांची मुलगी. नववीत असताना एका महाराच्या मुलाशी तिचे शारीरिक संबंध आले आणि तिला दिवस गेले. त्या दोघांना लग्न करायचं होतं पण मुलीच्या आईवडिलांची संमती नव्हती, कारण समाजात त्यांची जात उच्च समजली जाई. रंजिता माझ्याकडे आली होती गर्भपात करवून घेण्यासाठी. पण त्यावेळेला आम्हांला अजून गर्भपात केंद्र म्हणून मान्यता मिळालेली नव्हती म्हणून तिला गडचिरोलीच्या जिल्हा रुग्णालयामध्ये पाठवलं.

पुढे 'सर्च'तर्फे चौकशी केली तेव्हा समजलं की, रंजिताने गर्भपात केलाच नाही. त्याऐवजी ती सरळ सिद्धार्थच्या घरी जाऊन राहू लागली. त्याने तिला मंगळसूत्र दिलं म्हणजे ती त्याची जणू विवाहित पत्नी झाली. सिद्धार्थ सांगत होता की, रंजिता गर्भपात करून घ्यायला गेली हे त्याला माहीतच नव्हतं, नाहीतर त्याने त्याच वेळी तिला रोखलं असतं. तिच्या 'उच्च' जातीतल्या लोकांनी त्यांना वाळीत टाकलं. आईवडील वारले तेव्हा त्यांच्या अंत्यविधीमध्येसुद्धा तिला भाग घेऊ दिला नाही. पण ती मोठ्या धैर्याने आईवडिलांचं घर सोडून त्याच्याकडे गेली आणि त्यानेसुद्धा केलेल्या कृत्याची संपूर्ण जबाबदारी घेतली आणि तिला आधार दिला. आता समाजाची दडपणं आहेतच पण ती दोघं आनंदाने संसार करत आहेत.

दुसरं असंच एक आंतरजातीय प्रेमप्रकरण. इथे मुलीचे आईवडील दलित आणि मुलगा भटक्या जमातीतला. पण मुलीच्या आईवडिलांनी फार कडवेपणाने त्यांना विरोध केला. मंजुळा विलासबरोबर पळून गेली आणि पंधरा दिवस दोघं एकत्र राहिली तरीसुद्धा आईवडिलांनी जबरदस्तीने तिला घरी परत आणलं. मंजुळाने आईसमोरच मला सांगितलं की, त्यांनी देवळात लग्न केलेलं आहे आणि तिला नवऱ्याकडेच जाऊन राहायचं आहे. तिथेच तिला चांगलं वाटणार आहे. पण आईवडील यातलं काहीच समजून घ्यायला तयार नव्हते. तिच्या आईला चिंता वाटत होती की, त्या मुलापासून हिला दिवस तर नाही गेले? म्हणून खात्री करण्यासाठी माझ्याकडे घेऊन आली होती. पण तसं काही झालेलं नव्हतं. शेवटी मंजुळा घरातून पळूनच गेली. आता विलास आणि ती शेजारच्या जिल्ह्यात राहतात.

अविवाहित मुलींना नादी लावून जे बेजबाबदार पुरुष त्यांना गरोदर करतात आणि नंतर त्यांना सोडून देतात, त्यांच्यावर कायदेशीर कारवाई झाली पाहिजे. माझी तरुण रुग्ण दीपिका हिने तिच्या प्रियकरावर खटला भरला होता. ती होती अठरा वर्षांची. तरुण तिच्या गावातला आणि तिच्याच जातीचा. असं झालं की, ऑक्टोबर १९९७ मध्ये ती माझ्याकडे आली. दोन महिन्यांची गरोदर होती आणि तिला गर्भपात करून घ्यायचा होता. माझ्याकडे सोय नव्हती म्हणून तिला गडचिरोलीला पाठवलं. जिल्हा रुग्णालयामध्ये.

तीन वर्षांनंतर तपास केल्यावर कळलं की, ती जिल्हा रुग्णालयामध्ये गेलीच नाही. गर्भपात केला नाही, पण पोलीस स्टेशनला जाऊन तक्रार नोंदवली आणि तिला चौथा महिना चालू असताना त्या मुलाला तिच्याशी लग्न करावंच लागलं. मूल व्यवस्थित जन्माला आलं पण नवऱ्याने तिला चांगलं वागवलं नाही. सारखा माहेराहून पैसे आण म्हणायचा आणि मारहाण करायचा. नंतर त्याने हिला घटस्फोट न देता दुसरं लग्न करून घरात हिची सवत आणून बसवली. तिलाही मुलगा झाला.

आता दीपिका तिच्या आईवडिलांकडेच मुलीसह राहते. पुन्हा पोलिसात तक्रार करून त्याच्याकडून पोटगीची रक्कम मिळवण्याची उमेद तिच्यात राहिली नाही. आणि आता दुसरा कुणी पुरुष तिच्याशी लग्न करणंही अवघडच आहे. तिच्या नवऱ्याचं बेजबाबदार वर्तन पाहून मी अक्षरशः भयचकित झाले. वाटलं, कसं निभणार या तरुण मुलीचं पुढचं आयुष्य?

युवक असे बेजबाबदारपणे वागू शकतात आणि काही युवतीसुद्धा कमालीच्या विश्वासघातकीपणे वागून एखाद्या चांगल्या माणसाला कलंकित करायलासुद्धा मागेपुढे पाहत नाहीत. अशीच एकदा, मासिक पाळीच्या वेळी जास्त वेदना होतात ही तक्रार घेऊन स्नेहा माझ्याकडे आली. उच्च जातीची अविवाहित मुलगी. बी. ए.च्या पहिल्या वर्षात शिकणारी. मी तपासलं. तिच्या योनिमुखावरचा पडदा फाटलेला होता आणि नियमित संभोग क्रियेमुळे योनिमार्ग सैल झालेला होता. तिला विचारलं तेव्हा म्हणाली, 'मावशीचं बाळंतपण करायला गेले होते तेव्हा तिच्या नवऱ्याबरोबर संबंध आले.' मला हे ऐकून धक्काच बसला. मी तिच्या मावशीला चांगली ओळखत होते. तिने आंतरजातीय विवाह केलेला होता आणि तिचा नवरा तिच्याबरोबर अनेकदा 'सर्च'मध्ये कार्यक्रमासाठी येत असे. पण त्यानंतर दोन दिवसांनी स्नेहाचा मला फोन आला आणि तिने कबूल केलं की, तिने मला खोटं सांगितलं होतं. तिच्या मावशीचा नवरा हा अतिशय सभ्य गृहस्थ होता. तो हिला बहिणीसारखं वागवत होता. त्याची अशी निंदानालस्ती केली, ही तिची चूक झाली.

खरी गोष्ट अशी होती की, परजातीच्या एका पुरुषाबरोबर एक वर्षभर तिचे लैंगिक संबंध होते. तिची अशी अटकळ होती की, मावशीच्या नवऱ्याचंच नाव घेतलं की मी तिची भानगड मावशीपर्यंत नेणार नाही, गप्प बसेन. मी तिला विचारलं, ''आधी खोटं बोललीस आणि आता का सगळं सांगून टाकलंस?'' तर म्हणाली, ''माझं मन मला खात होतं.'' आता यातलं खरं कोणतं आणि खोटं कोणतं हे नीट सांगता येत नसलं, तरी अशा प्रकारे तरुणी निरपराध पुरुषांना बदनाम करू शकतात, हे खरंच आहे.

अशा खोटं सांगणाऱ्यांपासून डॉक्टरांनी सावध राहिलं पाहिजे नाहीतर उपचारात चूक होऊ शकते. सतरा वर्षांची उज्ज्वला माझ्याकडे आली. तिला ताप येत होता. पोट कडक होऊन दुखण्याचा तर तिला लहानपणापासून त्रास होता. पाळीचा वगैरे काही त्रास नव्हता. स्त्रियांचं विशिष्ट दुखणं किंवा गर्भाशयाची कोणतीही समस्या (Gynaecological Problem) नसल्यामुळे मी तिला आमच्या रुग्णालयामधल्या दुसऱ्या डॉक्टरांकडे पाठवलं. त्या डॉक्टरना वाटलं हिचा पोटशूळ उठला आहे (Intestinal colic) म्हणून त्यांनी त्यावरची औषधं लिहून दिली. पण त्या पोरीकडे पाहताना आणि तिचं वागणं पाहताना मला काहीतरी वेगळी शंका आली. म्हणून मी तिला पुन्हा बोलावून घेतलं

आणि यावेळी माझ्या लक्षात आलं की, तिने तिची पूर्ण 'कहाणी' तयार करून सांगितली होती!

मी तिला एका पाठोपाठ एक प्रश्न विचारले आणि त्यातून सत्य बाहेर पडलं की, रुग्णालयात येण्याच्या दीड महिन्यापूर्वी काही तरी खायला घालून तिचा बेकायदा गर्भपात करण्यात आला होता. त्यावेळी ती दोन महिन्यांची गरोदर होती. तेव्हापासून तिच्या योनीवाटे रक्तस्राव होत होता आणि पोटात दुखत होतं. मी तपासलं, तर अर्धवट गर्भपात झाल्याने जंतुसंसर्ग झालेला होता. तिच्याच गावातल्या एका श्रीमंत माणसाशी तिचा लैंगिक संबंध होता. तो तिच्याच जातीचा प्रौढ पुरुष तीन पोरांचा बाप होता. त्यानेच तिला एका वैदूकडे नेऊन गुपचुप बेकायदा गर्भपात करवला होता. जेव्हा तिचा त्रास थांबेना, तेव्हा त्याने तिला चांगलाच दम देऊन ठेवला की, 'हे पोट पाडल्याचं कुठं बोलायचं नाही. कुणी पाळीचा त्रास आहे का म्हटलं तर सरळ नाही म्हणून सांगायचं.' कुणी डॉक्टरांनी तिला तपासू नये, आपलं बिंग फुटू नये म्हणून इथपर्यंत त्या माणसाची मजल गेली.

कधी कधी माझ्याकडे तपासायला येणारी जोडपी खोटंच 'आमचं लग्न झालंय' म्हणून सांगतात. एकदा अनुजा नावाची वीस वर्षांची तरुणी माझ्याकडे गर्भपात करून घ्यायला आली. लग्न झालेलं नव्हतं. गर्भ दहा आठवड्यांचा होता. तिला उलट्यांचा खूप त्रास होत होता. हे तिचं पहिलंच मूल होतं म्हणून मी गर्भपाताला नकार दिला. फक्त उलट्या कमी होण्याची औषधं दिली. त्यानंतर काही ती माझ्याकडे परत आली नाही. पुढे चौकशी केली तेव्हा लक्षात आलं, की त्या जोडप्याने बनावट पत्ता लिहिला होता. पण ती मुलगी त्याच गावातली होती. तिचे आईवडील तिथेच राहत होते. म्हणून तिचं घर शोधून आमची माणसं तिथे पोहोचली. तिची आई होती घरात. तिने सांगितलं की, पोरीचं लग्न झालेलं नाही. तिच्याबरोबर आलेला माणूस तिचा नवरा नव्हता. दुसऱ्या गावचा माणूस आहे. तिकडे त्याची बायको-मुलं आहेत. तो सुतारकाम करायला गावात यायचा, तेव्हा हिचा त्याचा संबंध व्हायचा. मग तो गेला त्याच्या गावाला आणि हिचं गुपचुप (बेकायदा) पोट पाडून घेतलं. मुली एकट्या गर्भपात करवून घेण्यासाठी येतात, तेव्हा आपलं लग्न झालेलं आहे असं वाटावं म्हणून त्या मंगळसूत्र घालून येतात.

मुली स्वत:ची फसवणूकसुद्धा अनेक प्रकारे करून घेत असताना दिसतात. प्रमिला नावाची दहावीला बसणारी एक तरुणी माझ्याकडे आली. बरोबर एक

मुलगा होता. तो तिचा भाऊ असल्याचं सांगत होती. तो म्हणाला, ''मला माहिती आहे. हिचे एकजणाबरोबर संबंध आहेत गेल्या सहा महिन्यांत हिला जो त्रास होत आहे त्यासाठी बऱ्याच डॉक्टरांकडे मी हिला घेऊन गेलेलो आहे.'' अंगावर भडक पिवळी साडी, गळ्यात खोट्या खड्यांचा नेकलेस घातलेली प्रमिला एखाद्या लग्नाला निघाल्यासारखी दिसत होती. तिचं डोकं खूप दुखत होतं. चक्कर येत होती. टेंशन आलं होतं आणि एकटं राहावंसं वाटत होतं. तिला तपासलं तर तिला 'ट्रायकोमोनास व्हजायनायटिस' नावाचा गुप्तरोग झाला होता आणि खूप फैलावला होता. योनिमुखावरचा पडदा फाटलेला होता. मी तिला बळेच आग्रह करून आमच्या लॅबमध्ये पाठवलं आणि तिच्या योनीतून काढलेल्या द्रावात किती जंतू वळवळत होते ते सूक्ष्मदर्शकाखाली बघायला लावलं.

मला तिला बोलल्याशिवाय राहवत नव्हतं. म्हटलं, ''तू इतकी फॅशन करतेस, बाहेरून एवढे सुंदर कपडे घातलेस. तुला माहितीय स्वत:च्या शरीराचं काय करून घेतलंयस तू?'' घराजवळच राहणाऱ्या एका मुलाबरोबर तिचे संबंध होते. दोन वर्षं दोघं तिच्या घरातच भेटत होती. 'दहावीच्या अभ्यासाचं काय करतेस?' असं विचारल्यावर प्रमिला फणकाऱ्याने उत्तरली, ''बघा तुम्ही. खूप चांगले मार्क पडतील मला!''

ज्या व्यक्ती शारीरिकदृष्ट्या अपंग असतात, त्यांच्या लैंगिक गरजांकडे समाज फारसं लक्ष देत नाही. गंगा नावाची माझी पंचवीस वर्षांची रुग्ण होती. तिने मला शिकवलं की, तिचं शरीर जरी पांगळं असलं, तरी मन चांगलंच कार्यक्षम होतं. तशी ती जन्मत:च पांगळी होती पण तिच्या मामाशी तिचे लैंगिक संबंध होते. लग्न झालेला तिचा मामा दर वेळी संभोग केला, की तिला तीस रुपये देत असे. तिने तिच्या बहिणीच्या नवऱ्याबरोबरही लैंगिक सुख घेतलेलं होतं. त्याच्यापासूनच तिला दिवस गेले होते. अडीच महिने पूर्ण झाल्यावर ती माझ्याकडे गर्भपात करून घेण्यासाठी आली. त्यानंतर पुन्हा एकदा तिला दिवस गेले. याही वेळेला तिने गर्भपात करून घेतला. मात्र यावेळी ती एका वैदूकडे गेली. त्यावेळी 'मी इथे नव्हते' असं ती म्हणते. तिला गुप्तरोगाची लागण झाली होती आणि ओटीपोटात आग होत होती. 'तू असं का वागतेस?' असं विचारल्यावर ती सांगू लागली, ''माझं शरीर पांगळं आहे पण मन चारचौघींसारखंच आहे. ते पांगळं नाही. मलासुद्धा पुरुषाबरोबर झोपावं वाटतं. त्याचं अंग माझ्या अंगात घुसवून घ्यावंसं वाटतं. ते मला

जमतंसुद्धा. पण माझे आई-बाबा, मोठा भाऊ कुणाच्या हे लक्षातच येत नाही. मी अशी दिसायला बेढब दिसते म्हणून ते माझं लग्न करणार नाहीयेत. आणि मी म्हणजे त्यांच्या घरातली बिनपागरी नोकरच आहे ना! घरातलं सगळं काम मीच करते. एखादा अपंग मुलगा पाहून माझं लग्न करून द्यायला काय हरकत आहे? तुम्ही प्लीज माझ्या आईबाबांशी बोलाल का?''

मी गंगाच्या आईवडिलांना बरेच निरोप पाठवले. पण ते काही आले नाहीत. गंगाच्या जीवनात काही बदल झाले नाहीत. ती तशीच जगत राहिली. फक्त गुप्तरोगामुळे तिला मूल होऊ शकलं नाही.

एकदा माला नावाची एक मतिमंद मुलगी तिच्या मोठ्या बहिणीबरोबर आलेली होती. अठरा वर्षांची होती. तीन महिन्यांची गर्भवती होती. तिच्यावर उपचार करणाऱ्या मांत्रिकानेच तिचा उपभोग घेऊन हे काम करून ठेवलं होतं. पण घरचे लोक तिचा गर्भपात करू इच्छीत नव्हते कारण मोठ्या बहिणीला तिघी मुलीच होत्या. हिला मुलगा झाला तर बहीण तो दत्तक घेणार होती. मी मालाला विचारलं, ''तुला काय पाहिजे?'' ती म्हणाली, ''मुलगा झाला तर मी माझ्या ताईला देऊन टाकणार आणि मुलगी झाली तर मारून टाकायची.''

शेवटी मुदतपूर्व प्रसूती होऊन मालाला मुलगी झाली. बहिणीने उठवलं की, मूल मेलेलंच जन्माला आलं. पण मालाने मला सांगितलं, ''ती मुलगी होती ना, म्हणून त्यांनी बाळाला मारून टाकलं!''

ही अशा प्रकारची जी जीवनाची नाटकं होतात ना त्यांत दुर्दैवाने एखाद्या जुनाट घाणेरड्या म्हाताऱ्याचं पात्र नेहमी पाहायला मिळतं. आमच्या दवाखान्यात असंच एक पात्र मला एकदा पाहायला मिळालं. उंच, धिप्पाड, गोलमटोल, कपाळाला केशरी गंधाचा टिळा. जसा काही एखादा राजकीय पुढारीच. वय साधारण पन्नासच्या आसपास. पेशाने शिक्षक आणि कीर्तनकार. आणि त्याच्या मागे मागे एक अशक्तशी, दमेकरी मुलगी वर्षा, त्याने गर्भपात करवून घेण्याकरता आणलेली. ही आजारी वाटणारी मुलगी अठ्ठावीस वर्षांची होती. अडीच महिन्यांची गर्भवती. अर्थातच त्याच्यापासूनच तिला गर्भ राहिला होता. तिला योनीवाटे रक्तस्राव होऊ लागलेला होता. वर्षाचे आईवडील अशिक्षित मजूर. हिला दम्याचा विकार जडल्यामुळे लग्न राहून गेलेलं. ती या शिक्षक-कीर्तनकाराच्या घरात घरकामासाठी येत होती. पाच वर्षं दोघांचे लैंगिक संबंध चालू होते. त्याला तीन मुलं होती. त्यानंतर पायाचा पॅरालिसिस होऊन

बायको अपंग झालेली होती. तिला या संबंधांबद्दल महिती होती. इतकंच नाही, तर त्याला जेव्हा शरीरसुखाची इच्छा होई तेव्हा स्वत:च्या मुलांकरवी ती त्या मुलीला बोलावूनसुद्धा घेत असे. तिला दिवस गेले, तेव्हा कीर्तनकाराने तिला गर्भ पाडून टाकण्याकरता काही गोळ्या दिल्या. त्याचा उपयोग झाला नाही. मग त्याने तिच्या योनिभागात रात्रभर एक काडी घुसवून ठेवली. गर्भपात होऊन जावा म्हणून. पण तिला दुखायला लागलं म्हणून तिने ती काढून टाकली. तेव्हापासून रक्तस्राव सुरू झाला; पण गर्भ पोटात होताच. म्हणून तो तिला घेऊन माझ्याकडे वैद्यकीय गर्भपात करवून घेण्यासाठी आलेला होता.

तो मला ठामपणे सांगत होता की, 'तुम्ही बिनधास्त गर्भपात उरकून घ्या. तिच्या आईबापांची काही गरज नाही. लग्न झालेलं नसलं तरी ती माझ्या बायकोसारखीच आहे.' तरी मी गर्भपात करायला नकार दिला. मग तो गेला आणि दोन दिवसांनी त्या मुलीच्या आईला घेऊन पुन्हा उगवला. पण तिचा एकूण विचार दिसत होता की, 'तुम्हांला काय करायचं ते करा. मला त्याच्याशी काही देणं-घेणं नाही.' तिने मला सांगितलं की, चार वर्षांपूर्वी तिच्या मुलीचा एकदा गर्भपात केलेला होता. तेव्हा त्याच माणसापासून तिला गर्भ राहिला होता. तिसऱ्या महिन्यात गर्भपात केला. ती म्हणाली की, त्यांना मुलीचं वागणं पटत नाही. पण काय करणार? ती काही त्यांचं ऐकत नाही. 'तुम्ही माझं लग्न करून दिलं नाही. तो नवऱ्यासारखंच मला वागवतो. माझ्या सगळ्या गरजा पुरवतो. त्याच्या बायकोचंही काही म्हणणं नाही. आता तुम्हांला काही एक हक्क नाही मला रागवण्याचा. माझं लग्न करून द्या. ते जमत नसेल तर गप्प बसा,' असं वर्षाचं एकंदरीत म्हणणं होतं.

मी केला तिचा गर्भपात. सहा महिन्यांनंतर ती पुन्हा आली. यावेळी तिचा गुदमार्ग फाटून फिशर (Fissure) झालेला होता. त्या माणसाने तिचा तसा उपभोग घेणं सुरू केलेलं होतं. मला त्याची अक्षरश: घृणा आली. मी त्याला दवाखान्यात बाहेर काढलं आणि सांगितलं, ''पुन्हा इकडे आलास, तर खबरदार!'' एक शिक्षक आणि कीर्तनकार म्हणून त्याने समाजाला नीतिमत्तेचे धडे शिकवायला पाहिजेत आणि हा खुशाल स्वत:ला मुलगी शोभेल अशा वयाच्या मुलीचा गैरफायदा घेतो? तिला वर्षानुवर्षं वापरतो? याला लाज नाही वाटत?

काही पुरुष स्वत:ची जीवनसाथी होणाऱ्या स्त्रीबरोबर किती अमानुषपणे वागू शकतात याचं एक उदाहरण सांगते. बी. ए.च्या प्रथम वर्षात शिकणाऱ्या

सत्यभामाचं लग्न ठरलं. आपल्या होणाऱ्या पत्नीला मुलं होऊ शकतात, अशी स्वत:च्या घरातल्या माणसांची खात्री पटवण्यासाठी तिच्या नवऱ्याने तिचा अक्षरश: एखाद्या गिनीपिगसारखा (प्रयोगशाळेत वापरला जाणारा प्राणी) वापर केला. तिचा होणारा नवरा गडचिरोलीच्या कॉलेजमध्ये लेक्चरर होता. सत्यभामेशी त्याचं लग्न ठरलं. ते लगेच तीन महिन्यांनीच होणार होतं म्हणून दोघं लैंगिक सुखाचा अनुभव घेऊ लागले. व्हायचं तेच झालं. तिला दिवस गेले. अडीच महिने झाले. त्याने तिला काही वनौषधी दिल्या. गर्भ पडून जाण्यासाठी. पण तसं झालं नाही. मग तो तिला माझ्याकडे घेऊन आला आणि गर्भपात करा, म्हणू लागला.

मी विचारलं, ''तुम्ही लग्न होईपर्यंत शरीरसुखासाठी वाट का नाही पाहिली?'' तेव्हा सत्यभामाने सांगितलं, की त्याला त्याच्या घरच्यांची खात्री पटवायची होती की, माझी बायको तुम्हांला नातवंड देण्याइतकी सक्षम आहे. त्याच्या थोरल्या भावाच्या लग्नाला सहा वर्षं झाली होती. पण मूलबाळ झालं नव्हतं. आता सिद्ध करण्याचं काम झालं, आता त्याला ते मूल काढून टाकायचं होतं. मी गर्भपाताला नकार दिला आणि सांगितलं की तुम्ही लवकर लग्न करून घ्या.

पुढे आमची समाज सेविका सुनंदा हिने या प्रकरणाचा पाठपुरावा केला, तेव्हा समजलं, की त्या दोघांचं लग्न झालं, पण तत्पूर्वी त्या माणसाने हट्टाने गडचिरोलीच्या जिल्हा रुग्णालयामध्ये जाऊन तिचा गर्भपात करवून घेतला. सत्यभामाच्या आईशी बोलल्यावर असं लक्षात आलं की, लग्नाआधीच दोघांचे लैंगिक संबंध सुरू झाले आहेत हे तिला माहीत होतं; पण मुलीला समजावून सांगणं किंवा सबुरीचा सल्ला देऊन रोखणं, असलं काहीही तिने केलं नाही. मुलीचे वडील गावात ग्रामसेवक होते. मनात विचार येतो, माणसं अशा वेळेला इतकी थंड, शांत कशी राहू शकतात? तो तिच्याशी ठरलेलं लग्न मोडूही शकतो ही शक्यता त्यांना माहीतच होती ना? बऱ्याच जणींच्या बाबतीत असं घडत असतं.

कुटुंब नियोजन पद्धती जर खात्रीलायक वाटत नसतील तर गर्भपात करून घेणं, हा संततिनियमनाचा उपाय म्हणून लोक आनंदाने अवलंबताना दिसून येतात. छत्तीसगड जिल्ह्यातली एक अठरा वर्षांची मुलगी संध्या हिचं लग्न ठरलं. लग्नाआधीच ती सासरी राहायला गेली. आदिवासी जमातींत तशी पद्धतच असते. कारण, मुलीला घरकाम, शेतकाम येतं का नाही हे सासरच्या

लोकांना तपासायचं असतं. पोरीला दिवस गेले. तिच्या होणाऱ्या नवऱ्याने आग्रहच धरला की, तिचा गर्भपात करून घ्यायचा आणि मगच लग्न करायचं. का? तर लोक नावं ठेवतील. म्हणतील, एवढ्या लवकर कसं काय मूल झालं?

गरोदरपण टाळण्यासाठी पुरुषांकडून वापरली जाणारी आणखी एक युक्ती म्हणजे गुदसंभोग. विजयाचे तिच्या चुलतभावाशी सहा वर्षं लैंगिक संबंध होते. त्याचं लग्न झालेलं नव्हतं. नागपूरमध्ये कारकुनाची नोकरी करत होता. तसं तो कधीकधी योनिसंभोग आणि मुखसंभोगही करतो पण नेहमीची पद्धत म्हणजे गुदसंभोग, असं विजयाने सांगितलं. तिला गुदभागी 'फिशर' नावाचा अति-वेदनादायी विकार झाला होता.

स्वतःच्या हक्कांसाठी संघर्ष करायला तयार असणाऱ्या काही धीट आणि कणखर स्त्रिया मी पाहिल्या आहेत. पण फक्त कधी कधी. एरवी त्या कणखरपणाला, आपण योग्य निर्णय घेतलाय की नाही हे समजू शकणाऱ्या शहाणपणाची साथ नसते. आपण एखाद्यावर मनापासून प्रेम करणं आणि त्याने ते तितक्याच उत्कटतेने परत करणं, ही एक गोष्ट झाली. पण आपण कुणावर खूप प्रेम करतो आहोत आणि तो काही तशी परतफेड करत नाही, त्याच्यावर दडपण आणावं लागतंय, असं झालं तर मग ते झपाटून गेल्यासारखं होतं. माझी एक रुग्ण कुंदा अशीच एकतर्फी प्रेमाने झपाटल्यामुळे तिच्या प्रियकराविरुद्ध तक्रार नोंदवायला दोन वेळा पोलीस स्टेशनला पोचली होती.

तो तरुण पोलिसातच नोकरीला होता. तो तिच्यासोबत काही महिने राहत होता. तिला त्याच्यापासून गर्भधारणाही झाली आणि एक गुप्तरोगही मिळाला. मग त्याने तिला घरातून हाकलून दिलं आणि हुंडा घेऊन दुसरीशीच लग्न करण्याचा त्याचा इरादा होता. हे सगळं कुंदानेच सांगितलं. तिने त्याच्या विरुद्ध पोलिसात तक्रार नोंदवली. त्याचा काहीच परिणाम झाला नाही. मग माझ्याकडून शिफारसपत्र घेऊन ती थेट स्थानिक पोलीस अधीक्षकांकडे गेली. आणि तिच्या उनाड प्रियकराला नोकरीतून निलंबित करण्यात तिला यश आलं. पण तरीही त्याची तिच्याशी लग्न करण्याची इच्छा झाली नाही. शेवटी अतिशय निराश होऊन कुंदा माझ्याकडे गर्भपात करून घेण्यासाठी आली. पण आता खूपच उशीर झाला होता. मी गर्भपाताला नकार दिला.

मग कुंदाने पुन्हा त्या प्रियकराविरुद्ध दुसरी तक्रार नोंदवली, की त्याने लग्नाची वचनं दिली आणि ती गरोदर राहिल्यानंतर लग्न करायला तयार नाही.

शेवटी त्याने तिच्यापुढे हात टेकले आणि तिच्याशी लग्न केले. बाळंतपण खूप अवघड झालं. मुलगी झाली. पण इतकं करूनही तिच्या वाट्याला सुखी दांपत्यजीवन येऊ शकलं नाही. नवरा दारुडा झाला आणि त्याने दुसरं लग्नही केलं. कुंदाने पुन्हा पोलिसात तक्रार केली. दुसरं लग्न रद्दबातल ठरवण्यात आलं. तरीसुद्धा तो नवरा कुंदाचा होऊ शकला नाही. आता ती मुलीला घेऊन माहेरी राहते.

मी तिला विचारलं, ''तू त्याच्यामागे एवढी का हात धुऊन लागलीस? तो तयार नाही, तर दुसऱ्याशी लग्न करून मोकळी का झाली नाहीस?'' ती म्हणाली, ''काय सांगू बाई? माझं त्याच्यावर जिवापलीकडे प्रेम आहे. मी त्याला विसरू शकत नाही. मी दुसऱ्या कुणाशी लग्न करणार नाही पण त्यालाही सुखाने जगू देणार नाही.'' कुंदाचा कणखरपणा आणि दृढनिश्चय दाद देण्यासारखाच आहे पण जो तिची यत्किंचितही पर्वा करत नाही त्याला मिळवण्यासाठी इतका जिवाचा आटापिटा करण्यात काय हशील? त्याने वारंवार तिची फसवणूक केली. त्याला ती अजिबात नकोच होती. अशा माणसाबद्दल इतकं झपाटून टाकणारं आकर्षण, तिचं आणि तिच्या मुलीचं जगणं अवघड करणार यात शंका नाही.

उमलत्या वयातल्या मुलींना नेहमीच लैंगिक चाळ्यांना तोंड द्यावं लागतं. हंसा नावाची एक सातव्या इयत्तेत शिकणारी माझी रुग्ण होती. तिला माझ्याकडे आणलं तेव्हा ती आठ महिन्यांची गर्भवती होती. सर्व अंगावर सूज आलेली. रक्तदाब वाढलेला होता. मी तिला गडचिरोलीच्या जिल्हा रुग्णालयामध्ये पाठवली. पुढे आमचे समाज सेवक चौकशीला गेले, तेव्हा हंसाच्या आईने सांगितलं की, चंद्रपूरच्या एका वैदूकडून हंसाचा गर्भपात करवला. त्याने सातशे रुपये घेतले. तिथे सगळे शेजारीपाजारी होते, त्या बाईचा नवरा बसलेला होता आणि सगळ्यांसमक्ष त्या बाईने सांगून टाकलं की बापानेच पोरीला गरोदर केली. तो खूप हरामी आहे. सारखा पोरीला हात लावायचा. एकदा तर तिने दोघांना लैंगिक समागम करताना पकडलं आणि नवऱ्याचं काठीने टाळकं फोडलं. पुढे त्या बाईचा भाऊ खूप आजारी झाला, त्याची काळजी घ्यायला तिला माहेरी जावं लागलं. त्या काळात तिच्या नवऱ्याने हंसाचा उपभोग घेऊन तिला गर्भार केलं. ती सांगत होती की, कोणत्याही आईनं आपल्या न्हात्या-धुत्या पोरीला एकटं घरात ठेवून जाऊ नये कारण कोणत्याही पुरुषाचा भरवसा देता येत नाही. हे सगळं शांतपणे ऐकत तिचा तो नवरा तिथे बसलेला होता.

शेवटी म्हणाला, ''च्यायला, चिंचेचं झाड आम्ही लावायचं, मग थोडी चिंच चोखली तर कुठं बिघडलं?''

त्या निर्लज्ज माणसाच्या हलकटपणाचा मला संताप आला. म्हटलं, 'त्याला पोलिसात दे.' त्यावर बायकोचं उत्तर होतं, 'त्यानं काय होणार? थोडे दिवसांनी सुटून यीलच परत.'

पुढे काही दिवसांनी तो माणूस मेल्याचं समजलं. त्याला नैसर्गिक मृत्यू आला असेल? की सुडाचा परिणाम? या प्रश्नाला उत्तर नव्हतं.

अनौरस मूल जन्माला आलं की ताबडतोब त्याला मारून टाकायचं अशी असंख्य उदाहरणं आहेत; पण काही व्यक्तींचं वागणं असं असतं की, खरोखर इतरांनी त्यांच्यापासून प्रेरणा घ्यावी. राधा ही अशीच एक कुमारी माता. आपल्याला नवरा नाही याची लाज न बाळगता आपली मुलगी पद्मा हिला वाढवण्याची हिम्मत तिने दाखवली आहे. पद्माला तिने स्वत:चंच आडनाव लावलं आहे. राधा स्वत: अशिक्षित असली तरी पद्माला शिकवण्याचा तिचा निर्धार आहे. ती स्वत:ही जमेल तसं तिला शिकवण्याचा प्रयत्न करत असते. पद्माची अनियमित मासिक पाळी आणि रक्तहीनता यांसाठी तिला माझ्याकडे आणलेलं होतं. पण त्याव्यतिरिक्त तिच्यात कोणताही दोष आढळला नाही. राधाला खूप काळजी वाटत होती की मुलगी गरोदर असल्याचं निदान होतं की काय? ती म्हणाली, ''माझ्या बाबतीत जे घडलं, ते माझ्या मुलीच्या बाबतीत घडू नये.''

शारीरिक व्यंग असलेली संतती

भारताच्या ग्रामीण भागात कधी कधी लिंग स्पष्ट नसलेली मुलं जन्माला आलेली आढळतात. मुलीच्या गर्भाची वाढ होत असताना गर्भाशय किंवा योनिमार्ग यांच्यात काही विसंगती असल्याचं लक्षात येतं. पण ते वैद्यकीय व्यावसायिकांच्या कार्यकक्षेत येत नाही.

रोहिणी नावाच्या पंधरा वर्षांच्या मुलीला माझ्याकडे आणलं होतं, कारण तिला अजून मासिक पाळी येत नव्हती. तिचा आवाज घोगरा होता. स्तनांची वाढ झाली नव्हती आणि योनिमुख नव्हतं. उजव्या बाजूला अर्धवट वृषण दिसत होतं आणि छोटंसं शिस्नही होतं. तिच्याबरोबर आलेली तिची मावशी सांगत होती की, ती मुलासारखी वागते. मी त्यांना नागपूरच्या मेडिकल कॉलेजमध्ये जायला सांगितलं. त्यांनी सांगितलं की, आम्ही अगोदर तिकडेच

गेलो होतो. १०,००० रुपये खर्च केले पण काही उपयोग झाला नाही. रोहिणीला पुरुषासारखं राहायचं होतं पण तिचे आईवडील परवानगी देत नव्हते. मी आईवडिलांना समुपदेशन करण्याचा प्रयत्न केला की तिला पाहिजे तसं राहू द्या. पण ते नंतर आलेच नाहीत आणि पुढे काय झालं ते आम्हांला कळू शकलं नाही.

कधी कधी मुलीच्या शरीरात गर्भाशय किंवा गर्भपिशवी तयारच झालेली नसते. याला वैद्यकीय परिभाषेत 'Mullerian Duct Aplasia' असं म्हणतात. असा दोष घेऊन जन्माला आलेल्या पुष्कळ मुली मी पाहिल्या आहेत. यांतल्या काहींना योनिमुख, योनिमार्ग असतो. त्या चारचौघींसारखं लग्न करून शरीरसौख्य घेऊ शकतात, मात्र त्यांना मासिक पाळी येत नाही आणि मूलबाळ होऊ शकत नाही. इतर काहीजणींना तर योनिमुखच नसतं (भोक नसतं). अशांना प्लास्टिक सर्जरी करून ते निर्माण करता येतं आणि त्या लैंगिक क्रिया करू शकतात पण त्यांना मासिक पाळी येत नाही आणि गर्भधारणाही होत नाही. तेव्हा अशा मुली, ज्या पुरुषांना मुलाची आशा नाही किंवा मूलबाळ नसलं तरी चालणार असतं, अशांशी विवाह करू शकतात. अर्थात त्या मुलीच्या घरची आर्थिक परिस्थिती कशी आहे, अशा प्रकारच्या, फक्त नागपूर, मुंबईसारख्या मोठ्या शहरातच होऊ शकणाऱ्या महागड्या शस्त्रक्रियेचा खर्च त्यांना परवडण्यासारखा आहे का, या गोष्टींवरती हे निर्णय अवलंबून असतात.

काही वेळा एका कुटुंबात जन्मलेल्या अनेक मुलींमध्ये हा जन्मजात दोष आलेला असतो. 'अजून मासिक पाळी येत नाही' अशी तक्रार घेऊन त्या माझ्याकडे येतात त्यावेळी, त्यांना तपासून मग सोनोग्राफी केल्यानंतर असा दोष असल्याचं निष्पन्न होतं. अशा अनेक उदाहरणांत त्यांचे वडील व्यसनी असतात असं पाहिलं गेलं आहे. त्यामुळे अशा प्रकारच्या जन्मजात दोषांचं कारण एखाद्या जनुकीय घटकात आहे का, की ज्यामुळेच बाळाच्या लैंगिक वाढीवर विपरीत परिणाम होत असेल, याचा शोध घेणं महत्त्वाचं ठरेल. की वडिलांच्या अतिरिक्त मद्यसेवनाशी याचा काही संबंध असतो? (पहा प्रकरण नववे - सुशीलाचं उदाहरण).

एक तर उदाहरण असं होतं की पाच बहिणींपैकी तिघींमध्ये अशा प्रकारचा जन्मजात दोष होता. त्यांतली सर्वांत थोरली अलका सांगत होती की, 'सर्च'च्या एका युवक शिबिरात आरोग्य तपासणीच्या वेळी हा दोष लक्षात आला. अलकाला सगळ्या बहिणीच. भाऊ नाही. वडील शेतकरी. मुलींच्या

जन्माआधीपासून भरपूर दारू पिणारे. पण 'सर्च'मधल्या दारू व्यसनमुक्ती शिबिरात आल्यापासून दारू पिणं आटोक्यात आलेलं. अलकाला वाटतं की वडिलांच्या खूप दारू पिण्याचा आणि मुलींच्यात असा लैंगिक दोष येण्याचा काहीतरी संबंध असला पाहिजे. तिने सांगितलं की, सुरुवातीला लोक तिच्या बहिणींकडे संशयाने बघायचे. त्यांना वाटायचं यांची लग्नं का होत नाहीत? 'सर्च'मध्ये समुपदेशन घेतल्यानंतर त्या मुलींनी गावकऱ्यांना स्वत:च्या जन्मजात दोषाबद्दल सांगितलं. 'आम्हांला या ना त्या कारणाने लोकांना हे सांगावंच लागलं,' ती सांगते. पण त्या बहिणी शिकत आहेत. कामंही करत आहेत. अलका सांगते, ''सगळ्यांना फक्त लग्न करूनच सुख मिळतं असं थोडंच आहे? मी माझ्या कँटीनमध्ये स्वैंपाक करण्याच्या कामात खुश आहे. नवी नवी माणसं भेटतात, नव्या नव्या गोष्टी शिकायला मिळतात. मी माझ्या कुटुंबासाठी टी. व्ही., पंखा घेऊ शकले. पैशांची बचत कशी करायची ते मी आता शिकते आहे. मला जे काय मिळतंय, त्यात मी सुखी आहे.''

अलकाच्या उदाहरणावरून सगळीकडच्या तरुण-तरुणींना एक फार महत्त्वाचा संदेश मिळतो. ग्रामीण तरुण-तरुणींना विविध उपक्रमांत भाग घेऊन, वेगवेगळ्या विषयांतली रुची वाढवण्याकरता संधी मिळाल्या पाहिजेत, जेणेकरून त्यांचा स्वाभिमान, आत्मविश्वास आणि त्यांच्यातले नेतृत्वगुण वाढीस लागतील. त्यांनी थोडी जरी नि:स्वार्थ समाजसेवा केली तरी त्यातून भोवतालच्या विशाल जगाबद्दलची त्यांची जाणीव जागृत होऊ शकेल. त्याशिवाय शिक्षणामधून त्यांचा ज्ञान आणि कौशल्य यांचा पाया तयार होऊ शकतो. त्यातून त्यांचं निर्मितिक्षम आर्थिक स्वातंत्र्य टिकून राहील आणि एक आत्मविश्वास तयार होईल की, नियतीची लहर कशीही फिरली तरी आमचं भावी आयुष्य आम्ही लाचारी आणि असहायतेत घालवणार नाही. आम्हीसुद्धा प्रतिष्ठेचं आणि अर्थपूर्ण आयुष्य जगू.

ग्रामीण तरुण-तरुणींच्या जीवनावर माध्यमांचा अतिशय विपरीत परिणाम होत असतो. कुंतला नावाची एक बिगर आदिवासी मुलगी माझ्याकडे आली. तिच्या पूर्ण योनिमार्गाला आणि योनिमुखाला चट्टे पडले होते. आणि फोड तर इतके आले होते की तिला चालताही येत नव्हतं. गनोरिआ (Gonorrhoea) या गुप्तरोगाची लागण झालेली होती आणि प्राणघातक अशा HPV व्हायरसची पण बाधा झालेली होती. तिने मला सांगितलं की, ती आणि तिच्या शाळेतल्या काही मैत्रिणी गेल्या तीन वर्षांपासून शरीरविक्रय करीत आहेत.

'कॉल गर्ल्स' म्हणूनच त्या काम करतात. या रोगाची लक्षणं दिसायला लागली, तेव्हापासून तिने ते काम थांबवलं. आईवडिलांना मुलगी काय करते, तिला कसला रोग लागला आहे याबद्दल कोणतीही माहिती नव्हती. आई निरक्षर. वडील आठवीपर्यंत शिकलेले. रंगाऱ्याचं काम करीत. कुंतलानं दहावी नापास झाल्यानंतर शाळा सोडली. तिने मला सांगितलं की, टी. व्ही. पाहून पाहून मला आणि माझ्या मैत्रिणींना वाटायला लागलं की, या जाहिरातींतल्या मुलींसारखे छान छान कपडे, दागिने, सेंटच्या बाटल्या, साबण, शाम्पू हे सगळं आपल्यालाही पाहिजे. आईवडील तर पैसे देतच नव्हते. मग त्यांनी या जगातला सर्वांत पुरातन असा वेश्या व्यवसाय स्वीकारला आणि एका वेळचे २०० रुपये घेऊन चक्क धंदा करू लागल्या.

वरचेवर हिंदी चित्रपट पाहत राहिल्या की मुली त्यांतले संवाद बोलायला लागतात. चंदा नावाची एक दहावी नापास झालेली सोळा वर्षांची मुलगी माझ्याकडे आली होती. गरोदर होती. नववा महिना चालू होता. तिने जाहीरच करून टाकलं होतं की, 'वो मेरे बच्चेका पिता है। उन्होंने मुझे छोडा हैं पर मैं उन्हें कभी नहीं छोडूँगी । मैं तो प्यारमें बंधी हूँ । उनके घर जाऊँगी । वो चाहे तो अपने हाथोंसे मेरे प्राण छीन ले ।' सुरुवातीला तिला माझ्याकडे आणलं, तेव्हा तावातावाने ती स्वत: गरोदर असल्याचं नाकारत होती. मी तिच्या आईवडिलांना सांगितलं की, हिची सोनोग्राफी करून घ्या. शेवटी तिने कबूल केलं की शाळेतल्या एका अविवाहित शिक्षकाशी तिचे लैंगिक संबंध होते. तो वेगळ्या जातीचा होता आणि त्याने चार महिन्यांनंतर तिच्याशी लग्न करायचं कबूल केलेलं होतं.

तिचा गर्भपात तर आता होऊ शकत नव्हता. फार उशीर झालेला होता. नंतर चंदाचं पुढे काय झालं, म्हणून आम्ही चौकशीला गेलो, तेव्हा तिच्या आईने सांगितलं की, तिचा तिच्या मुलीवर प्रचंड विश्वास होता. ती असं काही करील याची तिने कधी कल्पनासुद्धा केली नव्हती आणि डॉक्टरांनी खात्री केल्यानंतरही मुलगी ठाम नकार देत राहिली. त्यामुळे आईच्या मनात संभ्रम निर्माण झाला. मग तिला पुन्हा दुसऱ्या डॉक्टरकडे नेलं. त्याने सोनोग्राफी करून तेच निदान केलं. मग त्यांनी गावातल्या वृद्ध अनुभवी लोकांना विनंती केली. त्यांनी त्या शिक्षकावर दडपण आणून स्वत:च्या कृत्याची जबाबदारी स्वीकारायला भाग पाडलं. मग त्यांचं लग्न झालं आणि चंदा त्याच्या घरी नांदायला गेली.

काही दिवसांनी त्याने तिला एका वैदूकडे नेलं. त्याने तिला कसलं तरी इंजेक्शन टोचलं आणि बेशुद्ध केलं. शुद्धीवर आली तेव्हा तिच्या लक्षात आलं की, आपले आतले कपडे काढलेले आहेत आणि खूप रक्तस्राव होत आहे. नवऱ्याने त्याच अवस्थेत तिला घरी आणलं. दुसऱ्याच दिवशी ती घरीच बाळंत झाली. मदतीला कुणालाही बोलावलं नाही. नवऱ्याने स्वत:च नाळ कापली. बाळ जन्माला आलं तेव्हा रडलं नाही. त्याने डोळेही उघडले नाहीत. त्याला वाटलं, मेलंय. म्हणून फेकून द्यायला घेऊन चालला होता. आता फेकणार, इतक्यात ते बाळ लागलं रडायला. तो आवाज ऐकून घरमालक चौकशी करायला आला, त्यामुळे त्याला बाळाला टाकून देता आलं नाही. दोन दिवसांनी चंदाचा नवरा तिला आणि बाळाला माहेरी सोडून आला. पण बाळ तीन दिवसांनी दगावलं. चंदाला अपरिमित दु:ख झालं. तिचं रडणं थांबतच नव्हतं. नवऱ्याने तिला दम देऊन ठेवला होता की, जर का वैदूकडे गेल्याचं कुणाला सांगितलंस, तर तुझा जीव घेईन आणि त्याने खरोखर तिला मारलं आणि गळा दाबण्याचा प्रयत्न केला. चंदाच्या आईने पोलिसात तक्रार नोंदवली.

इतकं झालं, तरी 'त्याच्याबरोबर सुखाने राहायचं' स्वप्न सोडायला चंदा तयार नाही. अगदी सिनेमात दाखवतात तसंच.

**

प्रकरण सहावे

दारूचं व्यसन – सर्वांत मोठी आरोग्य समस्या समाजाने व्यसनाविरुद्ध आवाज उठवला

पिकत चाललेल्या केसांत माळलेल्या गुलाबाच्या फुलाइतकाच हेमलतेचा चेहराही टवटवीत दिसत होता. आज तीस वर्षं ती शाळेची मुख्याध्यापिका म्हणून काम करते आहे. सामाजिक आणि राजकीय कार्यकर्तीही आहे. १९८८ साली स्त्रियांच्या एका गटाने, दारू पिणं आणि विकणं यांवर बंदी घालण्यासाठी महाराष्ट्र सरकारवर दबाव टाकण्याच्या हेतूने तीव्र आंदोलन सुरू केलं. ते सहा वर्षं चाललं. यातही हेमलतेचा सक्रिय सहभाग होता. ती चळवळ चालू होती त्या वेळेला हेमलताने क्वचितच कधी उल्लेख केला असेल की तिचा स्वत:चा संसारही दारुड्या नवऱ्यामुळे पार मोडकळीस आलेला होता. नीलकंठला (तिचा नवरा) दारूचं जबरदस्त व्यसन होतं. तो सरकारी नोकरीत होता. दररोज एक बाटलीभर व्हिस्की पीत असे. पिण्याची सुरुवात ऑफिसच्या सहकाऱ्यांसोबत 'कामाचा शीण' हलका करण्यापासून झाली. तो वरच्या अधिकाऱ्यांना 'हप्ता' (लाच) देऊ शकला नाही म्हणून त्याला नोकरीत बढती मिळाली नाही. पुढे त्याचं व्यसन खूपच वाढलं. काळजी करण्याइतकं झालं. तो शेजाऱ्यांशी भांडू लागला. हेमलताला आणि मुलांना खूप त्रास देऊ लागला.

शेवटी १९९७ साली त्याने 'सर्च'च्या एका व्यसनमुक्ती शिबिरात भाग घ्यायचं मान्य केलं. त्यानंतर एका वर्षाने दोघा नवराबायकोंनी 'व्यसनमुक्ती'चा वाढदिवस साजरा केला.

हेमलता सांगते, "आता मी किती आनंदात आहे, तुम्हांला शब्दांत सांगूच

शकत नाही. त्या शिबिराचं संपूर्ण वातावरण, तिथे आम्हांला मिळालेली आपुलकी, आधार हा सगळा विसरता न येण्यासारखा अनुभव आहे. आज माझा नवरा कुटुंबातल्या प्रत्येकाकडे लक्ष देतो, आमची काळजी घेतो. आधी तो आमच्याशी बोलतसुद्धा नव्हता. आता तो त्याचं मन आमच्याजवळ मोकळं करतो. हा एक चमत्कार घडला आहे. आता आम्ही इतर मित्रांना, ज्यांना दारू सोडवायची आहे त्यांनाही इकडे घेऊन येतो.''

'सर्च'च्या नेतृत्वाखालच्या प्रदीर्घ लोकचळवळीचं फलित म्हणजे १९९३ मध्ये महाराष्ट्र सरकारने गडचिरोलीमध्ये दारू विकण्यास आणि पिण्यास बंदी घातली. 'सर्च'ने आणि इतर कार्यकर्त्यांनी जी चर्चासत्रं आयोजित केली त्यांतून हे स्पष्ट झालं की, समाजाच्या आरोग्य आणि कल्याणावरती अनिष्ट परिणाम घडवून आणणारी सर्वांत गंभीर समस्या म्हणजे हे दारूचं व्यसन होय.

बंदी घालण्यात आली तरी दारू हा मोठा उपद्रव होऊन राहिलेलाच आहे. 'सर्च'तर्फे १९९४ मध्ये दोन वेळा या प्रश्नाचा शोधाभ्यास करण्यात आला. यामध्ये जिल्ह्यातील १२० खेड्यांची पाहणी केली, तेव्हा असं लक्षात आलं की पंधरा वर्षांवरील पुरुषांपैकी ३ टक्के पुरुष दारूच्या अधीन झालेले आहेत. ते दररोज दारू पितात आणि त्यांतल्या १ टक्का पुरुषांना (म्हणजे प्रत्यक्षात ८,००० पुरुष) व्यसनमुक्ती उपचारांची गरज आहे. मग 'सर्च'ने मोठ्या प्रमाणात, सांघिक व्यसन मुक्ती कार्यक्रम तयार केला. तो अत्यंत यशस्वी असा आदर्श प्रकल्पच ठरला. हा एक सामाजिक उपक्रम असून कमी शिकलेल्या किंवा अशिक्षित गावकऱ्यांसाठी उपयुक्त आहे. यामध्ये 'सर्च'ची टीम पाच दिवसांचं व्यसनमुक्ती शिबिर आयोजित करते. हे शिबिर एखाद्या खेडेगावात घेतलं जातं. त्यामध्ये व्यसनमुक्त झालेल्या व्यक्ती आणि काही सामाजिक नेते मार्गदर्शन करतात. गावकरी यासाठी पैसा जमा करतात. अशा रितीने पूर्ण गावाचा त्यात सहभाग असल्यामुळे व्यसनी लोकांवर सामाजिक दबाव येतो आणि त्यांना दारूपासून दूर राहण्यासाठी मदत करणारी आधारव्यवस्था तयार होते.

हा एक नवा पायंडा असून तो परिणामकारक ठरला आहे. हे पाच दिवसांचं शिबिर रात्रीच्या कीर्तनाने सुरू होतं. यात पहिल्यांदा भजनं गायली जातात. त्यानंतर ग्रामगीतेवर प्रवचन असतं. अमरावतीचे थोर समाजसुधारक राष्ट्रसंत तुकडोजी महाराज यांनी ग्रामीण जनतेसाठी ही ग्रामगीता लिहिली. यात ४१ श्लोक आहेत. हुंडापद्धत, जातिभेद, द्वेष-मत्सर आणि व्यसनं यांच्यावर आघात

करणारं हे लिखाण आहे. प्रभाकर राव नावाचे एक कीर्तनकार आहेत. ते आमच्या व्यसनमुक्ती समितीचे सदस्य आहेत. ते या ग्रामगीतेवर निरूपण करतात. ते अत्यंत चतुराईने आपल्या प्रवचनात काही स्थानिक घटनांचे उल्लेख करतात. त्यांवर भाष्य करतात. तसंच भजनांना लोकप्रिय सिनेगीतांच्या चाली लावून सादर करतात आणि पारंपरिक वाद्यांचा वापर करतात. त्यांची ही युक्ती इतकी यशस्वी ठरली आहे, की त्यांच्या या पाच तासांच्या 'जन जागृती कार्यक्रमाला' जिल्ह्यातल्या अनेक खेड्यांतून मागणी आहे. आणि खरोखर ग्रामस्थांना हा कार्यक्रम ऐकून आपणही व्यसनमुक्ती शिबिरात भाग घ्यावा अशी प्रेरणा मिळते.

'सर्च'ने खेड्यांसाठी एक 'प्राथमिक आरोग्य कार्यक्रम' तयार केला आहे. त्याविषयी माहिती देण्यासाठी, त्यातली मूळ कल्पना, हेतू काय आहे, ते समजावून देण्यासाठी एखाद्या 'व्यसनमुक्त' (जो माणूस पूर्वी दारुड्या होता पण आता त्याची दारू सुटलेली आहे असा) माणसाला बोलावण्यात येते. अशा व्यसनमुक्त माणसांना, लोकांना तपासायचं, रोगाची परीक्षा करून ताप, पोटदुखी, जखम यांवर साधी प्राथमिक उपचाराची औषधं द्यायची याचं प्रशिक्षण दिलेलं असतं. ते त्यांच्या गावातून मलेरियासाठी रक्ताच्या स्लाईड्स देखील गोळा करून आणतात. या वैद्यकीय प्रशिक्षणामुळे गावकऱ्यांच्या मनात त्यांच्याबद्दलचा गेलेला आदर पुन्हा निर्माण होतो. आणि ते या 'व्यसनमुक्ती मित्रांकडे' मदतीसाठी येऊ लागतात. अशा प्रकारच्या सकारात्मक प्रतिसादामुळे त्यांचाही स्वाभिमान जागा होतो आणि आपल्याप्रमाणे इतर दारुड्यांनाही व्यसनमुक्त करण्यासाठी ते सरसावतात. त्यांना शिबिराकडे घेऊन येतात.

प्रत्येक गावातल्या शिबिरात पंचवीस व्यसनी लोकांचा समावेश केला जातो. या शिबिराची सुरुवात सांघिक खेळांनी होते. जेणेकरून शिबिरार्थी जरा सैलावतात, एकमेकांच्या ओळखी होतात. मग सर्वांच्या वैद्यकीय तपासण्या केल्या जातात. त्यानंतर वैयक्तिक आणि सामूहिक समुपदेशन असतं. 'सर्च'मध्ये सुद्धा पंधरा दिवसांचा एक कार्यक्रम असतो. त्यात ध्यान, योगासनं, वैद्यकीय आणि मानसिक आधार आणि कौटुंबिक बैठका यांचा समावेश असतो. शिबिरात भाग घेतलेल्या आणि संस्थेतल्या कार्यक्रमात सामील झालेल्या सर्व सदस्यांच्या 'सर्च'च्या मुख्यालयात मासिक बैठका आयोजित केलेल्या असतात.

नलिनी नावाची 'सर्च'ची एक समुपदेशक आहे. ती सांगते की, दारूचं

व्यसन असलेले अनेकजण सांगतात की, आम्हांला कामाच्या ठिकाणी किंवा घरामध्ये इतका ताण आहे की आम्हांला तो झेपत नाही, सहन होत नाही म्हणून आम्ही दारू पिऊन ते विसरायचा प्रयत्न करतो. काही जण सांगतात की, आमचे मित्र पितात म्हणून आम्हीसुद्धा दारू पितो. बऱ्याच वेळेला वडीलच मुलाला पहिल्यांदा दारूची ओळख करून देतात. त्या वेळी मुलाला तेवढी समज आलेली नसते. तर कधी कधी वडील दारू प्यायल्यानंतर जो त्रास देत असतात त्यावर प्रतिक्रिया म्हणून मुलगा प्यायला लागतो. एकटेपणा किंवा एकाकी वाटणं हे एक नेहमी सांगितलं जाणारं दारू पिण्याचं कारण.

'सर्च'च्या एका व्यसन मुक्ती शिबिराचे वेळी चौदा व्यसनमुक्तांचा सत्कार करण्यात आलेला होता. त्यांनी त्यांचे व्यसनातून मुक्त झाल्यानंतरचे अनुभव सांगितले. एक वर्षापासून ते सात वर्षांपर्यंत ते व्यसनापासून दूर राहिलेले होते. त्यांचे व्यवसाय वेगवेगळे होते. काही ट्रक ड्रायव्हर होते तर काही राजकीय पक्षांचे कार्यकर्ते. एकाने सांगितलं की, तो तर आत्महत्या करण्याच्या विचारात होता, पण व्यसनमुक्ती शिबिरात आल्यामुळे त्याचं मरण टळलं आणि खरं जीवन सुरू झालं. दुसऱ्याने सांगितलं की, जीवनात त्याच्या वाट्याला इतक्या अडचणी आल्या, इतकी दुःखं आली, त्याची दोन मुलं मरण पावली आणि त्यामुळे त्याला दारू घेण्याची सवय लागली. शिबिरात आल्यानंतर तो जीवनाकडे नव्या दृष्टीने पाहू लागला. त्याला पुन्हा एक मुलगा झाला आणि तो सुखरूप आहे. एका व्यसनमुक्ताची बायको सांगत होती की, पूर्वी तो तिला सारखे दारूसाठी पैसे मागायचा. त्यासाठी मारहाण करायचा.

नव्याने शिबिरासाठी आलेल्या व्यसनी लोकांचे कुटुंबीय अशा हकिगती खूप उत्सुकतेने ऐकतात. ऐकत असताना त्यांच्या चेहऱ्यांवर सहानुभूती दिसते. अशाच एका शिबिरासाठी सार्वजनिक बांधकाम खात्यात अभियंता म्हणून काम करणारा एक व्यसनी माणूस, त्याची बहीण, बायको आणि मेव्हणी असे सर्वजण आले होते. अगोदर व्यसनमुक्त झालेल्या एकाच्या बायकोने त्यांना 'सर्च'मध्ये आणलं होतं. आणि तो माणूस बरा झालेला पाहून या तिघींनी त्या अभियंत्याला शिबिरात येण्यासाठी उद्युक्त केलेलं होतं. तिथे बसून इतरांनी सांगितलेल्या आशेच्या आणि संघर्षाच्या हकिकती ऐकून या चौघांच्या डोळ्यांना अश्रूंच्या धारा लागल्या.

दारूची समस्या किती गंभीर आहे, याची जाणीव स्त्रियांना चांगली असते. त्यामुळे त्यांना समजतं की, जिल्ह्यात सर्वांत जास्त गरज कशाची असेल तर

ती 'दारू व्यसनमुक्ती' करण्याची आहे. एका व्यसनी रुग्णाची आई सांगत होती, ''आम्ही कोष्टी समाजाचे. विणकाम करून पोट भरणारी आमची जमात. सुरुवातीला सोलापूरहून काही थोडे लोक इकडे आले होते. माझा मुलगा इरिगेशनमध्ये ऑफिसर आहे. त्याच्या दारू पिण्यामुळे कुटुंबावर फार टेन्शन आलेलं होतं. त्याची बायको, तीन मुलं त्याला घाबरायची. मी त्याची आई असूनही मला त्याची भीती वाटू लागली. हा माझा एकुलता एक मुलगा. त्याला चार बहिणी आहेत. दोघींची अजून लग्नं व्हायची आहेत. पण याला त्याचं काहीच वाटत नव्हतं. आपण गरीब आहोत, कठीण परिस्थितीतून वर आलोत, कशाचं काही नाही. याचे वडील (माझा नवरा) सुद्धा असेच दारू पीत होते. त्या वेळेला बाप दारू पितो म्हणून हा माझा पोरगा त्यांना शिव्या घालायचा आणि आता स्वतःच दारुड्या होऊन बसलाय.

''समाजातसुद्धा त्याचा मान राहिलेला नाही. त्याची दुसऱ्या गावाला बदली झाली, तिथे एकटा राहत होता. तेव्हापासून प्यायला लागला. सगळे दोस्त रेस्ट हाऊसवर जमायचे आणि प्यायचे. तिथे ही सवय लागली आणि हा पाहता पाहता बदलला. त्यानंतर आमचं आयुष्य भयानक होऊन गेलं. मी तर अख्खा दिवस रडत राहायची.

''पहिल्या पहिल्यांदा 'इंग्लिश' पीत होता. नंतर परवडेना म्हणून हातभट्टीची (देशी दारू) प्यायला लागला,'' आई सांगतच राहिली, ''त्याच्या लक्षातच येत नव्हतं, की त्याच्या पिण्यामुळे आमचं सगळ्यांचंच जगणं नरक होऊन राहिलंय. त्याने स्वतःवर ताबा ठेवायला पाहिजे. माझं मेलीचं जाऊ द्या, पण निदान बायकोची, मुलांची काळजी तरी त्याने घेतलीच पाहिजे. पण माझी सून ममता फार हुशार. तिने त्याला कसंही करून 'सर्च'मध्ये आणायचं ठरवूनच टाकलं होतं. इथे आणून त्याला ताळ्यावर आणायचं आहे.''

ममता सांगत होती की, ती संत तुकडोजी महाराजांची भक्त आहे. नवरा व्यसनातून बरा व्हावा एवढी एकच प्रार्थना ती त्यांच्यापाशी रोज करत असते. ''आमचं लग्न झालं तेव्हा किती चांगली वागणूक होती त्याची. पण प्यायला सुरुवात केली, तेव्हापासून तो पूर्ण बदलला. तो पिऊन घरी येई तेव्हा आम्हांला सगळ्यांना त्याची खूप भीती वाटे. तो मला खूप मारायचा. संताप तर एवढा की वाटायचं आता हा शीर फुटून मरतो की काय? मुलं विचारायची, 'आई गं, आमच्या मित्रांचे बाबा असे नाही वागत घरात. आपलेच बाबा का असे वाईट आहेत गं आई?' आणि हा सगळे पैसे दारूत

उडवायचा. माझ्याजवळ कधीच पैसे नसायचे. त्याच्या महिन्याच्या पगाराचे पैसे तर दिसतसुद्धा नव्हते डोळ्यांना. एकदा मी म्हटलं, 'आता एक तारखेला तुमच्या ऑफिसमध्येच येणार आहे पगार घ्यायला.' त्यावर म्हणाला, 'ये तू. दुसऱ्या दिवशी माझा मुडदा दिसेल तुला.'''

'घरात एखाद्याला दारूचं व्यसन असेल तर कुटुंबीयांच्या मनावर त्याचे खोलवर चरे उमटतात,' असं 'सर्च' समुपदेशक नलिनी सांगते. एका व्यसनी माणसाच्या मुलीने तर जाहीर करून टाकलं होतं की, ती लग्नच करणार नाही. मैत्रिणींना घरी बोलवायचीसुद्धा तिला लाज वाटायची. तिला आणि तिच्या आईला लोकांचे तुच्छतादर्शक टोमणे ऐकावे लागत. 'माझं ज्याच्याशी लग्न होईल, तोही कशावरून दारू पीत नसेल? मला कोणाचा तिरस्कार नको आणि दयाही नको आहे. त्यापेक्षा अविवाहित राहिलेलं काय वाईट?'

आपल्या मुलाला खूप दिवसांपासून दारू प्यायची सवय आहे, ही गोष्ट बरेच आईबाप मान्य करत नाहीत. त्यांची अशी खात्री असते की, लग्नामुळे त्याला जरा स्थैर्य येईल आणि त्याच्या वाईट सवयी तो सोडेल. जरा नीट वागायला लागेल. ज्यावेळी त्याच्या बायकोला त्याच्या दारू पिण्याच्या सवयीबद्दल समजतं, त्यावेळी तिला ते सहन करणं कठीणच जातं, तरी पण ती वस्तुस्थिती मान्य करायचं टाळत राहते. त्याऐवजी त्याला पाठीशी घालण्याचा प्रयत्न करत राहते. काहीतरी स्पष्टीकरण देत राहते. 'ते कधी कधी घेतात, रोज दारू पीत नाहीत' किंवा 'दारू प्यायले तरी माझ्याशी वाईट वागत नाहीत. (प्यायल्यानंतर) मला मारतबिरत नाहीत.'

बऱ्याच वेळा नवरा जोपर्यंत त्यांना मारहाण करत नाही तोपर्यंत बायकांची त्याच्या पिण्याबद्दल तक्रार नसते. तो घरी सगळं आणून देतो, मुलांच्या फीला पैसे देतो, तोपर्यंत त्या नवऱ्याचं दारूचं व्यसन सहन केलं जातं. तो इंग्लिश दारू (व्हिस्की, बिअर) पितो, देशी दारू पीत नाही, तिथपर्यंतही घरात चालून जातं. कधीमधी 'पार्टीत' घेतली, कारण तशी फॅशन आहे आणि त्या गोष्टीला समाजमान्यता आहे म्हणून तेही चालवून घेतलं जातं. थोडक्यात काय, दारू पिणाऱ्याच्या कौटुंबिक जीवनावर अनिष्ट परिणाम होत नाही, तिथपर्यंत त्याचं व्यसन घरात आणि बाहेर खपवून घेतलं जातं. मात्र दारू पिण्यामुळे त्या पुरुषाच्या आरोग्यावर कोणते वाईट परिणाम होतात, याविषयी तो स्वत: आणि त्याचे कुटुंबीय कुणालाच काही विशेष काळजी वाटत नाही. 'तुम्ही इतकी जास्त दारू का पिता?' असं त्या माणसाला विचारण्याचं सगळेच लांबणीवर

टाकत राहतात किंवा ही त्याची समस्या सगळ्यांनी मिळून सोडवण्याचीही टाळाटाळ केली जाते. प्रश्न पुढे न आल्यामुळे अधिकच गंभीर होत जातात. वस्तुस्थिती मान्य करायला जेवढा उशीर होईल, तेवढं त्या व्यसनातून मुक्त होणं अवघड होत राहतं.

माझी एक चांगली शिकलेली रुग्ण होती. आपण 'मॉडर्न' दिसावं असं तिला वाटायचं; पण मॉडर्नपणाच्या चुकीच्या कल्पनेतून तिने तिच्या दारू न पिणाऱ्या नवऱ्याला दारू पिण्याला उद्युक्त केलं. का? तर तिच्या मते दारू पिणं हा सुसंस्कृतपणाचा भाग असतो. तिच्या मुलाच्या पहिल्या वाढदिवसाच्या पार्टीला सर्व प्रौढ व्यक्तींसाठी तिने दारूची व्यवस्था केली होती. असं करता करता तिचा नवरा नियमित दारू घ्यायला लागला आणि मग त्याचं दारूवाचून चालेनासं झालं. तेव्हा मात्र ती त्याला माझ्याकडे घेऊन आली. त्यावेळी त्याने ही कहाणी मला सांगितली. दुर्दैवाने, त्याचं व्यसन सुटण्यापूर्वीच त्याची दुसऱ्या जिल्ह्यात बदली झाली. काही वर्षांनंतर मला बातमी समजली की, त्या जोडप्याची आपापसांत खूप भांडणं सुरू झाली आणि एके दिवशी दारूच्या नशेत तो इतका संतापला की त्याने तिला जिवंत जाळून टाकली.

'सर्च'च्या व्यसनमुक्ती शिबिरात बोलताना स्त्रिया त्यांच्या नवऱ्याच्या दारूच्या व्यसनापुढे हतबल ठरल्याचं सांगतात. तिथं त्यांना मन खंबीर करून, 'मला तुझं हे दारू पिणं अजिबात आवडत नाही,' असं सांगायला आम्ही सांगतो. यामुळेही व्यसनाला थोडा पायबंद बसू शकतो.

नवरा व्यसनी असेल तर बायकोच्या आरोग्यावरही अनिष्ट परिणाम होतात. वडिलांचे आणि मुलांचे नातेसंबंध बिघडतात. कुटुंबाचा आर्थिक आणि सामाजिक दर्जा तर फारच खालावतो. बायकोचं मन अस्वस्थ राहतं. ती चिडचिडी होते, निराश राहू लागते. आयुष्याकडे नकारात्मक दृष्टिकोनातून बघायला लागते. टोकाच्या वाईट परिस्थितीला तोंड द्यावं लागल्यामुळे तिची कातडी निबर होते आणि ती स्वतःकडेही दुर्लक्ष करू लागते. संसारात नवरा आपल्याला सन्मानाने वागवत नाही याचं तिला खूप वाईट वाटत असतं. आपण जे कष्ट उपसतो आहोत त्याची त्याला कदर नाही. मग ती त्याच्याशी वाद घालायला लागते आणि त्यातून भांडणं व्हायला लागतात.

मुलं वडिलांना घाबरायला लागतात. दारुड्या माणसाबद्दल कुणालाच आदर वाटत नाही. गडचिरोलीत अशी एक म्हण आहे की, बाई आणि बाटली या बरोबर असतात. दारू प्यायल्यामुळे पुरुषाची कामेच्छा वाढते पण

दारूमुळेच त्याला लैंगिक क्रियेतून समाधान किंवा तृप्ती मिळत नाही, त्यामुळे तो सुखाच्या शोधात अनेक स्त्रिया किंवा धंदेवाईक वेश्यांकडे जायला लागतो.

वेश्यांकडे जाणाऱ्या पुरुषाला गुप्तरोगांची लागण होऊ शकते आणि तेच रोग मग तो त्याच्या बायकोला देतो. 'सर्च'च्या व्यसनमुक्ती शिबिरात केलेल्या सर्वेक्षणानुसार दारूचं व्यसन असलेल्या १०० पुरुषांपैकी ७५ जणांना गुप्तरोगांची बाधा झालेली असते. काही जण एचआयव्ही पॉझिटिव्ह असतात. पण गडचिरोलीत अजून त्याचं कमी प्रमाण आहे. पुरुषाच्या शरीरावर दारूचा असा दुष्परिणाम होतो की, त्याच्या वृषणाचा आकार हळूहळू लहान होत जातो आणि शेवटी तो नपुंसक होतो. 'सर्च'मध्ये ज्यांची तपासणी केली, त्यांत अनेक जणांच्या वीर्यातील शुक्राणूंची संख्या (Sperm count) शून्य आलेली आहे. मद्यप्राशनामुळे वंध्यत्व येतं हे तर सिद्ध झालेलं सत्यच आहे. व्यसनी माणसाचं आयुष्य सुद्धा दहा ते पंधरा वर्षांनी कमी होतं.

नवऱ्याचं दारूचं व्यसन आणि अनैतिक वागणूक यांमुळे स्त्रियांना वारंवार गुप्तरोगांची बाधा होत राहते आणि त्यांच्या आरोग्यावर फार वाईट परिणाम होत राहतात. योनिमार्गाचा दाह (Vaginitis) यामध्ये योनिमार्गातून अत्यंत दुर्गंधीयुक्त स्राव वाहत राहतो. यामुळे योनिमार्गाचा दाह, पाठ दुखणं, पोटात दुखणं असे त्रास होतात. मग घरात किंवा बाहेर काम करणं अशक्य होतं. काम करण्याच्या कुवतीवर अनिष्ट परिणाम होतो. जंतुसंसर्ग झाल्यामुळे पाळीच्या वेळी पोटात खूप दुखणे, खूप जास्त रक्तस्राव होणं इत्यादी त्रास सुरू होतात. त्यामुळे अगोदरच अंगात कमी रक्त असलेल्या स्त्रिया आणखी रक्तहीन होत जातात. त्यांना सतत थकल्यासारखं, पडून राहावंसं वाटत असतं. स्त्रीला जर गुप्तरोगाची बाधा झालेली असेल, तर पुन्हा पुन्हा गर्भपात होणं, मेलेलं मूल जन्माला येणं, अपुऱ्या दिवसांचं बाळंतपण, खूप कमी वजनाचं मूल जन्माला येणं अशा घटना घडू शकतात. काही गुप्तरोगांमुळे वंध्यत्व येतं.

वंध्यत्व किंवा वांझपणा (मूल न होणे) ही मोठी सामाजिक समस्या आहे; आणि आपल्या समाजात असा अन्याय होतो की, फक्त स्त्रियांनाच अशा घटनांचं ओझं आयुष्यभर शिरावर वाहत जगावं लागतं.

गर्भवती स्त्री जर गुप्तरोगाने पीडित असेल तर नवजात अर्भकाला न्यूमोनिया होण्याची किंवा इतर कोणतं शारीरिक व्यंग असण्याची शक्यता असते. क्लॅमायडिया (Chlamydia) किंवा गोनोरिया (Gonorrhoea) नावाचा

गुप्तरोग मातेला असेल तर बाळाला जन्मत:च डोळे येणं, डोळ्यात फूल पडणं किंवा संपूर्ण अंधत्व येणं असे दोष येऊ शकतात. कधी कधी जंतुसंसर्गामुळे गर्भनलिका बंद झालेली असते. अशा वेळी फलित बीजांड गर्भाशयापर्यंत पोचू न शकल्याने ते नलिकेतच वाढीस लागतं. तिथे ते फुटतं आणि स्त्रीच्या जिवालाच धोका निर्माण होतो. एखाद्या स्त्रीला HPV नावाच्या विषाणूची बाधा झाली असेल तर गर्भाशय मुखाचा कर्करोग होण्याची अगदी १०० टक्के खात्री असते. इतर काही गुप्तरोग, उदाहरणार्थ, HSV Type 2, यामुळे सुद्धा गर्भाशय मुखाचा कर्करोग होऊ शकतो. गुप्तरोगाची लागण वारंवार होऊ लागली, तर त्या जोडप्याला एचआयव्ही / एड्स होण्याची शक्यता दहापटीने वाढते.

रेखा ही एका व्यसनी माणसाची बायको. तिला नेहमी डोकेदुखी, तीव्र निराशा, ॲसिडिटी आणि चक्कर येण्याचा त्रास होतो. तिची जगण्याची इच्छाच जणू मरून गेली आहे. ती म्हणते, मला जेवण जात नाही की झोप येत नाही. तिच्या नवऱ्याचं दारू पिणं जेव्हा खूपच वाढलं आणि सगळे पैसे तो उडवू लागला, तेव्हापासून ही लक्षणं तिला दिसू लागली. त्याने जवळ जवळ दीड लाख रुपये लॉटरीच्या तिकिटांत घालवले. आणखी दीड लाख रुपये असेच वायफळ खर्चात वाया घालवले. एकूण तीन लाख रुपये वाया गेले. कर्ज फेडण्यासाठी त्यांनी राहतं घर विकलं आणि भाड्याच्या घरात राहू लागले. ''काय करणार? आत्महत्या करून सगळ्यातून सुटायचं, का आहे त्यात कसं तरी जगत राहायचं या दोनच गोष्टींतून मला निवड करायची होती,'' रेखा सांगत होती, ''काहीतरी मार्ग शोधून काढायलाच हवा होता. आम्हांला दोन दोन मुलगे आहेत पण त्यांच्या डोक्यावर छप्पर देखील नाही.'

''बायकांना त्रास होतो आणि दारूच्या व्यसनाचे वाईट परिणाम कुटुंबीयांनाच खरे जाणवतात. पिणाऱ्याच्या तब्येतीवर परिणाम होतो. कुटुंब गरीब होत जातं. घरातलं वातावरण कायम विस्कटलेलं असतं. लोक नावं ठेवतात त्याचं त्या पिणाऱ्याला काही वाटत नाही, पण इतरांना ते सगळं सहन करावंच लागतं. आपण लहान गावात राहत असलो तर सगळ्यांना ती गोष्ट कळते, ते बरं नाही वाटत.''

रेखाला 'सर्च'विषयी कळलं तेव्हा स्वत:वर उपचार करून घेण्याकरता ती 'सर्च'मध्ये आली. तिचा नवरा तिच्याबरोबर यायला तयार झाला. इथे त्याला व्यसनमुक्ती उपचारांबद्दल माहिती कळली तेव्हा त्याने स्वत:चं नाव

शिबिरासाठी नोंदवलं. तो एस. टी. मध्ये कंडक्टर होता. त्याच्या डेपो मॅनेजरने व्यसन मुक्ती शिबिराला हजर राहण्यासाठी त्याला रजा मंजूर केली.

व्यसनमुक्ती शिबिरामुळे रेखाच्या जीवनात खूप फरक पडला. ''माझ्या नवऱ्याची दारू एकदा सुटली ना, की आम्हांला दुसरी कोणतीच समस्या नाही. त्यांना इथे खूप छान वाटतंय. जेवणही चांगलं जातंय. आणि बरं वाटतंय. ते खूप संवेदनशील आहेत. चांगल्या माणसांच्या सहवासात, चांगल्या वातावरणात त्यांच्यामध्ये खूपच फरक पडला आहे. चांगलं असो किंवा वाईट. कशाचाही त्यांच्यावर फार चटकन परिणाम होतो. आता प्रश्न असा आहे की, सगळीकडे असं चांगलं वातावरण कसं ठेवायचं? पण 'सर्च' आमच्याजवळ आहे याचा फार आनंद वाटतो. त्यांना इथे राहायला मिळावं, काम करायला मिळावं म्हणून मी सगळं काही सोडायला तयार आहे.''

'सर्च'च्या आधाराने रेखाचा निर्धार तर पक्का झाला पण ग्रामीण भागात पसरलेल्या या दारूच्या महाजालातले व्यापक आणि खोलवरचे दुवे हुडकून हुडकून नष्ट करून टाकण्याची आज गरज आहे. गडचिरोलीमध्ये झालेली दारूबंदी चळवळ फारच जोरकस होती आणि त्यामुळे इथली सगळी दारूची दुकानं बंद झाली. तरी पण बेकायदेशीर मार्गाने दारू अजून लोकांना मिळतेच आहे. आणि सरकार या समस्येकडे संपूर्ण दुर्लक्ष करत आहे. खरं तर चोरट्या दारूविरुद्ध आवाज उठवणाऱ्या गावकऱ्यांना कायद्याचं संरक्षण मिळायला पाहिजे. बेकायदा दारू विकणं हा अदखलपात्र गुन्हा आहे. गुन्हेगाराला नाममात्र दंड भरल्यावर सोडून देण्यात येतं. त्याऐवजी हा दखलपात्र गुन्हा ठरवला पाहिजे आणि गुन्हेगाराला तुरुंगात घातलं पाहिजे. खरं तर कायद्यात अशी तरतूद आहे की, कोणत्याही एखाद्या भागातल्या मतदारयादीत नावं असणाऱ्या ५१ टक्के महिलांनी जर सांगितलं की, आम्हांला देशी दारूची दुकानं आमच्या इथे नकोत, तर ती बंद करण्याची कायद्यात तरतूद आहे. पण त्याचा प्रसार आणि वापर करायला पाहिजे. सध्याच्या कायद्यानुसार जरी तक्रारी केल्या तरी जिल्हाधिकाऱ्यांमार्फत क्वचितच सरकार त्याची दखल घेतं आणि क्वचित कारवाई केली जाते. त्याचप्रमाणे फक्त देशी दारूच विकायला बंदी का घातली? परदेशी दारूवर का नाही? हाही मुद्दा उचलला गेला पाहिजे; कारण महाराष्ट्रात, परदेशी दारूबद्दल कायद्याने कोणी आक्षेप घेऊ शकत नाही.

राजकीय आशीर्वादामुळे गडचिरोली आणि चंद्रपूर जिल्ह्यांच्या सीमेवर दारू दुकानं भरभराटीस आलेली आहेत. याचं कारण राजकारण; पुढारी आणि दारू

माफिया यांची अभद्र युती. या दोन जिल्ह्यांच्या सीमेवर चंद्रपूरच्या बाजूला ३९ परवानाधारक बिअरबारवाल्यांची, पोलिसांनी अधिकृत केलेली यादी लावलेली आहे. त्यातलं प्रत्येक नाव प्रत्यक्ष-अप्रत्यक्षपणे गडचिरोलीतल्या राजकीय पुढाऱ्यांशी जोडलं गेलं आहे. पोलीस मुख्यालयातूनही या गोष्टीची खात्री करून घेतलेली आहे. पोलीस अधिकारी सांगतात की, स्मगलिंगचा माल सोडण्याकरता राजकीय नेते त्यांच्यावर दबाव आणतात. शिवाय गडचिरोली जिल्ह्यातली अंतरं काही फार जास्त नाहीत. त्यामुळे दारूवरची 'जिल्हा बंदी' तोडायला विशेष मेहनत लागत नाही. बसने थोडा प्रवास केला की आली जिल्ह्याची सीमा. तिथे आहेतच चकाचक दुकानं.

न्यायव्यवस्थेला या समस्येचं गांभीर्य फारसं वाटत नाही. त्यामुळे दारू दुकानदारांविरुद्ध कायदेशीर कारवाई जरी केली, तरी त्यांनी अर्ज केला, तर न्यायालयाकडून त्यांना स्थगन आदेश (stay order) मिळू शकतो. खेड्यामध्ये दारूच्या बाटल्यांची 'भेट' स्वीकारून, गावचा मुख्य माणूस म्हणजे सरपंचच एखाद्या दारू दुकानाला 'ना हरकत प्रमाणपत्र (No objection certi.) देतो. खरं म्हणजे गावकऱ्यांनी निवडून दिलेल्या पंचायत सदस्यांनी त्यांच्या सभेत (ग्रामपंचायतीत) हा निर्णय घ्यायला पाहिजे.

गडचिरोली जिल्ह्यामध्ये अधिकृत दारूबंदी आहे म्हणजे कागदोपत्री हा 'कोरडा' जिल्हा आहे. तरीसुद्धा इथे 'हातभट्टी' हा प्रकार आहेच. इथे मिळणाऱ्या दारूचा हा मुख्य स्रोत. शिवाय शेजारच्या जिल्ह्यातून 'चोरून लपवून' आणलेली दारू भरीला असते. दारूबंदी नीट अमलात यावी, याची जबाबदारी राज्य शासनाचा उत्पादन शुल्क विभाग (Excise Deptt) आणि स्थानिक पोलिसांची असते. मद्यनिर्मितीच्या क्षेत्राशी निगडित असलेले लोक सांगतात की, मुख्य समस्या या उत्पादन शुल्क विभागाची आहे. त्यांच्याकडे कर्मचारी कमी असल्यामुळे कार्यतत्परता नाही. हे दारूचं स्मगलिंग तर परवानाधारक होलसेल व्यापाऱ्याकडून किरकोळ विक्रेत्यांकडे माल पाठवतानाच केलं जातं. महाराष्ट्र राज्य उत्पादन शुल्क विभागातर्फे मद्याची वाहतूक करणाऱ्या ट्रक चालकांना एक Transport Pass (TP किंवा वाहतूक परवाना) दिलेला असतो. जिथे दारूबंदी आहे, त्या भागातून जाताना त्यांना हा पास दाखवावा लागतो. पास दाखवून ट्रक पुढे गेला की मध्येच कुठेतरी आडबाजूला त्यातला काही माल उतरवला जातो. इतकं सहज हे कायद्याचं उल्लंघन होतं आणि पोलिसांना काही करता येत नाही. कारण त्यांना TP मागून तपासायचा

अधिकार दिलेला नाही किंवा जो माल सांगताहेत तोच, तेवढ्याच संख्येने चालला आहे ना, हेही तपासायचा त्यांना अधिकार नाही. फक्त उत्पादन शुल्क (Excise) विभागातल्या लोकांनाच हे अधिकार दिलेले आहेत.

'दारू प्यायला बंदी' असण्याचा आदिवासींवर कोणताही परिणाम होत नाही कारण ते जरी गडचिरोली जिल्ह्यात राहत असले तरी मोहाच्या फुलांपासून (घरच्या वापरापुरती) दारू बनवण्याच्या त्यांच्या पारंपरिक उद्योगाला सरकारी मान्यता आहे. याचाच फायदा घेऊन बिगर आदिवासीसुद्धा त्याच तंत्राने हातभट्टी दारू बनवू लागले आणि पोलिसांना त्यांच्यावर कारवाई करता आली नाही.

हातभट्टी दारू सामान्यत: उसाच्या मळीपासून बनवली जाते. ती ५ रुपयांना १८० मि. लि. मिळते. मोहाची दारू दोन प्रकारची असते. पहिली शुद्ध मोहफुलांपासून बनवलेली. दुसऱ्या प्रकारात ज्वारी, वेगवेगळ्या झाडांच्या साली वापरतात. शिवाय त्यात बॅटरीतल्या सेलची पूड आणि 'युरिया' या रासायनिक खताची पूड मिसळलेली असते. त्यामुळे दारूची नशा जोरदार येते. ही दुसरी दारू पहिलीपेक्षा स्वस्त असते. २० ते २५ रुपयांत ७५० मि. लि.ची बाटली मिळते.

शेजारच्या जिल्ह्यातून गडचिरोलीला पुरवली जाणारी देशी दारू ही उसाची मळी आणि आंबवलेल्या संत्र्यांपासून बनवलेली असते. त्यात तुरीची डाळ, वेगवेगळ्या झाडांच्या साली, युरिया आणि बॅटरीची पूड मिसळलेली असते. त्या दारूला म्हणतात 'नारंगी'. जास्तीत जास्त माणसं ही स्वस्तातली आणि खूप चढणारी स्थानिक दारूच पितात. फक्त काही जणांनाच 'विलायती' परवडते. IMFL, किंवा विलायती दारू हे नाव तिला स्वातंत्र्यपूर्व काळातच चिकटलं असून कोणत्याही नामांकित (branded) दारूला याच नावाने संबोधलं जातं. देशी दारूला १८० मि. लि.ला २० रुपये पडतात तर तेवढ्याच विलायती दारूला ६५ रुपये द्यावे लागतात. प्रत्यक्षात असं होतं की, पैसेवाला माणूस कमी पितो कारण त्याच्याकडे रिकामा वेळ नसतो, करायला काम असतं आणि समाजातली प्रतिष्ठा सांभाळावी लागते. तो कधी देशी तर कधी विलायती पितो. पण गरीबगुरीब दिवसभर केव्हाही पितो, कारण तो बेरोजगार असतो. तो देशी दारू म्हणजे हातभट्टीच पितो, शुद्ध न केलेली दारू. ती खूप जहाल असते आणि त्याच्या आरोग्यावर फार घातक परिणाम करते.

जे ‘सर्च’च्या व्यसनमुक्ती शिबिरात सामील होतात त्यांना चांगलंच समजलेलं असतं की, खूप जास्त दारू पिण्यामुळे तब्येतीवर आणि आर्थिक परिस्थितीवर कोणकोणते वाईट परिणाम होतात. काय होतं, एका विशिष्ट टप्प्यावर त्या माणसाला जाणीव होते की, हळूहळू पण सातत्याने ही दारू आपल्याला खलास करत चाललीय. पण त्यावेळी त्याचं शरीरच मागणी करतं. त्याला दारूपासून दूर जाऊ देत नाही. अशा माणसांना मग लिव्हरचा सिरॉसिस होतो. त्यांचा मेंदूही खराब होऊ लागतो. त्यामुळे मग सायकोसिस (वेड लागणे), तीव्र नैराश्य, स्मरणशक्तीचा ऱ्हास (डिमेन्शिया), फेफरे येणे असे त्रास सुरू होतात. आर्थिक परिस्थिती इतकी बिकट होते की, त्या माणसाला स्वत:चं घर, व्यवसाय विकावा लागतो आणि अशा भीषण परिस्थितीत त्याचे तारणहार ठरतात, हे व्यसन मुक्तीचे कार्यक्रम.

गडचिरोली जिल्ह्यात पोलिसांनी देखील दारूविरुद्ध मोहीम हाती घेतली आहे. नक्षलवाद्यांच्या हिंसाचाराशी सामना करणं ही जरी त्यांची प्राथमिकता असली, तरी ते सांगतात की, दारूबंदीचं काम हा लोकांच्या जिव्हाळ्याचा विषय आहे, त्यामुळे लोकांचा त्याला चांगला पाठिंबा मिळतो आणि त्या कामामुळे लोकांशी त्यांची चांगली नाळ जुळली आहे. महिला मोठ्या संख्येने पोलिसांच्या ‘दारूबंदी मेळाव्यासाठी’ हजेरी लावतात. आता त्या पुढे होऊन बेकायदा हातभट्टीविरुद्ध पोलिसात तक्रारही देऊ लागल्या आहेत. गावातल्या ग्रामपंचायतींनी देखील ठराव पास करून पोलिसांच्या दारूबंदी मोहिमेला पाठिंबा दिलेला आहे. दारू माफियांकडून दिल्या जाणाऱ्या धमक्या आणि खुनशी राजकारणी लोकांकडून करवल्या जाणाऱ्या बदल्या या ज्येष्ठ पोलीस अधिकाऱ्यांना येणाऱ्या नेहमीच्या अडचणी आहेतच. परंतु जनतेचा या मोहिमेला जबरदस्त पाठिंबा आहे.

पण या संदर्भातले कायदे मात्र कमकुवत आहेत. मुंबई पोलीस कायद्याच्या ९३ व्या कलमानुसार ‘बेकायदेशीर दारू विक्री’ हा अदखलपात्र गुन्हा आहे. गुन्हेगार यात जामिनावर सुटतात. (हा दखलपात्र गुन्हा ठरवावा म्हणून आम्ही सरकारच्या मागे आहोत.) कायद्याचे रक्षक असणाऱ्या पोलिसांचे हात अनेकदा कसे न्यायप्रक्रियेने बांधलेले असतात हे सामान्य जनतेला समजू शकत नाही. त्यामुळे उघड समोर दिसत असणाऱ्या गुन्ह्यांना देखील अपेक्षेप्रमाणे शासन झालं नाही की लोकांना वाटतं, पोलिसांचं आणि दारू माफियांचं साटंलोटं झालेलं दिसतंय.

ज्येष्ठ पोलीस अधिकारी म्हणतात, यावर बहुपेडी उपाययोजना केली पाहिजे. दारू धंद्याला व्यवस्थित काबूत ठेवणारे मजबूत कायदे झाले पाहिजेत आणि जे गरीब लोक बेकायदा हातभट्टीवर मजुरी करून रोजीरोटी कमावत आहेत त्यांचं पुनर्वसन केलं पाहिजे. व्यसनी लोकांना व्यसनमुक्त करण्यासाठी प्रयत्न झाले पाहिजेत.

**

प्रकरण सातवे

बालकांशी गैरवर्तन आणि लैंगिक छळ प्रत्यक्ष अभ्यास काय सांगतो?

बालकांशी लैंगिक चाळे करणं, त्यांच्याशी संभोग करू पाहणं हे क्रूर वास्तव आहे. पण हे प्रत्येक समाजात घडत असतं. माणसं खेड्यातली असोत, शहरातली असोत; सुशिक्षित असोत की अशिक्षित; त्यांची जात किंवा वर्ग कुठलाही असो, त्याचा कोणताही फरक पडत नाही. खरं तर बहुतेक कोणतीही मुलगी किंवा स्त्री हे मान्य करील, की तिच्या आयुष्यात केव्हा ना केव्हा तिला अशा लैंगिक चाळ्यांचा त्रास झालेला आहे. पण समाज काय म्हणेल या भीतीपोटी सगळ्यावर पांघरूण घालून ठेवलं जातं. मात्र, असहाय अशा बालकांवर या घटनांचे होणारे परिणाम जर पाहिले, तर फार फार खेद वाटतो. हे परिणाम अभ्यासण्यासाठी सतत पाठपुरावा करावा लागतो. अनेकजण असे अनुभव मनात खोलवर वागवत जगत असतात. आयुष्यभर त्याचे वण त्यांच्या मनावर आणि भावजीवनावर राहतात.

सर्व भारतभर मान्य असलेल्या काही रूढी इथे चालत आल्या आहेत. त्यांच्यामुळे असे प्रकार करण्याची संधी मिळत असावी. उदाहरणार्थ, दक्षिणेकडील राज्यांत आईच्या भावाशी म्हणजे मामाशी लग्न करण्याची रूढी आहे. महाराष्ट्रात मामाशी नाही, पण मामाच्या मुलाशी किंवा आत्याच्या मुलाशी लग्न करण्याची प्रथा आहे. मेहुणीला 'अर्धी बायको' (साली–आधी घरवाली) असंच म्हटलं जातं. त्यामुळे दोघी बहिणींत मिळून एकच नवरा असण्याचीही उदाहरणं आहेत. काही ठिकाणी लोकगीतांतून मेव्हण्याबरोबर, दिराबरोबर किंवा आतेमामे भावाबरोबरच्या लैंगिक क्रियांचे उल्लेख येतात.

लग्नाच्या वेळेला गायल्या जाणाऱ्या लोकगीतांमध्ये तर उघड उघड रतिसुखाचंच वर्णन येतं. सगळ्या आदिवासी, बिगर आदिवासी गाण्यांमध्ये आणि नृत्यांमध्ये हेच असतं. एक समजूत तर आपल्या इथे सर्रास आढळते, कोवळ्या मुलीशी संभोग केला तर गुप्तरोग बरे होतात. आता अशी समाजमान्यता असल्यावर तरुण मुलं आणि पुरुष लैंगिक बळजबरी न करतील तरच नवल!

वसतिगृहामध्ये राहणाऱ्या मुलींना असे लैंगिक गैरवर्तनाचे अनुभव नेहमीच येतात. आदिवासी मुली आश्रमशाळेत राहत असताना त्यांच्या शिक्षकांकडूनच असे गैरप्रकार कायम घडतात. अशा बाबतीत वयस्कर पुरुष फार त्रासदायक असतात. वडिलकीच्या अधिकाराने जेव्हा ते मुलींना जवळ घेतात तेव्हा त्या स्पर्शातली 'अभिलाषा' मुलींच्या लक्षात आल्याशिवाय राहत नाही. लैंगिक छळ मुलींच्या पाचवीलाच पुजलेला असला, तरी काही लहान मुलग्यांनासुद्धा अशा अनुभवातून जावं लागतं.

आमची किशोरवयीन मुलांची आणि मुलींची शिबिरं असतात त्यांत हा प्रश्न आम्ही नेहमीच चर्चेला घेत असतो. पहिल्यांदा सगळेजण लाजेने, संकोचाने काही बोलत नाहीत. पण नंतर सांगायला लागतात तेव्हा कळतं की, जवळ जवळ प्रत्येक मुलाला आणि मुलीला लहानपणी असे लैंगिक चाळ्यांचे अनुभव येत असतात. मुली सांगतात की, त्यांना कुटुंबातल्या पुरुषांकडून किंवा शाळेत असे अनुभव आले. मुलं हे मान्य करतात की त्यांना घराबाहेर कुणाकडून जबरी संभोग किंवा वाईट हेतूने मुके घेणं, कुरवाळणं असे अनुभव आले. खेड्यात तर हे सर्रास चाललेलं असतं. अशा चर्चेच्या वेळी आम्ही पाहिलं आहे की, मुलं अतिशय लक्षपूर्वक ऐकत असतात.

आमच्या दाया आणि इतर स्त्रिया सांगतात की, कुटुंबातल्या पुरुषाकडून किंवा ओळखीच्या माणसाकडून मुलांबरोबर असे लैंगिक चाळे केले जातात. कधीकधी घर-घर खेळताना नवरा बायको झालेली मुलं-मुली, आपल्या आईवडिलांची नक्कल करताना अजाणतेपणी लैंगिक खेळात गुंतली जातात. त्यांना संभोग क्रियेला मराठी बोलीभाषेत काय म्हणतात, ते शब्दही माहीत असतात. हे सगळं आम्ही आमच्या इथे, शोधग्राममध्ये प्रत्यक्ष पाहिलं. त्या मुलांच्या आईवडिलांना यातलं अजिबात काही माहीत नव्हतं. मी त्या दोन्ही मुलांशी आणि त्यांच्या आईवडिलांशी बोलून शांतपणे समस्येची उकल केली. समाजात घडणाऱ्या सगळ्या घटना इथेही आमच्या 'सर्च'च्या आवारात घडू शकतात हे पहिल्यावर आम्हांला धक्काच बसला होता. या आमच्या आवाराने

काय काय नाही पाहिलं? गुदसंभोग पाहिला, लहान मुलांशी लैंगिक गैरवर्तन पाहिलं, इतकंच काय, गुपचुप उरकलेला बेकायदा गर्भपातही पाहिला. एका बाईला 'मोकळी' करण्यासाठी बोभाटा न करता एक वैदूला आणण्यात आलं होतं. त्याने त्याचं काम केलं आणि गेला. नंतर त्या मुलीचा रक्तस्राव थांबेना, तिच्या जिवावर बेतलं तेव्हा आणली माझ्याकडे.

जेव्हा प्रत्यक्ष वडील किंवा एखादा जवळचा नातेवाईकच मुलीवर किंवा मुलावर लैंगिक बळजोरी करतो, तेव्हा त्याचा मुलांच्या मनावर फार खोल चरा उमटतो. त्या घटनेमुळे विस्कटलेल्या त्यांच्या भावना अनेक मार्गांनी व्यक्त होतात. अपराधीपणा वाटणं, तोतरेपणा, रात्री अंथरूण ओलं करणं, खूप निराश वाटणं, अभ्यासात लक्ष न लागणं असे प्रकार होत राहतात. ही मुलं मोठी झाल्यावर त्यांच्या मनात विरुद्ध लिंगाच्या व्यक्तींविषयी तिरस्कार निर्माण होतो आणि त्यांना लग्न करावंसं वाटत नाही. बळेच त्यांची लग्नं लावली, तर वैवाहिक संबंध विस्कटू शकतात.

जेव्हा मूल म्हणू लागतं की, त्याला अमुक एक माणूस मुळीच आवडत नाही, त्यावेळी आईने मुलाच्या वागण्यातल्या बदलांचं बारीक निरीक्षण केलं पाहिजे आणि कोणतंही दृश्य कारण नसताना हा किंवा ही असं का म्हणते ते शोधून काढलं पाहिजे. आईने आपल्या छोट्या मुलीला असं पक्कं शिकवून ठेवायला पाहिजे की, कुणालाही तिच्या शरीराच्या विशिष्ट भागांकडे बघायला किंवा त्यांना हात लावायला द्यायचं नाही. अगदी तिच्या वडिलांनासुद्धा. कुणी तिचं ऐकलं नाही आणि तसं काही करायला लागलं, तर लगेच जाऊन आईला सांगायचं, हेही तिला शिकवून ठेवलं पाहिजे. मुलांशी या विषयावर मोकळेपणाने बोलणं फार महत्त्वाचं आहे. माझ्याकडे अशा अनेक केसेस आलेल्या आहेत की, मुलीला वडील भाऊ किंवा चुलत-मावस भावाकडूनच गर्भधारणा झालेली असते. बरेचदा आईला ही गोष्ट माहीत असूनही ती ते बाहेर फुटू देत नाही.

याठिकाणी नुकतीच घडलेली एक घटना आठवते. अगदी याच प्रकारच्या अनेक घटना मी माझ्या प्रॅक्टिसमध्ये पाहिल्या आहेत. अशीच दुपारची वेळ होती. जेवणानंतरचा थोडा आळसाचा वेळ. त्यावेळेला रुग्णांची फारशी गर्दी नसते. अशा वेळेला एक तरुण स्त्री आपल्या तीन वर्षांच्या मुलीला घेऊन आली. मला आतून असं वाटलं, की ही विचित्र केस असणार. कारण यावेळेला जास्त रुग्ण नसतात, त्यामुळे आपल्याला फार कुणी बघणार नाही,

बोभाटा होणार नाही अशा हेतूने लोक येत असतात. आणि तसंच झालं. खरोखरच ती लैंगिक दुर्वर्तनाची केस निघाली.

तपासण्याकरता टेबलावर झोपवलं, तर त्या गोऱ्या, गुबगुबीत छोटुलीच्या रेशमी केसांची लड कपाळावर रुळत होती आणि कपडे काढून तपासलं तर तिच्या योनिमुखावर, योनिमार्गात, गुदद्वाराच्या ठिकाणी ओरखडे आणि जोराने घासल्याच्या लाल लाल खुणा! इतक्या छोट्या मुलींचा योनिमार्ग गुलाबी असतो. हिचा मात्र लालभडक झालेला आणि जंतुसंसर्गामुळे त्याला सूज आलेली. गुदद्वार फाटलेलं. फाकून मोठं झालेलं आणि रक्त साकळल्याने लाल-काळं पडलेलं. कुणीतरी फार निर्दयपणे या भागात घर्षण करून खरचटवलं होतं. तिला खूप दुखत होतं, आग होत होती. म्हणून मलासुद्धा ती तपासू द्यायला तयार नव्हती

तिच्या आईने सांगितलं की, पहिल्यांदा तिला वाटलं, पोरीला जंत झाले असतील. पण लवकरच लक्षात आलं की, 'हिला कुणीतरी घाणेरड्या हेतूने हात लावला आहे!' मग तिने मुलीला शेजारच्या घरी पाठवणं बंद केलं. तिथली बाई गावी गेलेली होती आणि एकटा तिचा नवराच घरी असायचा. मग जेव्हा ती शेजारीण परत आली तेव्हा मुलीच्या आईने तिला स्पष्टच सांगितलं की, माझ्या मुलीला असा त्रास झाला म्हणून मी तिला तुमच्या घरी पाठवणं बंद केलेलं आहे.

ती आई शांत आणि संयमी वाटत होती. तिला स्वत:साठी सुद्धा माझा सल्ला घ्यायचा होता. तिचा नवरा म्हणत होता, की 'आता तुझं अंग ढिलं पडलं आहे. त्यामुळे मजा येत नाही.' तिने त्यासाठी काय करावं हे तिला पाहिजे होतं. तो प्रश्न ऐकल्याबरोबर माझ्या मनात एक प्रश्न उभा राहिला की, 'मुलीला त्रास देणारा शेजारी नसून तुझा नवराच तर नाही?' पण ताबडतोब हा प्रश्न तिला विचारणं योग्य नव्हतं. अत्यंत दु:खाने मी नमूद करते की, वडिलांनी किंवा चुलत्याने मुलीचा गैरफायदा घेतल्याची उदाहरणं सर्रास आढळतात. आपल्याला असा विचार मनात आणायलासुद्धा नको वाटतं, पण ती शक्यता नाकारता येत नाही.

त्या मुलीच्या चेहऱ्यावरून तिच्या मनातल्या भावना समजत नव्हत्या. तिला दिलेली चॉकलेट्स तर तिने हावरटपणे घेतली पण बोलायला तयार नव्हती. पण मला खात्री होती, की अगोदर आलेल्या लहान मुलांप्रमाणे ही सुद्धा पुढच्या वेळी आली की छान बोलायला लागेल. जेव्हा तिला बरं

वाटायला लागेल, तेव्हा आपण इथे आल्यामुळे बरे झालो हे तिच्या लक्षात येईल आणि ती अधिक मोकळेपणाने बोलायला लागेल. ही मुलं खूप लहान असली तरी स्वत:ला काय त्रास झाला हे अगदी तपशीलवार सांगू शकतात. घडलेल्या प्रसंगाचं वर्णन करतात. त्यामुळे त्यांच्या मनावर झालेले आघात भरून येण्यासाठी त्यांना मदत करणं आणि त्यांच्या आईवडिलांना चार समजुतीच्या गोष्टी सांगणं मला शक्य होतं.

एका चार वर्षांच्या चिमुरडीला घेऊन तिची आई आणि मावशी आल्या होत्या. तिच्यावर आलेल्या प्रसंगाचं त्यांनी साद्यंत वर्णन केलं. मध्यम परिस्थितीतली माणसं. वडील सरकारी नोकरीत. चार दिवसांपूर्वी भाडेकरूंच्या एका मुलाने तिच्यावर बळजबरी करायचा प्रयत्न केला होता. हा दहावीत शिकणारा सोळा वर्षांचा मुलगा होता. घरी आल्यावर त्या मुलीने घडलेली हकीगत जशीच्या तशी वर्णन करून आईला सांगितली आणि पुन्हा मलाही सांगितली. ती म्हणाली, ''दादाने माझी शू-शू पाहिली. मग पँटमधून त्याची शू शू बाहेर काढली आणि माझ्या गालावरून, डोळ्यावरून, पोटावरून सगळ्या अंगावरून फिरवली आणि मग माझ्या शू शू मध्ये घालायला लागला. मग शीच्या मध्ये पण घातली. तो म्हणाला, तू रडलीस तर हे इंजेक्शन मी तुला रोज देणार आणि जर का कुणाला सांगितलंस तर तुला मारूनच टाकीन.'' असं सांगून ती पुन्हा पुन्हा सांगत होती, ''मला नाही घ्यायचं ते इंजेक्शन. खूप दुखतं ते!''

खरोखर तिला खूपच वेदना होत होत्या. चालताही येत नव्हतं. तपासून घ्यायला ती खूप घाबरत होती. सारखी मला विचारत होती, 'माझ्या शू शू ला इंजेक्शन देणार का?' मी तिला तपासलं. योनिमुखाला आणि योनिमार्गात खूप जास्त जंतुबाधा झालेली होती. सूज होती. गुदमार्गात आणि योनिमार्गात घर्षणामुळे खरचटल्यासारखे वण पडले होते. मी त्यावर उपचार केले. तिचे आईवडील धास्तावले होते. या प्रसंगामुळे त्यांची बदनामी होणार होती आणि त्यांच्या लाडक्या छोट्याशा मुलीला याचे कोणते दुष्परिणाम भोगावे लागणार याची त्यांना काळजी वाटत होती. त्यांनी पोलिसात तक्रार दिली नाही पण त्या मुलाच्या आईवडिलांशी बोलले. त्यांनी उद्दामपणे, 'आमचा मुलगा असं वागलाच नाही' म्हणून त्यांचं म्हणणं फेटाळलं.

मुलगी बरी झाल्यावर मी तिचं समुपदेशन केलं. पोरगी बिचारी खूप दु:खात होती. वेदना सहन करीत होती, शारीरिक आणि मानसिकही. पण

जेव्हा तिला माझ्याबद्दल विश्वास वाटायला लागला आणि भीती कमी झाली तेव्हा मनमोकळं बोलू लागली. मी तिला दिलासा दिला की, जे घडलं, त्यात तुझी काहीच चूक नाही. त्यामुळे घाबरू नकोस. कुणीही तुला रागावणार किंवा मारणार नाही.

या घटनेचा विचार करायला लागलं, की त्या मुलाबद्दल काळजी वाटते. वास्तविक त्याच्या वयात भिन्नलिंगी व्यक्तीच्या लैंगिक अवयवांविषयी कुतूहल वाटणं साहजिकच आहे. त्यालाही कुणीतरी नीट समजावून सांगण्याची गरज होती. या घटनेकडे दुर्लक्ष केलं, तर तो पुन्हा तसाच वागत राहण्याची शक्यता होती. त्याच्या आईवडिलांनीच त्याला समजावून सांगायला हवं होतं, पण दुर्दैवाने, त्यांना या गोष्टीची जागृत जाणीव नव्हती.

माझी आणखी एक रुग्ण होती. वय वर्षं चार. तिचे वडील पानाचा ठेला चालवीत. 'शू शू करताना आग होते' अशी तक्रार घेऊन ती माझ्याकडे आली. तिला या गोष्टीचा वारंवार त्रास व्हायचा. तपासल्यावर दिसून आलं की, योनिमुखावरील पडदा फाटलेला होता आणि योनिमुख तसेच बाह्य जननेंद्रिय यांच्यावर सूज होती. योनिदाह होता. शेजारी राहणाऱ्या सोळा वर्षांच्या मुलाने तिच्यावर बलात्कार केलेला होता. मुलीने मला सांगितलं की, तो मला चॉकलेट देतो आणि दुसरं कुणी नसताना मला त्याच्या घरी घेऊन जातो. तिच्या आईचा मात्र यावर विश्वास बसत नव्हता. ती म्हणत होती, ही काहीतरी चुकीचंच सांगत असेल. अर्थात पहिल्यांदा बरीच माणसं अशा घटना नाकारत असतात.

मग मुलीच्या वडिलांना बोलावलं. मुलीने त्यांच्यासमोर तेच सांगितलं. मी त्यांना तिच्या जखमा दाखवल्या, तेव्हा कुठे त्यांचा विश्वास बसला आणि माझ्यादेखत त्यांनी बायकोवर रागारागाने, 'तुझं लक्षच नसतं पोरीकडे' असं म्हणून दूषणांचा भडिमार केला. ती म्हणत होती, 'मी तरी कुठं कुठं लक्ष देणार?' उपचारानंतर मुलीच्या शारीरिक जखमा भरून आल्या.

सहा महिन्यांनी तशीच तक्रार घेऊन ती मुलगी पुन्हा दवाखान्यात आली. या वेळेला तिच्या सख्ख्या मामानेच तिच्यावर बलात्कार केलेला होता. वर, 'कुणाला सांगितलंस तर मारून टाकीन,' म्हणून धमकीही दिलेली होती. मुलीचे आईवडील म्हणाले, आम्ही काही पोलिसात तक्रार देणार नाही, कारण मुलीची आणि आमची बदनामी होईल. किती असह्य जीवन झालं असेल त्या बिचाऱ्या मुलीचं!

या मुलीहूनही लहान, अगदी दोन वर्षांच्या छोट्याशा मुलीला माझ्याकडे आणलं होतं. तिचे आईवडील दोघंही मजुरी करून पोट भरणारे. तिच्या बाह्य जननेंद्रियावर व्रण पडले होते आणि पंधरा दिवसांपासून तापही येत होता. मी तिला तपासलं. योनिमुख, योनिमार्ग यांचा दाह होता आणि खरचटल्यासारख्या घर्षणाच्या खुणा होत्या. ती इवलीशी पोर प्रचंड घाबरलेली होती. मी खूप हळुवारपणे तिच्या कलाने घेत विचारलं, तेव्हा तिने सांगितलं की, तिच्या मामाने तिला चॉकलेटं देऊन देऊन पाच वेळा तिच्याशी संभोग करण्याचा प्रयत्न केला. हा मामा पंचवीस वर्षांचा होता. त्याचं लग्न झालं होतं. त्याला एक मुलगीही होती. मी तिच्या आईवडिलांना हे सांगितलं, तेव्हा ते खूपच घाबरून गेले. काय करावं तेच त्यांना सुचत नव्हतं. ते सांगत होते की, पोलिसात तक्रार देण्याचा काही संबंधच नाही. त्या मामाशीसुद्धा ते बोलू शकत नव्हते, कारण त्याने त्यांचं सांगणं ऐकलंच नसतं. शेवटी त्यांनी तीच लंगडी सबब पुढे केली की, या गोष्टीचा बोभाटा झाला, तर त्यांच्या मुलीचीच बदनामी होईल.

वयाने मोठ्या झालेल्या मुलींना देखील अत्याचाराला बळी पडावं लागतं. एक निरक्षर शेतकरी, त्याची बायको आणि बहीण एकदा माझ्याकडे आले. बरोबर शेतकऱ्याची चौदा वर्षांची सातवी शिकलेली मुलगी होती. ती सात महिन्यांची गरोदर होती. तिने मला सांगितलं की, तिचे तिच्या थोरल्या भावाशी वर्षभर लैंगिक संबंध होते आणि त्यातूनच तिला दिवस गेलेले होते. एवढं मोठं पोट पुढे आलेलं असताना गर्भपात करणं योग्य नव्हतं. मी तिचा गर्भपात करायला नकार दिला. पुढे आम्हांला समजलं की, तिचं घरीच नैसर्गिक बाळंतपण झालं. फक्त तिची आई होती. कुणाही प्रशिक्षित किंवा अनुभवी दाईला बोलावलं नाही. तिच्या आईने सांगितलं, 'आम्ही पडलो गरीब. कुनाला कळलं आसं आसं झालं, तर फुकट बदनामी व्हायची.' नंतर त्या मुलीला चुलत्याकडे पाठवून दिलं. पण तिच्या भावाला मात्र कुणीच काही बोललं नाही.

आमच्या किशोरवयीन मुलांसाठी लैंगिक आरोग्य प्रशिक्षण शिबिराचे वेळी एका बावीस वर्षांच्या मुलीने उभी राहून स्वत:चा अनुभव सांगितला होता. ती चांगली शिकलेली होती. 'समाज कार्य' (Social work) विषयातली द्विपदवीधर होती. तिच्या आईला पण मी ओळखते. त्या स्त्रियांच्या प्रश्नावरती काम करणाऱ्या आघाडीच्या कार्यकर्त्या आहेत. तर त्या तरुण मुलीने सांगितलं

की, तिच्या वयाच्या दहाव्या वर्षापासून तिचे व्यवसायाने वकील असणारे वडील सातत्याने तिचं लैंगिक शोषण करीत होते. हे तिच्या आईला कळल्यानंतर वडिलांना जाब विचारण्याऐवजी ती मुलीलाच रागावली आणि 'तोंड गप्प ठेव. चार लोकांत उगाच बदनामी नको,' म्हणून तिलाच दम भरला. हा प्रकार अनेक वर्षं चालू राहिला आणि वडिलांचं असं वागणं खपतंय म्हटल्यावर तिचा मोठा भाऊसुद्धा तिचा लैंगिक उपभोग घ्यायला लागला. पुढे इतकं झालं, अगदी डोक्यावरून पाणी जाण्याइतपत हे प्रकार वाढले. तेव्हा मग नवराबायकोंच्या वैवाहिक संबंधात वितुष्ट आलं आणि त्यांचा घटस्फोट झाला. ती तरुणी अत्यंत कडवटपणे सांगत होती, की तिच्या आईने तिच्या रक्षणाचे कोणतेही प्रयत्न केले नाहीत. पण जेव्हा स्वत:चं नवऱ्याशी पटेनासं झालं, तेव्हा मात्र घटस्फोट घेतला. या अशा प्रकारच्या लैंगिक शोषणाचे दीर्घकाळ राहणारे परिणाम सांगताना तिने सांगितलं की, एका तरुणाने तिला लग्नाची मागणी घातली होती. पण ती मनातून इतकी अस्वस्थ, बेचैन झालेली होती की, आपल्या मनावर या लैंगिक शोषणाचे जे आघात झालेले आहेत, शिवाय सगळ्या भावना घुसमटून मनात साठलेल्या आहेत, अशा स्थितीत मी स्वत:च्या वैवाहिक जीवनाचा आनंद घेऊ शकेन का?

तिथे तिची कहाणी ऐकणाऱ्या प्रत्येक व्यक्तीचे अक्षरश: खाडकन डोळे उघडावे तसं झालं. सगळ्यांना हे सत्य जाणवलं की, तुमची जात, जमात, सांपत्तिक दर्जा कसलाही अडसर नसतो, तर अशा घृणास्पद घटना कुठेही घडू शकतात. अगदी सुशिक्षित, शहरात राहणाऱ्यांच्या घरातही घडतात.

आपल्या मुलांना लैंगिक शोषण, बलात्कार, लैंगिक गैरव्यवहार या सगळ्यांपासून सुरक्षित ठेवण्यासाठी स्वत: दक्ष राहणं ही आई-वडिलांची जबाबदारी असते. या गोष्टींबद्दल मुलांशी पालकांनी बोललं पाहिजे. हलके हलके, त्यांच्या कलाने घेत घेत, पण त्यांना प्रत्यक्षात काय असतं याची खरी माहिती दिली पाहिजे. 'चांगला स्पर्श' आणि 'वाईट हेतूने केलेला स्पर्श' यांतला फरक लहान मुलांना आणि मुलींना समजला पाहिजे. ते उपजत ज्ञान त्यांच्याकडे असतं; फक्त आईवडिलांनी, विशेषत: आईने काळजीपूर्वक अवधान ठेवून त्यांना त्याचा वापर योग्य वेळी करायला शिकवलं पाहिजे. आपल्या मुलाला किंवा मुलीला कुणाबद्दल अशी थोडी जरी नापसंती असेल तर आपण ताबडतोब त्याची दखल घेऊन त्याला किंवा तिला आधार द्यायला पाहिजे. मुलांना हे पक्कं सांगून ठेवलं पाहिजे की, घरातल्या किंवा बाहेरच्या कुणालाही

त्यांच्या परवानगी शिवाय त्यांच्या अंगाला हात लावण्याचा हक्क नसतो. आणि त्यांच्या चड्डीला किंवा आतल्या कपड्यांना हात लावायचा, चड्डीच्या आत वगैरे पाहण्याचा तर कुणाला म्हणजे कुणालाच अधिकार नाही.

लहान मुलांना 'वाईट स्पर्श' समजतो. ती उपजत प्रेरणा त्यांना असते. पण ते त्यांना काय वाटतं ते नीट व्यक्त करू शकतीलच असं नाही. मग त्यांचा बदललेला 'मूड', चिडचिड, सगळ्यातून अंग काढून वेगळंच राहणं यांवरून आईवडिलांनी सावध होऊन शोध घेणं आवश्यक असतं.

**

प्रकरण आठवे

पाचव्या महिन्यानंतर काय होतं?

दहा आठवड्यांच्या गर्भाला पूर्ण आकार आलेला असतो. जवळजवळ एका हाताच्या तळव्यात बसण्याइतका तो असतो. त्याचे हात, पाय, डोकं आणि धड आपल्याला नीट दिसतं. नाक, गाल, कपाळ, हनुवटी असे स्पष्ट आकार आलेले नसतात. डोक्यावर दोन काळे ठिपके दिसतात. त्यांचे पुढे डोळे होणार असतात. दहा आठवड्यांचं ते जन्माला न आलेलं भ्रूण पाहताना कुतूहल वाटतं, विस्मयही वाटतो, पण भावना जागृत होत नाही.

'सर्च'च्या आरोग्य केंद्रात एका सुशिक्षित, विवाहित तरुणीचा वैद्यकीय गर्भपात (MTP) करण्यात आला. तो झाल्याबरोबर ती लगेच उठून बसली. भराभर कपडे घातले आणि जायला निघाली. मागे वळूनसुद्धा न बघता. मुंबईहून आलेली एक पत्रकार रूपा तिथे होती. तिने विचारलं, ''आपल्या बाळाला अशा अवस्थेत बघून काय वाटलं?''

''बघताना चांगलं नाही वाटलं, पण निदान माझी त्यापासून सुटका झाली.'' डॉक्टरांच्या हातातल्या त्या मृत गर्भाकडे पाहताना पहिल्यांदाच तिच्या नजरेत भावना दिसली. त्या तरुण स्त्रीला आपण होऊन स्वत:च्या कृत्याचा खुलासा करावासा वाटला. ''माझी पहिली मुलगी आठ महिन्यांची आहे. इतक्यातच पुन्हा मूल झालं तर दोघा-दोघांचं मी नीट करू नाही शकणार,'' तिने सांगितलं, ''म्हणून मला आत्ता मूल नको आहे.'' ती स्वत:च अनियमितपणे गोळ्या घेऊन गर्भनिरोधाचे प्रयत्न करत होती. तिने डॉक्टरचा सल्ला घेतलेला नव्हता. त्या गोळ्यांवर पूर्णपणे अवलंबून राहिल्यामुळे तिला दूध येण्याचं प्रमाण कमी झालंच, शिवाय दुसऱ्यांदा दिवस राहण्यासाठी अटकावही झाला नाही.

ते जोडपं बसने ६५ कि. मि. चा प्रवास करून आलं होतं. छत्तीसगड राज्यातल्या बस्तरजवळच्या दंडकारण्यातून. १९७१ साली पूर्व आणि पश्चिम पाकिस्तान यांच्यामध्ये युद्ध झालं आणि बांगलादेशची निर्मिती झाली. त्यावेळी तिकडून जे हिंदू निर्वासित भारतात स्थलांतर करून आले, त्यांचं पुनर्वसन या भागात करण्यात आलेलं आहे. या जोडप्यातला पुरुष हा वैदू आहे. या भागात त्याला 'बंगाली डॉक्टर' म्हणतात. खास करून जिथे प्रशिक्षित डॉक्टर्स आणि नर्सेस उपलब्ध होत नाहीत अशा ठिकाणी असे बरेचजण इथे प्रॅक्टिस करतात. त्याच्या बरोबर प्रवास करून आलेली त्याची बायको होती. तीन महिन्यांची गर्भवती. तिला खूप जास्त रक्तस्राव होत होता. पंधरा दिवसांपूर्वी त्याने गर्भपात व्हावा म्हणून लघवीसाठी जो कॅथेटर वापरला जातो, तो तिच्या योनिमार्गात खुपसून ठेवला. तो इतका चुकीच्या पद्धतीने घातला की त्याच वेळी तिला रक्तस्राव सुरू झाला तो चालूच होता.

गर्भाशयात एखादी बाह्य वस्तू घुसवली, (एखादी रबराची नळी, बारीक काडी) (वैदू लोक गर्भपाताची हत्यारं म्हणून अशाच वस्तू वापरतात) की ती गर्भाभोवतीची संरक्षक पिशवी फाडते आणि मग तिथे जंतुसंसर्ग होतो. गर्भवतीला पोटात खूप उष्णता जाणवू लगाते. तिचं शरीर ती बाह्य वस्तू आणि त्याबरोबरच गर्भालाही शरीराबाहेर टाकण्याचा प्रयत्न करू लागतं. जर तो वैदू कुशल असेल आणि ती बाई नशीबवान असेल तर असला अतिशय धोक्याचा घरगुती गर्भपात यशस्वी होतोही. पण फारच क्वचित. आणि जेव्हा असा प्रयत्न फसतो (नेहमी तसंच जास्त होत असतं) तेव्हा त्याचा परिणाम म्हणजे भयंकर जंतुसंसर्ग, सतत चालणारा मोठ्या प्रमाणावरचा रक्तस्राव, गर्भाची मोडतोड होऊन अर्धा रक्ताबरोबर जाऊन अर्धा आतच राहणं, हे घडतं.

हा वैदू सांगत होता की, तो B.Sc. झालेला असून त्याच्याकडे Electropathy (इलेक्ट्रोपथी) मधली पदवी असल्यामुळे ती वैद्यकीय व्यवसाय करू शकतो. आम्ही दोघांना वेगवेगळ्या वेळी प्रश्न विचारले. त्याच्या बायकोने सांगितलं की, तो द्वितीय वर्ष बी. ए. पर्यंत शिकला आहे आणि ती दहावी पास आहे.

या स्त्रीला चांगली, प्रशिक्षित वैद्यकीय सेवा न मिळाल्यामुळे तिच्या मूल होण्याच्या क्षमतेवर दूरगामी दुष्परिणाम झाले असते. त्यात तिचा रक्तगट Rh निगेटिव्ह आणि नवऱ्याचा Rh पॉझिटिव्ह. पहिल्या वेळेला गडचिरोलीच्या जिल्हा रुग्णालयात तिचा गर्भपात केला होता, पण त्यानंतर जे 'अँटी-डी'

इंजेक्शन द्यावं लागतं (अशा केसेसमध्ये आवश्यक असतं) ते दिलेलं नव्हतं. त्यामुळे तिच्या पोटी येणाऱ्या पुढील प्रत्येक बालकाच्या जिवाला धोका राहणार होता. तिचं मूल गर्भातच मारून टाकण्यात जरी ते यशस्वी झाले, तरी यानंतर ती गर्भवती झाल्यास बाळाच्या जिवाला धोका न होण्यासाठी तिला अँटी-डी इंजेक्शन घ्यायलाच पाहिजे होतं. रक्तगट न जुळणाऱ्या जोडप्याला जेव्हा पाहिलं मूल होतं (नवऱ्याचा रक्तगट Rh+ve व बायकोचा Rh-ve किंवा उलट) तेव्हा जन्मल्याबरोबर बाळाचा पहिल्यांदा रक्तगट पाहावा लागतो. (प्रकरण तिसरे पाहा.)

तो वैदू तर अनभिज्ञच होता; पण गडचिरोलीच्या जिल्हा रुग्णालयाचे डॉक्टर याचा काय खुलासा (बचाव) देणार आहेत?

त्याचं घर सगळ्यांनाच माहिती होतं आणि तिथे घेऊन जायलाही लोक तयार होते. 'पोट पाडून देणारा तो माणूस कुठं राहतो?' आमची 'सर्च'ची समाज सेविका सुनंदा विचारत होती. तिच्याबरोबर मुंबईची पत्रकार रूपा होती. गडचिरोली जिल्ह्यातल्या खारपुंडी गावाला भेट द्यायला दोघी गेल्या होत्या. ज्या दोन मध्यमवयीन स्त्रियांना हा प्रश्न विचारला गेला, त्या अगदी उत्साहाने पाहुण्यांना एका गल्लीत घेऊन गेल्या. 'आता पुढे काय घडणार?' याची उत्सुकता त्यांच्या चेहऱ्यांवर उमटली होती. सुनंदाने त्यांच्या अनाठायी उत्साहाला वेसण घालण्यासाठी स्पष्टच सांगून टाकलं, ''आभारी आहोत. आता कळलं आम्हांला तो कुठे राहतो ते. तुम्ही आता गेलात तरी चालेल. कशाला उगीच आमच्यासाठी वेळ वाया घालवता? जा तुम्ही. आम्ही जातो तिथे.'' तेव्हा नाइलाज झाल्यासारख्या त्या बायका गेल्या. तोपर्यंत सचिन, 'सर्च'च्या गाडीचा ड्रायव्हर, चहाच्या दुकानात जाऊन स्थिरावला होता. नंतर त्याने सांगितलं, या दोन वेगळ्या वाटणाऱ्या पाहुण्या स्त्रियांना पाहून रिकामटेकड्या गावकऱ्यांचं कुतूहल चांगलंच चाळवलं होतं. 'शहरातल्या बाया पोट पाडायला आल्यात जनू. मंगळसूत्र, कुंकू (सौभाग्याच्या पारंपरिक खुणा) काईच दिसत न्हाय. लगीन झाल्यालं नसनार.' त्यांना पाहणारे अंदाज बांधून मोकळे झाले होते.

आमची समाज सेविका सुनंदा सांगत होती की, वैदूचं घर पक्क्या बांधकामाचं होतं. अंगणाला कुंपणही होतं. आम्ही गेलो तेव्हा घराचा विस्तार वाढवण्यासाठी बांधकाम चालू होतं. वैदू आदिवासी गोंड समाजाचा, मध्यम वयातला होता. त्याला दोन बायका होत्या. या गावात पुढे बरेच बिगर आदिवासी लोक येऊन

स्थायिक झाले असले तरी हे कुटुंब फार वर्षांपासून या गावात राहत होतं. त्या माणसाने सुनंदाला खेदाने सांगितलं की, 'वंध्यत्वावर उपचार घेण्यासाठी माझ्याकडे लांबलांबून स्त्रिया येतात पण माझ्याच दुसऱ्या पत्नीला मात्र अजून मूल होऊ शकलं नाही.' कदाचित स्वत:च्या वैद्यकीय हिकमतींचे प्रयोग तिच्यावर करण्याची त्याची हिंमत झाली नसावी. सुनंदाने तिला विचारलं की, एकाच घरात दुसरी बायको म्हणून (सवतीबरोबर) राहताना कसं वाटतं? त्यावर तिने फणकाऱ्याने उत्तर दिलं, 'आम्हांला रात्री पुरेशी झोपच मिळत नाही.' त्याचा चेहरा रागाने आणि शरमेने लालबुंद झाला. तो घाईघाईने म्हणाला, 'आम्ही सगळे गुण्यागोविंदाने राहतो.'

त्याने सांगितले की, त्याचं मुख्य काम आहे, गर्भपात होऊ द्यायचे नाहीत, त्यांना प्रतिबंध करायचा, वांझपणावर उपचार करायचे आणि मासिक पाळीच्या तक्रारींवर इलाज करायचा. या भागात गावा-गावांमध्ये अंतर भरपूर आहे. त्याच्याकडे जवळच्या आणि लांबच्या गावांमधून बायका येतात. तो पुढे सांगतच राहिला. सिनेमे पाहून आणि टीव्ही बघून बघून इथल्या लोकांच्या मनावर फार वाईट परिणाम झाला आहे आणि त्यामुळे ते स्वत:वरच वेगवेगळ्या समस्या ओढवून घेत असतात. यत्किंचितही विनय नसलेल्या आवाजात त्याने सांगितलं, ''अहो, माझा आधार नसता, तर काय केलं असतं या लोकांनी?'' पाहुण्यांनी गर्भपाताचा विषय काढताच तो सावधपणे उत्तरला, ''हल्ली मी गर्भपात वगैरे काही करत नाही. काही वर्षांपूर्वी काय झालं, माझ्याकडे एक जोडपं आलं होतं. लग्न झालेलं नव्हतं त्यांचं. पोरगा एकवीस वर्षांचा, पोरगी पंधरा वर्षांची. ३ महिन्यांची गरोदर होती. त्यांना गर्भपात करायचा होता. दोघांची काहीतरी भांडणं झाली होती वाटतं. त्यामुळे त्याने लग्नाला नकार दिला होता. मग तिने पोलिसात तक्रार दिली. त्यात सगळं घडलं तसं लिहिलं की, दिवस राहिले, मग याने गर्भपात करवला. कुठे केला? वैदूचं नाव, ठिकाण, तारीख सगळं लिहून दिलं. खटला उभा राहिला आणि पाच वर्षे चालला. अनेक वेळा मला साक्षीसाठी कोर्टात खेटे घालावे लागले. तेव्हापासून चांगला धडा शिकलो. कानाला खडा लावला. इथून पुढे गर्भपात बंद!'' हे शेवटचं विधान खरं नव्हतं. कारण खारपुंडी, साखरा आणि माडेतुकुम या गावांतले वैदू लोक ख्यातनाम होते जिल्ह्यात. त्या गावांतून येणाऱ्या अनेक रुग्ण महिला सांगत की, आम्ही वैदूकडून गर्भ पाडून घेतला म्हणून.

साखरा गावातली अशीच एक वैदू बाई. गोंड आदिवासी समाजातली. पहिल्यांदा मूग गिळून बसली होती. पण हळूहळू भीड चेपली, विश्वास वाटायला लागला तेव्हा तिने कबूल केलं की, मी बायांचे गर्भ पाडून देत असते, पण तीन महिन्यांपर्यंतचेच. त्याच्यापुढचे नाहीत. हे ती कसं करते? ते खुलासेवार सांगत, तिने तिच्या अंगणात वाढलेली पांढरी फुलं आलेली वनस्पती दाखवली. या झाडाच्या कोवळ्या मुळ्या कापून त्याचे दोन दोन इंचांचे तीन तुकडे करायचे. ही वनस्पती या भागात 'उतरण' म्हणून ओळखली जाते. ते तीन तुकडे स्त्रीच्या गर्भाशयात घुसवून ठेवायचे. ते तिथलं पाणी शोषून घेतात. कोरडं झालेलं गर्भाशय आकुंचन पावायला लागतं आणि गर्भपिशवीचं तोंड उघडतं. स्त्रीला जंतुसंसर्ग होतो, ताप भरतो आणि गर्भ बाहेर टाकला जातो. त्या मुळ्या घालून गर्भवतीला घरी पाठवायचं. त्यानंतर १२ ते २४ तासांत गर्भ पडून जातो. 'पहिली पाण्याची मोटली फुटती, मग अंगावर रगात जायला सुरू होतं आन् बाई मोकळी व्हऊन जाती,' वैदू बाई वर्णन करून सांगत होती.

इंदाला हे एक बिगर आदिवासी खेडं आहे. त्याच्या अरुंद गल्ल्यांमध्ये कचऱ्याचे ढीग पडलेले असतात. एकमेकाला खेटून दाटीवाटीने वसलेल्या घरांजवळूनच सांडपाण्याची उतू जाणारी गटारं दिसतात. पाळीव प्राणी घरातच माणसांसोबत राहतात. अख्ख्या गावात एकही संडास नाही. तिथल्याच एका बोळीत एक गाय मरून पडलेली होती. आम्हांला सांगण्यात आलं की, बौद्ध समाजाचे लोक मेलेलं जनावर ओढून नेतात आणि त्याची कातडी सोलून त्यापासून चामडं बनवतात. (बौद्ध धर्म स्वीकारण्याआधी हे लोक समाज शिडीच्या सर्वांत खालच्या पायरीवरचे अस्पृश्य होते.) इंदाला गावात माळी समाज, कोळी समाज, मेंढपाळ समाज आणि बौद्ध समाजाचे लोक राहतात. सुनंदा आम्हांला रेखाच्या घरी घेऊन गेली. त्या अठरा वर्षांच्या कुमारिकेला तिच्या मामेभावापासून गर्भ राहिला होता. इकडच्या प्रदेशात हे मामेभाऊ किंवा आतेभाऊ आपल्या आते किंवा मामेबहिणींना गरोदर करण्याचा उपद्रवीपणा फार करताना दिसतात. दहावीपर्यंत शिकलेली रेखा 'सर्च'च्या दवाखान्यात आली तेव्हा ६ महिन्यांची गर्भवती होती. पण आम्ही गर्भपाताला नकार दिला, कारण 'वैद्यकीय गर्भपात कायदा, १९७१ आणि २००२' द्वारे भारतामध्ये पाचव्या महिन्यानंतर गर्भपात करण्यास बंदी आहे.

रेखाचं कुटुंब माळी समाजातलं. त्यांचं एक एकराचं शेत आहे. त्यात

तांदूळ आणि मेथी, पालक, कांदे यांसारखा भाजीपाला पिकवून ते बाजारात विकतात. शेतात विहीर असल्यामुळे पाणी भरपूर आहे. मोसमाप्रमाणे त्यांना दिवसाला शंभर रुपये मिळतात आणि खायला शेतातलं अन्न भरपूर मिळतं. पण हातात रोख पैसे असे जास्त राहत नाहीत. मुलीला दिवस गेल्याचं कळलं, तेव्हा तिच्यासाठी नवरा मुलगा शोधून लग्न लावून देण्याचा घरच्या माणसांनी आटोकाट प्रयत्न केला, पण नाही जमलं. कारण एवढी मोठी हुंड्याची रक्कम ते नाही जमा करू शकले. शेवटी त्यांचा नाइलाज झाला आणि त्याच मामेभावाशी त्यांनी तिचं लग्न लावायचं ठरवलं. तो फक्त चौथी शिकलेला, शेतमजूर. पण त्याने सुद्धा दहा हजार रुपये आणि १ तोळा सोनं घेतलं हुंडा म्हणून; रेखाचे वडील सांगत होते. शेवटी कर्ज काढलं आणि पत्रिका वगैरे छापल्या.

''पण सहा महिन्यांची गरोदर वधू मंडपात कशी आणायची? शेवटी एका वैदूला एक हजार रुपये देऊन गर्भपात करून घेतला. तिच्या योनीत कसल्याशा दोन काड्या खुपसून ठेवल्या. पोरगी घरी आली आणि ताबडतोब गर्भपात झाला. दोन दिवसांत ती सावरली, बरी झाली आणि सगळा प्रश्नच मिटला,'' रेखाची आई सांगत होती.

दवाखाना म्हणतो सामाजिक आणि आर्थिक दडपणं गर्भपाताचा धंदा तेजीत चालवतात

ग्रामीण भारतात विश्वसनीय गर्भपात सेवा फारशी सहज उपलब्ध नाही. नको असलेल्या गर्भारपणाच्या समस्या सोडवण्यामध्ये हा सगळ्यात मोठा अडथळा ठरतो. खास करून अविवाहित मुलींच्या बाबतीत. गर्भ पाच महिन्यांचा पूर्ण होईपर्यंत वैद्यकीय गर्भपात करून घेणं भारतात कायदेशीर असलं, तरी सार्वजनिक आरोग्य व्यवस्थेत विश्वसनीय गर्भपात केंद्रं फारशी उपलब्धच नाहीत, ही एक त्यातली मोठीच त्रुटी आहे. याचा त्रास गरिबांनाच भोगावा लागतो. प्रशिक्षित आरोग्य व्यावसायिकांना ५ महिन्यांनंतर गर्भपात करू इच्छिणाऱ्यांना परत पाठवावं लागतं. कारण ते कायद्यात बसत नाही. त्यामुळे असे ९८ टक्के गरजवंत मग बेकायदा गर्भपात करून देणाऱ्या वैदूंकडे जातात आणि उरलेल्या २ टक्के महिला दिवस पूर्ण भरल्यानंतर प्रसूत होतात.

गर्भपात कायद्यानुसार ज्यांच्याकडे सरकारी परवाना आहे, अशा वैद्यकीय संस्थांमध्येच गर्भपात व्हायला हवेत. ज्या ठिकाणी दोन स्त्रीरोग आणि

प्रसूतितज्ज्ञ नेहमी उपस्थित असतात आणि जिथे रुग्णांना रक्त देण्याची सुविधा उपलब्ध आहे अशांनाच हा सरकारी परवाना दिला जातो. ज्या क्लिनिकमध्ये फक्त एकच स्त्रीरोगतज्ज्ञ असेल आणि रक्त देण्याची सुविधा नसेल त्यांना फक्त तीन महिन्यांपर्यंतच्या गर्भपाताचा परवाना मिळतो. गडचिरोली जिल्ह्यात अशी गर्भपात केंद्रं फारच कमी आहेत. गडचिरोली शहरात असलेलं जिल्हा रुग्णालय, अरमोरी आणि अहेरी इथली सार्वजनिक ग्रामीण रुग्णालयं. बस्स, खाजगी रुग्णालयांमध्ये 'सर्च'चं हॉस्पिटल आणि अजून एक रुग्णालय यांना फक्त तीन महिन्यांपर्यंतच्या गर्भपाताची परवानगी मिळालेली आहे. आणखी रुग्णालयांना परवाने मिळवण्याचे प्रयत्न सुरू आहेत. परंतु वैदूंव्यतिरिक्त असे अनेक अधिकृत वैद्यकीय पदवीधारक डॉक्टर्स आहेत जे विनापरवाना सर्रास गर्भपात करून देत असतात.

'सर्च'चं काम सुरू झाल्यानंतर सुरुवातीची काही वर्षं आमच्याकडे गर्भपाताचा परवाना नव्हता. त्यामुळे गर्भपाताचे सर्व रुग्ण आम्ही गडचिरोलीच्या जिल्हा रुग्णालयात पाठवत असू. दुर्दैवाने, तिथे त्यांची गाठ पैशासाठी झटपट काम करणाऱ्या निष्काळजी डॉक्टरांशी पडत असे. आजसुद्धा सार्वजनिक रुग्णालयात सगळी साधनं असतात; पण अप्रशिक्षित कर्मचारी वर्ग, स्वार्थी हेतूने चालणारं काम यांमुळे तिथे जास्त रुग्ण जात नाहीत. कारण प्रत्येक पायरीवर त्यांना 'टेबलाखालून पैसे' मागितले जातात. रुग्णांशी उद्धट बोललं जातं आणि त्यांना सारखं इकडून तिकडे, तिकडून इकडे फिरवलं जातं. कायमस्वरूपी कुटुंबनियोजनाची शस्त्रक्रिया करून घ्या म्हणून ते जोडप्यांच्या मागे लागतात, त्यांच्यावर दडपण आणतात. आधी त्यांच्याशी बोलत नाहीत, काही समजावून सांगत नाहीत किंवा इतके असे पर्याय आहेत, त्यांतला तुम्ही कोणता निवडावा, अशा प्रकारची कोणतीही संधी देत नाहीत. आमच्या चित्रा नावाच्या अविवाहित रुग्ण स्त्रीने सांगितलं की, ती १२ आठवड्यांची गरोदर असताना गर्भपात करण्यासाठी सार्वजनिक रुग्णालयातल्या प्रसूतितज्ज्ञाने तिच्याकडून स्वत:ची २००० रुपये फी वसूल केली. अशा प्रकारच्या अनेक घटना आमचे रुग्ण आम्हांला सांगतात. त्यांतलं हे एक प्रातिनिधिक उदाहरण आहे.

ज्या डॉक्टरांनी गर्भपाताचं प्रशिक्षण घेतलेलं नसतं, त्यांच्या हातून गंभीर चुका होऊ शकतात आणि त्याचे वाईट परिणाम रुग्णाच्या प्रकृतीवर होतात. 'वर्षा'च्या बाबतीत असंच घडलं. ती एक गृहिणी आहे, वय वर्षं तेवीस. ती

तिच्या नवऱ्याबरोबर माझ्याकडे आली. तिच्या पोटात दुखत होतं आणि महिनाभर रक्तस्राव चालू होता. वर्षा दहावी पास असून तिला एक वर्षाचा मुलगा होता. तपासल्यावर लक्षात आलं की, तिचा अर्धवट गर्भपात झालेला होता आणि जंतुसंसर्ग होता. मी तिच्याशी बोलले तेव्हा कळलं, दोन महिन्यांपूर्वी एका अधिकृत परंतु गर्भपाताचं प्रशिक्षण न घेतलेल्या डॉक्टरने तिचा गर्भपात केलेला होता आणि तेव्हापासून हिला रक्तस्राव सुरू झाला तो अजून थांबत नव्हता. त्या डॉक्टरने रक्तस्राव थांबण्यासाठी तिला 'माला डी' नावाच्या संततिप्रतिबंधक गोळ्या दिल्या. (हा डॉक्टर अख्ख्या जिल्ह्यात प्रसिद्ध आहे.) पण दुखण्याला उतार पडला नाही, तेव्हा ती 'सर्च'ला आली. अशीच माझी दुसरी एक रुग्ण. तेहतीस वर्षांची हेमा. तिला पण मी गर्भपात करून घेण्यासाठी गडचिरोलीच्या जिल्हा रुग्णालयात जायला सांगितलं, पण ती घाबरून गेलीच नाही. हेमा आणि तिचा नवरा दोघेही निरक्षर. त्यांना अगोदरची चार मुलं होती. दोन मुली, दोन मुलगे. सगळे तब्येतीने ठणठणीत. दीड महिन्यापूर्वी तिच्या नवऱ्याने प्राथमिक आरोग्य केंद्रात जाऊन नसबंदी करून घेतली होती. त्या वेळी हेमा अडीच महिन्यांची गरोदर होती. ती माझ्याकडे गर्भपातासाठी आली चौथ्या महिन्यात. आम्हांला तिसऱ्या महिन्यानंतरच्या गर्भपाताची परवानगी नव्हती. म्हणून तिला जिल्हा रुग्णालयात पाठवलं. पुढे आम्ही तिच्या घरी चौकशी केली तेव्हा तिने सांगितलं, ''मला खूप भीती वाटत होती त्यामुळे आम्ही जिल्हा रुग्णालयात गेलोच नाही. तिथले डॉक्टर टेबलाखालून पैसे द्या म्हनतात. ते पण नव्हते आमच्यापाशी. शेवटी आपल्या वैदूबाबाकडे गेलो, आन घेतला जीव मोकळा करून!''

ज्या वेळी सुरक्षित आणि विश्वसनीय अशा गर्भपाताची सोय तरुण स्त्रियांना उपलब्ध होत नाही तेव्हा त्यांना स्वत:च्या जिवावर उदार होऊन फार मोठी किंमत मोजण्याशिवाय पर्याय उरत नाही. मुक्ती नावाची सव्वीस वर्षांची आदिवासी तरुणी. तिचं स्वत:कडे दुर्लक्ष करणं आणि भरवशाची आरोग्य सेवा न मिळणं यामुळे ती वैदूकडे ढकलली गेली होती. त्यानंतर मग ती माझ्याकडे आली आणि सांगू लागली की, तिला दोन महिन्यांपासून पाळीच येत नाही आणि आदल्या दिवसापासून अचानक खूप पाठदुखी सुरू झाली.

तिचा वैद्यकीय इतिहास असा होता की, तिला पहिली दोन मुलं होती. ती त्या वेळी अनुक्रमे तीन वर्षांची मुलगी आणि दीड वर्षांचा मुलगा होता. ती गर्भनिरोधनासाठी कोणतेही प्रयत्न करत नव्हती. मी तिला तपासलं तेव्हा

कळलं की, तिने अनधिकृतपणे गर्भपात करण्याचा प्रयत्न केला असून तो अर्धवट झाला आहे आणि जंतुसंसर्ग झालेला आहे. तिच्या योनिमार्गातून खूप दुर्गंधी येत होती. त्यातून मी सुमारे १ इंच लांबीची काडी बाहेर काढली. मी तिला विचारलं की, तू असं का केलंस? तेव्हा तिने सांगितलं की, ती जिल्हा रुग्णालयात गेली होती पण अंगात रक्त कमी आहे, म्हणून तिथल्या प्रसूतितज्ज्ञ बाईंनी गर्भपात करायला नकार दिला. मग ती गेली वैदूकडे आणि स्वत:ची अशी वाईट अवस्था करून मग माझ्याकडे आली होती.

जिल्हा रुग्णालयातील डॉक्टरांनी तिची रक्तहीनता दूर करण्याचे उपचार करून नंतर तिचा गर्भपात करून द्यायला पाहिजे होता. तसं न केल्यामुळे तिला वैदूकडे जावं लागलं आणि त्याने सगळा विचका करून ठेवला आणि ते सगळं निस्तरण्याकरता, गर्भपात होऊन गेल्यावर ती माझ्याकडे आली. खरं म्हणजे मुक्ती बी. ए. पर्यंत शिकलेली आहे. बाल विकास केंद्रात नोकरी करते, तर ती इतकी अज्ञानी कशी आहे, ह्याचं नवल वाटतं. तिचा नवरा बारावी शिकलेला आहे. पोलिसात नोकरी करतो. लोकांना कायदे पाळायला लावतो, पण त्याला स्वत:ला कायदा काय आहे, माहिती नाही.

सार्वजनिक आरोग्य सेवा खात्रीलायक नसल्यामुळे विवाहित आणि अविवाहित दोन्ही प्रकारच्या स्त्रिया वैदूंच्या कचाटच्यात सापडतात. गडचिरोलीच्या खेड्यांमध्ये पारंपरिक वैद्यही आहेत. त्यांच्यात आणि वैदूंमध्ये थोडा फरक आहे. त्यांना निदान स्थानिक वनौषधींची चांगली माहिती तरी असते. पण ते जेव्हा वाटेल तसे गर्भपात करायला लागतात तेव्हा वैदूच होऊन जातात. वारंवार आमच्या समोर उदाहरणं येत असतात की, हे 'वैदू कम मांत्रिक' स्त्रियांचं कसं एकाच वेळी आर्थिक शोषण आणि लैंगिक छळ करत असतात. खास करून तरुण, अविवाहित मुली त्यांची 'शिकार' ठरतात. तरुण, कुमारिकेचं लैंगिक शोषण करण्याची आलेली एकही संधी हे वैदू मांत्रिक सोडत नाहीत.

वंदना नावाच्या माझ्या एक रुग्ण स्त्रीवरून आमच्या हे चांगलंच लक्षात आलं. ती एक एकोणीस वर्षांची आदिवासी तरुणी होती. जन्मल्यापासून तिच्या गर्भाशयाची वाढ नीट झाली नव्हती. ते लहानच राहिलेलं होतं. त्यामुळे ती अजून वयात आलेली नव्हती. माझ्याकडे येण्याआधी ती तिच्या गावातल्या वैदूकडे गेली होती. त्याने सांगितलं, ''तुझ्या योनीचं तोंड नीट उघडलेलं नाही. त्यामुळे मासिक पाळी येत नाही. तू जर पुरुषाशी संभोग केलास तर

ते तोंड मोठं होईल आणि तुला मासिक पाळी येऊ लागेल. मी सुद्धा तुझं हे काम करून देईन.'' सुदैवाने त्या मुलीच्या लक्षात आलं की, हा माणूस भलतीच मागणी करतो आहे आणि त्याच्याकडे पुन्हा न जाता, ती माझ्याकडे आली. शेजारच्या छत्तीसगड राज्यातून, लांबवर प्रवास करून यावं लागलं, तरी ती आली. पण वंदनाचं उदाहरण म्हणजे अपवाद नव्हे. अशा गोष्टी सर्रास घडत असतात.

गडचिरोलीमध्ये असाच एक ओंगळ, किळसवाणा वैदू व्यवसाय करतो. त्याबद्दल अनेकजणी तक्रार करतात पण अजून कुणीही त्याचा बोभाटा करू धजलेलं नाही. का? तर त्याच्याशी संबंध आला हे कळणं म्हणजे गावात बदनामी होणार. त्यासाठी लोक घाबरतात. माझी वीस वर्षीय रुग्ण निर्मला त्याच्याकडे गेली होती. ती सांगत होती. त्याचं काय झालं की, तिचं एका मुलाशी लग्न ठरलं होतं. सहा महिन्यांनी होणार होतं. दरम्यान त्यांचे शारीरिक संबंध आले आणि हिची पाळी चुकली. घाबरून ताबडतोब ती त्या वैदूकडे गेली. तपासता तपासता त्याने तिच्या सर्वांगाला सहेतुक स्पर्श केला आणि तिला चक्क मिठीच मारली. सुदैवाने, पुढचं काही घडायच्या आत ती त्याच्या तावडीतून निसटली. पण ही एवढी बी. ए. ला असलेली मुलगी, हिच्यात त्या माणसाला विरोध करण्याची हिम्मत नव्हती. आत्मविश्वास नव्हता. त्या प्रसंगाने ती फारच अस्वस्थ झाली. रात्रभर झोपू शकली नाही. माझ्यावरच असा प्रसंग का यावा, म्हणून मनाला खात राहिली. नंतर माझ्याकडे आली, स्वत:मध्ये काही दोष नाही ना, याची वारंवार खात्री करून घेत राहिली. पुढे तिचं लग्न झालं आणि या घटनेच्या परिणामातूनही ती सावरली.

गावांमध्ये हे भोंदू वैद्यकीय व्यावसायिक कार्यरत आहेत की नाहीत त्यावर तिथले लोक सार्वजनिक आरोग्य सेवेचा लाभ घ्यायला येणार की नाही ते ठरत असतं. त्याशिवाय दारिद्र्य, कुटुंबाचा त्याच्यावर विश्वास असणं हेही घटक असतात. तीस वर्षांच्या संगीताला डाव्या स्तनात पुढच्या अवस्थेतला कर्करोग होता. ती त्या गावातल्या दाईला घेऊन माझ्याकडे आली. म्हणाली, ''माझ्या स्तनात गाठ लागते आहे.'' मी विचारलं, ''आधीच का नाही आलीस?'' तर सांगायला लागली की तिचा सासराच औषध देत असतो. (वैदू आहे.) तो म्हणाला, की मी असताना दुसऱ्या डॉक्टरकडे जायचं नाही. शेवटी तिने नवऱ्याशी भांडून ठामपणे सांगितलं की, मी जाणारच दुसऱ्या डॉक्टरकडे. मग ती गावातल्या दाईकडे (सुईण) गेली. तिने प्राथमिक तपासणी

केली. कर्करोगाची शंका आल्याने तिला माझ्याकडे घेऊन आली. आम्ही तिला नागपूरच्या सरकारी वैद्यकीय महाविद्यालयाच्या रुग्णालयात पाठवलं. पण कर्करोग फारच बळावल्यामुळे चार महिन्यांनी ती वारली.

अशा रुग्णांसाठी उपचार सेवा उपलब्ध आहे. पण संगीताला त्यापासून वंचित राहावं लागलं. कारण कौटुंबिक प्रभाव आणि दबाव. हेच घटक त्यांना सार्वजनिक आरोग्यसेवेचा लाभ मिळणार की नाही, ते ठरवतात. (प्रकरण तिसरे पाहा - कुमुदचं उदाहरण)

उषा नावाच्या पंधरा वर्षांच्या मुलीला तातडीने भरती करण्यासाठी तिचे अशिक्षित, शेतकरी असणारे आईवडील, आजोबा-आजी, आत्या, सगळे आले होते. गर्भपात करून देताना हे भोंदू वैदू किती भयंकर नुकसान करून ठेवू शकतात याचं उदाहरणच पाहायला मिळालं. उषाच्या पोटात कळा येत होत्या. योनीतून दुर्गंधीयुक्त स्राव चालू होता. जोडीला फार जास्त प्रमाणात रक्तस्राव होत होता. नेमकं काय घडलं आहे, हे तिने कुणालाच न सांगितल्यामुळे तिचा त्रास कितीतरी पटींनी वाढलेला होता. मग मी तिला तपासलं, तिला बोलायला लावलं तेव्हा सगळं स्पष्ट झालं की, उषाने गुपचुप एका वैदूकडे जाऊन गर्भपाताचा प्रयत्न केला होता. कारण तिला दिवस गेले होते, दोन महिने झाले होते.

मला तिच्या योनीमध्ये २ काड्या सापडल्या. साधारण ६ सें. मी. लांब आणि अर्धा सें. मी. जाडीच्या. त्यामुळे झालेला जंतुसंसर्ग इतका भयंकर होता, की ती दुर्गंधी रुग्णालयाच्या बाहेरपर्यंत येऊ लागली होती.

तिने सांगितलं की, तिच्या शाळेत एक वर्ष पुढच्या वर्गात शिकणाऱ्या एका सोळा वर्षांच्या मुलाबरोबर तिचे प्रेमसंबंध आणि लैंगिकसंबंध होते. ही सातवीत आणि तो आठवीत शिकत होता. तो हिच्यापेक्षा उच्च जातीतला, म्हणजे माळी समाजाचा होता. त्याने तिला एका दुसऱ्या गावात नेलं. तिथे एका वैदूकडे नेऊन तिचा गर्भपात करण्याचा प्रयत्न केला. उषाची आत्या आणि आजी या दोघी पारंपरिक सुइणी आहेत. त्यांनी 'सर्च'मध्ये दाईचं प्रशिक्षणही घेतलेलं आहे. पण आपल्याच घरात घडलेल्या या घटनेबद्दल त्यांना काहीही माहिती नव्हती. त्यांनी जर तिला आणखी काही काळ माझ्याकडे आणलं नसतं, तर मुलगी मेलीच असती. हे तर आहेच, पण पुढे तिला मुलं-बाळं होताना काय काय अडचणी येऊ शकतील, हे अजून माहीत झालेलं नाही. तिच्या कुटुंबीयांना या प्रकाराचा एवढा धक्का बसला की त्यांची उमेदच

संपल्यासारखी झाली. त्यांनी ताबडतोब तिला शाळेतून काढून घरी बसवलं. उषाचं नशीब बलवत्तर, म्हणूनच वेळेवर उपचार मिळाले आणि ती वाचली. पण दु:खाने नमूद करावंसं वाटतं की, अशा कितीतरी मुली, गरोदरपणाच्या पुढच्या अवस्थेत, गर्भपात करवून घेण्यासाठी वैदूंकडे गेल्या आणि प्राणास मुकल्या.

अठरा वर्षांच्या इंदिरेचीसुद्धा हीच कथा. पोटात खूप दुखत होतं म्हणून तिला आमच्याकडे आणलं होतं. मी तपासलं तेव्हा लक्षात आलं की, महिन्यापूर्वी तिने बेकायदा गर्भपात करून घेतला होता. असाच योनीमध्ये काहीतरी खुपसून. त्यावेळी तो गर्भ सहा महिन्यांचा होता. त्यावेळी तिला जो जंतुसंसर्ग झाला होता तो आता तिच्या सर्व शरीरभर पसरला होता आणि ती अतिशय गंभीर अवस्थेपर्यंत पोचली होती. आम्ही तिला गडचिरोलीच्या जिल्हा रुग्णालयात पाठवली. नंतर चौकशी करता समजलं की, त्यांनी विशेष उपचारासाठी तिला पुढे नागपूरला जायला सांगितलं. पण त्यांची आर्थिक परिस्थिती इतकी हलाखीची होती की, तिच्यावर आणखी उपचार करणं त्यांना परवडण्यासारखं नव्हतं. त्यामुळे तिथेच गडचिरोली रुग्णालयामध्ये अठरा वर्षांची इंदिरा मृत्युमुखी पडली.

विवाहित आणि अविवाहित तरुणी वैदूंकडून गुपचुप गर्भपात करून घ्यायला जातात, कारण त्याला फारसा खर्च येत नाही आणि कुठे बोभाटा न झाल्यामुळे समाजात होणाऱ्या बदनामीपासून सुटका होते. 'सर्च'तर्फे १९९४ ते २००५ पर्यंत वैदूंच्याकडून केल्या जाणाऱ्या गर्भपातांचा आढावा घेण्यात आला. या अभ्यासातून असं पुढे आलं की, एका गर्भपातासाठी वैदू लोक २०० ते ३०० रुपये आकारतात.

वंध्यत्व

वैद्यकीय गर्भपाताची गरज असणाऱ्या महिलांना प्रशिक्षित आरोग्य सेवा न मिळाल्यामुळे त्यांच्या गर्भधारणा क्षमतेवर दूरगामी दुष्परिणाम होतात. माझ्या प्रॅक्टिसमध्ये मी पुन्हा पुन्हा हे पाहत असते की, गर्भपातामुळे झालेल्या जखमा, जंतुसंसर्ग यांमुळे स्त्रीला वंध्यत्व येऊ शकतं. भारतातील ग्रामीण स्त्रियांच्या समस्यांमधली ही एक अत्यंत प्रमुख समस्या. ग्रामीण भागातील गर्भपात आणि गर्भनिरोधन सेवांच्या कमतरतेशी या समस्येचा फार जवळचा संबंध आहे. निष्काळजीपणे करण्यात आलेल्या बेकायदा गर्भपाताचा परिणाम

म्हणून गर्भाशय नलिका कायमच्या बंद होऊन वंध्यत्व येऊ शकतं. स्त्रीला मासिक पाळीच्या वेळी उद्‌भवणाऱ्या समस्यांना सतत तोंड देत राहावं लागतं. पाठदुखी, वंध्यत्व, पोटात दुखत राहणं आणि सतत योनिदाह, प्रजननमार्गात जंतुसंसर्ग हे त्रास उद्‌भवत राहतात. या सगळ्यामुळे तिच्या जगण्याचा पोतच बिघडून जातो. वैदूंच्या धसमुसळ्या हिकमतींमुळे स्त्रीच्या जीवनातली अपत्यसंभवाची शक्यताच पुन्हा दुरुस्त न होण्याइतकी बिघडते, तिच्या जननक्षम कारकिर्दीचा विध्वंस कसा होतो, याचं हे उदाहरण पाहा.

प्रमिला नावाची माझी रुग्ण. लग्नाला अठरा वर्षं झालेली. मूल होण्याच्या उत्कट इच्छेने कळस गाठलेला. नवरा दारुडा. बारा वर्षांपूर्वी गरोदर राहण्यासाठी तिने एका वैदूबाईची मदत घेतलेली होती. त्या बाईने कापसावर कसलंसं औषध ओतलं आणि तो बोळा हिच्या योनीत सरकवून ठेवला. तो तिथे बारा वर्षं राहिला! आणि मग बारा वर्षांनंतर ती माझ्याकडे आली आणि तिने आपलं गुपित माझ्यासमोर उघड केलं. त्या वेळेला तिच्या योनिमार्गातून दुर्गंधीयुक्त स्राव चालू होता आणि प्रचंड आग होत होती. तिची सोनोग्राफी केली. शिवाय HSG टेस्ट केली (Hystero salpingo graph.) त्यामध्ये आतली 'बाह्य वस्तू' (कापसाचा बोळा) दिसली. हेही लक्षात आलं की, तिच्या दोन्ही गर्भनलिका अवरुद्ध (Blocked) झालेल्या होत्या.

छत्तीस वर्षे वयाची, दहावी शिकलेली बाई... पण तिला साधं हे नाही कळलं की, त्या कापसाच्या बोळ्यामुळेच आत टोचल्यासारखं वाटत होतं आणि त्याच्यामुळेच हा दुर्गंधीयुक्त जंतुसंसर्ग झालेला होता. आणि त्याच्यामुळेच आपण कायमच्या 'वांझ' झालो याची तर तिला जाणीवही नव्हती.

माझ्या शांता नावाच्या रुग्ण स्त्रीची कहाणी अशी आहे की, तिचं बाळंतपण केलं वैदूने. अर्थातच जंतुसंसर्ग न होण्यासाठी कोणतीही विशेष काळजी घेतली गेली नव्हती. असुरक्षित प्रसूती. ती माझ्याकडे पहिल्यांदा आली तेव्हा अठरा वर्षांची होती. लग्नाला तीन वर्षं झालेली. नवऱ्यापासून तिला गुप्तरोगाची लागण झालेली होती. त्याचं हे दुसरं लग्न होतं. पहिलीला मूलबाळ झालं नाही म्हणून सोडून दिलं होतं. मग त्या दोघांवरही उपचार केले आणि तिला दिवस गेले. गरोदरपणी शांता तपासून घ्यायला नियमितपणे येत होती. फक्त शेवटच्या महिन्यात ओटीपोटाची तपासणी करायची असते (Pelvic assessment) त्यासाठी ती आली नव्हती. प्रसूती नैसर्गिक होणार की सीझेरियन शस्त्रक्रिया करावी लागणार आहे हे या तपासणीतून समजतं. शेवटी घरीच एका प्रशिक्षण न घेतलेल्या सुइणीने तिचं बाळंतपण केलं. पण फार काळ कळा सोसत राहिल्यामुळे, बाहेर येताना मूल दगावलं.

त्यानंतर दोन महिन्यांनी शांता माझ्याकडे आली तेव्हा तिला खूप जुलाब होत होते आणि फार वेळा लघवी लागत होती. मी तपासलं तर तिचं मूत्राशय (Bladder) फाटलेलं होतं. गुदाशय (rectum) फाटलेलं होतं आणि मूत्र आणि विष्ठा दोन्ही योनीवाटे बाहेर पडत होतं. तिच्या शरीराला दुर्गंधी येत होती. सामाजिक आणि वैद्यकीय दृष्टीनेही तिचं अक्षरश: वाटोळं झालेलं होतं. एका अप्रशिक्षित सुइणीने तिचं बाळंतपण करताना जी हेळसांड केली, तिच्या शरीराची धसमुसळी ओढाताण केली असेल त्याचा हा दुष्परिणाम ती भोगत होती. तिला तातडीने नागपूरच्या सरकारी वैद्यकीय महाविद्यालयाच्या रुग्णालयामध्ये नेऊन उपचार करावे लागणार होते. त्यांच्याकडे अशा 'दुरुस्ती शस्त्रक्रियेला' आवश्यक असणारी साधन सामग्री होती. त्या जोडप्याकडे पैसेही नव्हते आणि अशा अवस्थेत प्रवास करायला ते घाबरत होते. शांता बाळंतपणासाठीच जर सरकारी दवाखान्यात गेली असती तर पुढचं सगळं सव्यापसव्य वाचलं असतं. पण भीती, गरिबी आणि घरच्यांचा निष्काळजीपणा यांमुळे शांताच्या जीवनाची अशी शोकांतिका झाली. ती कायमची 'वांझ' झाली. नवऱ्याला काय, सोपं होतं. दुसरी बायको सोडून देऊन तिसरी आणता आली असती. पण शांताचं भवितव्य काय?

दुर्दैवाने, आणखी एक गोष्ट देखील माझ्या व्यवसायात नेहमीच पाहण्यात आलेली आहे. ती म्हणजे, सारख्या सारख्या गर्भलिंग चाचण्या करून वारंवार गर्भपात केले गेले तर त्याचा परिणाम म्हणून स्त्रीला वंध्यत्व येते. अनेक विवाहित स्त्रिया केवळ, 'मुलगा पाहिजे' या इच्छेपायीच वंध्यत्व ओढवून घेतात. दिवस राहिल्यानंतर त्या बेकायदा गर्भलिंग चाचणी करून घेतात. मुलगी असेल तर गुपचुप वैदूकडे जाऊन गर्भ पाडून घेतात. गरोदरपणाच्या सुरुवातीच्या काही महिन्यांत गर्भलिंग चाचणी करूनही भ्रूणाचे लिंग समजत नाही. चार महिने पूर्ण व्हावे लागतात. त्यामुळे गर्भपात करून घेण्यासाठी बऱ्याच स्त्रियांना पाचवा महिनाच मिळतो आणि तेव्हा खूप उशीर झालेला असतो. गर्भपात धोक्याचा ठरतो.

सीमा नावाची एक तेवीस वर्षांची तरुणी. बारावीपर्यंत शिकलेली. तिला या गर्भलिंग चाचणीची फार वाईट प्रकारे किंमत मोजावी लागली. तिला त्यामुळे तात्पुरतं वंध्यत्वच आलं होतं. ती तिच्या नवऱ्याला घेऊन माझ्याकडे आली होती. तो दहावी शिकलेला होता. एस. टी.मध्ये ड्रायव्हर होता. त्या वेळेला त्यांची मुलगी असेल पाच वर्षांची. तिची हकिगत अशी, की तिला दुसऱ्या वेळेला दिवस गेले. गर्भलिंग चाचणी केली. मुलगी असल्यामुळे नवऱ्याच्या हट्टाखातर गर्भपात करून घेतला. वैदूकडून. त्याने पुरेशी काळजी घेतली नाही. त्यामुळे हिला ओटीपोटाचा दाह होण्याचा विकार झाला आणि तात्पुरतं वंध्यत्व आलं. हे कळल्यावर सीमा भयंकर संतापली आणि आपण काय गमावलं हे लक्षात आल्यानंतर नवऱ्याला पश्चात्ताप होऊ लागला.

'सर्च'मध्ये उपचार केल्यावर सीमाचं वंध्यत्व दूर झालं आणि तिला दिवस गेले. तब्बल तीन वर्षांनंतर. सीमा नवऱ्यावर एवढी संतापली होती की, तिने त्याच्याकडून लेखी वचनच घेतलं, की पुन्हा गर्भलिंग चाचणी करणार नाही.

असुरक्षित लैंगिक संबंध

गरीब ग्रामीण स्त्रियांना भोंदू वैदूंच्या हातात सोपवणारा अजून एक प्रमुख घटक म्हणजे चोरटे लैंगिक व्यवहार. अशा चोरट्या संबंधाचे परिणाम अत्यंत दु:खद होऊ शकतात, याचं प्रत्यक्ष उदाहरण म्हणजे सुषमा.

ही एकवीस वर्षांची अशिक्षित तरुणी तिच्या वडिलांबरोबर माझ्याकडे आली. बरोबर एक दाई होती. सुषमा चार महिन्यांची गरोदर होती आणि तिला गर्भपात करून घ्यायचा होता. तपासल्यावर दिसून आलं की, तिला योनिदाह म्हणतात तो (Frichomonas Vaginitis) गुप्तरोग झालेला होता. तिचा पूर्वेतिहास सांगत होता की, पाच वर्षांपूर्वी तिचं लग्न झालं होतं. मूल झालं नाही. तीन वर्षांपासून नवऱ्यापासून वेगळी राहत होती. एका वर्षापासून तिचे गावातल्या एका तरुण मुलाबरोबर लैंगिक संबंध होते. त्याचं लग्न झालेलं नव्हतं आणि तो दुसऱ्या जातीचा होता. तिच्यापेक्षा कमी वयाचा होता. त्याचा दारू गाळण्याचा धंदा होता.

सुषमा म्हणाली, ''मी त्याच्यासंगं लगीन करनार नाय. तो वाईट मानूस हाय.'' 'मग त्याच्याशी संबंध का ठेवलेस?' असं विचारल्यावर तिने सांगितलं की, तो प्रत्येक वेळी पाच-दहा रुपये देत होता. तरी पण पैशासाठी तिने त्याला जवळ केला नव्हता. तिला त्याने गुप्तरोग दिलेला होता. आमच्याकडे

आली तेव्हा तिला चार महिने झाले होते. एवढ्या उशिरा गर्भपात करण्याचा परवाना आमच्याकडे नव्हता. म्हणून तिला जिल्हा रुग्णालयात पाठवलं.

दोन वर्षांनी आमचे समाज सेवक गेले चौकशीला, तेव्हा तिच्या वडिलांनी सांगितलं की, त्या वेळी मी सांगितल्याप्रमाणे ते जिल्हा रुग्णालयात गेलेच नाहीत. पण तिला त्यांनी एका वैदूकडे नेलं आणि गर्भपात करून घेतला. त्यानंतर आठेक दिवस सुषमा थंडीतापाने आजारी होती. नवव्या दिवशी वारली.

दुसरं उदाहरण चारूचं. ही चोवीस वर्षांची बारावीपर्यंत शिकलेली अविवाहित तरुणी. तिला तातडीने 'सर्च' रुग्णालयात दाखल करून घ्यावं लागलं. गडचिरोली जिल्ह्याच्या अगदी आतल्या भागात राहणारी ही तरुणी. तपासल्यावर ती साधारण चार महिन्यांची गर्भवती असल्याचं लक्षात आलं. तिच्या योनिमार्गात काडी खुपसून ठेवलेली मला सापडली. चोरून गर्भपात करण्याचा प्रयत्न केल्याचा हा पुरावा होता. चारूचे वडील हयात नव्हते. तिच्या आईने तिच्याबरोबर येण्याऐवजी एका मामेभावाला (पुरुषाला) तिच्याबरोबर पाठवलं होतं. चारूने माझ्यापाशी कबूल केलं की, या मामेभावाशी तिचे आठ महिने लैंगिक संबंध होते. आदल्या दिवशी ते दोघे वैदूकडे गर्भपात करण्यासाठी गेले. त्याने हिच्या योनीत ती काडी खुपसून ठेवली, पण काहीच झालं नाही. मात्र तिच्या पोटात खूपच दुखायला लागलं, म्हणून घाईघाईने तिला 'सर्च'मध्ये आणलेलं होतं. असा गर्भपात (चौथ्या महिन्यातला) बेकायदा असल्यामुळे त्याची खबर पोलिसांना दिली जाईल म्हणून तिचा तो मामेभाऊ घाबरत होता. तो मला म्हणाला, ''मी तिच्याशी लग्न करणार आहे. तुम्हांला लिहून देतो तसं. मी जर का तिच्याशी लग्न नाही केलं तर तुम्ही 'बेकायदा गर्भपात' म्हणून पोलिसला कळवू शकता.''

चारूवरचे उपचार पूर्ण झाल्यावर ती घरी गेली. त्यानंतर महिनाभराने तिचा तो मामेभाऊ आमच्याकडे आला आणि, 'मी तिच्याशी लग्न केलं,' असं सांगून गेला. चार महिन्यांनी आम्ही तिच्या घरी जाऊन पाहिलं. हीच खात्री करून घ्यायची होती, की त्याने आम्हांला खोटं तर नसेल सांगितलं? पण नाही. त्याने दिलेला शब्द पाळला होता. या उदाहरणातल्या तरुण मुलीचा तिच्या मामेभावाने गैरफायदा घेतला आणि आईच्या बेजबाबदारपणामुळे मुलीला त्रास भोगावा लागला.

काही स्त्रियांच्या विवाहबाह्य 'भानगडी' (लैंगिक गैरव्यवहार) असतात. त्या डॉक्टरांनाही खरं सांगत नाहीत आणि त्यामुळे त्यांना स्वत:लाच कितीतरी

त्रास सहन करावा लागतो. लता एक अशीच महिला. नववीपर्यंत शिकलेली. माझ्याकडे आली तेव्हा लग्नाला वर्ष झालेलं होतं. नवरा औरंगाबादला (मध्य महाराष्ट्रात) एका फॅक्टरीत कामाला होता. ती आली त्या दिवशी तिने मला सांगितलं की, दोन महिने झाले, तिला पाळी आलेली नाही. तपासल्यावर दिसून आले की, ती दोन महिन्यांची गर्भवती आहे. मात्र तिने या गोष्टीचा साफ इन्कार केला. तिचा नवरा पाच महिन्यांपूर्वी आला होता, त्याच्यानंतर आमचा संबंधच झालेला नाही, तर गर्भ दोन महिन्यांचा कसा असू शकतो, असं मलाच ती विचारू लागली. तिची गर्भधारणा चाचणी (Pregnancy Test) केली ती सकारात्मक (+ve) आली. त्याशिवाय माझ्या हेही लक्षात आलं होतं की, तिला त्रिशिख योनिदाह (Trichomonas vaginitis) हा गुप्तरोगही झाला होता आणि बळावलेला होता. तिचे विवाहबाह्य लैंगिक संबंध होते हे निश्चित. पण ती ते मान्य करत नव्हती आणि गर्भ राहिल्याचाही इन्कार करत होती. ती सत्य स्वीकारायला तयार नव्हती, म्हणून मी तिला सोनोग्राफी करून गर्भधारणेची खात्री करून घ्यायला सांगितलं. मग पुन्हा ती माझ्याकडे आली नाही.

आमची माणसं चौकशीला गेली, तेव्हा कळलं की लता गर्भपात करून घेण्याकरता वैदूकडे गेली होती. गर्भपात अर्धवट झाला. अतिरिक्त रक्तस्राव आणि जंतुसंसर्ग झाला म्हणून तिला जिल्हा रुग्णालयात नेलं. बेकायदा गर्भपाताची केस होती. नियमाप्रमाणे पोलीसकेस झाली. नवऱ्याला कळलं की, गर्भधारणा दुसऱ्यापासून झाली होती. त्याने तिला सोडून दिलं.

लताने आमच्या किशोरवयीन मुलांमुलींसाठीच्या आरोग्य शिक्षण शिबिरात भाग घेतलेला होता, तरी ती बेजबाबदारपणे वागली. तिने जर दिवस गेल्याचं मान्य केलं असतं, तर मी तिचा वैद्यकीय गर्भपात करून दिला असता. नवऱ्याला काही समजलं नसतं. संसार वाचला असता. बेकायदा, धोकादायक गर्भपातही करून घ्यावा लागला नसता आणि पोलीस चौकशीलाही तोंड द्यावं लागलं नसतं.

गर्भपात : संततिप्रतिबंधक साधन?

'सर्च'तर्फे लतासारख्या महिलांना, तज्ज्ञ मार्गदर्शनाखाली, विश्वसनीय पद्धतीने सुरक्षित गर्भपाताची सुविधा पुरवली जाते. अर्थात गर्भाला तीन महिने पूर्ण होण्याच्या आत त्या आल्या तरच.

दुर्दैवाने आम्हांला असं दिसून येतं की, परिपूर्ण सार्वजनिक आरोग्य व्यवस्था उपलब्ध नाही आणि तात्पुरत्या गर्भनिरोधक साधनांविषयी सगळीकडे तेवढी जागरूकता नसल्यामुळे कुटुंब मर्यादित ठेवण्याकरता वैद्यकीय गर्भपात (MTP) हीच पद्धत सर्वांत जास्त वापरली जात आहे. अनेक विवाहित स्त्रिया तसंच अविवाहित मुलीसुद्धा सरळ आमच्याकडे गर्भपात करून घ्यायला येतात. गर्भपात या गोष्टीकडे त्या फार हलक्या फुलक्या दृष्टिकोनातून बघत असतात. आणि अविवाहित असताना गरोदर झालेल्या आपल्या मुलींना आमच्याकडे घेऊन येणाऱ्या त्यांच्या आया तर फारच विचित्र पद्धतीने या घटनेकडे पाहतात. आम्ही जेव्हा त्यांना सांगतो की, तुमची मुलगी गरोदर आहे तेव्हा त्या असं वागतात की सांगणाऱ्या डॉक्टरांचाच दोष आहे.

पहिल्यांदा ही गोष्ट कळल्यानंतर, आपल्या मुलीने ही घोडचूक करून ठेवली आहे किंवा ती वाईट वागली आहे अशी त्यांची प्रतिक्रिया येत नाही. बहुतेक आया म्हणतात, 'आमची मुलगी वाईट वळणाची नाही. ती असं वागणारच नाही.' बरं, यातून आता कसा मार्ग काढता येईल ही चर्चासुद्धा त्यांना करायची नसते. 'कोण आहे हा मुलगा (पुरुष)?' असं विचारतसुद्धा नाहीत त्या. एकतर तो कोण असावा हे त्यांना माहीत असेल किंवा मुलीला दिवस गेले आहेत, तिचे कोणाशी तरी लैंगिक संबंध आलेत, हे त्यांना खरंच वाटत नसणार. मला तर अशी शंका आहे की, येण्याआधी त्यांना रुग्णालयात सत्य परिस्थितीची जाणीव झालेली असणार.

गर्भपात करवून घेण्यासाठी पुष्कळ महिला फार उशिरा येतात. सुशोभा ही पंचवीस वर्षांची तरुणी शेजारच्या चंद्रपूर जिल्ह्यातून माझ्याकडे आली होती. ती आणि तिचा नवरा दोघंही निरक्षर. शेतात मजुरीला जाणारे. ती तिच्या आईला बरोबर घेऊन आली होती. तिला गर्भपात करायचा होता. पण त्या वेळेला तिला सातवा महिना लागला होता. गर्भपाताला नकार द्यावा लागला. तिने गयावया करून सांगितलं की, तिच्या नवऱ्याला वेड लागलंय म्हणून आता तिला आणखी मूल नको आहे. लग्नाला पाच वर्षं झालेली होती. आधीची एक मुलगी आणि एक मुलगा होता. त्यांची वयं अनुक्रमे ४ वर्षं, २ वर्षं.

नंतर आम्ही चौकशी केली तर सुशोभा नऊ महिने झाल्यावर, एका दाईच्या मदतीने घरीच बाळंत झाली. मुलगा झाला. झाल्याबरोबर त्याला मारून टाकलं. 'काय करू? नवऱ्याला वेड लागलंय. मी एकटी किती पोरांना

पोसणार?' तिने आमच्या समाज सेविकेला प्रश्न विचारला. 'मग 'सर्च'ला यायला एवढा उशीर का केला?' असं विचारलं. तेव्हा तिने सांगितलं की, पहिल्यांदा जुनी झाडपाल्याची औषधं खाऊन पाहिली. काही झालं नाही. कुणीतरी 'सर्च'चं नाव सांगितलं, तेव्हा आली 'सर्च'मध्ये. सुशोभासारख्या बऱ्याच स्त्रिया रुग्णालयात जायला फारच उशीर करतात. खरं तर जिल्हा रुग्णालयामध्ये पाच महिन्यांपर्यंतही गर्भपात करून देतात, पण तिकडे जाण्याची त्यांची अजिबात इच्छा दिसत नाही.

गर्भपात-सुविधांची भारताच्या ग्रामीण भागात मोठी गरज आहे. १९९०-९१ साली 'सर्च'ने गर्भपात करणाऱ्या स्त्रियांचा एक शोधाभ्यास केला. त्या स्त्रियांना गर्भपाताविषयी काही प्रश्न विचारले गेले. त्यामध्ये १०० टक्के स्त्रियांनी सांगितलं की, गर्भपात केल्यामुळे त्यांना मोठा दिलासा मिळाला. मात्र १०० टक्के स्त्रियांनी हेही कबूल केलं की, गर्भपात करणं अनैतिक आहे; पण आमच्याकरता ते फारच गरजेचं आहे. दोन मुलांमधलं अंतर वाढवण्यासाठी विवाहित स्त्रिया गर्भपाताचा मार्ग अनुसरतात. अशा स्त्रिया मासिक पाळीविषयी फार जागरूक असतात. पाळी चुकली, तर त्याच आठवड्यात डॉक्टरला भेटतात. 'आता आपल्याला दिवस गेले,' असं समजून प्रचंड गोंधळलेल्या असतात. कारण एकतर त्या संततिनियमनाचं कोणतंही साधन वापरत नसतात किंवा वापरूनही त्याचा उपयोग झालेला नसतो.

संततिप्रतिबंधक साधनांच्या वापराविषयी त्यांना नीट समजावून सांगितलेलं नसतं आणि गर्भनिरोधाची दुसरी कोणती पूरक सेवा उपलब्ध नसते. या दोन प्रमुख कारणांमुळे स्त्रियांना नको असताना वारंवार गर्भधारणा होत राहते आणि मग असुरक्षित गर्भपाताची वेळ त्यांच्यावर येते. सध्याची जी संततिप्रतिबंधक साधनं आहेत त्यांत स्त्रियांना निवड करायला वाव नाही. पुरुषांवर निरोध वापरण्याची सक्ती त्या करू शकत नाहीत आणि पुरुषांना निरोध वापरणं नकोच असतं. ते त्याची टाळाटाळ करतात. तोंडाने घेण्याच्या गोळ्यांचे अनेक दुष्परिणाम होतात. बाईचं दूध त्यामुळे कमी होतं. कॉपर टी किंवा तांबी बसवायला बायका तयार नसतात, कारण त्याचे पुष्कळ अवांछित दुष्परिणाम होतात.

पुरुष स्वत: संततिनियमनाची साधनं वापरत नाहीत. नसबंदीला नकार देत राहतात. याचा अर्थ त्यांना ती स्वत:ची जबाबदारी आहे याबद्दल काहीच वाटत नाही असं दिसतं. असंख्य उदाहरणांत असंच दिसून येतं की, राहिले

पत्नीला दिवस तर करून घेऊ तिचा गर्भपात दरवेळी, असंच नवऱ्यांना वाटत असतं. त्यात काय मोठं? माझ्याकडे येणाऱ्या स्त्रियांना मी जास्तीत जास्त तीन वेळा गर्भपातास मदत करते. चौथ्या वेळी आली तर सांगते, 'जा, आधी तुझ्या नवऱ्याला घेऊन ये.' मग मी त्याच्याशी बोलते. मी काही त्याच्यावर कुटुंब नियोजनाची सक्ती करू शकत नाही. पण परिस्थितीचा नीट विचार करायला लावते आणि त्यापेक्षा स्वत:ची नसबंदी का करून घेत नाहीस, म्हणजे तिची तब्येत चांगली राहील आणि तुम्हांला वैवाहिक सौख्यही घेता येईल, अशी त्याला कळकळीची विनंती करते.

जेव्हा जोडपी कायमचं निर्बीजीकरण (Sterilization) करायला तयार होतात, म्हणजे पुरुषाची नसबंदी शस्त्रक्रिया (Vasectomy) किंवा स्त्रीची मूल न होण्याची शस्त्रक्रिया (Tubectomy) तेव्हा देखील इथल्या आरोग्यव्यवस्थेकडे त्यांना देण्यासारखं फार काही नसतं. वारंवार, सरकारी केंद्रात केलेल्या शस्त्रक्रिया अयशस्वी झाल्याचीच उदाहरणं समोर येतात. या सगळ्याचा परिणाम असा झालेला आहे की, लोकांचा संततिनियमन पद्धतींवरचा विश्वासच उडाला आहे आणि म्हणून ते आपले झाडपाल्याची औषधे देणाऱ्या वैदूंकडून अवैध मार्गाने गर्भपात करून घेत राहतात. म्हणजे स्त्रियांच्या स्वास्थ्यासाठीची सध्याची जी व्यवस्था आहे ती पूर्णपणे अयशस्वी ठरल्याचेच यावरून स्पष्ट होते.

याचा परिणाम म्हणून फक्त ज्या दूरच्या गावांमध्ये आरोग्य व्यवस्था पोचलेली नाही तिथे तर वैदू प्रस्थापित आहेतच, पण गडचिरोलीसारख्या शहरात आणि आसपास जिथे सरकारी रुग्णालयं आहेत, खाजगी डॉक्टर आहेत तिथेसुद्धा वैदूंचीच 'प्रॅक्टीस' जोरात चालते आहे. त्यामुळे सुरक्षितपणे गर्भपात करून घेण्याची सोय नसणं, ही स्त्रियांची खरोखर प्रमुख समस्या आहे.

सोनोग्राफीचा त्रास

जेव्हा एखादी विवाहित महिला चार महिन्यांनंतर गर्भपात करण्यासाठी येते तेव्हा तिला पहिल्या काही मुली असतात, हे नक्की समजावं. ती इतक्या उशिरा गर्भपातासाठी का येते? तर मुलाच्या आशेने, सोनोग्राफी करून तिला गर्भाचं लिंग जाणून घ्यायचं असतं आणि ते चार महिने झाल्यावरच करता येतं.

खरं म्हणजे सोनोग्राफीचा हा त्रास गर्भाला देऊन त्याची लिंगचाचणी करणाऱ्यांना कायद्याने शिक्षा सांगितलेली आहे. महाराष्ट्र सरकारचा १९८८ चा

गर्भलिंगचिकित्सा तंत्रज्ञान कायदा, केंद्र सरकारचा गर्भलिंगचिकित्सा प्रतिबंधक कायदा, १९९४ आणि २००३ चा गर्भधारणापूर्व आणि गर्भधारणा झाल्यानंतर गर्भलिंगचिकित्सा प्रतिबंधक आणि तंत्रज्ञान गैरवापर विरोधी कायदा असे सगळे कायदे अस्तित्वात असूनही, सोनोग्राफी करून गर्भाचं लिंग पाहणं हे सर्वत्र चालू आहे आणि भारतभर त्यावर कुठेही फारसं नियंत्रण असल्याचं दिसत नाही. (प्रकरण अकरावे पाहा).

माणसाचा बळी?

माझ्या व्यवसायात मी पाहिलेला, खाडकन डोळे उघडायला लावणारा प्रसंग म्हणजे गर्भात मूल मारण्याऐवजी इकडच्या भागात माणसांचे बळी देण्याचा क्रूरपणा केला जातो! एका भोंदू वैदूने (मांत्रिकाने) गिरीश आणि प्रभाला पटवून दिलं होतं की, तुम्हांला जर निरोगी मूल हवं असेल तर त्यासाठी कुठल्या तरी लहान मुलाचा बळी देणं आवश्यक आहे. त्या दोघांना पहिली मुलगी होती सहा वर्षांची आणि तिच्यानंतर दोनदा दिवस राहिले, पण दोन्ही वेळा आठव्या महिन्यात नैसर्गिक गर्भपात झालेला होता. आता तिला पुन्हा दिवस गेले होते, पण मनात गर्भपाताची भीती होती. म्हणून त्यांनी त्या वैदू-कम-मांत्रिकाचा सल्ला घेतला होता. जेव्हा पहिल्यांदा त्याने 'बालकाचा बळी द्या' म्हणून सांगितलं तेव्हा साहजिकच दोघांना ते विचित्र वाटलं. मग मांत्रिकाने पर्याय सुचवला, 'तुम्ही असं करा. बळी देण्याच्या ऐवजी डॉक्टरकडून गर्भपात करून घ्या. म्हणजे बळी दिल्यासारखंच होईल आणि पुन्हा गर्भ राहील तो चांगला सुदृढ राहील. आणि नऊ महिने पोटात राहील, मधेच पडून जाणार नाही.' त्याने दोघांच्या मनावर काय गारूड केलं असेल माहिती नाही, पण दोघं भीतीपोटी गर्भपाताला तयार झाले!

प्रभा माझ्याकडे गर्भपातासाठी आल्यावर मला कळेना, हिला कशासाठी करून घ्यायचा आहे गर्भपात? त्यांनी मला वारंवार सांगितलं होतं की, पुन्हा मूल व्हावं याची ते खूप आतुरतेने वाट पाहत आहेत. जेव्हा एखादी विवाहित महिला चार महिने पूर्ण होण्यापूर्वी गर्भपात करून घ्यायला येते, तेव्हा बहुतेक डॉक्टर जास्त प्रश्न विचारत न बसता तिचं काम करून देतात. पण या उदाहरणात, माझ्या खोलात शिरून प्रश्न विचारण्यामुळे त्या दोघांची वैदूच्या अनिष्ट आणि दुष्ट प्रभावातून सुटका झाली हे त्यांचं सुदैव!

सुरक्षित गर्भपात

'कायदेशीर गर्भपात आणि बेकायदा गर्भपात' यावर कायदा करणाऱ्यांनी कितीही चर्चा केली तरी गाव पातळीवर आणि तालुका पातळीवर काही फारसा फरक पडत नसतो. तिथे महत्त्वाचं काय असेल तर स्वस्त, सुरक्षित, खात्रीशीर आणि सुलभ गर्भपाताची सेवा उपलब्ध असणं. बस्स! मला नक्कीच असं वाटतं की, पाचव्या महिन्यानंतर स्त्रीचा गर्भपात होणं तिच्या जिवाला धोकादायक आहे, कारण त्यात फार जास्त रक्तस्राव होतो. तसंच इतर दुष्परिणाम संभवतात. मग या समस्येचं उत्तर काय? तर गर्भनिरोधाचे खात्रीलायक सुधारित उपाय आणि गर्भपाताची चांगली सोय असणं. तेही प्रशिक्षित नोंदणीकृत डॉक्टरांकडून. शहरी भागात सुरक्षित गर्भपाताच्या अनेक सोयी उपलब्ध असतात. ग्रामीण भागात याच्या उलट चित्र दिसतं. गर्भपात करून देणारे निष्णात डॉक्टर फार थोडे आणि महाग आहेत.

सर्वसामान्य डॉक्टर दोन पद्धतीने स्त्रियांचे गर्भपात करून देतात. पहिल्या सहा आठवड्यांपर्यंत, मासिक पाळी नियमितपणे येण्याकरता वापरतात तसली सुई गर्भवती महिलेच्या गर्भाशयात घालून गर्भ बाहेर खेचून घेतला जातो. दुसरी पद्धत म्हणजे D and C (Dilation and Curettage). गर्भाशयाचं मुख एका स्टीलच्या पट्टीने फाकवलं जातं आणि Curette म्हणजे एका स्टीलच्या चमच्याने गर्भ संपूर्ण खरवडून बाहेर काढला जातो. कधी कधी हवेच्या दाबाने खेचून घेणाऱ्या मशीनचा (Suction Machine) वापर करून गर्भाचे तुकडे बाहेर घेतले जातात. गर्भ तीन महिन्यांचा असेल तर ही पद्धत वापरतात. आणखी एक पद्धत आहे, ती गर्भ पाच महिन्यांपर्यंतचा असेल तेव्हा वापरली जाते. गर्भाशयामध्ये एक इंजेक्शन दिलं जातं. त्यामुळे गर्भातलं बाळ मरतं. गर्भाशय आकुंचनाची प्रक्रिया सुरू होते आणि गर्भाशयातून गर्भ बाहेर फेकण्याची क्रिया चोवीस तासांत पूर्ण होते.

गर्भपाताची नवी पद्धत : एक गोळी

'सर्च'मध्ये मी गर्भपात होण्यासाठी एक गोळी देत असते. तिचा इतका चांगला परिणाम होतो की, आता बायका त्या गोळीकडे संततिप्रतिबंधनाचा सोपा उपाय म्हणून पाहू लागल्या आहेत. काळजी याची वाटते की, तरुण मुली या गोळीकडे कमालीच्या आकर्षित होऊ लागल्या आहेत. दररोज माझ्याकडे कमीत कमी दोनतीन जणी गर्भपातासाठी येत आहेत. अर्थात

स्त्रियांना गर्भपात करून घेण्यासाठी तसंच भक्कम कारण आहे की नाही याबाबत मी फार दक्ष असते आणि कुणालाही लिंगपरीक्षा करू देत नाही.

गर्भपातासाठी वापरल्या जाणाऱ्या औषधांच्या प्रगत संशोधनानंतर ही गोळी तयार करण्यात आली आहे आणि त्यामुळे सुरक्षितपणे गर्भपात होईलच याची खात्री देता येते. हे एक नवं तंत्र आहे. यात भूल द्यावी लागत नाही की कसली शस्त्रक्रिया करावी लागत नाही. ही गोळी स्त्रीच्या योनिमार्गात सरकवून ठेवायची. चोवीस तासांच्या आत गर्भाशयाचं आकुंचन सुरू होतं आणि भ्रूण शरीराबाहेर टाकलं जातं. भारत सरकारने या गोळीला मान्यता दिलेली आहे. आता ग्रामीण भागात ती कशी स्वीकारली जाते, त्याची चाचपणी मी करते आहे. या बाबतीत आम्ही शोधाभ्यास करत आहोत. अशा प्रकारे आत्तापर्यंत फार थोडे शोधाभ्यास ग्रामीण भागात झालेले आहेत. लवकर या शोधाभ्यासाचे निष्कर्ष मेडिकल जर्नलमधून प्रसिद्ध होतील. भारत सरकारच्या गर्भपात कायद्यानुसार नोंदणीकृत गर्भपात केंद्रामध्ये वैद्यकीय गर्भपात सुविधा उपलब्ध आहेत.

१९९० मध्ये मी एक प्रयोग केला. माझ्याकडे आलेल्या ४०० महिला रुग्णांना प्रश्न विचारला की, गर्भपाताची कोणती पद्धती तुम्हांला योग्य वाटते? त्यांची उत्तरे ऐकून या गोळी वापराच्या माझ्या निर्णयाला बळकटी आली. त्यांच्यातल्या ९८ टक्के महिलांनी सांगितलं की, आम्हांला शस्त्रक्रियेपेक्षा गोळीच बरी वाटते. रुग्णांची निवड काळजीपूर्वक केली, तर गोळीचा वापर सुरक्षित आणि तणावरहित ठरतो. गेल्या तीन वर्षांत आम्ही १४५० महिलांसाठी या गोळ्यांचा वापर केला आणि आमचा अनुभव हुरूप वाढवणारा आहे. गर्भपातासाठी दोन प्रकारच्या गोळ्या असतात. पहिली 'RU 486' या नावाने ओळखली जाते किंवा तिला माइफप्रिस्टोन (Mifepristone) असंही म्हटलं जातं. ही गोळी खूप महाग आहे. दुसऱ्या गोळीचं नाव मायसोप्रोस्टल (Misoprostal) किंवा प्रॉस्टेग्लॅन्डिन (Prostaglandin). ही जरा स्वस्त असते. पुष्कळसे डॉक्टर दोन्ही गोळ्या एकावेळी देतात; पण मी फक्त प्रॉस्टेग्लॅन्डिन (Prostaglandin)च वापरते, कारण ती माझ्या रुग्णांना परवडण्यासारखी आहे.

सामान्यपणे डॉक्टर ती गोळी महिलेच्या शरीरात घालून तिला घरी पाठवतात आणि आठवड्याने बोलावतात. मी पेशंटला एक दिवस ठेवून घेते म्हणजे काही समस्या उद्‌भवल्याच तर मी ताबडतोब उपचार करू शकते. यामुळे मला आणि रुग्णाला दोघींनाही सुरक्षित वाटतं. मला असंही वाटतं की,

गर्भपात होईल त्या वेळी स्त्रीला विश्रांतीची गरज असते. घरी तिला विश्रांती मिळेलच याची खात्री नसल्यामुळे मी तिला माझ्याकडे ठेवून घेते.

आता तीन वर्षं झाली आम्ही या गर्भपाताच्या गोळ्या वापरतो आहोत. त्या सुरक्षित आहेत आणि त्यांचे फारच थोडे अवांछित परिणाम (Side effects) होतात. त्यामुळे थोडा रक्तस्राव होतो, कधी जंतुसंसर्ग आणि कधी रक्तहीनता (anaemia) होऊ शकते. ही गोळी घातल्यानंतर त्या महिलेच्या प्रकृतीवर बारीक लक्ष ठेवणं गरजेचं असतं. कारण कधी कधी अर्धवट गर्भ बाहेर पडतो (म्हणजे गर्भ पूर्णपणे शरीराबाहेर येत नाही. त्याचे काही तुकडे आतच राहतात).

या गोळीचा वापर करण्यात मुख्य धोका असा आहे की, पेशंट स्वत:च याचा वापर करून गर्भपात करण्याचा प्रयत्न करू शकतात. तसं होणं योग्य नव्हे. याचा वापर प्रशिक्षित डॉक्टरनेच केला पाहिजे आणि त्यानंतर सतत रुग्णावर लक्ष ठेवलं पाहिजे. काही आणीबाणी उद्‌भवलीच तर तातडीने त्यावर इलाज केला गेला पाहिजे. त्याचप्रमाणे अंगात रक्त खूप कमी असणाऱ्या किंवा उच्च रक्तदाब, मधुमेह, हृदयविकार असणाऱ्या स्त्रियांवर या गोळ्यांचा वापर न करणं योग्य ठरतं.

आमच्या रुग्णालयात गर्भपात करवून घेण्याकरता आलेल्या स्त्रियांचं, त्यांना गर्भपातासाठी दाखल करण्याअगोदर अगदी कसून समुपदेशन केलं जातं. शक्यतो ज्या विवाहित स्त्रिया बाहेरून गर्भाची लिंगचाचणी करवून घेऊन नंतर माझ्याकडे गर्भपातासाठी येतात त्यांना त्या विचारापासून परावृत्त करण्याचा प्रयत्न केला जातो. ज्यांना गर्भपातासाठी दाखल करायचं ठरतं, त्यांना नीट समजावून दिलं जातं, की गर्भपात कशा पद्धतीने केला जाणार आहे, त्याचे परिणाम काय होऊ शकतात, त्याचप्रमाणे गर्भपात यशस्वी झाल्यानंतर काय काळजी घ्यायची, नियमितपणे नंतर तपासणीसाठी का यायचं आणि गर्भपातानंतर संततिप्रतिबंधक साधनांचा वापर करणं कसं आवश्यक आहे इत्यादी.

बऱ्याच स्त्रियांना गडचिरोलीच्या जिल्हा रुग्णालयामध्ये जाऊन गर्भपात करून घेण्यापेक्षा 'सर्च'मध्येच यायला बरं वाटतं. याला बरीच कारणं आहेत. 'सर्च'मध्ये स्वस्तात वैद्यकीय सेवा मिळते. स्त्रियांना योग्य त्या सन्मानाने वागवलं जातं आणि संततिनियमनासाठी तुम्ही तांबी बसवून घ्या किंवा नसबंदी करून घ्या अशा प्रकारची सक्ती मी त्यांच्यावर कधी करत नाही, जे सरकारी दवाखान्यात सर्रास चालतं.

'सर्च'मध्ये आम्ही गोळीचा वापर करून, स्वस्त, कमी त्रासदायक आणि सुरक्षित गर्भपाताची सोय केली आहे खरी, पण त्याचा स्त्रियाच गैरवापर करतील अशी मला काळजी वाटते. म्हणून मला इथे नमूद करायचं आहे की, काही स्त्रिया असा बेजबाबदारपणा करतातच. त्या कुटुंबनियोजनासाठी इतर कोणती साधनं वापरायचं टाळतात आणि वारंवार गर्भपात करणंच पसंत करतात. पण पुढे याचा फार अनिष्ट परिणाम त्यांच्या शारीरिक आणि मानसिक आरोग्यावर होतो. औषधं तयार करणाऱ्या कंपन्यादेखील या गोष्टीला तेवढ्याच जबाबदार आहेत. सध्या तऱ्हतऱ्हेच्या ॲलोपॅथिक आणि आयुर्वेदिक गोळ्यांनी बाजार भरून वाहताहेत. ही औषधं मासिक पाळी नियमित करून देण्याचा दावा करतात. पण यांचा वापर गर्भपात घडवण्यासाठीदेखील केला जातो, अर्थातच प्रत्यक्ष तसं कुणी उघडपणे म्हणत नाही. अशा गोळ्या अनेक औषधांच्या दुकानात सहजपणे उपलब्ध असतात. ही गर्भपाताची गोळीदेखील औषधांच्या दुकानात मिळते.

ज्या डॉक्टरांना गर्भपात करण्याचा परवाना मिळालेला नाही, ते औषध कंपन्यांच्या प्रतिनिधींकडून माहिती घेऊन किंवा नवीन औषधांबद्दलच्या माहितीचे लेख वाचून आपल्या रुग्णांना ह्या गोळ्या घ्यायला सांगतात. असा माहितीचा गैरवापर रोखण्याची जबाबदारी भारतीय औषध नियंत्रक (Drug Controller of India) यांच्यावर आहे.

निष्कर्ष

ग्रामीण महिलांना सुरक्षित गर्भपात सेवा पुरवण्याची आवश्यकता आहे. त्यासाठी मला असं खात्रीने वाटतं की, प्राथमिक आरोग्य केंद्रं आणि ग्रामीण रुग्णालयातील वैद्यकीय आणि इतर कर्मचाऱ्यांना अधिक प्रशिक्षण देण्याची आणि कार्यप्रवण करण्याची गरज आहे. महिलांना चांगलं समुपदेशन आणि कुटुंबनियोजनाची अधिक माहिती पुरवण्याची गरज आहे. त्याचबरोबर, वयात येणारी मुलंमुली आणि स्त्रियांना आरोग्य शिक्षण देण्याची नितान्त आवश्यकता आहे आणि या सगळ्या प्रक्रियेत पुरुषांनाही सामील करून घेतलं गेलं पाहिजे. लोकांनी हे लक्षात घेतलं पाहिजे, की बेकायदा गर्भपात आणि वारंवार केले जाणारे कायदेशीर गर्भपात यांमुळे त्या स्त्रियांच्या जननक्षमतेवरच अनिष्ट परिणाम होतात आणि म्हणूनच भारतातलं वंध्यत्वाचं प्रमाण इतकं वाढत चाललेलं आहे.

**

प्रकरण नववे

वंध्या, मरण भोगते दर दिवशी

वारंवार गर्भपात करवून घेण्यामुळे, मग ते वैदूंकडून असो किंवा अनधिकृत वैद्यकीय व्यावसायिकाकडून असो, त्या स्त्रीच्या प्रसूतिविषयक कारकिर्दीवर गंभीर अनिष्ट परिणाम होतात. मी अगोदर याचा उल्लेख केलेलाच आहे. भारत देशात वंध्यत्व ही केवळ शारीरिक समस्या नाही, तो एक मोठा सामाजिक प्रश्नही आहे. ग्रामीण भारतीय स्त्रीला वंध्यत्वाची फार चिंता वाटत असते, कारण त्या गोष्टीचा तिच्या अस्तित्वाशीच थेट संबंध असतो. तिने मूल जन्माला घालावं ही समाजाची मागणी असते. जर तिने तसं नाही केलं, तर एक प्रकारचा सामाजिक कलंक लागतो तिला. सगळीकडे त्या गोष्टीची चर्चा होत राहते आणि तिला त्याचा फार त्रास होतो.

आम्ही गडचिरोली जिल्ह्यातल्या ५० महिलांशी या विषयावर चर्चा करत होतो. त्यावेळी त्यांच्यापैकी एकीने खुलासेवार सांगितलं की, मूल न होणे ही त्यांना सगळ्यात मोठी शारीरिक समस्या का वाटते, ते. खरं तर डॉक्टर्सना आणि आरोग्यसेवकांना हे माहीत आहे की, प्रसूतिवेदना (कळा) नीट न येणं, बाळंतीण अडणं हे या भागातल्या स्त्रियांच्या मृत्यूचं प्रमुख कारण आहे. बाळंतपणाच्या कळा देता देता बाई मेली तर तिला एकदाच मरण येतं, पण मूलबाळ होत नसेल तर तिला रोजच्या दिवसाला मरण भोगावं लागतं. मूल होईपर्यंत समाज तिला सुखाने जगू देत नाही.

आम्ही १९८७ साली ही चर्चा आयोजित केलेली होती. स्त्रियांना आम्ही विचारलेलं होतं की, त्यांना कोणत्या आरोग्यविषयक समस्या 'खूप गंभीर' वाटतात, कुठल्या 'सर्वसामान्य' वाटतात आणि कुठल्या 'किरकोळ' वाटतात.

आता मी इतकी वर्षं डॉक्टर म्हणून स्त्रियांच्या आरोग्यविषयक गरजा, त्यांचे प्रश्न याच्यावरच काम करते आहे, पण त्यांच्या प्रतिक्रिया ऐकून मीही चकित झाले! कारण त्यांच्या दृष्टीने 'वांझपणा'हा किती भयानक प्रश्न असू शकतो, हे माझ्या लक्षातच आलेलं नव्हतं.

माझ्या स्त्री रुग्ण मला सांगतात की, जिची कूस उजवली नसेल तिला 'वांझोटी' अशा अपमानकारक शब्दाने संबोधलं जातं. वंध्या स्त्रीचं वर्णन करणारे अनेक शब्द मराठी भाषेत आहेत, पण वंध्य पुरुषाचं वर्णन करणारा शब्द मात्र आढळत नाही. पण माझा या प्रश्नावर काम करताना आलेला अनुभव असं सांगतो, की जोडप्याला जर मूल होत नसेल, तर ७५ टक्के केसेसमध्ये त्याला पुरुषच कारण असतो. पण मी पाहिलेले बहुतेक पुरुष स्वत:च्या वंध्यत्वाचा स्वीकार करायला तयार नसतात. त्यांना अशी खात्री वाटत असते की, मी संभोग व्यवस्थित करू शकतो त्यामुळे माझ्यात दोष असणं शक्य नाही.

रुग्णालयांतून घेतलेल्या आकडेवारीचा केलेला अभ्यास असं दर्शवतो, की भारतातील लोकसंख्येपैकी ८ टक्के लोकांना वंध्यत्वाची समस्या असते. आम्ही गडचिरोलीत केलेला शोधाभ्यासही हेच दर्शवतो. भारत सरकारच्या प्रजनन आणि बालआरोग्य धोरणाने हे मान्य केलेलं असलं, तरी सरकारी आरोग्य सेवेच्या प्राथमिक आरोग्य पातळीवर या समस्येसाठी कोणतीही उपाययोजना उपलब्ध नाही. त्यांना कुटुंबनियोजन आणि त्याच्या उद्दिष्टांचे निश्चित केलेले आकडे (संख्या) यांतच कमालीचं स्वारस्य असलेलं दिसून येतं. या प्रश्नाचं समग्र आकलनच त्यांना झालेलं नाही. ते अशा सेवा पुरवतात, की ज्यामुळे स्त्रियांचाच शेवटी बळी जात असतो. गावकरी नेहमी म्हणत असतात, 'सरकाराला आमच्या नसा कापायचीच लई हौस. त्यांना बिचाऱ्यांना पोरबाळ व्हईना, तर तिकडं कुनाचंच ध्यान न्हाई!'

खाजगी वैद्यकीय व्यवसायातून वंध्यत्वावर विश्वसनीय उपचार केले जातात, पण ते सगळं फारच खर्चिक असतं. त्यासाठी खूप वेगवेगळ्या तपासण्या आणि चाचण्या करून घ्याव्या लागतात. पतिपत्नी, दोघांच्या रक्ताच्या तपासण्या, नवऱ्याची वीर्यतपासणी, संप्रेरक चाचणी, सोनोग्राफी, स्त्रीच्या गर्भाशयाची 'D and C test' म्हणजे गर्भाशय मुख फाकवून त्यातून थोडा तुकडा काढून घेऊन तपासणे, HSG म्हणजे (Hysterosalpingogram) गर्भाशयात काही व्यंग किंवा दोष नाही याची चाचणी, त्याशिवाय दोन्ही

गर्भनलिका मोकळ्या आहेत की त्यांत कुठे अडथळा आहे हे तपासणं अशा अनेक. हल्ली गर्भाशय मुखातून एक रंगीत द्राव गर्भाशयात सोडला जातो आणि मग X-ray घेतला जातो. दोन्ही गर्भनलिकांमधून द्राव नीट वाहत जातोय की नाही हे त्यात दिसून येतं.

आमच्या शोधग्रामच्या रुग्णालयामध्ये विदर्भातले अनेक रुग्ण वंध्यत्वाची समस्या घेऊन येत असतात. आमच्याकडे वंध्यत्वाचं निदान करण्यासाठी अत्याधुनिक साधनसामग्री नाही, पण आम्ही दुय्यम दर्जाच्या चाचण्या आणि सेवा पुरवतो. आम्ही पति-पत्नी दोघांचीही तपासणी करतो आणि नवऱ्याला याची जाणीव करून देतो की, तुझ्यात दोष असल्यामुळे तुझ्या बायकोला गर्भधारणा होत नाही आणि मग दोघांवरही उपचार करतो. त्याचा खूप चांगला परिणाम होतो. वैद्यकीय प्रगती झाल्यामुळे साध्या ग्रामीण रुग्णालयातही वंध्यत्वावर इलाज करणं शक्य होत आहे आणि त्यामुळेच मला लोकांनी अतिशय कृतज्ञतेने, 'मुलं देणारी डॉक्टरीण' ही पदवी बहाल केली आहे.

स्त्रियांच्या वंध्यत्वाचे दोन प्रकार असतात. कायमचं वंध्यत्व आणि तात्पुरतं वंध्यत्व. जर एखाद्या स्त्रीला, कुठलंही संततिप्रतिबंधक साधन न वापरता, एकदोन वर्षं नियमित लैंगिक संबंध ठेवल्यानंतर एकदाही गर्भधारणा झालेली नसेल तर तिला कायमचं वंध्यत्व असण्याची शक्यता असते. तात्पुरतं वंध्यत्व म्हणजे स्त्रीला पहिल्यांदा गर्भधारणा झालेली असते, पण नंतर तिची इच्छा असूनही पुन्हा गर्भ राहत नसतो. तिला गर्भधारणा होत असेल पण नंतर आपोआप गर्भपात होणं, अपुऱ्या दिवसांची बाळंतीण होणं, मृत मूल जन्माला येणं किंवा जन्मल्यानंतर काही वेळाने मूल मरणं या बाबतींत आम्ही त्याला 'निष्फळ किंवा वाईट गर्भधारणा' (Bad pregnancy outcome) असं म्हणतो. पण गर्भधारणा झाल्यानंतर पुढे त्याचं काय होतं, यापेक्षा मुळात गर्भधारणा होणं हे या ठिकाणी महत्त्वाचं असतं.

पुरुषाला वंध्यत्व असणं म्हणजे तो नपुंसक आहे असा त्याचा अर्थ होत नाही. वैद्यकीय भाषेत नपुंसकत्व म्हणजे लिंगाचं उत्थापनच न होणं. लोक सरधोपटपणे 'नामर्द' असा शब्द वापरतात, पण तो बरोबर नाही. नपुंसकत्व हे वंध्यत्वाचं एक कारण असू शकतं पण त्याला इतरही कारणं असतात.

नेहमी नेहमी गर्भपात करण्यामुळे (रुग्णालयामध्ये जाऊन किंवा बहुतेक वेळा भोंदू, अडाणी वैदूंकडे जाऊन) होणारा जंतुसंसर्ग हे स्त्रियांच्या वंध्यत्वाचं प्राथमिक कारण असू शकतं (प्रकरण आठवे पाहा). हे लग्न झालेल्या स्त्रियांच्या

बाबतीत, तसंच लग्नाआधी गरोदर झालेल्या मुलींच्या बाबतीतही होऊ शकतं. जेव्हा अप्रशिक्षित, अननुभवी व्यक्ती अयोग्य पद्धतीने शस्त्राचा वापर करू पाहतात तेव्हा जखमा आणि जंतुसंसर्ग होतो आणि समस्या तयार होते.

स्त्रियांच्या वंध्यत्वास कारणीभूत असणारे घटक म्हणजे संप्रेरकांचे असंतुलन (Hormonal Imbalance), मासिक पाळीच्या समस्या, जननेंद्रियाचा क्षयरोग (Genital TB), रक्तहीनता (anaemia), सिकल सेलचा विकार, अशक्तपणा आणि स्वास्थ्याकडे दुर्लक्ष हे असू शकतात. वारंवार गुप्तरोगाचा संसर्ग (नवऱ्याकडून किंवा स्वतःच्या बाहेरख्याली, बेजबाबदार वर्तनामुळे) होण्यामुळेही वंध्यत्व येऊ शकतं. या भागामध्ये 'सिकल सेल' हा आजार जास्त प्रमाणात आढळतो. त्यासाठी लग्नाचे वेळीच वधूवरांची सिकल सेल चाचणी करून घेणं आवश्यक ठरतं. अन्यथा पुन्हा पुन्हा नैसर्गिक गर्भपात, अपुऱ्या दिवसांचं बाळंतपण असे प्रकार होतात आणि वंध्यत्व येतं.

पुरुषांमध्ये 'अतिरिक्त मद्यसेवन' हा घटक त्यांच्या शुक्राणूंची संख्या कमी करण्यास कारणीभूत ठरतो. मद्याच्या नशेमुळे अनेक स्त्रियांबरोबर संभोग केला जातो. गुप्तरोगांची बाधा होते आणि पुढे वंध्यत्व येतं (प्रकरण सहावे पाहा). सध्या 'सर्च'ने या विषयावरचा शोध अभ्यास सुरू केलेला आहे. त्याचा विषय आहे, 'गडचिरोली जिल्ह्यातील पुरुषांचं दारूचं व्यसन आणि वंध्यत्व यांचा परस्पर संबंध'. त्याच्या प्राथमिक निष्कर्षावरून असंच सूचित होतं की, दारूचा वाईट परिणाम जननक्षमतेवर होत असतो. लहानपणी जरी गालगुंड किंवा फायलेरियासारखे रोग झालेले असले तरी पुरुषांना वंध्यत्व येऊ शकतं. वंधत्वाला जबाबदार असणाऱ्या 'पुरुष घटकाकडे' लक्ष न दिल्यामुळे त्याची परिणती स्त्रियांशी क्रूरपणे वागण्यात होत असते. जेव्हा तिला हे समजतं की मूल न होणं हा नवऱ्याचाच दोष आहे तेव्हा, ती माहिती म्हणजे तिच्या हातात एक शक्तिशाली शस्त्रच येतं.

मला एक जोडपं आठवतं. आशा आणि अरविंद. लग्नानंतर नऊ वर्षं त्यांना मूलबाळ झालं नाही. त्यानंतर ती दोघं माझ्या दवाखान्यात आली. माझ्या लक्षात आलं की, आशा बिचारी सतत खाली मान घालूनच वावरत होती आणि तिच्या शरीरावर मारहाणीच्या खुणाही दिसत होत्या. आमच्या तपासणीत असं आढळलं की, अरविंदच्या वीर्यात शुक्राणूच नव्हते. ती दोघं एकत्र माझ्याकडे आली असताना मी हे त्यांना सांगितलं. त्याबरोबर खाली

झुकलेली आशाची मान झटक्यात ताठ झाली आणि नवऱ्याकडे तीक्ष्ण नजरेने पाहत ती एकच वाक्य बोलली, ''आता मी मारू का तुम्हांला?''

सहा महिन्यांनी आशा पुन्हा 'सर्च'मध्ये आली. यावेळी तिला गर्भधारणा होऊन दोन महिने झाले होते. मी तिला विचारलं की तुझा नवरा तर वंध्य आहे मग तुला दिवस कसे राहिले? यावर तिने सरळ उत्तर दिलं, ''दुसऱ्या माणसापासून राहिले. आता माझे दुसऱ्याशी संबंध आहेत. मी सांगितलं नवऱ्याला. मला मूल पाहिजे. त्यासाठी इतकी वर्षं मुकाट्याने छळ सोसला. आता तुला गपच राह्यलं पाहिजे. जर का आवाज काढलास तर ते केसपेपर आहेतच माझ्याकडे. साऱ्या जगाला बोंबलून सांगेन की, माझा नवरा छक्का आहे!''

असं सगळं झालं तरी अरविंद अगदी काळजीपूर्वक दर वेळी तिच्याबरोबर दवाखान्यात येत होता. मग त्यांच्या मुलीचा जन्म झाला. तिचं नाव लक्ष्मी ठेवलं. सगळीकडे मिठाई वाटली. हे पुरेसं नव्हतं म्हणून की काय, तो सहा वर्षांनी पुन्हा माझ्याकडे आला आणि सांगू लागला की, 'प्लीज माझ्या बायकोला सांगा की आता तिला दुसरं बाळ होऊ दे.'

अशी होती तृप्त झालेल्या त्याच्या पुरुषी अहंकाराची खुष होऊन केलेली फर्माईश! मग भले ती मुलं दुसऱ्या पुरुषापासून झालेली असेनात का!

स्त्रीच्या अहंकाराचीसुद्धा अशीच एक कहाणी पाहिली. लता नावाच्या बाईला मूल होईना म्हणून नवऱ्याने टाकून दिली त्याला बरीच वर्षं झाली होती. नंतर ती माझ्याकडे आली, ती चार महिन्यांची गरोदर! मला म्हणाली, ''काही झालं तरी मी हे मूल होऊ देणारच. दुसऱ्या बाईकरता नवऱ्याने मला टाकून दिलं. तिला तर अजून काही नाहीच झालं. पण मला हे मूल होईल. त्याच्या नाकावर टिच्चून. मग त्याला कळेल माझ्यात कसलाच दोष नव्हता.'' म्हणजे स्वत:ला निर्दोष सिद्ध करण्याच्या नादात, 'मी नवरा नसलेली बाई, या अनौरस मुलाला समाजात उजळ माथ्याने कशी वाढवणार?' हा विचारही तिच्या मनाला शिवला नव्हता.

बऱ्याच लोकांना 'मूल दत्तक घेणं' हा पर्याय नको असतो. दुसऱ्याचं मूल आपलं म्हणून वाढवण्याची मनाची तयारी करायची, त्यापेक्षा स्वत:चंच मूल झालं पाहिजे यावर त्यांचा कटाक्ष असतो. मूल दत्तक घेण्यासाठी पालकांना समजावून तयार करण्याचं काम आम्हांला करावं लागतं. त्यासाठी कराव्या लागणाऱ्या लांबलचक कायदेशीर प्रक्रियेला ते घाबरत असतात आणि घेतलंच

तर नातेवाइकाचंच मूल घेणं पसंत करतात. त्यातही कायदेशीर बाबी पूर्ण कराव्या लागतातच. पण ते त्या करत नाहीत. रीतसर उघड उघड दत्तक घ्यायला पुरुष तयार होत नाहीत याचं महत्त्वाचं कारण म्हणजे त्यामुळे, तो त्याच्या बायकोला गरोदर करायला असमर्थ आहे हे जगापुढे उघड होणार असतं.

मूलबाळ होत नाही, तेव्हा जोडपी फारच तणावग्रस्त होतात. अशा वेळी फक्त, 'काळजी करू नका' एवढं म्हणणं पुरेसं ठरत नाही. कुटुंबातल्या इतर माणसांनासुद्धा हे समजावून सांगणं आवश्यक ठरतं की, या गोष्टीचा दोष नेहमी स्त्रीचाच असतो, असं नाही. शासनाच्या प्राथमिक आरोग्य व्यवस्थेनं वंध्यत्वाचं निदान आणि उपचार करण्याची सोय केली पाहिजे. त्याच्याशी संलग्न असलेल्या इतर समस्यांवरही उपाय शोधले गेले पाहिजेत. खाजगी दवाखान्यातून इलाज करून घेणं कमालीचं महाग पडतं. नुसत्या तपासण्या आणि चाचण्या यांचाच खर्च १००० रुपयांपासून १०,००० रुपयांपर्यंत येतो. गरीब कुटुंबासाठी ही फार मोठी रक्कम आहे. सरकार वंध्यत्वासाठी, परवडण्यासारखी, खात्रीलायक आणि सहज उपलब्ध होणारी आरोग्य सेवा देत नाही. याचा अर्थ, आपणच गरीब लोकांना वैदू आणि मांत्रिकाच्या तावडीत पाठवतो, असा होतो.

नेहमीच्या तक्रारींसाठी येणाऱ्या स्त्रियांनादेखील आरोग्य यंत्रणेचा विश्वास राहिलेला नाही. आरोग्य सेवेवर अनेक प्रश्नचिन्हं आहेत पण अखेरीस वैद्यकीय हलगर्जीपणामुळेच त्या वंधत्वाकडेदेखील ढकलल्या जातात. सुदेष्णा नावाची माझी सव्वीस वर्षांची तरुण पेशंट होती. पदवीधर तरुणी. तिचे सरकारी आरोग्य यंत्रणेबरोबर अगदी कडाक्याचे वाद झाले. तिला दिलेल्या बाळंतपणाच्या तारखेच्या आधी, ठरल्याप्रमाणे सिझेरियन करण्यासाठी ती सरकारी रुग्णालयात दाखल झाली. तिथल्या प्रसूतितज्ज्ञांनी सिझेरियन करण्याआधी खूपच जास्त वाट पाहिली. शेवटी घाईने सिझेरियन करताना चुकीच्या पद्धतीने चिमटे लावल्यामुळे आणि बाळ फार वेळ आत राहिल्याने बाळाच्या प्रकृतीवर कायमचे दुष्परिणाम झाले. बाळ मतिमंद आणि मुकं जन्माला आलं. सुदेष्णालासुद्धा गर्भाशयदाहाचा खूप त्रास झाला आणि तात्पुरतं वंध्यत्व आलं. हे तर सरळ सरळ वैद्यकीय हलगर्जीपणाचं उदाहरण होतं. पुढे दोन वर्षांपर्यंत तिने माझ्याकडे उपचार घेतले. पुढे ती दुसऱ्या गावाला गेली आणि आमचा संपर्क तुटला.

आपल्या आरोग्य सेवांमध्ये सुधारणा करण्याऐवजी सरकारचं आरोग्य धोरण कुटुंब नियोजनाची उद्दिष्टं पूर्ण करण्यातच अडकलेलं दिसतं. पुरुषांची नसबंदी आणि स्त्रियांना तांबी बसवणं. यामुळे देखील स्त्रियांची प्रसूती कारकीर्द खराब होऊन त्यांना वंध्यत्व आल्याची उदाहरणं आहेत. पाच वर्षांपूर्वी माझी एक रुग्ण स्मिता हिने सरकारी प्राथमिक आरोग्य केंद्रातून तांबी बसवून घेतली. त्या आधी तिला दोन मुली झालेल्या होत्या. चुकीच्या पद्धतीने तांबी बसवल्यामुळे कधी तरी ती सरकून उदरपोकळीत आली. त्यामुळे गर्भपिशवी थोडी फाटली. ओटीपोटदाहाचा त्रास सुरू झाला. गर्भाशयाला इजा झाली आणि गर्भनलिका बंद झाल्या. नंतर तिने त्यावर उपचार घेतले, पण आणखी एक मूल व्हावं ही तिची इच्छा पूर्ण होऊ शकली नाही. हेसुद्धा उघड उघड वैद्यकीय हलगर्जीपणाचंच उदाहरण होतं.

नसबंदी केल्याबद्दल पुरुषांना रोख रक्कम मिळते. या योजनेमुळे सुद्धा सावळा गोंधळ माजला आहे अरुण नावाचा शेतकरी होता. १०,००० रुपयांच्या मोहात पडून त्याने एक मुलगी झाली असतानाच नसबंदी शस्त्रक्रिया करून घेतली. पुढे त्याची बायको त्याला सोडून गेली. मुलगी सहा वर्षांची होती. तेव्हा त्याने मामाच्या मुलीशी दुसरं लग्न केलं. तिचं नाव अनसूया. ती घरातलीच असल्यामुळे याची नसबंदी झालेली तिला माहिती होती. पण घरच्यांनी दडपण आणून लग्न लावून दिलं. ते जोडपं एकदा माझ्याकडे तिची तपासणी करून घ्यायला आलं. बहुतेक तिला दुसऱ्याकडून गरोदर करण्याचा त्यांचा बेत असावा. कारण नसबंदीची उलट शस्त्रक्रिया करण्याइतके पैसे त्यांच्याकडे नव्हते. मी आग्रहच धरला की अरुणचीसुद्धा तपासणी करणं आवश्यकच आहे, तेव्हा तो तयार होईना. शेवटी अनसूयाने खरी गोष्ट सांगून टाकली तेव्हा मला उलगडा झाला. अशा तऱ्हेने वंध्यत्वाच्या कहाणीचा आणखी एक पैलू समोर आला.

भारतातल्या खेडोपाडी दारू आणि अमली पदार्थांची व्यसनं सोडवण्यासाठी यंत्रणा उपलब्ध नसल्यामुळे पुरुषांच्या वैयक्तिक जीवनावर व्यसनाचे दुष्परिणाम होत राहतात. माझी एक रुग्ण एका दारू आणि गांजाचं व्यसन असणाऱ्या माणसाची दुसरी बायको होती. जेव्हा तिला कळलं, आपल्यामुळे नाही पण नवऱ्यामुळे आपल्याला मूल होत नाही, तेव्हा ती त्याला सोडून गेली. अशा प्रकारे त्याने तीन बायका केल्या, तिघीही याच कारणाने त्याला सोडून गेल्या. आता तो एकटाच राहतो.

कधी कधी ग्रामीण भागात प्रॅक्टिस करत असताना अशा काही वैद्यकीय आणि मानवी समस्या पाहायला मिळतात ज्या शहरी भागात लक्षातही येत नाहीत. याचं एक उदाहरण म्हणजे, गर्भाशय आणि अंडाशय यांच्या शिवाय जन्माला येणाऱ्या स्त्रिया. (प्रकरण पाचवे पाहा – अलकाचं उदाहरण.) सुशीला नावाची माझी एक रुग्ण होती. ती एकोणिसाव्या वर्षी माझ्याकडे आली. तिची ही समस्या होती. तिचं तेराव्या वर्षी लग्न झालं तेव्हा तिच्या नवऱ्याला आणि सासरच्या लोकांना माहीत नव्हतं की, तिला जन्मत: हे व्यंग (गर्भाशय व अंडाशय नाहीत) आहे. आता तिच्या नवऱ्याला दुसरं लग्न करायचं आहे. पण त्याच्या एवढ्या मोठ्या कुटुंबातली माणसं तिला सोडायला तयार नाहीत. ते म्हणतात, ही घरकामाला आणि शेतीच्या कामासाठी चांगली आहे. ग्रामीण भागात अशा स्त्रियांसाठी इतर कुठलेही पर्याय नसतात. त्यांचं जीवन एखाद्या बांधील गुलामापेक्षाही वाईट असतं. आजही एखादी स्त्री एकटी राहत असेल तर गावातले सगळेजण तिच्याकडे, तिचा कसा गैरफायदा घेता येईल, तिचं कसं शोषण करता येईल याच नजरेने बघत असतात. समाजात तिला शून्य किंमत असते. जवळ पैसा नसतो. कुणी रक्षणकर्ता नसतो त्यामुळे कुणीही यावं, तिचा फायदा घ्यावा, तिला त्रास द्यावा असं होत राहतं.

या कहाणीची एक उजळ बाजू आहे. ज्या वेळी स्त्री आणि पुरुष दोघांनाही काही ना काही व्यंग असतं, त्याचा स्वीकार करून दोघं एकत्र येतात तेव्हा ती दोघं एकमेकांशी चांगलं जुळवून घेऊन सुखाने राहू शकतात. असंच एक जोडपं आहे, ममता आणि प्रकाश. वीस वर्षं झाली त्यांच्या लग्नाला. ममताच्या शरीरात जन्मापासून गर्भाशय आणि अंडाशय नाही, तर प्रकाशच्या वीर्यात शुक्राणू नाहीत (azoospermic). ती दोघं माझ्याकडे आली ते तिला गर्भधारणा का होत नाही, त्याची तपासणी करण्यासाठी. तोपर्यंत स्वत:ला नियमित मासिक पाळी येते असं तिने त्याला खोटं सांगितलेलं होतं. तपासणीतून जेव्हा हे स्पष्ट झालं की, दोघांच्याही शरीरात दोष आहेत, त्यामुळे मूल होणं शक्य नाही तेव्हा मग ती दोघं नशिबाला शरण गेली आणि त्यांनी वास्तवाचा स्वीकार केला.

जेव्हा मूलबाळ होत नाही म्हणून तपासून घ्यायला जोडपी येतात तेव्हा भारताच्या ग्रामीण भागामध्ये, दडवून ठेवलेली लैंगिक गुपितं कपाटातून बाहेर आल्यासारखी पुढे येतात. जेव्हा वंध्यत्वाची समस्या ही पुरुषाला असते तेव्हा चित्रं वेगळं होतं. माझं असं निरीक्षण आहे की, त्यावेळी तो मुद्दा फार खाजगी

आणि संवेदनशील होऊन जातो, कारण तो पुरुष आहे की नाही हा मूलभूत प्रश्नच निर्माण झालेला असतो. ज्यांना माहीत असतं किंवा माहीत होतं की, आपल्यात अशी असमर्थता आहे, ते मग मूल होण्यासाठी कोणत्याही थराला जाण्यासाठी तयार असतात. कुणाकडून तरी शुक्राणू घेऊन कृत्रिम गर्भधारणा (प्रयोगशाळेत) केली जाते किंवा मग तिचे कुणा तरी दुसऱ्या पुरुषाबरोबर लैंगिक संबंध घडवून आणले जातात. कसं का होईना, समाजाने त्याला त्या अपत्याचा बाप म्हणावं यासाठी ही तडजोड केली जाते.

मीनाला अशी तडजोड करावी लागली. त्यावेळी तिचं वय होतं अठ्ठावीस वर्षं. लग्नाला सात वर्षं होऊन गेली होती, मूलबाळ नव्हतं. लग्नानंतर काही दिवसांनीच तिला समजलं होतं की नवऱ्याची नसबंदी झालेली आहे. त्याचं हे दुसरं लग्न होतं. पहिली बायको वारली होती. तिचा एक मुलगा आणि एक मुलगी होती. पण मीनाला स्वत:चं एक मूल असावं अशी फार इच्छा होती. म्हणून नवऱ्याने गावातल्या एका विवाहित मित्राबरोबर तिला समागम करायला उद्युक्त केलं. त्या माणसाला तीन मुलं होती. हे त्यांचे संबंध जवळपास पाच वर्षं चालू होते. पण मीनाला दिवस गेलेच नाहीत. त्यानंतर मग दोघंही माझी मदत घेण्यासाठी आले. तिला प्रचंड रक्तहीनता होती. त्यावर मी उपचार केले. नंतर एक वर्षाने ती माझ्याकडे आली, तेव्हा गरोदर होती. त्याच, नवऱ्याच्या मित्रापासून, नवऱ्याच्या संमतीने.

मला माझ्या व्यवसायात हा प्रकार नेहमीच पाहायला मिळतो. वांझ नवरा मुलाचा बाप म्हणवून घेण्यासाठी बायकोला परपुरुषाशी संबंध ठेवायला लावतो. कोणतीही आडकाठी न करता. मला समजत नाही, अशा वेळेला त्या दोघांचे एकमेकांशी कोणत्या प्रकारचे वैवाहिक संबंध असतील? आपल्या पत्नीला अशा प्रकारे तृप्त करण्याचा प्रयत्न कुणी पुरुष कसा करू शकतो? जिला जबरदस्तीने अशी नीतिबाह्य वर्तणूक करण्यास भाग पाडलं जातं, त्या स्त्रीचा, तिच्या मनाचा कुणी विचार करतं का? तिला विचारलं तरी जात असेल का? आणि पुरुषा-पुरुषातली ही मैत्री तरी कोणत्या प्रकारची, जिच्यात पत्नीची सुद्धा देवाणघेवाण केली जाते? दुर्दैवाने, पितृसत्ताक समाजात स्त्रियांना असं केवळ मुलं देणारं एक मशीन म्हणून वागवलं जातं. नवऱ्याची अशी मालमत्ता, जी त्याच्या मनात आलं की कुणालाही देता किंवा विकता येते.

अशा प्रकारे नवऱ्याने, आपल्या पत्नीला गर्भवती करण्यासाठी घेतलेला योग्य पुरुषाचा शोध कधी कधी फार हास्यास्पद ठरतो. श्रीलता आणि बलदेव

हे एक शेती करणारं जोडपं. लग्न होऊन तेरा वर्षं झालेली. मूलबाळ नव्हतं. बलदेवला दारूचं व्यसन होतं, त्यामुळे शुक्राणू संख्या फार कमी होती. श्रीलतालाही रक्तहीनता होती. ओटीपोटाचा दाह आणि योनीमध्ये जंतुसंसर्ग होता. त्यावर मी उपचार केले. ह्या समस्या लक्षात आल्यावर बलदेवने मोठ्या तत्परतेने तिच्याशी लैंगिक संबंध करणारा पुरुष शोधायला सुरुवात केली. तिची मात्र तशी इच्छा नव्हती. त्याने स्वत:च्या चुलत भावाला, स्वत:च्या पत्नीशी लैंगिक संबंध ठेवायला लावले. त्या वेळेला तो स्वत: खोलीबाहेर उभा राहून राखण करी. त्याचा असा आग्रह होता की, तिला गर्भधारणा होईपर्यंत हे चालूच राहिलं पाहिजे. बलदेवने त्याला पैसेही देऊ केले पण ते त्याने दिलदारपणे नाकारले. तो म्हणाला, 'हे एक चांगलं कल्याणाचं काम माझ्याकडून होत आहे. त्याचे मला पैसे नकोत.' शिवाय त्याने प्रामाणिकपणे हेही कबूल केलं की, त्याची पत्नी वारल्यापासून त्यालाही या गोष्टीची शारीरिक गरज वाटत होतीच. बलदेवची स्वत:चीही यासाठी तयारी होती. तो सांगे, म्हातारपणात तुमची काळजी घ्यायला, पोटी संतान नसेल तर तुमच्या जीवनाला अर्थच काय उरतो?

झालं. श्रीलताला एकदाचे दिवस गेले. पण तिसऱ्या महिन्यातच नैसर्गिक गर्भपात झाला. पुढे चार वर्षांनी आमची समाज सेविका सुनंदा चौकशीला गेली तेव्हा समजलं की, त्यांना अजूनही मूलबाळ झालेलं नाही. बलदेव अजूनही नात्यातला एखादा पुरुष शोधतो आहे जो श्रीलताला मूल देईल आणि ते मूल नात्यातलं असल्यामुळे त्या दोघांपैकी एकासारखं दिसेल. पहिल्यांदा ज्याने सहकार्य केलं होतं, तो त्याचा चुलतभाऊ तयार झाला नाही कारण त्याने आता पुन्हा लग्न केलेलं होतं. कुणातरी अज्ञात देणगीदाराकडून (Donor) बीज घेऊन प्रयोगशाळेत गर्भ तयार करून घेणं बलदेवला पटत नव्हतं.

स्वत:च्या मनाविरुद्ध बायको एका परपुरुषाबरोबर बळेच समागम करते आहे आणि खोलीबाहेर तिचा नवरा उभा राहून पहारा देतो आहे, या दृश्याची कल्पनासुद्धा मला फार किळसवाणी वाटते. खरं म्हणजे डॉक्टरला काही त्याच्या रुग्णाचा न्यायनिवाडा करण्याचं कारण नाही; पण एका स्त्रीला जेव्हा आपल्या असमर्थ नवऱ्याकडून अशा प्रकारे होणाऱ्या लैंगिक अत्याचारापुढे मान तुकवावी लागते, तेव्हा आलेला संताप व्यक्त केल्याशिवाय मला राहवणार नाही. आणि हे सगळं का, तर केवळ स्वत:चा नामर्दपणा लपवण्यासाठी! समाज तर पुरुषप्रधान आहेच, शिवाय, स्त्रीचं स्वत:च्या शरीराविषयीचं आणि

शारीरिक क्रियांबद्दलचं घोर अज्ञान हेही तिला दुय्यम दर्जा मिळण्यासाठी कारणीभूत ठरतात. पुरुषांना असं वाटत असतं की, ते संभोग क्रिया व्यवस्थित करू शकतात म्हणजे त्यांच्यात कोणताही दोष नाही. (हे मी आधी सांगितलेलंच आहे.) त्यामुळेही सगळा दोष स्त्रीवर टाकला जातो. अशी एक सर्वसाधारण समजूत असते की, गर्भ हा स्त्रीच्याच शरीरात राहू शकतो, म्हणून जेव्हा तो राहत नाही, तेव्हा तिच्यातच दोष असला पाहिजे.

या नाण्याची दुसरी बाजू म्हणजे कल्पनाचं उदाहरण. तिची मातृत्वाची इच्छा पूर्ण करण्यासाठी ती कुठल्या कुठे पोहोचली. ही एका स्त्रीच्या सामर्थ्याची कथा आहे. तिच्या उद्विग्नतेची आणि संतापाची कहाणी आहे. एक स्त्री कसं पराकोटीचं लैंगिक शोषण सहन करू शकते, तेही मुकाट्याने याची ही गोष्ट आहे. कल्पना ही जिल्ह्यातल्या एका शेतकरी कुटुंबातली पंचवीस वर्षांची तरुणी. लग्नानंतर पाच वर्षांनी जेव्हा तिला कळलं की, आपल्या नवऱ्याची नसबंदी शस्त्रक्रिया झालेली आहे, तेव्हा ती प्रचंड संतापली. नवऱ्याला पहिल्या बायकोपासून झालेली दोन मुलं होती. पहिली मेली म्हणून दुसरी केलेली होती. हा गौप्यस्फोट माझ्या क्लिनिकमध्येच झाला आणि मग जो काय भांडणाचा स्फोट झालाय; तिने तर सरळ, 'तुम्ही मला फसवलंत' असा आरोपच केला नवऱ्यावर.

त्यानंतर दहा महिन्यांनी कल्पना माझ्याकडे आली, तेव्हा दोन महिन्यांची गर्भवती होती. मी विचारलं तिला, ''तुझ्या नवऱ्याने तर नसबंदी करून घेतली होती ना? मग हे कसं घडलं?''

''नवऱ्याने फसवलं म्हणून मी दिराशी संग केला,'' हे तिने नवऱ्याच्या तोंडावर सांगितलं. त्याने नसबंदी केल्याचं तिच्यापासून लपवून ठेवलं, त्यामुळे ती त्याच्यावर रागावली हे समजण्यासारखं होतं. पण इथे स्वतःच्या लैंगिक भानगडीबद्दल नवऱ्याच्या तोंडावर चारचौघांसमक्ष ती कबुली देत होती. हा सुडाचा खुनशी आणि उद्दाम आनंद होता.

तिच्या घरात तिला गुलामासारखं फुकट राबवून घेतलं जात होतं. त्याबद्दलचा धुमसणारा राग आणि लग्नाने आपल्याला पुरतं अडकवल्याची भावना तिच्या या बोलण्यावागण्यामागे स्पष्ट दिसून येत होती.

(पाहा प्रकरण दहावे – गायत्रीचं उदाहरण)

(पाहा प्रकरण चौथे – उषाचं उदाहरण)

(पाहा प्रकरण चौथे – नंदाचं उदाहरण)

चंद्रपूरच्या शेतकरी कुटुंबातली विमला ही चोवीस वर्षांची तरुणी. आपली अपत्यप्राप्तीची इच्छा पूर्ण करण्यासाठी स्त्री काय करू शकते याचं उदाहरण. तिने शेजाऱ्यांच्या सोळा वर्षांच्या मुलाबरोबर दोन महिने नियमित लैंगिक संबंध ठेवले. एकदा संबंध झाला की, ती त्याला १५ रुपये द्यायची. थेट तिला गर्भधारणा होईपर्यंत हे संबंध चालू होते. विमलाचं चार वर्षांपूर्वी एका वांझ पुरुषाशी लग्न झालं होतं. त्याच्यामुळे तिला मूल नाही, पण गुप्तरोग मात्र झाला. त्याच्या वीर्यात शुक्राणू नव्हते. गुप्तरोगामुळे त्याचे वृषणही आकसून गेले होते, आणि तो वंध्य होऊन गेला होता. पण विमलाने तिच्या समस्येवर उपाय शोधला. शेजारच्या नवतरुणाबरोबरचे संबंध तिने नवऱ्याला कळू दिले नाहीत. इतकंच नाही, काहीतरी करून तिने नवऱ्याला असंही पटवून दिलं होतं की, डॉक्टर बाईंनी (म्हणजे मी) दोन वर्षांपूर्वी तपासून जे निदान केलं होतं की, तुझा नवरा वांझ आहे ते चुकीचं असू शकेल. तुम्ही अजूनही बाप होऊ शकाल आणि मी आई होईन.

विमलाने मला सांगून ठेवलं, की मी तिच्या नवऱ्याला तिचं गुपीत सांगू नये. ती म्हणाली की, 'मला दिवस गेल्यामुळे घरात आनंदीआनंद झाला आहे. आता मी त्या पोराबरोबर कधी पुन्हा झोपणार नाही.' तिला मुलगी झाली. तिला घेऊन नवराबायको दंतेश्वरीच्या पाया पडायला आले होते. आमच्या 'सर्च'च्या रुग्णालयाच्या दाराशीच दंतेश्वरीचं मंदिर बांधलं आहे.

माझ्या मनात आलं, तिच्या नवऱ्याला खरोखर सत्य काय आहे ते माहीत नसेल की वर वर सगळं आलबेल आहे असं भासवून समाजातली स्वत:ची पत तो राखायला बघतो आहे?

आम्हांला एक फारच गमतीदार उदाहरण पाहायला मिळालं होतं. नवरा वांझ, त्याच्या दोन्ही बायकांच्या बाहेर भानगडी चाललेल्या. जगदीश नावाचा निरक्षर शेतकरी त्याच्या दुसऱ्या बायकोला, प्रियाला घेऊन आमच्या रुग्णालयात आला होता, तेव्हा आम्हां सर्वांना मोठा तमाशाच पाहायला मिळाला. प्रियाला कृत्रिम रेतन करून पाहिजे होतं कारण नवऱ्यामध्ये ती क्षमता नव्हती. त्याचवेळेला त्याची पहिली बायको अपर्णा पण तिथे आली आणि तशीच मागणी करू लागली आणि मग तिथे मोठ्ठं घरगुती भांडण रंगलं. हकीगत अशी होती की, अपर्णाला मूल होत नव्हतं म्हणून तिला 'वांझोटी' ठरवून त्याने टाकून दिलं होतं आणि प्रियाशी दुसरं लग्न केलं होतं. पण अपर्णा बिचारी अपमानित होऊन त्याच घरात कसंबसं जीवन कंठत होती. प्रिया ही

माझी रुग्ण होती. तिला वंध्यत्वावर उपचार चालू होते. तिचंही हे दुसरं लग्न होतं. मूल होत नाही म्हणूनच पहिल्या नवऱ्याने तिला सोडलं होतं.

पुढे काही दिवस आमचा या त्रिकुटाशी संबंध आला नाही पण नंतर चौकशी केली तेव्हा समजलं की, प्रिया आणि अपर्णा दोघींनाही विवाहबाह्य संबंधातून गर्भधारणा झाली आणि त्या दोघीही दुर्दैवी जगदीशबरोबरच नांदत आहेत.

अशी उदाहरणं पाहिली की मी नेहमी स्वत:लाच प्रश्न करते की, नीतिमत्ता नेमकं कशाला म्हणायचं?

संगीता चौदा वर्षांची असताना आईवडिलांनी तिचं लग्न, तिच्याहून एकवीस वर्षांनी मोठ्या असलेल्या माणसाबरोबर लावून दिलं. तो नपुंसक होता म्हणून पहिल्या दोन बायका त्याला सोडून गेलेल्या होत्या. दारिद्र्यामुळे या वास्तवाकडे त्या मायबापांना कानाडोळा करायला भाग पाडलं होतं. पुढे संगीताला दुसऱ्याच एका पुरुषापासून दिवस गेले. नवऱ्याला हे माहीत होतं. ते मूल जन्मल्यावर थोड्याच वेळात दगावलं. आठ वर्षांनी ती वंध्यत्वावर उपचार करण्यासाठी 'सर्च'मध्ये दाखल झाली. मधल्या काळात तिचे तीन पुरुषांशी लैंगिक संबंध आले होते. त्यातून तिला गुप्तरोगाची लागण झाली होती, कसल्या कसल्या जंतूंची बाधा झाली होती आणि तात्पुरतं वंध्यत्व आलं होतं. दारिद्र्यामुळे ती असहाय्य होती. नवऱ्यालाही सोडू शकत नव्हती आणि सोडून जाणार तरी कुठे? तो नपुंसक, शिवाय आंधळा. त्याला घर सांभाळायला एक बायको हवीच होती. मग संगीताला वाटायला लागलं की, आपणही काहीच चुकीचं वागत नाही आहोत. सगळ्यांनी चलाखीने आणि लबाडीने तिचा वापर करून घेतला; मग तीही दुसऱ्यांचा वापर करायला शिकली.

एका पारंपरिक ब्राह्मण घराण्यात जन्मलेल्या, सुखवस्तू आणि सुरक्षित कोशात वाढलेल्या मला, 'नीतिमत्ता' ही अचानक संदर्भहीन वाटू लागली. कसं काय या मुलीला सांगायचं की, तू पतिव्रतेसारखं शुद्ध राहिलं पाहिजेस? या म्हाताऱ्या, नपुंसक माणसाला कसं काय देव मानून भजावं तिने? मातृत्वाची उत्कट इच्छा पूर्ण करण्यासाठी आसुसलेल्या त्या स्त्रीला मी कसं सांगू की, परपुरुषाशी संग करणं पाप आहे; तू ते करू नको, म्हणून? कारण तिने केवळ शरीरसुखासाठी विवाहबाह्य संबंध ठेवलेले नव्हते. त्याचवेळी तिची आणि होणाऱ्या बाळाची काळजी घेऊ शकेल असा खंबीर आधारही तिला शोधायचा

होता. अशा परिस्थितीत तिला नाव ठेवण्याचा, तिच्यावर टीका करण्याचा कुणाला काय अधिकार? नीतिनियम परिस्थितीनुसार ठरत असतात. आणि प्रत्येकाची परिस्थिती वेगळी. त्यामुळे त्या संदर्भातच त्याचे किंवा तिचे नीतिनियम ठरले पाहिजेत.

ग्रामीण महिलेच्या वाट्याला 'वांझ' नवरा आल्यावर तिचे काय हाल होतात हे अधोरेखित करणारं आणखी एक उदाहरण म्हणजे, एका तरुणीचं दोन वेळा लग्न झालं, पण दोन्ही वेळा नवरा नपुंसक निघाला. शेवटी नशिबाला शरण गेलेली स्नेहलता म्हणते, ''आता कुठून मला तिसरा नवरा मिळणार?'' तिच्या दुसऱ्या नवऱ्याचंही ते दुसरं लग्न होतं. पहिली बायको अजून त्याच्यापाशीच राहत होती. स्वत:मध्ये दोष आहे हे कबूल न करता तो उलट बायकांनाच 'वांझोटी' म्हणून शिव्या द्यायचा. त्यांना जिवे मारण्याचीसुद्धा धमकी द्यायचा. त्याने जेव्हा वैद्यकीय तपासणी करून घ्यायला नकार दिला तेव्हा स्नेहलताने शूरपणे त्याच्या देखतच मला सांगितलं की, 'लिहून घ्या. हा माणूस छक्का आहे. त्याने तपासून घ्यायला नकार दिला आणि हा त्याच्या बायकांना खुनाच्या धमक्या देत असतो.' त्या कागदाच्या आधारे ती पोलिसात तक्रार नोंदवणार होती. अशी स्त्री शूर असते पण असहाय्य. व्यक्तिश: शूर खरीच पण बेसहाराच ठरते, कारण समाजात तिला जागा नाही.

मी ग्रामीण पुरुषांचं चित्र जरा जास्तच काळं रंगवते, असा माझ्यावर आरोप होण्यापूर्वी मी एका आदिवासी जोडप्याचं उदाहरण सांगते. देवाजी आणि शालू. पुरुष हा किती काळजी घेणारा आणि कनवाळू असू शकतो, याचा हा आदर्श. देवाजी आणि शालू दोघंही अशिक्षित. दोघांचंही ते दुसरं लग्न होतं. शालूला पहिल्या घरची दोन मुलं. नवरा वारलेला. देवाजीची पहिली बायको त्याच्याजवळच राहत होती. तिला मूलबाळ नव्हतं. स्वत:चं मूल असावं या तीव्र इच्छेपोटी देवाजीने दुसरं लग्न केलं होतं. पण पुढे शालूही गरोदर होईना. तेव्हा दोघं माझ्या दवाखान्यात आले. त्याच्या तपासण्या केल्या. काही दोष नव्हता. आता शालूची तपासणी करायची. पण ती मला पोटाला हातही लावू द्यायला तयार नव्हती. शेवटी जेव्हा आग्रहाने तिला तपासलं, तेव्हा तिच्या पोटावर शस्त्रक्रियेची खूण दिसली. तिची बहुधा कायमचे संततिनियमन करण्यासाठीची शस्त्रक्रिया (Tubectomy) झालेली होती. पण देवाजीला हे माहीत नव्हतं. त्यानंतर दहा वर्षांनी आम्ही त्या कुटुंबाची खबरबात घेतली. देवाजीच्या दोन्ही बायकांना त्याच्यापासून मूल झालं नव्हतं आणि तरी दोघीही

त्याच्याजवळच राहत होत्या. देवाजीने एखाद्या ज्ञानी माणसासारखं उत्तर दिलं, 'मी सत्याचा स्वीकार केलाय. आता आणखी तिसरी बायको कुठून आणू?'

या सगळ्या कहाण्या माणसाच्या आयुष्यातले वळसे-वेलांट्या आणि टक्केटोणपे दाखवतात आणि आपल्याला प्रश्न विचारावासा वाटतो, भारतीय माणसाला स्वत:च्या रक्ताचं मूल असण्याचं इतकं वेड का? आजूबाजूला इतकी लहान मुलं मातापित्यांच्या प्रेमाला वंचित झालेली, 'कुणी आम्हांला दत्तक घेईल का?' या आशेवर असणारी दिसत असूनही काही स्त्रियांचं मन इतकं संकुचित का राहतं?

जेव्हा मी नववीपर्यंत शिकलेल्या सईदाचं उदाहरण पाहिलं तेव्हा मला हा प्रश्न तीव्रतेने पडू लागला. सईदा पंचवीस वर्षांची होती. तिचा नवरा बस कंडक्टर होता. तोही बी.ए. झालेला होता. दोघांच्या तपासण्या केल्या तेव्हा समजलं की, सईदाचं सगळं ठीक होतं; पण नवऱ्यामध्ये शुक्राणूंची संख्या कमी होती. त्यांनी सर्वप्रकारचे उपचार घेऊन पाहिले. नागपूरला जाऊन कृत्रिम रेतनाचाही प्रयोग करून पाहिला. पण उपयोग झाला नाही. शेवटी त्यांनी त्याच्या बहिणीचं एक वर्षाचं मूल सांभाळायला घेतलं. तरीपण सईदाचं समाधान झालं नाही. तिला स्वत:चंच मूल हवं होतं. ती माझ्याकडे आली आणि पुन्हा एकदा कृत्रिम रितीने गर्भधारणा करूया म्हणून मागे लागली. मी तिचं मन वळवायचा प्रयत्न केला की, तुम्ही जे मूल सांभाळायला आणलं आहे, त्याला सध्या तुझी गरज आहे. तो जरा मोठा होऊ दे. चार वर्षांचा. मग पाहू. शिवाय तुम्ही एकदा कृत्रिम गर्भधारणा करण्याचा प्रयत्न केलेला आहे. इतके पैसे खर्च करूनही उपयोग झालाच नाही. मी खूप समजावलं पण तिची मातृत्वाची आस तिला स्वस्थ बसू देत नव्हती. माझ्या मनात आलं, स्वत:चं पोटचं मूल हिला देऊन तिच्या नणंदेने जो त्याग केला, त्याचा या बाईला विसर पडला काय? एवढी अनमोल भेट मिळाली तरी तिच्या मनाचा कोतेपणा तसाच राहिला.

मूल दत्तक घेण्याबद्दलचे समाजाचे दृष्टिकोन तयार होण्यामागे कोणते घटक कारणीभूत असावेत याचा मी नेहमी विचार करत असते. लोक अशा वेळी जातीचा विचार करतात? की आपल्याच घराण्याचं रक्त असावं असं त्यांना वाटत असतं? सईदा मुस्लीम आहे. मुस्लीम कायद्यात कोणताही बदल झालेला नाही. त्यानुसार अजूनही असं आहे की, तुम्ही मूल सांभाळा, त्याचे पालक व्हा. पण तुम्ही आई-बाप नाही होऊ शकत. फक्त हिंदू लोकच मूल

दत्तक घेऊन त्याचे आईबाप होऊ शकतात; कारण हिंदूंसाठी 'हिंदू दत्तक आणि वारसाहक्क कायदा' झालेला आहे. इतर समाजांतील लोक मूल सांभाळायला घेतात. स्वत:च्या मुलाप्रमाणे त्याचं संगोपन करतात; पण कायद्याच्या दृष्टीने ते त्याचे पालकच राहतात. त्यांच्यासाठी नागरी हक्क कायद्यात बदल करण्याचा विचार चालू आहे. शिवाय मूल दत्तक घेताना एक भीती मनात असते की, कुणास ठाऊक, पुढे जाऊन हा किंवा ही कशी वागतेय, कशी निघतेय, कारण हे मूल काही आपल्या गुणसूत्रांचं (Genes) नाही. ते आपल्यासारखं दिसणार पण नाही. या विचारांनी काळवंडलेल्या आमच्या समाजासाठी प्रथम ख्रिस्ती मिशनऱ्यांनाच पुढाकार घेऊन अनाथ बालकांसाठी आश्रम स्थापावे लागले.

आपल्याकडची पूर्वापार चालत आलेली पद्धत म्हणजे आपल्या घराण्यातल्याच कुणाचं तरी मूल दत्तक घ्यायचं. सईदाने घेतलं तसं. हेतू हा की, त्याची पार्श्वभूमी आपल्याला माहीत असते. पण यात काय होतं की, त्या मुलाचे खरे आई-वडील त्याला नेहमी भेटत राहतात; त्यामुळे दुसऱ्या कुणाला आई-बाप मानून घ्यायला त्या मुलाला फार अवघड जातं. पण मूल दत्तक घेण्याचं प्रमाण आता वाढत आहे आणि तेही फक्त पाश्चिमात्य प्रभावाखाली असलेल्या उच्च आणि मध्यमवर्गीयांमध्ये आहे असं नाही. माझ्या एका कोलकाता इथं राहणाऱ्या मैत्रिणीने वीस वर्षांपूर्वीची घटना सांगितली. एक गरीब स्त्री तिच्या दवाखान्यात आली होती. तिला मूल हवं होतं, पण गर्भधारणा होऊन मूल नऊ महिने पोटात वाढवण्यासारखी शारीरिक ताकद तिच्यात नव्हती. पुढे काही दिवसांनी ती तिने दत्तक घेतलेलं बाळ घेऊन दवाखान्यात आली. डॉक्टरांनी विचारलं, कुणाकडून दत्तक घेतलं हे मूल? कुणाचं आहे? त्यावर तिने आणि तिच्याबरोबर आलेल्या कुटुंबीयांनी अभिमानाने उत्तर दिलं, 'मदर तेरेसांकडून' (मदर तेरेसांच्या अनाथाश्रमातून).

भारतीय कुटुंबातल्या लोकांना आपल्या अपत्यांची लग्नं करण्याचा एवढा सोस का असतो? हाही प्रश्न विचारला जाण्याची गरज आहे. आपला मुलगा पुरुष नाही, तो नपुंसक आहे हे माहीत असूनही त्याचे आईवडील त्याचं लग्न लावून देण्याचा अट्टहास करतातच. असाच एक आदिवासी पुरुष, त्याच्या तिसऱ्या बायकोला घेऊन माझ्याकडे तपासणी करायला आला होता. पहिल्या दोन्ही बायका सोडून गेलेल्या होत्या. ही तिसरी सोळाव्या वर्षीच करून घेतली होती. आता अठरा वर्षांची होती. मी तपासलं. लग्न होऊन दोन वर्षं झाली

होती, पण ती अजून कुमारिकाच होती. तिने सांगितलं की, नवऱ्याच्या लिंगाचं उत्थापनच होत नव्हतं. पण तिची सासू मात्र असं दाखवत होती की, स्वत:च्या मुलाचं हे व्यंग तिला माहीतच नव्हतं. भारतीय कुटुंबांमध्ये ही एक अत्यंत दुर्दैवी प्रवृत्ती दिसून येते की, 'त्याचं लग्न करा. सगळं सुरळीत होईल' (मग तो नपुंसक असो, नाहीतर मनोरुग्ण.) या समजुतीला नेहमी खतपाणी घातलं जातं. नेहमी खरी गोष्ट लपवायची आणि वरचा मुखवटा शाबूत ठेवायचा असाच त्यांचा प्रयत्न चाललेला असतो.

स्त्रीला मूल होत नाही, ती वांझोटी आहे म्हणून तिला अपमानित करायचं, टाकून द्यायचं आणि मग तिने दुय्यम जिणं जगत आयुष्य काढायचं, हे अगदी हृदयाला पीळ पाडणारं आहे! आणि तेसुद्धा पुरुषाचा दोष असताना. अशा स्त्रियांना घरातील नोकरांपेक्षाही कमी दर्जाने वागवलं जातं. एक दिवस एक स्थानिक राजकारणी पुढारी, त्यांच्या तीन बायकांना घेऊन माझ्याकडे आले. त्यांना मूल होत नाही, म्हणून तपासायला. मला गंमत वाटली आणि कुतूहलही. मी त्यांना विचारलं, ''अरे वा! कायद्याने तर एका वेळी दोन बायकाही करता येत नाहीत. तुम्ही बऱ्या एकदम तीन-तीन केल्यात?'' त्या गृहस्थाने अत्यंत शांतपणे आणि विनयाने सांगितलं, की असं करून तो समाजाची सेवा करत होता. पहिल्या बायकोला मूल होत नव्हतं तरी तिला त्याने सोडलं नाही. दुसरी केली, तिचंही तेच झालं. तिसरीचंही तसंच झालं तरी त्याने कुणालाही सोडून दिलं नाही. सांभाळतो आहे. तो सांगत होता, ''मी तिघी बायकांशी लग्न केलंय. पण एकीलाही सोडलेलं नाही. माझ्याकडे तीस एकर जमीन आहे. आजकाल पेरणी, लावणी, कापणी करायला बाया मिळतात कुठे? मजुरी पण फार वाढलेली आहे. या तिघी आपल्या स्वत:च्या शेतात काम करतात. माझ्या घरात राहतात, खातात-पितात. आणि माझ्या नावाचं कुंकू लावतात. मी काय चुकीचं वागलो, सांगा. मी उलट त्यांना सांभाळतोच आहे. मूल होत नाही म्हणून वाऱ्यावर सोडलं नाही. मी इतर पुरुषांसारखा नाही.''

हे बघा, अत्यंत फोफावलेल्या पुरुषी अहंकाराचं उदाहरण! म्हणजे दोष स्वत:तच असावा हे कळल्यानंतरही आव आणतो आहे रक्षणकर्त्याचा!

''जर मुख्यमंत्र्यांनी मला विचारलं, तर तुमचं नाव सुचवेन मी पुरस्कारासाठी,'' मी उपहासाने म्हटलं.

घरची गरिबी, माहेरचा आधार नसणं यांमुळे मूल न होणाऱ्या स्त्रियांवर

खेड्यामध्ये 'वांझोटी' म्हणून कलंक लागतो, त्यांचा छळ केला जातो आणि कुठे जायला जागाही नसते. त्यामुळे बिचाऱ्या छळ सहन करत जगायला शिकतात. सुधा नावाची बावीस वर्षांची आदिवासी तरुणी माझी रुग्ण होती. तिच्या अंगावर रोजच्या मारहाणीचे वळ दिसत होते. ती सांगत होती, ''मला आई-बाप न्हाईत. घरची लई गरिबी. नवरा मारतोय पन त्योच एक आधार हाय जगायला. रोज आपला मार खायाचा, रडायचं आन् कामाला लागायचं. आता यवढा मार खाऊन झालाय की आदतच पडलीय. सहन करत राहायचं. काय बी वाटत न्हाय.'' तिला मूल होत नाही म्हणून नवरा मारतो. पाच वर्षांपूर्वी तिला मूल झालं होतं पण ते अपंग होतं. जन्मानंतर पाच महिन्यांनी मेलं. त्यानंतर तिला दिवस गेलेले नव्हते.

पण सगळ्याच स्त्रिया असा छळ सहन करतात असं नाही. कधी कधी त्यांचीही सुडाची प्रतिक्रिया उमटते. सरिताच्या लग्नाला दोन वर्षं झाली होती तरी तिला अजून दिवस गेलेले नव्हते. त्यासाठी दोघेही नवरा-बायको माझ्याकडे तपासायला आले होते. नवरा दारू पिणारा होता. त्याची तपासणी केली. नेहमीचे दारूचे दुष्परिणाम दिसले. वृषण लहान आणि शुक्राणूंची संख्या कमी झालेली होती. त्यानंतर नऊ वर्षांनी आम्ही चौकशी केली तेव्हा कळलं की, सरिताने शेजारी राहणाऱ्या नवतरुणाबरोबर संबंध ठेवले होते. नवऱ्याला हे कळल्यावर तो तिला मारहाण करी. पण तरी तिने ते संबंध सुरूच ठेवले होते. 'त्याच्यामध्येच दोष आहे. मारू दे मारायचं तर. पण मी मला करायचं ते करणारच,' असं सरिताचं म्हणणं होतं.

ती नवऱ्याची मारहाण सहन करते कारण आतून अशी एक भावना आहे की, हे आपल्या नशिबातच आहे. दुसरं म्हणजे भविष्याबद्दलची असुरक्षितता आणि तिसरी भावना क्रूर आनंदाची, ज्याला 'खुन्नस' म्हणतात ती, की 'कळू दे लोकांना हा छक्का आहे म्हणून. मी याच्या नाकावर टिच्चून मला पाहिजे ते सुख दुसऱ्याकडून मिळवेनच.' आता तिला त्या तरुणापासून मूलही झालेलं आहे. ते मात्र नवऱ्याने स्वीकारलेलं आहे. पण कशा प्रकारच्या घरात वाढणार आहे ते मूल? आई-बापांच्या असल्या विस्कटलेल्या नातेसंबंधाचे त्या मुलावर काय परिणाम होणार? जे मूल फक्त आईवडिलांच्या सुरक्षिततेसाठीच हवंसं आहे, असं मूल असण्याबद्दल काय वाटेल त्याला स्वतःला? आता सगळ्या जगाला 'त्याचं पुरुषत्व' आणि तिचं 'स्त्रीत्व' याची खात्री पटली असेल. तो

पूर्ण पुरुष आहे किंवा ती परिपूर्ण स्त्री आहे, त्यांच्यात जोम आहे हे सिद्ध करायचा पुरावाच ना मूल म्हणजे!

ही सगळी टीकाटिप्पणी राहू दे, पण मलादेखील भारतीय स्त्रीच्या ताकदीचं फार नवल वाटतं. रुक्मिणी माझ्याकडे आली ती रजोनिवृत्तीच्या वेळच्या तिच्या काही तक्रारी होत्या म्हणून. पण त्यावेळेला तिच्या पूर्वायुष्याची कहाणी उलगडली. लग्न झाल्यावर सुरुवातीच्या वर्षांमध्ये तिची तीन बाळंतपणं झाली. तिन्ही मुलं दगावली. तिने अशी समजूत करून घेतली, की आपल्यामध्ये गंभीर दोष दिसतो आहे. त्याची शिक्षा बिचाऱ्या नवऱ्याला कशाला द्यायची? म्हणून स्वतःच्या सुखावर निखारा ठेवून तिने नवऱ्याचं दुसरं लग्न करून दिलं. त्याला मुलंही झाली. पुढचा विचार करून तिने स्वतःच्या धाकट्या बहिणीलाच सवत म्हणून घरात आणलं. दोघी आनंदात राहू लागल्या. मोठ्या बहिणीने लैंगिक सुखही नाकारलं. का? तर नवरा पूर्णपणे बहिणीत गुंतून राहावा आणि भरपूर मुलंबाळं व्हावीत. कुणी म्हणेल की, बहिणीशी नवऱ्याचं लग्न करून दिलं की आपलं घरातलं स्थान अबाधित राहील म्हणून रुक्मिणीने एका दगडात दोन पक्षी मारले. मुलंही झाली आणि सवतीने घराबाहेर काढण्याची शक्यता राहिली नाही. पण सगळं काही व्यवस्थित असताना नवऱ्याबरोबर एकत्र राहायचं पण लैंगिक सुखाचा त्याग करायचा यासाठी फार मोठी मानसिक, शारीरिक ताकद लागली असेल. काही झालं तरी त्यावेळेला ती तरुणच होती. पण ती सांगते ते खरंच असेल, कारण तिच्या आईने खरी हकिगत अशीच असल्याचं सांगितलं.

स्त्रियांना त्यांच्या कायदेशीर हक्कांविषयी फार कमी माहिती असते. जर एखाद्या स्त्रीला मूल होत नसेल, ती वंध्या असेल आणि तिचा नवरा दुसरं लग्न करू इच्छीत असेल तर त्याने तिला पोटगी दिली पाहिजे, अशी कायद्यात तरतूद आहे. प्रतिभा नावाची एक पंचवीस वर्षांची अशिक्षित तरुणी. तिला मूल होत नव्हतं. लग्नानंतर पाच वर्षांनी तिच्या नवऱ्याने तिच्या धाकट्या बहिणीशी दुसरं लग्न करून घेतलं. प्रतिभाने या गोष्टीला हरकत घेतली नाही. तिचं म्हणणं, 'एखाद्या परक्या सवतीपेक्षा बहीण बरी.' लवकरच धाकट्या बहिणीला मूल झालं आणि प्रतिभा मूल सांभाळणारी दाई आणि घरकाम करणारी मोलकरीण होऊन बसली. इतकं झाल्यावर, नवरा त्याच्या पहिल्या बायकोशी (म्हणजे आपल्या मोठ्या बहिणीशी) चांगलं वागतो, हेही दुसऱ्या बायकोला सहन होईनासं झालं. मग काहीतरी हिकमत करून तिने थोरल्या

बहिणीला घरातून हाकलून दिलं. आता बिचारी प्रतिभा तिच्या आईकडे राहते. पहिली पत्नी म्हणून तिला नवऱ्याकडून पोटगी मागण्याचा हक्क आहे, तसंच त्याच्या जमिनीतही तिला वाटा मिळू शकतो, हे प्रतिभाला माहीतच नाही. त्यात धाकट्या मुलीला त्रास होईल म्हणून तिचे आईवडीलही तिला कोर्टात जायला पाठिंबा देत नाहीत. त्यामुळे न्यायाकडे जाणारी तिची वाट आणखीनच खडतर झालेली आहे.

पण 'आवडती बायको' झाली तरी 'स्त्री' म्हणून तिचा इतर त्रास कमी होतो असं घडत नाही. राही नावाची वीस वर्षांची तरुणी होती. जातीने महार. ती चौदा वर्षांची असल्यापासून तिचे तिच्या मेव्हण्याबरोबर म्हणजे मोठ्या बहिणीच्या नवऱ्याबरोबर चोरटे लैंगिक संबंध होते. पुढे तिला त्याच्यापासून दिवस गेले आणि चौथ्या महिन्यात तिने एका वैदू बाईकडून गर्भपात करून घेतला. त्यानंतर त्या मेव्हण्याने तिच्याशी लग्न केलं पण त्यामुळे त्याची पहिली पत्नी (म्हणजे राहीची मोठी बहीण) स्वतःच्या ३ मुली आणि १ मुलगा यांना घरातच ठेवून स्वतः घर सोडून निघून गेली आणि सासू-सासऱ्यांजवळ जाऊन राहू लागली. इकडे आई-वडिलांनी धाकट्या मुलीशी संबंध तोडले. आता त्या नवपरिणीत पत्नीच्या हालांना पारावर उरला नाही. मनाला झोंबणारी परिस्थिती निर्माण झाली. सवतीच्या म्हणजे बहिणीच्या सर्व मुलांचं संगोपन करायचं पण स्वतःला मात्र अजून मूल होत नव्हतं. तिच्या नवऱ्याला आता आणखी मुलं नको होती. तुझं ऑपरेशन (Tubectomy) करू या म्हणून मागे लागला होता. तिलासुद्धा तात्पुरतं वंध्यत्व आलेलं होतं. पण तिच्यावर उपचार केले आणि अखेर तिला एक मुलगा झाला.

स्वतः वंध्य असूनही पुरुषाचा कल जननक्षम पत्नी करण्याकडे असतो त्याचा फार गंभीर परिणाम त्या स्त्रीच्या मानसिक स्वास्थ्यावर होऊ शकतो. माझी एक रुग्ण बीना, हिचं मूल झाल्यावर दोन महिन्यांनी वारलं. त्याच्यानंतर तिला पुन्हा दिवस गेले नाहीत, पण तपासलं तर तिच्यात काही दोष आढळला नाही. नवऱ्याचे शुक्राणू कमी होते आणि त्याला अंडवृद्धी (Hydrocele) होती (शुक्रग्रंथीकोश प्रमाणाबाहेर वाढतो कारण एका किंवा दोन्ही वृषणांभोवती पाणी साठून राहतं. याला जलवृषण असंही म्हणतात). हा रोग फायलेरिया किंवा तंतुकृमींमुळे होतो. गडचिरोली जिल्ह्यात अनेक पुरुषांना हा रोग असतो.

नऊ वर्षांनी आम्ही बीनाची चौकशी केली असता, तिला अजूनही

गर्भधारणा झालेली नव्हती. दरम्यान नवऱ्याने दुसरं लग्न केलं होतं पण त्याही पत्नीला मूलबाळ झालेलं नव्हतं. दोघी बायका एकत्र राहतात. दोघींना हे माहीत आहे की दोष नवऱ्याचा आहे. तरीसुद्धा बीनाने तिच्या सवतीला विष घालून मारण्याचा प्रयत्न केला. पण प्रकरण दाबून टाकण्यात आलं आणि बीनाला शिक्षा झाली नाही.

एखाद्या संततिहीन जोडप्याची समस्या सोडवायचा प्रयत्न करत असताना कधी कधी अगदी अनपेक्षित परिस्थिती समोर येऊ शकते. ग्रामीण भागात दोन स्त्रियांमधलं समलिंगी आकर्षण किंवा समलिंगी संभोगनातं पूर्णपणे निषिद्ध समजलं जातं. एकदा एक जण त्याच्या तेवीस वर्षं वयाच्या बायकोला घेऊन माझ्याकडे आला. सुरुवातीला त्याने सांगितलं की, लग्नाला एक वर्ष होऊन गेलं, अजूनही हिला दिवस गेले नाहीत. मी सांगितलं, 'आपण तिच्या जननक्षमतेची तपासणी करू.' ती त्यासाठी तयारच होत नव्हती. पण मी आग्रह धरून तिची तपासणी केली तर ती अजून कुमारिकाच होती. तिचा नवरा मग सांगू लागला की, ती संभोग करू देत नाही. त्याने तसा प्रयत्न केला तर विरोध करते. मी विचारलं, 'मग तू त्याच्याशी लग्न का केलंस?' तर ती काही बोलायलाच तयार नव्हती. त्यानंतर आठवडाभराने ती एकटी माझ्याकडे आली. म्हणाली, 'मला नवरा नको. बायको हवीशी वाटते.' हे आईवडिलांजवळ कबूल करणं तिला शक्य नव्हतं.

तीन वर्षांनी आम्ही चौकशी केली तेव्हा कळलं की, नवऱ्याने तिला सोडलं आणि दुसरी बायको केली. तिचं पुढे काय झालं, ते मात्र समजलं नाही.

पुनरुत्पादन, त्यासंबंधी आवश्यक असणाऱ्या शरीरक्रिया यांबद्दलचं अज्ञान हासुद्धा वंध्यत्वासाठी कारणीभूत ठरणारा घटक आहे. याचंच एक उदाहरण म्हणजे चंद्रपूर जिल्ह्यातले रफीक आणि सुमेरा. हे तरुण मुस्लीम जोडपं एकदा माझ्याकडे आलं. त्यांच्या लग्नाला दोन वर्षं झाली होती. अजून गर्भधारणा झालेली नव्हती. ती बारावी पास होती. तो बी. ए. झालेला असून एक दुकान चालवत होता. मी तिला तपासलं आणि आश्चर्याची गोष्ट म्हणजे ती अजूनही कुमारिकाच होती. तिने कधी एकदाही संभोगक्रिया अनुभवली नव्हती. रफीक म्हणाला, त्याने प्रयत्न केला होता पण काही जमलं नव्हतं. नीट चौकशी केली तेव्हा लक्षात आलं, की गर्भधारणा होण्यासाठी शिस्न स्त्रीच्या योनीत खोलवर घुसवण्याची गरज असते, हेच त्याला माहीत नव्हतं. त्यांना दोघांना हे कुणी सांगितलं नव्हतं आणि कुणाला विचारावं असं माणूसही नव्हतं त्यांच्याजवळ.

व्यक्तिगत समुपदेशन घेतल्याचा फायदा झाला आणि त्यांच्या संसाराला सुरुवात झाली.

बऱ्याच जोडप्यांना हेसुद्धा माहीत नसतं की, मुलाला स्तनपान देणं, किंवा स्तन्य सोडवणं हेसुद्धा चुकीच्या वेळेला, चुकीच्या पद्धतीने केलं तरी तात्पुरतं वंध्यत्व येऊ शकतं. अजून ग्रामीण भारतामध्ये सर्वच स्त्रिया बाळाला स्वत:चं दूध पाजतात. पण काही स्त्रियांना मुलाला दूध पाजणं केव्हा सोडावं, केव्हा त्याला हळू हळू स्वत:पासून दूर करायला सुरुवात करावी हे समजत नाही. अमिता नावाची एकवीस वर्षांची रुग्ण माझ्याकडे आली. तिला खूप अशक्तपणा आला होता आणि मासिक पाळी पण अनियमित येत होती. त्यावेळी तिची पहिली मुलगी पाच वर्षांची होती, पण त्यानंतर पुन्हा गर्भधारणा झालेली नव्हती. मुलगी अजूनही अंगावरचं दूध पीत होती आणि तिने मुलीला ते नाही पाजलं तर तिची सासू आणि नवरा अमिताला रागावत असत. या चुकीच्या संकल्पनेमुळे तिची मुलगी कमालीची कुपोषित राहिली होती. तिला वयाच्या चौथ्या महिन्यापासूनच अन्न द्यायला सुरुवात करायला हवी होती आणि दोन वर्षं पूर्ण होताच आईचं दूध पूर्णपणे बंद करायला पाहिजे होतं. इकडे अमिता अगदी रक्तहीन होऊन गेली होती. खूपच दिवस स्तनपान देत राहिल्यामुळे तिच्या अंडोत्सर्गावर (Ovulation) अनिष्ट परिणाम होऊन तात्पुरतं वंध्यत्व आलं होतं. हे सगळं अज्ञान दूर झालं, तिच्यावर उपचार झाले तेव्हा कुठे एक वर्षानंतर अमिताला दिवस गेले आणि मुलगा झाला.

निकृष्ट आहार आणि लवकर लग्न करण्याची प्रथा यांमुळे मुलींची जननक्षमता आणि गरोदरपण, बाळंतपण या सगळ्यांवरच अनिष्ट परिणाम संभवतात. पुरेसा संतुलित आहार मिळत नसेल तर रक्तहीनता येते. त्यामुळे मासिक पाळीच्या वेळी जास्त रक्तस्राव होणं, हृदय, मेंदू यांसारख्या शरीरातल्या महत्त्वाच्या भागांना नीट रक्तपुरवठा न होणं अशी लक्षणं उद्‌भवतात कारण रक्ताभिसरणच नीट होत नसते. अशा रक्तहीन मुलींवर वारंवार बाळंतपणं लादली गेली तर वार बाहेर न पडणं किंवा वार फाटणं, गर्भाशय पुन्हा लवकर आकुंचित न होणं, रक्तस्राव होत राहणं असे त्रास होऊ शकतात. त्यांना ताबडतोब रुग्णालयात दाखल करण्याची गरज असते. पण गाव-खेड्यामधल्या अपुऱ्या आरोग्य सुविधांमुळे त्यांची आवश्यक असलेली काळजी घेतली जाऊ शकत नाही. अशी एखादी रक्तहीन स्त्री बाळंत होते किंवा तिचा गर्भपात होतो आणि जर फार जास्त प्रमाणात रक्तस्राव झाला तर शरीरातील

सर्व ग्रंथींचं नियंत्रण करणारी पिट्यूटरी ग्रंथी काम करण्याचं थांबवते. याचा एक परिणाम म्हणजे बीजांडं निर्माण होत नाहीत त्यामुळे त्या स्त्रीला मासिक पाळी येत नाही आणि तिचे स्तनही आकसतात. खेड्यापाड्यात हा प्रकार फार मोठ्या प्रमाणात आढळतो आणि हेच बहुतेक वेळा त्यांच्या तात्पुरत्या वंध्यत्वाचं कारण असतं. याला वैद्यकीय भाषेत 'शीहान्स सिण्ड्रोम' म्हणतात. हे बरं करायचं असेल तर संप्रेरकांचा उपचार करावा लागतो. हा फारच महाग असतो. योग्य ती वैद्यकीय मदत घेतली नाही, वेळेवर काळजी घेतली नाही तर अनेक विवाहित तरुणी दुबळ्या होऊन जातात, अंगात आळस भरतो, तरतरीतपणा राहत नाही आणि त्यातून त्या कधीच बाहेर येऊ शकत नाहीत.

वीस वर्षांची ललिता हे याचंच उदाहरण. तेराव्या वर्षी तिचं एका शेतकऱ्याशी लग्न झालं. पंधराव्या वर्षी पहिलं बाळंतपण झालं. घरीच बाळंतीण झाली. प्रसूति वेदना फार काळ लांबल्या, बाळंतीण बराच वेळ अडली होती आणि मेलेलं मूल जन्माला आलं. प्रसूति वेदना, प्रत्यक्ष प्रसूती यामध्ये काही समस्या आल्या तर प्रसूतीच्या प्रक्रियेतच मुलाला मरण येतं. ललिताच्या बाबतीत मूल बाहेर आलं पण तिची वार गर्भपिशवीतच राहिली. घरच्या लोकांनी मेलेलं मूल आणि वार बाहेर काढण्यासाठी वैदू बाईची मदत घेतली पण ललिताला फार रक्तस्राव झाला. त्यानंतर तिला मासिक पाळी येईनाशी झाली आणि गर्भधारणाही झाली नाही. तिला तपासलं तेव्हा दिसलं की तिचे स्तन आकसले होते आणि हिमोग्लोबिन केवळ ८ ग्रॅम राहिलेलं होतं. गर्भाशयही सुकून लहान झालं होतं आणि तिला खूप योनिदाह (Vaginitis) होता. ललिताला बहुधा शीहान्स सिन्ड्रोमच झालेला होता. तिला बरेच दिवसपर्यंत संप्रेरकांचे उपचार घ्यायला हवे होते, पण ते परवडण्यासारखे नव्हते. त्यामुळे तिला मूल होण्याची आशाच उरली नाही.

स्त्रीची जननक्षमता ठरवण्यामध्ये कुटुंब आणि समाज यांचा फार मोठा वाटा असतो. मला असं एक जोडपं भेटलं होतं. त्यांना मूल होणार आहे की नाही, हे त्या मुलीची सासू ठरवत होती. कमला तेव्हा अठरा वर्षांची होती. तीन वर्षांपूर्वी तिचं एका शेतकऱ्याशी लग्न झालं होतं. तिला दुसऱ्यांदा दिवस गेले तेव्हा ती माझ्याकडे आली. पाचवा महिना चालू होता. तिने मला सांगितलं की, पहिल्यांदा दीड वर्षापूर्वी एकदा तिला दिवस राहिले होते. पण सासूने जबरदस्तीने तिसऱ्या महिन्यात गर्भपात करायला लावला. का? तर त्याच वेळी तिच्या जावेलाही दिवस राहिले होते आणि तिसराच महिना होता. म्हणजे दोघींचंही बाळंतपण

एकाच वेळी येणार. पहिलं बाळंतपण माहेरीच करण्याचा प्रघात आहे. मग घरात सुना नसतील (स्वत:च्या बाळंतपणाला माहेरी गेल्या असतील) तर काम कोण करणार सगळं घरातलं? म्हणून सासूने तो निर्णय घेतला होता. कमलाच्या सासऱ्यांनी, नवऱ्याने, दिराने सासूला खूप सांगून पाहिलं. पण ती तिच्या निर्णयावर ठाम राहिली. अशा तऱ्हेने थोरल्या जावेचं बाळंतपण झालं आणि त्यानंतरच धाकटीला गरोदर राहण्याची परवानगी मिळाली.

फार लहान वयात लग्न झालं असेल तरी गरोदरपणा आणि प्रसूती यांवर अनिष्ट परिणाम होऊ शकतात. पंधरा वर्षांच्या रंजनाच्या बाबतीत हेच घडलं. रंजना ही बंगाली मुलगी. शेजारच्या जिल्ह्यात राहणारी. ती तेरा वर्षांची होती तेव्हा तिचं लग्न तीस वर्षांच्या पुरुषाबरोबर झालं. दोघंही नवराबायको सांगत होते की, एक वर्षापासून दोघांनाही लालसर रंगाची लघवी होत होती आणि लघवी करताना आग होत होती. तपासण्यांमध्ये दिसून आलं की, त्या दोघांना 'गरमी' (Syphilis) नावाचा गुप्तरोग झालेला होता. मूत्रमार्गात जंतुसंसर्ग होता. त्याशिवाय तिला बाह्य जननेंद्रियावर सूज आणि योनिदाहाचा (Vulvo-Vaginitis) त्रास होता. नवऱ्याचे विवाहापूर्वी अनेक जणींशी असलेले लैंगिकसंबंध आणि लग्नानंतरही इतर स्त्रियांशी असलेले लैंगिक व्यवहार यांमुळे त्याला झालेला गुप्तरोग रंजनाला मिळाला होता. रंजनाचं लग्न झालं तेव्हा ती वयात आलेली नव्हती. लग्नानंतर सहा महिन्यांनी तिला पहिल्यांदा मासिक पाळी आली. दोन महिन्यांपूर्वी तिला साडेआठ महिन्यांच्या गर्भावस्थेनंतर बाळ झालं. त्या वेळी तिचं सर्वांग सुजलं होतं (toxamia). झालेलं बाळ (मुलगी) सतरा दिवसांनी दगावलं. तिला अनुरूप नसलेल्या वराशी लहान वयात लग्न झाल्यामुळेच रंजनाला या सगळ्या समस्यांना तोंड द्यावं लागलं.

असंच एक उदाहरण सुशीलाचं. ती वीस वर्षांची आहे. तिचा नवरा तिच्याहून जवळजवळ चाळीस वर्षांनी मोठा! ही त्याची पाचवी पत्नी. सुशीलाचे वडील फार लवकर निवर्तले म्हणून तिच्या आईने दुसरं लग्न केलं होतं. सुशीला चौदा वर्षांची असताना या माणसाच्या शेतावर कामाला जायला लागली. साधारण दीड वर्ष ती शेतातही काम करायची आणि त्याचंही सगळं हवं - नको बघायची. तिच्या सोळाव्या वर्षी त्याने तिच्याशी लग्न केलं. त्याला जेव्हा विचारलं की, इतकी लग्नं तुम्ही कशी काय केलीत? तेव्हा त्याचं उत्तर असं होतं, की पहिली बायको वारली, दुसरीला एक मुलगी झाली, मग माझ्याशी भांडून घर सोडून गेली. तिसरी पण सोडून गेली. चौथी फारच

भांडकुदळ, ती पण मला सोडून गेली. तो शेतमजूर म्हणून काम करतो. तो चौथी शिकलेला आहे आणि सुशीलाचं शिक्षण तिसरीपर्यंत झालेलं आहे. तिचा दोन महिने होऊन अर्धवट गर्भपात झाला होता, त्यावेळी माझ्याकडे उपचारासाठी आली होती.

आणि शेवटी ही रमा आणि सोनूची कहाणी. स्त्री अपत्याविषयीचा आकस, खालीखाली जाणारं स्त्री-पुरुष गुणोत्तर आणि वंध्यत्वाचं वाढतं प्रमाण यांच्या पार्श्वभूमीवर खेड्यातल्या स्त्रीपुरुषांची प्रेमप्रकरणं पाहिली तर मोठं नाटकच समोर उभं राहतं.

रमा पहिल्यांदा माझ्याकडे तपासणी करून घ्यायला आली तेव्हा तिचं वय होतं सव्वीस. नववा महिना चालू होता. सोबत आलेली सोनू तिची मोठी बहीण असल्याचं तिने सांगितलं. तिने स्वत:ची माहिती अशी सांगितली की, तिचं लग्न अकरा वर्षांपूर्वी झालं होतं. शिक्षण चौथीपर्यंत होतं. तिला एक तीन वर्षांची मुलगी होती. तिने आणि तिच्या नवऱ्याने असं ठरवलं होतं की, आता होणारं मूल सोनूला द्यायचं, कारण सोनूला मूलबाळ नव्हतं. तिची गरिबी होती आणि नवरा दारुडा. पुन्हा चौकशी केली तेव्हा लक्षात आलं की, त्यांनी आमच्या केस पेपरवर लिहिलेली नावं खोटी होती. आणि दोघींचं एकमेकींशी कोणतंही नातं नव्हतं. रमाने सांगितलं की, नऊ महिने पूर्ण झाल्यावर ती घरीच बाळंत झाली आणि मुलगी झाली होती, ती वारली. पण हेसुद्धा खोटंच निघलं.

त्या गावात 'सर्च'मध्ये प्रशिक्षण घेतलेली दाई राहते. तिने आणि गावातल्या इतर लोकांनी तिची खरी कहाणी आम्हांला सांगितली. खरी गोष्ट अशी होती की, रमाचं बाळंतपण झालं आणि मूल अगदी ठणठणीत होतं. ते तिने सोनूला दिलं. गावकऱ्यांना यात काही काळंबेरं असल्याचा संशय आला आणि त्यांनी पोलिसात तक्रार नोंदवली. त्यामुळे सोनूला ते मूल परत रमाला देऊन टाकावं लागलं. त्यावेळी सोनू एकटीच राहत होती, म्हणजे दोनदा लग्नं होऊन, दोन्ही नवऱ्यांना सोडून आलेली होती. सध्या ती गडचिरोलीला एका पोलिसाबरोबर राहत होती. त्याच्यापासून ती सहा वेळ गरोदर राहिली, पण प्रत्येक वेळी मेलेलं मूल जन्माला आलं होतं. त्यामुळे तिला मुलाची खूपच तहान लागलेली होती. तिला जेव्हा कळलं की रमा गरोदर आहे आणि गर्भपात करून घेणार आहे, तेव्हा सोनूने तिला पटवलं की, मूल मारू नकोस. मला दे. मी तुला पैसे देईन.

मग सोनू रमाला 'सर्च'मध्ये घेऊन आली. तिने तपासणीचा पूर्ण खर्च

केलाच आणि शिवाय रमाला आणखी ३००० रुपये भेट म्हणून दिले. रमा या गोष्टीला तयार झाली कारण तिने विचार केला, मूल गर्भातच मारून टाकण्यापेक्षा देऊन टाकलेलं बरं. पण गावकऱ्यांना कळल्यामुळे त्यांचा सगळा बेत फिसकटला. आम्हांला हाही शोध लागला की, रमाला आधीची दोन मुलं होती. हे तिचं तिसरं मूल होतं. गावकऱ्यांनी सांगितलं की, रमाला विवाहबाह्य संबंधातूनच दिवस गेलेले होते. आम्ही विचारलं, 'तुम्हांला कसं माहीत?' तर म्हणाले की, ''तिला नवऱ्यापासून झालेली मुलं बघा. आहेत आपली काळीसावळी, कुरूप. पण हे तिसरं मूल एकदम गोरंपान, देखणं! त्या अर्थी ते भानगडीतूनच झालेलं असणार.'' रमाने या गोष्टीचा इन्कार केला. तिने मला विनंती केली की, तुमच्या संस्थेतल्या कुणीतरी ह्या बाळाला दत्तक घ्यावं, कारण माझा नवरा कायम पिऊन पडलेला असतो. माझं आणि दोन पोरांचं पोट मी कसंबसं भरत असते.

निष्कर्ष

प्रजनन आरोग्य क्षेत्रातल्या वेगळ्या, लक्षवेधी केसेसचा शोध अभ्यास करत असताना माझ्या फाईलची बरीच पानं निपुत्रिक जोडप्यांच्या समस्यांनी व्यापलेली आहेत. प्रत्येक कहाणी विशिष्ट आहे. जर एखाद्याने फक्त या वेगवेगळ्या कहाण्या नीट वाचल्या तरी त्याच्या लक्षात येईल की, ग्रामीण समाजात आज जे काही मोठ्या प्रमाणात घडत आहे, त्याचा एक प्रातिनिधिक हिस्साच आपल्याला बघायला मिळतो आहे आणि तो अनुभव त्याला बरंच काही शिकवून जाईल. वंध्यत्व ही खरोखर एक गंभीर समस्या आहे आणि ती चटकन लक्षात येत नसते. पण तो एक महत्त्वाचा वैद्यकीय आणि सामाजिक प्रश्न आहे. याबाबतीत विश्वासार्ह आरोग्यसेवा उपलब्ध नाहीत त्यामुळे नवऱ्यांकडून, वैदूंकडून आणि इतर वैद्यकीय व्यावसायिकांकडून स्त्रियांचं शोषण होत राहतं. वस्तुस्थितीकडे दुर्लक्ष करून स्त्रियांना सतत टोचलं जातं आणि या डॉक्टरकडून त्या डॉक्टरकडे पळवलं जातं.

वंध्यत्व हे कोणकोणत्या घटकांमुळे येऊ शकतं हे किशोरवयीन मुलामुलींना समजायला हवं. प्राथमिक आरोग्य केंद्रामध्ये वंध्यत्वावर उपचार करण्याची सोय असली पाहिजे. तसंच जोडप्यांचं समुपदेशन हा यातला अत्यंत महत्त्वाचा भाग आहे, त्याचीही सोय या ठिकाणी असली पाहिजे.

**

प्रकरण दहावे

संततिप्रतिबंधातील गाठी आणि गुंतागुंत

राज्य सरकारच्या आरोग्य आणि कुटुंब कल्याण खात्यातर्फे कुटुंब नियोजन सेवा पुरवल्या जातात. त्यांची संरचना आणि कायमस्वरूपी कर्मचारी वर्ग असतो. पण संततिप्रतिबंधक साधनं मात्र शिबिरं आणि मोहिमा यांद्वारेच वाटप केली जातात. प्रकल्पाचा मुख्य भर निर्बीजीकरणावर आहे. पुरुषांची नसबंदी (Vasectomy) किंवा स्त्रियांची गर्भनलिका बंदी (Tubectomy) आणि तांबी बसवणं (IUD) याचं प्रत्येक जिल्ह्यासाठी आणि प्रत्येक कर्मचाऱ्याला 'उद्दिष्ट' ठरवून दिलेलं असतं (Target), ते पूर्ण करायचं असतं.

निर्बीजीकरण करणाऱ्यांची फिरती पथकं तालुक्यात, जिल्ह्यात फिरत असतात. कुटुंबनियोजन कार्यक्रमाअंतर्गत आरोग्य कर्मचारी, शिक्षक, महसूल आणि ग्रामविकास खात्यांचे कर्मचारी या सगळ्यांना वर्षभरात ठरावीक संख्येचं (संततिनियमन शस्त्रक्रियांचे) उद्दिष्ट पूर्ण करावं लागतं.

भारताच्या आरोग्य धोरणावर आंतरराष्ट्रीय एजन्सीजचा प्रभाव असल्यामुळे कुटुंब नियोजन सेवेतही बाजारी तंत्रांचा (Marketing Techniques) अवलंब केला जातो. यामध्ये आरोग्य सेवा देणारे म्हणजे मालाचा खप वाढवणारी माणसं असं गृहीत धरलेलं असतं. अशा वातावरणात, त्यांची प्राथमिकता कुटुंबनियोजनाचा जास्तीत जास्त प्रचार करून आपली उद्दिष्टं साध्य करण्याची असते. त्यात प्रबोधनाचा भाग राहत नाही. परिणामी, एकंदर आरोग्याची काळजी घेणं, हा विचार बाजूला पडतो. या सरकारी कर्मचाऱ्यांची गुणवत्ता (Ranking) आणि बढती, त्यांनी ठरावीक उद्दिष्टं पूर्ण करून दाखवलेल्या

कर्तबगारीवर ठरत असते. या मुद्द्याला त्यांच्या गुणवत्ता मूल्यांकनात तब्बल ४० टक्के महत्त्व आहे.

संपूर्ण जगामध्ये 'राष्ट्रीय कुटुंब नियोजन कार्यक्रम' आखणारा भारत हा पहिला देश होता. ही गोष्ट १९५२ सालची. याच्या अंमलबजावणीची तीव्रता कमी जास्त होत होत १९६९ साली ही योजना पूर्ण कार्यान्वित झाली. इंदिरा गांधी पंतप्रधान असताना १९७५ ते १९७७ मध्ये देशावर 'आणीबाणी' लादली गेली. त्या काळात कुटुंबनियोजन योजना आक्रमकपणे राबवण्यात आली. अनेक ठिकाणी त्याची सक्तीही करण्यात आली आणि मग राजकीय दबाव आला आणि कुटुंब नियोजनाची मोहीम मागे पडली. दोन वर्षं अशी मंदीत गेल्यावर पुन्हा एकदा कुटुंब नियोजन कार्यक्रमाने गती घेतली. आता त्यात लोकसंख्या नियंत्रण आणि महिला आणि बालकांचं आरोग्य सुधारणं असं दुहेरी उद्दिष्ट ठेवण्यात आलं आहे. पण कधी कधी 'लोकसंख्या नियंत्रण' याला जरा जास्त प्राथमिकता देण्यात येते आणि साहजिकच दुसरं उद्दिष्ट दुय्यम स्थानावर जातं. पण त्यामुळे स्वत:च स्वत:चा पराभव केल्यासारखी परिस्थिती निर्माण होते. कारण बालकांचं आरोग्य आणि आयुष्यमान यांकरता उत्तम दर्जाची आणि सर्वांगीण आरोग्य सेवा मिळेल आणि झालेली मुलं जिवंत राहतील याची खात्री मिळाल्याशिवाय लोक नसबंदी करून घ्यायला येणार नाहीत. पुढे पुढे मग आरोग्य कर्मचाऱ्यांनाच फारसा उत्साह राहत नाही आणि ज्या मुद्द्यांना उद्दिष्टं लावलेली नाहीत त्याकडे मग ते लक्षच देत नाहीत. ती आपली जबाबदारी नाही, असं त्यांना वाटतं. त्यांच्यात कामाच्या प्रेरणेचा अभाव असतो, त्यामुळे तो नुसता 'बळजबरीचा रामराम' उरतो आणि लोकांना नेमकी कशाची गरज आहे याबद्दल त्यांना काही वाटेनासं होतं. त्याबद्दलची त्यांची संवेदनशीलता संपते.

कुटुंब नियोजनाची संकल्पना कशी स्वीकारली गेली, यातही भारत देशात विविधता आहे. महाराष्ट्रासारख्या राज्यांमध्ये ते प्रमाण ५५ टक्के आहे तर उत्तर प्रदेशात हे प्रमाण फक्त ११ टक्के आहे. म्हणजेच, 'सर्वांगीण विकास' हाच या सर्व समस्यांवरचा उपाय आहे, या वैश्विक पातळीवर सिद्ध झालेल्या तत्त्वाला इथेही दुजोरा मिळतो. पण इथे आणखी एक गमतीदार प्रकार पाहायला मिळतो. राज्यात जिल्हानिहाय माहिती गोळा केली तर त्यावरून असं दिसून येतं, की जे जिल्हे सर्वांत मागासलेले म्हणून गणले जातात तिथेच कुटुंबनियोजन स्वीकारण्याचं प्रमाण सर्वांत जास्त आहे. उदाहरणार्थ, गडचिरोली

हा महाराष्ट्रातला सर्वांत मागासलेला जिल्हा आहे पण कुटुंब नियोजनात तो सर्वांत अग्रेसर ठरला आहे. या विरोधी भासणाऱ्या विसंगतीचं स्पष्टीकरण काय असावं?

त्याचं एक मोठं कारण असं आहे की, लोकसंख्या नियंत्रण कार्यक्रमात, संततिप्रतिबंधाची साधनं हेच जेव्हा सार्वत्रिक अस्त्र बनतं तेव्हा कुटुंब नियोजन योजनेचे अनेक प्रचारक, त्यांची ठरवून दिलेली उद्दिष्टं पूर्ण करण्यासाठी गिऱ्हाइकांच्या शोधातच राहतात आणि त्याची इतकी प्रचंड हवा तयार होते की संततिनियमन ही आपली गरज आहे याचा जोडप्यांना विसर पडतो आणि त्यांना ती सरकारचीच गरज वाटू लागते. मग ती प्रचारकांशी चक्क घासाघीस करू लागतात. जो सगळ्यात जास्त बक्षीस देईल, त्याच्याकडून करायची नसबंदी. जोडप्यांना वेगवेगळे पर्याय ठेवले आहेत यात शंका नाही; पण त्यांना प्रवृत्त करण्यासाठी पैसा हे साधन वापरलं जात असल्यामुळे मग कोण निवड करत बसणार? ज्यात जास्त पैसा तो उपाय करून घ्यायचा. गडचिरोलीसारख्या जिल्ह्यात एका नसबंदीमागे २०० रुपये म्हणजे फार मोठी रक्कम वाटते. खास करून दुष्काळाच्या काळात. अशा तऱ्हेने आपल्या लक्षात येऊ शकतं की, मागास भागात कुटुंब नियोजनाचा सर्वांत जास्त स्वीकार का केला जातो आणि योजनेची मुदत संपता संपता बक्षिसाची रक्कम वाढली की शस्त्रक्रियांचा आकडा कसा वाढत वाढत जातो हेही लक्षात येतं. माझ्या दवाखान्यामध्ये येणाऱ्या बायांवर अशा संततिनियमनाच्या (उद्दिष्टपूर्तीसाठी करण्यात आलेल्या) शस्त्रक्रियांचा कसा कसा परिणाम होतो हे नेहमी पाहायला मिळतं. अनेक स्त्री- पुरुषांना आवश्यकता नसतानाही शस्त्रक्रिया करण्यासाठी आकर्षित केलं जातं.

निर्बीजीकरणाची धडक मोहीम

एका जोडप्याचं उदाहरण पाहू. त्यांची दोघांचीही संततिप्रतिबंधक शस्त्रक्रिया करण्यात आली. लक्ष्मी पंचेचाळीस वर्षांची आणि तिचा शेतकरी नवरा. ते अशिक्षित आणि गरीब आहेत. त्यांना दोन मुलगे, दोन मुली झाल्या. तिचं शेवटचं बाळंतपण बारा वर्षांपूर्वी झालं. त्यानंतर आठ वर्षांपूर्वी नवऱ्याची नसबंदी शस्त्रक्रिया केली. आणि पुन्हा पाच वर्षांपूर्वी हिची पण नसबंदी शस्त्रक्रिया केली. तिला विचारलं, "दोघांचीही शस्त्रक्रिया करून घ्यायची काय गरज होती?" तर म्हणाली, "तेच बरं पडतं. कवा कवा नवऱ्याचं आप्रेशन

झाल्यावर बी पोरं व्हतात. ती आरोग्य केंद्रातली नर्सबाईच सांगत व्हती मला. म्हनून म्हनलं, माझं बी करून घेतल्यालं बरं.''

''पण काय गं? त्यांनी (डॉक्टर आणि नर्सने) अगोदर विचारलंच असेल नं तुला, नवऱ्याचं ऑपरेशन झालेलं आहे का म्हणून?'' मी प्रश्नांचं सत्र चालू ठेवत पुढे विचारलं. त्यावर तिने सांगितलं की, ते त्यांना माहीतच होतं पण ते म्हणाले, की तुझंही ऑप्रेशन केलंस तर आणखी पैसे मिळतील.

सरकारी डॉक्टरांसाठी हे सोपं समीकरण आहे. प्राथमिक आरोग्य केंद्रांना शस्त्रक्रियांचा कोटा ठरवून दिलेला असतो. तो पूर्ण करायचा असतो आणि जोडप्यांना पैसा मिळत असतो. एकाच जोडप्याच्या दोन शस्त्रक्रिया होतात. एक पुरुष नसबंदी, दुसरी स्त्रीची संततिप्रतिबंधक शस्त्रक्रिया. रेकॉर्डमध्ये दोन्ही रकान्यांत एकेकने संख्या वाढते. देशाचे कुटुंबनियोजनाचे आकडे फुगतात. पण असे छोटे छोटे जुलूम आणि लबाड्या यांचे लोकसंख्याशास्त्राच्या दृष्टीने कोणते दुष्परिणाम होतात याचा विचार होत नाही.

जास्तीत जास्त व्यक्तींचं निर्बीजीकरण झालं पाहिजे या दबावामुळे डॉक्टर आकड्यांची कशी अफरातफर करतात हे आणखी एकदा पुढे आलं संगीताच्या केसमध्ये. संगीता ही छत्तीस वर्षांची आदिवासी स्त्री. तिचा नवरा आणि ती दोघंही निरक्षर शेतमजूर. ती माझ्याकडे आली अशक्तपणाची तक्रार घेऊन. तपासलं. रक्तहीनता होती. त्यांना दोन मुली आणि एक मुलगा होता. अनुक्रमे १६, १४ आणि १२ वर्षांचा. मुलगा झाल्यानंतर थोड्याच दिवसांत संगीताची संततिप्रतिबंधक शस्त्रक्रिया करण्यात आली. बिनटाक्याची शस्त्रक्रिया. यात लॅप्रोस्कोप वापरला जातो. पोट फाडण्याची आवश्यकता नसते. रुग्ण त्याच दिवशी घरी जाऊ शकते. ही शस्त्रक्रिया तालुक्याच्या ग्रामीण रुग्णालयात केली. पुढे चार वर्षांनंतर संगीताचा नवरा त्याच ग्रामीण रुग्णालयात जलवृषणावर उपचार घ्यायला गेला (फायलेरिया किंवा हैड्रोसील), तेव्हा त्या शस्त्रक्रियेबरोबर तू नसबंदीही केलेली चांगली, असं त्याला पटवण्यात आलं. मी विचारलं की, त्यांनी नाही का डॉक्टरांना सांगितलं की, माझ्या बायकोचं ऑपरेशन झालेलं आहे म्हणून? संगीता म्हणाली, ''सांगितलं होतं पण तो डॉक्टर म्हणाला की तू जर नसबंदी करून घेत असलास तर मी तुझ्या दुसऱ्या शस्त्रक्रियेचे पैसे घेणार नाही.'' (त्यावेळेला सार्वजनिक रुग्णालयात फायलेरिया शस्त्रक्रियेचे पैसे आकारले जात असत. २००४ पासून ती गडचिरोलीसारख्या साथीप्रवण क्षेत्रात विनामूल्य केली जाते.) तिचा नवरा आरोग्य सेवेच्या ह्या

निर्लज्ज सौद्यास कबूल झाला. अशा प्रकारे भारतात कुटुंब नियोजन प्रकल्प राबवला जातो.

आदिवासी जमातींमध्ये निर्बीजीकरण पुढे रेटायचं असेल की मग कसलाच धरबंध पाळला जात नाही. भारती नावाची एक आदिवासी महिला. तिच्या लग्नाला दहा वर्षं झालेली. त्यांना आठ वर्षांची एक मुलगी होती. तिसरी शिकलेला तिचा नवरा दारुडा होता. स्त्रियांची जी सर्वसाधारण तक्रार असते, पांढरा स्राव जाण्याची, तीच घेऊन तीही माझ्याकडे आली होती. तिने सांगितलं की, तिला आणखी मुलं हवी होती पण सात वर्षांपूर्वी तिच्या नवऱ्याला पैशांचं आमिष दाखवून डॉक्टरांनी त्याच्यावर नसबंदी शस्त्रक्रिया केली होती. ''कुटुंब नियोजनाच्या नावाखाली काय वाट्टेल ते करत असतात हे लोक,'' संतापलेली, असहाय्य भारती म्हणाली.

आरोग्य व्यवस्था जरी सातत्याने निर्बीजीकरणाची मोहीम पुढे रेटत असली तरी बऱ्याच पुरुषांच्या आणि स्त्रियांच्या संततिप्रतिबंधक शस्त्रक्रिया अयशस्वी होतात, त्यांची कुठेच मोजदाद नसते. बऱ्याच वेळेला 'कुटुंब नियोजन शस्त्रक्रिया शिबिरात' ठरावीक उद्दिष्ट संख्या गाठायच्या गडबडीत मूलभूत तपासण्याच नीट केल्या जात नाहीत. त्याचाही तो परिणाम असू शकतो. या शस्त्रक्रिया किती यशस्वी किंवा अयशस्वी झाल्या ते कळायलाही काही पाठपुरावा वगैरे केला जात नाही. संततिप्रतिबंधक शस्त्रक्रिया अयशस्वी होणं ही गंभीर समस्या आहे. पूर्णिमा ही पस्तीस वर्षीय महिला, जी या समस्येची बळी ठरली. तिची एकूण सात बाळंतपणं झाली. चार मुलगे, दोन मुली जगल्या. एक मूल पाच दिवसांचं होऊन वारलं. सहा बाळंतपणांनंतर गडचिरोलीच्या जिल्हा रुग्णालयामध्ये नवऱ्याची नसबंदी केली. पण त्यानंतरही एक मूल झालंच. म्हणून बायकोने बिनटाक्याची शस्त्रक्रिया (Laparoscopic Tubectomy) करून घेतली. पण तीही यशस्वी झाली नाही आणि त्यानंतर तिची दोन बाळंतपणं झाली. पूर्णिमा माझ्याकडे आली तेव्हा तिला खूपच रक्तहीनता होती आणि योनिमुखाला फार सूज होती. सहा महिन्यांपूर्वी तिने सातव्या अपत्याला जन्म दिला होता. मी तिला सांगितलं, आता व्यवस्थित पोट उघडून शस्त्रक्रिया करून घे. पण तिने नकार दिला. ती म्हणाली, ''आता नसबंदी आन् ऑपरेशन याच्यावर माझा इस्वास नाय राह्यला.''

पूर्णिमावर जी शस्त्रक्रिया करण्यात आली, ती अमेरिकन एजन्सीकडून भारतात आणली गेलेली बिनटाक्याची शस्त्रक्रिया अर्थात लॅपरोस्कोपिक

ट्यूबेक्टॉमी. हिचा भारतामध्ये फार जोरात प्रचार झाला कारण शस्त्रक्रियेची सुलभता. त्यामुळे सुरुवातीच्या काही वर्षांत तर 'जादूची पद्धत' म्हणूनच तिचा बोलबाला झाला. १९८३-८४ मध्ये देशात झालेल्या स्त्रियांच्या नसबंदी शस्त्रक्रियांपैकी ५२ टक्के शस्त्रक्रिया या पद्धतीने करण्यात आल्या. या पद्धतीला इतकं महत्त्व दिल्यामुळे महागडी उपकरणं आणावी लागली आणि ती करण्यासाठी मोजक्या प्रसूतितज्ज्ञ डॉक्टरांना प्रशिक्षित करावं लागलं. म्हणजे जिथे कोणताही डॉक्टर पुरुष नसबंदी आणि स्त्रीची नसबंदी शस्त्रक्रिया करू शकत होता (Vasectomy and abdominal tubectomy) तिथे ही लॅपरोस्कोपिक निर्बीजीकरण शस्त्रक्रिया फक्त निवडक मूठभर डॉक्टरांच्या हातात गेली. त्यामुळे याची सार्वजनिक निवासी शिबिरं घेणं क्रमप्राप्त ठरलं आणि मग त्यातून उद्‌भवल्या समस्या आणि अयशस्वी शस्त्रक्रिया.

आमच्या गडचिरोली जिल्ह्यातच पाहिलं, तर अवघा एक लॅपरोस्कोपिक सर्जन उपलब्ध आहे. मोठमोठ्या शिबिरांमधून बायकांची गर्दी होऊ लागली, तेव्हा या एकट्या सर्जनने दिवसाला ५० ते १०० नसबंदी शस्त्रक्रिया केल्या. मागणी इतकी जबरदस्त वाढली की तो दिवसाला शेकडो कि. मी. प्रवास करायचा आणि वेगवेगळ्या गावी शिबिरात जाऊन शस्त्रक्रिया उरकत असे. मग कामाचा एवढा जर ताण आणि दबाव असेल तर तिथे शस्त्रक्रिया मोठ्या प्रमाणात अयशस्वी होण्याचा धोका राहणारच.

शासनाच्या धोरणानुसार जोडप्यांना संततिनियमनाचे अनेक पर्याय उपलब्ध करून दिल्याचं बोललं जातं. ज्याने त्याने आपल्याला झेपेल, जमेल, आवडेल तो पर्याय निवडावा अशी मुभा आहे, पण त्यांचा भर मात्र पुरुष नसबंदी (Vasectomy) आणि स्त्रियांची नसबंदी (Tubectomy) यांवरच असतो. या दोन्हीं कायमच्या संततिप्रतिबंधनाचे उपाय आहेत. याच्यामुळे कधी कधी जोडप्यांना संततीच्या आशेवर कायमचं पाणी सोडावं लागतं. चाळीस वर्षीय अलका आणि तिचा नवरा यांच्यावर अशीच वेळ आली. दोघंही शेतकरी. एक सातवी तर एक पाचवीपर्यंत शिकलेला. त्यांना दोन मुलगे झाल्यानंतर अलकावर लॅपरोस्कोपिक ट्यूबेक्टॉमी करण्यात आली. त्यानंतर चौदा वर्षांनी दोघं नवरा-बायको माझ्याकडे आली. त्यांना नसबंदीच्या उलट शस्त्रक्रिया करून पाहिजे होती. आपल्याला पुन्हा मूल व्हावं असं अलकाला फार तीव्रतेने वाटत होतं. चार वर्षांपूर्वी तिचा धाकटा मुलगा गॅस्ट्रो होऊन वारला होता आणि सहा महिन्यांपूर्वी थोरलाही काविळीने मृत्युमुखी पडला होता. मी

अलकाला काहीच मदत करू शकत नव्हते. कारण अशी उलट शस्त्रक्रिया यशस्वी होऊ शकली नसती आणि तिचं गर्भधारणेचं वयही उलटून गेलेलं होतं. मग मी तिला नागपूर वैद्यकीय महाविद्यालयात पाठवलं. कदाचित ते तिला जास्त मदत करू शकले असते. अलका कमालीची निराश आणि उदास झालेली होती. सारखी 'ऑपरेशन करा' म्हणून मला विनवत होती. चांगल्या वयात आलेल्या दोन मुलांच्या मृत्यूमुळे आई-वडील दोघंही पार उद्ध्वस्त होऊन गेले होते. मी तिला फक्त निराशा कमी करण्यासाठी गोळ्या देऊ शकले.

प्रत्येक स्त्रीला कायमस्वरूपी संततिप्रतिबंधक शस्त्रक्रियेची आवश्यकता नसते. ती तिच्या प्रसूतियोग्य कालाच्या कोणत्या भागात आहे, त्यावर ती गरज ठरवावी लागते. एकच पद्धत सर्वांसाठी योग्य नसते. पुरुष सहसा नसबंदी करून घेण्याचं नाकारतातच, पण स्त्रियांना हवी तेवढी मुलं झाल्यानंतर त्या हा पर्याय स्वीकारतात. आपल्या सर्वांनाच माहीत आहे की, पुरुषांची नसबंदी ही स्त्रियांच्या शस्त्रक्रियेपेक्षा कितीतरी सोपी, सुरक्षित आणि कमी खर्चाची, कमी त्रासाची शस्त्रक्रिया असते. तरीसुद्धा निर्बीजीकरणाचं ओझंसुद्धा जास्तीत जास्त स्त्रियांनाच अंगावर घ्यावं लागतं. पण एक मजेशीर वास्तव म्हणजे १९७७ पर्यंत एकूण संततिप्रतिबंधक शस्त्रक्रियांपैकी २/३ शस्त्रक्रिया पुरुषांवर केल्या जात. पण आणीबाणीच्या आणि नंतरच्या काळात जबरदस्तीने, सक्तीने, राजकीय दबावाखाली अत्यंत चुकीच्या पद्धतीने पुरुषांच्या सर्रास नसबंदी शस्त्रक्रिया केल्या गेल्या. आणि त्या काळातल्या एकंदर राजकीय उलथापालथी अशा झाल्या की, त्यानंतर स्त्रियांची नसबंदी हाच संततिप्रतिबंधाचा खात्रीलायक राजमार्ग ठरला. पुरुषांना नसबंदी करून घ्यायची नसते कारण त्यांना ती कुटुंबनियोजनाची, गर्भनिरोधनाची जबाबदारी खांद्यावर घ्यायची नसते. पण आश्चर्याची गोष्ट ही की, स्त्रियांनादेखील त्यांच्या नवऱ्याने नसबंदी करून घेऊ नये असं वाटतं. त्याला अनेक कारणं आहेत. त्यांतलं एक कारण म्हणजे आपला नवरा शारीरिक आणि लैंगिक दृष्टीने दुबळा होणं त्यांना नको असतं. पुरुषांनी नसबंदी केली की ते लैंगिक उपभोगास सक्षम राहणार नाहीत ही अत्यंत चुकीची पण सर्वत्र पसरलेली लोकांची एक समजूत.

दुसरं महत्त्वाचं कारण म्हणजे जर पुरुष नसबंदी अयशस्वी झाली (तसं नेहमीच होतं. शिबिरात अनेक शस्त्रक्रिया केल्या जातात त्यांतल्या बऱ्याच साहजिकपणे अयशस्वी होतात) तर बाईला दिवस जातात आणि नवरा आणि आजूबाजूचे लोक बाईच्या पातिव्रत्याविषयी शंका घेतात. शस्त्रक्रिया करणाऱ्या

डॉक्टरचा कुणीच संशय घेत नाही. नवऱ्याची नसबंदी नीट न झाल्यामुळे अनेक नीतिमान बायकांना सामाजिक बदनामी वाट्याला आली, तर बदफैली बायकांनी याच गोष्टीचा उलटा फायदा घेतल्याचीही उदाहरणं घडली. त्यांनी नवऱ्यांना नसबंदी करू दिली नाही, स्वत:चीच नसबंदी करून घ्यायचा आग्रह धरला कारण त्यांना विवाहबाह्य संबंधांची मजा घ्यायची होती. (पाहा प्रकरण चौथे — उषा, नंदा यांची उदाहरणं, प्रकरण नववे — कल्पनाचं उदाहरण.) आमचा अनुभव असा की, या बायका आमच्याकडे गर्भपात करून घेण्यासाठी आल्या आणि त्यांनी सांगितलं की आमच्या नवऱ्याची नसबंदी नीट झाली नाही म्हणून आम्हांला गर्भधारणा झाली. पण आमच्या तपासात असं उघड झालं की, त्यांतल्या निम्म्या केसेसमध्ये नवऱ्यांची नसबंदी अयशस्वी झालेली नव्हती. त्यासाठी त्या पुरुषाच्या वीर्याची एक साधी चाचणी आम्ही करत होतो. जर त्यात शुक्राणूंची संख्या शून्य निघाली, तर याचा अर्थ त्याची नसबंदी शस्त्रक्रिया यशस्वी झालेली आहे. अशा तऱ्हेने यातलं सत्य पुढे आलं की, त्या स्त्रियांना नवऱ्याव्यतिरिक्त इतर पुरुषांपासून दिवस गेलेले होते. अर्थातच अशी उदाहरणं फार मोठ्या संख्येने नव्हती.

मला माझ्या व्यवसायात अशा बऱ्याच स्त्रिया भेटल्या. त्यांच्यासाठी फार काही कुणी करू शकत नाही कारण ते त्यांचे स्वत:चे निर्णय असतात. मात्र ते काहीही असलं तरी स्त्रीच्या जननक्षम आयुष्याचा एक लपवलेला भाग यातून दिसून आला एवढं नक्की. गायत्रीचं असंच झालं. ती माझ्याकडे आली तेव्हा तिचं वय होतं बत्तीस वर्षं. लग्नाला सोळा वर्षं झालेली होती. तीन मुलं होती आणि आता पुन्हा गरोदर होती. जवळपास ४ महिने पूर्ण झाले होते. धाकटं मूल होतं पाच वर्षांचं, पण नवऱ्याची सहा वर्षांपूर्वीच नसबंदी झालेली होती. आणि आता पुन्हा एकदा ती गरोदर राहिली होती. हे काय केवळ त्याची नसबंदी अयशस्वी झाली होती म्हणून होत होतं का? गायत्री म्हणाली की, त्याची नसबंदी ज्याने केली त्याच डॉक्टरने सांगितलं की नसबंदी यशस्वी झाली नाही म्हणून. नवरा तिच्याबरोबर आलाच होता. मी त्याला नसबंदीबाबत विचारलं तर त्याने बायकोचं म्हणणं खोडून काढलं. तेव्हा आम्ही त्याची वीर्यतपासणी केली. शस्त्रक्रिया यशस्वी झाल्याचा निष्कर्ष निघाला. म्हणजे गायत्रीचं सध्याचं गरोदरपण तसंच शेवटचं मूलही दुसऱ्या पुरुषापासून झालेलं होतं. मी तिला गर्भपातासाठी जिल्हा रुग्णालयात पाठवलं. पुढे जेव्हा आम्ही विचारपूस केली तेव्हा कळलं की, गायत्री रुग्णालयात गेलीच नाही.

तिने गर्भ वाढवण्याचा निर्णय घेतला. प्रसूति वेदना फार काळ राहिल्या आणि मेलेला मुलगा जन्मला. त्यानंतर मग तिने संततिप्रतिबंधाची शस्त्रक्रिया करून घेतली. (Abdominal Tubectomy.) तिच्या गावातल्या आरोग्य सेवकाने आम्हांला सांगितलं की, गायत्रीचे अनेक पुरुषांशी लैंगिक संबंध आहेत. त्यासाठी ती नवऱ्याचा मारही खाते. आपलं विवाहबाह्य लैंगिक जीवन असंच सुरळीत चालू राहावं यासाठीच तिने शस्त्रक्रिया करवून घेतली होती.

एका हिकमती बाईने संततिनियमन उपायांची परिणामकारकता अजमावण्याकरता वेगळीच शक्कल लढवली. आरतीचा नवरा राजन याने एक वर्षापूर्वी गडचिरोली रुग्णालयामध्ये नसबंदी शस्त्रक्रिया करून घेतली. त्याची समजूत होती की, शस्त्रक्रिया अयशस्वी झालेली आहे. कारण त्याने नसबंदी करून घेतल्यानंतरही आरतीला दिवस गेले होते. तिला अडीच महिने झाल्यावर तो तिला माझ्याकडे घेऊन आला. त्यावेळी तिचं वय होतं सदतीस वर्षांचं. त्यांची मुलगी तेरा वर्षांची तर मुलगा पाच वर्षांचा होता. त्यानंतर पाच वेळा तिला दिवस गेले होते. पण तीन वेळा नैसर्गिकपणे गर्भपात झाला होता. एक मूल मेलेलं जन्माला आलं आणि एक जन्मल्यानंतर काही मिनिटांनी दगावलं. आता सहाव्या वेळेला दिवस गेले होते आणि तिला गर्भपात करून घ्यायचा होता. आरतीने मला सांगितलं की, नसबंदी शस्त्रक्रियेच्या वेळी नवरा दारू प्यालेला होता आणि त्याची शस्त्रक्रिया काही त्यामुळे नीट होऊ शकली नाही. त्याची वीर्यतपासणी वगैरे करून घ्यायची आवश्यकता नाही.

पण तिच्या नवऱ्याने वीर्यतपासणी करून घेतली. त्यात असं सिद्ध झालं की नसबंदी यशस्वी झालीच होती. शिवाय तो दारुडाही नाही असं लक्षात आलं. आरतीला चौफेर प्रश्न विचारल्यानंतर असं उघड झालं की, तिचे नवऱ्याच्या एका नातलगाशी लैंगिक संबंध होते. मी तिचा गर्भपात करून दिला. पण प्रत्यक्षात नवरा बाहेर तिची वाट बघत बसलेला असताना, तिने इतकं खोटंनाटं बोलावं यामुळे मी फार अस्वस्थ झाले.

आणखी एक उदाहरण सरस्वतीचं. तिच्या नवऱ्याची संततिप्रतिबंधाची शस्त्रक्रिया झालेली होती. तरी त्याच्या दोन्ही बायकांना मुलं झाली. त्याची शस्त्रक्रिया तर यशस्वी झालेली होती. सरस्वती ही बत्तीस वर्षांची नववी शिकलेली तरुणी. तिचा नवरा अजित हा 'सर्च'च्या व्यसनमुक्ती शिबिरासाठी आला, त्यावेळी तीही आली होती. त्यांचं लग्न आठ वर्षांपूर्वी झालेलं होतं. तिचं पहिलं लग्न होतं पण ती त्याची दुसरी बायको होती. अजित बारावी शिकलेला होता.

शासकीय कार्यालयात शिपाई म्हणून नोकरीला होता. त्यांना एक सात वर्षांची मुलगी होती. त्याच्या पहिल्या बायकोचं नाव रेणू. तिला दोन मुलगे होते. सरस्वती माझ्याकडे आली होती, ती लघवीची जळजळ होते ही तक्रार घेऊन. योनीचा किंवा मूत्रमार्गाचा जंतुसंसर्ग असेल तर अशी लक्षणं दिसतात.

रेणूला (पहिल्या बायकोला) दोन मुलं झाल्यानंतर अजितने नसबंदी करून घेतली. तरीसुद्धा रेणूला पुन्हा दिवस गेले. नवऱ्याने तिच्या चारित्र्यावर संशय घेतला. तिला खूप रागावला. तिने स्वत:ला जाळून घेतलं. अजितची खात्री होती की, तिला तिसऱ्यांदा दिवस गेले होते ते परपुरुषापासून. मग ती वारल्यानंतर अजितने सरस्वतीशी लग्न केलं. तिलाही दिवस गेले. म्हणजे त्याची नसबंदी शस्त्रक्रिया खरोखर अयशस्वी झाली होती की काय? त्यालाही तशी शंका येऊ लागली म्हणून तो वीर्यतपासणी करून घेण्यास तयार झाला. त्यात त्याची शुक्राणूंची संख्या शून्य आली. म्हणजे नसबंदी योग्य झाली होती. याचा अर्थ असा झाला की, त्याची पहिली बायको आणि दुसरी बायको दोघींनाही परपुरुषापासून दिवस गेले होते! पहिलीने तर पाप उघडकीस आल्यावर जीव दिला होता, पण दुसरी नवऱ्यासोबत राजरोस सुखाने नांदत होती.

नेमकं काय झालं होतं, ते सगळं अजितच्या लक्षात आलं, पण तो काही बोलला नाही. तपासणीचे रिपोर्ट घ्यायलासुद्धा आला नाही.

अशा चवचाल बायकांची काही उदाहरणं असतात. पण एकंदरीत चित्र असंच आहे की, स्त्रियांच्या तसंच पुरुषांच्या संततिप्रतिबंधक शस्त्रक्रिया फार मोठ्या प्रमाणावर अयशस्वी ठरतात. ही परिस्थिती ओढवण्याचं मुख्य कारण या शस्त्रक्रिया करणारे वैद्यकीय व्यावसायिक ह्या विषयाकडे गांभीर्याने पाहत नाहीत, त्याला 'किरकोळ' समजून अत्यंत ढिसाळ पद्धतीने स्त्रियांच्या नसबंदी शस्त्रक्रिया उरकतात. त्यांना देण्यात येणारं कनिष्ठ प्रतीचं प्रशिक्षण, त्यांचा निष्काळजीपणा यांमुळे शस्त्रक्रिया यशस्वी होत नाहीत आणि लोकांच्या जीवनात उलथापालथी होतात.

अशा व्यावसायिकांना या सगळ्या प्रश्नांची उत्तरं विचारायला हवीत.

बेजबाबदार डॉक्टर

डॉक्टरांच्या पेशंटच्या समस्येकडे 'किरकोळपणे' पाहण्यामुळे नंदिताचंही असंच नुकसान झालं. नंदिताचा नवरा शिपायाची नोकरी करणारा. ती

माझ्याकडे आली होती गंभीर पाठदुखीची तक्रार घेऊन. तिला तिची हकिगत विचारत होते तेव्हा ती आरोग्य व्यवस्थेच्या बेफिकीरपणाबद्दल, कुटुंब नियोजनासाठी वेळेवर मदत न करण्याबद्दल सांगत होती. चौथी शिकलेल्या नंदिताच्या लग्नाला चौदा वर्षं झालेली होती. तिला दोन मुली होत्या बारा आणि दहा वर्षांच्या. आठ वर्षांपूर्वी ती तिसऱ्या वेळी गरोदर राहिली तेव्हा तिने गडचिरोली जिल्हा रुग्णालयात गर्भपात करवून घेतला होता. त्यानंतर एक वर्षाने नंदिताला वाटलं, तिला पुन्हा एकदा दिवस गेलेत की काय? या भीतीने ती पुन्हा त्याच प्रसूतितज्ज्ञ डॉक्टरणीकडे गेली. त्या बाईंनी तिला संततिप्रतिबंधक शस्त्रक्रियेसाठी राजी केलं. मात्र अगोदर, ती गर्भवती आहे किंवा काय याची तपासणी केली नाही. तशीच तिची नसबंदी (abdominal tubectomy) करून टाकली. पण नंतरही नंदिताला मासिक पाळी येईना. तेव्हा तपासल्यानंतर लक्षात आलं की, तिच्या पोटात दोन महिन्यांचा गर्भ होता. मग मात्र ती भयंकर घाबरली. तेव्हा त्याच प्रसूतितज्ज्ञ डॉक्टरणीने समजावून सांगितलं, की हे बाळंतपण होऊन जाऊ दे. त्यानंतर मात्र आपण शस्त्रक्रिया केली असल्यामुळे तुला पुन्हा दिवस जाणार नाहीत. आणि मग तिला तिसरी मुलगी झाली.

एकीकडे शासन महिलांवर दबाव आणत आहे की दोन मुलं झाल्यानंतर लगेच नसबंदी करून घ्या आणि आता नंदिताला मात्र तीन मुली होऊन बसल्या. तिघींच्या शिक्षणाचा खर्च डोक्यावर आला. पुन्हा तिघींना हुंडे द्या. लग्न करा. त्या जिल्हा रुग्णालयातल्या डॉक्टरणीने गर्भपात केल्यावर लगेचच नसबंदी शस्त्रक्रिया करायला हवी होती. एक वर्ष वाट पाहण्याची काय गरज होती? त्या वेळेला सुद्धा तिला तपासून पुन्हा एकदा गर्भपात करून मग नसबंदी करता आली असती. कारण गर्भ फक्त सहा आठवड्यांचाच होता. हा पेशंटच्या समस्येकडे बेफिकिरीने पाहण्याचा सार्वजनिक आरोग्य क्षेत्रातल्या वैद्यकीय व्यावसायिकांचा दृष्टिकोन असतो ना, त्यामुळे स्त्री रुग्ण चुकीच्या दिशेने भरकटतात.

ज्याप्रमाणे डॉक्टर बेजबाबदारपणे वागतात, त्याचप्रमाणे कोणतेही प्रश्न डॉक्टरला न विचारणारे पेशंटसुद्धा आरोग्य व्यवस्था सुरळीत चालण्यासाठी अडथळे ठरतात. बत्तीस वर्षांच्या मालतीला दोन मुलगे आणि दोन मुली होत्या. पाचव्या वेळेला गर्भ राहिला तेव्हा ती गर्भपात करवून घेण्यासाठी

गेली. चंद्रपूरच्या जिल्हा रुग्णालयातल्या डॉक्टरणीने गर्भपात करून त्याच वेळेला तिची नसबंदीही करून टाकली. पण पुन्हा चार वर्षांनी मालतीला दिवस गेले. कारण नसबंदी शस्त्रक्रिया यशस्वी झालेली नव्हती. मग मालती परत त्या डॉक्टरणीकडे गेली. गर्भ दीडच महिन्यांचा होता. पुन्हा गर्भपात केला. त्यानंतर दीडेक वर्षाने पुन्हा तोच प्रकार! दिवस गेले, पुन्हा एकदा गर्भपात! यावेळी गर्भपात करताना गर्भाशयाची नाजूक त्वचा फाटली. भोक पडलं. त्यामुळे मालती बेशुद्ध पडली. तिला मोठ्या प्रमाणात रक्तस्राव झाला. त्या डॉक्टरणीने तिला पाच बाटल्या रक्त दिलं. गर्भाशय शिवून घेतलं. त्यानंतर ती माझ्याकडे आली. तिच्या पोटात खूप वेदना होत होत्या. मी तपासलं. तिला अतिस्थूलता, आम्लता (acidity) आणि तीव्र चिंता असे विकार होते. मला फार आश्चर्य वाटलं या गोष्टीचं की, मालती स्वत: सातवीपर्यंत शिकलेली, तिचा नवरा तर पदवीधर शिक्षक होता, पण कुणीही त्या डॉक्टरणीला तुम्ही संततिनियमनाची शस्त्रक्रिया चुकीची केलीत, गर्भपाताच्या वेळी चुका केल्यात म्हणून गर्भाशयाला जखम झाली याबद्दल चकार शब्दाने काही जाब विचारला नाही. आणि त्या डॉक्टरणीचा बेजबाबदारपणा इतका की तिने नसबंदी यशस्वी झालेली नाही, तुम्ही गर्भनिरोधाच्या साधनांचा वापर करायला हवा असं साधं त्यांना सांगितलंसुद्धा नाही.

ज्या वेळी पेशंट संततिप्रतिबंधक उपाय (उदा-स्त्रियांची नसबंदी शस्त्रक्रिया) करून घ्यायला जातात तेव्हा सार्वजनिक क्षेत्रातले आणि खाजगी असे दोन्ही प्रकारचे डॉक्टर त्यांना अक्षरश: जखमी करतात. रंजना नावाची चंद्रपूरला राहणारी बत्तीस वर्षांची महिला. तिने सरकारी रुग्णालयात केलेली नसबंदीची शस्त्रक्रिया तर अयशस्वी झालीच. पण नंतर खाजगी डॉक्टरच्याही धसमुसळेपणामुळे तिला त्रास भोगावा लागला. रंजनाला दोन मुलगे, एक मुलगी आणि दोन वेळा नैसर्गिक गर्भपात झालेला होता. तिचं धाकटं अपत्य पंधरा दिवसांचं असताना नागपूरच्या वैद्यकीय महाविद्यालयाच्या रुग्णालयात तिने नसबंदी शस्त्रक्रिया करून घेतली. तरीसुद्धा तिला पुन्हा दिवस गेले. तो गर्भ दोन महिन्यांचा असताना चंद्रपूरच्या एका खासगी डॉक्टरकडे गर्भपात केला. त्या वेळी तिच्या गर्भाशयाला छिद्र पडलं होतं. पण हे न सांगताच डॉक्टरने तिला घरी पाठवलं. परिणामी तिच्या पूर्ण उदर पोकळीत जंतुसंसर्ग फैलावला आणि मरणोन्मुख अवस्थेत तिला चंद्रपूरच्या जिल्हा रुग्णालयात

नेण्यात आलं. तिथे तिचा जीव वाचला पण त्रास होतच होता. शेवटी थेट चंद्रपूरहून गडचिरोलीपर्यंत प्रवास करून तिला माझ्याकडे आणलं. तिला राहून राहून ताप येत होता, लघवीची जळजळ होती आणि पोटात दुखत होतं. तपासल्यावर माझ्या असं लक्षात आलं की, तिला श्रोणीचा उपसर्ग (Pelvic Inflammation) होता, ग्रीवेला खूप सूज आलेली होती (Cervical Swelling) आणि मूत्रमार्गात जंतुसंसर्ग झालेला होता.

तिच्या शरीराची ही जी एकंदर नासधूस झाली, त्याची सुरुवात चुकीची नसबंदी शस्त्रक्रिया आणि त्यानंतर धसमुसळेपणाने केलेला गर्भपात यांमुळे झाली होती. याला जबाबदार कोण? तिला जो मानसिक, शारीरिक आणि आर्थिक त्रास सहन करावा लागला त्याची भरपाई कोण करणार? आपल्या चुकांमुळे रुग्णांना असा त्रास सोसावा लागतो याची साधी जाणीव तरी झालेली असते का त्या डॉक्टरला? (प्रकरण तिसरे पाहा - पद्मिनीचे उदाहरण.) डॉक्टरांच्या वर्तनात ही अव्यावसायिकता असतेच, त्याशिवाय रुग्णावर उपचार करताना त्यांचे काही पूर्वग्रहदेखील मध्ये येत असतात. ही तर अस्वस्थ करून सोडणारी वस्तुस्थिती आहे.

समीराचं उदाहरण पाहा. ही पंचवीस वर्षांची, चौथीपर्यंत शिकलेली गृहिणी. तिने स्वत: ही हकिगत मला सांगितली. समीराला पाच वर्षांची एक मुलगी आणि एक चार वर्षांचा आणि एक एक वर्षाचा मुलगा होता. त्यानंतर चौथ्यांदा ती गरोदर झाली. तेव्हा गर्भपात करून घेण्याकरता माझ्याकडे अली. त्या वेळी 'सर्च'मध्ये गर्भपात करण्याची सोय नव्हती, म्हणून आम्ही तिला गडचिरोलीच्या जिल्हा रुग्णालयात पाठवलं. पुढे काही महिन्यांनी आम्ही चौकशी केली तेव्हा समीरा म्हणाली की, तिने गर्भपात केला नाही. नऊ महिने पूर्ण झाल्यावर जिल्हा रुग्णालयात नैसर्गिक प्रसूती झाली. मुलगा झाला. त्याच्या दुसऱ्याच दिवशी तिथले डॉक्टर म्हणाले, ''आपण तुझी नसबंदी शस्त्रक्रिया करून टाकू.'' तिचा नवरा बस कंडक्टर, तो त्या दिवशी गावात नव्हता. म्हणून ती म्हणाली, ''आपण उद्या ऑपरेशन करू. एक दिवस थांबा.'' तिचं म्हणणं ऐकण्याऐवजी डॉक्टर तिला खूप वाईटसाईट बोलला. म्हणाला, ''बस झालं ना आता? आणखी किती पिल्लं काढणारेस?'' समीरा संतापली आणि घरी निघून गेली. पुढे तिने दुसऱ्या जिल्ह्याच्या ठिकाणी नसबंदी करून घेतली आणि त्या गडचिरोलीच्या डॉक्टरवर पोलीस केस केली.

पुष्कळसे मुस्लीम आणि आदिवासी लोक, ज्यांना बरीच मुलं असतात

आणि तरी त्यांनी निर्बीजीकरण शस्त्रक्रिया करून घेतलेली नसते, त्यांच्याशी असं पूर्वग्रहदूषित आणि किळसवाणं वर्तन केलं जातं. अशा घटना ते मला सांगत असतात. ते म्हणतात, डॉक्टर आणि नर्सेस नेहमी मुलांच्या संख्येवरून त्यांची टिंगल करत असतात. खूप लांब प्रवास करून यावा लागला तरी माझ्याकडे यायला त्यांना बरं वाटतं, कारण मी धर्मावरून त्यांना काही बोलत नाही, त्यांची इथे अवहेलना केली जात नाही. त्यासाठी त्यांना माझ्याकडे यायला मोकळेपणा वाटतो, असं ते सांगतात. आरोग्य सेवकांचं रुग्णांशी उद्धटपणे वागणं हे सामान्य लोक सार्वजनिक आरोग्यसेवेपासून फटकून राहण्याचं महत्त्वाचं कारण आहे.

गर्भनिरोधक साधनांची निवड

राज्य सरकार निर्बीजीकरण करण्यासाठी लोकांना प्रवृत्त करायचा फार प्रयत्न करतं. पण स्त्रियांना मात्र तात्पुरतं संततिनियमन करण्याची साधनं बरी वाटतात. कारण त्यामुळे त्यांना हवी तेव्हाच संतती होऊ शकते आणि दोन मुलांच्या मध्ये त्यांना स्वत:ला पाहिजे तेवढं अंतर ठेवता येतं. शासकीय आरोग्य धोरणानुसार 'कॅफेटेरिआ ॲप्रोच'चा उदो उदो केला जात असला (म्हणजे उपाहारगृहात प्रत्येकाच्या आवडीनुसार पदार्थ उपलब्ध असतात त्याप्रमाणे कुटुंब नियोजनाची विविध साधनं उपलब्ध करून द्यायची आणि तुम्हांला आवडेल ते तुम्ही वापरायचं) तरी प्रत्यक्षात प्रत्येकीच्या गरजेप्रमाणे निवडता येतील अशी विविध साधनं निवडण्याची संधी स्त्रियांना दिली जात नाही. तशी उपलब्धताही नसते. आरोग्य सेवा, समुपदेशन ह्यांसारख्या महत्त्वाच्या घटकांपर्यंत स्त्रिया सहजपणे पोचू शकत नाहीत.

मुक्तपणे गर्भनिरोधक साधनांची निवड करायची तर त्यासाठी प्रथम योग्य तंत्रज्ञान कोणतं, त्याची उपलब्धता असणं आणि त्याचा योग्य वापर करण्याची माहिती करून देणं हे आवश्यक असतं. प्रसूतितज्ज्ञ म्हणून माझ्या कामाचा अनुभव असं सांगतो की, आपल्याकडे उपलब्ध असलेली तांत्रिक साधनं परिपूर्णतेपासून फार दूर असतात. आपल्या इथले सामाजिक प्रश्न, व्यवस्थापनाच्या समस्या यांची त्यात भर पडते आणि मग त्या तंत्रांमुळे समस्याच जास्त तयार होतात. परिणामी, भारतातल्या कुटुंब नियोजनाबद्दल विरोधी मतं तर निर्माण होतातच आणि या पूर्ण प्रकल्पाबद्दलच नकारात्मक प्रतिमा तयार होते.

ग्रामीण भारतात तात्पुरत्या गर्भनिरोधासाठी जास्त करून तीन पद्धती वापरल्या जातात, कारण तीच साधनं सहज उपलब्ध होतात. एक म्हणजे, कॉपर टी किंवा तांबी. ते गर्भाशयात सरकवून ठेवण्याचं उपकरण आहे. यामुळे बीजवहनात अडथळा येतो आणि गर्भधारणा होऊ शकत नाही. दुसऱ्या, तोंडाने घेण्याच्या 'माला-डी'सारख्या गोळ्या आणि तिसरं, निरोध म्हणजेच कॉन्डोम्स. त्याशिवाय गर्भनिरोधनासाठी डेपो प्रोवेरा (Depo Provera) सारखी इंजेक्शन्स आहेत. ती केमिस्टकडे उपलब्ध असतात. खासगी डॉक्टर याचा खूप प्रचार करतात कारण त्यांचा वापर कायदेशीर आहे. तांबी बसवणं सोपं असतं, पण बायका ते फारसं पसंत करत नाहीत कारण त्याचे इतर अवांछित परिणाम असतात. त्याने पोटात दुखणं, जास्त रक्तस्राव असे त्रास होऊ शकतात. (कॉपर टी हे प्लास्टिकचं, इंग्रजी टी (T) या अक्षराच्या आकाराचं छोटंसं उपकरण असतं. 'T' च्या उभ्या पायाला कॉपरची म्हणजे तांब्याची बारीक तार गुंडाळलेली असते. गर्भ राहणं तात्पुरतं थांबवण्यासाठी कॉपर टी स्त्रीच्या गर्भाशयात सारून ठेवला जातो. हा तिथे २ ते ३ वर्षं टिकून राहू शकतो. त्यामुळे तिला दोन मुलांमध्ये योग्य अंतर ठेवणं सुलभ होतं. गर्भाशयातील द्रावांशी तांब्याचा रासायनिक संयोग होतो त्यामुळे फलित अंडं गर्भाशयात रुजू शकत नाही.) याचे अवांछित इतर परिणाम होतात कारण आरोग्य सेवकांनी, ते उपकरण स्त्रीच्या शरीरात सारून ठेवताना काय टाळलं पाहिजे, त्या सूचनांकडे नीट लक्ष दिलेलं नसतं. जर त्या स्त्रीला प्रसूतिविषयक किंवा जननेंद्रियाचे रोग असतील, उदा. श्रोणीचा जंतुसंसर्ग (Pelvic Infection), गर्भाशय ग्रीवा शोथ (Cervicitis), योनि शोथ (Vaginitis), तंतूंची वाढ (Fibroids), गुप्तरोग (STD), तर कॉपर टी मुळे रोग बळावतो आणि शरीर ते उपकरण बाहेर टाकायचा प्रयत्न करतं. अशा या निष्काळजी वापरामुळे 'कॉपर टी' ही पद्धतच बदनाम झालेली आहे.

कॉन्डोम किंवा निरोधचा वापर याविषयी वयात येणाऱ्या, आलेल्या तरुणांचं सार्वजनिक शिबिरांतून चांगलं प्रबोधन केलं जात आहे. हे एड्स विषयी जागृती करण्याच्या प्रकल्पाद्वारे केलं जातं. परंतु सर्वसामान्यपणे पुरुष निरोधचा वापर करण्यास राजी नसतात. याला अनेक कारणं आहेत. ग्रामीण भागात बहुसंख्य महिला नर्सेस आरोग्य सेवेत आहेत. निरोधचा वापर कसा करावा हे पुरुषांना समजावून सांगणं त्यांना संकोचाचं आणि अडचणीचं ठरतं आणि पुरुषांना तर निरोध कसा वापरायचा याची माहिती नसते.

एकदा वर्ध्यामध्ये असताना माझ्या कानावर एक संभाषण आलं ते या समस्येवर चांगला प्रकाश टाकतं. एक गावकरी समाजकल्याण खात्यातल्या नर्सशी वाद घालत होता, ''का हो मॅडम, तुमी हा निरोध मला दिलृता. त्यो मी वापरला. तरीबी माझी बायकू पोटुशी राहिली!'' मी मध्येच त्या माणसाला विचारलं, ''असं? कसा काय वापरला तुम्ही निरोध?'' त्याने तो निरोध स्वत:च्या हाताच्या अंगठ्यावर मला घालून दाखवला. कारण त्या नर्सने त्याला तो तसाच घालून दाखवलेला होता! (तो नेमका कोणत्या वेळी, कुठे घालायचा ते नाव नर्सने बहुधा संकोचाने किंवा शरमेने उच्चारलं नसावं.)

दुसरी गोष्ट म्हणजे, सरकारतर्फे मोफत पुरवला गेलेला कोणताही माल निकृष्ट प्रतीचाच असतो, असं लोकांना खात्रीने वाटत असतं. त्यामुळे बाया 'माला-डी'च्या गोळ्या फेकून देतात आणि पुरुष आपली निरोधची पाकिटं लहान पोरांना फुगे खेळायला देतात. गर्भनिरोधक गोळ्या खेड्यांत कुणी फारशा वापरत नाहीत, कारण ते लक्षात ठेवणं, नियमितपणे घेणं त्यांना अवघड वाटतं. त्यांची नियमित उपलब्धताही नसते आणि जर त्या अनियमितपणे घेतल्या तर त्यामुळेच मासिक पाळीचं वेळापत्रक (ज्याला ऋतुचक्र म्हणतात) बिघडण्याची शक्यता असते. त्यामुळे स्त्रीने केलेली लैंगिक उपभोग क्रिया केव्हा होऊ द्यायची आणि गरोदर केव्हा व्हायची याची योजनाही विसकटली जाते आणि बहुतेक स्त्रिया संततिनियमनाचा उपाय म्हणून गोळ्यांकडे पाहतच नाहीत. त्यांना वाटत असतं की, राहिलेला गर्भ पाडून टाकण्याच्या या गोळ्या आहेत. म्हणून मासिक पाळी आली नाही की यातल्या गोळ्या घेतात किंवा कुणी संभोग झाल्या झाल्या लगेच घेऊन टाकतात. काहीजणींना या गोळ्यांचे अवांछित परिणाम म्हणजे साईड इफेक्ट्स म्हणून मळमळणं, पाळीच्या वेळेला खूप जास्त किंवा अगदी कमी रक्तस्राव होणं वगैरे त्रास होतात. त्याला बऱ्याच जणी वैतागतात.

संततिप्रतिबंधक गोळ्यांना चिकटलेली एक कल्पना अशी की या गोळ्या घेतल्यामुळे गर्भाशयात अशुद्ध रक्त साचून त्याचा एक गोळा तयार होतो. तो मोठा होऊन हृदय, फुफ्फुसे, आतडे, यकृत वगैरे, उदरपोकळीतले जे इतर महत्त्वाचे भाग आहेत, त्यांच्या कामात अडथळा आणतो. त्यांच्यावर या गोळ्याचा दाब वाढून एक दिवस बाई मरते. इकडे गोळ्यांचा वापर हा पुरवठादारांपेक्षा प्रत्यक्ष वापर करणाऱ्यांवर जास्त अवलंबून असल्यामुळे आरोग्यसेवक त्याचा जास्त प्रचार करत नाही.

बऱ्याच स्त्रियांना, अगदी शिकलेल्या बायकांनादेखील माला-डी गोळ्यांचा योग्य वापर कसा करावा हे समजत नाही. सुषमा नावाची सव्वीस वर्षांची गृहिणी सलग पाच वर्षं या गोळ्या घेत राहिली, मध्ये केव्हाच डॉक्टरांना दाखवलं नाही आणि नंतर तिला तपासलं तेव्हा लक्षात आलं की, गोळ्यांमुळे ती खूप स्थूल झाली, तिची मासिक पाळी अनियमित झाली आणि रक्तदाब वाढून बसला. सुषमाला माहीत नव्हतं की, एक-दोन वर्षांपेक्षा जास्त काळ या गोळ्या घेतल्या, तर तिच्या जननक्षमतेवर तर अनिष्ट परिणाम होतोच पण प्रकृतीत इतरही समस्या निर्माण होऊ शकतात. सुषमाच्या नवऱ्याला नोकरी नव्हती. त्यांना एक सहा वर्षांचा मुलगा होता. आता त्यांना आणखी मुलं नको होती. अशा उदाहरणावरून हे लक्षात येतं की, एखादं संततिप्रतिबंधक साधन कसं वापरावं, किती काळ वापरावं, त्याचे काय परिणाम होऊ शकतात हे त्यांना व्यक्तिगत पातळीवर समजावून देण्याची आवश्यकता असते.

आपल्याकडे एचआयव्ही एड्ससारख्या विशिष्ट मुद्द्यांबद्दल, जागरूकता निर्माण करण्यासाठीच प्रचंड पैसा, वेळ आणि साधनं खर्ची घातली जातात. त्यापेक्षा प्राथमिक आरोग्य केंद्रांमध्ये लोकांच्या सर्व आरोग्यविषयक गरजांची काळजी घेणारा व्यापक कार्यक्रम राबवला पाहिजे.

सामान्यत: स्त्रियांनी हे लक्षात ठेवलं पाहिजे की, वयाच्या पंचवीस वर्षांपर्यंत फार तर एखादं दुसरं वर्ष त्या गोळ्या वापरू शकतात. त्याच वेळेला त्यांच्या नवऱ्यांनीसुद्धा बहुतेक वेळा निरोधचा वापर केला पाहिजे. तीस वर्षांपर्यंत साधारण पाहिजे असतील तेवढी मुलं झाली की मग दोघांतून एकाची निर्बीजीकरण शस्त्रक्रिया करून घ्यावी. हा काही अगदी पक्का नियम म्हणून मी सांगत नाही. पण एक मार्गदर्शक तत्त्व म्हणून हे अमलात आणायला हरकत नाही. शेवटी त्या स्त्रीला जे सोयीस्कर वाटेल तेच करणं हितकर. पण प्रत्यक्षात कोणत्या पद्धतीने संततिनियमन करायचं हे ती स्त्री ठरवत नसून त्या गावचे जे आरोग्यसेवक असतात ते ठरवतात. कोणतीही नवी पद्धत आली की तिचं योग्य मूल्यमापन न करता, आक्रमकपणे प्रचार करायचा; त्यातल्या अपयशी केसेसवरून धडा शिकून बदल करायचे नाहीत, यामुळे सगळ्याच संततिनियमनाच्या पद्धतींना बट्टा लागतो आणि कुटुंब नियोजन कार्यक्रमाविषयी जनतेचं मत कलुषित होतं.

असा प्रकार १९८० मध्ये घडला. संततिप्रतिबंधक द्रव्यांची इंजेक्शनं देण्याची सुरुवात सरकारी आरोग्य केंद्रांमधून करण्यात आली. त्याचे दुष्परिणाम

पाहून स्त्री संघटनांनी त्याच्याविरुद्ध जोरदार आवाज उठवला. मग १९९० मध्ये ही पद्धत बंद करावी लागली. त्या इंजेक्शन्समुळे स्त्रियांची मासिक पाळी अनियमित होणं, रक्तस्राव फार कमी होणं किंवा पाळीच न येणं अशा तक्रारी मोठ्या प्रमाणावर येऊ लागल्या. आता केंद्र सरकारने हे संततिप्रतिबंधक खुल्या बाजारात विक्रीस उपलब्ध करून दिलं आहे. खाजगी डॉक्टर तसंच बिनसरकारी संस्था याचा प्रसार करू शकतात. पण सार्वजनिक आरोग्य सेवेत याचा प्रमाणित वापर, तज्ज्ञ डॉक्टरांच्या मार्गदर्शनाखाली सरकारी हॉस्पिटलमध्ये करण्यात येतो.

परंतु खाजगी क्षेत्रात, डेपो प्रोवेरा (Depo Provera) सारख्या इंजेक्शनने देता येणाऱ्या संततिप्रतिबंधकाचा स्वैर, निरंकुश वापर हा मूळ संतति-नियमनाच्या धोरणालाच बाधा आणण्याचं काम करत आहे. औषध कंपन्या या इंजेक्शनांची आक्रमकपणे जाहिरात करू लागल्या आहेत आणि त्यामुळे खाजगी डॉक्टरही या पद्धतींची शिफारस करत आहेत. मात्र इथेही समुपदेशनाचा अभाव असल्यामुळे रुग्णांना वाटतंय की पद्धत सुरक्षित आहे. पण जर या इंजेक्शनचे काही गंभीर दुष्परिणाम झाले किंवा त्यांना कायमचं वंध्यत्व आलं तर वैद्यकीय क्षेत्रातून त्यांना कसलाही आधार मिळू शकणार नाही.

आपल्या देशामध्ये औषधांचे दुष्परिणाम जोखून त्यांवर नियंत्रण आणणारी कोणतीही अधिकृत यंत्रणा नाही. तेव्हा औषध कंपन्यांनी आक्रमकपणे प्रचार केलेल्या आणि खाजगी डॉक्टरांनी बेजबाबदारपणे शिफारस केलेल्या संततिप्रतिबंधक इंजेक्शनांचे ग्रामीण स्त्रियांच्या आरोग्यावर कोणते दुष्परिणाम होताहेत याचा सरकारला अजून अंदाज यायचा आहे. अशा प्रकारे समुपदेशन, निरीक्षण आणि चुकीचे परिणाम झाल्यास रुग्णांना आधार देणं या गोष्टींच्या अभावामुळे खेड्यापाड्यांत अनेक स्त्रियांना कायमचं वंध्यत्व आलेलं आहे.

मुंबईच्या औषध नियंत्रण कार्यालयाच्या मतानुसार (Drug Controller of India) भारतातले दहा औषधनिर्माते सोडले तर, या संततिप्रतिबंधक इंजेक्शनचं उत्पादन करणाऱ्या सगळ्या बहुराष्ट्रीय कंपन्या आहेत. सरकारतर्फे कुटुंबनियोजन योजनेअंतर्गत या कंपन्यांना मार्गदर्शक तत्त्वं तसेच आर्थिक मदत पुरवली जाते. या औषधांचा किंवा संततिप्रतिबंधक साधनांचा कसा उपयोग करावा याबद्दलच्या शिफारशी सरकारतर्फे केल्या जातात. त्यासाठी औषध नियंत्रण मंडळाकडून 'ना हरकत पत्र' मिळणं आवश्यक असते.

हा असा उद्योगाधारित (Industry-driven) दृष्टिकोन आहे जो स्त्रियांच्या गरजा लक्षात घेत नाही. त्याचे दुष्परिणाम भोगणारी जानकी ही एक स्त्री अहे. जानकीचं शिक्षण बारावीपर्यंत झालेलं आणि तिचा नवरा पदव्युत्तर शिक्षण घेतलेला. तो वनसंरक्षकाची नोकरी करतो. त्यांची पहिली मुलगी त्यावेळेला अडीच वर्षांची होती. त्यांना मुलांमध्ये पुरेसं अंतर ठेवायचे होते. म्हणून सल्ला घेण्यासाठी ती एका स्त्री प्रसूतितज्ज्ञ बाईंकडे गेली. त्या अलापल्ली (दक्षिण गडचिरोलीतला तालुका) इथे व्यवसाय करीत होत्या. त्यांनी संततिप्रतिबंधक इंजेक्शनं घेण्यासाठी तिचं मन वळवलं. दर तीन महिन्यांनी एक इंजेक्शन घ्यायचं होतं. ही गोष्ट जानेवारी ते एप्रिल २००१ मधली. त्यानंतर १७ ऑक्टोबरपासून तिला मासिक पाळी येणं बंद झालं. ती १३ डिसेंबर २००१ ला माझ्याकडे आली आणि नंतर ३ जुलै २००३ पर्यंत येत राहिली. पण कोणत्याही उपायांनी मी तिची समस्या सोडवू शकले नाही. कारण संप्रेरकांवर आधारित असा तो संततिप्रतिबंध करण्यात आलेला होता.

मी तिला खूप समजावलं की, कोणताही धोका यात नाही. ही पद्धत तशी सुरक्षित आहे. तरीसुद्धा जानकीच्या मनात भीती कायमच राहिली की आता तिला पुन्हा मूल होणारच नाही. पण आता सर्वदूर खेड्यापाड्यांतून वेगवेगळ्या औषध कंपन्या संततिप्रतिबंधक इंजेक्शनांचा प्रचार करू लागल्या आहेत आणि 'सर्च'मध्ये आमच्याकडे जानकीसारख्या केसेस येत आहेत.

साधनाचंही उदाहरण असंच. तिचं वय सव्वीस वर्षं. एम. ए. शिकलेली मुलगी. तिचं लग्न पाच वर्षांपूर्वी झालं. ती घरीच असते. नवरा बारावी शिकलेला. टेलिफोन बूथ चालवतो. त्यांना एक चार वर्षांची मुलगी आहे. चंद्रपूरच्या एका प्रसिद्ध प्रसूतितज्ज्ञाकडे तिचं सिझेरियन झालं. त्यानंतर लगेच त्या डॉक्टरने एक वर्षभर तिला संततिप्रतिबंधक इंजेक्शनं टोचली. दर ३ महिन्यांनी एक याप्रमाणे चार इंजेक्शनं आणि मग याच डॉक्टरकडून तिने तांबी बसवून घेतली. त्यानंतर दोन वर्षांनी गडचिरोलीच्या एका महिला डॉक्टरकडून तांबी काढून घेतली तेव्हा साधनाला प्रचंड रक्तस्राव झाला. पुढच्या वर्षी पुन्हा त्या डॉक्टरणीने साधनाला दर तीन महिन्याला एक इंजेक्शन याप्रमाणे ४ इंजेक्शनं दिली. दोन्ही डॉक्टरांनी साधनाला ही पद्धत निर्धोक असल्याचं सांगितलं. ते तिला इंजेक्शनं देत होते पण त्यांनी तिचं नियमित समुपदेशन आणि तपासण्या काही केल्या नाहीत. आता साधनाला मूल हवं आहे, पण तिच्या लक्षात आलंय की प्रयत्न करूनही आपल्याला गर्भधारणा होतच नाही.

अधेमधे पाळीच न येणं, आली तरी नावापुरताच रक्तस्राव होणं असे त्रास तिला आता होत असतात.

इंजेक्शनद्वारा संततिप्रतिबंध यातून फार मोठा धंदा उभा राहत आहे. विशेषत: ग्रामीण भागामध्ये. पण स्त्री त्यामुळे कायमची वंध्या झाली तर त्याची जबाबदारी कुणी घ्यायची? आम्हांला 'सर्च'मध्ये अशी अनेक उदाहरणे दिसून येतात, हे मी खेदाने नमूद करते.

एका नवीन प्रकारच्या संततिप्रतिबंधक गोळ्या २००८ सालापासून भारतीय बाजारात सर्रास उपलब्ध झाल्या. त्यांना म्हणतात, 'मॉर्निंग आफ्टर' किंवा 'समागमानंतर घेण्याची गोळी'. तशा बऱ्याच कंपन्यांनी या गोळ्या काढल्या असल्या तरी सिप्ला कंपनीची I Pill' आणि मॅनकाइंडची 'Unwanted 72' या त्यांत प्रमुख आहेत. (२०१० साली 'I Pill' हे उत्पादन पिरामल हेल्थकेअरने विकत घेतलं) यातल्या एका गोळीची किंमत ६० ते १०० रुपये असते आणि या गोळ्या तुम्ही डॉक्टरच्या शिफारशीशिवाय दुकानात जाऊन विकत घेऊ शकता. नेहमीच्या संततिप्रतिबंधक गोळ्या २१ असतात आणि रोज एक घ्यायची असते. पण I-Pill फक्त एक असते. ती असुरक्षित संभोगानंतर ताबडतोब घ्यायची. बळजबरीने केलेला संभोग किंवा बलात्कार यानंतर बहात्तर तासांत ती घेतल्यास गर्भधारणा टळू शकते. परंतु बहात्तर तासांनंतर गर्भधारणा टाळण्याचं काम संपलेलं असतं आणि मग प्रकृतीला धोकादायक असे त्या गोळीचे परिणाम होऊ शकतात. या गोळ्यांच्या इलेक्ट्रॉनिक आणि छापील माध्यमांतून होणाऱ्या जाहिरातींचा विजेसारखा मारा वाचून आणि ऐकून संतति-प्रतिबंधासाठी हा निश्चित आणि सुरक्षित राजमार्ग आहे असं लोकांना वाटू लागलं आहे. पण जाहिरातीमध्ये त्याचे इतर परिणाम दिलेले नसतात. तेच परिणाम प्राणघातक ठरू शकतात. या गोळ्यांचा अतिरिक्त वापर झाला तर त्या स्त्रीच्या जननक्षमतेवर दीर्घकाळ परिणाम होऊ शकतो. आणि या गोळ्यांमुळे गर्भास प्रतिबंध होत असला तरी गुप्तरोगाला प्रतिबंध होत नाही. ती लागण होऊ शकते.

स्त्रियांना या गोळ्यांचा आसरा घ्यावा लागतो, याचं कारण त्यांचे पुरुष जोडीदार निरोध वापरायला नकार देतात आणि आपल्या स्त्री जोडीदाराच्या आरोग्यावर या I-Pillचा वाईट परिणाम होऊ शकतो याबद्दलही कोणतीच संवेदनशीलता त्यांच्याकडे नसते.

असुरक्षित संभोगानंतर बहात्तर तासांमध्ये घेतल्या जाणाऱ्या या गोळीचे

इतर परिणाम म्हणजे गर्भनलिकेत गर्भ रुजून वाढीस लागणं, खूप रक्तस्राव होऊन गर्भपात होणं, भ्रूणास विषबाधा होणं, जर गरोदरपण पुढे चालू राहिलं आणि मुलीचा गर्भ असेल तर त्या मुलीला कॅन्सर होऊ शकतो. त्याशिवाय मळमळ, उलट्या, पोटात दुखणं, डायरिया, चक्कर येणं, स्तन हुळहुळे होणं, डोकेदुखी, पुढची पाळी अनियमित होणं, खूप रक्तस्राव होणं, रक्ताची लघवी होणं (Vaginal Haemorrhage) असे परिणाम असू शकतात. ज्या स्त्रिया सिगारेट ओढतात त्यांच्यामध्ये हे परिणाम जास्त दिसतात. बऱ्याच ग्रामीण स्त्रिया दात घासण्यासाठी तंबाखूचा वापर करतात किंवा तंबाखू चघळतात. त्यांच्यावर या गोळ्यांचा कसा परिणाम होतो हे अजून नोंदलं गेलेलं नाही.

खूप जणींना हे समजत नाही की, या गोळ्या गर्भधारणेस प्रतिबंध करत असल्या तरी त्या गर्भपाताच्या गोळ्या नाहीत. भारतात जाहिरात केली जाते तेव्हा त्यात स्त्रीच्या वयोमर्यादेचा उल्लेख नसतो आणि आमच्या इथल्या नुकत्या वयात आलेल्या मुली खुशाल त्या गोळ्या खात सुटतात, टॉफी खाल्ल्या-सारख्या! त्या गोळ्या कोणत्याही केमिस्टकडे डॉक्टरच्या चिठ्ठीशिवाय मिळायला लागल्यामुळे त्यांचा निरोधसारखा सर्रास वापर करण्यास उत्तेजनच मिळाले.

कोणतेही औषधी उत्पादन बाजारात येण्यापूर्वी अनेक रुग्णांवर त्याच्या वैद्यकीय चाचण्या करून पाहणे अनिवार्य असतानाही भारतीय आरोग्य व्यवस्थेचे महासंचालक यांनी या गोळ्यांची खुली विक्री आणि जाहिरात करण्यास संमती देऊन टाकली. पुणे, अहमदाबाद या शहरांनी या गोळ्यांचा खप वाढल्याचा धोक्याचा इशाराही दिला आहे. उदाहरणार्थ, 'टाईम्स ऑफ इंडिया'च्या २ फेब्रुवारी २००९च्या पुणे आवृत्तीत छापून आलेल्या बातमीनुसार, पुणे जिल्हा औषधविक्रेता संघाने अधिकृत आकडा जाहीर केला आहे. पुण्यात एका महिन्यात २२ हजार 'आय पिल'च्या गोळ्या खपल्या. त्यांतल्या जास्तीत जास्त गोळ्या शिक्षण संस्थांजवळच्या दुकानांमधून खरेदी केल्या गेल्या. तर अहमदाबाद शहरात नवरात्री उत्सवाच्या केवळ नऊ दिवसांत २०,००० गोळ्या विकल्या गेल्या. (टाईम्स ऑफ इंडिया, अहमदाबाद आवृत्ती १६ मे २००९). गडचिरोलीसारख्या ग्रामीण भागात तर लैंगिक आरोग्यविषयक ज्ञानाचा मोठाच दुष्काळ. इथे तर बायकांनी एकेका वेळेला २-३ गोळ्यासुद्धा घेतल्याचं समजतं. त्यांना चुकीचा सल्ला देणाऱ्या मैत्रिणी असतात नाहीतर अर्धवट शिकलेले डॉक्टर किंवा वैदू. त्यामुळे या बायकांना वाटतं, गरोदर न राहण्याचा

हा झटपट उपाय बरा आहे. तो निरोध नको, गोळ्या नकोत, ती कटकटच मिटली. त्यांना असंही वाटत असतं, की या 'आय पिल'च्या गोळ्या घेतल्या तर आपल्याला गुप्तरोगसुद्धा लागणार नाहीत.

माझी एक बिगर आदिवासी समाजातली मुलगी रुग्ण होती. नाव कुसुम. डी. एड. चा कोर्स सुरू होता. अचानक तिला योनीवाटे खूप रक्त जाऊ लागलं. म्हणून आली माझ्याकडे. तिने अगोदरच्या दीड महिन्यात चार वेळा 'आय पिल' घेतली होती. तिच्या मित्रानेच तिला त्या आणून दिल्या होत्या. तशीच दुसरी रुग्ण शेवंता. लग्न झालेलं होतं. गरोदर राहिली पण तिला तेव्हा मूल नको होतं. म्हणून गर्भपात व्हावा या हेतूने तिने एका महिन्यात आठ 'आय पिल' घेतल्या. तरी गर्भपात झालाच नाही. शेवटी मला तिचा वैद्यकीय गर्भपात करावा लागला. गडचिरोलीची चौतीस वर्षांची पुष्पा. गरोदर राहिली तेव्हा चकितच झाली; कारण त्यापूर्वी सहा महिने प्रत्येक समागमानंतर बहात्तर तासांच्या आत तिने 'आय पिल' घेतलेली होती. तिची प्रकृती स्थूल, रक्तदाब वाढण्याकडे कल असताना खरं तर तिने ही संप्रेरकाद्वारे संततिप्रतिबंध करणारी (Hormonal Contraceptive) गोळी घ्यायला नको होती. तिला अडीच महिने मासिक पाळी आली नाही तेव्हा माझ्याकडे तपासून घ्यायला आली होती. तपासलं तेव्हा लक्षात आलं की, तिच्या उजवीकडच्या गर्भनलिकेतच गर्भ वाढीस लागला होता. ही परिस्थिती धोक्याची असते कारण गर्भनलिका फाटण्याची शक्यता असते. मी तिला जिल्हा रुग्णालयात जाऊन ताबडतोब शस्त्रक्रिया करून गर्भ काढून घेण्याचा सल्ला दिला.

धानोरा तालुक्यातले (५० टक्के आदिवासी वस्ती) आणि गडचिरोली शहरातले औषध दुकानदार सांगतात की 'आय पिल' खूप मोठ्या प्रमाणावर विकल्या जात आहेत. ते सांगतात की, टी. व्ही. वर 'बहात्तर तासांची गोळी'ची जाहिरात (पुरुष) बघतात. आणि लगेच येऊन ती गोळी दुकानातून विकत घेऊन जातात. अशा घटना घडू लागल्यामुळे नागरी संघटना आणि देशातले प्रसूतितज्ज्ञ डॉक्टर यांना खूपच काळजी वाटायला लागली. त्यांनी त्याविरुद्ध जोरदार आवाज उठवला. शेवटी ९ नोव्हेंबर २००९ ला केंद्र सरकारच्या औषधी तंत्रसल्लागार मंडळाने असं जाहीर केलं की, प्रत्यक्ष परिस्थितीची पाहणी करून या गोळ्यांची जाहिरात करू द्यायची की नाही, त्याचा फेरविचार केला जाईल. या मंडळाच्या मुख्यपदी होते आरोग्य व्यवस्थेचे महासंचालक. परंतु तोपर्यंत ह्या गोळ्यांचे स्त्रियांच्या आरोग्यावर

झालेले दुष्परिणाम, माध्यमांद्वारे त्यांची झालेली आक्रमक जाहिरात आणि प्रमाणाबाहेर झालेली विक्री हे समाज, त्याची नीतितत्त्वं आणि आरोग्य यांना फार मोठं आव्हानच आहे.

जोडपी संततिप्रतिबंधाला विरोध का करतात?

लोकांना त्यांच्या गरजेनुसार, सुटसुटीतपणे वापरता येणारी साधनं हवी असतात. जोपर्यंत त्यांना तशी साधनं आणि ती कशी वापरायची याचं ज्ञान देणारी आधारव्यवस्था मिळत नाही, तोपर्यंत ते त्याला विरोध करत राहतात. 'सर्च'च्या अभ्यासातून असं पुढे आलेलं आहे की, ज्यांची लग्नं झालेली आहेत परंतु सध्या मूल नको आहे त्या जोडप्यांचादेखील असाच दृष्टिकोन तयार झालेला आहे. सध्या उपलब्ध असणाऱ्या संततिप्रतिबंधक साधनांबद्दल ते नाखूष असण्याचं प्रमुख कारण त्यांच्यापासून होणारे अवांछित दुष्परिणाम.

वस्तुस्थिती अशी आहे की, तांबीसारखी शरीराच्या आत सारून ठेवण्याची साधनं चुकीच्या पद्धतीने घातली जातात, ती घालण्यापूर्वी स्त्रीच्या शरीरात आधीच काही जंतुसंसर्ग आहे का हे पाहिलं जात नाही कारण त्या आरोग्य कर्मचाऱ्यांना त्यांचं नीट प्रशिक्षण देण्यात आलेलं नसतं. खरी समस्या तिथपासूनच सुरू होते. आमच्या 'सर्च'च्या अभ्यासात असं आढळलं की, अशा जंतुसंसर्गाचं फार मोठं प्रमाण या स्त्रियांच्यामध्ये असतं. म्हणजे मग हे प्रमाण वाढण्याचं कारण किंवा मूळ जंतुसंसर्ग होण्याचंच कारण, हे संततिप्रतिबंधक साधन असू शकेल का? आता संततिप्रतिबंध आणि जननेंद्रियाचे रोग यांचा हा असा परस्पर संबंध असेल तर स्त्रिया आणि आरोग्य कर्मचारी दोघांच्याही दृष्टीने गंभीर महत्त्वाची बाब आहे.

जर आरोग्य सेवेतल्या मूलभूत गोष्टी अशा लंगड्या राहणार असतील तर ज्यांना संततिनियमन करण्याची इच्छा आहे अशा महिलांना शोधून आणण्यासाठी जो प्रचंड आटापिटा केला जातो, संसाधने वापरली जातात ते सगळं व्यर्थ आहे!

किती स्त्रियांना प्रसूतिविषयक विकृती असतात, हा संशोधनातून दुर्लक्षित राहिलेला मुद्दा आहे. गडचिरोली जिल्ह्यातल्या दोन गावांतल्या साथीच्या रोगांचा अभ्यास करतेवेळी आम्ही महिलांच्या प्रसूतिविषयक समस्यांचा घेतलेला आढावा हा त्याबाबत झालेला देशातला पहिला अभ्यास होय. यातून निघालेले निष्कर्ष डोळे उघडणारे आहेत. एकूण ९२ टक्के स्त्रियांना प्रसूतिविषयक

समस्या असतात. प्रत्येकीला सरासरी ३.६ रोग असतात, तेही बऱ्याच वर्षांपासून! यात निम्म्याहून अधिक प्रमाण आहे योनिमार्गातील जंतुसंसर्गाचं.

याबद्दल त्यांना काय वाटतंय याचा आढावा घेतला तेव्हा लक्षात आलं की, बहुतेक जणींचं म्हणणं असं होतं, की संततिप्रतिबंधासाठी उपाय केले, तेव्हापासून हा त्रास सुरू झाला. हे पूर्णत: खरं असेल असं मानलं नाही तरी लोक 'कुटुंब नियोजन' कार्यक्रमाकडे कशा दृष्टीने पाहतात हे त्यातून स्पष्ट झालं. स्त्रियांना अशा प्रकारचा जंतुसंसर्ग किंवा विकृती असण्याचा, संतति-प्रतिबंधावर दोन प्रकारे परिणाम होतो. तांबी बसवल्यानंतर स्त्रियांना पाठदुखी आणि पोटात कळा येण्याचा त्रास होतो. कायमची नसबंदी शस्त्रक्रिया करून घेतल्यावरही असेच त्रास सुरू होतात. त्यामुळे मनात नसलं तरी त्यांना तांबी काढून घ्यावी लागते आणि शस्त्रक्रिया करायला तर त्या घाबरतातच.

तांबी किंवा कॉपर टी जर चुकीच्या पद्धतीने शरीरात बसवली तर स्त्रीला अस्वस्थ वाटू लागतं, पोटात काही खुपल्यासारखं वाटतं आणि तिला जंतुबाधाही होऊ शकते. तांबीचा एक सूक्ष्म धागा योनीमध्ये लोंबत ठेवला जातो. पुढे तांबी काढायच्या वेळेला सोपं जावं हा त्यामागे हेतू असतो. स्त्रीने तो धागा पाहून, बसवलेली तांबी आतच आहे आणि योग्य जागेवर आहे याची खात्री करून घेणं अपेक्षित आहे. हा धागा जर फार तोकडा किंवा फार लांब असेल तर समस्या निर्माण होतात. आता हे सर्वस्वी अवलंबून असतं तांबी बसवणाऱ्या आरोग्य कर्मचाऱ्याच्या कौशल्यावर. तो धागा जरी नायलॉनचा असला, तरी जर लांब लोंबता ठेवला तर जंतुसंसर्ग होण्याचा संभव असतो. स्त्रीला तो लांब धागा सतत खुपत राहतो आणि जोडीदाराशी समागम करण्याचे वेळी मध्ये येऊन त्रास देतो.

हाच धागा जर फारच तोकडा ठेवला असेल तर तो कुठेतरी हरवून जातो, दिसतच नाही आणि मग तांबी काढण्याचे वेळी अडचण येते. आरोग्य व्यावसायिकाच्या गलथानपणामुळे मेहेफूझा नावाच्या छत्तीस वर्षीय गृहिणीला असाच त्रास भोगावा लागला. शारीरिक आणि आर्थिक नुकसान झालं. तिने एका खासगी दवाखान्यातून गर्भपात करवून घेतला आणि त्याचवेळी तांबीसुद्धा बसवून घेतली आणि पुढे तीन वर्षांपर्यंत कोणत्याही प्रकारे तपासणी वगैरे केली नाही आणि एकदम तीन वर्षांनी तांबी काढून घेण्यासाठी माझ्याकडे आली. त्यावेळी तिने मला सांगितलं की, गेल्या पाच वर्षांपासून तिच्या बाह्य जननेंद्रियाला व्रण पडले आहेत आणि सतत अंगावर पांढरं पाणी जातं. मी

तिला आतून तपासलं. तांबीचा धागा कुठे दिसला नाही. X-ray काढला. त्यात दिसलं की तांबी जागेवरून सरकली आहे आणि गर्भाशयाची त्वचा त्यामुळे फाटली आहे. मी तिला लॅपरोटोमी (Laparotomy) करून घेण्याचा सल्ला दिला. ही मोठी शस्त्रक्रिया असते. यात उदरपोकळी उघडून आतील भागाची तपासणी करावी लागते. ती बिचारी ते ऐकून रडायलाच लागली. म्हणाली, ''नवरा दारुडा हाय. आपरेशनला पैसे कुठून आनू?''

त्या वेळेला आमच्याकडे 'सर्च'चे भूलतज्ज्ञ नव्हते लॅपरोटोमी करण्यासाठी. म्हणून मेहेफूझा एका खाजगी डॉक्टरकडे गेली. तिथे तिला जवळजवळ ८००० रुपये खर्च आला. तिचा नवरा कॉलेजची एकदोन वर्षं पूर्ण करून कुठेतरी नोकरी करत होता. त्याने तिला मदत करायला नकार दिला. त्यांना सतरा वर्षांची एक मुलगी आणि दहा वर्षांचा मुलगा होता. त्यानंतर एकदा सातव्या महिन्यात बाळंत झाली आणि झाल्याबरोबर मूल दगावलं होतं. प्रत्येक गरोदरपणात मेहेफूझाचा रक्तदाब वाढत असे आणि मग तिला तो विकार कायमचा जडला. ती खूप स्थूल होती. ७७ किलो वजन होतं. त्यात नवरा दारुडा असल्यामुळे नेहमी नैराश्यात असे आणि त्यात ती तांबी चुकीच्या पद्धतीने बसवल्यामुळे तिच्या त्रासाला सीमाच राहिली नाही.

बऱ्याच वेळेला असं होतं की, की नर्सेसना किंवा डॉक्टरांना अपुरं प्रशिक्षण दिलेलं असतं. मग तांबी बसवण्याच्या अगोदर, त्या बाईला दिवस गेलेले आहेत का, याची तपासणी केली जात नाही. इतर काही वेळा असं होतं की, तिला अगोदर दिवस गेलेले आहेत की काय अशी शंका त्यांच्या मनात असतानाही तशीच घाईघाईने तिच्या शरीरात तांबी बसवून दिली जाते. का? तर त्यांना डोळ्यांसमोर सतत, ठरवून दिलेल्या उद्दिष्टांचे आकडे दिसत असतात. ते पूर्ण करण्याच्या चिंतेमुळे ते असं वागतात. पण या दोन्ही ठिकाणी होतं काय? तर तिच्या पोटात राहिलेला गर्भ तांबीमुळे पडून जातो आणि अतिरिक्त रक्तस्राव होऊ लागतो. तसं नाही झालं, तर गर्भ वाढत राहतो, पण तिला वाटू लागतं की बघा, मी तांबी बसवली तरी मला दिवस गेलेच. म्हणजे काहीही घडलं तरी ते 'तांबी' या गर्भनिरोधक उपकरणाबद्दल अविश्वास निर्माण करणारंच ठरतं.

आपल्या नकळत हे डॉक्टर तांबी आत सारतील म्हणून बायका आतून तपासणी करून घ्यायलाही घाबरत असतात. आमचा प्रकल्प ज्या गावात

चालतो, तिथल्या बाया जननसंस्थेचे काही त्रास असले तर प्रशिक्षित अनुभवी दायांना दाखवतात, इतका त्यांना सरकारी डॉक्टर आणि नर्स यांच्याबद्दल अविश्वास वाटतो.

चोवीस वर्षांची भावना अशीच स्वत:च्या नकळत स्त्री डॉक्टरच्या उद्दिष्टपूर्तीचा आकडा बनली. काय झालं, ती वैद्यकीय गर्भपात करून घेण्यासाठी एका स्त्री प्रसूतितज्ज्ञ डॉक्टरणीकडे गेली होती. गर्भपात तर केलाच पण त्याचवेळी हिला न सांगताच त्या डॉक्टरणीने तिच्या गर्भाशयात तांबी बसवली. भावना सातवी शिकलेली. तिचा नवरा गडचिरोलीमध्ये पानाची गादी चालवतो. ती माझ्याकडे सांगत आली की तिला खूपच अशक्तपणा जाणवतो आणि योनिमार्गातून काहीतरी पडतंय असं वाटतं. ती इतकी घाबरली होती की ते काय बाहेर आलेलं आहे तिकडे धड पाहूही शकत नव्हती. मी सांगितलं तेव्हा तिला कळलं की आपल्या शरीरात तांबी बसवली गेली आहे. असा अनुभव अक्षरश: अनेकानेक स्त्रियांना येतो.

रेणू नावाची अविवाहित मुलगी एका डॉक्टरणीकडे गर्भपात करून घेण्यासाठी गेली. तेव्हा तिची संमती न घेता त्या डॉक्टरबाईने तिला तांबी बसवली. ती चुकीच्या पद्धतीने बसवली आणि रेणूला वंध्यत्व आलं. संततिप्रतिबंधक साधनांबद्दल लोकांना अजिबात भरवसा वाटत नाही याचं महत्त्वाचं कारण हे खाजगी आणि सार्वजनिक क्षेत्रातले डॉक्टर त्या भित्र्या, अडाणी गावकऱ्यांवर ही साधनं चुकीच्या पद्धतीने लादत असतात. त्यांना खोटी आश्वासनं देतात की, याच्यामुळे तुम्हांला इतर कोणतेही त्रास होणार नाहीत आणि त्रास व्हायला लागले की मात्र कोणतीही मदत लोकांना करत नाहीत. आरोग्यसेवा देणाऱ्या बऱ्याच जणांना एक तर एकदा शरीरात घातलेलं उपकरण बाहेर कसं काढावं हे माहीत नसतं. पण जर एखादीने तसं ते काढण्याची विनंती केली तरी ते त्या गोष्टीला तयार नसतात. आणि मग त्या दुर्दैवी स्त्रियांना ते उपकरण जणू कायमसाठीच शरीरात वागवावं लागतं आणि त्यातून उद्भवणाऱ्या वेगवेगळ्या समस्या सहन करत राहावं लागतं. मग कुठे आहे ते पर्याय निवडण्याचं स्वातंत्र्य आणि पुनरुत्पादनविषयक मूलभूत हक्क?

अशीच आणखी एक घटना. ललिता ही सव्वीस वर्षांची महिला, दोन मुलांची आई सांगत होती की, ती गर्भपात करून घेण्यासाठी जिल्हा रुग्णालयात गेली तेव्हा तिथल्या स्त्री प्रसूतितज्ज्ञाने तिच्यावर तांबी बसवण्याची सक्ती केली. त्या डॉक्टरणीने तिला दम भरला की, जोपर्यंत तांबी बसवण्याचं

कबूल करत नाहीस, तोपर्यंत तुझा गर्भपातच करणार नाही. आणि मग या दडपशाहीपुढे ललिताला मान तुकवावीच लागली. मी विचारलं, ''असं होतं, तर इतकी दोन वर्षं तू ती तांबी शरीरात का वागवत राहिलीस?'' तर म्हणाली, ''मी गेले होते काढायला एका नर्सकडे. तर ती म्हणाली, आम्हांला तांबी काढायची कशी ते शिकवलेलं नाही आणि नाही काढली तिने.'' शेवटी खूप दूरवर प्रवास करून ललिता माझ्याकडे आली तेव्हा ती तांबी निघाली.

माझ्या अनुभवावरून मला असं सांगावंसं वाटतं, की जर तांबी बसवल्यामुळे काही त्रास व्हायला लागला किंवा काढून टाकावीशी वाटली तर ती काढता येते याची स्त्रियांना कल्पना देऊन ठेवणं फार महत्त्वाचं आहे. यामुळे जास्त महिला तांबी बसवून घेण्यासाठी पुढे येतील. सध्या सरकारी आरोग्य कर्मचारी, तांबी बसवण्यासाठी जी जुलमी पद्धत वापरत आहेत त्यामुळे संततिनियमनाबद्दलच लोकांना धास्ती बसते आहे. त्याचा कुटुंबनियोजनाच्या हेतूवर उलटा परिणाम होतो आहे. कॉपर टी किंवा तांबीचा योग्य तऱ्हेने वापर कसा करून घ्यायचा याबद्दल पेशंटशी नीट न बोलल्यामुळे त्यांना नीट समजावून न सांगितल्यामुळे त्यांचं आरोग्य धोक्यात येत आहे.

चव्वेचाळीस वर्षांची लैला. हिला दर तीन वर्षांनी एकदा याप्रमाणे सहा वेळा तांबी बसवण्यात आली. लैलाला तीन अपत्यं झाली. दोन मुलगे, एक मुलगी. अठरा वर्षांपूर्वी तिसऱ्या मुलाचा जन्म झाल्यानंतर तिनं प्रथम तांबी बसवून घेतली. लैलाचा नवरा सातवी शिकलेला तर ती होती दुसरीपर्यंत शिकलेली. खरं तर तिला यानंतर मुलं नकोच होती; तरी ती कायमची नसबंदी शस्त्रक्रिया करायला तयार नव्हती. ती माझ्याकडे आली, त्याच्या तीन महिने अगोदर गडचिरोलीतल्या एका प्रसूतितज्ज्ञ डॉक्टरणीकडून तिने शेवटची तांबी शरीरातून काढून घेतली होती. माझ्याकडे त्यानंतर आली तेव्हा सांगत होती, की सहा महिन्यांपासून तिला पाळीच्या वेळी फार जास्त रक्तस्राव होतो. तपासलं, तर तिला जबरदस्त जंतुसंसर्ग झालेला होता. गर्भाशयात आणि गर्भाशय ग्रीवेपाशी कर्करोगाची शक्यता वाढलेली होती.

सतत तांबी वापरण्यामुळे तुझ्या जननेंद्रियाच्या आरोग्यावर परिणाम होऊ शकतो; कदाचित वंध्यत्वही येऊ शकतं, हे रुग्णाला समजावून सांगणं डॉक्टरचं कर्तव्यच आहे. जंतुसंसर्गामुळे सतत खाज येत राहिली तर मासिक पाळीच्या समस्या उद्भवतात, पाठ दुखू शकते, पोटात खूप दुखतं. पाळीच्या दिवसांत आणि इतर वेळीसुद्धा हे त्रास होतात. यामुळे तिच्या जीवनाचा पोतच

बिघडतो. त्या उपकरणाची मूलतत्त्वं स्त्रियांना माहीत असली पाहिजेत. केवळ दोन मुलांमध्ये योग्य अंतर ठेवण्यासाठीच तांबीचा वापर करायचा असतो हे आम्ही डॉक्टरांनी त्यांना सांगितलं पाहिजे. तांबी फक्त दोनच वेळा बसवता येते आणि तीही एका वेळेला फक्त दोनच वर्षांसाठी. जास्त काळ नाही. त्यातही तांबी बसवल्यावर काही त्रास व्हायला लागला तर ती लगेच काढून टाकावी. पुन्हा पुन्हा तांबी बसवत राहिल्यास जंतुसंसर्ग होतो हे स्त्रियांना माहीत असलं पाहिजे.

काहीजणींना हे दुष्परिणाम माहीत असतात पण तरी जर ते वापरण्याची सक्ती झाली तर बिचाऱ्यांची अवस्था दयनीय होते. यास्मिन ही खोजा समाजातली अडतीस वर्षीय महिला. तिने तांबीचा सातत्याने वापर करायचं ठरवलेलंच होतं. तिने पाठोपाठ सहा वेळा तांबी बसवली. दर अडीच वर्षांनी ती काढून नवी बसवून घ्यायची. पाच वेळा ती बरोबर काढली गेली. सहाव्या वेळेस बसवली त्यानंतर पाच वर्षं मध्ये गेली. तिला गर्भाशय ग्रीवेपाशी जबरदस्त जंतुसंसर्ग झालेला होता, तरी तिला ती तांबी काढून टाकण्याची इच्छाच नव्हती. तिला दोन मुली होत्या. सतरा आणि चौदा वर्षं वयाच्या. तिसऱ्यांदा एकदा गर्भवती झाली. मुलगी झाल्याबरोबर तासाभरात दगावली. चौथ्या आणि पाचव्या वेळेला गर्भवती झाली. दोन्ही वेळा चौथ्या महिन्यात गर्भलिंगचिकित्सा केली, गर्भ मुलींचे होते म्हणून गर्भपात करून घेतले. यास्मिनचा नवरा अकरावी पास तर ती स्वत: दहावी पास झालेली. पण दोघांचाही कायमची नसबंदी न करण्याचा निश्चय होता. (त्याची Vasectomy किंवा तिची Tubectomy).

ती आपली एकाच संततिप्रतिबंधक उपायाला चिकटून होती. तो म्हणजे तांबी. माझ्याकडे येण्याआधी सहा महिने एका आरोग्य शिबिराला गेली होती. तिथे तिची पॅप स्मिअर टेस्ट (योनी आणि गर्भाशय मुखातील द्राव तपासला जातो) करण्यात आली. त्यात तिला जंतुसंसर्ग असावा असं दिसून आलं. तिथल्या डॉक्टरांनी सांगितलं की, तुम्हांला कर्करोग होण्याची १०० टक्के शक्यता आहे. तुम्ही ताबडतोब तांबी काढून टाका. यस्मिनने मला तो रिपोर्ट दाखवला. मी तिला तपासलं. गर्भाशय मुखात जबरदस्त जंतुसंसर्ग होता. मी तिला औषधोपचार करून पुन्हा एकदा पॅप स्मिअर टेस्ट करून घ्यायला सांगितली. तिने पुन्हा एकदा तांबी बसवण्याची विनंती केली. त्याला मी नकार दिला. अक्षरश: कीव करण्यासारखं हे उदाहरण होतं. नवरा आणि बायको दोघंही निर्बीजीकरण करून घ्यायला तयार नव्हते. पुरुषाने समजून घ्यायला

नकार दिलेला होता आणि एकट्या स्त्रीला सगळी जबाबदारी पेलावी लागत होती.

खूप जास्त काळ तांबी वापरल्यास त्यामुळे गंभीर प्रकारचा जंतुसंसर्ग होऊ शकतो. माझ्या रुग्णांना या धोक्याची जाणीव करून न देण्याची चूक माझ्याही हातून होत होती. अकरा वर्षांपूर्वी मी जुनीबाईला तांबी बसवून दिलेली होती. जुनीबाई ही पाचवीपर्यंत शिकलेली आदिवासी महिला. मी ही गोष्ट विसरूनही गेले होते. ती अकरा वर्षांनी पुन्हा आली आणि अंगावरून पांढरं पाणी जातं आणि योनिमार्गात खाज सुटते, अशी तक्रार करू लागली. मी तिला तपासलं तेव्हा तांबीचा धागा सापडला. मी तो ओढून तांबी काढून टाकली. तांबीमुळेच तिला जरासा जंतुसंसर्ग झाला होता. 'कोणी बसवली तांबी?' मी विचारलं तेव्हा तिने मीच ते केल्याची आठवण दिली. म्हणाली, "तुमी तांबी बसवली. पुना काय कारनच पडलं न्हाई येन्याचं. काई तरास नव्हता. मी बी गेले इसरून. तुमी पन कवा पुन्हा यायला सांगितल्यालं नव्हतं. आता अकरा वर्सापूर्वी काय काय झालं त्ये कोनाच्या वो लक्षात राहनार?" त्यातल्या त्यात हे बरं झालं की ती पुन्हा माझ्याकडेच आली. इतर कुणाला कदाचित तो तांबीचा धागा सापडलाही नसता.

काय होतं की, तांबी बसवण्याआधी किंवा नंतर त्या स्त्रियांना तांबी म्हणजे काय, ते कसं उपकरण असतं, कुठे बसवायचं, ते कसं काम करतं, किती काळ आत राहू द्यायचं याची जवळ जवळ काहीच माहिती करून दिली जात नाही. त्यामुळे त्यांना त्याबद्दल सतत चिंता सतावत राहते. ते उपकरण त्यांना दाखवून, त्यांच्या शरीरात कसं घालणार आहेत याविषयी नीट कल्पना देण्याची तसदी कुणीच घेत नाही. त्यांच्यापैकी काहींना हे माहीत असतं की, ते उपकरण त्यांच्या शरीरात सारून ठेवलेलं आहे, पण शरीरशास्त्राविषयी अज्ञान असल्यामुळे त्यांना असंही वाटायला लागतं की तिथून घातलं असलं तरी ते वरवर सरकत पोटात शिरेल, मग तिथून छातीपर्यंत जाईल. आणि काळजाला (म्हणजे हृदयाला) भिडलं तर? फुफ्फुसांना काही झालं तर? म्हणजे हे उपकरण अंगाच्या आत घालायचं म्हणजे जिवाला घोरच लावून घ्यायचा, असं त्यांना वाटत राहतं.

यासाठी कुटुंब नियोजनाचं साधन म्हणून तांबीचा प्रचार करण्यापूर्वी, लोकसंख्या नियंत्रणासाठी तिचे जे फायदे होणार आहेत, त्यापेक्षा त्याच्या गैरवापरामुळे स्त्रियांच्या आरोग्याला पोचणारी हानी किती होणार आहे या मुद्द्याचा विचार होणं महत्त्वाचं ठरतं. मला स्पष्टपणे असं वाटतं की, जोपर्यंत

आपल्या आरोग्य व्यवस्थेला समस्या आणि त्यातले धोके नीट समजलेले नाहीत तोपर्यंत तांबीच्या वापरामुळे फायद्यापेक्षा स्त्रियांच्या आरोग्याचं नुकसानच अधिक होत राहील.

जेव्हा काही ना काही कारणाने, संततिनियमनाचं कोणतंच साधन जोडप्यांना सोयिस्कर वाटत नाही, तेव्हा ते असे काहीतरी विचित्र उपाय अमलात आणतात आणि त्यांची कुठे वाच्यताही होत नसते. पण त्यामुळे स्त्रियांना फारच घातक परिणाम भोगावे लागतात. मला अशी बरीच उदाहरणं पाहायला मिळाली की दिवस जाऊ नयेत म्हणून ती जोडपी 'गुदसंभोग' घेत राहिली आणि त्याचे फारच वाईट परिणाम झाले.

अनिताचं उदहरण असंच. ती एक अठ्ठावीस वर्षांची पदवीधर तरुणी. तिचं लग्न दहावी शिकलेल्या माणसाबरोबर झालं. तो एका तंत्रशाळेत शिकवत होता. अनिताची मावशी गडचिरोलीत राहत होती. तिच्याबरोबर अनिता माझ्याकडे आली. लग्नाला एक महिनाच झाला होता. अनिताच्या योनीला व्रण पडलेले आणि बऱ्याच ठिकाणी चिरा पडलेल्या होत्या. संपूर्ण गुदद्वार फाटलेलं होतं. मधोमध चीर पडलेली होती. हे कसं झालं, असं विचारताच तिने सांगितलं, की लग्न झाल्यापासून दर वेळेला तिच्या नवऱ्याने गुदसंभोगच केलेला होता. शेवटी ती त्याला सोडून आईकडे परत आली. ती चार वेळा माझ्याकडे येऊन गेली. मी मग तिच्या नवऱ्याला बोलावून घेतलं. त्याच्याशी बोलले. तो म्हणाला, ''तिला गर्भ राहू नये म्हणून मी तसं केलं.'' शिकल्या सवरलेल्या मुली असूनही त्यांना अशा मूर्ख आणि विचित्र प्रकारांना तोंड द्यावं लागतं आणि त्याही ते हतबल होऊन सहन करतात. (पाहा प्रकरण चौथं - बीना आणि स्मृतीचं उदाहरण. प्रकरण पाचवे - विजयाचं उदाहरण.)

संततिनियमन सेवा देण्यासाठी धोरण आखताना एक विशिष्ट समाजगट पुढे ठेवला जातो आणि गृहीत धरलं जातं की, ते अमुक एका प्रकारे लैंगिक समागम करत असतील. पण प्रत्यक्षात लोक तसंच वागतात असं नाही. बऱ्याच स्त्रिया लग्नापूर्वी किंवा लग्नानंतरही विवाहबाह्य संबंध ठेवतात आणि त्यातून गरोदर होतात. १९८८ मध्ये आम्ही गडचिरोली जिल्ह्यातील दोन बिगर आदिवासी गावांचा अभ्यास केला तेव्हा असं दिसून आलं की, ५० टक्के अविवाहित तरुण मुलींनी लैंगिक समागमाचा अनुभव घेतलेला होता. म्हणून, कुणा-कुणाला संततिप्रतिबंधन सुरक्षेची गरज असते, त्याची व्याख्या आणखी व्यापक करण्याची गरज आहे.

वैद्यकीय गर्भपाताचा 'संततिप्रतिबंधक' वापर

स्त्रियांना त्यांच्या गरजेनुसार संततिप्रतिबंधक साधनं उपलब्ध होत नाहीत, त्यासाठीच्या सेवा त्यांच्यापर्यंत पोहोचत नाहीत, याचा अर्थ आपण त्यांच्या जननक्षमतेवर नियंत्रण ठेवण्याचा, दोन मुलांमध्ये अंतर ठेवण्याचा हक्कच त्यांना नाकारतो. आणि मग काहीच साधन मिळालं नाही की त्या गर्भपाताचा आधार घेतात. सरकारचं आरोग्य धोरण ठरवणारे आणि वैद्यकीय व्यावसायिक यांच्या दृष्टिकोनाच्या बरोबर विरुद्ध असं वास्तवात घडतं. कुटुंबनियोजनाचा खात्रीशीर आणि सर्वांत जास्त वापरला जाणारा उपाय म्हणजे गर्भपात. भारतात दरवर्षी सुमारे ५० लाख स्त्रिया गर्भपात करवून घेतात, त्यांतल्या बहुसंख्य स्त्रिया वैदूंकडून गर्भ पडून जाण्याचाही उपचार घेतात.

अनेक स्त्रियांना हे माहीत नसतं, की तीन महिन्यांनंतर गर्भपात केला तर त्यांच्या जिवाला धोका असतो. गर्भलिंगचिकित्सेवर बंदी घालण्यासाठी करण्यात आलेला कायदा (१९९४ - PNDT ACT) आणि अधिक व्यापक करण्यात आलेला २००३चा कायदा याला सामाजिक मान्यता फारशी मिळाली नाही आणि यामुळेसुद्धा वैदूकडे जाऊन पोट पाडून घेणं वाढलं. तीन महिन्यांनंतर केलेला गर्भपात धोक्याचा असला, तरी तो धोका पत्करून पाचव्या महिन्यापर्यंत गर्भपात करून घेणं MTP act 1971 नुसार कायदेशीर ठरते. असं असलं तरी सरकारी सेवेकडून सोपा आणि सुरक्षित गर्भपात फक्त कागदावरच राहिलेला दिसतो. एकूण गर्भपातांपैकी फक्त १० टक्के गर्भपात हे परवानाधारक वैद्यकीय व्यावसायिकांकडून केले जातात. वैदूंकडे वाढलेला हा ओघ, त्याचे परिणामी गर्भाशयाला इजा, जंतुसंसर्ग यांचं प्रमाण खूप वाढलं असून शेवटी त्या स्त्रियांना वंध्यत्व येऊ शकतं. सर्वसामान्य माणसांसाठी 'कायदेशीर, बेकायदा' अशा शब्दांना काही अर्थ नसतो. त्यांच्यासाठी महत्त्वाची असते सहज-सुलभ उपलब्ध असणारी गर्भपाताची सोय.

ग्रामीण भागात कायदेशीर गर्भपाताची सुविधा क्वचितच उपलब्ध असते आणि जिथे असते, तिथल्या स्त्रियांचा त्याबद्दलचा अनुभव काही चांगला नाही. वैद्यकीय व्यावसायिकांची बेफिकिरी आणि अनास्था, बराच काळ करावी लागणारी प्रतीक्षा, खूप फी आकारणं (वास्तविक सार्वजनिक रुग्णालयात अशी सुविधा मोफत पुरवली गेली पाहिजे) या सर्वांमुळे स्त्रिया तिथे जायला घाबरतात आणि त्या सेवेबद्दल त्यांच्या मनात परकेपणा उत्पन्न होतो. अशा तऱ्हेने खूपशा ग्रामीण महिला अखेर वैदूंकडेच गर्भपात करून घेण्यासाठी जातात

आणि त्याची त्यांना मोठीच शारीरिक, भावनिक आणि आर्थिक किंमत मोजावी लागते.

१९९० ते १९९२ या काळात 'सर्च'च्या गर्भपात केंद्रात एकूण ५०० गर्भपात करण्यात आले. त्यांपैकी ८५ टक्के महिलांनी त्यापूर्वी विविध प्रकारच्या औषधी वनस्पतींचा किंवा ईस्ट्रोजेन आणि प्रोजेस्टेरॉन ही तत्त्वं जास्त असणाऱ्या औषधांचा गर्भपातासाठी वापर केलेला होता. खरं तर भारतात अशा औषधांवर बंदी घालण्यात आलेली आहे. तरीसुद्धा ती बाजारात उपलब्ध असतात. अगदी 'आयुर्वेदिक' कंपन्यांची देखील अशी औषधं खुल्या बाजारात भरपूर उपलब्ध आहेत! माझ्या काही रुग्णांनी सध्या जी नवीन 'abortion pill' किंवा गर्भपाताची गोळी म्हणून RU 486 मिळते तिचा देखील वापर करून पाहिलेला आहे. त्या सांगतात, आम्हांला ही गोळी बरी वाटते. त्यामुळे शस्त्रक्रियेची कटकट राहत नाही. कारण त्यांना भीती वाटते की, गर्भपात करताना डॉक्टर आपलं निर्बीजीकरण करून टाकेल आणि मग आपल्याला पुन्हा मूलच होणार नाही. शिवाय रुग्णालयात काही दिवस राहणं हे त्यांना घरच्या जबाबदाऱ्यांमुळे शक्यही नसतं.

त्यांना गर्भपाताची अशी पद्धत हवी असते की एकदाच काय ते करून बाई मोकळी झाली पाहिजे. सारखं सारखं रुग्णालयात येणं त्यांना परवडत नाही. 'RU 486'चा वापर भारतासारख्या देशात कितपत सुरक्षित आहे याबद्दल व्यक्तिशः मला अनेक शंका आहेत. कारण इथली आरोग्य व्यवस्था तेवढी सक्षम, उच्च प्रतीची नाही. ते काहीही असलं तरी संततिनियमन धोरण राबवताना कोणतीही पूर्वअट नसलेली निर्धोक गर्भपात पद्धत शोधून काढणं गरजेचं आहे. माझा परंपरागत सुइणींशी जो संवाद चालू असतो, त्यातून मला गर्भनिरोधाची काही पारंपरिक गुपितं समजली. आता सरकारी आरोग्य खात्यातर्फे संततिप्रतिबंधकांचा एवढा आक्रमक प्रचार चालू असतो, तरी ग्रामीण स्त्रियांचा भरवसा या पारंपरिक उपायांवरच अधिक असतो. एकदा पारंपरिक सुइणींच्या एका शिबिराचे वेळी काही जणी, महिलांच्या एका गटाला, 'रानात तुम्ही तेंदू पत्ते आणायला जाता तेव्हा 'अमुक तमुक'ही घेऊन या, म्हणून हळूच सांगताना मी पाहिलं. काय सांगता म्हणून विचारलं, तेव्हा त्यांनी सांगितलं की, आम्ही त्यांना 'तेंदूचा चीक' आणायला सांगतो आहोत. हा तेंदूच्या खोडाचा चीक असतो. गडचिरोलीच्या जंगलात ही झाडं फार मोठ्या प्रमाणात उगवतात. मी विचारलं, त्याचा काय उपयोग करता? तेव्हा माझ्या

असं लक्षात आलं की, ह्या स्त्रियांचा असा ठाम विश्वास आहे की, तेंदूचा चीक जर बाईने खाल्ला तर तिची मासिक पाळी कायमची बंद होते. त्यामुळे त्यापुढे तिची जननक्षमता नष्ट होते. त्या भागात गर्भनिरोधनासाठी सर्रास या पद्धतीचा वापर होतो, असंही समजलं.

सेमाबाई या तेहतीस वर्षांच्या अशिक्षित महिलेने मला स्वत:चा अनुभव सांगितला. त्यावरून असं दिसतं की, तिने वापरलेलं मिश्रण एक प्रभावी संततिप्रतिबंधक असावं. सेमाबाई ही तीन मुलांची आई. मुलगी सोळा वर्षांची, एक मुलगा चौदा वर्षांचा आणि एक बारा वर्षांचा. मासिक पाळीचे वेळी खूपच जास्त रक्तस्राव होतो ही तक्रार घेऊन ती माझ्याकडे आली. ती म्हणाली, ''गेल्या बारा वर्षांत मला एकदाही दिवस गेले नाहीत. धाकटा पोरगा झाल्यावर गुळासोबत तेंदूचीक खाल्ला होता. त्यानंतर मग गरोदर झाले नाही.'' सुइणी किंवा दाया सांगतात की हा तेंदूच्या झाडाचा चीक तसा दुर्मीळ आहे. सहजासहजी मिळत नाही. पण याच्यात ताकद आहे. बाईचं गरोदरपण बंद होतं त्यामुळे. त्या असंही खात्रीने सांगतात की, याचे कोणतेही नको असणारे दुष्परिणाम होत नाहीत किंवा पुढे जाऊन यापासून कसली समस्याही उद्‌भवत नाही. यावरून हे दिसून येतं की, जिथे संततिनियमनाचे पर्याय उपलब्ध आहेत तिथेही अनेक ग्रामीण स्त्रिया त्यांच्या संस्कृतीतून आलेले, परंपरेने सिद्ध झालेले जुने उपायच करतात.

मी माझ्या रुग्णांशी आणि आमच्या ग्रामीण आरोग्यसेवकांशी संवाद साधत असते. त्यावरून मला औषधी वनस्पतींचे पारंपरिक उपयोग, खास करून संततिनियमनाच्या पारंपरिक पद्धती समजतात. आरोग्य धोरण ठरवणाऱ्यांनी एक कळीचा प्रश्न विचारला पाहिजे की, ग्रामीण महिला संततिनियमनाच्या जुन्या उपायांचा आसरा का घेतात? आपण त्यांच्याशी बोलून शोध घेतला तर असं लक्षात येतं की, त्या जुने उपाय अमलात आणतात कारण त्या औषधी वनस्पतींचे इतर वाईट परिणाम होत नाहीत. सरकारपुरस्कृत संततिनियमन उपचारांचे, पोटात दुखणं, पाठ दुखणं, अंगावर पांढरं जाणं, अशक्तपणा, पाळी अनियमित होणं, जास्त वेळा पाळी येणं असे अनेक अवांछित परिणाम दिसतात. आता सुरुवातीच्या प्रयोगाचे वेळी ज्या शास्त्रज्ञांनी ह्या परिणामांची नोंद घेतली किंवा स्त्रियांनी ज्या आरोग्य सेवकांकडे नंतर तक्रारी केल्या, ते या स्त्रियांच्या समस्यांविषयी संवेदनशीलता दाखवत नाहीत. त्यांच्या मते ह्या 'किरकोळ' आणि 'बिनमहत्त्वाच्या' तक्रारी आहेत. 'ग्राहकांनी' त्यांकडे दुर्लक्ष

करावं. त्यांचा दृष्टिकोन असा की ‘डिस्मेनोरिआ’ (Dysmenorrhoea किंवा कष्टार्तव) असं रोगाचं लेबल त्याला लावू नये. त्यांच्या हे लक्षात येत नाही की अशा दृष्टिकोनामुळे साधनं पुरवणारा आणि त्याचा वापर करणारे यांच्या परस्परासंबंधावर अनिष्ट परिणाम होत असतो.

जे प्रत्यक्ष आजारी झालेत, त्यांच्यावर उपचार करण्याची आरोग्य व्यावसायिकांना सवय झालेली असते. त्या वेळेला ते जे उपचार रुग्णावर करतात, त्यामुळे मुख्य आजार बरा होतो, पण काही छोटा मोठा दुसरा त्रास सुरू होतो हे उघडपणे मान्यच केलेलं असतं. या प्रक्रियेमध्ये डॉक्टरचंच वर्चस्व असतं. सगळे अधिकार त्याच्या किंवा तिच्या हातात एकवटलेले असतात. पेशंट मुकाट्याने डॉक्टरच्या हातात स्वत:ला सोपवतात आणि त्याच्या सांगण्याप्रमाणे वागत जातात. पण सार्वजनिक आरोग्य कार्यक्रमात किंवा कुटुंब नियोजन प्रकल्पात परिस्थिती वेगळी असते. आरोग्य सेवकांना जनतेकडून अशा गोष्टींचा प्रतिबंध करण्यासाठी संमती मिळवायची असते की जी त्यांची तातडीची गरज नसते. त्यामुळे अशा कामी होणारे अवांछित परिणाम लोक ‘किरकोळ’ म्हणून सोडून देतील अशी शक्यता नसते. या संबंधांमध्ये ग्राहकांवर त्यांची हुकूमत नसते. ग्राहकाचं वर्चस्व असतं. आणि त्यांच्या मर्जीनुसार आरोग्य सेवकांना सेवा द्यावी लागते. त्यामुळे ग्राहकांच्या तक्रारींना ‘किरकोळ’ समजून पुढे चालणं त्यांना परवडत नाही.

**

प्रकरण अकरावे

संशयास्पद तंत्रज्ञान आणि अनुरूप तरुण

एखादी विवाहित, गर्भवती तरुणी येऊन गर्भपाताची मागणी करू लागली की माझ्या मनात धोक्याची घंटा वाजते. आज अनेक वर्षांपासून ग्रामीण भागात वैद्यकीय व्यवसाय करताना आलेल्या अनुभवांनी मला हे शिकवलेलं आहे की, चार महिन्यांची गरोदर बाई असते, तिला पहिली मुलगी असते आणि आता गर्भपात करून हवा असतो. म्हणजे ती कुठेतरी सोनोग्राफी करूनच आलेली असते. याचा अर्थ 'गर्भलिंगचिकित्सा'. सर्वसाधारणपणे कोणतीही विवाहित स्त्री 'आपली पाळी चुकणं' याबद्दल अत्यंत जागरूक असते. तिला जर तेव्हा मूल नको असेल तर पहिल्या दोन महिन्यांतच ती गर्भपातासाठी येते. जर ती चार महिने पूर्ण होईपर्यंत थांबली असेल तर ती गर्भाचं लिंग पाहण्यासाठी थांबली असण्याचीच जास्त शक्यता असते.

या पुस्तकात अनेक वेळा उल्लेख आलेला आहे की, १९७१ च्या वैद्यकीय गर्भपात कायद्यानुसार पाचव्या महिन्यानंतर गर्भपात करण्यास परवानगी नाही. आधी सांगितल्याप्रमाणे गर्भलिंगचिकित्सा करून मग गर्भपात करण्यावर मनाई करणारा कायदा (PNDT Act 1988) करणारं, महाराष्ट्र हे देशातलं पहिलं राज्य होतं. याचं कारण अनेक सामाजिक संघटनांनी हा प्रश्न धसास लावला होता आणि नंतरही त्या कायद्याचं पालन करण्यासाठी त्या संघटना प्रयत्नशील राहिल्या. पण नंतरच्या वर्षांत ह्या कायद्याचं पालन बारगळलं आणि गर्भलिंगचिकित्सा केंद्रांचा सुळसुळाट झाला तेव्हा यावर बारकाईने लक्ष ठेवण्याची गरज आहे हे लक्षात आलं. या पुस्तकाच्या इतर प्रकरणांत आलंच आहे की, १९९४ मध्ये केंद्र सरकारनेही गर्भलिंगचिकित्सा तंत्रज्ञानाचा गैरवापर

करण्यावर बंदी आणणारा कायदा केला. पाठोपाठ २००३ मध्ये गर्भधारणेपूर्वी आणि प्रसूतीपूर्वी अशा तंत्रज्ञानाचा वापर न करण्याचा अधिक सर्वसमावेश असा कायदा करण्यात आला. पण महाराष्ट्रातच नाही, संपूर्ण देशातल्या परिस्थितीतही त्यामुळे फार थोडा फरक पडला.

गर्भपाताच्या कायद्यात असा उल्लेख आहे की, एखादा पदवीधर डॉक्टर किंवा प्रसूतितज्ज्ञच वैद्यकीय गर्भपात (MTP) करू शकेल आणि त्याच्या नावाची नोंद सरकारी दफ्तरात (Medical Register) असली पाहिजे. या डॉक्टरने प्रशिक्षणादरम्यान किमान २८ वैद्यकीय गर्भपात केलेले असले पाहिजेत. या कायद्याची अंमलबजावणी नीट व्हावी म्हणून महाराष्ट्रात राज्य पातळीवर दक्षता समिती नेमलेली आहे. त्यांच्या मदतीला जिल्हा पातळीवर सल्लागार समित्या नेमलेल्या आहेत. गडचिरोलीमध्येही अशी सल्लागार समिती आहे. तिचे प्रमुख इथले सिव्हिल सर्जन असून समितीचे सदस्य दोन समाजसेवक, एक वकील आणि दोन प्रसूतितज्ज्ञ डॉक्टर, पैकी एक सार्वजनिक सेवेतील आणि एक स्वतंत्र व्यावसायिक असतो/असते. त्यांना सापळे लावून, कायदा मोडणाऱ्यांविरुद्ध खटले दाखल करण्याचे अधिकार असतात.

गडचिरोली आणि चंद्रपूर जिल्हा सल्लागार समितीच्या सदस्यांनी हे कबूल केलेलं आहे की, २००२ सालापासून आजपर्यंत म्हणजे २०१० सालच्या मध्यापर्यंत, गर्भलिंगचिकित्सा गैरवापर कायद्याखाली त्यांनी एकही खटला भरलेला नाही. देशपातळीवरसुद्धा असे खटले दाखल होऊन ते चालल्याच्या घटना फारच अल्प प्रमाणात आहेत. थेट २००६ साली (त्या आधी अकरा वर्षं या संबंधीचे कायदे अस्तित्वात होते.) पहिला खटला कोर्टात उभा राहिला. तोपर्यंत फक्त ३५० तक्रारी दाखल झालेल्या होत्या. परंतु रुग्ण सांगतात ती माहिती याच्याविरुद्ध जाते. ते सांगतात की, गर्भ मुलाचा की मुलीचा आहे हे पाहून मग मुलीचा गर्भ असेल तर गर्भपात करणं हे सर्रास चालतं आणि ज्यांना ते थांबवण्यासाठी नेमलं आहे तेच त्यांना उलट मदत करतात. त्याहून धक्कादायक गोष्ट म्हणजे या समितीवर असणारे खाजगी आणि सरकारी डॉक्टर स्वत:च असे बेकायदा गर्भपात (गर्भ पाच महिन्यांचा असताना) करून देतात असा त्यांच्यावर आरोप आहे.

गर्भलिंगचिकित्सेसाठी सोनोग्राफी करून घेणारे रुग्ण हे मुख्यत: सेवाक्षेत्रातले, सुशिक्षित, बिगर आदिवासी समाजातले आहेत. विशेषत: इथे शेती करणारा जो तेली समाज आहे, हा इथे मोठ्या संख्येने असून,

त्यांच्यातच असे गर्भपात, मोठ्या प्रमाणावर केले जातात. ज्याप्रमाणे पंजाब आणि इतर राज्यांमध्ये हुंड्यामुळे मुलींचं प्रमाण घटलं आहे, तसंच इथेही तेच प्रमुख कारण असल्याचं दिसतं. खरं तर गर्भातच बाळाची लिंगचाचणी करून घेणं हे श्रीमंतांचंच (पैसेवाल्यांचं) काम म्हणून प्रतिष्ठेचं समजलं जात आहे. गरिबांकडे असल्या महागड्या चाचण्या करून घेण्यासाठी पैसे नसतात. शिकलेले, सरकारी नोकऱ्या करणारे लोक यांनाच ते परवडतं आणि चाचण्या कुठे केल्या जातात हेही त्यांनाच ठाऊक असतं.

मुळात गर्भवतीची सोनोग्राफी चाचणी केली जाते ती गर्भात काही जन्मजात दोष किंवा विकृती आहे का, गर्भाची वाढ नीट होते आहे का हे तपासण्यासाठी. पण चार महिन्यांनंतर बाळाचं जननेंद्रियही त्यात दिसत असल्यामुळे मुलगा आहे की मुलगी हे समजू शकतं.

सेक्स रेशिओ किंवा लिंग गुणोत्तराबद्दल सविस्तर सांगायचं, तर २००१च्या भारतीय जनगणनेवेळी स्त्रीपुरुषांचं लिंग गुणोत्तर प्रमाण ८२१ महिलांमागे १००० पुरुष असं होतं. १९९१च्या जनगणनेवेळी बालक-बालिका लिंग गुणोत्तर (० ते ५ वयोगट) १००० मुलांमागे ९४५ मुली असं होतं ते २००१ सालच्या जनगणनेवेळी घटून ९२७ मुलीमागे १००० मुलगे असं झालं. १९९१ मध्ये देशातल्या फक्त एका जिल्ह्यात १००० मुलांमागे ८५० मुली इतकं कमी प्रमाण होतं, पण दहा वर्षांनी म्हणजे २००१ मध्ये तब्बल ४५ जिल्ह्यांमध्ये मुलींचं प्रमाण ८५०च्याही खाली आढळलं. ज्या राज्यांमध्ये गर्भलिंग चाचणीच्या तांत्रिक सुविधा सहज आणि भरपूर उपलब्ध होत्या अशा सात राज्यांत हे प्रमाण सर्वांत कमी भरलं. त्यामध्ये हिमाचल प्रदेश, पंजाब, हरियाणा, गुजरात, उत्तरांचल, महाराष्ट्र आणि चंदीगढ यांचा समावेश होता. त्यांपैकी सर्वांत वाईट परिस्थिती हरियाणा आणि पंजाबमध्ये आढळली. तिथली मुलींची संख्या १००० मुलांमागे ८०० पेक्षाही कमी होती.

गोव्यासारखं राज्य, जे मानव विकास निर्देशांकामध्ये देशात अग्रेसर होतं, तिथेसुद्धा गेल्या दहा वर्षांत बालिकांचं प्रमाण बालकांच्या तुलनेत घसरून खाली आलं (वयोगट ० ते ६ वर्षे). १९९१ मध्ये हे प्रमाण १००० बालकांमागे ९६७ बालिका होतं ते २००१ मध्ये ९६० वर घसरलं. २००१-२००२ मध्ये दिल्लीचं आर्थिक सर्वेक्षण करण्यात आलं त्यामध्ये असं आढळलं की, दिल्लीच्या काही अत्यंत सधन लोकवस्ती असलेल्या भागात स्त्रीपुरुष लिंग गुणोत्तर प्रमाण १००० पुरुषांमागे फक्त ८२१ स्त्रिया इतकं खाली आलं होतं.

मुंबईमध्ये तर शिक्षण साधनसुविधा आणि संपत्ती एकवटलेलीच आहे; असं असूनही २००९च्या जनगणनेचे प्राथमिक अहवाल असं दाखवत आहेत की, येथील लिंग गुणोत्तर १००० मुलांमागे फक्त ९१९ मुली जन्माला येण्याइतकं खाली आलेलं आहे. २००१ च्या जनगणनेवेळी हेच प्रमाण १००० मुलग्यांमागे ९३४ मुली असं होतं. इथेसुद्धा मुंबई महानगरपालिकेच्या आकडेवारीप्रमाणे सर्वांत श्रीमंत आणि उच्चभ्रू लोक ज्या प्रभागात राहतात, तिथेच स्त्री-अपत्याविषयी दूषित पूर्वग्रह दिसून आलेला आहे. (पाहा - २४ एप्रिल २०१० चा टाईम्स ऑफ इंडिया). २००४-२००५ मध्ये महाराष्ट्र शासनातर्फे जे आर्थिक सर्वेक्षण करण्यात आलं, त्यानुसार १९९१ मध्ये ० ते ६ वयोगटातील मुलींचं प्रमाण १००० मुलांमागे ९४५ होतं ते २००१ साली घटून केवळ ९१३ वर आलं. याचा अर्थ असा होतो की, लोकांनी मुलीपेक्षा मुलाला प्राधान्य देणं आणि प्रसूतीपूर्वी गर्भाचं लिंग पाहून मुलीचा गर्भ नष्ट करण्याची सोय असणं, या दोन गोष्टींमुळेच राज्याची स्त्रियांची संख्या कमी झालेली आहे.

गडचिरोलीमध्ये तीन खाजगी सोनोग्राफी केंद्रं आहेत, पण माझ्या माहितीप्रमाणे इथे गर्भलिंगचिकित्सा केली जात नाही. ती केली जाते आमच्या शेजारच्या चंद्रपूर आणि नागपूर या जिल्ह्यांतील खाजगी रुग्णालयांत. गडचिरोलीचे लोक गर्भाची लिंगचाचणी करून घेण्याकरता चंद्रपूरला जातात. कायद्यात अडकू नये म्हणून तिथले डॉक्टर अशा चाचण्यांचे कोणतेही अधिकृत लेखी रिपोर्ट देत नाहीत.

ज्यावेळी गर्भलिंग चाचणीला बंदी घालणारा कायदा पास झाला आणि त्याची अंमलबजावणी सुरू झाली तेव्हा या चाचण्या महाग झाल्या पण गुप्तपणे चालूच राहिल्या. अगोदर या चाचणीला ५०० ते ८०० रुपये पडायचे, तीच फी नंतर चंद्रपूरमध्ये १००० ते १५०० रुपयांवर गेली, आणि नागपूरमध्ये याच चाचणीचे २००० रुपये घेतले जाऊ लागले. सध्या खासगी दवाखान्यात गर्भपात करण्यास ३ ते ४ हजार रुपये मोजावे लागतात. यामध्ये डॉक्टर आणि रुग्ण यांच्यात परस्पर सामंजस्य असतं. त्यामुळे तंत्रज्ञानाचा गैरवापर आणि कायद्याचं उल्लंघन यांसाठी दोघंही सारखेच जबाबदार ठरतात. याचाच परिणाम म्हणून देशातील स्त्रियांची संख्या धोक्याच्या पातळीपर्यंत घटलेली आहे. या भागातील वैद्यकीय व्यावसायिक गर्भलिंग चाचणीचा उघड प्रचार करून पुन:पुन्हा स्वत:ची पैशांची हाव आणि नीतिभ्रष्ट व्यवहार दाखवून देत आहेत.

खाजगी व्यवसाय करणारे डॉक्टर आणि सरकारी रुग्णालयामध्ये नोकरी

करणारे डॉक्टर यांची कशी एकजूट असते, हे रचनाच्या उदाहरणावरून दिसून येतं. रचना ही शेजारच्या भंडारा जिल्ह्यात राहणारी अठ्ठावीस वर्षांची गृहिणी. बारा वर्षांपूर्वी तिचं लग्न झालं आणि त्यानंतर तीन मुलं झाली. अकरा वर्षांचा मुलगा आणि नऊ आणि सहा वर्षं वयाच्या मुली. जेव्हा तिला चौथ्या वेळी दिवस गेले तेव्हा भंडाऱ्याच्या एका प्रसूतितज्ज्ञ डॉक्टरणीने तिला सांगितलं की, तू अमक्या तमक्या डॉक्टरांकडे जा आणि गर्भात मुलगा आहे की मुलगी त्याची चाचणी करून घे. हे एक ज्येष्ठ डॉक्टर होते जे, लोकांनी गर्भलिंग चिकित्सा करू नये, यासाठी सरकारने नेमलेल्या दक्षता कमिटीचे पदाधिकारीच होते!

रचना त्यावेळी दहा आठवड्यांची गर्भवती होती. आता डॉक्टरी व्यवसायातीलच नव्हे तर सामान्य माणसांनाही माहीत असतं की, बाळाचं लिंग कोणतं हे चार महिन्यांनंतरच कळू शकतं. (म्हणून तर विवाहित स्त्रिया चार महिने वाट पाहून नंतर लिंगचाचणी करतात आणि त्यानंतर गर्भपात करून घ्यायला येतात.) असं असूनही त्या ज्येष्ठ डॉक्टरांनी रचनाची सोनोग्राफी केली आणि पोटात मुलगी असल्याचं सांगितलं. नंतर त्या महिला डॉक्टरने तिचा गर्भपात करून दिला.

रचनाच्या बाबतीत त्या डॉक्टरांनी सोनोग्राफी ही पद्धत वापरून बाळाचं लिंग सांगितलं, पण चार महिने पूर्ण होण्यापूर्वी गर्भाचं लिंग ओळखण्याची आणखी एक पद्धत आहे. तिला म्हणतात Chorion Villus Biopsy. गर्भवतीच्या पोटात जी 'वार' असते तिचा तुकडा काढून तपासला जातो. केंद्र सरकारने २००४ मध्ये PNDT कायद्यात जी दुरुस्ती केली, त्यानुसार ह्या चाचणीवर बंदी घालण्यात आली. X आणि Y गुणसूत्रं वेगळी करणं किंवा प्रयोगशाळेत मुलाचा गर्भ कृत्रिम रितीने तयार करून ते फलित अंडं स्त्रीच्या गर्भाशयात सोडणं (In Vitro Fertilization) या पद्धतींवरही बंदी घालण्यात आली. तरीसुद्धा या पद्धतींचा वापर होतच राहिला आहे. मला हे माहीत होण्याचं कारण, आजही Chorion Villus Biopsy करून गर्भलिंग चाचणी झालेल्या स्त्रिया गर्भपात करून घेण्यासाठी माझ्याकडे येत असतात. या स्त्रिया नागपूर तसंच अकोला जिल्ह्यांतून येतात.

रचनाची ही घटना १९९६ साली घडली. म्हणजे महाराष्ट्र राज्यात गर्भलिंग चाचणी बंद करण्यात आली त्यानंतर आठ वर्षांनी. या उदाहरणावरून हे स्पष्ट होतं की, पेशंटना उघडपणे गर्भलिंग निदान करणाऱ्या डॉक्टरकडे पाठवलं जातं.

अशा उदाहरणातून हेही पुढे येतं की, सत्तास्थानांवर असणाऱ्या माणसांचं कसं परस्परसंबंधांचं जाळं विणलं जातं आणि त्यामुळेच असे गैरव्यवहार शिक्षा न होता व्यवस्थित चालू राहतात. वाटेल त्या मार्गाने पैसा कमवायला निघालेल्या डॉक्टरांवर अंकुश ठेवण्यास वैद्यकीय क्षेत्र असमर्थ ठरत आहे, या गोष्टीचा गंभीर विचार होण्याची आवश्यकता आहे. असं वागणाऱ्या डॉक्टरांची ती चूक आहे हे तर नि:संशय खरं आहे, पण व्यावसायिक वैद्यकीय संघटना त्यांना धडा शिकवायची हिम्मत करत नाहीत. त्यामुळे गर्भलिंग चिकित्सा चालूच आहे. त्याचप्रमाणे सुशिक्षित समाजाने याकडे पाहण्याचा आपला दृष्टिकोन आणि संकल्पना बदलल्या नाहीत तर हा प्रश्न सुटणारच नाही.

डॉक्टरांचे अशाच प्रकारचे आपसांतील संबंध रुख्मिणीच्या उदाहरणावरूनही दिसून येतात. रुख्मिणी ही एकोणीस वर्षांची गृहिणी, तिला पहिल्यांदा दिवस गेले तेव्हा माझ्याकडे आली. त्या वेळी ती दोन महिन्यांची गर्भवती होती. सहा महिन्यांपूर्वी तिचं लग्न झालेलं. ती स्वत: १२ वी पास आणि नवरा पदवीधर - शिक्षक. मग पुन्हा काही ती लवकर तपासायला आली नाही. आमची 'सर्च'ची समाज सेविका सुनंदा, तिच्या आईकडे गेली चौकशीला. तेव्हा कळलं की नवऱ्याची बदली झाली म्हणून दोघं चंद्रपूरला राहायला गेले. तिथे ती एका प्रसूतितज्ज्ञ महिला डॉक्टरकडे तपासणी करायला गेली. डॉक्टरणीने तिला सोनोग्राफी करायला सांगितलं. त्या वेळी रुख्मिणी सहा महिन्यांची गर्भवती होती. डॉक्टरणीने सांगितलं, पोटात जुळ्या मुली आहेत, तेव्हा लगेच गर्भपात करू. त्याप्रमाणे तिने गर्भपातही केला. म्हणजे एकाच वेळेला दोन कायद्यांचं उल्लंघन केलं. बेकायदा गर्भलिंग चाचणी केली आणि सहा महिन्यांनंतर गर्भपातही करून दिला. यात ते जोडपं आणि ती डॉक्टर दोघांची चूक झाली. खरं तर सर्वसामान्यपणे गर्भलिंग चिकित्सा का करायची नाही, त्यावर बंदी घालण्यात आली आहे, मुलींना गर्भात नष्ट करू नका यांबद्दल वृत्तपत्रं आणि टी.व्ही. यांतून बरंच काही लिहून येतं, बघायला मिळतं. त्यावरून त्या जोडप्याने शिकायला पाहिजे होतं. नेहमी काही जाणीव-जागृती शिबिरं किंवा मोहिमाच झाल्या पाहिजेत असं नाही. अशा गोष्टी तोंडोतोंडी देखील पसरत असतात.

आता हेच बघा ना. गर्भलिंग चाचणी गुपचुप कुठे करून मिळेल ते लोक एकमेकांना सांगतात त्यावरूनच सगळीकडे पसरतं. पण काही डॉक्टर युक्तीने याची जाहिरात करतात. ते ज्या लेटरहेडवर औषधं लिहून देतात त्यावर

त्यांच्या दवाखान्यात कोणकोणत्या सेवा उपलब्ध आहेत, ते छापलेलं असतं. माझ्या एका रुग्णाने मला अकोला जिल्ह्यातल्या एका डॉक्टरांचा असा कागद दाखवला. त्याने त्यावर छापलेलं होतं की, ते पर्यायी वैद्यकशास्त्राने उपचार करतात आणि महाराष्ट्रातील सहा शहरांत त्यांच्या शाखा आहेत. या लेटरहेडवर बेशरमपणे असं छापलेलं होतं की, 'आमच्या एकमेव वैद्यकीय, सामाजिक आणि कुटुंब कल्याण संशोधन केंद्रात या आणि गर्भधारणेपूर्वीच जाणून घ्या आपल्याला मुलगा होणार की मुलगी?' हे २००२ सालच्या ऑक्टोबर महिन्यातील प्रिस्क्रिप्शन असून त्यावर त्या डॉक्टरचं नाव आणि नोंदणी क्रमांकही छापलेला आहे.

रुग्णाचा आणि तिच्या कुटुंबीयांचा या सोनोग्राफी पद्धतीवर किती विश्वास बसत चाललेला आहे हे मी नेहमीच पाहत असते, पण या मशीनवर १०० टक्के अवलंबून राहणं हे कसं विफल ठरू शकतं हेही मला वारंवार दिसून येतं. चोवीस वर्षांच्या वनिताला हे समजण्यासाठी फार मोठी किंमत मोजावी लागली. पहिल्यांदा सुनीताला एक मुलगी झाली. बाळंतपणही नैसर्गिक झालं. तिला दुसरं अपत्य मुलगाच हवा होता. दुसऱ्यांदा दिवस राहिले. तिने नागपूरला जाऊन सोनोग्राफी करून घेतली. गर्भ मुलीचा आहे असं कळलं. तिला ते पटलं. म्हणून साडेचार महिन्यांची गर्भवती असताना तिने गडचिरोलीच्या जिल्हा रुग्णालयात स्त्री प्रसूतितज्ज्ञाकडून गर्भपात करवून घेतला आणि तिच्या दु:खाला पारावार राहिला नाही. कारण सत्य समोर आलं. तिच्या पोटात वाढत होता तो गर्भ मुलाचा होता.

विनिता माझ्याकडे आली तेव्हा तिसऱ्यांदा गर्भवती होती पण मध्येच जास्त रक्तस्राव होऊन गर्भ पडून गेला. तिची अशी अवस्था नेमकी कुणामुळे झाली? दोघंही नवरा-बायको पदवीधर. तिचा नवरा तर सरकारी नोकर. कायद्याने बंदी असताना त्याने आपल्या बायकोची गर्भलिंग चाचणी करवून घेतली. तो जबाबदार आहे या घटनेला? डॉक्टरीण जबाबदार होती, जिने गर्भलिंग चाचणी झाल्यानंतर तिचा वैद्यकीय गर्भपात केला? की ज्या डॉक्टरने सोनोग्राफीचा चुकीचा निष्कर्ष सांगितला तो डॉक्टर जबाबदार होता? का नवरा आणि भ्रष्ट व्यवस्थेपायी स्वत:चा बळी देणारी विनिता जबाबदार होती? की या सर्वांच्या बेजबाबदार आणि गलथान वागण्याचा परिणाम म्हणून ती दुर्दैवी घटना घडली?

सोनोग्राफी करणारे डॉक्टर हे गर्भाचं लिंग पाहण्यासाठीच चाचणी करायची

यावर इतके ठाम असतात की त्या गर्भामध्ये इतर काही व्यंग, विकृती, रचनात्मक दोष आहे का हे त्यांच्या लक्षातही येत नाही. खरं म्हणजे सोनोग्राफी तंत्राचा मुख्य आणि मूळ उद्देश तोच आहे. माझी एक रुग्ण आहे सुनिता. तिचा नवरा शेतकरी. तिला याचा अनुभव आला आणि 'कशाला मी पोरगा की पोरगी बघायला गेले?' असा ती आजही पश्चात्ताप करते. 'तुझ्या पोटात मुलगाच आहे' अशी खात्री तर तिला मिळाली, पण त्या डॉक्टरने हे नाही सांगितलं की, तुझा मुलगा हा चौरचौघांसारखा असणार नाही. तो व्यंग घेऊन जन्माला येईल.

सुनिता चौथी शिकलेली तर तिचा नवरा नववी पास. तिला पहिली दोन मुलं होती. एक पाच वर्षांचा. एक दीड वर्षांचा. त्यानंतर एक गरोदरपण अर्धवट झालेलं (नैसर्गिक गर्भपात). चौथ्यांदा गरोदर राहिली. साडेपाच महिने झाल्यावर माझ्याकडे तपासायला आली. तपासल्यावर लक्षात आलं की, तिला Trichomonas Vaginitis हा गुप्तरोग झालेला आहे आणि गर्भाशयाची उंची बरोबर नाही. मी तिला सांगितलं की, बाळाला व्यंग असण्याची शक्यता नाही ना, ह्याची खात्री करून घेण्यासाठी तू सोनोग्राफी करून घे.

एक महिन्यानंतर सुनिता परत तपासणीसाठी आली. पण अजूनही तिचं गर्भाशय वरच होतं. तिने काही सोनोग्राफीचा रिपोर्ट आणलेला नव्हता. जेव्हा मी रिपोर्ट आणणं जरुरीचं आहे असं सांगितलं, तेव्हा म्हणाली की, पहिल्यांदा माझ्याकडे आली, त्याच्या अगोदरच तिने सोनोग्राफी करून घेतलेली होती, चंद्रपूरच्या एका डॉक्टरकडून. त्यावेळेला हेही बघितलं की, गर्भ मुलाचा की मुलीचा. डॉक्टरने ५०० रुपये घेऊन सांगितलं की मुलगा आहे. पण अगोदर तिने मला ही गोष्ट सांगितली नाही, कारण मी रागावेन अशी तिला भीती वाटली. पुढे ती गडचिरोलीच्या जिल्हा रुग्णालयामध्ये बाळंत झाली. मुलगाच जन्मला पण त्याला व्यंग होतं. म्हणजे सोनोग्राफी करून देणारा तो डॉक्टर गर्भाचं लिंग ओळखण्यातच इतका गुंतून राहिला की धडधडीत बाळाच्या चेहऱ्यात असणारं वैगुण्य त्याला दिसलंच नाही!

गर्भलिंग चाचणी व्यवसायाची ही पण एक गमतीदार बाजू 'सर्च'मध्ये आमच्या पाहण्यात आली ती वंदना नावाच्या अत्यंत खरं बोलणाऱ्या रुग्ण स्त्रीमुळे. वंदना ही बारावी शिकलेली साधी गृहिणी. तिचा नवरा पदवीधर. त्यांना तीन मुली होत्या. चौथ्यांदा गरोदर राहिली तेव्हा पाच महिने झाल्यानंतर ती माझ्याकडे तपासायला आली. सारखी मला सांगत होती, की 'चांगलं

तपासा', नीट तपासून पाहा'. मी विचारलं, 'असा का आग्रह धरला आहेस?' तेव्हा कळलं की, तिला अडीच महिने झाले होते तेव्हा चंद्रपूरच्या डॉक्टरने गर्भलिंग चाचणी केलेली होती. चाचणीची फी घेतली एक हजार रुपये आणि सांगितलं की, गर्भ मुलीचा आहे. खरं तर असं कळल्यावर चौथी मुलगी होणार म्हणून या भागातल्या लोकांच्या प्रवृत्तीनुसार वंदनाने गर्भपाताचेच प्रयत्न करायला हवे होते, पण हे एक वेगळंच उदाहरण होतं. तिच्या एका नातलग स्त्रीने याच डॉक्टरकडे सोनोग्राफी केली तेव्हा त्याने गर्भ मुलीचा असल्याचा निर्वाळा दिला. मात्र प्रत्यक्षात जन्माला आला मुलगा. वंदना तर सांगत होती की, तिच्या माहितीतल्या अनेक जणांना त्या डॉक्टरचा असाच अनुभव आला. सगळ्यांची अशी खात्री झालेली आहे की, हा डॉक्टर गर्भात मुलगी आहे म्हणाला तर तुम्हांला नक्की मुलगाच होणार. त्यामुळे तिला मुलगाच होणार याची तिला खात्री वाटत होती. झालंही तसंच. वंदनाला चौथ्या वेळी मुलगा झाला आणि त्या डॉक्टरकडे लोक जातच राहिले. कारण त्यांचा विश्वास होता की, याने मुलगी होणार असं सांगितलं तर नक्की आपल्याला मुलगा होईल!

खरोखर कधी कधी तर गर्भाचं लिंग पाहण्यासाठी केलेल्या चाचणीतून काही वेगळाच शोध लागू शकतो. अमिता मे २००२ मध्ये माझ्याकडे आली तेव्हा चार महिन्यांची गरोदर होती. ती एक अठ्ठावीस वर्षांची निरक्षर गृहिणी. नवरा शेतकरी. त्यांना आधीच्या तीन मुली होत्या. बारा, दहा आणि सहा वर्षांच्या. माझ्याकडे येण्यापूर्वी तिने गर्भाचे लिंग पाहण्यासाठी सोनोग्राफी केली तर गर्भाऐवजी द्राक्षाच्या घडासारखा झुबका दिसला. त्या गर्भाचा आकारच तयार झालेला नव्हता. अवयव एकाला एक लागून वाढीस लागले होते. याला वैद्यकीय भाषेत द्राक्षाभ पेशी (Vesicular Mole) असं म्हणतात. तातडीने तो द्राक्षघड काढून टाकायला हवा होता. नाहीतर पुढे ते कर्करोगावर जाऊ शकलं असतं आणि तिला प्रचंड रक्तस्राव झाला असता. आम्ही शस्त्रक्रिया करून ते काढून टाकलं आणि अमितावर उपचार केले.

मुलगी ही मुलापेक्षा कमी प्रतीची, कमी दर्जाची संतती असते आणि म्हणून हुंडा देऊन, काहीही करून तिचं एकदा लग्न करून द्यायचं म्हणजे सासरची माणसं आयुष्यभर तिची काळजी घेतील, अशी पारंपरिक समजूत आहे. त्यामुळेच मुलीचा, मुलीच्या गर्भाचा तिटकारा केला जातो. अत्यंत दु:खाची गोष्ट म्हणजे, विचार न करता नागरी समाजातल्या सर्वांत वाईट प्रथांचं अनुकरण करण्यामुळे हुंड्याची अनिष्ट प्रथा आदिवासी समाजातही सुरू झाली

आहे. ते आता काही प्रमाणात शिकू लागले आहेत आणि इतर समाजात काय चालतं ते त्यांना समजू लागलं आहे. त्यामुळे स्वत:ची संस्कृतीची बंधनं तोडून गर्भलिंगचिकित्सा आणि स्त्रीभ्रूणहत्या यांसारख्या कुप्रथासुद्धा आता आदिवासी समाजात शिरकाव करताहेत.

मीनाचंच उदाहरण पाहू. ही अकरावीपर्यंत शिकलेली बत्तीस वर्षांची आदिवासी युवती. तिचा नवरा आदिवासी विकास मंडळाच्या कार्यालयात शिपाई म्हणून नोकरी करतो. ती माझ्याकडे चार महिन्यांची गरोदर असताना आली आणि गर्भपात करा म्हणू लागली. त्याच्या आदल्याच दिवशी तिने सोनोग्राफी करून गर्भ मुलीचा असल्याची खात्री करून घेतलेली होती. तिला आधीच्या अकरा, पाच आणि तीन वर्षे वयाच्या ३ मुली असल्याचं सांगत होती. ती 'स्त्रीभ्रूणहत्या' करू इच्छीत होती त्यासाठी मी गर्भपात करण्यास नकार दिला. पुढे आमची समाज सेविका चौकशीला गेली तेव्हा मीनाने सांगितलं की गरोदरपणाच्या शेवटच्या तिमाहीत तिने दुसऱ्या डॉक्टरकडून बेकायदा गर्भपात करवून घेतला. तिने हे सरळ सांगून टाकलं, पण नवरा घाबरलेला होता. 'कृपया पोलिसांना कळवू नका. माझी नोकरी जाईल,' म्हणून आमच्या समाज सेविकेला विनवत होता. याचाच अर्थ, गर्भलिंग चाचणी आणि स्त्रीभ्रूणहत्या करणं बेकायदेशीर आहे हे त्याला चांगलंच माहीत होतं.

मग कशामुळे ते असं वागायला प्रवृत्त झाले? मीनाचा नवरा म्हणाला, ''आधीच मला तीन मुली आहेत आणि आता आमच्या आदिवासी समाजातही हुंडा द्यावा लागतो.'' आता याबद्दल बायको आणि नवरा यांचं म्हणणं वेगवेगळं असलं तरी त्यातून ही महत्त्वाची गोष्ट स्पष्ट होते की, हुंड्याच्या वाईट प्रथेने आदिवासी समाजातही शिरकाव केलेला आहे. मीनाने आमच्या समाज सेविकेला सांगितलं की, 'मुलीचा गर्भ असेल तर गर्भपात करायला परवानगी असावी,' या मागणीसाठी तुम्ही आंदोलन सुरू करा. 'ते कायदा करणारे तिकडं हपिसात बसून कायदे पास करतात. त्यांना काय कळणारेत आमची दु;खं? उद्या पोरींची लग्नं करायच्या वेळेला ते येनारेत का हुंड्याचा खर्च करायला?' असा तिचा प्रश्न होता.

माझा अनुभव सांगतो की, माणसांनी आनुवंशिकतेशी झोंब्या घ्यायला जाऊ नये. जनुकशास्त्राशी जुगार खेळणं योग्य नव्हे. मी असं का म्हणते ते या उदाहरणावरून समजेल. अलका ही सव्वीस वर्षांची बिगर आदिवासी तरुणी. हिचा नवरा शेतकरी. दोघं नवराबायको सातवीपर्यंत आणि चौथीपर्यंत

शिकलेली. तिचा नवरा सांगत होता की हिचं एकच काम आहे, आम्हांला मुलगा द्यायचा. तोपर्यंत होतील तेवढी बाळंतपणं होऊ द्यायची. अगोदर तिला पाठोपाठ तीन मुली झाल्या. चौथ्या वेळी नवऱ्याच्या दडपणामुळे तिला गडचिरोलीच्या जिल्हा रुग्णालयामध्ये गर्भपात करून घ्यावा लागला. त्यालाही दोन वर्षं लोटली. गर्भपात करावा ही फक्त नवऱ्याची इच्छा होती. त्याला म्हणे असं नक्की वाटत होतं की, याही वेळेला मुलगी होणार. त्यांनी गर्भलिंग चिकित्सा करून घेतलेली नव्हती. फार मोठी चूक होती. तो चौथा गर्भ मुलाचा होता. अलकाच्या मनावर या घटनेचा मोठा आघात झाला.

पुढे तिला पाचव्यांदा दिवस गेले. नवरा म्हणाला, 'चल, यावेळी सोनोग्राफी करून पाहून घेऊ, मुलगा आहे का मुलगी.' पण तपासणी करायला चंद्रपूरला गेले, तेव्हा तिथलं मशीन चालत नव्हतं. अलकाने ठरवलं 'जाऊ दे, होऊ देऊ हे मूल.' त्याप्रमाणे केलं. मुलगीच झाली. अलकाने कोणत्याही प्रकारे संततिनियमन करण्यास नकार दिला. आणि नवऱ्याने जाहीर करून टाकलं, की मुलगा होईपर्यंत तुला होतील तेवढी बाळंतपणं सोसावीच लागतील.

पुन:पुन्हा गरोदरपण, मग गर्भलिंग चाचणी आणि पाठोपाठ गर्भपात असं होत राहिलं तर स्त्रियांच्या मानसिक आरोग्यावर वाईट परिणाम होतो आणि हे क्वचितच लक्षात घेतलं जातं. (पाहा प्रकरण बारावे.) असं चेतनाच्या बाबतीत घडलं. ही सत्तावीस वर्षीय युवती. शिक्षण नववीपर्यंत झालेलं. तिचा नवरा दहावी पास. पोलीस खात्यात नोकरीला होता. चेतना माझ्याकडे तपासायला आली तेव्हा ती बाळंत होऊन अडीच महिने झाले होते. झोप न येणं, अशक्तपणा आणि पाठदुखी अशा तिच्या तक्रारी होत्या. मी तिचा पूर्वेतिहास पाहिला. प्रचंड गुंतागुंतीचा होता. तिची पहिली मुलगी सात वर्षांची होती. दुसऱ्या गरोदरपणी तिसऱ्या महिन्यात गर्भपात झाला. तिसऱ्यांदा गरोदर झाली. मुलगी झाली. ती चार वर्षांची होती. चौथ्यांदा दिवस गेले. ही तीन वर्षांपूर्वीची गोष्ट. चंद्रपूरला खाजगी व्यवसाय करणाऱ्या प्रसूतितज्ज्ञ डॉक्टरणीकडून गर्भलिंग चिकित्सा केली. मुलगी होती. गर्भपात केला. पुन्हा पाचव्यांदा दिवस गेले. चौथ्या महिन्यानंतर चंद्रपूरला गर्भलिंग चिकित्सा केली. अखेर गर्भ मुलाचा असल्याचं समजलं. खूप आनंद झाला. गरोदरपण पूर्ण होत आलं. आणि साडेसात महिन्यांतच मुलगा जन्माला आला. बारा दिवस जगला. श्वास घ्यायला त्रास होत होता, जबरदस्त जंतुसंसर्ग होता. त्याच्याशी

झुंज घेत अखेर मृत्यू पावला. आणि अडीच महिन्यांनंतर चेतना माझ्याकडे आली तेव्हा पुत्रशोकाने तीव्र निराशेत ढकलली गेली होती.

परंतु स्त्रीगर्भ असेल तर गर्भपात करायचा हे ग्रामीण भारतात फार पूर्वीपासून चालत आलेलं आहे. जेव्हा वैद्यकीय तंत्रज्ञान प्रगत झालेलं नव्हतं, तेव्हादेखील हे घडत असे, हे आपल्याला अनेक लोककथा किंवा दंतकथांवरून दिसून येतं. हे मला सुशीलाने सांगितलं. माझी एक रुग्ण आहे तीस वर्षांची दहावीपर्यंत शिक्षण झालंय. नवरा चहाची टपरी चालवतो. ती माझ्याकडे गर्भपात करून घ्यायला आली होती. पहिल्या तीन मुली होत्या. आठ, सहा आणि तीन वर्षं वयाच्या. आता आणखी मुली तिला नको होत्या. ''तुला कसं माहिती, पोटात मुलगीच असेल म्हणून?'' मी विचारलं. ती म्हणाली, ''आमची हाय वळखायची येक पद्धत. डोक्यातल्या उवा काढून जमिनीवर ठेवायच्या न् त्यांच्यावर बारीक वाळू टाकायची. जर त्या यका पाठोपाठ यक बाहेर पडल्या, तर मुलगा अन् यका लाइनीत बाहेर आल्या तर मुलगी व्हनार म्हणून समजायचं.''

परंतु सर्व अंधश्रद्धांप्रमाणे ही पद्धतही निराधार होती, चुकीची होती आणि सुशीला एका मुलीला गर्भावस्थेतच मारून टाकायचं म्हणत होती म्हणून मी गर्भपात करण्यास नकार दिला. पण तिने तो गर्भपात जिल्हा रुग्णालयामध्ये करवून घेतला.

आणखी एक अशीच भाकडकथा किंवा अंधश्रद्धा म्हणा, आहे की विशिष्ट प्रकारची वनस्पती खाल्ली तर आपल्याला हवी आहे त्याच लिंगाची संतती होते (मुलगा किंवा मुलगी). सुरेखा नावाची माझी दुसरी एक रुग्ण. वय वर्षं तीस. तिला तीन मुली होत्या. दहा वर्षे, तीन वर्षे आणि दीड वर्षांच्या. पहिल्या मुलीनंतर गर्भ राहिला तेव्हा तिने गर्भपात करून घेतला होता. आता तिला पाचव्यांदा दिवस गेले होते. साडेचार महिने झाले होते आणि तिचा ठाम विश्वास होता की, या वेळी तिला मुलगाच होणार होता. कशावरून एवढी खात्री झाली होती? यावर सुरेखाने सांगितलं, दिवस राहिल्याचं कळल्याबरोबर (म्हणजे गर्भधारणा होऊन दीड महिना झाला होता) तिने मुलगा होण्याचं झाडपाल्याचं औषध खाल्लं होतं. ''फार जणींना या औषधानं मुलगा झालाय. आम्हांला नातलगांकडून फुकटात मिळालं ते औषध,'' सुरेखाने सांगितलं.

आता ही सुरेखा चांगली बारावी शिकलेली. तिचा नवरा तर बी. एससी

झालेला. क्लार्कची नोकरी करणारा. त्यांना एवढं समजत नव्हतं की बाळाचं लिंग हे गर्भधारणेच्या वेळीच नक्की होतं, तर कोणत्याही झाड-पाल्याच्या औषधाने नंतर त्यात बदल कसा होऊ शकतो? सुशिक्षित माणसं अशा गोष्टींवर विश्वास ठेवून चालतात त्याचं मला नवल वाटतं. मी काही बोलून त्यांच्या आशेवर पाणी न ओतता त्यांना जाऊ दिलं. मनात म्हटलं, 'यांची मुलाची इच्छा पूर्ण व्हावी. पण कधी तरी ह्या भाबड्या समजुती नष्ट होवोत!'

कधी कधी व्यवसायामध्ये अशी उदाहरणं पाहायला मिळतात, की आपण चकित होऊन जातो. असंच एक उदाहरण आहे ते लैंगिक भेदभावाचं. पण या वेळी हा विरोध पुरुष गर्भाला झाला आहे! त्याचं काय झालं, अमृताला पहिले दोन मुलगेच झाले. एक आठ वर्षांचा, एक सहा वर्षांचा. नंतर दोन वर्षांपूर्वी तिने एकदा गर्भपात करून घेतलेला होता. तो गर्भ दोन महिन्यांचा असतानाच काढला होता. आता पुन्हा मात्र तिला मुलगी असेल तरच ठेवायची इच्छा होती. त्यासाठी तिने गर्भलिंग चाचणी करून घेतली. गर्भ मुलीचा आहे असं कळल्यावर गरोदरपण पुढे चालू ठेवायचं ठरवलं. आणि सहाव्या महिन्यात माझ्याकडे तपासणीसाठी आली. यथावकाश घरीच नैसर्गिक बाळंतपण झालं. मुलगी झाली. त्यानंतर तिने कायमची नसबंदी करून घेतली (abdominal tubectomy). त्यांचं शिक्षण म्हणाल तर अमृता फक्त दहावी पास होती आणि नवरा ग्रामसेवकाची नोकरी करणारा.

माझा अनुभव असा आहे की, सामान्यपणे नवरेच बायकांवर दबाब आणून गर्भलिंग चाचणी करायला भाग पाडतात. त्यात अशा घटनाही घडतात, की नवऱ्याचा दबाव झुगारून बायका गर्भलिंग चाचणीला नकार देतात. भक्ती ही अशीच एक सव्वीस वर्षांची माझी रुग्ण. ती १२ वी पास आणि तिचा नवरा बी.एड. झालेला शिक्षक. सात वर्षं लग्नाला झाली. त्यांना २ मुली झाल्या. एक सहा वर्षांची, एक तीन वर्षांची. दोन वर्षांपूर्वी पुन्हा दिवस गेले. चार महिन्यांनी गर्भलिंग चाचणी केली. मुलगी होती म्हणून गर्भपात करून घेतला. चौथ्या वेळेला दिवस गेले. तेव्हा पाचव्या महिन्यात ती माझ्याकडे तपासणीसाठी आली. मी विचारलं, "सोनोग्राफी करून मुलगा-मुलगी पाहिलं का?" त्यावर ती उत्तरली, "ते म्हणत होते, पण मी साफ सांगितलं. मुलगा असो की मुलगी. हे बाळंतपण मी होऊ देणार आणि

त्यानंतर लगेच ऑप्रेशन करून घेणार (Tubectomy).'' त्यांना मुलगी झाली.

आता जसजसा शिक्षणाचा प्रभाव वाढत चालला, तसंतसं गडचिरोली भागात मुलींचं लग्नाचं वय हळूहळू वाढत आहे. पण बिगर आदिवासी समाजात अजूनही मुलींच्या शिक्षणाला होणारा विरोध कायम आहे. त्यावर त्यांचं ठरावीक म्हणणं असं असतं की, 'पोरगीच यवढी शिकत राहिली, तर त्येच्याहून शिकलेला नवरा कुठून आनायचा?' खरोखरच इथल्या मुली मुलांपेक्षा शिक्षणात पुढे आहेत. असं असूनही 'मुलगाच हवा,' 'मुली काय कामाच्या?' ह्या सामाजिक संकल्पना ठाम आहेत. काळ आणि शिक्षण कितीही पुढे गेलेलं असलं, तरी त्या बदलल्या नाहीत. पूर्वीच्या काळी 'आम्हांला मुली नकोत' असं लोक उघडपणे म्हणत नसत. पण आता बेशरमपणे ते उघड व्यक्त होऊ लागलं आहे. काही लोकांची मजल तर मुलींची नावं 'निराशा' किंवा 'नकोशी' ठेवण्यापर्यंत जाते आणि शाप दिल्यासारखं ते अपमानकारक नाव तिला चिकटून राहतं. कैद्याच्या गळ्यात 'गुन्हेगार' म्हणून फोटो अडकवला जातो तसं त्या नकोसेपणाचं लेबल जन्मभर तिला वागवावं लागतं. शक्य असेल तेव्हा अशा मुलींचं नाव बदलून नवीन नाव ठेवण्यासाठी मी समारंभ घडवून आणते.

'हम दो हमारे दो' असं म्हणून सरकारने दोनच मुलांनंतर संततिप्रतिबंधक शस्त्रक्रिया करून घेणाऱ्यांना नोकरीत पगारवाढ आणि इतर काही सवलती देऊ केल्या आहेत. तरी काही लोकांना तिसरं मूल पाहिजेच असतं. दोन मुलींच्या पाठीवर मुलगा हवा असतो. त्यासाठी जे नुकसान होईल त्याची त्यांना पर्वा नसते. पंचवीस वर्षांची साधना आणि तिचा सरकारी नोकरीत असणारा नवरा म्हणजे मुलगा होईपर्यंत पोरं काढतच राहणाऱ्या जोडप्यांचं ठरावीक उदाहरण आहेत. दोघं १२ वी आणि १० वीपर्यंत शिकलेले. त्यांना पहिल्या तीन मुली झाल्या. तीनही नैसर्गिक बाळंतपणं. आता मुली सहा, चार आणि दोन वर्षांच्या. पुन्हा दिवस गेले होते आणि गरोदरपणाच्या सातव्या महिन्यात ती माझ्याकडे तपासणीसाठी आली. त्या वेळी तिच्या अंगावर पांढरं पाणी जात होतं (योनीवाटे पांढरा स्राव), योनीला सूज होती आणि सिफिलिस हा गुप्तरोग झाला होता. साधनाने सांगितलं की, चौथ्या महिन्यात सोनोग्राफी केली. मुलगा असल्याने होऊ द्यायचा निर्णय घेतला. पुढे चौकशी करता नैसर्गिक बाळंतपण होऊन सुदैवाने मुलगाच झाला. त्यानंतर लगेच तिने कायमची

नसबंदी (Tubectomy) करून घेतली. या जोडप्याला स्वत:ला मुलगा झाल्यामुळे समाजात मिळणारी प्रतिष्ठा ही सरकार देत असलेल्या बोनसच्या पैशांहून अधिक मोलाची वाटत होती.

अनेक स्त्रियांना 'मला सगळ्या मुलीच आहेत,' हे सांगायची लाज वाटते. सुश्मिताला असंच वाटायचं. ही गडचिरोलीच्या शेतकऱ्याशी लग्न केलेली पस्तीस वर्षांची स्त्री. तिने सांगितल्याप्रमाणे बारा वर्षांपूर्वी त्यांचं लग्न झालं आणि त्यानंतर त्यांना तीन मुली झाल्या. आठ, सहा आणि दोन वर्षांच्या होत्या तेव्हा तिला पुन्हा एकदा दिवस गेले. सातव्या महिन्यात माझ्याकडे आली. त्यानंतर आली नाही म्हणून चौकशी केली. आम्ही तिच्या घरी गेलो तर आणखी दोन मुली दिसल्या. एक सोळा वर्षांची नि एक तेरा वर्षांची. या कोण? म्हणून विचारलं तेव्हा तिने कबूल करून टाकलं की, याही तिच्याच मुली आहेत; पण तिने तीनच मुली असल्याचं आम्हांला सांगितलं होतं. पुढे म्हणाली, ''काय सांगू? प्रत्येकाला 'मला पाच मुली आहेत.' असं सांगायची लाज वाटते.'' हा तिचा खुलासा होता. ''पण हे दोन मुलगे असते तर?'' आम्ही विचारलं, ''लपवून ठेवलं असतंस?'' ती म्हणाली, ''मग कशाला लपवलं असतं? मुलगे असणं ही तर आनंदाची गोष्ट आहे.''

इकडच्या भागात लहान मुलींना ठार करण्याचा अमानुष प्रकारसुद्धा नेहमीच पाहायला मिळतो. माझी एक रुग्ण कोकिळा. पंचवीस वर्षांची तरुणी. 'तुला मुलगी झाली आहे,' असं सांगितल्याबरोबर तिने ती मुलगी गळा दाबून ठार केली. जेव्हा या चौथ्या गरोदरपणी सातव्या महिन्यात ती तपासायला आली तेव्हा तिला पहिल्या दोन मुली होत्या. एक पाच वर्षांची, दुसरी दोन वर्षांची. त्यानंतर एक वर्षापूर्वी एकदा गर्भपात केलेला होता. सातव्या महिन्यानंतर ती पुन्हा आली नाही तेव्हा आम्ही चौकशीला गेलो. तेव्हा तिचं बाळंतपण ज्या सुइणीने केलं तिने सांगितलं की, जेव्हा बाळ बाहेर पडत होतं, तेव्हाच कोकिळेनं विचारलं की काय आहे? मुलगी आहे म्हणताच, पहिल्या प्रथम जवळ घेऊन गळाच दाबला. हे सर्व त्या सुइणीने कोकिळाच्या घरातल्या माणसांसमोर सांगितलं.

अशा बेफिकीर माणसांच्या गर्दीत कधीतरी जागरूकतेचं दर्शन घडतं. गौरी नावाची पंचवीस वर्षांची तरुण स्त्री. शेतमजुराची बायको. तिला गर्भात मुलगा आहे की मुलगी हे आधीच जाणून घ्यायचं होतं, पण नवऱ्याने विरोध केला होता. त्या वेळी त्यांच्या लग्नाला दहा वर्षं झालेली होती आणि आठ, पाच

आणि दोन वर्षांच्या तीन मुली होत्या. जेव्हा चौथ्यांदा गरोदर झाली आणि बाळाचं लिंग जाणून घ्यायला निघाली तेव्हा नवरा म्हणाला, ''काय करायचं बघून? काहीही असलं तरी त्या जीवाला मारायचं पाप आपल्याला करायचं नाही. हे पोर झाल्यानंतर आपण नसबंदी करू (Sterilization).'' त्यानंतर गौरी माझ्याकडे तपासायला आली तेव्हा त्रासिकपणे हे सांगत होती. पुढे तिला आणखी एक मुलगी झाली आणि मग तिची कायमची नसबंदी शस्त्रक्रिया केली. पण तिच्या नवऱ्याचा वेगळा दृष्टिकोन पाहून मला फार बरं वाटलं.

अशाच दुसऱ्या एका उदाहरणात एका जागरूक झालेल्या सासूने मुलगा आणि सून गर्भलिंग चिकित्सा करून घेणार होते त्याला ठाम विरोध केला. प्रतिभा ही बौद्ध समाजाची स्त्री तेव्हा तीस वर्षांची होती. ती सांगत होती की तिला तीन मुली झाल्या. एक नऊ वर्षांची, सहा वर्षांची आणि चार वर्षांची आणि मग कुटुंबनियोजनाची शस्त्रक्रिया (Tubectomy) करून घेतली. तिने सांगितलं की, पहिल्या मुलीच्या जन्मानंतर दोन्ही वेळा आम्हांला दोघांना गर्भलिंग चाचणी करून घ्यायची होती पण प्रत्येक वेळेला सासूने विरोध केला. ती म्हणायची, ''काय व्हायचं असेल ते होऊ द्या. अशी मुलाची निवड करायची आन् पोरीला मारून टाकायची हे पाप आहे.'' ते दोघंही नवराबायको शिकलेले आहेत. ती बारावी पास आहे. नवरा बी. ए. झालेला आहे. पोलीसखात्यात नोकरी करतो. पण सासूमुळे तीन तीन मुली पदरात घ्याव्या लागल्या म्हणून सून मात्र सासूला शिव्या घालत होती.

भारतातल्या लिंग गुणोत्तराने आता नीचांक गाठलेला असून अनेक जमातींमध्ये मुलीच राहिलेल्या नाहीत. उपवधू तरुणांसाठी दुसऱ्या राज्यातून मुली शोधून आणल्या जात आहेत. चीनमध्ये त्यांनी 'एकच अपत्य व्हावे' या नियमाचा स्वीकार केला. तिथेही मुलींचा तुटवडा भासत असून लक्षावधी तरुणांना बायका मिळण्याची पंचाईत झालेली आहे. समाजाने मुलींना किंमत द्यायला पाहिजे, महत्त्व द्यायला पाहिजे; कारण मुली नसल्या तर पुरुषांना बायका आणि आया कशा मिळणार? पुरुष आणि स्त्रिया दोघंही वंशवृद्धीसाठी आवश्यक असतात म्हणून दोघांनी गुण्यागोविंदाने राहणं हेच हितकारक आहे.

पुरुषप्रधान भारतीय समाजाने त्याच्या अनेक रूढी आणि परंपरांचा पुनर्विचार करायला पाहिजे. उदाहरणार्थ, शेवटी पाणी पाजायला स्वत:चा मुलगाच असला पाहिजे हा आग्रह. मुलीदेखील अंत्यसंस्कार करू शकतात. मी स्वत: माझ्या आईवडिलांना अग्नी दिला आहे आणि ज्यांना भाऊ नाही,

अशा स्त्रियांना माझ्याप्रमाणेच करायला मी उत्तेजनही दिलं आहे. आपल्या समाजानेही हुंडा देऊन आणि खूप थाटामाटात मोठा खर्च करून लग्नसमारंभ करणं थांबवलं पाहिजे. त्यामुळे मुलीच्या मातापित्यांवर खूपच दडपण येतं आणि मुलगी होणं म्हणजे आर्थिक बोजा गळ्यात पडणं ही समजूत पक्की होत राहते.

समाजातील उच्चभ्रू व्यक्तींनी याची उदाहरणं घालून द्यायला पाहिजेत. कायदे तयार करून त्याची अंमलबजावणी करणारं शासन आणि वैद्यकीय व्यावसायिकांच्या संघटना दोघांनीही बरोबरीने गर्भलिंग चिकित्सेला आळा घालण्याची जबाबदारी उचलली पाहिजे. भारतीय वैद्यकीय संघटना (Indian Medical Association) डॉक्टरांच्या सुरक्षिततेबद्दल नेहमी आवाज उठवत असते. पण ज्यावेळेला डॉक्टर पैशासाठी कायद्याचं उल्लंघन करतात तेव्हा मात्र ती संघटना गप्प बसून राहते. जे डॉक्टर गर्भलिंग चिकित्सा करून देतात त्यांच्यावर समाजानेच तसं न करण्यासाठी दबाव आणला पाहिजे. निरपराध लोकांच्या हत्या घडवून आणणाऱ्या नक्षलवाद्यांना किंवा दहशतवाद्यांना आपण गुन्हेगार ठरवतो. पण निष्पाप कोवळ्या जीवाची आईच्या पोटातच हत्या करणारे डॉक्टर? तेही गुन्हेगारच नव्हेत काय?

**

प्रकरण बारावे

मानसिक आरोग्य आणि प्रजनन आरोग्य यांतील धोके ओळखण्याचे संकेत

मानसिक आरोग्य हा प्रजनन आरोग्याचा एक महत्त्वाचा घटक आहे, या गोष्टीला अजून मान्यता मिळायची आहे. माझ्या प्रॅक्टीसमध्ये अशी अनेक उदाहरणं समोर आली, त्यांतून हेच अधोरेखित झालं की, गरोदरपण आणि बाळंतपणानंतरच्या काही काळाशी स्त्रियांच्या मानसिक समस्या निगडित असतात. या काळात स्त्रीची मानसिक अवस्था आणि शारीरिक वर्तन यांत विचित्र बदल होतात. वारंवार नैराश्य येणं, अनावर वर्तणूक, थकवा, झोप न येणं, समागमाची इच्छा न होणं अशी लक्षणं दिसून येतात. त्यामुळे वैवाहिक सौख्य विसकटू शकतं. ही लक्षणं वेळीच ओळखून उपचार केले नाहीत तर अशा मानसिक आजारांमुळे कुटुंबं दीर्घकाळ दु:खात लोटली जाऊ शकतात. बाळाच्या आणि आईच्या शारीरिक आरोग्यावर दुष्परिणाम होतात, ते वेगळेच.

आईने बाळाला जन्म दिल्यानंतरच्या काळात तिची काळजी घेणं किती महत्त्वाचं आहे हे भारताच्या सार्वजनिक आरोग्य व्यवस्थेला अजून उमजलेलं नाही. याच काळात मनोविकाराची सुरुवातीची लक्षणं दिसू लागतात ती शोधून ताबडतोब इलाज सुरू होऊ शकतो. या काळात स्त्रीला कोणताही जंतुसंसर्ग होऊ नये याची काळजी घ्यावी, तसंच तिला नैराश्य येऊ नये याकरता सांभाळलं पाहिजे. या दोन्हीवर एकाच वेळी इलाज केले पाहिजेत. जर याकडे दुर्लक्ष झालं तर तिची समस्या जास्त गंभीर होऊन तिला प्रासूतिक मनोविकार (Puerperal Psychosis) जडण्याची शक्यता असते. त्याचे तिच्या आरोग्यावर अनिष्ट परिणाम होत राहतात.

बाळंतपणात किंवा बाळंतपणानंतर लगेच मनोविकार झाल्यास स्त्रीवर दुहेरी परिणाम होतात. बाळंतीण झाल्यानंतर नैराश्य येणं हे सार्वत्रिक असून वैद्यकीय अहवालानुसार दर दहा स्त्रियांमध्ये एकीला तरी हा त्रास होतोच. याला 'Post Natal Depression (PND)' म्हटलं जातं. बाळंतीण झाल्यावर एका महिन्यात ही लक्षणं दिसू लागतात किंवा पुढे सहा महिन्यांनंतरही दिसू शकतात. यावर इलाज झाला नाही तर ही लक्षणं सहा महिने किंवा त्याहून अधिक काळ टिकून राहतात. दुसऱ्या प्रकारचा एक बाळंतरोग किंवा प्रासूतिक मनोविकार असतो त्यात अनेक समस्या एका वेळेला उद्भवतात. बाळंतपणाचा काळ (Puerperal) म्हणजे मूल जन्माला आल्यानंतरचे सहा आठवडे आणि (Psychosis) म्हणजे एक गंभीर मनोविकार, जो मुलाला जन्म दिल्यानंतर लगेचच उद्भवू शकतो. वैद्यकीय नोंदीनुसार दर पाचशे बाळंतिणींमागे एकीला हा गंभीर मनोविकार होतोच. यामध्ये तीन मुख्य विकार येतात. उन्माद, नैराश्य आणि छिन्न-मनस्कता.

उन्माद झाल्यास ती स्त्री खूप जास्त उत्साह आणि शक्ती अंगात आल्यासारखी वागू लागते. तिला विश्रांती घ्यावीशी वाटत नाही. रात्रीसुद्धा झोपत नाही. खूप कमी खाते आणि सतत बडबड करीत राहते. बाळाकडे लक्ष द्यायला तिला फुरसद नसते, कारण तिला खूप काही करायचं असतं. शॉपिंग, पुढचे बेत आखणं, पसरलेलं घर आवरणं, नव्या वेळापत्रकाची आखणी, असं इतर बरंच काही. अशा वेळी ती खूप आनंदात आणि मजेत असते; पण तिचे ते वास्तवापासून दूर असलेले बेत निष्फळ ठरले की एकदमच वैतागते, चिडते. अशा वेळेला ती आणि तिचं बाळ दोघांच्याही आरोग्याला धोका पोहोचतो कारण ते नीट जपलं जात नाही.

तीव्र नैराश्य (Depression) जेव्हा येतं तेव्हा स्त्रीची अवस्था वेगळी होते. ती खूप उदास राहते, अगदी जणू दुःखातच राहते. अंगात अजिबात शक्ती किवा उत्साह नसतो. मनातून खूप वैताग, अस्वस्थता असली तरी ते व्यक्त करण्याइतका उत्साह नसतो. तिला खूप अपराधीपणा, निराशा आणि आपल्याला काही किंमत नाही असं वाटू लागतं. इतरही आपल्याबद्दल असाच विचार करतात असं ती धरून चालते. खूप कमी खाते, जास्त झोपत नाही. कधी कधी तिच्या मनात आत्महत्येचे विचारही येतात. मनाच्या अशा अवस्थेत ती बाळाला आणि स्वत:लाही मारून टाकू शकते.

स्किझोफ्रेनिया किंवा छिन्नमनस्कता, यामध्ये स्त्री वास्तवापासून दूर

वेगळ्याच मन:स्थितीत जाते. मनाची स्वप्नवत अवस्था होते आणि ती गोंधळलेली असते. आजूबाजूला घडणारी प्रत्येक गोष्ट विशेष पद्धतीने स्वत:शीच निगडित असल्यासारखं तिला वाटू लागतं. आपल्याबद्दल आणि आपल्या बाळाबद्दल कोणीतरी बोलतंय असं तिला ऐकू येऊ लागतं. कधी आपलं मूल विचित्र आहे असं तिला वाटतं, तर कधी वाटतं की आपण कुणाच्या तरी प्रभावाखाली वागतो आहोत आणि ती व्यक्ती आपलं वाईट करायला टपली आहे किंवा तिच्या कृपेनेच आपलं चांगलं होईल. असे गोंधळलेले विचार आणि विचित्र कल्पना सुरू झाल्यामुळे ती काय म्हणते हे आजूबाजूच्यांना नीट समजेनासं होतं. कदाचित ती बाळाकडे पूर्ण दुर्लक्ष करील नाहीतर त्याला इतरांपासून इतकी जपेल की कुणी त्याला इजा करू नये म्हणून झाकूनच ठेवील. कुणाला बघूही देणार नाही.

हे वेगवेगळ्या प्रकारचे मनोविकार कधी एकमेकांत मिसळले जातात किंवा एकदा एक येतो मग त्याची जागा दुसरा घेतो, असं होतं. आधी निराशा येते, मग उन्माद होतो नाहीतर छिन्नमनस्कतेमध्येच तीव्र औदासीन्य आणि उन्मादाची लक्षणं दिसतात. मुख्यत्वेकरून गरोदरपणाच्या शेवटी आणि मुलाचा जन्म होताना स्त्रीच्या शरीरात जे प्रचंड संप्रेरकीय बदल घडून येतात (Hormonal Changes) त्यांचा परिणाम म्हणून हे प्रासूतिक मनोविकार होत असतात. स्त्री बाळंत होताना, नंतर लगेचच्या काळात किंवा पहिल्या तीन-चार दिवसांत हे मनोविकार होण्याची शक्यता सर्वांत जास्त असते.

वैद्यकीय ग्रंथात या विकारांचं वर्णन असं केलेलं आहे. या बाबतीतला माझा प्रत्यक्ष उपचार करताना आलेला अनुभव असं सांगतो की, प्रसूत होते वेळी स्त्रीला जो जंतुसंसर्ग होतो, त्याचा आणि या मनोविकारांचा संबंध असतो. कधी कधी ही दोन्ही कारणं एकत्र असू शकतात. जंतुसंसर्गामुळे प्रासूतिक मनोविकार बळावल्याचं दिसतं.

बऱ्याच वेळेला आपण पुत्रसंतती उत्पन्न करू शकलो नाही ही निराशा बाळंतीण स्त्रीला मनोविकाराकडे ढकलते. नवऱ्याने सोडून जाणं, दारूच्या व्यसनात बुडून जाणं, किंवा स्त्रीला मारहाण करणं, तिचा छळ करणं अशा, नवऱ्याच्या विपरीत वागण्यामुळेही तिचे मनोविकार विकोपास जातात. जर गर्भाचं लिंग कसं ठरतं, गर्भधारणा होत असताना जनुकीय गुणसूत्रांचं मिलन कसं होतं आणि त्यावरून बाळ मुलगा किंवा मुलगी हे निश्चित होतं, या विषयी तिला काहीच माहिती नसेल, तर ती मुलगा झाला नाही हा पूर्णपणे

स्वत:चाच दोष असल्याचं मानत राहते. (प्रकरण चौथे : पुरुषाच्या जनुकातून येणारे Y गुणसूत्र हे पुरुषगर्भ निर्माण करण्यास जबाबदार असतं याचं सविस्तर विवेचन पाहा.)

मी ज्या स्त्रियांवर उपचार केले त्यांत आत्तापर्यंत ढोबळमानाने दोन प्रकार पाहिले. एक तर ती स्त्री कमालीची शांत राहते. कुणाशीही काहीही बोलतच नाही. बाळाला पाजत नाही, स्वत:ही धड जेवत नाही किंवा मग ती एकदम हिंस्र होते. स्वत:चे कपडे फाडते, बाळाला मारून टाकायचा प्रयत्न करते. ही लक्षणं ओळखून उपचार करण्यामध्ये आरोग्य व्यावसायिकांची भूमिका महत्त्वाची असते. जिला बाळ होणार असतं, त्या स्त्रीला हे विचारून घेणं आवश्यक असतं की तिला किंवा तिच्या कुटुंबातल्या कुणाला यापूर्वी मनोविकार झाले होते का? कारण तसं असेल तर तिलाही बाळंतपणात तसा त्रास होणं शक्य असतं. या प्रकारची मनोविकृती गंभीर असते पण लवकर लक्षात येऊन उपचार झाले तर चांगल्या प्रकारे ठीक होऊ शकते. पण फक्त त्या रुग्णावर औषधोपचार करणं पुरेसं ठरत नाही. तिच्याशी कुणीतरी बोललं पाहिजे. तिचं म्हणणं ऐकून घेतलं पाहिजे आणि जे आवश्यक आहे ते तिला समजावून सांगितलं पाहिजे.

माझी एक रुग्ण बावीस वर्षांची सरिता. तिला असा विशिष्ट प्रासूतिक मनोविकार झालेला आहे. ती आणि तिचा नवरा दोघंही अशिक्षित शेतकरी. तिला पहिल्यांदा दिवस गेले. चौथ्या महिन्यात माझ्याकडे तपासायला आली. सरिता ही नवऱ्याची दुसरी बायको. दिसायला उंच, उफाड्याची. नवऱ्याला वाटलं, ही मजबूत दिसते, हिला नक्की मुलगा होईल म्हणून घेतली करून. सरिता सांगत होती की, तिच्या सवतीला चारी मुलीच झाल्या. ती आहे सडपातळ, नाजूकशी. (म्हणून तिला मुली झाल्या असाव्यात.) ग्रामीण भागातल्या बहुतेक स्त्रियांप्रमाणे 'होणारं मूल हे मुलगा की मुलगी हे फक्त पुरुषांच्या शरीरात असलेल्या Y गुणसूत्रावरून निश्चित होत असतं', हे सत्य तिला माहिती नव्हतं. तिलाही मुलगीच झाल्यावर (नैसर्गिक बाळंतपण – सुदृढ मुलगी.) ते गर्भारपण, बाळंतपण यांचा त्रास आणि आपण मुलगा देऊ शकलो नाही याची खंत, कुटुंबाचं दडपण या सगळ्यांचा एकत्र परिणाम होऊन तिला Puerperal Psychosis किंवा प्रासूतिक मनोविकार झाला.

बाळंतपणानंतर झालेल्या गंभीर विकाराचं जर लवकर निदान झालं नाही तर नवरा-बायकोचे नातेसंबंधच धोक्यात येऊ शकतात. माला नावाच्या

बावीस वर्षांच्या तरुणीचं, एका अशिक्षित मजुराशी लग्न झालं. त्यानंतर तीन वर्षांनी तिला दिवस राहिले तेव्हा बाळंतपणासाठी ती माझ्याकडे आली. मुलगी झाली. मग ती घरी गेली. पुन्हा काही तपासणीसाठी आली नव्हती. त्यानंतर पाच महिन्यांनी पुन्हा गरोदर झाली, तेव्हा माझ्याकडे परत आली. त्यावेळी तिला रातांधळेपणाशिवाय योनिमार्गाचा जंतुसंसर्ग (Trichomonas Vaginitis) झाला होता. त्याच्यानंतरही पुन्हा ती आलीच नाही तपासायला. जेव्हा आमची समाज सेविका तिच्या घरी चौकशीला गेली तेव्हा कळलं की, पहिल्या बाळंतपणानंतर लगेचच तिला तीव्र नैराश्याचा त्रास होऊ लागला. नवरा सांगत होता की, ती घरात काही काम करायची नाही, गप्प बसून राहायची. रात्री तिला झोप येत नसे आणि कामेच्छाही नसायची. पुढे मग त्याने तिला सोडून दिलं आणि दुसऱ्या स्त्रीशी लग्न केलं.

ही काही संपूर्ण खरी हकिगत वाटे ना. म्हणून आमची समाज सेविका मालाच्या माहेरी जाऊन भेटली. तर मालाच्या आईने जावयाच्या म्हणण्याला दुजोरा दिला. शिवाय असंही सांगितलं की, माझ्या मुलीचे दुसऱ्या एका परपुरुषाबरोबर संबंध होते आणि त्याच्यापासून तिला ती दुसरी मुलगी झाली.

पद्मा या सव्वीस वर्षांच्या युवतीची कहाणी अशीच. तिचं पहिलं बाळंतपण झालं त्यानंतर तिला हाच प्रासूतिक मनोविकार जडला पण कोणाच्या लक्षात आलं नाही. लक्षात आलं तेव्हा डॉक्टरकडे जाण्याऐवजी ती गेली वैदू मांत्रिकाकडे. खरं तर तिला त्यावेळीच वैद्यकीय उपचार करायला पाहिजे होते. तिचा नवरा निरक्षर मजूर आहे. तो तिला माझ्याकडे घेऊन आला. त्या वेळेला ती सांगत होती की, 'माझ्या डोक्यात मुंग्या झाल्या आहेत. डोळ्यात आग लागली आहे.' तिला वेगवेगळे भास व्हायला लागले होते. तिचं दुखणे विकोपास जाऊन तिला 'स्किझोफ्रेनिया' किंवा 'छिन्नमनस्कता' हा गंभीर मनोविकार जडला होता. म्हणजे त्या महिलेला वेळीच उपचार मिळाले असते तर हा गंभीर विकार रोखता आला असता.

प्रसूतीनंतर उद्भवणाऱ्या या विकारांबद्दल लोकांना माहिती करून देणं हे अतिशय गरजेचं आहे. वयात येणाऱ्या किंवा नुकत्या वयात आलेल्या मुलामुलींना आरोग्य शिक्षण देणं हाच अशी जागृती घडवून आणण्याचा राजमार्ग आहे. 'सर्च'तर्फे युवा शिबिरं घेतली जातात त्यांमध्ये अपत्यजन्मानंतर होणाऱ्या मनोविकारांची लक्षणं कशी ओळखावीत आणि पुढे ते विकार विकोपास जाऊ नयेत यासाठी त्यांवर त्वरित उपचार करणं कसं गरजेचं आहे याचं शिक्षण दिलं

जातं. अशा प्रकारे हा संदेश समाजात पोचतो, की ज्या स्त्रीला बाळंतपणाचा ताण सहन होत नाही तिला असे मनोविकार होऊ शकतात. त्यामुळे अशा स्त्रियांची बाळंतपणात आणि बाळंत झाल्यानंतर काळजी घेतली पाहिजे, त्यांना आधार दिला पाहिजे.

अपत्यजन्मानंतर स्त्रीच्या जीवनाचा एक नवा अध्याय सुरू होत असतो. त्यामुळे तिला त्यासाठी मोठा मानसिक बदल आणि तडजोड करावी लागते. गरोदरपणी, तसेच बाळंतीण झाल्यानंतर नियमित वैद्यकीय तपासणी आणि आरोग्य शिक्षण यांमुळे तीव्र नैराश्याला प्रतिबंध करण्यास मदत होईल.

बाळंत होताना स्त्रीच्या शरीरात जे अंतर्गत आणि बाह्य बदल होतात त्यांमुळे ती तीव्र औदासीन्यात किंवा निराशेत ढकलली जाण्याची शक्यता असते. उदाहरणार्थ, शरीरात होणाऱ्या संप्रेरकीय बदलांमुळे (Hormonal changes) तात्पुरत्या स्वरूपात तिची समागमाची इच्छा किंवा संभोगलालसा खूपच कमी होते. विनिता या वीस वर्षांच्या युवतीचं लग्न माध्यमिक शिक्षण पूर्ण केलेल्या शेतकरी तरुणाशी झालं होतं. लग्नाला चार वर्षं झाली. पहिल्या दीड वर्षानंतर पहिलं बाळंतपण झालं. मुलाला अंगावरचं दूध पाजणं पुढची अडीच वर्षं चालूच होतं. आता ती माझ्याकडे तक्रार घेऊन आली होती की, गेल्या दोन वर्षांपासून माझा नवरा शरीरसुखच मागत नाही. त्याला काहीतरी झालंय. मी दोघांना तपासलं. दोघांतही काही दोष दिसत नव्हता. मग मी खोल चौकशी करायला सुरुवात केली. ही नवऱ्यात दोष आहे म्हणते, पण हिला तरी कामेच्छा होते आहे का? म्हणून तिला पुन्हा नीट तपासलं. तेव्हा लक्षात आलं की, तिला बाळंतपणानंतर औदासीन्य आलेलं आहे आणि खूप जास्त काळ मुलाला स्तनपान देत राहिल्यामुळे रक्तहीनता आहे. त्यामुळे तिलाच फारशी संभोगेच्छा होत नाही. तेव्हा तिने कबूल केलं की 'होय. दोष माझ्यातच निर्माण झाला असावा.' मग मी तिच्यावर उपचार सुरू केले. सहा महिन्यांनंतर जोडपं पुन्हा तपासणीसाठी आलं, तेव्हा त्यांचे लैंगिक व्यवहार सुरळीत झाले होते.

बाळंतपणानंतर पुष्कळ स्त्रियांना कामेच्छा कमी होणं किंवा नाहीशी होणं हा अनुभव येतो. विनिताचं असं झालं की, या मुद्द्यावर दोघा नवराबायकोंनी आपसांत चर्चा केली पण ती तिचीच शारीरिक समस्या होती. मात्र नवराबायको दोघांनी या बाबतीत चर्चा करणं हे अतिशय महत्त्वाचं आहे. म्हणजे नक्की काय परिस्थिती आहे हे स्पष्ट होतं. अशी जर चर्चा झाली नाही

तर कधी कधी नवरा पहिल्या बायकोला टाकून दुसरी करून घेतो. अशी कितीतरी उदाहरणं माझ्या पाहण्यात आहेत. किंवा मग बायको तक्रार करते आहे म्हणजे मीच नपुंसक झालोय की काय, असं नवऱ्याला वाटायला लागतं. अशा लैंगिक व्यवहाराच्या तक्रारी बाबतीत नवऱ्याशी आणि बायकोशी वेगवेगळंही बोललं पाहिजे आणि एकत्र बसूनही बोललं पाहिजे आणि दोघांनाही योग्य ते समुपदेशन केलं पाहिजे.

इंदिराची अशीच कामेच्छा गेली होती. तेव्हा तिचं वय होतं छत्तीस वर्षांचं. इंदिराचं बस्तरच्या एका मांत्रिक वैदूशी लग्न झालेलं होतं. (बस्तर हा छत्तीसगढ या शेजारच्या राज्यातला जिल्हा.) ती एकदा नवऱ्याबरोबर माझ्याकडे आली. नवराच बोलत होता, इंदिरा शांत बसून होती. त्याने सांगितलं की, गेली दहा वर्षं हिला कामेच्छाच होत नाही. त्यांचं लग्न बावीस वर्षांपूर्वी झालं होतं. लग्नात ती होती चौदा वर्षांची. आता तिला वीस वर्षांचा मुलगा होता. त्याच्यानंतर दिवस गेले तेव्हा ४ महिन्यांनी नैसर्गिक गर्भपात झाला होता. तिसरी मुलगी झाली ती आता आठ वर्षांची होती. दहा वर्षं झाली, हिची संभोगेच्छा नाहीशी झालेली आहे, म्हणून त्या वैदूने स्वत:च्या मनाने तिला संप्रेरकांची इंजेक्शनं द्यायला सुरुवात केली. त्याने थोडा फरक पडला, पण दोन महिन्यांनंतर तिची प्रकृती पुन्हा मूळपदावर आली.

मी इंदिरेला तपासलं. तिला तीव्र नैराश्य आलेलं होतं आणि कामेच्छा नव्हती, पण बाकीची कोणतीही तक्रार नव्हती. तब्येत चांगली होती. मी तिला दोन महिने, नैराश्य दूर होण्याच्या गोळ्या दिल्या. त्यानंतर पुन्हा ते जोडपं माझ्याकडे आलं नाही. तर अशी बाळंतपणानंतर औदासीन्य किंवा नैराश्य येणं आणि त्यातून संभोगाची इच्छा कमी होण्याची उदाहरणं नेहमीच आढळतात.

या प्रासूतिक मनोविकारांव्यतिरिक्त काही सामाजिक घटक असे आहेत जे स्त्रियांचं एकूण मानसिक आरोग्य बिघडवण्यास कारणीभूत ठरतात. त्यांमध्ये नवऱ्याशी किंवा सासूशी न पटणं यापासून ते कठीण किंवा बिकट परिस्थितीपर्यंत कोणतंही कारण असू शकतं. ती जर त्यांचा सामना करण्याइतकी कणखर नसेल तरीही तिच्यामध्ये अशी नैराश्य विकृतीची लक्षणं दिसू शकतात. शांतीचं असंच झालं. तिचं वय होतं बावीस वर्षं. तिचं वजन कमी व्हायला लागलं, अशक्तपणा जाणवू लागला. तिला तपासलं तर कोणतीच शारीरिक समस्या सापडली नाही. पण आजारी मात्र वाटत होती. ती पाच दिवस आमच्या रुग्णालयामध्ये होती पण आराम पडला नाही. मग मी जवळ बसून

तिची नेमकी समस्या काय आहे ते विचारू लागले तेव्हा तिने मला तिची हकिगत सांगितली.

सात वर्षांपूर्वी शांतीचं लग्न झालं. तिचा नवरा सुस्वभावी, सौम्य प्रकृतीचा माणूस. दोघांचं एकमेकांवर प्रेमही होतं. पण घर म्हणजे केवळ एकच खोली. त्या दोघांना एकांतच मिळत नसे. विधवा सासू त्याच खोलीत झोपत असे. तेही अगदी इतकी जवळ, की सुनेने झोपेत पाय लांब केला तर तो सासूच्या डोक्यालाच लागला असता. अर्थातच अशा परिस्थितीत लैंगिक समागम करताच येत नसे. त्यातूनही नवऱ्याला वाटे तेव्हा घाईघाईने क्रिया उरकून मोकळा होई. त्याने हिचं समाधान होत नव्हतं.

याचा अर्थ, त्यांच्या लैंगिक संबंधावर नियंत्रण ठेवून, तिची सासू घरात 'माझी पॉवर' चालते हे दाखवत होती. मी शांतीच्या नवऱ्याशी बोलले, पण म्हातारीला काही बोलण्याइतकी त्याची ताकद नव्हती. मग मी तिच्या सासूशी बोलले. तिने प्रांजळपणे सांगितलं की, तिच्या नवऱ्याकडून तिला स्वत:ला कधीच तशा प्रकारचं सुखसमाधान मिळालं नव्हतं म्हणून ती सुनेलाही मुद्दाम ते मिळू देत नव्हती. 'मुलगा आणि सून यांना नीटपणे शरीरसुख घेऊ द्यायचं नाही,' या शस्त्राचा वापर काही सास्वा स्वत:चं वर्चस्व राखण्यासाठी करून घेतात. यामुळे मनावर खूप ताण येत असतो, पण हे कुणाला किंवा डॉक्टरबाईंना सांगणं रुग्ण स्त्रियांना फार अवघड जातं.

तरुण मुलींना मनोविकृती जडण्यामध्ये 'खाष्ट सासू' हा घटक मोठ्या प्रमाणावर जबाबदार असतो. रमा ही सहावीपर्यंत शिकलेली मुलगी. अठराव्या वर्षी तिचं लग्न एका शेतकऱ्याशी झालं. ती माझ्या दवाखान्यात आली तेव्हा तिच्या लग्नाला दोन वर्षं झाली होती. पदरात अकरा महिन्यांचा मुलगा होता (तो अजून अंगावरचं दूध पीत होता) आणि अचानक आठ दिवसांपूर्वी नवरा 'सिकल सेल'च्या आजारामुळे मृत्युमुखी पडला होता. सासूचं म्हणणं असं की, 'तू माझ्या पोराला खाल्लास. तुझ्याशी लगीन झालं आन् तो आजारीच पडायला लागला.' सासूला वाटत होतं की, माझा नातू माझ्याकडे सोडून सुनेने माहेरी परत जावं.

तरुण रमा मोठ्या मानसिक धक्क्यात होती. एक तर ऐन तारुण्यात नवऱ्याचं अकल्पित निधन झालेलं, त्यात त्याच्या मृत्यूचा दोष हिच्याच माथी मारलेला आणि आणखी वाईट म्हणजे तान्हं मूल सासूकडे सोडून जाण्यासाठी दबाव येत असलेला. मी रमावर उपचार केले आणि तिला माहेरी हाकलून

देण्याची वाट पाहत असलेल्या सासूला भेटायला त्यांच्या गावी गेले. तिथे आम्ही गावसभा घेतली आणि त्यात असं ठरलं की, इतका लहान मुलगा त्याच्या आईकडेच ठेवावा. त्यांची ताटातूट करू नये. पुढे रमाने दुसरं लग्न केलं नाही.

नवरा बायको एकमेकांपासून अलग होणं हेही तीव्र निराशेचं महत्त्वाचं कारण असू शकतं. मला हे शकुंतलाच्या उदाहरणात दिसून आलं. शकुंतला ही पंचवीस वर्षांची तरुणी. चौथी शिकलेली. नवरा शेतकरी. निरक्षर. ती माझ्याकडे आली, 'झोप येत नाही' ही तक्रार घेऊन. मी तपासलं. तिला प्रचंड रक्तहीनता होती. ब जीवनसत्त्वाची कमतरता होती आणि तीव्र नैराश्य आलेलं होतं. शकुंतलाचं चौदा वर्षांपूर्वी लग्न झालं. तिला दोन मुली झाल्या. एक दहा वर्षांची, एक सहा वर्षांची. मुलगा होत नाही म्हणून दोन वर्षांपूर्वी नवऱ्याने तिला टाकली आणि मुलाच्या आशेने दुसऱ्या स्त्रीशी लग्न केलं. शकुंतलाची एक मुलगी तिच्याबरोबर होती आणि एक नवऱ्याकडे होती. म्हणजे तिच्या लेकरांचीही ताटातूट करण्यात आलेली होती. अशा तऱ्हेने पूर्ण कुटुंबच विस्कटल्यामुळे शकुंतला तीव्र निराशेत लोटली गेली.

विपरीत परिस्थितीच्या शोकांतिकाही स्त्रियांच्याच आरोग्याची किंमत वसूल करतात आणि दुर्दैवाची गोष्ट अशी की, त्यांच्यापैकी बहुतेकींना मदत करण्यासाठी कुणीही पुढे येत नाही. प्रतिमा ही पंचेचाळीस वर्षांची स्त्री तिच्या नवऱ्याबरोबर माझ्याकडे आली होती. नवरा सरकारी नोकरीत होता. तिने सांगितलं, गेली चार वर्षं तिचं डोकं प्रचंड दुखत होतं, रात्री झोप येत नव्हती, वेगवेगळे भास होत राहायचे आणि दोन महिन्यांपासून हा त्रास पराकोटीला पोहोचला होता. तिच्या पोटच्या मुलीला, किरकोळ भांडणानंतर नवऱ्याने गळा आवळून ठार मारल्याचं दृश्य तिने बघितलं आणि जो धक्का तिला बसला, तेव्हापासून ही त्रासांची मालिका सुरू झाली होती. आपण समोर असून आपल्या मुलीला वाचवू शकलो नाही, ही खंत तिच्या मनाला खात होती. तिने दोन्ही नातवंडांना स्वत:जवळ ठेवून घेतलं होतं आणि खुनी जावयाविरुद्ध खटला दाखल केला होता.

'आता त्या लहान लहान लेकरांच्या जल्माची वाट लागली हो', असंच ती वारंवार म्हणत होती. मी तिला नैराश्यातून बाहेर येण्याकरता आणि मनोविकृतीवर उपचार करण्यासाठी मदत करू शकले.

जर जोडप्यातील एकाची कायमची नसबंदी किंवा निर्बीजीकरण केलेलं

असेल (Vasectomy किंवा Tubectomy) आणि दुर्दैवाने त्यांचं एकादं अपत्य दगावलं तर ह्यावर उलट शस्त्रक्रिया करता येत नाही; त्यामुळे त्या जोडप्यांचं मानसिक आरोग्य बिघडू शकतं. याच्या उलट निर्बीजीकरण करून ते जोडपं स्वस्थ, निर्धास्त झालं आणि अचानक ती निर्बीजीकरण शस्त्रक्रिया अयशस्वी झाल्याचं समजून आलं तरी मानसिक आरोग्य बिघडतं. (दहाव्या प्रकरणामधील अलकाचं उदाहरण पाहा.)

प्रजननविषयक आरोग्याच्या ज्या विविध समस्या उद्‌भवतात त्यांच्यावर उपचार करण्यासाठी आपली प्राथमिक आरोग्य व्यवस्था तयार असली पाहिजे. सध्याचा त्यांचा दृष्टिकोन हा उभा, सरळसोट लंबरेषेसारखा आहे. तो फक्त काही निवडक मोहिमा राबवतो. वास्तवात इथे व्यापक समस्या आणि मोठा टापू व्यापणारी परिस्थिती आहे. इथे हे धोरण फारच तोकडं पडत आहे. किशोरवयीन मुला-मुलींचं लैंगिक शिक्षण, सुरक्षित गर्भपात, संततिनियमनासाठी योग्य साधनं, गर्भाशयापासून योनिमुखापर्यंतच्या गर्भमार्गाचं आरोग्य, त्याच्या जंतुसंसर्गावर उपचार, मनाच्या आरोग्यासाठी समुपदेशन अशा सर्व विषयांना इथल्या आरोग्य व्यवस्थेने कवेत घेण्याची आवश्यकता आहे.

आरोग्य व्यावसायिकांनी हे समजून घेण्याची आज गरज आहे की, स्वत:च्या आरोग्याबद्दल स्त्रिया आणि पुरुष दोघांच्याही मनात बरेच गैरसमज, चुकीच्या संकल्पना असतात. ते दूर करण्यासाठी, जिथे मानसोपचार केले जातात, समुपदेशनाची व्यवस्था असते तिथपर्यंत त्यांना पोचवणं आवश्यक आहे. उदाहरणार्थ, बायकांना अंगावर पांढरं पाणी जायला लागलं, की फार चिंता वाटू लागते. त्यांना वाटतं, माझ्या शरीरातली सगळी शक्तीच याच्यातून वाहून शरीराबाहेर टाकली जाईल. स्त्रियांना इतरही अनेक प्रश्न सतावत असतात. ऋतुनिवृत्तीपूर्वी आणि नंतर येणारं नैराश्य, मूल होत नाही म्हणून वाटणारी चिंता आणि येणारे नैराश्य, स्तनामध्ये गाठ आली म्हणून वाटणारी काळजी. त्यांना सतत चिंता वाटत राहते की ही गाठ कर्करोगावर तर नाही जाणार?

त्यामुळे असा शांत, सुरक्षित परिसर असला पाहिजे, जिथे रुग्णांना येऊन डॉक्टरांशी मनातलं बोलता येईल, त्यात कुठेही व्यत्यय येणार नाही आणि त्यांचा खाजगीपणा अबाधित राहील. हे सगळं आपल्या आरोग्य व्यवस्थेत समाविष्ट असलं पाहिजे. अशा दर्जाची काळजी आपल्या रुग्णांची घेतली गेली

पाहिजे. ग्रामीण भागात मानसिक आरोग्याचा मुद्दा सर्वांत दुर्लक्षिलेला दिसतो. त्या ठिकाणी मानसोपचाराच्या सुविधा जवळजवळ नाहीतच.

विद्यमान प्राथमिक आरोग्य व्यवस्था या सुविधांनी परिपूर्ण केली गेली पाहिजे. आरोग्य व्यवस्थेची संरचना सुधारण्यासाठी (Imporvement of infra-structure) आपला देश फार मोठा खर्च करत असतो. पण त्याचबरोबर मानवी कौशल्यही वृद्धिंगत झालं पाहिजे (Human Skills). ठरवून दिलेली उद्दिष्टं गाठण्याचं आणि कागदपत्रांची पूर्तता करण्याचं एवढं ओझं मनावर असतं की सदा घाईत असणारे आरोग्य कर्मचारी रुग्णांशी एक मिनिटापेक्षा जास्त वेळ बोलूही शकत नाहीत. मग समजावून कसं देणार? कर्मचाऱ्यांनी संवादकौशल्य, समुपदेशन कौशल्य आत्मसात केली पाहिजेत, कर्मचाऱ्यांचं ज्ञान, संवेदनशीलता आणि कार्यप्रेरणा वाढवण्यासाठी नियमित प्रशिक्षण वर्ग असले पाहिजेत आणि कर्मचाऱ्यांनी तिथे जाऊन स्वत:ला नेहमी विकसित करत राहिलं पाहिजे. सध्या आपण कर्मचाऱ्यांचा रुग्णांकडे पाहण्याचा जो बेफिकीर दृष्टिकोन आणि जी बेपर्वा वागणूक असते ती पूर्णत: बदलून, स्वत:च्या कामात रस घेऊन, काळजीपूर्वक काम करू लागेपर्यंत, बराच लांबचा पल्ला गाठावा लागणार आहे.

**

प्रकरण तेरावे

लैंगिकता आणि प्रजननविषयक आरोग्य शिक्षण अज्ञानाच्या अंधारातले प्रदेश

हल्ली शासकीय धोरणानुसार स्त्रियांच्या प्रजनन आरोग्याला बऱ्यापैकी महत्त्व दिलं जात असलं, तरी त्यात जननक्षम वयोगटावर लक्ष केंद्रित केल्यामुळे, नुकत्याच वयात येणाऱ्या मुली आणि ऋतुनिवृत्तीला आलेल्या वयस्कर महिला यांना त्याचा फायदा होत नाही. या मुली आणि ज्येष्ठ महिला आपल्या समस्यांबद्दल उघडपणे बोलू शकत नाहीत. आणि आरोग्य व्यवस्थेलाही त्यांच्याबद्दल तेवढं स्वारस्य नसल्याने त्यांचे प्रश्न सोडवलेच जात नाहीत. त्यांना आरोग्य सेवेचा लाभ मिळत नाही. त्यांचे प्रश्न दुर्लक्षित राहिल्यामुळे, लैंगिक आणि प्रजनन आरोग्यातले काही पैलूच दुर्लक्षित राहून जातात. आपल्याकडे ग्रामीण भागातील तरुणांना आरोग्य शिक्षण देताना लैंगिक आणि प्रजननविषयक गरजांबद्दल कोणतंही समुपदेशन, हितोपदेश दिला जात नाही. त्यामुळे फार मोठ्या प्रमाणावर ते समस्यांना बळी पडतात. मी तरुणतरुणींशी संवाद साधते, त्यातून माझ्या हे लक्षात येतं की, आपण निर्माण केलेले संबंध आणि आपल्या कृती यांची जबाबदारी घेण्याची त्यांच्यातल्या पुष्कळ जणांची चांगली तयारी असते. 'सर्च'तर्फे कुमारवयीन मुलामुलींची शिबिरं घेतली जातात. तिथे त्यांना आरोग्यविषयक शिक्षण दिलं जातं. त्यावेळी आमचा अनुभव असा आहे, की संततिनियमनाबद्दलची माहिती त्यांना हवी असते. ती त्यांना गरजेची वाटते कारण त्यांना समजून उमजून ते उपाय निवडायचे असतात.

गर्भनिरोधकांबद्दल नवतरुणांना माहिती देत असताना आम्ही त्यांना आवर्जून हे सांगत असतो की, कोणताही संततिप्रतिबंधक उपाय वा साधन

हे १०० टक्के सुरक्षित किंवा परिणामकारक असू शकत नाही. आणि तो जर निरुपयोगी ठरला तर गर्भधारणेचाच फक्त धोका असतो असं नाही, तर वेगवेगळ्या स्त्रिया किंवा पुरुषांबरोबर लैंगिक संबंध ठेवणाऱ्यांना गुप्तरोगांची लागण होण्याची मोठी शक्यता असते. त्यामुळे त्यांनी हे पक्के लक्षात ठेवायला पाहिजे की, वारंवार जर या समागमातून पसरणाऱ्या गुप्तरोगांची लागण झाली तर कायमचं वंध्यत्व येऊ शकतं (स्त्रीला आणि पुरुषाला दोघांनाही). त्यांना आम्ही हेही सांगतो की, काही गुप्तरोग अक्षरश: जीवघेणे असतात. त्यांची बाधा झाली, तर माणसाच्या आयुष्याचा नाश होतो. उदाहरणार्थ Human Papilloma Virus (HPV) हा विषाणू. त्यामुळे स्त्रीला निश्चितपणे गर्भाशय ग्रीवेचा कर्करोग होतो. आम्ही युवक युवतींना सांगतो की, या प्रश्नांची सोपी उत्तरं उपलब्ध नाहीत, नसतात. त्याला एकच सुरक्षित पर्याय आहे, तो म्हणजे लग्न होईपर्यंत संभोगापासून दूर राहणं आणि नेहमी एकाच व्यक्तीबरोबर संभोग क्रिया करणं.

आमचं असं निरीक्षण आहे की, ही माहिती समजल्यानंतर युवकयुवती विचारमग्न होतात. त्यांच्यातील सकारात्मक निर्मितिक्षमता किंवा सृजनशीलता, योग्य संधी येताच कारणी लावण्याच्या किंवा उपयोगात आणण्याच्या विषयालाही त्यांचा असाच प्रतिसाद मिळतो. युवकांना आरोग्यविषयक शिक्षणात सहभागी करून घेणं महत्त्वाचं आहे. त्यामुळे त्यांचा लहान वयातच जबाबदारीने विचार करणारा पोषक दृष्टिकोन तयार होतो. हे जर तरुण वयातच त्यांच्या मनावर बिंबलं नाही तर पुढे, आपल्यामुळे स्त्रीला होणाऱ्या त्रासाविषयी माणुसकीशून्य दृष्टिकोनातून ते वागू शकतात.

आमच्या दवाखान्यात नेहमी इतक्या अविवाहित तरुणी गरोदर होऊन कशा येतात? याचा शोध घेताना समाज सेविका सुनंदा अशा केसेसचा पाठपुरावा करते. त्यांच्याशी बोलते, सखोल चौकशी करते आणि मग मुलींच्या घरचे लोक काही काही माहिती पुरवतात, त्यातली वारंवार पुढे येणारी खटकणारी बाब म्हणजे पालकांचा मुलांशी अजिबात संवादच होत नाही. 'सर्च'च्या युवक शिबिरातल्या मुली सांगतात की, लैंगिक विषयांवर त्या त्यांच्या आईवडिलांशी मोकळेपणी काहीच बोलू शकत नाहीत. त्या वयात आल्या, त्यांना पहिल्यांदा मासिक पाळी आली, तेव्हादेखील कुणीही त्यांना नीट खुलासेवार सगळं समजावलं नव्हतं. कुतूहलापोटी त्यांनी मोठ्या बहिणीला किंवा मैत्रिणीला विचारलं तेवढंच समजलं, पण ती माहिती अर्धवट होती.

एक मुलगी सांगत होती, ''माझी आई पेपरमध्ये येणाऱ्या फसलेल्या मुलींच्या बातम्या मोठ्याने वाचून दाखवते आणि त्यातून मला सांगायचा प्रयत्न करते की, लग्नाआधी संभोग क्रिया करणं कसं चुकीचं आहे; पण असं कुणीही आम्हांला प्रत्यक्ष कधी सांगितलं नाही की, तू कधीही लग्नाआधी कुणाशी शरीरसंबंध ठेवू नकोस.''

अशिक्षित पालक आणि त्यांची मुलं यांचे संबंध तर फारच केविलवाणे असतात. काही पालक तर बिचारे मुलांना घाबरूनच राहतात. मुली त्यांच्याशी उद्धटपणे बोलतात आणि त्यांना सुनावतात की, आम्हांला तुमच्यापेक्षा जास्त माहिती आहे. त्या शिकतात, शहरी समाजात वावरतात, मित्रमैत्रिणींची साथसंगत या सगळ्यामुळे त्यांचं राहणीमान बदलतं. नातेसंबंधातही फरक पडतो. त्या मित्रांच्या आईवडिलांशी स्वत:च्या आईवडिलांची तुलना करतात आणि त्यांच्याबद्दलचा आदर गमावून बसतात. या मुली नटणं-थटणं, फॅशन यांत गुरफटतात आणि घरच्या जबाबदाऱ्या विसरतात. तसंच मुलांचं. एकदा मुलगा पँट घालायला लागला, थोडं फार शिकला की त्याला शेतात जायला नको असतं. कारण त्याला शारीरिक कष्ट नको वाटतात. आणखी मोठा झाल्यावर त्याला आईवडिलांची लाज वाटते आणि त्यांची काळजी घेणं, सेवा करणं त्याच्या जिवावर येऊ लागतं. तो स्वत:च्या बायकोबरोबर त्याच गावात नाहीतर शहरात स्वतंत्र बिऱ्हाड करून राहू लागतो.

ज्या पद्धतीने तरुणतरुणी आपल्या माता-पित्यांचा किंवा आजीआजोबांचा उल्लेख 'बुढा-बुढी' किंवा 'म्हातारा', 'म्हातारी' अशा शब्दांनी करत असतात त्यावरून वयोवृद्धांबद्दलचा आदर संपुष्टात येत चालल्याचं स्पष्ट दिसून येतं. आई-बाप देखील 'काही झालं तर आम्ही तुमचे आई-बाप आहोत' असं ठासून म्हणताना दिसत नाहीत. समाजात हे जे काही चाललंय त्याचं प्रतिबिंब आम्हांला 'सर्च'च्या आवारातसुद्धा पाहायला मिळतं. मुलं चुकीचं वागत असतात, चोऱ्या करतात आणि आईबाप त्यांच्या चुकांवर पांघरूण घालतात. 'आमच्या मुलानं केलं नाही', 'तो / ती असं चुकीचं वागणार नाही' असं म्हणत राहतात. ही गोष्ट सगळीकडेच पाहायला मिळते. ग्रामीण आणि शहरी भागातही हेच चाललेलं आहे. आजच्या नव्या पिढीला घरकामाची जबाबदारी नको असते. खरं ते अशा कुटुंबातून येतात जिथे नोकर वगैरे नसतात. घरातली कामं सगळ्यांनी वाटून घेऊन करायची असतात. कुटुंबात किती तरी नातेवाईक असतात. अनेक नाती असतात. ते काही फक्त एक पुरुष आणि एक बाई

असं नसतं. पण विस्तारित कुटुंबाची काळजी घेणं ही पद्धतच आता राहिलेली नाही. संकुचित मनोवृत्ती, कुणाला काही शिकून घेण्याची इच्छा नसते, हे पाहून फार आश्चर्य वाटतं. खरं तर शिक्षणामुळे आत्मविश्वास दृढ व्हायला हवा. क्षमता व्यापक व्हायला हव्यात. पण असं दिसतं की, शिकलेली मुलं-मुली फक्त स्वत: कसं छान दिसायचं, हेच शिकतात. नटणं-मुरडणं-फॅशन या पलीकडे त्यांची गाडी जात नाही. तेव्हा या व्यवस्थेतच काही तरी घोडचूक असली पाहिजे.

ग्रामीण तरुणांच्या मनावर माध्यमांचा फार मोठा प्रभाव पडलेला दिसतो. आपल्याजवळ महागड्या चैनीच्या वस्तू असाव्यात, आपण सुंदर दिसावं, छान छान कपडे घालावेत या इच्छा वाढत चाललेल्या आहेत. त्यामुळे हुंडा, वेश्या-व्यवसाय, घटस्फोट, कोणत्याच नात्यात फार स्नेहाचा ओलावा न उरणं आणि एकूणच माणसांची नीतिमत्ता घसरणं असे वाईट परिणाम पुढे येत आहेत. आणि याच्या अंतिम परिणामांना तर माध्यमंच जबाबदार आहेत. ते परिणाम म्हणजे युवकांची आयुष्यं बरबाद होतात आणि बऱ्याच उदाहरणांत तरुण मुलींचे मृत्यू ओढवतात.

डॉक्टरने रुग्णाच्या जीवनात घडलेल्या घटनांची इतकी खोल चौकशी करणं का आवश्यक आहे? तर आमच्या दवाखान्यात आम्हांला समाजाचा आरसाच पाहायला मिळत असतो. आम्हांला विवाहित पुरुषच स्त्रियांचा कसा छळ करतात, बळजबरी करतात, शोषण करत असतात याचे पुरावेच मिळतात. अन्यथा ते सगळं दडूनच राहिलं असतं. कुमारिकांनीसुद्धा हे समजून घ्यायला हवं की, प्रेमाच्या नावाखाली त्यांचं शोषण होऊ शकतं. मुलांच्या आयुष्यात काय घडत आहे, हे आईवडिलांनी देखील जाणून घेतलं पाहिजे. म्हणजे त्यांचं आणखी नुकसान होण्यापासून ते त्यांना वाचवू शकतील. डॉक्टरांना सामाजिक भूमिका निभवावी लागते, कारण बऱ्याच वेळा ते काम करायला दुसरं कुणीच नसतं.

ग्रामीण भागात लैंगिक जीवन हे मोकळं ढाकळं आणि उघड असतं. कुठे कसला खाजगीपणा वगैरे नसल्यामुळे प्रौढांच्या सगळ्या कृती, नातेसंबंध, एकमेकांशी होणारे संवाद, व्यवहार बघत बघतच मुलं लहानाची मोठी होतात. लैंगिक क्रियांचा अप्रत्यक्ष उल्लेख असणारी गाणी त्यांच्या सतत कानांवर पडत असतात. शेतात आणि गावात मोकळेपणी फिरणाऱ्या गुराढोरांचा, कुत्र्यांचा शृंगारही ती कुतूहलाने न्याहाळत असतात. मुलगे तर एकमेकांत लैंगिक

क्रियेबद्दल चर्चाही करतात. भारतातल्या विवाहपूर्व आणि विवाहबाह्य लैंगिक संबंधांचं सर्वेक्षण केलं तर असं लक्षात येतं की इथल्या समाजातील सर्व स्तरांतल्या माणसांना, विशेषत: तरुणांना लैगिक शिक्षण देण्याची नितांत आवश्यकता आहे. याबद्दल इथे इतकं घोर अज्ञान असतं याची कधी कल्पनाही आली नसती. पण माझ्या प्रॅक्टिसमध्ये मी माझ्या प्रत्येक रुग्णाशी बोलत असते, याला किंवा हिला कितपत माहिती आहे त्याचा अंदाज घेते, त्यामुळे मी हे निश्चितपणे सांगू शकते. (प्रकरण नववे – सुमेराचं उदाहरण पाहा)

वयात येणाऱ्या मुलामुलींना वंध्यत्व म्हणजे काय आणि त्याच्या काय समस्या असू शकतात, त्या कशामुळे उद्‌भवू शकतात याची जाणीव होणं गरजेचं आहे. ही जाणीवजागृती करताना नको असलेलं गरोदरपण टाळणं, बेकायदा गर्भपात करण्यातले धोके, अस्वच्छतेचे परिणाम तसंच दारूसेवनाचे अनिष्ट परिणाम यांवर भर दिला गेला पाहिजे. कुमारवयातील मुला-मुलींना लैंगिक शिक्षण देताना, त्यात प्रत्यक्ष उदाहरणांचा (घडलेल्या घटनांचा) समावेश केला पाहिजे त्यामुळे त्यांना जाणीव होईल की, लग्नापूर्वी लैंगिक क्रीडा करणं, वारंवार गर्भपात करणं, वैदू मांत्रिकाकडून गुपचूप पोट पाडून घेणं या गोष्टी घातक असून यामुळे आपल्याला वंध्यत्वाची किंवा कधीही मूल न होण्याची किंमत मोजावी लागू शकते. अशा प्रकारची जाणीव नसेल तर तरुणतरुणींच्या वागण्याचे, जीवन उद्‌ध्वस्त करून टाकणारे परिणाम होऊ शकतात.

स्वर्णमालाचं असंच झालं. ती सत्तावीस वर्षांची आदिवासी तरुणी आहे, पण तिला आता स्वत:चं लग्न होण्यापूर्वीच्या वागणुकीचा पश्चात्ताप करण्याची वेळ आलेली आहे. लग्नापूर्वी तिचे दोन पुरुषांबरोबर लैंगिक संबंध होते. मग तिने वैदूकडे जाऊन गुपचूप अघोरी उपचार घेतले आणि राहिलेला गर्भ पाडून घेतला. त्याचा परिणाम असा झाला की, तिची जननक्षमताच नष्ट झाली. लग्नाला पाच वर्षं झाल्यावर ती माझ्याकडे तपासायला आली. मी तपासलं. तिला रक्तहीनता, ओटीपोटाचा दाह (Pelvic Inflammation) होता आणि एका गुप्तरोगाची बाधा झालेली होती. तिच्या या सर्व तक्रारी उपचाराने दूर झाल्या. पण वैदूच्या चुकीमुळे नष्ट झालेली जननक्षमता परत आली नाही. पुढे नवऱ्याने दुसरी बायको करून आणली आणि बिचारी माझी रुग्ण त्याच घरात घुसमट सहन करत जगत राहिली.

आणखी एका उदाहरणात एक गोष्ट फार प्रकर्षाने पुढे आली की, तरुण

पुरुषांचं जगणं जेव्हा अज्ञान आणि भीतीच्या प्रभावामुळे ग्रस्त होऊन जातं तेव्हा एखादं विश्वासाचं माणूस जवळ असणं किती गरजेचं असतं. सोमा आणि माधुरी हे तरुण जोडपं त्यांना मूलबाळ होत नव्हतं म्हणून माझ्याकडे आलं. दोघंही आदिवासी समाजातले, गडचिरोलीत शेती करणारे. मी तपासलं तर दोघांच्यातही दोष नव्हता. बायको निघून गेल्यावर सोमा परत माघारी आला. म्हणाला, 'मला तुमच्याशी एकटीशी बोलायचं आहे.' तेव्हा त्याने सांगितलं की, त्याला अशी भीती वाटत असते की आपल्यातच काही दोष असावा. झालं असं की, लग्नापूर्वी तीन वर्षं, एका अविवाहित मुलीने जबरदस्तीने त्याला स्वत:बरोबर संभोग क्रिया करायला भाग पाडलं. आणि तसं नाही केलंस तर 'हा छक्का आहे, बांगड्या घालणारा' अशी बदनामी करीन म्हणून धमकी दिली. या बलात्काराची दहशत त्याच्या मनात खोलवर राहिली होती. त्यांचं लग्न झालं. बायको गरोदर राहिली पण मुदतीपूर्वी बाळंत होऊन मेलेलं मूल जन्मलं. याच्या मनाची खात्री झाली की, आपल्यावर जी बळजबरी झाली, तिच्याशीच या घटनेचा काही संबंध असला पाहिजे.

बरेचदा मूलबाळ होत नसेल तर स्त्रिया आपल्यातच काहीतरी दोष असेल म्हणून मनात कुढत राहतात; पण इथे पुरुषाच्या मनातल्या खोल भीतीचा परिणाम दिसत होता. अज्ञानामुळेच लग्नापूर्वी आलेल्या संभोगविषयक अनुभवातून निर्माण झालेल्या भीतीने उग्र स्वरूप घेतलं होतं. म्हणूनच त्याला समुपदेशनाची नितांत आवश्यकता होती.

तरुणतरुणींना लिंगविषयक ज्ञान-माहिती देऊन सशक्त करत असताना आपल्या जोडीदाराबरोबर लैंगिक क्रियेचा आनंद कसा घ्यायचा, दोघांनाही समाधान मिळेल हे कसं साधायचं, हे समजणं गरजेचं आहे. त्याकरता त्यासंबंधीच्या त्यांच्या गैरसमजुती दूर झाल्या पाहिजेत. नाहीतर गैरसमजुतीमुळे परस्परांविषयी संशय आणि अविश्वास निर्माण होतो. (चौथ्या प्रकरणामधील विनिताचं उदाहरण पाहा.)

तरुण जोडप्यांमधली भांडणं कधी कधी डॉक्टरांनाच बुचकळ्यात पाडतात. एके दिवशी वीस वर्षांची विभा नावाची विवाहित तरुणी तिच्या आईबरोबर माझ्याकडे आली. तिचं एका शेतकऱ्याशी लग्न झालेलं होतं. दहा आठवड्यांची गर्भवती होती. पण तिला हे मूल नको होतं. गर्भपात करायचा होता. तिने मला अगदी सरळ सांगितलं की, आधीची दोन मुलं आहेत. पाच वर्षांची मुलगी आणि दोन वर्षांचा मुलगा. आता मला मुलं नकोत. मी तिला

हॉस्पिटलमध्ये भरती करून घेतलं. तेव्हा खूप खूष झाली. मात्र तिला आतून तपासत असताना ती खूप अंग चोरून घेत होती, हे माझ्या लक्षात आलं होतं. तिचा गर्भपात करून झाला. हॉस्पिटलमधून घरी सोडण्यापूर्वी मी तिला विचारलं, ''तुझी दोन बाळंतपणं झालेली आहेत असं असूनही तू मला योनिमार्गाची तपासणी नीटपणे का करू देत नव्हतीस?'' टेबलवर पडल्या पडल्या ती मोठ्याने हसली आणि म्हणाली, ''मला आधीची मुलं नाहीत. पहिल्यांदाच दिवस गेले होते. पण माझं काही नवऱ्याशी पटत नाही धड. म्हणून मला मूल नको होतं.'' मग मी विचारलं, ''खोटं का सांगितलंस मुलं आहेत म्हणून?'' तेव्हा हसून म्हणाली, ''तसं सांगितलं म्हणून तुम्ही गर्भपात करून दिलात. मी म्हटलं असतं, पहिल्यांदाच दिवस गेलेत, गर्भपात करून द्या. तर तुम्ही केला असतात? उलट मलाच रागावून परत पाठवलं असतं.'' ''पण तू मला खरं का नाही सांगितलंस?'' मी पुन्हा विचारलं. ''मलासुद्धा खोटं सांगायला नाही आवडत. पण काय करू? दुसरा मार्गच नव्हता. कधी कधी काम करून घेण्यासाठी माणसाला खोटं बोलावं लागतं.'' तिची आई आपली तिथे गप्प उभी राहून आमचं बोलणं ऐकत होती. मी आणि त्यावेळी कामावर असलेली आमची नर्स दोघीही अवाक होऊन गप्प झालो होतो. आणि मला जाणवत होतं की, या नात्यांच्या ताणतणावात, जंजाळात कधीकधी डॉक्टर लोकांचाही कसा वापर करून घेतला जातो!

पुरुषाचे नपुंसकत्व हा एक मोठाच दुःखाचा विषय असतो. फक्त त्या जोडप्यापुरताच नाही, तर पूर्ण कुटुंबाकरता. माझी एक रुग्ण गीता हिच्या सांगण्यानुसार, तिच्या नवऱ्याच्या लिंगाला दोन वर्षांपासून ताठरपणाच येत नव्हता. ''ते कसं आसतं, या वेव्हारामधी गरमी आन् थंडपना आसतो. गरमी म्हंजी पावर आन् थंडपना म्हंजी त्यो नपुसकच म्हनायचा की,'' ती मला खुलासेवार सांगत होती. कुटुंबातले लोक त्याला 'छक्का' म्हणायचे. आणि तो 'मी पुरुष नाही.' म्हणून आसवं गाळत राहायचा. फक्त त्याची आई त्याच्या रक्षणासाठी खंबीरपणे उभी होती. गीता म्हणाली, ''काय होतं ते सांगता येत नाई. पन कुनीतरी काय चेटूकच केलं असनार.'' मग तिने कसंबसं मन वळवून त्याला एका वैदूकडे नेलं, नपुंसकपणावर उपचार केले. आता त्यांना दोन मुलं आहेत. ''ह्या पायी कितीक नवराबायकोत लई झगडे व्हतेत,'' गीता सांगत होती.

लैंगिक व्यवहाराविषयी असलेल्या अज्ञानातून काय घडू शकतं याचं

आणखी एक उदाहरण म्हणजे रंजिता आणि अशोक हे जोडपं. त्यांचं वैवाहिक जीवन संपण्याच्याच उंबरठ्यावर असताना ते वाचवण्याचा अखेरचा प्रयत्न म्हणून ती दोघं माझ्याकडे आली होती. अतिशय तणावग्रस्त असलेली रंजिता उघडच गर्भवती दिसत होती. पण तिने सांगितलं, ''मला पुरेसं समागमसुख मिळत नाही. त्यामुळे मनात सतत चिंता असते. नवरा मला तृप्त करू शकत नाही. मला हा गर्भ नको, मला गर्भपात करायचा आहे.'' नंतर तिने मला पूर्ण हकिगत कथन केली. पहिल्यांदा सगळं झटपट उरकल्यावर तिला कळायचंच नाही, कुठे चुकतंय ते. मग मैत्रिणींजवळ बोलून दाखवलं तेव्हा त्या म्हणाल्या, 'एकदा पुरुषाचं शिस्न ताठ झालं की अर्धा तास तरी तसंच राहतं.' त्यावरून हिने असा निष्कर्ष काढला की, 'नात्यातल्या कुणीतरी चेटूक केल्यामुळे असं लवकर वीर्यपतन होत असलं पाहिजे.' यावरून दोघांचे जे वादविवाद सुरू झाले आणि रोज इतकी भांडणं होऊ लागली की त्यांच्या पहिल्या मुलाला (५ वर्षे वयाच्या) आजोळी राहावं लागू लागलं. आता तर दोघं वेगवेगळ्या बिछान्यांवर दूर दूर झोपू लागले होते.

अशोक सांगत होता की, त्याला फार अशक्तपणा जाणवतो. गेली दहा वर्षं तो क्लार्कची नोकरी करतो आहे पण एक रुपयाही वाचवून ठेवू शकला नाही. आत्तापर्यंत ४० डॉक्टरांकडून उपचार घेतले. त्यांत काही तांत्रिकही होते. सगळ्यांच्या फिया देता देता जेवढं कमावलं तेवढं संपून गेलं होतं. या जोडप्यालाही चांगल्या समुपदेशानाची गरज होती. मग पुढचा अर्धा तास मी त्या दोघांशी बोलले. लैंगिकता, संभोगक्रिया, लिंगाला ताठरता येणं, वीर्यपतन, शीघ्रपतन, संभोगक्रियेचा उत्कर्षबिंदू, त्याचा कालावधी हे सगळं म्हणजे नक्की काय, त्याचा अर्थ काय असतो, त्यातून आनंद कसा द्यायचा आणि घ्यायचा असतो, एकमेकांना समजून घेत प्रेम कसं करायचं याबद्दल त्यांना खुलासेवार समजावून सांगितलं.

पण अशा प्रकारची सगळी माहिती गावाकडच्या असंख्य जोडप्यांपर्यंत पोचून त्यांच्या प्रश्नांची उत्तरं कोण देणार? कशा दूर होणार त्यांच्या गैरवाजवी कल्पना? शासनाकडून लैंगिक शिक्षण आणि एड्स जाणीवजागृतीचे जे प्रयत्न केले जातात त्यांमध्ये या मुद्द्यांचा कुठे साधा उल्लेखही नसतो. सगळा भर HIV/AIDS बद्दल जागृती करण्यावर देण्यात येतो. परंतु जोडप्यांचे आरोग्यपूर्ण संबंध तुटण्यास कारणीभूत ठरणारे वेगवेगळे घटक, ज्यांमुळे ते खूप धोके पत्करत असतात त्यांचा कुठेच विचार होत नाही.

अलका आणि सुशांतो हे असंच एक जोडपं. नकळत धोका पत्करून जगत राहिलेलं. दोघंही अठ्ठावीस वयाचे तरुण-तरुणी. शेजारच्या बस्तर जिल्ह्यात राहणारे बंगाली. त्यातला नवरा बस ड्रायव्हर. पहिल्यांदा तो माझ्याकडे आला. अंगदुखी, ताप, भूक लागत नाही, वजन कमी होत चाललेलं अशा तक्रारी तीन महिन्यांपासून जाणवत होत्या त्याला. आजारी आणि अशक्त दिसतच होता. आणि त्याची प्लीहा स्पष्ट दिसून येत होती. तपासण्या केल्या. टी. बी. आणि HIV दोन्ही झाले होते. उपचाराने चांगला फरक पडला. मग त्याने बायकोला आणलं. तिच्याही तपासण्या केल्या. तिला HIV होता पण टी. बी. नव्हता. त्यांच्या लग्नाला सात वर्षं झाली होती आणि मुलगा चार वर्षांचा होता. सुरुवातीचे काही दिवस व्यवस्थित उपचार घेतल्यावर नंतर ते माझ्याकडे आले नाहीत.

आपल्या राष्ट्रीय एड्स निवारण मोहिमेचा सगळा भर लैंगिक शिक्षण आणि 'निरोध' वापरण्यावर आहे, हे चुकीचं आहे. कारण इथे वापरले जाणारे 'निरोध' किंवा गर्भनिरोधक आंतरराष्ट्रीय दर्जाचे नसतात. त्यामुळे बरेचदा त्यांचा वापर निष्फळ ठरतो. शिवाय निरोधाचा वापर कसा करावा, याबाबत कुठलं मार्गदर्शनही केलं जात नाही. 'माणूस म्हणून स्वत:ला सुधारा...', 'आधी चांगली माणसे व्हा, नाती सुदृढ करा आणि मग जबाबदारपणे लैंगिक सुख उपभोगा.' असलं काही कुणी त्यांच्याशी बोलत नाही. परंतु 'एड्स'वर आणि 'निरोध'वर फार जास्त भर दिल्यामुळे प्रजनन आरोग्य शिक्षणाला वाव मिळत नाही.

स्त्रिया आणि मुलींना ज्याबद्दल शिक्षित करायल पाहिजे असा आणखी एक महत्त्वाचा विषय म्हणजे ऋतुप्राप्ती (मासिकपाळी). परंपरागत समजुतींप्रमाणे ऋतुस्रावाच्या रंगावरून सगळं व्यवस्थित चाललंय, की काही गडबड आहे ते ठरवलं जातं. उदाहरणार्थ, अशी एक समजूत सर्वदूर पसरलेली असते की, जिला नियमित मासिक पाळी येत नाही, तिला जन्मभर आरोग्याचे त्रास होणार. अगोदर मी सांगितलं, त्याप्रमाणे त्यांना वाटत असतं की, नियमित दर महिन्याला पाळी येऊन रक्त वाहून गेलं नाही, तर ते रक्त गर्भपिशवीत साचून राहतं आणि मग वर सरकून पोटात शिरतं आणि समस्या सुरू होतात. त्यांना वाटतं की, गर्भपिशवी ही पिशवीसारखी मोकळ्या तोंडाची असते आणि ती हृदय, यकृत अशा सगळ्या महत्त्वाच्या भागांशी जोडलेली असते. आणि ही महिन्याची घाण पिशवीत साठून राहिली तर यकृतावरही वाईट परिणाम व्हायला लागतो.

ग्रामीण स्त्रिया अद्यापही मासिक पाळीच्या दिवसांत सॅनिटरी नॅपकिन्स वापरत नाहीत. कारण ते त्यांना परवडत नाहीत. प्राथमिक आरोग्य केंद्रातील नर्सेस त्यांना स्वच्छ निर्जंतुक केलेला कापूस वापरायला सांगतात पण तोही त्यांना परवडत नाही. त्या याला विरोध करतात कारण तो जाळायचा कुठे? नष्ट कसा करायचा, याच्या सोयी खेड्यात नसतात. त्यांना भीती वाटते की, विटाळाचा कापूस कुणाच्या हातात पडला तर आपल्यावर कुणीतरी जादूटोणा, चेटूक करतील!

बहुतेक ग्रामीण महिला पाळीच्या वेळेला जुने कपडे वापरतात. त्यामुळे त्वचा सोलवटते, फोड येतात तरी त्या तेच वापरत राहतात. त्या ते स्वच्छ धुऊ शकतात, उन्हात वाळवतात आणि एका कापडी पिशवीत भरून ठेवतात. कपड्यासारखे कपडे असल्यामुळे उन्हात वाळवायची देखील त्याना लाज वाटत नाही. आदिवासी खेड्यांमध्ये तर वेगळी, मोठी झोपडीच बांधलेली असते. सगळ्या ऋतुमती महिला ते चार दिवस तिथे जाऊन एकत्र राहतात.

आमची 'सर्च'ची समाज सेविका सुनंदा सांगते, आमच्या युवती शिबिरात जेव्हा मुलींना सॅनिटरी नॅपकिन्स दिले जातात, तेव्हा त्या तेही धुऊन उन्हात वाळत घालतात. ते त्यांना मोफतच वाटले जातात, पण तरी त्यांचा वापर त्या करत असतील की नाही याची तिला शंका वाटते. त्यापेक्षा तिच्या मते, त्या कपड्यांची स्वच्छता कशी करावी, एकमेकींचे कपडे वापरणं आरोग्याला कसं घातक ठरू शकतं हे त्यांना शिकवलं पाहिजे. ज्यावेळी खूप जास्त रक्तस्राव होत असतो, तेव्हा महिला सरळ कपड्यात गुंडाळून विटकरीचे तुकडे त्या जागी ठेवतात. त्यांत रक्त शोषलं जावं म्हणून. काहीजणी वेगळा कपडा न घेता साडीच त्या ठिकाणी घड्या करून बसवतात आणि खराब झाली की साडी बदलून धुऊन टाकतात. अशा वेळेला त्या काहीही झालं तरी खाली बसायचं टाळतात, कारण खाली बसलं की रक्ताचा डाग पसरेल आणि फजिती हेईल अशी त्यांना भीती वाटत असते.

शासनाचं आरोग्य धोरण ठरवणारं, कॉपर टी किंवा संततिप्रतिबंधक इंजेक्शनं अशा साधनांचा प्रचार करतात; या साधनांच्या वापरामुळे अनियमित आणि खूप जास्त रक्तस्राव स्त्रियांना होऊ लागतो; तेव्हा या स्त्रियांच्या आयुष्यात या गोष्टींमुळे काय काय समस्या उद्भवतात याची त्यांना कल्पनाही नसते. 'मग काय झालं? जास्त रक्तस्राव झाला तर महिलांनी सॅनिटरी नॅपकिन्स वापरावेत!' यासारखी हास्यापद विधानं ते करत असतात.

वस्तुस्थिती अशी आहे की, नॅपकिन्स वापरणं न वापरणं हा प्रश्न नाही. ग्रामीण भागातल्या शिकलेल्या स्त्रियांना देखील 'सॅनिटरी नॅपकिन्स' ही संकल्पना अजून परकी आहे. गडचिरोलीच्या ज्युनिअर कॉलेजमध्ये लेक्चरर म्हणून काम करणारी एक तरुणी सांगत होती, ''मी आजही मासिक पाळीसाठी स्वच्छ फडक्यांचाच वापर करते. तसं टी. व्ही. वरच्या जाहिरातीत पाहिलेली आहेत सॅनिटरी पॅड्स. ही बायकांसाठी असतात असं माझा भाऊ सांगत होता. त्याची पॅकेट्स पाहिली आहेत केमिस्टच्या दुकानात. पण आत काय असतं, माहिती नव्हतं. एकदा माझ्या मिस्टरांनी (नवऱ्याने) ते माझ्यासाठी आणलं होतं. कारण आत काय असतं हे पाहण्याची माझ्यापेक्षा त्यांनाच जास्त उत्सुकता होती.''

सॅनिटरी नॅपकिन्स राहू द्या, साधी आतून चड्डी घालण्याची कल्पनासुद्धा इथल्या कित्येक स्त्रियांसाठी अजून परकी आहे. माझ्याकडे तपासायला येताना मात्र चड्डी घालूनच आलं पाहिजे असं त्यांना वाटतं. कधी कधी तर त्यांच्या स्वत:च्या चड्ड्या नसतात. मग मुलीची किंवा इतर कुणाची चड्डी घालून येतात. ती इतकी घट्ट बसलेली असते की, तपासायच्या वेळेला ती काढण्यासाठी माझ्यासमोर त्यांना मजेशीर झगडाच करावा लागतो!

स्त्रियांची आतून तपासणी करण्याचे वेळी एक फार गमतीदार गोष्ट मी पाहून ठेवली आहे. सगळ्याजणी अत्यंत मेहनत घेऊन स्वत:ला आतून बाहेरून स्वच्छ करून येतात. खूप मेहनत घेऊन केस न् केस काढून टाकलेला असतो. गुप्त भागावरचे केस कुणाच्या नजरेस पडणं हे ग्रामीण भागात निषिद्ध समजलं जातं. ते सभ्यपणाचं मानत नाहीत. त्यांच्या सौंदर्याचं आणखी एक रहस्य म्हणजे विनासायास जननेंद्रियाजवळचे केस काढून टाकणारा 'राजा-राणी साबण.' पण तो महाग असतो. अनेक स्त्रियांशी मी बोलत असते तेव्हा त्या सांगतात की, तो साबण चोळला, की केस आपोआप निघून येतात. दुसरा उपाय म्हणजे राख लावू लावू केस उपटून टाकायचे. स्त्रीने कसं स्वत:ला चकाचक ठेवलं पाहिजे याबद्दलच्या त्यांच्या ठरलेल्या संकल्पना आहेत आणि जननेंद्रियाच्या स्वच्छतेबद्दल तर त्या विशेष जागरूक असतात. त्या म्हणतात, 'ती' 'त्याची' (म्हणजे नवऱ्याची) जागा हाय. ती त्याला साफ दिसली पायजे आन् सरळ आत घुसता आलं पायजे.' या कारणासाठी तो सगळा भाग त्या नेहमी स्वच्छ ठेवतात.

स्त्रियांची छाती किंवा स्तन यांनाही फार अवास्तव महत्त्व दिलं गेलं आहे

आणि त्याविषयी अनेक चुकीच्या आणि वेडगळ कल्पना पसरलेल्या मला आढळतात. अनेक स्त्री रुग्ण माझ्याकडे त्यांच्या स्तनांच्या आकाराबद्दल, ते लहान असण्याबद्दल तक्रारी घेऊन येतात. लग्नाचा सीझन सुरू होण्याचे वेळी तरुण मुली येतात. 'माझं लग्न ठरलंय. स्तन खूप लहान आहेत. मोठे करता येतील का? काय औषध घ्यावं म्हणजे छाती भरेल?'' म्हाताऱ्या बायका येतात. म्हणतात, 'काय झालं कळंना. थानं पार सपाट झाल्यात. हाय का काई अवशीद?' एकदा एक मध्यमवयीन महिला संकोचत सांगत होती, ''खूप लाज वाटती बघा. छात्या लईच मोठ्या दिसाय लागल्यात.'' दुसरी एक पंचवीस वर्षांची म्हणत होती, ''माझ्या नवऱ्याला वाटतं, माझी छाती इतकी बारीक कशी? म्हणतो, जरा टाईट कुडते घालीत जा. त्यात जरा उठून दिसती तू.''

एक कमला नावाची पस्तीस वर्षांची रुग्ण. तिचं म्हणणं होतं, 'मला असं एखादं इंजेक्शन द्या, की माझी छाती मोठी-मोठी दिसायला लागेल. नवरा माझ्या भोवती पुन्हा घोटाळायला लागेल.' तिचा नवरा मसाल्याचा व्यापारी आहे. 'घेरी आल्यासारखं होतं,' ही तक्रार घेऊन ती माझ्याकडे आलेली होती. तिचा पूर्वेतिहास असा होता की, तिला चौदा वर्षं, बारा वर्षं आणि दहा वर्षं वयाची तीन अपत्यं होती. कायमची नसबंदी करून (Abdominal Tubectomy) नऊ वर्षं झालेली होती. लग्नाला पंधरा वर्षं होऊन गेल्यानंतर आता तिचा नवरा तिच्या चारित्र्यावर संशय घेऊन टोमणे मारू लागला होता. म्हणायचा, 'छात्या तर पार सुकून कोळ झाल्यात तुझ्या. काही रस राहिलाय का आता तुझ्यात? म्हणूनच मला त्या बाजारातल्या बऱ्या वाटतात. मस्त छात्या घेऊन फिरतात.' आणि त्यासाठी ती मला इंजेक्शन द्यायची विनंती करत होती.

मी कमलाला तपासलं. व्यवस्थित होती तिची छाती. काहीच दोष नव्हता. लहान-मोठेपणा, आकार सगळं बरोबर होतं. पण ती तीव्र नैराश्यात गेली होती. आणि त्या एकाच मुद्द्याबद्दल तिच्या नवऱ्याची मानसिकता विकृत झालेली होती. मी म्हटलं, पुढच्या वेळी येताना नवऱ्याला घेऊन ये बरोबर. ती नंतर तीन वेळा येऊन गेली, पण तिचा नवरा काही आला नाही.

खरोखर खूप गैरसमजुती असतात स्तनांविषयी. वास्तविक स्तनांचा आकार आणि लहान मोठेपणा हा शरीरातल्या मेदाच्या पातळीवर अवलंबून असतो (Fat level). काही स्त्रिया मऊ पदार्थ भरून पुष्ट केलेल्या (Padded) ब्रेसिअर्स

वापरतात तर काही जणी छातीच्याच आकाराचे कृत्रिम स्तन ठेवून वर ब्रेसिअर घालतात. पण अशा पदार्थांचा सतत स्तनांवर दाब पडून नंतर कर्करोगाला आमंत्रण मिळतं. माझ्या मते हे आरोग्याला घातक असतं. तसं करू नये. याठिकाणी मी वाचलेलं एक मत मला आठवतं, की ज्यांच्या घराण्यात स्तनाचा कर्करोग होण्याची प्रवृत्ती आहे, त्या स्त्रियांनी ब्रेसिअर्ससुद्धा घालू नयेत. या मुद्द्याचा फारसा अभ्यास झालेला नाही. पण मला वाटतं की, अशा प्रकारच्या ब्रेसिअर्सचा आणि स्तनांच्या कर्करोगाचा काहीतरी संबंध नक्की असावा. भारतात तर स्तनांच्या कर्करोगाचं प्रमाण खूप जास्त आहे.

पण तरुण मुलींच्या मनात आपले स्तन आणि ब्रेसिअर्स ह्या मुद्द्याला किती महत्त्वाचं स्थान आहे हे मला भेटणाऱ्या मुलींमध्ये मी पाहते तेव्हा चकितच होते! त्या सांगतात, त्यांचे नवरे किंवा प्रियकर त्यांच्यासाठी छान छान ब्रेसिअर्स खरेदी करून आणतात. खरोखर आतल्या कपड्यांसाठी या मुली केवढा पैसा खर्च करतात! त्यासाठी युवा शिबिरामध्ये आम्ही स्तनांचा आकार, त्यांचं कार्य यांसारख्या विषयावर मुलींशी आणि मुलांशीही बोलत असतो.

प्रजनन आरोग्याचे इतके पैलू आहेत की कल्पनासुद्धा करायला कठीण. गर्भाशय, योनी यांच्याबद्दल शिकवलं जातं, पण स्तनांचं आरोग्य हा भाग दुर्लक्षितच राहतो. तर त्यात काय योग्य नि काय विपरीत ह्याबद्दल स्त्रीपुरुषांचं प्रबोधन व्हायला पाहिजे. स्त्रियांना आम्ही स्तनांची तपासणी स्वत:च कशी करायची हे शिकवतो. पुरुषांनासुद्धा हे शिकवायला काय हरकत आहे? 'सर्च' क्लिनिकमध्ये २००० साली मी एक अभ्यास केला. प्रत्येक स्त्री रुग्णाला प्रश्न विचारला, ''तुझ्या छातीत गाठ आली आहे हे कसं लक्षात आलं?'' तेव्हा २५० पैकी १५० स्त्रियांचं उत्तर होतं, नवऱ्याच्या प्रथम लक्षात आलं. स्तनात येणारी गाठ दरवेळी कर्करोगाचीच असते असं नाही. पण त्यांची तपासणी वेळेवर करून, गाठ कर्करोगाची आहे किंवा नाही, ह्याचा शोध घेणं अत्यंत महत्त्वाचं असतं.

स्तनांच्या मापात आणि आकारात काही वेगळेपणा (abnormality) असेल तर त्याचा संबंध त्या स्त्रीच्या आरोग्याच्या इतर काही समस्यांशी असू शकतो. एकदा माझी रुग्ण (सव्वीस वर्षं वयाची) कविता माझ्याकडे आली. तिचे दोन्ही स्तन खूप मोठे, घट्ट होऊन दुखत होते. तिला तीन मुलं होती. सर्वांत धाकटा चार वर्षांचा होता. म्हणजे सध्या ती मुलाला अंगावर पाजत नव्हती.

मला तंतु कृमींची (Filaria) शंका आली म्हणून रक्ताची तपासणी केली. तसंच होतं. उपचारानंतर ती बरी झाली. गडचिरोलीसारख्या तंतुकृमिप्रवण भागात (filarial endemic area) तंतुकृमींच्या प्रादुर्भावामुळे स्तनाला सूज आल्याची उदाहरणं आढळतात. तर पुरुषांमध्ये वृषणवृद्धीची बरीच उदाहरणं सापडतात (Hydrocele). ग्रामीण भागात काम करणाऱ्या आरोग्यसेवकांनी हे लक्षात घेतलं पाहिजे की, त्या प्रदेशाचे म्हणून काही विशिष्ट आजार माणसांना होत असतात. त्या दृष्टीने त्यांनी दक्ष राहायला हवं.

ग्रामीण जनतेच्या पुष्कळशा गैरसमजुती समजावून घेत असताना माझ्या हे लक्षात आलं की, आम्ही डॉक्टर्स ज्या गोष्टींना धोक्याच्या सूचना समजतो त्यांचा अर्थ ते लोक फार वेगळा लावतात. उदाहरणार्थ, गरोदरपणात थोडा जरी रक्तस्राव झाला तरी आम्ही असं समजतो की, पोटात काहीतरी गडबड झाली असावी आणि आई-मुलाच्या जिवाला धोका आहे. पण तरुण शिक्षक वसंत आणि त्याची पत्नी शालिनी यांना तसं काहीच वाटलं नाही. शालिनी पहिल्यांदाच गर्भवती झालेली होती आणि तिला माझ्याकडे तपासायला आणलं होतं. तेव्हा तिने सांगितलं की, गेले पंधरा दिवस तिला रोज थोडा रक्तस्राव होत आहे आणि गेल्या महिन्यातही तसंच झालं होतं. मी तपासलं तर गर्भ मृतावस्थेत होता. ताबडतोब काढून टाकणं गरजेचं होतं! म्हणजे समस्येचं गांभीर्यच त्यांच्या लक्षात आलेलं नव्हतं. हे सांगितल्यावर शालिनीने सांगितलं, 'माझ्या सासूबाईंनी सांगितलं की माझे सासरे माझ्या पोटी जन्म घेणार आहेत. जेव्हा गर्भारपणात रक्तस्राव होतो तेव्हा कुटुंबातलंच कुणीतरी पुनर्जन्म घेऊन येणार असतं. ते 'मी येतोय' म्हणून संकेत देत असतं. मधे मधे अंगावर जातंय याचा अर्थ ते ठरवताहेत येऊ की नको?येऊ की नको?'

लोकांच्या समजुती, संकल्पना, विचार काय आहेत हे आपल्याला माहिती असणं महत्त्वाचं आहे, म्हणजे वेळीच त्यांच्या चुकीच्या कल्पना दूर करून आपण त्यांना मदत करू शकतो. प्रजनन आरोग्याविषयी अज्ञान, त्यातल्या समस्या माहीत नसणं यात म्हाताऱ्या बायकासुद्धा आपला वाटा उचलत असतात. जनाबाईचं उदाहरण बघा. ही ५० वर्षांची अडाणी आदिवासी स्त्री एकदा माझ्याकडे आली. तिची छाती जड झाली होती आणि घशात जळजळ होत होती. ही काही प्रसूतिविषयक तक्रार नव्हती. म्हणून मी तिला म्हणाले की, तू सर्वसाधारण उपचारक डॉक्टरकडे जा (General Practitioner). तेही आमच्या 'सर्च'च्या आवारातच आहेत. पण तिचा आग्रह होता की मीच तिला

तपासावं. मी तिला असं समजावून सांगत होते की, ज्या बायांच्या अंगावर पांढरं पाणी जात असतं, कुणाला मूलबाळ नसतं त्यांनाच मी तपासते. तिची आता ऋतुनिवृत्तीसुद्धा झालेली होती. त्यामुळे ती या कक्षेत येत नव्हती. शेवटी तिने संकोचत सांगितले की, गेले चार दिवस तिला रक्तस्राव होत होता. मी तिला तपासलं तर तिच्या योनीमध्ये एका कापडात गुंडाळून कसल्याशा गोळ्या घालून ठेवलेल्या आढळल्या. योनीला जखमाही होत्या. तिच्या गावातल्या दाईने तिला सांगितलं होतं की, तुझं गर्भाशय खाली उतरलं आहे आणि या झाडपाल्याच्या गोळ्यांमुळे ते परत वर सरकेल. आता या गोष्टीचा आणि तिच्या मूळ तक्रारीचा काहीही संबंध नव्हता. खरी गोष्ट अशी होती की, खरं काय होत आहे हे मला सांगण्याची देखील तिला लाज वाटली होती. आता मी जर तिच्याशी नीट बोलून, न सांगितलेलं काढून घेतलं नसतं, तर खरं कारण मलाही समजलं नसतं. जनाबाईसारख्या अनेक स्त्रियांना मनातलं बोलायला कुणी नसतं आणि मग बिचाऱ्या अज्ञानाच्या अंधारात चाचपडत राहतात.

सेहेचाळीस वर्षांच्या कृष्णाचंही बघा, असंच झालं. सातवीपर्यंत शिकलेली ती शेतमजूर स्त्री. सेहेचाळिसाव्या वर्षी पाळी येईनाशी झाली तर तिचं इतकं अज्ञान की तिला वाटलं, आपल्याला पुन्हा दिवस गेले असतील. पंचवीस वर्षांपूर्वी लग्न झालेलं, मोठी मुलगी एकोणीस वर्षांची होती. नंतर बारा वर्षांपूर्वी एक बाळंतपण झालं तेव्हा मेललं मूल जन्माला आलं. आता सेहेचाळिसाव्या वर्षी आपल्याला दिवस गेलेत असं नक्की समजून ती माझ्याकडे आलेली होती आणि म्हणत होती की, चार महिने झालेत पण मला हे मूल नको. गर्भपात करून द्या. तपासलं तर ती गरोदर नव्हती. बहुधा ऋतुनिवृत्तीची सुरुवात होती. पण तिला तिच्या गरोदरपणाची इतकी खात्री की माझ्यावरसुद्धा विश्वास ठेवायला ती तयार नव्हती. मग मी तिला सोनोग्राफी करून घ्यायला सांगितली. माझंच निदान बरोबर निघालं.

अशीच एकदा पंचेचाळीस वर्षं वयाची अशिक्षित शांता आली. तिची तक्रार होती की, मासिक पाळीच्या वेळी फार जास्त रक्तस्राव होतो आणि लघवी करताना जळजळ होते. तिच्या लग्नाला पंचवीस वर्षं झाली होती. मूलबाळ झालेलं नव्हतं. नऊ वर्षांपूर्वी नवऱ्याने हिला सोडून दुसरी बायको केली होती. तिच्यापासून त्याला तीन मुलगे झाले होते. मी शांताला तपासलं. तिच्या गर्भाशयात तंतूंचा खूप मोठा गोळा वाढलेला होता. तो शस्त्रक्रियेने

काढून टाकणं आवश्यक होतं. शांता म्हणाली की, तिला फार भीती वाटत होती कारण तिचं पोट एखाद्या पाच महिने पूर्ण केलेल्या गरोदर बाई इतकंच मोठं दिसत होतं. ''मला कायम नवऱ्याशी संभोग करतो आहोत असं स्वप्न दिसत असे आणि मग मला भीती वाटायची की आपल्याला दिवस तर गेले नाहीत ना?'' शांता सांगत होती. तिची अपुरी राहिलेली संभोगेच्छा स्वप्नाच्या रूपाने पूर्ण होत होती. खेड्यापाड्यातले लोक सरसकट असं मानतात, की बाईला अशी स्वप्नं पडायला लागली की ती गरोदर राहते.

वंदना माझी रुग्ण होती. लग्नानंतर एकदा चौथ्या आणि एकदा पाचव्या महिन्यात तिचा नैसर्गिक गर्भपात झाला. तिच्या आईने आम्हांला सांगितलं की वंदनाचा नवरा तिला सतत मारहाण करतो, त्याच्यामुळेच असं झालं. तिने सांगितलं, ''नवरा तिला लई मारतो पघा. यकदा तर इतकं हानलं की पोटातल्या बाळाच्या बी अंगावर वळ उमटले व्हते.'' हे साफ खोटं असावं कारण असं घडणं अशक्य आहे! वंदनाचं लग्न झालं आणि एका वर्षाने तिला पहिल्यांदा दिवस गेले. तेव्हा ती आमच्याकडे तपासायला आली होती, पण नंतर काही आली नाही. त्यावेळी आम्ही चौकशी केली तेव्हा तिची आई म्हणाली की, वंदना आठव्या महिन्यात घरीच बाळंत झाली. एक दाई आणली होती. खूप वेळ कळा येत होत्या. लवकर सुटका झाली नाही आणि नंतर मेलेलं बाळ जन्माला आलं. नवऱ्याने बायकोला खूप मारझोड केल्यामुळे बाळ मेलं. कारण बाळाच्या अंगावर माराचे वळ दिसत होते. नंतरही नवऱ्याची मारझोड चालूच होती. दुसऱ्यांदा दिवस गेले. पाचव्या महिन्यात गर्भ पडला. त्याही गर्भाच्या अंगावर मारल्यासारखे वळ दिसले असं तिने सांगितलं. मला वाटतं, तिला जे माराचे वळ वाटले, तो गुप्तरोगाचा परिणाम दिसत असावा.

कधी कधी गर्भवतीला मधेच केव्हातरी अपत्यजन्मासारख्या कळा येतात. त्याच्याबद्दल अंधश्रद्धेतून निर्माण झालेल्या बऱ्याच गैरसमजुती ग्रामीण समाजात पसरलेल्या आहेत. त्यामुळे अशा वेळी स्त्रीला ताबडतोब दवाखान्यात नेलं जात नाही आणि तातडीच्या आरोग्य सेवेला ती मुकते. संध्याचं उदाहरण पाहू. संध्या पहिल्यांदा गरोदर झाली तेव्हा मृत मूल जन्माला आलं. दुसऱ्यांदा पूर्ण दिवसांची बाळंतीण झाली. मुलगी झाली. ती तीन वर्षांची झाल्यावर तिसऱ्यांदा दिवस गेले. फक्त एकदाच संध्या दवाखान्यात तपासायला आली होती, आठव्या महिन्यात. त्यानंतर कळलं की, नवव्या महिन्यात नैसर्गिकपणे बाळंत होऊन तिला मुलगी झाली. नंतर एकदा संध्या आठवण सांगत होती

की, आठव्या महिन्याच्या शेवटी एक दिवस तिला कळा येऊ लागल्या. मूल खाली यायला लागलं की दाई त्याला वर ढकलायची. पुन्हा खाली यायला लागलं की दाई त्याला परत वर ढकलायची. असं तीन वेळा झालं. ''मग मात्र त्या दाईने एक मंत्र म्हटला आणि काय नवल! बाळ जे काही वर सरकलं, ते एकदम नऊ महिने पूर्ण झाल्यावरच सुखरूप बाहेर पडलं!'' संध्या सांगत होती.

आता ही संध्या दहावीपर्यंत शिकलेली आणि तिचा नवरा प्रशिक्षित पदवीधारक, शिक्षकाची नोकरी करणारा. तरीसुद्धा असं बाळ वर ढकलता येतं यावर त्यांचा विश्वास बसला. प्रत्यक्षात त्या फक्त आभासी बाळंत वेणा (false pains) होत्या. अज्ञान आणि अंधश्रद्धा या शिकलेल्या लोकांच्यातही असतात त्याचं हे उदाहरण. पण तरीसुद्धा या लोकांनी वेळीच तिला वैद्यकीय मदत द्यायलाच पाहिजे होती.

'आहार' या विषयातलाही बराचसा टापू अज्ञानाच्या अंधारात आहे. त्याबद्दल शिक्षण देण्याची तातडीची गरज आहे. स्त्रीने गर्भवती होण्यापूर्वी आणि नंतर काय खाल्लं पाहिजे याबद्दलचं शिक्षण, नुकत्या वयात येणाऱ्या किशोरी आणि नवयुवती यांना मिळालं पाहिजे. आपल्याला सुदृढ राहण्यासाठी ताज्या अन्नाचं किती महत्त्व असतं, पोषणमूल्यं कायम राहावीत अशा प्रकारे भाज्या कशा शिजवाव्यात हे त्यांना शिकवलं गेलं पाहिजे. हिरव्या पालेभाज्या (पालक, मेथी), दुधीसारख्या फळभाज्या आणि वेगवेगळ्या ऋतूंत येणारी फळं खाणं किती महत्त्वाचं असतं हे त्यांना समजलं पाहिजे. हे सगळं गावामध्ये सहज आणि स्वस्तात उपलब्ध असतं. शिवाय आपल्या पारंपरिक अन्नपदार्थांतूनही आपल्या शरीरपोषणास आवश्यक असलेली बहुतेक जीवनसत्त्वं, फॉलिक ॲसिड, लोह, कॅल्शियम मिळू शकतात, हे सगळं मुलींना शिकवलं पाहिजे.

मुलाला अंगावरचं दूध पाजणं केव्हा बंद करावं, कसं सोडवावं हे तरुण आयांना माहीत असलं पाहिजे. सुदैवाने मुलांना अंगावर पाजण्याची प्रथा भारतात शाबूत राहिली आहे. पण इकडच्या ग्रामीण भागात स्त्रिया, मुलांना पाच पाच वर्षं स्तन्य पाजतात. (दोन ते तीन वर्षांपर्यंत मूल आईचं दूध पीत असेल तर त्याची नैसर्गिक रोगप्रतिकारक क्षमता चांगली वाढते.) बाळ चार महिन्यांचं झाल्यापासून त्याला हळूहळू घन आहार द्यायला सुरुवात केली पाहिजे, हे या स्त्रियांना माहीतच नसतं. त्याला वेळावेळाने मऊ भात, साधं

वरण, केळं, उकडलेला बटाटा, इतर भाज्या (उकडून, मऊ करून) असं भरपूर अन्न भरवलं गेलं पाहिजे. आईच्या दुधाबरोबर हे सर्व अन्न घटक मुलाला मिळणं वाढीच्या दृष्टीने अत्यावश्यक असतं, परंतु त्याकडे मोठ्या प्रमाणात दुर्लक्ष होतं. जर योग्य वेळी असा घन आहार सुरू केला नाही, तर पुढे त्याची वाढ खुरटणं, जननक्षमतेवर परिणाम होणं असे दुष्परिणाम आढळून येतात.

ग्रामीण भागातील दारिद्र्याचा परिणाम म्हणून कुपोषण आणि अनारोग्य वाढीस लागतं. याचा पुढे गंभीर परिणाम होतो, ज्याला वैद्यकीय परिभाषेत 'मॅटर्नल डिप्लेशन सिंड्रोम' (Maternal depletion syndrome) म्हणतात. म्हणजे आईच्या शरीरातली पोषक तत्त्वं आटून जाणं. वारंवार येणारी गर्भारपणं, बाळंतपणं, गर्भपात, मुलांना वर्षानुवर्षे अंगावर पाजणं या कारणांमुळे आईच्या शरीरात साठवलेलं लोह, स्निग्धपदार्थ आणि इतर पोषक द्रव्यांचा साठा संपून जातो आणि त्याचा परिणाम पुढील सर्व पिढ्यांच्या आरोग्यावर होतो. म्हणजे काय होतं? तर कमी वजनाची मुलं जन्माला येतात. भारतातली ही एक गंभीर समस्या आहे. गरोदरपणाच्या अगोदर आणि गरोदरपणात आईचं जे वजन असतं त्यावर जन्मसमयीचं बाळाचं वजन ठरत असतं. कमी वजनाचं मूल हे कोणत्याही जंतुसंसर्गाला चटकन बळी पडून त्याचा मृत्यू ओढवू शकतो.

इथे तर बहुतेक ग्रामीण आणि आदिवासी भागांत ती आईच मुळात कमी वजनाची जन्मलेली असते. त्यात दारिद्र्य आणि 'मुलगी' म्हणून तिच्याकडे झालेलं दुर्लक्ष यांमुळे वयात येईपर्यंतही ती कुपोषित असते. ही तशी तिच्या आयुष्यातली महत्त्वाची अवस्था असते. या वयातली तिची सुदृढता तिच्या पुढे होणाऱ्या बाळाचं आरोग्य ठरवत असते. सामान्यपणे सोळाव्या वर्षी तिचं लग्न होतं. (कायद्याने मुलीच्या लग्नाचं वय अठरा वर्षं आहे.) आणि लगेच पाठोपाठ तिची गरोदरपणं सुरू होतात. गरोदरपणातही ती काबाडकष्टाची कामं करत असते आणि प्रसूत झाल्यानंतर लगेचच पुन्हा कामाला सुरुवात करते. या सगळ्या धबडग्यात ती शरीरातली ऊर्जा वापरत राहते; मात्र झालेली झीज भरून न येताच ती राबत राहते.

त्यातच पुन्हा गरोदर असताना आणि अंगावर पाजत असताना 'हे करायचं नाही', 'तिकडे जायचं नाही', 'अमुक खायचं नाही' अशी सामाजिक बंधनं तिच्यावर असतात आणि भरीला अंधश्रद्धा. त्यामुळे ती पौष्टिक आहारापासून वंचित राहते आणि त्यामुळे तिच्या शरीरात साठवलेल्या अन्नतत्त्वांच्या साठ्यावर तिचं पोर एखाद्या बांडगुळासारखं वाढत राहतं. खरं

तर त्या काळात बाळाच्या आईने अत्यंत पौष्टिक असा आहार घ्यायला पाहिजे. नाहीतर ती रक्तहीन होत जाते. साधारण तिशीच्या आसपास या स्त्रियांच्या मागे आजाराचं शुक्लकाष्ठ लागतं. त्यांना वारंवार जंतुसंसर्ग होऊ लागतो. आणि त्या सतत दुखण्याच्या बळी ठरतात, याचं कारण त्यांच्या शरीरात मुळातला पोषक तत्त्वांचा साठा संपुष्टात आलेला असतो.

अशीच परिस्थिती असल्यामुळे तीस वर्षांच्या सुहासिनीला अक्षरश: प्राण गमवावे लागले. सुहासिनीचं लग्न एका शेतकऱ्याशी झालं तेव्हा ती पंधरा वर्षांची होती. दोघेही आदिवासी समाजातले, अशिक्षित. नवरा तिला माझ्याकडे घेऊन आला तेव्हा तिच्या सर्वांगावर सूज होती आणि तिला श्वास घ्यायलाही त्रास होत होता. या भागातल्या लवकर लग्न झालेल्या इतर मुलींप्रमाणेच पंधरा वर्षांत तिला पाच मुलं झाली. त्यांतल्या तीन मुली जिवंत होत्या, दोन मुलगे दगावलेले होते. सहा महिन्यांपूर्वी तिचं शेवटचं बाळंतपण झालं. तेव्हा तिला बाळंतपणानंतर अतिरिक्त रक्तस्रावाचा त्रास झाला. नवराबायको, दोघं कोणतीही संततिप्रतिबंधक साधनं वापरत नव्हती. तपासात तिला अतिरक्तहीनता (severe anaemia) असल्याचं निष्पन्न झालं आणि लवकरच हृदयक्रिया बंद पडून तिचा मृत्यू झाला असता.

सुहासिनीला 'मॅटर्नल डिप्लेशन सिंड्रोम' हा विकार जडला होता. अतिरक्तहीनतेमुळे तिला केव्हाही मृत्यू येण्याची दाट शक्यता असतानाही नवरा रक्त भरून घेण्याकरता तिला जिल्हा रुग्णालयामध्ये भरती करायला राजी नव्हता. तो म्हणाला, ''आमच्याकडे तेवढे पैसे नाहीत.'' शिवाय तो पेरणीचा हंगाम होता आणि त्यांना शेतात कामं होती. ''आता जर पेरण्या केल्या नाहीत तर खाणार काय? आमी समदेच मरून जाऊ,'' तो म्हणाला. आता आमच्यापुढे पेचप्रसंग उभा रहिला. काय करायचं? शेवटी आवश्यक ती इंजेक्शनं आम्ही तिच्यासाठी विकत आणून दिली आणि त्यांच्या खेड्यातल्या वैदू डॉक्टरने ती नियमितपणे तिला दिली. दुसरी कोणतीही वैद्यकीय सेवा जवळपास उपलब्ध नव्हती. पण सुहासिनी वाचली आणि नंतर दर दोन महिन्यांनी आमच्याकडे तपासणी करून घ्यायला येत राहिली.

गरीब आणि कमी उत्पन्न गटातील बऱ्याच कुटुंबांत, मिळणारा पैसा कपडे, घरातलं फर्निचर यांकरता खर्च केला जातो. चांगलं अन्न आणून खाण्याच्या सवयी लावण्यासाठी ते खर्च करायचे नाहीत. ताजी फळं, हिरव्या भाज्या खायच्या; जीवनसत्त्वं कायम राहतील अशा पद्धतीने अन्नपदार्थ शिजवायचे हे

त्यांच्या संस्कृतीत बसत नाही. अन्नपदार्थांविषयी 'हे गरम आन् त्ये लई थंड राहतं' अशा अनेक गैरसमजुती पसरलेल्या असल्यामुळे प्रत्येक हंगामात येणाऱ्या, स्थानिक बाजारात मुबलकपणे उपलब्ध असलेल्या स्वस्त भाज्या, फळं यांसारखे पौष्टिक अन्नपदार्थ ते खात नाहीत. आज लोकांनी आरोग्याविषयी जुनी संकल्पना पुन्हा एकदा लक्षात घेण्याची गरज निर्माण झालेली आहे की, प्रत्येक रोग बरा करणं आणि तो होऊ न देणं याचा संबंध त्या माणसाच्या आहाराशी असतो.

गावातल्या लोकांना वाटतं की जाडजूड असणं चांगलं. असा समज होण्याचं कारण इथले लोक उपाशीपोटी किंवा अर्धपोटी राहण्याच्या स्थितीतून आता कुठे बाहेर पडू लागलेत. पैसेवाले लोक कसे वागतात हे ते बघतात आणि त्याचीच नक्कल करायचा प्रयत्न करत राहतात. मग लवकरच ते दूध प्यायला लागतात, बदाम, काजू, अक्रोड, सुकामेवा असे महागडे पदार्थ खायला सुरुवात करतात. त्यांच्या हे लक्षात येत नाही की, तितकेच पौष्टिक अन्नपदार्थ त्यांना स्वस्त मिळणारी फळं आणि भाज्या यांतूनसुद्धा मिळू शकतात. प्रसार माध्यमांच्या प्रभावामुळे ब्रेड, बटर, जॅम, बिस्किट असे नवे अन्नपदार्थ लोकांच्या आहारात समाविष्ट होत आहेत. त्यामुळे वजन भराभर वाढून बसतं आणि अनियमित आहाराची त्यात भर पडते. वाढलेलं वजन कमी करण्यासाठी खूपच हानिकारक उपाय केले जातात. लहान मुलांना डब्यातून विकत मिळणारं बालान्न, दूध पावडर, बिस्किटं यांसारखी खूप महाग पण पोषणमूल्यं नसलेली उत्पादनं खायला घातली जातात.

गरोदर आणि मुलांना अंगावरचं दूध पाजणाऱ्या स्त्रियांनी अवश्य खाल्ले पाहिजेत अशा अनेक पदार्थांवर 'वर्ज्य' अशी लेबलं परंपरेने लावली गेल्यामुळे, आरोग्याचे बरेच प्रश्न निर्माण होतात. ग्रामीण महिलेच्या जीवनातील या महत्त्वाच्या टप्प्यांवर गैरसमजुतींचा फार मोठा पगडा असल्याचं दिसून येतं. वास्तवात त्या समजुती खरोखर निरर्थक आहेत. उदाहरणार्थ, तिची अशी समजूत असते की, गरोदरपणात स्त्रीने थोडं कमीच खाल्लं पाहिजे म्हणजे अपचनाचा त्रास होत नाही. फार पोट भरून जेवत राहिलं तर प्रसूतीच्या वेळेला अडचणी येतात. तिला गर्भारपणी जे नकोसं वाटेल ते तिने मुळीच खाता कामा नये. जर खाल्लं तर ते तिला पचणार नाही किंवा मग तिच्या अपत्याला तो पदार्थ कधीच आवडणार नाही. खरं तर गर्भारशी बाईला विशिष्ट पदार्थ खाण्याची इच्छा होते, कारण कमतरता भरून काढण्यासाठी तिचं शरीर

तो मागत असतं. उदा. लोह, खनिजं, काही जीवनसत्त्वं जर कमी पडत असतील तर ते 'मागून' घेण्याची शरीराची ती पद्धत आहे.

एकंदरीत इथे गरोदर स्त्रीची काळजी घेणं कमीच असतं, सगळी काळजी जन्माला येणाऱ्या बाळाची आणि त्याच्या आरोग्याची. गर्भवती स्त्रीला पौष्टिक अन्नापासून वंचित ठेवणाऱ्या अशा परंपरांमुळेच रक्तहीनता, बाळाचं वजन जन्मत: कमी भरणं आणि गर्भारपणामुळे स्त्रीचं आरोग्य बिघडणं असे दुष्परिणाम होत राहतात. प्रसूतिशास्त्र हे निश्चित जाणतं की भारतात बाळंतपणाचे वेळी मरणाऱ्या स्त्रियांपैकी ५० टक्के स्त्रियांचे मृत्यू हे प्रत्यक्ष अप्रत्यक्षपणे रक्तहीनतेमुळे होतात. ही रक्ताची कमतरता फक्त दारिद्र्य आणि पौष्टिक अन्नाचा अभाव यांमुळेच येते असं नाही, तर आहाराविषयीचं अज्ञान हेही त्याचं एक कारण असतं. हे आहारविषयक शिक्षण स्त्रियांबरोबरच पुरुषांनाही दिलं गेलं पाहिजे. कारण पिढ्यान्‌पिढ्या चालत आलेल्या परंपरांमध्ये बदल करण्याचे अधिकार त्यांनाच असतात आणि गरोदर सुनेला चांगलंचुंगलं खाऊ घालण्यासाठी तेच आपल्या आयांची मने वळवू शकतात.

माझ्या दवाखान्यामध्ये रोजच्या रोज येणाऱ्या रुग्ण म्हणजे ग्रामीण स्त्रियांमध्ये रक्तहीनता किती मोठ्या प्रमाणात पसरलेली आहे त्याचे पुरावेच आहेत. सेहेचाळीस वर्षांची दहावी शिकलेली विमला हे याचं विशिष्ट उदाहरण आहे. तिचा नवरा बी. ए. बी. एड. माध्यमिक शिक्षक आहे. विमलाला दोन मुलगे आणि एक मुलगी. धाकटं अपत्य वीस वर्षांपूर्वी झालं, तेव्हा हिचं वय होतं सव्वीस वर्षांचं. ती माझ्याकडे आली, ती खूप अशक्तपणा वाटतो आणि मासिक पाळी अनियमित झाल्याची तक्रार घेऊन. मी तिला तपासलं. रक्तातलं हिमोग्लोबिन धोक्याच्या पातळीपर्यंत खाली उतरलं होतं. फक्त ४.२ ग्रॅम प्रतिशत. तिच्या अंगामध्ये रक्त खूपच कमी होतं आणि लोह तत्त्वाची कमतरता होती. अयोग्य किंवा चुकीचं अन्न खाणं म्हणजेच कुपोषणाशी तिची समस्या निगडित असल्याचं दिसत होतं. आम्ही तिला लोहतत्त्वाच्या गोळ्या दिल्या आणि ती बरी झाली. नवरा सुशिक्षितच नाही तर शिक्षक असूनसुद्धा अशी ज्ञानाची उणीव. काय करावं हेच त्यांना समजत नव्हतं.

सध्या 'माता आणि बालक आरोग्य' कार्यक्रमांतर्गत सरकारतर्फे फॉलिक ॲसिडच्या गोळ्या पुरवण्याचा प्रयत्न होतो आहे. पण ती व्यर्थ धडपडच ठरते आहे. बहुतेक गर्भवती महिला या गोळ्या घेतच नाहीत, कारण त्यांना वाटत असतं की या गोळ्या घेतल्यामुळे पोटातलं बाळ मोठं होईल आणि त्यामुळे आपल्याला बाळंत होताना जास्त त्रास होईल आणि वर्षानुवर्षं कुपोषित

असलेल्या या महिलांना फक्त गरोदरपणाच्या नऊ महिन्यांत गोळ्या देऊन थोड्याच त्या कणखर होणार आहेत? त्यावेळेपर्यंत फार उशीर झालेला असतो. त्यामुळे आमच्या देशाने लहान मुलींच्या आहारापासूनच सुरुवात करायला हवी. मुलीला लहानपणापासूनच सकस अन्न आणि चौरस आहार मिळाला पाहिजे. म्हणजे पुढे ती जेव्हा गर्भवती होईल, तेव्हा त्या भ्रूणाला तिच्या शरीरातल्या साठवलेल्या पोषक तत्त्वांचा लाभ मिळेल.

आपल्या समाजात स्त्रीच्या सामाजिक स्तराचाही तिच्या आरोग्यावर परिणाम होत असतो. जर तिची परिस्थिती काही सुधारावी असं वाटत असेल तर ती स्त्री, तिचा नवरा आणि तिची सासू या सगळ्यांना विश्वासात घेऊन समजवावं लागेल. या तिवईवरच आरोग्य धोरणाची स्थापना करावी लागेल. (ती, नवरा, सासू हे त्या तिवईचे तीन पाय.) 'सर्च'मधल्या आमच्या अनुभवानुसार ८० टक्के स्त्रिया या आपल्या नवऱ्यांबरोबर क्लिनिकला आल्या होत्या. जोडप्यांचं समुपदेशन करण्याची ही आदर्श संधी होती. कारण हा इतका वैयक्तिक आणि खाजगी संवाद असतो की आरोग्यविषयक संदेश त्यांच्या विवेकबुद्धीत घुसवायला फार सोपं पडतं. त्याव्यतिरिक्त गावच्या पुरुष पुढाऱ्यांना एकत्र बोलावून आम्ही त्यांच्याशी प्रजनन आरोग्याविषयी बोलतो. त्यावेळी त्यांनी असं बोलून दाखवलेलं आहे की, 'अरे बापरे! बायांना एवढ्या समस्या आहेत आनि आम्ही पन त्येला कारनीभूत आहोत, हे कधी ध्यानातच आलं नव्हतं. त्येंच्या तब्येती आन् जगणं सुधारन्यासाठी आम्ही पुढाकार घिऊन बरंच काही करू शकतो, हे आता समजलंय. आम्ही करू तसं.'

खरोखर, प्रजनन आरोग्य म्हणजे अवघ्या कुटुंबाचंच आरोग्य म्हटलं पाहिजे.

खेडेगावात निषिद्ध समजल्या जाणाऱ्या गोष्टी

भाकडकथा आणि पोषक आहारापासून वंचित ठेवणाऱ्या गैरसमजती–

कोणते पदार्थ तब्येतीसाठी 'गरम' आणि कोणते 'थंड' यावरून काय खावं आणि खाऊ नये याविषयी गावांमध्ये अनेक पौष्टिक अन्नपदार्थ वर्ज्य मानले जातात.

अशा अनेकानेक गैरकल्पनांचा गर्भवतीच्या मनावर पगडा असतो आणि त्यामुळे ती स्वत:ला पोषक पदार्थांपासून दूर ठेवते. ह्या निषिद्धतेच्या कल्पनांतून काही अन्नपदार्थ आईच्या आणि बाळाच्या आरोग्याला हानिकारक असल्याचे समज पसरलेले असतात. पाहा कसे ते.

थंड पदार्थ

१) दही, केळी : हे खाल्ल्यामुळे आईला, बाळाला सर्दी होते. गरोदरपणी आईने खाल्ले असले तर बाळाला जन्मल्यावर न्युमोनिया होतो.

२) दुधी भोपळा : याच्यामुळे बाळाला न्युमोनिया, कावीळ होते.

३) पेरू : आईला सर्दी, बाळाला न्युमोनिया होतो, कानातून पू येतो.

४) जांभूळ : बाळ बहिरं होईल. मग दुसऱ्या कोणत्याच औषधाचा उपयोग होणार नाही.

५) शेवग्याच्या शेंगा : बाळाच्या अंगावर सूज येईल. आईने घेतलेल्या औषधांची ताकद कमी होईल.

६) कारली, मुळा : बाळाला न्युमोनिया होईल.

७) तोंडली : बाळाला न्युमोनिया होईल. ते कर्णबधिर होईल. मंदबुद्धी निपजेल.

८) लाल भोपळा, टोमॅटो : बाळाला पडसं, न्युमोनिया होईल.

९) काकडी, कोबी, कांदा : आईला आणि बाळाला सर्दी होईल.

१०) मटण (मेंढी, बकरा) : आईने खाल्ल्यास बाळाच्या गुडघ्याचे सांधे कमजोर होतील.

११) पक्ष्याचं मांस : गर्भारशीने खाल्ल्यास बाळाचे सांधे कमजोर होतील.

१२) वांगी : आईच्या योनिमुखाला खाज येईल.

१३) हिरव्या पालेभाज्या : गर्भवतीने खाल्ल्या तर पोटात बाळाला खूप थंडी वाजते आणि इतर औषधांचा परिणाम नष्ट होतो.

१४) पोपट (फरसबी) : पोटातल्या बाळाला फारच थंड होतं. आईच्या अंगावर सूज येते, औषधांचा परिणाम होत नाही.

१५) वालाच्या शेंगा, मूग डाळ, मसूर डाळ : इतर औषधे निष्प्रभ होतात.

१६) बटाटे : पोटातल्या बाळाला फार थंड पडतात. आईचा रक्तदाब वाढून अंगावर सूज येते.

१७) रताळी : आईच्या अंगावर सूज येते.

१८) लसूण : आईसाठी थंड असतो. त्यामुळे सूज येते, अंग दुखतं. बाळासाठी मात्र उष्ण.

१९) हरभरा डाळ, डाळीचं पीठ : आई व बाळाला अपचन, उलट्या होतात.

२०) लिंबू सरबत : सर्दी होते.

उष्ण पदार्थ

१) सुरण : गर्भ पडून जातो. बाळाला खरूज होते.

२) अंडी : गर्भ पडून जातो. गर्भपिशवी खाली सरकते.

३) पपई, गूळ, नारळ, तीळ, मासे, चिकन, कलिंगड, आंबे : गर्भ पडून जातो.

४) चहा, आलं : पोटात गरम पडते. गर्भपात होतो.

५) शेंगदाणे : बाळंतिणीला कफ होऊ शकतो.

६) गवार : जुने रोग उचल खातात.

७) गहू : पचायला जड

८) कोलंबी (झिंगे) : बाळासाठी चांगले नाहीत.

९) दवाखान्यातून दिली जाणारी औषधे : गरम पडतात, गर्भपात होऊ शकतो.

१०) आंबट पदार्थ : खाल्ल्यास औषधांचा परिणाम होत नाही.

११) चिंचा, लिंबे, लोणची : गर्भपात होऊ शकतो.

१२) मसाला : गर्भपात होतो, बाळाला कावीळ.

१३) हॉटेलचे पदार्थ, तेलकट, तळकट अन्नपदार्थ : बाळाचे पोट बिघडते, त्याला तेलाचा वास येतो.

१४) सुपारी : आईला व बाळाला उलट्या होतात.

बाळंत झाल्यानंतर स्त्रीने काय खायचं नाही त्याची एक लांबलचक यादी असते. त्याबद्दल ठाम गैरसमज असतात.

१) दुधी भोपळा, लाल भोपळा : बाळाला कावीळ होते आणि न्युमोनिया.

२) चवळी, फ्लॉवर, कोबी : बाळाला कावीळ होते.

३) मका : बाळाच्या पोटात जंत होतात.

४) चणा डाळ : कोणत्याही स्वरूपात खाल्ली तरी अति उष्ण. बेंबीला जंतुबाधा होते. बाळाला गॅसेस होतात.

५) कांदा, मुळा, शेंगदाणे, हिरवी मिरची, उडीद, मूग डाळ, दही, ताक, टोमॅटो, कोथिंबीर, अंडी, मासे, काकडी, मटण, ज्वारीची भाकरी, पोहे-हे पदार्थ खाल्ल्यामुळे आईचे पोट बिघडते आणि बाळाला न्युमोनिया होऊ शकतो.

एवढे सगळे पदार्थ वर्जित केल्यामुळे गर्भारपणात आणि बाळंतीण

झाल्यावर स्त्रीला आवश्यक ते पोषण मिळतच नाही. त्याचबरोबर हेही पाहायला मिळतं की सगळं लक्ष बाळाच्या आरोग्यावर असतं. आईकडे फारसं लक्ष दिलं जात नाही. हे सगळं बघितल्यावर असं वाटतं की, पुरुषांनाच सगळं चांगलंचुंगलं खायला मिळावं म्हणून स्त्रियांना सकस अन्नपदार्थांपासून दूर ठेवण्याचं केलेलं हे सांस्कृतिक कपट तर नसावं? की केवळ दारिद्र्यामुळे असं घडत असावं?

तरुणांशी विशिष्ट विषयांवर गटचर्चा

ग्रामीण तरुणांची सकारात्मक, सृजनशील ऊर्जा कशी कारणी लावता येईल? इथले तरुणतरुणी त्यांच्या जीवनाकडे, त्यांच्या भविष्याकडे कोणत्या नजरेने पाहतात? त्यांच्या आजूबाजूला घडणाऱ्या घटनांकडे ते कसं पाहतात?

आम्ही 'सर्च'तर्फे, बारावीत शिकणाऱ्या मुलामुलींच्या दोन ठिकाणी गटचर्चा आयोजित केल्या. गडचिरोली शहरात बिगर आदिवासी युवकांची आणि तळोधी या आदिवासी खेड्यात आदिवासी तरुणतरुणींची. या चर्चेच्या वेळी वर लिहिलेले तीन प्रश्न प्रामुख्याने चर्चिले गेले.

या सर्व तरुणतरुणींनी 'सर्च'च्या युवक-युवती शिबिरात भाग घेतलेला होता. त्यामुळे त्यांचे विचार, दृष्टिकोन फार चांगल्या पद्धतीने स्पष्ट झालेले होते आणि ते जबाबदारीने आणि आत्मविश्वासाने वावरत होते.

बिगर आदिवासी गटाने सांगितलं की, 'सर्च'च्या शिबिरात त्यांना अत्यंत दुर्लभ असणारी, भिन्नलिंगी व्यक्तीला भेटून मनमोकळा संवाद साधण्याची संधी मिळाली. या गटातली रोशनी म्हणाली, ''मुलामुलींनी एकमेकांशी मैत्री करण्यात काहीच गैर नाही, हे आम्हांला या ठिकाणी कळलं. उलट त्यातून एकमेकांच्या समस्या काय आहेत ते कळतं. या शिबिरामध्ये मुलींनी पुढे येणाऱ्या मातृत्वाची तयारी आधीपासूनच कशी केली पाहिजे हे आम्हांला शिकवलं. पुरुषाचा शुक्राणू कसा असतो हे त्यांनी आम्हांला सूक्ष्मदर्शकाखाली दाखवलं. आम्हांला तेव्हा कळलंच नाही, हे सगळं कशाला सांगताहेत? मग जेव्हा बारावीच्या अभ्यासाला हे सगळं असल्याचं समजलं, तेव्हा लक्षात आलं की अरे, आपल्याला तर ही सगळी उत्तरं शिबिरात माहीतच झालेली आहेत! आणि मग आम्ही जीवशास्त्रात खूप चांगले मार्क मिळवले. त्याच्या आधी मात्र आपल्या शरीरावर, आरोग्यावर किती गोष्टी परिणाम करत असतात

हे माहीतच नव्हतं. आमच्या आया काही आमच्याशी या विषयावर मोकळेपणी बोलत नाहीत. मैत्रिणींनाही काही फारशी माहिती नसते. फक्त मासिकात वाचून काही थोडंफार कळेल तेवढंच.''

त्यांतली स्मिता सांगत होती, ''आपल्या वयाच्या मुला-मुलींमध्ये कसं राहावं हे आम्हांला शिकवण्याची गरज आहे. त्या वयात आमच्या शरीरात कसे बदल होत जातात हे समजलं पाहिजे. नाहीतर मासिक पाळी, हार्मोनमधले बदल यांबद्दल मुलींना काहीच माहिती नसते. बरोबरीच्या मुलांबरोबर कसं वागायला पाहिजे याबद्दलसुद्धा कुणीतरी मार्गदर्शन करण्याची गरज असते. एकमेकांबद्दल वाटणारं आकर्षण म्हणजे प्रेम नाही हे आम्हांला समजायला पाहिजे. अशा बाबतीत एकमेकांना समजून न घेतल्यामुळे मुलं आणि आईवडील यांच्यात फार मोठी दरी पडलेली असते.''

या गटातले मुलगे सांगत होते की, आमचे आमच्या आईवडिलांशी चांगले संबंध आहेत पण त्याला फार मर्यादा आहेत. मुलींबरोबर सुदृढ, मनमोकळा संवाद ठेवणं खेड्यातल्या वातावरणात शक्य होत नाही. अगदी समाजसेवा किंवा खेळ याच्यातही मुलं-मुली एकत्र नसतात. उलट कधी एखादा मुलगा मुलीशी बोलायला लागला तर मित्रमैत्रिणी त्यांना चिडवायला सुरुवात करतात आणि बातमी लगेच त्यांच्या आईवडिलांपर्यंतही पोहोचते.

मात्र आदिवासी युवकयुवतींना अशा प्रकारचा संकुचित अवघडलेपणा वाट्यास येत नाही. कारण समाजाने सगळं एकत्र येऊन करावं, सर्व वयोगटातल्या स्त्री-पुरुषांनी आपसांत मोकळेपणाने मिसळावं ही भावना त्या समाजात प्रखरपणे दिसते. आदिवासी तरुण-तरुणींना वडीलधाऱ्यांविषयी खूप आदर असतो. पण काही जुन्या रूढींबद्दल ते संतापही व्यक्त करतात. 'आमच्यामध्ये तरुणांचे विचार लक्षातच घेत नहीत, त्यांचं म्हणणंही ऐकून घेत नाहीत,' तळोधीचे तरुण सांगत होते.

''तरुण मुलं आणि स्त्रिया यांना त्यांची मतं व्यक्त करायला परवानगी नाही. समाजात त्यांचा आवाज ऐकला जात नाही. एखादी स्त्री जर जादूटोणा करते असा संशय आला किंवा तिने नरबळी दिल्याचं कळलं, तर आमचा समाज तिच्याशी अत्यंत क्रूरपणे, अमानुष पद्धतीने वागू शकतो. गावकरी मिळून नेहमी योग्य तोच निर्णय घेतात असं काही नाही,' राजेश नावाचा युवक बोलत होता, ''ते सगळं पैशाच्या मापाने मोजतात. त्यात त्यांच्या स्त्रियांना किंवा कुटुंबाला काय त्रास होतो याच विचार केला जात नाही. आमच्या भावनांना

काही किंमतच दिली जात नाही. सगळं कशावर मोजायचं; तर पैसा आणि जेवणखाण.''

''एखाद्या मुलीला लग्नाआधी दिवस गेले, तर ती 'खराब' झाली म्हणतात आणि तिला 'शुद्ध करण्यासाठी' एका धर्मगुरूला बोलावतात. एक गावसभा भरवली जाते. तिथे सर्वांसमक्ष त्या मुलीला विचारतात, 'मूल कुणाचं?' ती त्याचं नाव सांगते. त्याला विचारतात, 'हे खरं आहे का? तुला मान्य आहे का?' त्याने कबूल केलं तर दोघांचं लग्न लावलं जातं. समजा त्याने नाही मान्य केलं, पण पोरीची इच्छा असेल, तर त्याला तिच्याबरोबर राहावं लागतं. तरीही तो पोरगा जर लग्नाला नाहीच तयार झाला तर मात्र अख्खा गाव त्याच्या विरोधात जातो. कधी कधी मूल एकाचं असतं आणि पोरगी दुसऱ्याचंच नाव घेते. पण ग्रामसभेजवळ 'खरं काय झालं?' ते वदवून घेण्याच्या अनेक युक्त्या असतात, त्यामुळे सहसा कुणाचं खोटं पचत नाही.'' हे सगळं तो तरुणच सांगत होता.

एखाद्या अविवाहित मुलीचे कुणा बिगर आदिवासी तरुणाबरोबर संबंध आले तर तो एक मोठाच प्रश्न होऊन बसतो. जर ती त्याच्याशी लग्न करण्याचा हट्टच धरून बसली तर तिला गाव सोडून जावं लागतं. कारण की, असं कृत्य म्हणजे समाजाची बदनामी समजली जाते. ती जर त्याच्याशी असलेले संबंध तोडायला तयार झाली तरच तिच्यावरचा बदनामीचा कलंक पुसला जाऊ शकतो.पण तिने हट्टाने लग्न केलंच तर कुटुंबाला दंड म्हणून गावजेवण घालावं लागतं आणि त्या मुलीवर दोन वर्षं बहिष्कार टाकला जातो.

आदिवासी युवकांनी सांगितलं की, अशी उदाहरणं बहुतेक करून मुलींच्याच बाबतीत घडतात; कारण मुलं सहसा जातीबाहेरच्या मुलीशी लग्न करत नाहीत. क्वचित करतात. त्यांची अशी धारणा असते की, असे स्त्री-पुरुष आंतरजातीय संबंध अयोग्य आहेत, कारण त्यांच्या संस्कृतीनुसार धर्माशी आणि जातीशी एकनिष्ठ राहणं हेच योग्य ठरतं. त्यांच्यातला एक तरुण सांगत होता, ''पोरींना फॅशन करायला पैसे हवे असतात म्हणून त्या बाहेरच्या तरुणांशी लग्न करू पाहतात. कारण बिगर आदिवासी तरुण हे आमच्यापेक्षा जास्त शिकलेले असतात आणि त्यांच्याकडे पैसा असतो. बांधकामावर मजुरी करताना किंवा आश्रमशाळेत त्यांना आदिवासी पोरी भेटतात. या पोरींना घरून पैसे मिळत नसतात म्हणून ती पोरं ह्यांना भेटी देऊन भुलवतात आणि त्या

त्यांच्या नादी लागतात. पण पुढे आपल्या भविष्यावर आणि कुटुंबावर याचा काय परिणाम होईल याचा विचार त्या करत नाहीत.''

एका पुरुषाने अनेक बायका केल्या तरी आदिवासी समाज काही म्हणत नाही. मात्र त्या सर्वांना सुखात ठेवणं ही एक वेगळीच गोष्ट असते. सुरेशला याचा ताजा अनुभव होता. तो सांगत होता, ''मला दोन बायका आहेत. पहिल्यांदा येक पोरगी आनली घरात. तिच्यापासून येक पोर झालं. मग दुसरी येक भेटली. जमलं आपलं. मग तिला बी घेऊन आलो. ती पण पोटुशी झाली. तिने घरी सांगितल्यालंच नव्हतं. तिचे आईबाप अडानी. पण तिचं पोर म्येलेलंच निघालं. इकडं पहिली बायको रागावून माहेरी निघून गेलेली. मी गेलो दोन-तीन वेळा तिला आनायला. नाही आली. आन ही दुसरी गेली तिसऱ्याचा हात धरून. ही माझी चित्तरकथा. दुःखाने वेडा झालो. विष घेण्याचा प्रयत्न केला. गावात लोकं नावं ठेवतात.''

गडचिरोलीत काही विकास झालेला नाही, सोयी सुविधा नाहीत आणि सामाजिक वातावरणही मागासलेलं आहे. याबद्दल बिगर आदिवासी तरुण संताप व्यक्त करतात. ''इथे कोणत्याही गंभीर आरोग्यविषयक समस्येवर खात्रीलायक उपचार उपलब्ध नसतात. लोकांना त्यासाठी दूरचा प्रवास करून थेट नागपूर किंवा मुंबई गाठावी लगाते. काही भागात भयंकर कुपोषण आहे तर काही ठिकाणी भ्रष्टाचारामुळे इतकी हास्यास्पद परिस्थिती आलेली आहे की मुलांना शाळेमधून पोषक अन्न तर पुरवलं जातं पण त्यामुळेच त्यांना विषबाधा होते. खाजगीरीत्या ज्या आश्रमशाळा चालवल्या जातात त्यांना सरकारतर्फे बरीच मदत दिली जाते पण मुलांना मात्र अक्षरशः कदान्न खाऊ घातलं जातं,'' असंही त्या तरुणाने सांगितलं.

नामदेव नावाच्या आदिवासी तरुणाने सांगितलं, ''या आश्रमशाळा म्हणजे तुरुंगासारख्याच असतात. आम्ही बहुतेक सगळे त्याच व्यवस्थेतून आलेलो आहोत. तिथे मुलांच्या आरोग्याची हेळसांड केली जाते. लहान लहान मुलांना एका बादलीतच आंघोळ करावी लागते. त्यांच्या अन्नात अळ्या असतात. आठवी ते दहावीमध्ये शिकणाऱ्या मुलींचं आश्रमशाळेच्या चालकांकडून किंवा शिक्षकांकडूनच लैंगिक शोषण केलं जातं. 'आदिवासी विद्यार्थी संघटने'नं या विरुद्ध आवाज उठवला. निषेध मोर्चे काढले. त्या शाळांना भेटी देऊन तिथली अनास्था उघडकीस आणली. त्यांनी इतकं चांगलं काम करून दाखवलं की

संघटनेच्या मुख्य कार्यकर्त्यांना तातडीने राजकारणात ओढण्यात आलं. ते राजकीय पक्षात गेले आणि आदिवासी विद्यार्थ्यांचे प्रश्न तसेच भिजत पडले.''

आशिष आणि त्याचे बिगर आदिवासी मित्र दारूचे अड्डे आणि बियर बार फार वाढल्याची तक्रार करत होते. ते म्हणाले, ''दारूबंदीचा कायदा लागू केलेला आहे पण हे सगळे दारू विक्रेते राजकारण्यांचे नातलगच आहेत. इलेक्शनच्या टायमाला दारूबंदी तोडून मतदारांना दारूचं वाटप करणारे कसले हे नेते आणि राजकारणी? जे शिक्षक शाळेत आम्हांला 'दारू पिणं वाईट' म्हणून शिकवतात, 'व्यसन मुक्ती'वर व्याख्यान झोडतात तेच शाळा सुटल्यावर गुत्त्यात जाऊन पिऊन टाईट होतात. इतके पितात की त्यांना धरून घरी आणून सोडावं लागतं. हे काय आम्हांला शिकवणार? आणि विद्यार्थी त्यांच्याकडून काय शिकणार?''

जातीवर आधारित आरक्षणाबद्दल हे बिगर आदिवासी तरुण त्यांचे विरोधी विचार प्रकट करतात. त्यांच्या मते सर्व जातिजमातींच्या विद्यार्थ्यांना समानतेने शाळेत प्रवेश मिळायला पाहिजे. गुणवत्तेवर आधारित शिष्यवृत्तींचा सर्वांना सारखाच लाभ घेता यायला हवा. खेडोपाडी सर्वत्र जातीयवाद इतका बोकाळलेला असताना त्यांच्या मित्रमंडळीत मात्र आपसांत भेदभाव नाहीत, असं ते आवर्जून सांगतात.

युवकांनी सांगितलं की, जिल्ह्याचा विकास होण्याची शक्यता फार कमी दिसते. पण त्यांच्या भवितव्याबद्दलही तीच शक्यता असल्याची तक्रार ते करत होते. आशिष हा गडचिरोलीच्या व्यावसायिक कुटुंबातून आलेला. तो सांगत होता, ''नक्षलवाद्यांमुळे इथे कसलीही प्रगती किंवा विकास होणं शक्य नाही. ठेकेदार आणि लाचखोर सरकारी कर्मचारी मिळून आदिवासींची पिळवणूक करतात आणि सरकार त्यांच्यासाठी काहीच करत नाही. ही नक्षलवादी चळवळ अशीच वाढत जाणार. लोकांना पोलिसांकडूनसुद्धा संरक्षण मिळत नाही, त्यांनी जायचं कुठं?

''खरं म्हणजे गडचिरोली जिल्हा खनिजसंपत्ती, औषधी वनस्पती, अनेक प्रकारच्या बांबूंची वनस्पती यांनी समृद्ध आहे. आमच्या इथे करोडोंची वनसंपदा आहे. पण एकही कारखाना, उद्योग इकडे यायला तयार नाही, कारण नक्षलवाद्यांची दहशत. इथे बदली झाली, तर सरकारी कर्मचाऱ्यांना शिक्षा दिल्यासारखं वाटतं. गडचिरोलीला वाइटातला वाईट जिल्हा अशी विशेषणं मिळतात. इथल्या लोकांना काम मिळत नाही. काही करायचं म्हटलं, तर

कर्जासाठी बँका, वित्तीय संस्था इथपर्यंत पोचलेल्या नाहीत. त्यामुळे शिक्षण पूर्ण केल्यावर गावी परत येण्याची इच्छाच होत नाही.''

आपण गावात फिरताना कसं दिसलं पाहिजे, लोकांनी आपल्याला दिसण्यावरून मान दिला पाहिजे याबद्दल तरुणांचा कटाक्ष दिसला. ''आम्हांला आधुनिकच राहावं लागतं. कारण आम्हांला मागे पडायचं नाहीये. चांगलेच कपडे घालावे लागतात. माणूस दिसतो कसा, यावरून तो किती बुद्धिमान असेल हे लोक ठरवतात. आम्ही जर नीटनेटकं राहिलो नाही तर लोक समजतील की, हा गरीब घरचा दिसतोय. एखादा साधा राहायला लागला तर त्याची टिंगल करतात. आम्ही सिनेमे पाहतो आणि त्यांतल्या हिरोंसारखे कपडे घालतो. टी. व्ही.वर, पेपरमध्ये जाहिराती येतच राहतात. मग आम्हांलाही वाटायला लागतं की, फेअर अँड लव्हली, ओल्ड स्पाइस, जिलेट III, जीन्स, टी शर्ट, गॉगल्स, हेअर स्टाईल, मेक अप, बाईक, कार, मोबाईल, इनसे ही 'लाईफ बनती है।''' असा सर्वांचा सूर होता.

तरुण सांगत होते की, कितीही मार्क मिळवले, अगदी ९८ टक्के पडले, तरी कॉलेजमध्ये ॲडमिशन मिळेल याची खात्री नसते. शेवटी त्यांना असा विचार करावा लागतो की, प्रत्येकाला थोडंच डॉक्टर, इंजिनिअर होता येतं? मग पर्यायी कोणतं तरी करिअर करावं लागतं. ''यासाठी आम्हांला योग्य दिशा दाखवणारं व्यवसाय मार्गदर्शन मिळालं पाहिजे, ज्यातून आम्हांला माहिती मिळेल आणि त्याबद्दलची जाणीव जागृत होईल. आपल्याला पुढे कशात काम करायचं आहे, त्यादृष्टीने अगोदरच स्वत:ची मजबूत तयारी करून ठेवली पाहिजे,'' पार्थिवने सांगितलं.

मग आशिष म्हणाला, ''पण एकूण मोठ्या शहरांपेक्षा इथलं आमचं जगणं चांगलं आहे. इथे प्रदूषण नाही. पण इथे सगळेजण दुसऱ्यांच्या कॉप्या मारतात. स्वत:ची वेगळी अशी काही निर्मिती करत नाहीत. कारण कुणी काही वेगळं करायला गेलं, की बाकीचे त्याचे पाय ओढतात. 'फार शहाणा समजतोय स्वत:ला. टाळं लावून घरी बसेल तेव्हा कळंल त्याला.' ही जी प्रवृत्ती आहे ना गावाकडची, त्यात बदल झाला पाहिजे.''

गावखेड्यातली सर्वांत लाजिरवाणी गोष्ट कोणती? या प्रश्नाला बिगर आदिवासी युवकयुवतींनी एकमुखाने उत्तर दिलं, ते म्हणजे 'सांडपाण्याची विल्हेवाट आणि संडासची सोय या गोष्टी नसणं.' त्यांच्या मते या सगळ्याला शासनच जबाबदार आहे आणि ते काहीच करत नाही. पण आदिवासी

युवकांच्या मते तसं नाही. जेव्हा गरज पडेल तेव्हा अख्खा गाव एकत्र येतो आणि श्रमदानाने असे प्रश्न सोडवतो.

गडचिरोली हा कसा उपेक्षित जिल्हा आहे हे सांगताना बिगर आदिवासी युवक सांगतात, ''एवढं जिल्ह्याचं ठिकाण असून रहिवाशांसाठी इथे एखादा बगिचा किंवा उद्यानसुद्धा निर्माण केलेलं नाही. वास्तविक विदर्भाचा विकास करण्यासाठी महाराष्ट्र शासनाने केवढा तरी निधी मंजूर केलेला आहे. पण गडचिरोली जिल्ह्याला काही तो दिसला नाही की त्याचा दुरून वासदेखील आला नाही. अजिबात न वापरता निधी परत करण्यात आला.''

''गडचिरोली जिल्ह्यातल्या ५० टक्के जमिनीवर जंगल आहे. इतर काही जिल्ह्यांत तर झाडंसुद्धा नाहीत पुरेशी. तसं भारत देशात सरासरी ३३ टक्के जंगल असायला पाहिजे पण ते फक्त २३ टक्के आहे. पण म्हणून त्याचा भुर्दंड आम्हांला एकट्यालाच का म्हणून? त्या जंगलामुळे आमच्या भागाच्या विकास कामात कपात होते त्याचं काय? देशातले इतर जिल्हे जंगलं सुरक्षित ठेवू शकले नाहीत त्याची किंमत आम्ही मागास राहून का द्यायची? केवळ इकडचीच जमीन इतक्या प्रमाणात जंगलाखाली राहिली पाहिजे, हा यांचा अट्टहास का? इतरांसारखीच आम्हीही थोडी जंगलतोड केली तर काय फरक पडणार?'' आशिष बोलत होता.

पार्थिव म्हणाला, ''पैसा मिळवण्याचा दुसरा मार्ग म्हणजे हुंडा. आम्हांला हुंडा घ्यावाच लागतो. आम्हांला माहिती आहे की, हुंड्यापायी मुलींची संख्या कमी होते आहे. तरीसुद्धा ही साखळी चालूच राहते. खरं म्हणजे, हुंडा देणं हा पैशांचा अपव्यय आहे. पण मुली चालवून घेतात ही पद्धत. आईवडीलही त्यामुळे खूप टेंशन घेतात. मुलींनी याबाबत 'हुंडा देणार नाही,' अशी ठाम भूमिका घेतली पाहिजे. मुलं चट करतील त्यांच्याशी लग्न. न करून जातील कुठं?''

आदिवासी तरुण मात्र निसंदिग्धपणे जंगलं वाचवून त्यावर अवलंबून असणारं त्यांचं जीवन सुकर करू पाहतात. त्यांना घरं बांधायला जंगलचं लाकूड लागतं. 'महुआ'ची झाडं हा तर त्यांचा कल्पवृक्षच म्हणायला पाहिजे. पौष्टिक अन्नापासून उत्तम जीवनदायी दारूपर्यंत आणि जनावरांच्या खाद्यापर्यंत अनेक प्रकारे ते महुआचा वापर करतात. तेंदूची पानं गोळा करून विड्यांच्या कारखान्यांना पुरवली जातात. त्यातून त्यांची रोख उत्पन्नाची सोय होते. पण त्यांना वाटतं की यात बदल झाला पाहिजे. आम्हीसुद्धा इतरांप्रमाणे शेती करून

जगू. सरकारने प्रत्येक खेड्याला विहिरी आणि पंप यांची सोय करून द्यावी. डोंगराळ भागात पाणी व्यवस्थापन करावं म्हणजे आम्हांलाही रोख उत्पन्न देणारी 'कॅश क्रॉप्स' घेता येतील.

''इथे सामान्यपणे एक कुटुंब मोहाची फुलं, तेंदूपानं गोळा करून आणि रोजगार हमी योजनेखाली मजुरी करून वर्षाला १००००/- रुपये कमावतं. जे धान्य पिकतं ते सहा महिन्यांतच संपून जातं. आम्हांला आणखी शेती आणि वेगळ्या प्रकारचे रोजगार पाहिजेत तरच सगळे पोटभर खाऊ शकतील. ज्याने प्रदूषण होणार नाही असे उद्योग इथे सुरू करा. आमच्या शिक्षणाची सोय करा. आम्हांलासुद्धा खरेदी-विक्रीचे व्यवसाय करायला आवडेल. पण आमच्याकडे भांडवल नाही. शासनाने आदिवासींच्या कल्याणासाठी केलेल्या योजना आमच्यापर्यंत पोहोचतच नाहीत. कारण सरकारी कर्मचारी आम्हांला त्याबद्दल सांगत नाहीत. आज आमची परिस्थिती अशी आहे, की उद्या बाप मेला तर त्याचं शेवटचं क्रियाकर्म करायला पैसे उधार आणावे लागतील.''

आदिवासी युवक सांगत होते की, त्यांच्या जंगलातल्या गावापलीकडे, बाहेरच्या जगात काय चाललंय हे जाणण्यासाठी ते आता प्रयत्न करू लागलेत. बाहेरचं जग म्हणजे त्यांच्या दृष्टीने जिल्ह्याची सीमा इतकाच अर्थ. बातम्या कळाव्यात म्हणून ते आता मराठी वृत्तपत्रं विकत घेऊ लागलेत. त्यांतून ते क्रिकेटबद्दलच्या, सिनेमाच्या बातम्या वाचतात. गडचिरोली जिल्ह्यात काय काय घडतंय त्याची त्यांना माहिती कळते. ग्रामीण आणि आदिवासी तरुणतरुणींचा माध्यमांद्वारे बाहेरच्या विशाल जगाशी अधिकाधिक संपर्क येऊ लागला आहे. त्यामुळे त्यांच्या इच्छाआकांक्षा वाढू लागल्या आहेत. पण हे आपल्याला आर्थिकदृष्ट्या शक्य आहे का, आणि हे सगळं आपल्या हिताचं आहे का, उपयोगाचं आहे का, हा विचार, ते करत नाहीत. त्यासाठी वृत्तपत्रं, टी. व्ही., मोबाईल फोन या माध्यमांचा आपल्या जीवनावर कसकसा परिणाम होत जातो याबद्दल त्यांना शिक्षण मिळालं पाहिजे. माध्यमं जी ग्राहक संस्कृती पोसत आहेत त्यामुळे ग्रामीण-आदिवासी तरुणांच्या मनातली अस्वस्थता वाढत चालली आहे. त्यांच्या मनात न्यूनगंड फोफावतो आहे. इतरांना जे वापरायला आणि उपभोगायला मिळतं ते आपल्याला मिळत नाही असं वाटून निराशा, दैववाद, क्षोभ, चीड या भावना वाढत चालल्या आहेत. तारुण्य हे असं जोमाने भरलेलं वय असतं, त्यांच्या शरीर-मनात अशी ताकद असते, की खूप चांगलं किंवा मग कमालीचं विध्वंसक काम ते करू शकतात.

या युवकांच्या वाडवडिलांनी शेतात काबाडकष्ट केले पण त्यांना मात्र शेतात राबायची इच्छा नाही. कष्ट करावेसे वाटत नाहीत. त्यांना रिकामटेकड्यासारखं बसून खायचं आहे आणि मग निराशेत जायचं आहे. त्यांच्या अंगातल्या शक्तीला, ऊर्जेला सकारात्मक वाट सापडत नाही. जेव्हा सरकारने आदिवासी आणि ग्रामीण विकासासाठी ठेवलेला निधी त्यांच्यापर्यंत पोहोचत नाही, तेव्हा ते वैफल्यग्रस्त होतात आणि बंड करून उठतात. नक्षलवादासारख्या चळवळी आगीत तेल ओततात. नक्षलवादी चळवळीने याच कारणाने गडचिरोलीत चांगलेच बस्तान बसवले आहे.

आता ही समाजाची जबाबदारी ठरते, की तरुणांमध्ये जाणीवजागृती करून 'श्रीमंत इंडिया' आणि 'गरिबांचा भारत' यांच्यातली तफावत कमी करण्याचा प्रयत्न करायचा. सरकारनेसुद्धा तगडी इच्छाशक्ती दाखवून त्यांचे सर्वोत्तम अधिकारी गडचिरोलीसारख्या अविकसित भागामध्ये पाठवले पहिजेत. एखाद्यावर आकस धरला की शिक्षा म्हणून त्याची बदली गडचिरोलीला करायची हे आता थांबलं पाहिजे. एखाद्या कामासाठी मंजूर केलेल्या निधीचा योग्य विनियोग होतो की नाही यावर लक्ष दिलं पाहिजे. चांगलं काम करणारे सरकारी अधिकारी आणि कर्मचारी यांना बोनस, बक्षिसं देऊन उत्तेजन आणि पाठिंबा दिला पाहिजे. असे कर्मचारीच क्रांतीचे दूत बनतील आणि तळागाळापासून बदलाला सुरुवात करतील.

**

प्रकरण चौदावे

धोरणांची अंमलबजावणी बदल घडवून आणण्यासाठी महत्त्वाचे दुवे

वैद्यकीय व्यावसायिक आणि सेवाभावी संस्था (NGO) यांचे आपापल्या कामानिमित्त समाजाच्या तळागाळापर्यंत संबंध येत असतात. मग आपल्या समाजाची तृणमूल वस्तुस्थिती (Grass Root Reality) काय आहे ती त्यांनी धोरण ठरवणाऱ्या कानांवर घातली पाहिजे. आपण काय चांगलं काम केलं आणि काय काय मिळवलं हे आपण नटवून सजवून पुढे मांडतो. त्याचबरोबर आपण या कार्याकडे जरा नजर फाकवून पाहिलं तर यातले कोणते मुद्दे कळीचे आहेत, कशावर भर दिला तर परिस्थिती बदलू शकते हे आपल्या लक्षात येऊ शकतं. मग यात आपण जर विस्तारित समाजाला सामील करून घेतलं, तर माहिती आणि अनुभव यांचा एक सेतू तयार होतो. वेगवेगळ्या व्यक्ती अणि त्यांचे समूह यांनी एकत्र बसून विचार केला तर आपल्याच समस्या नेमक्या काय आहेत, हे समजून येतं आणि समाजाचं भलं करण्यासाठी सगळ्यांचाच हातभार लागू शकतो. या पुस्तकात ज्या धोरणात्मक मुद्द्यांचा ऊहापोह केला आहे त्यांचा थोडक्यात आढावा या प्रकरणात घेण्यात आलेला आहे.

सार्वजनिक आणि खाजगी आरोग्य सेवा

१. आरोग्य शिक्षण

समाजाला एकदा विश्वासार्ह आरोग्य सेवा मिळायला लागली की रोग कसे टाळावेत हेही हळूहळू त्यांच्यापर्यंत पोचायला लागतं. त्यामुळे आपल्या सार्वजनिक आरोग्य धोरणामध्ये जंतुसंसर्ग, सुरक्षित गर्भपात, कुटुंब नियोजन,

संततिनियमन, मातेचं आणि नवजात बाळाचं आरोग्य यांसारख्या सेवा, तसेच रोगांचा प्रतिबंध करण्यासाठी मदत, त्याचबरोबर स्वच्छ पाणी आणि मलमूत्र-विसर्जनाची तसेच सांडपाण्याचा निचरा करण्याची स्वच्छ, सुरक्षित व्यवस्था या सर्वांचाच अंतर्भाव झाला पाहिजे. त्याचप्रमाणे कचरा, मलमूत्र तसेच सांडपाणी यांचं व्यवस्थापन, पोषक आहार, व्यायाम आणि शरीरशुद्धी यांचं महत्त्व याविषयी जाणीवजागृती करून लोकांची रोगप्रतिकारशक्ती कशी वाढवता येईल याबद्दलचं आरोग्य शिक्षणही दिलं गेलं पाहिजे.

२. भ्रष्टाचार

शासकीय रुग्णालयात आता मोठ्या बोर्डवर स्पष्टपणे कोणत्या उपचारास किती शुल्क पडेल हे लिहिलेलं असतं. शस्त्रक्रियेसाठी किती आणि रुग्णास भरती केल्यास खोलीभाडं किती आकारलं जाईल हे त्यात नमूद केलेलं असूनसुद्धा डॉक्टर लोक बेशरमपणे जास्तीचे पैसे मागतात. शासकीय सेवेतले डॉक्टर तिथे आलेल्या रुग्णांना पुढील तपासणीसाठी स्वत:च्या खाजगी दवाखान्यात बोलावून त्यांच्याकडून पैसे उकळतात. शासकीय सेवेतील डॉक्टरांनी खाजगी सेवा करावी की नाही, याबद्दलचे नियम स्पष्ट नसल्यामुळे, तेच डॉक्टर रुग्णांची सरकारी रुग्णालयात हेळसांड करून त्यांना स्वत:च्या खाजगी दवाखान्यात येण्यास भाग पाडतात. सरकारी नियम असा आहे की, एमबीबीएस केलेल्या डॉक्टरांना खाजगी व्यवसाय करण्यास परवानगी आहे, फक्त तो सरकारी सेवेच्या वेळेत मध्ये येऊ नये. काही ठिकाणी असे नियम असतात की, सरकारी रुग्णालयापासून दीड किलोमीटरच्या परिसरात कोणत्याही डॉक्टरचा खाजगी दवाखाना असता कामा नये. पण हे नियम निर्लज्जपणे धुडकावले जातात. बऱ्याच डॉक्टरांना सरकारतर्फे, रुग्णालयाच्या आवारातच निवासस्थान दिलं जातं. त्या निवासस्थानीच ते खाजगी व्यवसाय करतात.

३. उपचार सेवा रुग्णांपर्यंत पोचत नाहीत

जिल्हा रुग्णालयात दिसून येणारा मुख्य प्रश्न म्हणजे जिल्हाभरातून अनेक अडलेल्या बाळंतिणी इथे तातडीच्या सिझेरियनसाठी आणल्या जातात. त्या अशा ठिकाणाहून येतात जिथे वाहतुकीसाठी वाहन मिळणं दुरापास्त. मग आणीबाणीच्या परिस्थितीत दोन दोन हजार रुपये खर्च करून भाड्याची गाडी करावी लागते. इतकंही करून बिचारे रुग्णालयामध्ये पोहोचेपर्यंत बाळंतिणीला

जंतुसंसर्ग झालेला असतो आणि बाळ आतल्या आत मेलेलं असतं. ग्रामीण रुग्णालयं, प्राथमिक आरोग्य केंद्रं अशा केसेस हाताळू शकत नाहीत, कारण त्यांच्याकडे भूलतज्ज्ञ, रक्त बदलण्याची सोय आणि शस्त्रक्रियेसाठी लागणारी इतर साधनं नसतात. ग्रामीण भागामध्ये अशा आणीबाणीच्या वेळेला स्वस्तात वाहतूक सेवा उपलब्ध झाली पाहिजे. सार्वजनिक आणि खाजगी वाहतूकदारांच्या समन्वयातून हे होऊ शकतं. असं झालं, एखाद्या सेवाभावी संस्थेने पुढाकार घेतला तर लोकांच्या महत्त्वाच्या गरजेची पूर्तता होईल.

४. स्त्री-पुरुषांच्या प्रजननविषयक गरजा

भारतीय ग्रामीण महिलांना गरोदरपण, बाळंतपण, गर्भपात, वंध्यत्व आणि इतर तक्रारींसाठी बिनधोक उपचार सेवा मिळण्याची फार गरज असते. स्त्री डॉक्टर जवळपास उपलब्ध नाही म्हणून बऱ्याच महिला आपल्या खास बायकी समस्या दडपूनच ठेवतात. कुणालाच सांगत नाहीत. पुरुषांनासुद्धा आपल्या लैंगिक आणि प्रजननविषयक समस्यांसाठी सुरक्षित उपचार सेवा असली पाहिजे. दारूचं व्यसन आणि गुप्तरोग किंवा वंध्यत्व यांचा परस्परसंबंध कसा असतो, हे त्यांना समजायला पाहिजे. ग्रामीण भागात व्यसनमुक्ती केंद्रंसुद्धा असण्याची गरज आहे. रुग्णांची लैंगिक तपासणी करू शकतील असे प्रशिक्षित सेवक प्राथमिक आरोग्य केंद्रामध्ये असले पाहिजेत. जोडप्यांना आणि युवकयुवतींना प्रजनन आरोग्याचं शिक्षण देण्याबरोबरच त्यांच्या लैंगिक समस्याही प्राथमिक आरोग्य केंद्रात सोडवता आल्या पाहिजेत, त्यांवर उपचारांची सोय असली पाहिजे.

ग्रामीण आरोग्य सेवक

एकंदर परिस्थिती अशी दिसते की, बहुतेक ठिकाणी प्राथमिक आरोग्य केंद्रं नाहीत आणि दर वेळी रुग्णालयात भरती होणं बहुसंख्य लोकांना परवडत नाही. त्यामुळे आपण प्रशिक्षित आरोग्य सेवक आणि पारंपरिक सुइणींची एक फळी निर्माण केली पाहिजे. अशा प्रशिक्षण कार्यक्रमासाठी सेवाभावी संस्था महत्त्वाची भूमिका निभावू शकतात. जर ग्रामीण आरोग्य सेवकांना प्रतिबंधक आणि उपचारात्मक आरोग्याचं प्रशिक्षण दिलं तर ते जादूई परिणाम घडवून आणू शकतील. मात्र त्यांच्या कामावर योग्य देखरेख ठेवली जायला हवी,

तसंच त्यांचं ज्ञान अद्ययावत ठेवण्यासाठी नियमितपणे प्रशिक्षणसत्रं घ्यायला हवीत. प्राथमिक आरोग्य केंद्रं आणि जिल्हा रुग्णालयं यांचेकडून त्यांना खंबीर पाठिंबा मिळायला पाहिजे.

आरोग्य व्यवस्थेकडून या सूचनेला भरपूर विरोध झाला, पण आता आरोग्य धोरण ठरवणाऱ्यांना याचं महत्त्व पटू लागलं आहे. यापूर्वी सरकारने भारतभर आरोग्य लोकसेवक तयार करण्याचा केलेला प्रयोग फसला कारण उमेदवारांची अयोग्य निवड केली आणि ज्यांची निवड केली त्यांना आवश्यक तो पाठिंबा तसंच प्रशिक्षण दिलं गेलं नाही. आता मात्र भारत सरकारच्या 'राष्ट्रीय ग्रामीण आरोग्य मोहिमे'ने हे मनावर घेतलं असून देशभर ही योजना राबवली जाणार आहे.

वंध्यत्वावरील उपचार सेवा

रुग्णालयांचा आढावा घेतला असता असं लक्षात येतं की, सामान्यपणे एकूण लोकसंख्येच्या ८ टक्के लोकांना वंध्यत्वाचा त्रास होतो. जोडप्याला मूल होत नसेल तर त्यासाठी ७५ टक्के केसेसमध्ये पुरुष जबाबदार असतो. पण मला भेटलेल्या जवळपास सर्व रुग्णांची ही वस्तुस्थिती स्वीकारायची तयारी नव्हती. त्यांची अशी खात्री असते, की आम्ही संभोग क्रिया व्यवस्थित करू शकतो, मग आमच्यात कसा दोष असेल? आपल्याकडे वंध्यत्वाची समस्या आहे हे सरकारच्या 'प्रजनन आणि बालक आरोग्य' खात्याला मान्य असलं तरी प्राथमिक आरोग्य केंद्राच्या पातळीवर त्यावर उपचार करण्याची कोणतीही सोय उपलबध नाही. आरोग्य खातं वेड लागल्यासारखं कुटुंब नियोजन आणि शस्त्रक्रियांच्या उद्दिष्टांचे आकडे यांच्याच मागे लागलेलं दिसून येतं. या प्रश्नाकडे अधिक समावेशक दृष्टीने पाहिलं जात नाही. त्याची व्याप्ती नीट समजावून घेतली जात नाही. त्यामुळे त्यावरची उपचार सेवाही पुरवली जात नाही आणि त्याच्या बळी मात्र स्त्रिया ठरतात. ज्यांना वंध्यत्वाची समस्या आहे, त्यांतले बहुसंख्य शहरापर्यंत जाऊन आधुनिक उपचारांचा फायदा घेण्यास असमर्थ असतात. खरं तर वंध्यत्वाचं निदान करण्यासाठी साध्या चाचण्या प्राथमिक आरोग्य केंद्रात उपलब्ध करून देणं सहज शक्य आहे. दारू पिणं, गुप्तरोग आणि वंध्यत्व हे कसे एकमेकांशी संलग्न आहेत, ते पुरुषवर्गाला समजलं पाहिजे. स्त्रियांनी हे समजून घेतलं पाहिजे की, वारंवार गर्भपात होणं किंवा

करवून घेणं यामुळे वंध्यत्व येऊ शकतं. मासिक पाळीच्या काळात स्वच्छता न पाळणं यामुळेदेखील जंतुसंसर्ग होऊन वंध्यत्व येण्याची शक्यता असते.

गर्भपात सेवा

कायदेशीर गर्भपात आणि बेकायदा गर्भपात यांच्यावर कितीही चर्चा झाली तरी गावपातळीवर त्याचा विशेष परिणाम होत नाही. इथे आवश्यकता आहे ती पाच महिने पूर्ण होण्यापूर्वी, जर तिची इच्छा असेल तर बाईला सुरक्षितपणे, स्वच्छतेने, स्वस्तात गर्भपात करून मिळाला पाहिजे, तोही तिच्या गावातच. असं झालं तरच ती भोंदू तांत्रिक किंवा मांत्रिकाकडे जाणार नाही आणि त्यांच्या अर्धवट ज्ञानामुळे होणारे गैरप्रकार टाळता येतील.

स्त्री डॉक्टर

शासनाने नर्सेसप्रमाणेच स्त्री डॉक्टरांनाही खेडेगावात काम करणं सक्तीचं करायला पाहिजे. नर्सेसना खेडेगावातल्या रुग्णालयात काम करायला जावं लागतं, पण स्त्री डॉक्टरांच्या बाबतीत हा नियम वाकवलेला आहे. त्यांचं लग्न झालं की खेड्यात काम करायला जाण्याचा नियम त्यांना लागू होत नाही. हे असं का? नर्सेसनी खेड्यात जायलाच पाहिजे आणि स्त्री डॉक्टर नाही गेल्या तर चालेल? त्या आर्थिकदृष्ट्या समाजाच्या वरच्या थरातून आलेल्या असतात म्हणून? खरं म्हणजे पुरुष डॉक्टरांच्या इतक्याच प्रमाणात स्त्री डॉक्टरांना खेड्यात नोकऱ्या दिल्या पाहिजेत. हा एक तोडगा असू शकतो. वास्तविक मेडिकल कॉलेजमध्ये मुलांच्या इतक्याच मुली शिक्षण घेतात. मग पदवी घेतल्यावर या डॉक्टरणी जातात कुठे? स्त्री डॉक्टर खेड्यातल्या प्राथमिक आरोग्य केंद्रात काम करू शकणार नाहीत असं गृहीत का धरलं जातं?

उद्दिष्टांची सक्ती

आरोग्य कर्मचाऱ्यांवर कमीत कमी इतक्या शस्त्रक्रिया करायलाच पाहिजेत अशा प्रकारची लादलेली उद्दिष्टं व्यवस्थाच उरफाटी करू पाहतात. दरवर्षी एका रुग्णालयाने अमुक इतकी बाळंतपणं किंवा इतक्या निर्बीजीकरण शस्त्रक्रिया केल्याच पाहिजेत असा दबाव जर त्या कर्मचाऱ्यांवर असेल तर निर्णय घेताना रुग्णाचं हित पाहण्याऐवजी आपलं उद्दिष्ट पूर्ण करण्यासाठी किती शस्त्रक्रिया पाहिजेत हा आकडाच त्यांच्या डोळ्यांपुढे असतो आणि त्या दृष्टीनेच तो निर्णय

घेतला जातो. याच कारणामुळे गरोदर स्त्रियांनी नियमित तपासणीसाठी रुग्णालयात यावं याकरता कराव्या लागणाऱ्या प्रबोधनाकडेही कर्मचाऱ्यांचं दुर्लक्षच होतं.

बहुसंख्यांसाठी औषधे

गरिबांच्या ज्या नेहमीच्या साध्या समस्या असतात, उदाहरणार्थ, खरजेसारखा त्वचारोग; त्यावरच्या उपचारांसाठी आरोग्य व्यवस्था निधी मंजूर करीत नाही. पण हेपॅटायटिस बी ची लस टोचण्यासारख्या मोहिमेसाठी भरपूर पैसा खर्च केला जातो. वास्तविक ही लस टोचणं खर्चीकही आहे आणि काही थोड्या लोकांनाच हा जीवघेणा रोग होण्याची शक्यता असते.

प्रशिक्षित आणि प्रोत्साहित कर्मचारी वर्ग

आरोग्य व्यवस्थेचा कर्मचारी वर्ग प्रशिक्षण दिलेला तसंच प्रोत्साहित केलेला असलाच पाहिजे. तांबीसारखं उपकरण स्त्रीच्या शरीरात सरकवून देताना काय काय विपरीत शक्यता असू शकतात, याचं प्रशिक्षण प्राथमिक आरोग्य केंद्राच्या नर्सेसना दिलेलं नसतं. त्यामुळे पेशंटचं आरोग्य आणि त्यांचा आरोग्य व्यवस्थेवरचा विश्वास या दोन्हींवर वाईट परिणाम होतो. तांबीमुळे होणाऱ्या जंतुसंसर्गावर इलाज न केल्यामुळे बाळंतपण धोक्याचं होतं, गर्भपात होतात, गर्भामध्ये जन्मत: विकृती निर्माण होतात, अत्यंत कमी वजनाची मुलं जन्माला येतात, स्त्रीला वंध्यत्व येऊ शकतं किंवा गर्भाशय ग्रीवेचा कॅन्सर होतो.

संशोधनाची आवश्यकता

माध्यमांचे परिणाम

तरुणांच्या मनावर लोकप्रिय सामाजिक माध्यमांचा कसा प्रभाव पडतो आणि त्याचे कोणते परिणाम त्यांच्या मानसिक, शारीरिक आणि सामाजिक आरोग्यावर होतात याचे सखोल संशोधन झाले पाहिजे.

सामाजिक वैद्यक

सामाजिक वैद्यकाच्या तत्त्वानुसार, साथीचे रोग, त्यातला समाजाचा सहभाग, त्यांवर प्राधान्याने केली जाणारी उपचार प्रणाली यांचा अभ्यास आणि संशोधन होणं गरजेचं आहे. माणसांवर सामाजिक, आर्थिक घडामोडींचा कसा

परिणाम होतो आणि अंतिमत: सगळ्या गोष्टींचा एकत्रित परिणाम त्यांच्या आरोग्याचा ऱ्हास होण्यात होतो, या सगळ्याचा सविस्तर अभ्यास झाला पाहिजे. हे सगळं खोलवर समजून घेण्याची गरज आहे. या गोष्टींचा फक्त संख्यात्मक आढावा घेतला जातो, त्याची गुणात्मक बाजू प्रकाशात न आल्यामुळे प्रत्यक्ष समाजाच्या पातळीवर काय घडतं, त्याबद्दल आपण अनभिज्ञच राहतो. आपलं ज्ञान आणि माहिती अपुरी ठरते. कारण खरी प्रगती होते आहे की नाही, शिक्षणाचा दर्जा काय, आरोग्यावर कशाचा कसा परिणाम होतो आहे, हे काही नुसत्या आकडेवारीवरून मापता येत नाही.

सेवाभावी संस्था आणि संशोधन

जेव्हा एखादी सेवाभावी संस्था एखाद्या प्रश्नावर काम करण्याची गरज ओळखून त्यावर संशोधन करते आणि माहितीचं संकलन करून ठेवते, तेव्हा ते नक्कीच विश्वासार्ह आणि ठाम असतं. जेव्हा या अभ्यासातून निघालेल्या निष्कर्षांचा लोक स्वीकार करतात आणि उपायांची अंमलबजावणी करतात, तेव्हा निश्चितपणे त्यांचा फायदा होतो. आम्ही शोधाभ्यास करून वस्तुस्थितीचा वेध घेतला तेव्हा आमची अशी पक्की खात्री झाली की, फक्त सेवा देण्यामुळे नाही तर समस्येचा पूर्ण अभ्यास करून दिलेल्या सेवेमुळे सेवाभावी संस्थेचे सामर्थ्य वाढते.

दारूचे व्यसन आणि विकृती

कदाचित नागरी भागात हे लक्षात आलं नसतं, परंतु ग्रामीण भागात व्यवसाय करत असताना, वैद्यकीय समस्यांसोबतच माणूस म्हणून येणाऱ्या समस्यांचं अधिक आकलन झालं. याचंच उदाहरण म्हणजे जन्मजात व्यंग असलेल्या स्त्रिया. काही स्त्रिया अशा पहिल्या, ज्यांच्या शरीरात जन्म घेतेवेळी गर्भाशय आणि बीजांड कोशच तयार झाला नव्हता. अशा स्त्रियांना मूल होण्याची शक्यताच नव्हती. त्यामुळे समाजातलं त्यांचं स्थान धोक्यात आलेलं होतं. वैद्यकीय वाङ्‌मयात रुग्णांचं दारूचं व्यसन आणि त्याचा त्यांच्या अपत्यांवर होणारा दुष्परिणाम यांची चर्चा केलेली आढळते. त्यावरून खेड्यात स्वस्तात मिळणारी हातभट्टीची दारू भरपूर प्रमाणात सेवन केल्यामुळे आज आपल्याला 'गर्भाशय नसलेल्या मुली' यासारखे विपरीत परिणाम दिसू लागले

आहेत. मातापित्यांचं दारू पिणं हे त्या अपत्यामध्ये विकृती येण्याचं कारण असू शकतं आणि जन्मभर त्या मुलींना 'वांझोटी' म्हणून जीवन कंठावं लागतं.

लैंगिक अत्याचाराचे परिणाम

लैंगिक अत्याचार हे समाजातलं पाशवी वास्तव आहे. हे अतिशय सार्वत्रिक अहे पण सामाजिक अप्रतिष्ठेच्या भीतीने गुप्त ठेवलं जातं. त्याचे भीषण परिणाम निष्पाप, असहाय्य अशा बालकांवर झालेले दिसतात, ही सगळ्यात खिन्न करणारी गोष्ट. नंतर काही वर्षांनी या अत्याचाराचे त्यांच्यावर कोणते परिणाम राहतात, याचा अभ्यास होणं गरजेचं आहे. त्यासाठी अशा केसेसचा पाठपुरावा केला गेला पाहिजे. अनेक जण अशा त्रासदायक अनुभवांचं ओझं आयुष्यभर बाळगतात आणि शारीरिक, मानसिक वण वागवतच जगतात.

प्रसूतिविषयक समस्या आणि जंतुसंसर्ग

स्त्रियांमध्ये तांबीसारखी गर्भनिरोधक उपकरणं बसवून देणाऱ्या बहुतेक कर्मचाऱ्यांना जननेंद्रियाचे रोग ओळखण्याचं प्रशिक्षण दिलेलं नसतं. ग्रामीण स्त्रियांमध्ये अशा रोगांचं प्रमाण खूपच जास्त आहे, पण संशोधन क्षेत्रातला हा दुर्लक्षित राहिलेला प्रदेश आहे. आमचा अभ्यास सांगतो की, ९२ टक्के स्त्रियांना प्रसूतिविषयक समस्या असतात, त्यांपैकी प्रत्येकीला सरासरी ३.६ गुप्तरोगांची लागण झालेली असते आणि ही त्यांची जुनाट दुखणी असतात. या रोगांपैकी बहुतेक योनिमार्गातील जंतुसंसर्गामुळे (Genital tract infection) निर्माण झालेले असतात.

याबद्दल त्यांच्या (रुग्ण स्त्रियांच्या) काय संकल्पना आहेत याचा शोध घेतला तेव्हा समजलं की, कुटुंब नियोजनाची साधनं वापरू लागण्याशीच त्या स्त्रिया याचा संबंध जोडताना दिसतात. हे १०० टक्के बरोबर असेल असं नाही, पण लोक कसा विचार करतात, त्या गोष्टींबद्दल त्यांच्या काय समजुती आहेत ते त्यावरून समजतं.

सांस्कृतिक संकल्पना

ग्रामीण स्त्रियांच्या आरोग्यविषयक संकल्पनांवर नेमका कसला प्रभाव असतो हे जाणून घेण्याकरता आरोग्य व्यवस्थेने प्रयत्न केले पाहिजेत. उदाहरणार्थ,

रुग्णाच्या मनात 'हे सामान्य, हे असामान्य किंवा विचित्र' अशा कोणत्या समजुती आहेत? ते आरोग्य सल्ला घेण्यासाठी कुणाकडे जातात? तिथेच का जातात? त्यांच्याशी जवळीक साधू शकणारी भाषा कोणती? त्यांच्याशी कसा संवाद केला तर त्यांच्या समस्या आपल्याला जाणून घेता येतील? इत्यादी.

संततिनियमनाची गुपिते

मी जेव्हा पारंपरिक सुइणींशी संवाद साधला तेव्हा मला समजलं की, ग्रामीण स्त्रियांची संततिनियमनाची स्वत:ची काही खास पारंपरिक गुपिते आहेत आणि त्यावर त्यांचा जास्त विश्वास असतो. गाजावाजा करत आक्रमकपणे कुटुंबनियोजनाची मोहीम राबवणाऱ्या सरकारी उपायांपेक्षा, त्यांना त्यांचे जुने उपाय बरे वाटतात. त्यांतील एक खात्रीचा उपाय म्हणजे गडचिरोलीच्या जंगलात विपुल प्रमाणात वाढणाऱ्या तेंदूच्या झाडाचा चीक. त्याचा नेमका काय परिणाम होतो असं विचारल्यावर मला समजलं की, या ग्रामीण स्त्रियांची अशी पक्की खात्री आहे की तेंदूच्या झाडाचा चीक खाल्ला तर पुन्हा मासिक पाळीच येत नाही आणि गरोदरपणा आणि बाळंतपणाचा प्रश्न मिटतो. त्या भागात हीच पद्धत सर्रास अमलात आणली जाते. माझ्या एका रुग्ण स्त्रीने तिचा अनुभव सांगितला की, तिने गुळासोबत तेंदूचा चीक खाल्ला आणि त्यानंतर तिला पुन्हा गरोदरपण आलं नाही. सुइणी सांगतात की, तेंदूच्या पानाचा चीक दुर्मीळ असतो, पण त्यात खूप गुण आहे. तो खाल्ला तर कायमचं निर्बीजीकरण होतं. त्या असंही खात्रीने सांगतात की, याचे कुठलेही अवांछित परिणाम होत नाहीत किंवा कायमस्वरूपी दुष्परिणाम दिसलेले नाहीत.

यावरून लक्षात येतं की संततिनियमनाचे कितीही पर्याय उपलब्ध असले तरी अजूनही ग्रामीण स्त्रिया त्यांच्या परंपरेने सांगितलेले पर्यायी उपायच करणं पसंत करतात.

प्रजनन आणि बालक आरोग्य

प्रजनन आरोग्याच्या विविध समस्यांना तोंड देण्यासाठी आपली आरोग्य व्यवस्था सुसज्ज असण्याची गरज आहे. आज विविधांगी समस्या असताना आरोग्य व्यवस्था त्याकडे अत्यंत संकुचित, एकांड्या दृष्टिकोनातून पाहत फक्त काही विशिष्ट प्रकल्प राबवते आहे, हे फार खेदजनक चित्र आहे. ही व्यवस्था तोकडी आहे. वयात येणाऱ्या मुलामुलींना लैंगिक शिक्षण, महिलांसाठी सुरक्षित

गर्भपाताची सोय, जोडप्यांकरता सुरक्षित संततिनियमनाची सोय, जननमार्गाच्या जंतुसंसर्गावर इलाज तसंच मानसिक आरोग्याकरता समुपदेशन या सर्व गोष्टींचा अंतर्भाव देशाच्या प्रजनन आरोग्य प्रकल्पात होणं आवश्यक आहे.

संपूर्ण आयुष्यक्रमाचा विचार

नवरा आणि बायकोतला नातेसंबंध ही प्रजननाशी संबंधित असलेली महत्त्वाची बाब. प्रजनन आरोग्याचा विचार हा पूर्ण आयुष्यक्रमाशी निगडित असला पाहिजे. पण आपल्याकडे कुमारवयापासून ते निवृत्तीच्या वयापर्यंतच्या विविध वयोगटांच्या गरजा ध्यानातच घेतल्या जात नाहीत. सध्याच्या आरोग्य धोरणात ठरावीक प्रश्न घेऊन ध्रुवीकरण झाल्याचं दिसून येतं. उदाहरणार्थ कधी स्त्रियांवर होणारे अत्याचार, कधी जननमार्गाचा जंतुसंसर्ग तर कधी सुरक्षित मातृत्व. हे मुद्दे महत्त्वाचे आहेतच पण त्याचबरोबर व्यक्तिगत सुसंवाद, दुसऱ्यांचं ऐकून घेणं, योग्य समुपदेशन यांवरही लक्ष केंद्रित केलं गेलं पाहिजे. असं जर झालं, तर महिलांना त्यांच्या जीवनाच्या प्रत्येक अवस्थेत आधार देणं आरोग्य व्यवस्थेला शक्य होईल.

प्रजनन आणि बालक आरोग्याच्या कक्षेबाहेर

स्त्री अपत्याच्या जन्मापासूनच प्रजनन आरोग्याची सुरुवात होते. कदाचित तिला जन्मत: जननेंद्रियाची काही विकृती असू शकेल, ती कुणाच्या लक्षात येत नाही. पुढे मग असे रुग्ण भोंदू वैद्यांकडे जातात, कारण आपल्या आरोग्य व्यवस्थेत त्यांच्यावर इलाज करण्याची सोय नाही. अनेक महिला अशा आहेत की ज्यांना आरोग्य सेवेचा लाभ घेता येत नाही कारण त्या आरोग्य सेवेच्या कक्षेत येत नाहीत. एक तर त्या आई होऊ शकणार नसतात आणि कुटुंबनियोजनाशीही संबंधित नसतात.

सध्याचं सरकारी धोरण पाहिलं तर लक्षात येतं की जन्मदर कमी झालेला आहे आणि रोग प्रतिबंधन वाढलं आहे. पण मातेचं आरोग्य हा विषय अजूनही उपेक्षितच आहे. कारण तो 'कुटुंब नियोजन शस्त्रक्रियांचं उद्दिष्ट' या अनुषंगानेच हाताळला जातो. प्रजनन आरोग्याची संपूर्ण काळजी हा व्यापक दृष्टिकोन तिथे नाही.

हीच चूक सरकारच्या आगामी नवजात शिशु आरोग्य प्रकल्पाच्या वेळी पुन्हा केली जाऊ नये. ती टाळली जावी.

निर्बीजीकरणाचं वेड

महिलांना स्वत:च्या सोयीनुसार, गरजेप्रमाणे योग्य असे तात्पुरते संततिनियमनाचे उपाय निवडण्याचं स्वातंत्र्य प्राथमिक आरोग्य केंद्राकडून दिलं जात नाही. किंवा त्यासाठी त्यांना सहकार्य केलं जात नाही. ग्रामीण स्त्रियांच्या दृष्टीने हे घातक आहे. त्याऐवजी जोडप्यांचं कायमचं निर्बीजीकरण करण्याची सक्ती सरकारी कर्मचाऱ्यांकडून केली जाते. पण त्यांना जितकी मुलं होऊ द्यायची आहेत, ती झाल्यावर मगच स्त्रिया कायमसाठी संततिनियमन करण्यास मान्यता देतात. प्राथमिक आरोग्य केंद्रातून तात्पुरतं संततिनियमन करण्यासाठी नीट मदत मिळत नाही. मग महिला गर्भपात करत राहतात, तेही बऱ्याच वेळा वैदूंकडून. कर्मचारी वर्गाकडून होणारी पैशाची लुबाडणूक आणि उपचारात केली जाणारी हयगय, बेपर्वाई यांमुळे महिलांना प्राथमिक आरोग्य केंद्रातून गर्भपात करणं नकोच वाटतं.

नवमातांची काळजी

प्रसूतीपूर्वी, प्रसूतीकाळात आणि प्रसूतीनंतर मातेची काळजी कशी घेतली गेली पाहिजे, याबाबत प्राथमिक आरोग्य केंद्राच्या कर्मचारी वर्गास पुरेसं प्रशिक्षण दिलेलं नसतं. भारताच्या प्रजनन आणि बालक आरोग्य योजनेचं पहिलं पर्व पूर्ण झालं आहे, पण प्रसूतीनंतर घेण्याच्या काळजीमध्ये अजूनही सुधारणा झालेली दिसून येत नाही. उदाहरणार्थ, स्त्रीला बाळंतपणानंतर तीव्र नैराश्य येणं हा त्रास पुष्कळशा स्त्रियांना होतो. पण याबाबत तिची काळजी घेतली गेली पाहिजे, हे अजून कुणाच्या लक्षातच आलेलं नाही. ज्यांना मातृत्व येऊ शकत नाही, अशांनाही आरोग्य व्यवस्थेकडून उपचार मिळाले पाहिजेत.

माझ्याकडे येणाऱ्या रुग्णांच्या हकिगतींचा (Case History) अभ्यास करताना नेहमी लक्षात येतं की, गरोदरपणासारख्या अगदी प्राथमिक गोष्टीतही सरकारी डॉक्टर निदान करण्यास चुकतात आणि चुकीची औषधं देऊन घोटाळे करून ठेवतात. एखादी स्त्री तुमच्याकडे गर्भधारणा झाली की नाही याची तपासणी करायला येते आणि डॉक्टर म्हणून साधं तिच्या पोटाला हात लावून तुम्हांला बघता येत नाही? कसल्या गप्पा मारता मग तुम्ही?

सरकारी कर्मचाऱ्यांचा जास्तीत जास्त वेळ भरमसाठ वेळा नोंदी करणं, फॉर्म भरणं यांतच जातो. किती जणांना लशी टोचल्या आणि किती जणांची नसबंदी केली, याची मोजदाद करण्यावरच त्यांचा सगळा भर असतो. पण

मग प्रजनन आणि बालक आरोग्याच्या इतर समस्यांचं काय? येणाऱ्या रुग्णाची प्राथमिक तपासणी योग्य तऱ्हेने करणं ही तर कोणत्याही आरोग्य सेवेची पूर्वअट असते.

आरोग्य धोरण ठरवणारे मारे आग्रह धरतात की, 'बायांची बाळंतपणं प्राथमिक आरोग्य केंद्रांमध्ये झाली पाहिजेत;' पण तिथे कसल्या सोयी नसतात, बाई अडली तर सोडवायला प्रशिक्षित डॉक्टर, नर्स हजर नसतात, मग तुम्हांला सकारात्मक परिणाम कसे मिळतील?

नवमातांना माहिती देऊन सजग करणे

सुदैवाने आजही भारतामध्ये स्तनपान केलं जातं. पण मुलांना स्तन्य देण्याचं केव्हा थांबवावं हे बऱ्याच नवमातांना माहीत नसतं. आपल्या बाळांना देण्याचा योग्य पोषक आहार कोणता हेही त्यांना नीट माहीत नसतं. यामुळेच मुलांमध्ये कमी अन्न पोटात जाणं आणि कुपोषण यांसारखे प्रश्न निर्माण होतात. आरोग्य शिक्षणामध्ये, 'मातेने बाळाला स्तन्य पाजणं केव्हा व कशा प्रकारे थांबवावं' याचा अंतर्भाव करणं आवश्यक आहे. बाळाला फार जास्त काळ अंगावरचं दूध पाजत राहिल्यास आईला वंध्यत्व आणि रक्तहीनता येते.

विसंगत रक्तगट

माझ्या व्यवसायात नेहमी पाहण्यात येणारी समस्या म्हणजे बाळाच्या आई आणि बापाचे रक्तगट एकमेकांशी जुळते नसतात. याचा गर्भातील जीवावर (भ्रूणावर) गंभीर परिणाम होतो. समजा, मुलाच्या आईवडिलांपैकी एकाचा रक्तगट Rh +ve आहे आणि दुसऱ्याचा Rh - ve, तर बाळाचा रक्तगट यांपैकीच एक असतो. जर का त्याचा रक्तगट Rh -ve असेल तर काळजीचं कारण उद्भवतं. आणि जर त्याचा रक्तगट Rh +ve असेल आणि आईचा Rh -ve असेल, तर आईच्या रक्तात नैसर्गिक सुरक्षिततेचा उपाय म्हणून शरीरातर्फे अँटीबॉडीज निर्माण केलेल्या असतात. याचा परिणाम म्हणून तिच्या पुढील बाळंतपणास धोका तयार होतो. पहिल्या बाळाला या परिस्थितीत काही होत नाही, परंतु दुसरे तिसरे मूल दगावण्याचा खूप संभव राहतो.

त्यासाठी जोडप्याचं पहिलं अपत्य जन्माला येताच हॉस्पिटलतर्फे बाळाचा रक्तगट तपासला जाण्याचा नियम असला पाहिजे. जर तो Rh -ve असेल

आणि आईबापांचे रक्तगट जुळणारे नसतील तर आईला अँटी-डी इंजेक्शन दिले गेले पाहिजे. म्हणजे तिच्या शरीरात निर्माण होणाऱ्या अँटीबॉडीज निष्प्रभ होतील.

दुर्दैवाची गोष्ट अशी की, आमच्या जिल्हा रुग्णालयातले डॉक्टर याबाबत पूर्णत: अनभिज्ञ (की अलिप्त?) असल्याचं दिसून येतं आणि त्यातून दुर्दैवी मृत्यू ओढवतात.

गर्भलिंग चाचणी

एखादी विवाहित स्त्री गरोदरपणाच्या दुसऱ्या तिमाहीत येऊन गर्भपाताची मागणी करते तेव्हा ही दाट शक्यता असते की, ती गर्भाचं लिंग ओळखून मगच आलेली आहे. वर्षानुवर्षं ग्रामीण भागात प्रसूतितज्ज्ञ म्हणून व्यवसाय केल्यामुळे मी हे ठामपणे सांगू शकते की, चार महिन्यांची गरोदर स्त्री गर्भपात करायला येते तेव्हा तिने अगोदर सोनोग्राफी करून पोटात मुलगी असल्याची खात्री करूनच घेतलेली असते. म्हणजेच गर्भाचं लिंगनिदान केलेलं असतं.

तसं पाहिलं तर 'मासिक पाळी चुकणं' याबद्दल स्त्रिया फार जागरूक आणि दक्ष असतात. मग तिला जर त्यावेळी मूलच नको असेल तर उघड आहे की, दिवस राहिल्याचं कळल्यावर लगेच म्हणजे दुसऱ्या महिन्यातच ती गर्भपात करून घेईल. ती चार महिने पूर्ण होईपर्यंत थांबते याचा अर्थ गर्भाचं लिंग पाहण्यासाठीच ती वाट पाहते. मुलाच्या आशेने, ती चार महिने थांबून नंतर सोनोग्राफी करून घेते.

गर्भातील बाळाची प्रसूतिपूर्व लिंग चाचणी करण्याकरता सोनोग्राफी करणं हा शिक्षापात्र गुन्हा आहे.

महाराष्ट्र शासनाचा PNDT कायदा, १९८८.

केंद्र सरकारचा PNDT कायदा, १९९४.

सर्वांत सुधारित 'गर्भधारणेपूर्वी आणि नंतरचा PNDT कायदा २००३. तरीसुद्धा सोनोग्राफी करून गर्भाची लिंग चाचणी करणं आणि मुलीचा गर्भ असल्यास गर्भपात करणं सर्रास, सर्वत्र अगदी निरंकुशपणे चालू आहे.

बेकायदा गर्भपाताचे परिणाम

गर्भपात करावा लागणाऱ्या स्त्रियांना प्रशिक्षित वैद्यकीय मदत न मिळाल्यामुळे त्यांच्या जननक्षमतेवर दूरगामी अनिष्ट परिणाम होतात. चोरून,

गुपचुप केलेल्या गर्भपाताचे वेळी जर जंतुसंसर्ग झाला तर गर्भाशयाच्या नलिका कायमच्या बंद होऊ शकतात. त्या स्त्रीला मग सतत पाठदुखी, मासिक पाळीच्या वेळी त्रास, वंध्यत्व, पोटात दुखणं आणि वारंवार जननमार्गात जंतुसंसर्ग होणं अशांसारख्या समस्यांना तोंड देत राहावं लागतं. या सगळ्यामुळे तिच्या जगण्याचा पोतच विसकटून जातो.

माझ्या व्यवसायात मला वारंवार दिसून येतं की, धसमुसळेपणाने, निष्काळजीपणे केलेल्या गर्भपातामुळे गर्भाशयाला जखम होते, जंतुसंसर्ग होतो आणि परिणामी त्या स्त्रीला वंध्यत्व येतं. भारतातल्या ग्रामीण स्त्रियांना सर्वांत जास्त प्रमाणात सतावणारी ही समस्या असूनही तिच्याकडे फार कमी लक्ष पुरवलं गेलेलं आहे. ह्या समस्या उद्भवण्याचं उघड कारण म्हणजे संतति-नियमन आणि गर्भपात यांच्या चांगल्या सोयींचा ग्रामीण प्रदेशात तुटवडा असणं, हेच होय.

वर बसून कायदे करणारे 'कायदेशीर गर्भपात आणि बेकायदा गर्भपात' याबद्दल कितीही काथ्याकूट करत असले तरी गावपातळीवर आणि तालुका पातळीवर या दोन्हींत विशेष फरक नसतो. फक्त तिथे गर्भपात करण्याची सुरक्षित, सर्वांना परवडणारी परिणामकारक सेवा उपलब्ध असली पाहिजे हाच महत्त्वाचा मुद्दा ठरतो. मला अगदी निश्चितपणे असं वाटतं की, पाच महिन्यांनंतर केलेला गर्भपात गर्भवतीला अत्यंत धोकादायक असतो. त्यामुळे अतिरिक्त रक्तस्राव होतो आणि इतरही गंभीर अवांछित परिणाम होऊ शकतात. परंतु शहरी भागात सुरक्षित गर्भपाताच्या अनेक सोयी उपलब्ध असतात, तसं खेड्यात होत नाही. तिथे खात्रीशीर वैद्यकीय व्यावसायिक फार थोडे असतात आणि जे आहेत त्यांचा खर्च सामान्यांना परवडण्यासारखा नसतो.

वयात येणाऱ्या मुलामुलींना जसं आरोग्य शिक्षण देण्याची गरज आहे तसं महिलांनाही आरोग्य शिक्षण दिलं गेलं पाहिजे आणि पुरुषांनाही त्यात सामील करून घेण्याची गरज आहे.

समाजाला हे समजलंच पाहिजे की, परवानगी नसताना गर्भपात करणं तसंच वारंवार वैद्यकीय गर्भपात करून घेण्यामुळे त्या स्त्रीच्या जननक्षमतेवरच वाईट परिणाम होतो आणि म्हणून भारतामध्ये वंध्यत्वाचं प्रमाण इतकं गंभीरपणे वाढत आहे.

सॅनिटरी नॅपकिन्स

सरकारी पातळीवरून संततिप्रतिबंधक इंजेक्शन्स किंवा कॉपर टी सारख्या उपकरणाचा प्रचार केला जातो. या दोन्हींमुळे प्रचंड रक्तस्रावाची शक्यता असते. असं करताना आपण ग्रामीण स्त्रियांना कोणत्या विचित्र अडचणीत टाकतो याची त्या धोरणकर्त्यांना कल्पनाही नसते. जेव्हा आरोग्य अधिकारी असं म्हणतात की, 'काय झालं रक्तस्राव झाला तर? बायांनी सॅनिटरी नॅपकिन्स वापरावेत.' हे ऐकून हसावं की रडावं तेच कळत नाही.

वस्तुस्थिती अशी आहे की, खेड्यात सॅनिटरी नॅपकिन्स वापरण्याचा प्रश्नच येत नाही. सॅनिटरी नॅपकिन्स इतके महाग असतात की खेड्यातल्या गरीब महिलांना ते परवडत नाहीत. घ्यायला गेलं तरी खेड्यातल्या दुकानात फारसे उपलब्ध नसतात. शहरातून आणावे लागतात. इतकंही करून वापरलेच तर खराब नॅपकिनची विल्हेवाट कशी लावायची खेड्यामध्ये? तीही पंचाईतच. तिथे काही शहरासारखी कचरा साचवून उचलून नेण्याची यंत्रणा नसते. त्यामुळे बऱ्याच महिला चोवीस तासांत केवळ एकच नॅपकिनवर भागवतात. नाहीतर सरळ मासिक पाळीला जुनी फडकी वापरतात. त्यामुळे नीट स्वच्छता केली जात नाही आणि जननमार्गाला जंतुसंसर्ग होतो.

त्या चार दिवसांत स्त्रिया बाहेर जायचं टाळतात आणि बारा बारा तास उभ्याच राहतात, खाली बसलं, तर कपड्यांना डाग पडतील या भीतीने!

स्तनांचं आरोग्य

गर्भाशय आणि योनिमार्गाच्या आरोग्यावर जरा तरी लक्ष दिलं जातं परंतु प्रजनन आरोग्यामध्ये स्तनांच्या आरोग्याकडे तर संपूर्ण दुर्लक्षच झालं आहे. सर्वसामान्य स्तन म्हणजे काय आणि स्तनात विकृती असणं कशाला म्हणतात ते लोकांना शिकवण्याची गरज आहे. स्त्रियांना स्तनांची तपासणी कशी करायची हे शिकवलं जातं, तेच पुरुषांनाही शिकवायला काय हरकत आहे?

'सर्च'मध्ये मी २००० साली एक अभ्यास केला होता. २५० स्त्रियांना प्रश्न विचारला गेला की, स्तनामध्ये आलेली गाठ पहिल्यांदा कुणाच्या लक्षात आली? २५० पैकी १५० स्त्रियांचं उत्तर होतं, 'नवऱ्याच्या लक्षात आली.' स्तनात येणारी गाठ कर्करोगाची असेल किंवा नसेलही. पण तिची वेळेवर तपासणी करून घेणं फारच महत्त्वाचं आहे.

कुपोषणाचे दुष्परिणाम

निकृष्ट दर्जाचं अन्न खाणं आणि लवकर लग्न करणं या दोन गोष्टींचे स्त्रीची जननक्षमता अणि बाळंतपणाचं फलित यांवर भीषण परिणाम होतात. पुरेसा संतुलित आहार घेतला गेला नाही तर स्त्रियांना फार जास्त रक्तहीनता येते. मासिक पाळीत अतिरिक्त स्राव होतो. हृदय, मेंदू यांना पुरेसं रक्त न मिळाल्याने गंभीर लक्षणे दिसू लागतात. अशा रक्तहीन तरुणींना वारंवार गरोदरपणे येऊ लागली, तर बाळंतपणात वार फाटणं, गर्भाशयाचं आकुंचन व्यवस्थित न होणं, अतिरिक्त रक्तस्राव अशा गंभीर समस्या उद्‌भवतात. त्यांना ताबडतोब हॉस्पिटलमध्ये दाखल केलं गेलं पाहिजे.

अंगात खूप कमी रक्त असलेल्या स्त्रीचा जेव्हा गर्भपात होतो किंवा ती बाळंत होते आणि जर जास्त रक्तस्राव झाला तर सर्व अंत:स्रावी ग्रंथींवर नियंत्रण ठेवणारी 'पिट्यूटरी ग्लँड' ही ग्रंथी काम करेनाशी होते. यामुळे स्त्रीच्या शरीरात बीजांड तयार होण्याचं (ovulation) थांबतं. त्यामुळे मासिक पाळी थांबते आणि स्तन आकसून जातात. ग्रामीण भागात याचा सार्वत्रिक फैलाव झालेला आहे. याच्यामुळे तात्पुरतं वंध्यत्व येतं. या अवस्थेला वैद्यकीय भाषेत 'शीहान्स सिंड्रोम' म्हणतात. यातून बाहेर येण्यासाठी खूप दिवस महागड्या संप्रेरकांच्या गोळ्या घ्याव्या लागतात. वेळेवर सखोल तपासणी केली जात नाही, वेळीच उपाययोजना केली जात नाही त्यामुळे अनेक विवाहित तरुणी निरुत्साही होतात, दुर्बल होतात आणि त्यातून कधीही बऱ्या होत नाहीत. हे टाळण्यासाठी गरोदरपणात आणि त्या पूर्वीपासून स्त्रियांनी सकस आहार घेतला पाहिजे. म्हणजे मग औषधं आणि लोहयुक्त अन्नपदार्थ यांमुळे त्यांची रक्तहीनता आटोक्यात ठेवता येईल. बाळंतपणात अतिरिक्त रक्तस्राव झाला, तर तिला ताबडतोब निष्णात वैद्यकीय सेवा मिळाली पाहिजे. ताबडतोब रक्त दिलं गेलं पाहिजे. त्यासाठी आरोग्य केंद्रं उपकरणांनी सुसज्ज असली पाहिजेत आणि ती उत्तम दळणवळणाच्या सोयींनी आणि संदेश सेवांनी जोडलेली असणं आवश्यक आहे. आपण याचीही काळजी घेतली पाहिजे की, रक्तहीन स्त्रियांची बाळंतपणं चांगल्या रुग्णालयातच झाली पाहिजेत, जिथे सर्व सुविधा उपलब्ध असतील.

प्रसूतीनंतर येणारी निराशा

गर्भारपणामध्ये आणि प्रसूतीनंतर उद्‌भवणारे मनोविकार हा प्रजनन आरोग्याचा महत्त्वाचा भाग आहे. प्रसूतीनंतर मातेच्या शारीरिक आणि मानसिक

अवस्थेत एकदम बदल झाल्यामुळे या समस्या उद्‌भवत असतात. मग सारखा 'मूड जाणं', कधी बेफाम होणं, खूप थकवा येणं, झोप न येणं अशी लक्षणं दिसू लागतात. ती वेळीच ओळखून त्यांवर उपचार केले गेले नाहीत तर अशा मनोविकारांमुळे संपूर्ण कुटुंबावर दूरगामी दुष्परिणाम होतात. शिवाय बाळाच्या आणि मातेच्या आरोग्याला धोका पोहोचतो ते वेगळंच.

बाळाचा जन्म झाल्यानंतर लगेचच्या काळात मनोविकारांची पहिली लक्षणं दिसू लागतात, ती तेव्हाच ओळखून त्यांवर उपचार केले तर चांगले परिणामकारक ठरतात. म्हणजे एकाचवेळी जंतुसंसर्ग आटोक्यात ठेवणं आणि नैराश्यावर उपचार घेणं जरुरीचं आहे. तसं नाही झालं तर तिचं दुखणं पुढे प्रासूतिक मनोविकार (Puerperal Psychosis) या गंभीर विकारापर्यंत पोचू शकतं. याची लक्षणं ओळखण्यामध्ये वैद्यकीय व्यावसायिक (डॉक्टर) महत्त्वाची भूमिका बजावू शकतात.

प्रसूतीपूर्वी डॉक्टरांनी गर्भवतीला एक प्रश्न जरूर विचारायला पाहिजे की, 'तुझ्या कुटुंबात यापूर्वी कुणा स्त्रीला अशा प्रकारे बाळंत ज्वराचा, प्रसूतिजन्य मनोविकाराचा त्रास झालेला होता का?' कारण तसं असेल तर तिलाही तसाच त्रास होण्याची जास्त शक्यता असते. हा मनोविकार गंभीर असतो, पण वेळीच केलेल्या उपचारांमुळे पूर्ण बरा होऊ शकतो. परंतु फक्त औषधोपचार करून भागत नाही. तिच्याशी बोललं पाहिजे, तिचं म्हणणं ऐकून घेतलं पाहिजे आणि तिला आवश्यक ते समुपदेशन मिळायला पाहिजे.

या विकाराबद्दल सामाजिक जाणीव जागृत होण्याची नितांत आवश्यकता आहे. त्याचा उत्तम मार्ग म्हणजे वयात आलेल्या मुलामुलींच्या आरोग्यविषयक शिक्षणातून ही माहिती देणं. 'सर्च'ने आयोजित केलेल्या युवा शिबिराच्या वर्गांमध्ये आम्ही त्यांना प्रसूतीच्या वेळी आणि प्रसूतीनंतर उद्‌भवणारे मनोविकार, त्यांची लक्षणं कोणती, कोणती लक्षणं आढळल्यास ताबडतोब वैद्यकीय मदत द्यावी म्हणजे पुढचे गंभीर परिणाम टाळता येतील याचं शिक्षण देत असतो. यामुळे असा संदेश लोकांपर्यंत पोहोचतो की, ज्या स्त्रियांना गर्भारपण, बाळंतपण हा ताण सहन होत नाही त्यांना मनोविकारांचा त्रास होतो. त्यामुळे त्यांना तातडीने वैद्यकीय मदत मिळाली पाहिजे. तशी व्यवस्था उपलब्ध असली पाहिजे.

शेवटी प्रसूती ही स्त्रीच्या जीवनातल्या एका नव्या पर्वाची सुरुवात असते, त्यामुळे मानसिक तडजोड किंवा जुळवून घेणं आवश्यक असतं. आरोग्य शिक्षण

आणि गर्भारपणी आणि नंतरची नियमित तपासणी यांमुळे वारंवार येऊ पाहणारं नैराश्य टाळणं शक्य होतं.

आरोग्य क्षेत्रातील व्यावसायिक वैद्यकीय सेवेचा दर्जा

आरोग्य व्यावसायिकांनी हे लक्षात घ्यायला पाहिजे की, स्त्री आणि पुरुष दोघांच्याही मनात आरोग्याविषयी चुकीच्या संकल्पना वसत असल्यामुळे त्यांना सतत वृथा चिंता वाटत असते. त्यामुळे दोघांनाही नेहमी समुपदेशन आणि उपचारांची व्यवस्था केली गेली पाहिजे. उदाहरणार्थ, अंगावर पांढरा द्राव जाण्या-विषयी. अनेकांचा असा गैरसमज असतो की पांढऱ्या स्रावाद्वारे स्त्रीच्या शरीरातली सर्व ऊर्जा बाहेर टाकली जाते. स्त्रियांना ऋतुनिवृत्तीच्या आधी आणि नंतर व्यर्थ चिंता आणि नैराश्य यांचा सामना करावा लागतो. कधी कधी आपण आता 'वंध्या' झालो याची त्यांना खंत वाटते, तर कधी स्तनात छोटीशी गाठ जाणवली की आपण 'कॅन्सरने मरणार' अशी भीती त्यांना वाटत राहते.

यासाठी असा एक कक्ष असला पाहिजे, की तिथे रुग्ण सरळ येऊन डॉक्टरांशी बोलून आपल्या मनातील प्रश्न विचारू शकले पाहिजेत, शंका दूर करू शकले पाहिजेत, तेही त्यांची गुप्तता राखून. आपल्या रुग्णसेवेत या सगळ्याचा अंतर्भाव झालाच पाहिजे. ग्रामीण भागात मानसिक आरोग्य हा घटक पूर्णच दुर्लक्षित राहतो. कारण मनोविकारतज्ज्ञ तिथे जवळजवळ नाहीतच.

तसं पाहिलं, तर समुपदेशनाची आणि मानसोपचारांची सोय खेड्यांमध्ये करून देणं, प्राथमिक आरोग्य केंद्राशी हा नवा विभाग जोडून घेणं सहजशक्य आहे. भारत सरकार आरोग्य संरचना सुधारण्यासाठी बराच पैसा खर्च करते, पण त्याचबरोबर मानवी कौशल्य वाढवण्याचीही तितकीच गरज आहे. ठरावीक उद्दिष्टांचे आकडे पूर्ण करून दाखवण्याचं आणि कागदपत्रं भरून ठेवण्याचं एवढं दडपण त्यांच्यावर असतं की रुग्णांना काही समजावून सांगण्याकरता, त्या वैतागलेल्या आरोग्य कर्मचाऱ्यांना प्रत्येकी एक मिनिटापेक्षा जास्त वेळ देता येत नाही. रुग्णांशी संवाद साधण्याचं, समुपदेशन करण्याचं कसब त्यांनी शिकून घेतलं पाहिजे. त्यासाठी नियमित वर्गात जाऊन शिकून आपलं ज्ञान, संवेदनशीलता आणि प्रेरणा वाढती ठेवण्याचा प्रयत्न केला पाहिजे. असं

केल्यामुळे त्यांचं कामातलं स्वारस्य वाढेल आणि आजचा जो अलिप्त आणि निबर दृष्टिकोन आहे तो बदलेल.

डॉक्टरांची भूमिका

माझ्या दवाखान्यात आलेल्या जोडप्यांच्या जीवनकहाण्यांतून डॉक्टरांना तसंच समाज सेवकांना बरेच कळीचे मुद्दे समजून येतात. आरोग्य धोरण आणि आरोग्य शिक्षण ठरवताना या माहितीची मदत होते. आधी डॉक्टर म्हणून आम्ही स्वत:चं प्रबोधन करायला पाहिजे. जर आम्ही रुग्णांशी संवाद साधून, आरोग्य समस्यांव्यतिरिक्त त्यांच्या इतर समस्या असतील तर त्या समजावून घ्यायला सुरुवात केली नाही तर आमच्या दवाखान्यापलीकडचं जगच आम्ही समजून घेऊ शकणार नाही. मनुष्यमात्रांच्या लक्षावधी नमुन्यांनी भरलेलं हे जग आम्हांला समजणारच नाही.

जोडप्यातील नवरा आणि बायको दोघांशी वेगवेगळं बोलून त्यांच्या मनात डोकावलं पाहिजे. रुग्ण स्त्रीच्या नवऱ्याकडूनही बरीच माहिती मिळू शकते. सर्वसामान्यपणे लोकांचा डॉक्टरवर विश्वास असतो आणि ते मनातलं बोलून टाकायला तयार होतात. त्यामधून एरवी कधीच कळल्या नसत्या अशा गोष्टी समजतात. हे केव्हा होतं? जर डॉक्टरने कोणतंही भाष्य न करता त्यांचं म्हणणं ऐकून घेतलं तरच. आपल्या खासगी गोष्टी इतर कुणाला नक्की समजणार नाहीत, असं त्यांना वाटलं पाहिजे.

लोक कशा पद्धतीने विचार करतात हे ग्रामीण डॉक्टरांनी समजून घेतलं पाहिजे आणि मग त्यांच्याशी कसा संवाद साधायचा हे शिकलं पाहिजे. मी स्वत: रुग्णांशी संवाद साधते तेव्हा मी स्वत: समृद्ध होत असल्याचा अनुभव येतो.

डॉक्टरांनी रुग्णांच्या जगण्याचे तपशील कशासाठी जाणून घेतले पाहिजेत? तर आपल्या क्लिनिकमध्ये आपल्याला जे पाहायला मिळते तो समाजाचा आरसाच असतो. लहान मुलांचं किंवा मुलींचं लैंगिक शोषण, विवाहित पुरुषांनी स्त्रियांची चालवलेली पिळवणूक अशा गोष्टींवर यामुळे प्रकाश पडतो, नाहीतर त्या कायम अंधारातच राहिल्या असत्या.

आपली कशा प्रकारे फसवणूक होऊ शकते याची जाणीव अविवाहित मुलीला झाली पाहिजे. त्याचप्रमाणे आपल्या मुलांसोबत कशाप्रकारची

गैरवर्तणूक होऊ शकते याची जाणीव पालकांनाही असली पाहिजे. म्हणजे तसे प्रकार होऊ नयेत म्हणून ते काळजी घेऊ शकतील. मुलांचं संरक्षण करू शकतील. यासाठी डॉक्टरने सामाजिक भूमिका निभावली पाहिजे. इतर कोण तशी ती निभावू शकणार?

ग्रामीण भागात व्यवसाय करणाऱ्या डॉक्टरांनी, तिथले लोक कशा प्रकारे विचार करतात हे समजावून घेऊन त्याचा अंतर्भाव रुग्णसेवा करताना केला पाहिजे.

सामाजिक संकल्पना

रुग्ण कोणाकडे उपचारासाठी जातात, तिथेच का जातात? त्यांच्या मते काय योग्यायोग्य आहे हे डॉक्टरांनी समजावून घ्यावं. त्यांच्या सांस्कृतिक संकल्पना जाणून घ्याव्यात. अपत्यजन्म, शरीराची अंतर्गत रचना यांबद्दल ग्रामीण लोकांच्या स्वत:च्या विशिष्ट अशा पारंपरिक समजुती असतात. त्या प्रथम जाणून घेतल्या पाहिजेत. नुसतं 'हे करू नका', 'ते करू नका' असे संदेश देणं पुरेसं नसतं. त्यांना कसं शिकवायचं याचं शिक्षण आधी स्वत: घेतलं पाहिजे.

पारंपरिक ज्ञान आणि आधुनिक उपचार यांमधील तफावत कमी करण्याचा प्रयत्न केला पाहिजे. ज्या गोष्टी रुग्ण स्पष्टपणे सांगू शकत नाहीत, त्या व्यक्त करण्यासाठी कोणते सांकेतिक शब्द वापरतात हे जाणून घेण्यासाठी आपण स्थानिक भाषा शिकणं गरजेचं आहे. वैद्यकीय शिक्षण आपल्याला हे काही शिकवत नाही.

बेफिकीरपणे केलेले चुकीचे उपचार

वैद्यकीय व्यावसायिक स्त्रियांच्या समस्यांकडे अतिशय किरकोळ दृष्टीने पाहतात. त्यामुळे प्राथमिक आरोग्य व्यवस्थेपासूनही महिला खूप दूर राहतात. एकीकडे दोन मुलांनंतर स्त्रियांची कायमची नसबंदी करण्यावर सरकार भर देत असताना दुसरीकडे डॉक्टरांनी केलेली शस्त्रक्रिया अयशस्वी ठरल्यामुळे स्त्रीला तिसरं मूल होतं आणि त्याचं पालनपोषण, शिक्षण, हुंडा, लग्न यांचा खर्च वाढून बसतो. स्त्रीला बाळंत झाल्यावर पहिली मासिक पाळी आल्यानंतर ताबडतोब किंवा गर्भपातानंतर लगेचच नसबंदी करावी हा संकेत डॉक्टर काटेकोरपणे पाळत नाहीत. अयशस्वी शस्त्रक्रिया, निष्काळजीपणे केलेले गर्भपात यांची अनेक

उदाहरणं सतत पुढे येत असतात. स्त्री रुग्णांना पूर्वग्रहदूषित आणि घृणास्पद वागणूक देण्याचे अस्वस्थ करून सोडणारे प्रकारही पाहायला मिळतात.

स्वार्थी दृष्टिकोन

फक्त स्वत:च्या कारकिर्दीत यशाचं शिखर कसं गाठता येईल, यात काही वैद्यकीय व्यावसायिकांना स्वारस्य असते. ते रुग्णांकडे, रुग्णसेवेकडे संकुचित दृष्टिकोनातून पाहत असतात. देणगीदार त्यांची प्राथमिकता ठरवतात आणि व्यावसायिक 'नगाला नग' देत राहतात. अशी आत्मकेंद्री दृष्टी घेऊन आपण ज्यांना आपल्या मदतीची नितांत आवश्यकता आहे अशा समाजाच्या समस्या कशा काय सोडवू शकणार आहोत?

गर्भलिंग चिकित्सेतील अनेकांची भागीदारी

जोपर्यंत सुशिक्षित लोकांचा गर्भलिंग चिकित्सेकडे पाहण्याचा दृष्टिकोन बदलत नाही, तोपर्यंत ही समस्या दूर होणं शक्य नाही. वैद्यकीय व्यवसायाने हे मान्य केलं पहिजे की, जे डॉक्टर काय वाट्टेल ते करून केवळ पैसा कमावण्याच्या मागे लागलेत त्यांना आवरणं कुणालाच शक्य झालेलं नाही. सर्वांत जास्त दोषी हे डॉक्टरच आहेत यात शंकाच नाही, पण गर्भलिंग निदान आणि या डॉक्टरांचे गैरव्यवहार रोखण्यास असमर्थ ठरलेली व्यावसायिक वैद्यकीय मंडळेही तितकीच दोषी ठरतात. दोषी डॉक्टरांविरुद्ध कठोर उपाययोजना करण्यास कचरणं हा त्यांचा अपराधच होय. हे डॉक्टर गर्भाचं लिंगनिदान करून देण्यास इतके चटावले आहेत, की गर्भात काही जन्मजात विकृती आहेत का ते तपासण्याचा, सोनोग्राफी तंत्रज्ञानाचा जो मूळ हेतू आहे, तो दूरच राहिला आहे. इतकेच नाही, तशा काही विकृती असल्या तरी त्यांना त्या दिसत नाहीत.

गर्भनिरोधन – स्त्रियांच्या निरनिराळ्या गरजा

प्राथमिक आरोग्य केंद्रात गर्भनिरोधकांचे वेगवेगळे पर्याय आणि त्यासंदर्भातील मदत उपलब्ध नसणं यामुळे स्त्रियांच्या वेगवेगळ्या गरजा पूर्ण केल्या जात नाहीत. ही गोष्ट त्यांना घातक ठरते. दोन मुलांमध्ये अंतर ठेवण्यासाठी, स्वत:ची निर्मितिक्षमता थोडी आटोक्यात ठेवण्यासाठी स्त्रियांना तात्पुरत्या गर्भनिरोधन पद्धतींची अतिशय गरज असते. सरकारी धोरणाप्रमाणे असं वारंवार

जाहीर केलं जातं की, 'जोडप्यांच्या आवश्यकतेनुसार संततिनियमनाची वेगवेगळी साधनं व पर्याय उपलब्ध', परंतु प्रत्यक्षात त्यांचा सगळा भर निर्बीजीकरणावर असतो. स्त्रियांची नसबंदी (Tubectomy) किंवा पुरुष नसबंदी (Vasectomy) या दोन्ही कायमचा संततिप्रतिबंध करण्याच्या पद्धती आहेत. खरं तर प्रत्येक स्त्री जननकारकिर्दीच्या ज्या टप्प्यावर असते त्यानुसार तिच्या संततिप्रतिबंधाच्या गरजा बदलतात. एकच पद्धती सगळ्यांना सोयिस्कर नसते. स्त्रिया त्यांना हवी तितकी मुलं झाल्यानंतरच कायमची नसबंदी करून घ्यायला तयार होतात. मात्र पुरुषांचा नसबंदी करून घ्यायला सहसा नकारच असतो.

खरं तर पुरुष नसबंदी ही तुलनेने सोपी, स्वस्त आणि सुरक्षित पद्धत आहे. पण नसबंदीचं ओझंही जास्तीत जास्त स्त्रियाच पेलताना दिसतात. स्त्रियांसाठी संततिनियमनाची तात्पुरती साधनं आणि उपाय आरोग्य केंद्रात उपलब्ध नसल्याने बऱ्याच जणी गर्भपाताचा आधार घेतात, तेही भोंदू डॉक्टरकडून. त्या प्राथमिक आरोग्य केंद्रात गर्भपातासाठी जाऊ इच्छीत नाहीत कारण तिथले डॉक्टर त्यांना लुबाडतात आणि इतर कर्मचारी वाईट वागणूक देतात.

उत्तम संततिनियमनासाठी योग्य तंत्रज्ञान, साधनांची सहज उपलब्धता आणि वापर कसा करायचा याचे शिक्षण या तीन गोष्टी महत्त्वाच्या असतात. सध्याची व्यवस्था या सर्वच बाबतींत तोकडी ठरत आहे.

उद्दिष्टांचे आकडे

भारतीय अरोग्य धोरणावर आंतरराष्ट्रीय संस्थांचा प्रभाव पडला आणि त्यामुळे कुटुंबनियोजन सेवेतही बाजारी तंत्रज्ञान आले. आरोग्य कर्मचारी जणू विक्रेते झाले. अशा वातावरणात कुटुंब नियोजनाचा प्रचार करून उद्दिष्टांचे आकडे वाढवणं याला प्राधान्य मिळू लागलं. लोकांची मनं वळवणं, समुपदेशन वगैरे बाजूला पडलं. त्यामुळे जनतेच्या आरोग्याची सर्व बाजूने काळजी घेण्याकडे दुर्लक्षच होऊ लागलं. या सरकारी कर्मचाऱ्यांच्या बढत्या आणि वेतनवाढ आता कुटुंबनियोजनाच्या 'कर्तृत्व आकड्यांवर' अवलंबून असते. त्यांच्या सेवेतील कर्तृत्वाचं ४० टक्के मोजमाप त्यांनी कुटुंबनियोजनासाठी काय काम केलं यावर ठरतं.

सर्वांगीण आरोग्याची काळजी

भारतातल्या कुटुंबनियोजन कार्यक्रमाची सध्या दुहेरी उद्दिष्टं आहेत. लोकसंख्या नियंत्रण आणि महिला आणि बालक आरोग्यात सुधारणा करणं. कधी कधी दुसरं उद्दिष्ट बाजूला पडतं आणि लोकसंख्या नियंत्रणावरच फक्त भर दिला जातो. हा प्रकार स्वत:चाच पराभव करण्यासारखा आहे, कारण जो पर्यंत महिला आणि बालकांच्या आरोग्याची सर्वांगीण काळजी नीट घेतली जात नाही, झालेली मुलं जगण्याची खात्री नाही तोपर्यंत लोक संततिप्रतिबंधन करायला तयार होणारच नाहीत. परिणामी, आरोग्य सेवकही स्वत:चं प्रोत्साहन गमावतात आणि संततिनियमनाच्या उद्दिष्ट आकड्यांव्यतिरिक्त कुटुंबनियोजन कार्यक्रमाची इतर अंगं विसरूनच जातात. तीही आपलीच जबाबदारी असल्यासारखं त्यांना वाटतच नाही. त्यांना कामात रस उरत नाही. ते नाइलाजाने उद्दिष्टाचे आकडे गाठायला पाहतात. लोकांच्या गरजांचं त्यांना सोयरसुतक नसतं. शिवाय कुटुंबनियोजन शस्त्रक्रियांचे आकडेही अनेकदा खोटे असतात.

ही बक्षिसं कुणाच्या आणि कसल्या गरजा भागवतात?

ज्या वेळेला लोकसंख्या नियंत्रणाचा मुख्य कार्यक्रम म्हणून संततिप्रतिबंध हाच उपाय मोठ्या प्रमाणावर अवलंबला जातो तेव्हा कुटुंबनियोजनाचे प्रचारक, त्यांची उद्दिष्टं (आकडे) पूर्ण करण्यासाठी अक्षरश: ग्राहकांच्या शोधात निघतात. आणि मग लोकही संततिनियमन ही आपली स्वत:ची गरज असल्याचं विसरून तिला सरकारची गरज मानायला लागतात. याचा परिणाम असा होतो की, नसबंदी करून घेण्यापूर्वी लोक अक्षरश: घासाघीस करून जास्त पैसे देणाऱ्याकडे जातात. इथे जोडप्यांना पर्याय असतात, पण ते स्वीकारण्याचं स्वातंत्र्य नसतं, कारण सर्व सूत्रं पैशाने हालत असतात. मागासलेल्या जिल्ह्यामध्ये दुष्काळी परिस्थिती असताना तर २०० रुपये हीसुद्धा गरिबांना मोठी रक्कम वाटते. यावरून स्पष्ट होतं की, मागासलेले जिल्हे कुटुंबनियोजनात आघाडीवर का असतात आणि शेवटच्या तिमाहीत बक्षिसाचे आकडे वाढवले जातात, तेव्हाच सर्वांत जास्त शस्त्रक्रिया का होतात?

निष्फळ नसबंदी शस्त्रक्रिया

'नसबंदी शिबिरा'त घाईघाईने उरकलेल्या शस्त्रक्रियांमधल्या बऱ्याच शस्त्रक्रिया (स्त्रियांच्या Tubectomy आणि पुरुषांच्या Vasectomy) अयशस्वी

ठरतात. जास्तीत जास्त 'आकडा' गाठण्याच्या नादात आपण शुक्रनलिका किंवा गर्भनलिका योग्य तऱ्हेने कापली का, हे तपासायचं हमखास विसरलं जातं. ज्यांनी शस्त्रक्रिया करून घेतल्या त्यांना पुन्हा एकदा तपासणीसाठी बोलावून घेऊन आपण केलेल्या शस्त्रक्रियेचं योग्य ते फलित निघालं आहे का, याचा आढावाही घेतला जात नाही. नसबंदी शस्त्रक्रिया अयशस्वी होणं ही गंभीर समस्या आहे. अमेरिकेच्या एजन्सीजकडून जेव्हा लॅपरोस्कोपीने नसबंदी करण्याचं तंत्र भारतात आणले गेले तेव्हा सुरुवातीला ती लोकांना 'जादूची पद्धत'च वाटत होती. ही शस्त्रक्रिया करायला अतिशय सोपी असल्यामुळे भारतात अल्पावधीतच लोकप्रिय होऊन गेली. भारतात १९८३-८४ मध्ये तब्बल ५२ टक्के स्त्री नसबंदी शस्त्रक्रिया लॅपरोस्कोपीनं करण्यात आल्या. लॅपरोस्कोपिक स्टरिलायझेशन करण्याकरता लागणारी महागडी यंत्रं मागवण्यात आली. काही डॉक्टरांनी त्या करण्याचं प्रशिक्षणही घेतलं. त्यामुळे मुळात कुणीही डॉक्टर करू शकत असलेल्या पुरुषांच्या आणि स्त्रियांच्या नसबंदी शस्त्रक्रिया आता काही थोडे प्रशिक्षित डॉक्टरच करू लागले. त्याचा परिणाम असा झाला की, अशा प्रकारे मोठमोठी शिबिरं भरवून घाऊक प्रमाणावर लॅपरोस्कोपीने शस्त्रक्रिया उरकणं अपरिहार्यच झालं. त्यामुळे घाईघाईत होणाऱ्या चुका, इतर अवांछित परिणाम आणि शस्त्रक्रिया अयशस्वी होणं ओघानेच आलं.

संततिनियमन कुणासाठी आवश्यक आहे?

ज्यांना संततिनियमनाची आवश्यकता आहे असा समाजगट निश्चित करण्यासाठी, आरोग्य धोरणकर्ते लोकांच्या लैंगिक व्यवहाराचा एक ढाचा गृहीत धरतात. पण व्यवहारात नेमकं तसंच काही होत नसतं. पारंपरिक भारतीय समाजात अशी दृढ समजूत आहे की, अविवाहित तरुणी, विधवा स्त्रिया आणि परित्यक्ता स्त्रिया या लैंगिक व्यवहार करत नाहीत. त्यामुळे त्यांना गर्भनिरोधकं पुरवली जात नाहीत. दुसरी एक गोष्ट गृहीत धरली जाते की, विवाहित स्त्रिया फक्त स्वत:च्या नवऱ्याशीच लैंगिक व्यवहार करतात. त्यामुळे नवऱ्याची नसबंदी केली की झालं कुटुंबनियोजन. तिला आणखी वेगळं संततिप्रतिबंधन करण्याची काय गरज आहे?

परंतु ही दोन्ही गृहीतकं धादांत चुकीची आहेत. आम्ही १९८८ मध्ये गडचिरोली जिल्ह्यातल्या दोन बिगर आदिवासी खेड्यांचा अभ्यास केला होता.

त्यात असं आढळलं की, वयात आलेल्या अविवाहित मुलींपैकी निम्म्या मुलींनी लैंगिक समागमाचा अनुभव घेतलेला होता.

त्यामुळे गर्भनिरोधकं कुणाकुणासाठी उपलब्ध असली पाहिजेत याची व्याख्या बदलून घेण्याची आवश्यकता आहे.

तांबीसारखी गर्भाशयात बसवण्याची उपकरणं स्त्रिया का नाकारतात?

तांबीसारखी उपकरणं सहजासहजी बसवणं शक्य असलं, तरी स्त्रियांना ती नको असतात. कारण त्यामुळे अतिरिक्त रक्तस्राव तसेच पोटात कळा येणं यांसारखे दुष्परिणाम अनुभवास येतात. हे का होतं? तर ती बसवताना आरोग्य सेवकांनी त्यांचे घातक परिणाम लक्षात घेतलेले नसतात किंवा त्यांनी ती चुकीच्या पद्धतीने बसवलेली असतात. ज्या स्त्रियांना अगोदरपासून गर्भाशयाचे विकार असतील (उदाहरणार्थ, श्रोणीचा जंतुसंसर्ग, गर्भाशयमुखाची सूज, योनीला सूज, तंतुमयता (Fibroids), गुप्तरोग) अशांना जर तांबी बसवली तर हे रोग खूप चिघळतात आणि तांबी काढूनच टाकावी लागते. आणि अशा घटनांमुळे ती पद्धतीच बदनाम होते.

स्त्रियांना तांबीसारखं उपकरण बसवण्यापूर्वी त्याची रचना, कार्यपद्धती यांबद्दल अजिबात काहीच समजावून सांगितलं जात नाही. यामुळे त्याबद्दल त्यांना सतत भीती व चिंता वाटत राहते. त्यांना आधी ते उपकरण नीट दाखवायचं, कुठे, कशा प्रकारे ते शरीरात घालून ठेवलं जातं त्याची कल्पना द्यायची असं करण्याची कोणीच तसदी घेत नाही. अनेक उदाहरणं अशी पाहायला मिळाली की, स्त्रीला न सांगताच ते उपकरण तिच्या शरीरात घातलं गेलं आणि त्यामुळे अवघ्या आरोग्य व्यवस्थेवरचाच तिचा विश्वास उडाला.

जननमार्गाच्या काही समस्या असतील तर स्त्रिया उपचारांसाठी अनुभवी सुइणींकडे जातात, कारण सरकारी दवाखान्यातल्या परिचारिकांवर त्यांचा विश्वास नसतो. त्यामुळे मला असं खात्रीने वाटतं, की आपल्या कुटुंब नियोजन कार्यक्रमात तांबीचा वापर करायचा असेल तर अगोदर आरोग्य व्यवस्थेने त्यातले धोके, संभाव्य समस्या नीट समजावून घेतल्या पाहिजेत. नाही तर सध्याची पद्धत तशीच पुढे रेटली, तर त्यातून फायद्यापेक्षा तोटेच होण्याची जास्त शक्यता आहे.

अशा प्रकारे तात्पुरत्या संततिप्रतिबंधाची सोय नीट न झाल्यामुळे दोन मुलांमध्ये योग्य अंतर ठेवण्याचा हेतूच सफल होऊ शकत नाही.

गोळ्यांना कसा प्रतिसाद मिळतो?

खेड्यापाड्यांमध्ये संततिप्रतिबंधक गोळ्यांचा जास्त वापर होत नाही. कारण त्या नियमित लक्षात ठेवून घेणं बायकांना अवघड वाटतं. एकतर खेड्यांत त्यांचा पुरवठाही नियमित नसतो आणि त्यात स्त्रियांनी त्या अनियमितपणे घेतल्या गेल्यामुळे त्यांचं मासिक पाळीचं चक्र बिघडतं आणि समागम आणि गर्भधारणा यांच्या योजनेचा बोऱ्या वाजतो.

शिवाय या गोळ्यांकडे स्त्रिया 'गर्भनिरोधनाचा उपाय' म्हणून बघत नाहीत. त्यांना वाटतं, या गर्भपात घडवून आणण्यासाठी गोळ्या आहेत. म्हणून त्या एकतर पाळी चुकल्यावर गोळ्या घेतात नाहीतर ज्या दिवशी लैंगिक समागम होईल त्याच दिवशी फक्त घेतात. काहींना गोळ्यांमुळे मळमळतं, कुणाला पाळीच्या वेळी कमी तर कुणाला जास्त रक्तस्राव होतो, म्हणूनही त्या गोळ्या घेण्याचं टाळतात.

संततिप्रतिबंधक इंजेक्शनं आणि 'मॉर्निंग आफ्टर' गोळ्या

खासगी क्षेत्रात होणारा संततिप्रतिबंधक इंजेक्शनचा अनिर्बंध वापर 'डेपो प्रोव्हेरा'सारखी इंजेक्शनं किंवा 'मॉर्निंग आफ्टर'सारख्या समागमानंतर घेतल्या जाणाऱ्या 'इमर्जन्सी पिल्स' (I Pills) यामुळे संततिनियमनाच्या हेतूलाच हरताळ फासला जात आहे. औषधी कंपन्या या संततिप्रतिबंधक इंजेक्शनांचा आणि गोळ्यांचा आक्रमक प्रचार करत आहेत, त्यामुळे खाजगी डॉक्टरही अधिकाधिक लोकांना त्यांची शिफारस करू लागलेत. परंतु त्यांच्या भल्याबुऱ्या परिणामांची चर्चा कुणीच न केल्यामुळे लोकांना वाटतंय की त्या पद्धती सुरक्षितच असाव्यात. पण त्यांचे दुष्परिणाम दिसू लागतात तेव्हा आरोग्य व्यवस्था लोकांना कोणताही पाठिंबा वा मदत देत नाही. त्यामुळे येऊ शकणारे कायमच्या वंध्यत्वासारखे गंभीर दुष्परिणामही त्यांनाच सहन करावे लागतात.

या देशात औषधांचे दुष्परिणाम पाहून त्यांवर कारवाई करू शकणारे कोणतेही अधिकृत महामंडळ वा कमिटी नेमण्यात आलेली नाही. त्यामुळे औषध कंपन्यांच्या आक्रमक जाहिराती आणि डॉक्टरांनी केलेल्या बेजबाबदार शिफारशी (संततिप्रतिबंधक इंजेक्शनं व गोळ्या) यांचे ग्रामीण जनतेवर कोणते जीवघेणे परिणाम होत आहेत, याचा आरोग्य व्यवस्थेला अजून अंदाज आलेला नाही.

संततिनियमनासाठी गर्भपाताचा वापर

ज्या वेळी स्त्रियांना त्यांना सोयीस्कर वाटणारी गर्भनिरोधकं मिळत नाहीत, त्यांच्या व्यक्तिगत गरजेनुसार उपाय उपलब्ध नसतात तेव्हा त्यांचे जननशक्तीला आवर घालण्याचे प्रयत्न अपुरे पडतात आणि दोन अपत्यांमध्ये योग्य अंतर ठेवण्याचा हेतू सफल होत नाही. मग त्या काय करतात? सरळ गर्भपाताचा रस्ता धरतात. आरोग्य धोरण ठरवणारे वरिष्ठ आणि एकूणच वैद्यकीय व्यावसायिक समजतात त्याच्या बरोबर उलटी परिस्थिती खेड्यापाड्यांत आहे. खेडुतांच्या मते 'गर्भपात' ही कुटुंबनियोजन करण्यासाठी सर्वांत सोपी आणि स्वस्त पद्धत आहे. भारत देशात दर वर्षी सुमारे पाच लाखांच्या वर गर्भपात केले जातात. त्यांतले बहुतांश भोंदू डॉक्टरांकडून करून घेतले जातात.

गर्भपातासाठी नव्या गोळ्या

गर्भपातासाठी नव्याने निघालेली 'RU486' या गोळीचं माझ्या पेशंटनी स्वागतच केलं आहे. त्या म्हणतात, 'गर्भपात डॉक्टरकडून करण्यापेक्षा ही गोळी घेणं बरं. त्या डॉक्टरांचं काही सांगता येत नाही. गर्भपात करता करता नसबंदी करून ठेवली तर?' शिवाय घरात एवढ्या जबाबदाऱ्या नि कामं असतात की दवाखान्यात भरती व्हायला त्यांना वेळही नसतो आणि आर्थिकदृष्ट्या परवडतही नाही. त्यामुळे त्यांना गर्भपाताची अशी पद्धत हवी असते की गर्भपात नक्की शंभर टक्के झाला पाहिजे आणि पेशंटला पुन्हा पुन्हा दवाखान्यात जावं लागू नये.

पण या 'RU486'सारख्या गोळ्यांचा भारतात कितपत सुरक्षित वापर होऊ शकेल याबद्दल मला फार शंका वाटते; कारण इथली आरोग्य व्यवस्था फारच कमकुवत आहे. काहीही असलं, तरी संततिनियमन कार्यक्रमांतर्गत सुरक्षित गर्भपाताची सुलभ सोय झाली पाहिजे, त्यासाठी प्रयत्न केले गेले पाहिजेत हे निश्चित.

संततिनियमनासाठी सल्ला

सर्वसाधारणपणे स्त्रियांना असा सल्ला द्यायला पाहिजे, की वयाच्या पंचविसाव्या वर्षापर्यंत त्यांनी मधून मधून संततिप्रतिबंधक गोळ्यांचा वापर करावा. गोळ्या नसतील तेव्हा नवऱ्यांनी निरोध वापरावेत. तिसाव्या वर्षानंतर, हवी तेवढी मुलं झाल्यावर मग दोघांपैकी एकाने नसबंदी करून घ्यावी. अर्थात

नेमकं अमक्याच वर्षी अमुक झालं पाहिजे असं नाही, पण एक ढोबळमानाने दिशा सांगितली इतकंच. शेवटी ते प्रत्येक जोडप्याच्या (स्त्रीच्या) आवश्यकतेनुसारच ठरवावं.

स्त्रियांचा दारूविरुद्ध संघर्ष – दारू किंवा मद्यप्राशन

दारूधंद्याचं जाळं कुठे कुठे पसरलं आहे ते शोधून काढून ग्रामीण भागातून त्याचं उच्चाटन करणं या मुद्‌द्याबाबत सरकारकडून मोठ्या प्रमाणात दुर्लक्ष झालेलं आहे. याविरुद्ध कृती करण्याचा गावकऱ्यांना अधिकार असला पाहिजे आणि त्यांना कायद्याचं संरक्षण मिळालं पाहिजे. जिल्ह्यातल्या दारूबंदी कायद्यानुसार विनापरवाना दारू विकणं हा अदखलपात्र गुन्हा ठरतो. या अपराधाखाली पकडले गेलेले गुन्हेगार नाममात्र दंडाची रक्कम भरून सुटतात. (पाहा – कमजोर कायदे). खरं तर तो दखलपात्र गुन्हा ठरवला पाहिजे म्हणजे गुन्हेगारांना तुरुंगात टाकता येईल. महाराष्ट्रात अशी कायदेशीर तरतूद आहे की, एखाद्या प्रभागातील ५१ टक्के महिला मतदारांनी जर तक्रार केली, की आमच्या भागात हे दारूचं दुकान नको, तर त्या भागातली दारूविक्री बंद करावी लागते. या तरतुदीची मोठ्या प्रमाणावर अंमलबजावणी झाली पाहिजे. पण कलेक्टरकडे केलेल्या अशा तक्रारींची सरकारकडून क्वचितच दखल घेतली जाते. शिवाय देशी दारूला बंदी आणि परदेशी दारूला नाही, असे का? आपण याविरुद्धही आवाज उठवला पाहिजे. सध्याच्या कायद्यानुसार महाराष्ट्रात परदेशी दारूविक्रीवर निर्बंध नाही. न्यायसंस्था या समस्येचं गांभीर्य कमी करू पाहते. त्यामुळे त्यांच्याविरुद्ध कारवाई झाली तरी दारू दुकानांना कोर्टाकडून 'Stay order' मिळवता येऊ शकते.

खेड्यामध्ये सरपंच स्वत:साठी दारूच्या बाटल्या घेतो आणि दारू दुकानदाराला 'ना हरकत प्रमाणपत्र' देऊन टाकतो. अगदी सहज. खरं म्हणजे, असे प्रमाणपत्र ग्रामपंचायतीने ठराव करून द्यावं, अशी तरतूद केली गेली पाहिजे. अशा काही नियमांत बदल केले जात नाहीत, तोवर या दारूपायी लोकांच्या आरोग्याची किंमत मोजली जातच राहणार.

दारूचं स्मगलिंग कसं केलं जातं?

दारूबंदी असलेल्या जिल्ह्यामध्ये इतर मालाच्या वाहतुकीसोबत चोरून दारू आणली जाते. राज्याच्या जकात विभागाकडून ट्रकला एक ट्रान्सपोर्ट पास (TP)

दिला जातो. याद्वारे दारूबंदी असलेल्या जिल्ह्यातून ट्रक नेता येतो आणि मग तिथे सरळ माल उतरवला जातो. पोलिसांना TP पाहण्याचा किंवा ट्रकमधला माल तपासण्याचा अधिकार दिलेला नाही. अशी तपासणी फक्त जकात विभागाच्या अधिकाऱ्यांनाच करता येते.

कमजोर कायदे

राज्यातले दारूबंदी कायदे कमजोर आहेत. मुंबई पोलीस कायद्याच्या कलम ९३ खाली विनापरवाना दारू विकणे हा अदखलपात्र गुन्हा असून पकडलेला गुन्हेगार जामिनावर सुटू शकतो. (हा दखलपात्र गुन्हा करण्यासाठी आम्ही सरकारकडे हट्ट धरून आहोत.) त्यात पोलीस काही करू शकत नाहीत आणि लोकांना पोलिसांचे हात कायद्याने कसे बांधले गेलेत हे ठाऊक नसतं, त्यामुळे ते बरेचदा असा गैरसमज करून घेतात की पोलिसांचं आणि दारू माफियांचं साटंलोटं असलं पाहिजे. अनुभवी पोलिस अधिकाऱ्यांच्या मते यावर उपाय म्हणजे, कायद्याचा बडगा दुधारी आणि अधिक मजबूत झाला पाहिजे. एकीकडे दारूधंद्याच्या मुसक्या आवळून दुसरीकडे जे पोटासाठी हातभट्टीच्या व्यवसायावर अवलंबून आहेत त्यांचं पुनर्वसन झालं पाहिजे आणि व्यसनी लोकांना व्यसनमुक्त करण्याचेही प्रयत्न झाले पाहिजेत.

आरोग्य धोरणाचे संयोजक – स्त्रियांच्या तक्रारींकडे लक्ष दिले पाहिजे

आरोग्य धोरण ठरवणाऱ्यांना एक कळीचा प्रश्न विचारावा वाटतो की ग्रामीण स्त्रिया संततिनियमनासाठी पारंपरिक झाडपाल्याची औषधंच का पसंत करतात? त्या स्त्रिया सांगतात की, झाडपाल्याच्या किंवा जडीबुटीच्या औषधांचे कोणतेही अवांछित दुष्परिणाम होत नाहीत. या उलट सरकारी संततिप्रतिबंधकं वापरल्याने पोटात दुखणं, पाठदुखी, कंबरदुखी, अंगावर पांढरं पाणी जाणं, अशक्तपणा, पाळीच्या वेळी खूप जास्त किंवा कमी रक्तस्राव होणं असे दुष्परिणाम होतात. सुरुवातीला प्रायोगिक तत्त्वावर ही गर्भनिरोधकं दिली जातात, त्यावेळेस जे शास्त्रज्ञ त्यांच्या परिणामांची नोंद करतात किंवा ती वापरल्यानंतर स्त्रिया ज्यांच्याकडे त्यांच्या दुष्परिणामांची तक्रार करतात ते आरोग्यसेवक हे सगळेच त्याकडे अत्यंत उदासीन आणि संवेदनाशून्य दृष्टीने बघतात. त्यांच्या हे लक्षात येत नाही की अशा दृष्टिकोनामुळे गरजू आणि त्या गरजा भागविणारे यांच्या नातेसंबंधावरच परिणाम होतो.

आरोग्य सेवकांना अशी सवय झालेली असते की, जे खूप जास्त रोगपीडित असतात, त्यांच्या मुख्य दुखण्यावर इलाज करायचा. मग तो करत असताना इतर छोटे छोटे त्रास झाले तरी रुग्ण बिचारे सहन करून घेतात, 'निदान मोठ्या दुखण्याला तरी आराम पडला,' असा विचार करतात. त्या वेळेला डॉक्टरच्या हातात सर्व अधिकार एकवटलेले असतात. त्याच्या आधिपत्या-खाली रुग्ण मूकपणे वावरत असतात. पण सार्वजनिक आरोग्य किंवा कुटुंबनियोजन कार्यक्रमात परिस्थिती वेगळी असते. इथे आरोग्य सेवक हे लोकांच्या सहकार्याने कोणत्या तरी समस्येला प्रतिबंध करू पाहतात, तो तातडीचा प्रश्न नसतो. इथे लोक 'किरकोळ त्रास सहन करून घेतील,' ही अपेक्षा ते ठेवू शकत नाहीत. इथे त्यांनी हुकूम करायचा आणि लोकांनी तो निमूट ऐकायचा, अशा पद्धतीने वागून अपेक्षित संबंध निर्माण होणार नाही. इथे ग्राहक त्यांना काय पाहिजे ते सांगणार आणि आरोग्यसेवकांनी ते पुरवण्याचा प्रयत्न करायचा असतो. त्यामुळे 'साईड इफेक्ट' किंवा 'अवांछित दुष्परिणामांच्या' तक्रारींना किरकोळ समजून चालणारच नाही.

जे नियम करणारे तेच मोडणारे

गर्भलिंग निदान करणं आणि पाच महिन्यांनंतर केला जाणारा गर्भपात रोखणं यांसाठी केलेले कायदे कडक असले तरी त्यांची अंमलबजावणी कडकपणे होताना दिसत नाही. गर्भलिंग निदान चाचण्याविरोधी कायद्याची योग्य अंमलबजावणी करून घेण्यासाठी महाराष्ट्रात राज्य पातळीवर एक दक्षता समिती नेमलेली आहे. तिच्या मदतीला गर्भलिंग निदान तंत्रज्ञांची एक सल्लागार समिती जिल्हा स्तरावर असते. गडचिरोली जिल्ह्यासाठी अशा सल्लागार समितीचे अध्यक्ष आहेत इथले सिव्हिल सर्जन. त्यांच्या सोबत दोन समाज कार्यकर्ते, एक वकील आणि दोन स्त्रीरोग तज्ज्ञ असतात. एक शासकीय सेवेतला आणि एक खाजगी व्यावसायिक. त्यांना सापळे लावून कायदा तोडणाऱ्यांवर पोलीस केस करण्याची परवानगी आणि अधिकार असतो. गडचिरोलीच्या या सल्लागार समितीच्या सदस्यांनी हे मान्य केलं की, २००२ सालापासून २०१० सालच्या मध्यापर्यंत, गर्भलिंग निदान चाचणी करून देणाऱ्या डॉक्टरविरुद्ध एकही पोलीस केस करण्यात आली नाही.

याबाबतीत रुग्णांना विचारलं तर ते स्पष्टपणे सांगतात की, इथे सर्रास गर्भलिंग चाचण्या केल्या जातात, त्यांना अक्षरशः ऊत आलेला आहे आणि

ज्यांना ही गोष्ट रोखण्यासाठी नेमलेलं आहे ते याकडे लक्ष देत नाहीत. इतकंच नाही, तर या समितीवर असणारे काही डॉक्टर (जे स्वत: सरकारी रुग्णालयात नोकरी करतात) स्वत:च असे पाच महिन्यांनंतरचे बेकायदा गर्भपात करून देतात आणि स्त्रीभ्रूण हत्येचे भागीदार बनतात.

असे गर्भपात हा नरबळीचाच नवा प्रकार म्हणावा लागेल.

प्रतिबंधासाठी सर्वंकष आरोग्य धोरण

आजकाल एड्सच्या उपचारासाठी प्रतिविषाणुजन्य औषधं (Anti retroviral drugs) वापरण्याची पद्धत आंतरराष्ट्रीय स्तरावर चालू आहे. हा एड्सकडे पाहण्याचा संकुचित दृष्टिकोन असून ही औषधं महाग आहेत आणि त्यांनी एड्स बरा होत नाही. तसेच प्रजननमार्गाच्या जंतुबाधेचा विचार न करता गुप्तरोगावर इलाज करणं व्यर्थ ठरतं. तद्वतच नवजात बालकांसाठी जे आरोग्य धोरण आहे त्यात सर्वंकष विचार केलेला नाही. बाळाला काही आजार किंवा त्रास झाला तर नंतरच त्याच्यावर उपचार केले जातात. अशामुळे प्रतिबंधाचा कळीचा मुद्दा दुर्लक्षितच राहतो. तो मुद्दा म्हणजे स्त्री गर्भवती होण्यापूर्वीच तिच्या तब्येतीत सुधारणा होणं. मूल जन्माला आल्यानंतर त्याच्यावर उपचार करणं फार खर्चीक होतं. खरी गरज आहे ती गर्भधारणा होण्यापूर्वी कोणकोणत्या स्त्रियांना मदतीची गरज आहे हे ओळखण्याची. त्या वेळेला तिच्यापर्यंत अनेक प्रकारची महत्त्वाची माहिती आपण पोचवू शकतो. वयात आल्यापासून जर स्त्रियांना, आई होण्याच्या दृष्टीने कोणता आहार आणि जीवनपद्धती योग्य याची जाणीव झाली तर निरोगी बालक जन्माला घालण्याचे त्या स्वत:च प्रयत्न करू लागतील.

एकंदरीत काय!

पंचवीस वर्षं शोधग्राममध्ये काम करत असताना मला जे प्रत्यक्ष अनुभव आले आणि मी काही गोष्टींचं निरीक्षण केलं, त्यावरून मी या सूचना करणार आहे. भारतभरातल्या ग्रामीण भागात साधारण अशीच परिथिती आहे. या बारीकसारीक निरीक्षण-नोंदी इतरांना सांगितल्यामुळे आपल्या देशातल्या अगदी कोन्याकोपऱ्यातल्या दुर्लक्षित भागात राहणाऱ्या सामान्य ग्रामीण स्त्रीला आरोग्य आणि सुदृढपणापर्यंत कसं नेता येईल या विचाराला हातभार लागू शकेल अशी मला आशा आहे. नव्याने निर्माण झालेल्या अनेक समस्या आहेत,

त्यांच्यावरही विचार होणं आवश्यक आहे, पण या पुस्तकात तो भाग आलेला नाही.

भारताच्या आरोग्यक्षेत्राकडे २०१० सालच्या सुरुवातीला बघताना असं लक्षात येतं की, सर्वांगीण आरोग्यसेवेतला सार्वजनिक क्षेत्राचा सहभाग कमी होत चालला असून, खाजगी क्षेत्राचा प्रभाव वाढत चाललेला आहे आणि त्यात बाजारीकरणाचं प्रस्थ वाढलं आहे. अलीकडील काही वर्षांत अनेक प्रजनन तंत्रं उदयास आलेली दिसतात. उदाहरणार्थ, IVF (In vitro fertilization), सरोगेट मातृत्व, किंवा क्लोनिंग. त्यांच्या भल्या-बुऱ्या परिणामांचा अंदाज न घेता कुठेही उगवलेल्या कुत्र्याच्या छत्र्यांसारखी खाजगी रुग्णालयं या तंत्रज्ञानाने लोकांना आकर्षित करत आहेत. सरकारी धोरणकर्त्यांनी अशा खासगी रुग्णालयांसाठी कडक निर्बंध जारी करावेत आणि वंध्यत्वाचं ओझं जन्मभर वाहणाऱ्या बिचाऱ्या स्त्रियांची पिळवणूक थांबवावी.

एकीकडे 'राष्ट्रीय ग्रामीण आरोग्य कार्यक्रम' पूर्ण देशभर राबवीत, सरकारने ग्रामीण जनतेपर्यंत प्राथमिक आरोग्य सेवा पोचवण्याचा प्रयत्न चालवला आहे; पण दुसऱ्या आणि तिसऱ्या पातळीवरची आरोग्य सेवा स्वस्त, परवडण्यासारखी आणि मजबूत नसल्यामुळे नव्याने उभ्या राहिलेल्या आव्हानांना तोंड देण्याच्या आपल्या क्षमतेलाच सुरुंग लावण्यासारखं होत आहे. उदाहरणार्थ, गर्भाशयाच्या आणि स्तनांच्या कर्करोगाचं वाढतं प्रमाण हे भारत देशापुढचं नवं आव्हान आहे, त्याचा अजून नीट मुकाबला होत नाही आहे. मोठ्या प्रमाणावर आरोग्य शिक्षण आणि स्क्रिनिंगची शिबिरं भरवून अगदी प्राथमिक अवस्थेतच या कर्करोगांचे निदान करण्याची गरज आहे; पण ग्रामीण महिलांमध्ये कर्करोगाचं भरपूर प्रमाण असूनदेखील खेड्यातील गरीब आदिवासी आणि बिगर आदिवासी स्त्रियांना अशा कोणत्याही सोयी उपलब्ध नाहीत. अशा प्रकारच्या सोयी ग्रामीण भागात तातडीने, सार्वजनिक आरोग्य खात्यातर्फे केल्या जाणं ही आजची गरज आहे.

स्थूलता, थायरॉईडची कार्यन्यूनता (Hypothyroidism), उच्च रक्तदाब, मधुमेह, अर्धांगवायू यांसारख्या जुनाट रोगांना खेड्यातले स्त्रीपुरुष तोंड देत आहेत, आदिवासी, बिगर अदिवासी दोन्ही जमातींचे. पण ग्रामीण भागात पहिल्यापासून कुपोषण आणि जंतुसंसर्गातून उद्‌भवणाऱ्या अनेक रोगांवर आपल्याला अजून पूर्ण विजय मिळालेला नाही. या सगळ्याची मूळ कारणं शोधून, त्यांचा बीमोड करण्याची तातडीची गरज आहे.

आपण आपल्या प्रयत्नांची व्याप्ती वाढवण्याची गरज आहे. डॉक्टर, आरोग्य केंद्रं, वैद्यकीय तंत्रज्ञान यांच्या पलीकडे जाऊन योग्य आहार, प्रतिकार शक्ती वाढवून रोगांना प्रतिबंध कसा करता येईल, यासाठी नियोजन केलं पाहिजे.

वातावरणातील प्रदूषण, अन्नातून पोटात जाणारी रसायनं यांमुळे प्रजनन आरोग्यावर वाईट परिणाम होत आहेत, यामुळे आपल्या पुढील पिढ्यांचं आरोग्यही धोक्यात आहे. ही सगळी नवी आव्हानं आपल्यापुढे उभी आहेत. पिण्यासाठी शुद्ध पाणी, इतर वापरासाठी पाणी, पोषक तत्त्वांनी युक्त अन्नपदार्थ (ताज्या हिरव्या भाज्या, फळं, मोडाची कडधान्यं, कठीण कवचाची फळं (सुकामेवा), बिया) ज्यांतून शरीराला आवश्यक असणारे सर्व मुख्य आणि दुय्यम अन्नघटक मिळू शकतात; या सर्वांच्या अभावामुळे, लोकांच्या आरोग्यावर अनिष्ट परिणाम होत आहेत.

कर्करोगासारख्या जीवघेण्या रोगावर इलाज करण्यासाठी संशोधन आणि उपाययोजनेसाठी सरकार चांगले प्रयत्न जरी करीत असलं तरी औषध उद्योगातील बेलगाम बाजारीकरण आणि पिळवणूक यांचे काय दुष्परिणाम होत आहेत त्याची मी प्रत्यक्ष साक्षीदार आहे. २००९ सालाच्या अखेरीस HVP (Human Papilloma Virus) याच्या लसीचा प्रचार करणाऱ्या मोठ्यामोठ्या जाहिराती प्रसिद्ध होऊ लागल्या. वास्तविक त्या वेळी या लसीचा प्रायोगिक वापर सुरू होता. त्याचे परिणाम काय होतात हे अजून जनतेपर्यंत जाहीर व्हायचं होतं. मग स्त्री आरोग्य संघटनांनी त्याविरुद्ध आवाज उठवल्यानंतर त्या जाहिराती अदृश्य झाल्या. आपल्या सरकारचा अशा बाबतीतील ढिलेपणा, योग्य मार्गदर्शक तत्त्वं, कायदे अस्तित्वात नसणं यांमुळे, आपल्या जनतेला कायम, नीतिमत्तेची चाड नसलेल्या मोठमोठ्या औषध कंपन्यांच्या हातातले प्रयोगाचे उंदीर बनून राहावं लागतं.

समागमानंतर घेण्याच्या गोळ्या (Morning After), I Pills या गर्भपाताच्या गोळ्या यांचा कुठल्याही मार्गदर्शक तत्त्वांशिवाय केला जाणारा अंदाधुंद वापर, माध्यमांद्वारे केली जाणारी त्यांची अनिर्बंध जाहिरात यामुळे प्रचंड गदारोळ माजला आहे. भारताची औषध नियंत्रण समिती, देशाचं आरोग्य धोरण ठरवणाऱ्या व्यक्ती आणि डॉक्टरांच्या संघटना यांनी हा सगळा अनैतिक कारभार थांबवण्यासाठी अधिक कसोशीने प्रयत्न करण्याची गरज आहे.

खूप मोठ्या विशाल समाजापर्यंत आरोग्याचे संदेश गाळून, शुद्ध करून

पोचवण्यामध्ये, भारतातल्या सुशिक्षित समाज माध्यमांची भूमिका महत्त्वाची ठरते. देशाचं शासन आणि आरोग्य संस्था दोघांनीही पत्रकारांना देशातील वास्तव परिस्थितीची जाणीव करून दिली पाहिजे आणि इथल्या लोकांना कशा प्रकारचा आरोग्यविषयक संदेश देण्याची गरज आहे, हे ठरवण्यासाठी त्यांना मदत केली पाहिजे. त्याकरिता विशेष प्रयत्न करण्याची आवश्यकता आहे.

समस्येचा उलगडा नीट करून न घेताच प्रसार माध्यमं प्रश्न उपस्थित करतात. त्यामुळे नकारात्मक परिणाम होऊन लोकांच्या भावनेचा उद्रेक होतो. आकडे फुगवून सांगणं, चुकीच्या गोष्टींना प्राधान्य देणं, महागड्या तांत्रिक गोष्टींवर नको इतका भर देणं (उदाहरणार्थ, तांत्रिक चाचण्या, महाग औषधं) यांमुळे आरोग्याचं अनावश्यक वैद्यकीकरण (Undue Medicalization of Health) केलं जात आहे. ते अनाठायी आहे. इथे सार्वजनिक आरोग्यासाठी प्रतिबंधात्मक उपाय आणि स्वस्त उपचार यांवर भर देणं आवश्यक आहे.

इथली खाजगी किंवा सार्वजनिक आरोग्य व्यवस्था दोन्हीही, इथल्या गरीब आणि कनिष्ठ मध्यम वर्गीय नागरिकांच्या सर्व गरजा पुरवण्यास असमर्थ ठरल्या आहेत, हे भारतीय आरोग्य व्यवस्थेचं वास्तव आहे. जरी आरोग्य सेवेकडून रोगाचं यथायोग्य निदान झालं, तरी त्यावरची औषधं इतकी महाग आहेत, की रुग्णांना ती परवडत नाहीत. आता कोणत्याही सार्वजनिक संस्था गरिबांना जीव वाचवणारी औषधं (Life Saving Drugs) फुकट देत नाहीत. त्यामुळे बिचाऱ्यांना अंथरुणावर पडून मृत्यूची वाट पाहण्यावाचून गत्यंतरच राहत नाही. बाकीचे सारे जन्मभर कर्जबाजारी होऊन दारिद्र्यात पिचत असलेले.

राष्ट्रीय नमुना सर्वेक्षण २००४-२००५ च्या आकडेवारीनुसार संपूर्ण वैद्यकीय खर्चाच्या ७४ टक्के खर्च हा नुसत्या औषधांवर होतो. ग्रामीण भागात आणि शहरी भागात हाच खर्च ६७ टक्के आहे. आरोग्यावर होणाऱ्या खर्चापैकी जास्तीत जास्त खर्च खाजगी आरोग्य सेवेसाठी केला जातो. यातला लोकांचा ८० टक्के खर्च औषधं विकत घेण्याकरिता होतो. यावरून औषधांच्या प्रचंड वाढलेल्या किमतींचा आरोग्य खर्चावर कसा परिणाम होतो आहे हेच दिसून येतं. (टाईम्स ऑफ इंडिया, मुंबई, ११ जानेवारी २०१०.)

जगातल्या अनेक देशांमध्ये (यांत भांडवलदार लोकशाही देशही आहेत) औषधाच्या किमती नियंत्रणात ठेवण्यासाठी नियम केलेले आहेत. भारतावर मात्र, जे काही किरकोळ नियम होते, तेही हटवण्यासाठी दडपण येत आहे. सर्व जीवनावश्यक आणि जीव वाचवण्याकरता आवश्यक असणारी औषधं ही

त्यांच्या मूळ नावाने (जेनेरिक मेडिसिन्स) शुद्ध स्वरूपात जनतेला उपलब्ध होण्याकरिता भारत सरकारने प्रयत्न करायला हवेत. गरीब लोकांना ती सार्वजनिक रुग्णालयातून मोफत मिळायला पाहिजेत. त्याचबरोबर वैद्यकीय व्यावसायिकांना, योग्य ती औषधं देऊन रुग्णांना उपचार देण्याचे प्रशिक्षण देण्याची गरज आहे, म्हणजे सर्वत्र फैलावलेली चुकीचे उपचार मिळण्याची समस्या दूर होण्यास मदत होईल.

स्त्रियांच्या गरजांना, विशेषत: त्यांच्या प्रजनन आरोग्याबद्दलच्या गरजांना प्राधान्य देऊन भारत सरकारने विचारांची एक महत्त्वाची झेप घेतली आहे. 'जननी सुरक्षा योजना' यासारख्या अभिनव योजना म्हणजे गरीब आणि आदिवासी महिलांसाठी वरदानच आहे. या योजनेचा हेतू जास्तीत जास्त स्त्रियांची बाळंतपणं सरकारी दवाखान्यात व्हावीत, जेणे करून मातांचं आरोग्य सुधारेल आणि भारतात वाढलेलं बालमृत्यूचं प्रमाणही कमी होईल. पण प्रत्यक्षात ही योजना नीट राबवली जात नसल्याचं लक्षात येतं. कर्मचाऱ्यांना प्रशिक्षण नाही, प्रोत्साहन, प्रेरणा नाही आणि पूर्ण संस्थेचीच भ्रष्टाचाराने चाळण करून सोडलेली. त्यामुळे गर्भवती स्त्रियांना पोषक आहारासाठी मंजूर असलेली रोख रक्कम मिळत नाही. स्त्रियांची बाळंतपणं दवाखान्यातच करण्याचा उद्देश चांगला आहे. पण आरोग्य केंद्रात पुरेशा सोयी नसतात. प्रशिक्षित कर्मचारी नसतात. बाळंतपण अवघड झालं किंवा नवजात बालक आजारी झालं तर योग्य काळजी घेतली जाईलच याची खात्री नसते. समस्येचं गांभीर्य तरी लक्षात येईल का? अशी अवस्था असते.

यासाठी आपल्या आरोग्य व्यवस्थेची पुनर्रचना करण्याची तातडीची गरज असून माता आणि बालकांच्या चांगल्या आरोग्यासाठी तयार केलेल्या योजनांची योग्य ती अंमलबजावणी होते का, याची वेळोवेळी खात्री करून घेण्याची गरज आहे. या पुस्तकात अनेकदा या गोष्टीचा उल्लेख आला असला तरी त्याचा पुनरुच्चार करणं आवश्यक आहे, कारण चांगल्या योजना केल्या तरी त्यांची योग्य अंमलबजावणी आपोआप होत नाही, ती करून घ्यावी लागते.

कार्य साखळीतली प्रत्येक कडी स्वत:च्या जागेवर असेल, तेव्हाच आपण ठरवलेल्या उद्दिष्टापर्यंत पोचू शकू, हे लक्षात घेणं आवश्यक आहे. आता हेच पाहा की, आपण माता आणि नवजात बालकांच्या आरोग्याला प्राधान्य देण्याचं ठरवलं आहे, पण या साखळीतली महत्त्वाची एक कडी आपण हरवून बसलो

आहोत ती म्हणजे, किशोरवयीन मुलींच्या गरजा. तिकडे कुणी लक्षच देत नाही. (मुली याच भावी माता असतात.)

त्यातच आता भारतीय माणसाच्या सरासरी आयुर्मानात वाढ झालेली आहे. त्यामुळे वयोवृद्ध नागरिकांच्या आरोग्याची काळजी घेणं हे नवीनच आव्हान भारतीयांच्या पुढे ठाकलं आहे. वयोवृद्धांच्या आरोग्याच्या खूप समस्या असतात. त्यात प्रजननाचं आरोग्यही आलं. आयुर्मान तर बहुतेक राज्यांत वाढलं, पण त्यातून नवीच समस्या निर्माण होते आहे, ती म्हणजे काम करणारे हात कमी पडू लागले आहेत. कुटुंबातल्या वृद्धांची काळजी कोण घेणार? त्यामुळे आर्थिक ओढाताणीबरोबरच कौटुंबिक आणि सामाजिक ताणही जाणवायला लागले आहेत. या परिस्थितीला तोंड देण्याकरता वृद्धांची काळजी घेण्याकरता योग्य अशा संस्था निर्माण झाल्या पाहिजेत. समाजाचा पाठिंबा मिळाला पाहिजे. म्हणजे तरुणांचे निर्मितिक्षम हात चरितार्थासाठी कमाई करायला मोकळे राहतील आणि घराघरांत मानसिक शांतता नांदेल.

दुर्लक्षित समस्यांमध्ये मानसिक स्वास्थ्य हा एक भाग येतो. मोठ्या माणसांना तर विविध कारणांमुळे मानसिक ताणतणाव आहेतच, पण हल्ली लहान मुलांनाही मनोविकार त्रास देऊ लागले आहेत. ती परिस्थितीशी दोन हात करायला असमर्थ ठरत आहेत, हे आत्महत्यांच्या वाढत्या संख्येवरून लक्षात येतं. त्यातच आपल्याकडे समुपदेशक आणि मनोविकार तज्ज्ञ यांची तीव्र टंचाई असल्यामुळे परिस्थिती बदलण्याची शक्यताही मावळल्यासारखीच.

तरुणांचे वाहन अपघात वाढत चाललेत. कारण व्यसनांचा अंमल, दारू पिऊन वाहन चालवणं, तंबाखू, मादक पदार्थांच्या सवयी. का? तर कौटुंबिक ताणतणाव. कशामुळे? हे सगळे परिणाम आहेत सरकार, उद्योगधंदे आणि प्रसारमाध्यमं यांच्या कृपेने वाढत चाललेल्या 'बाजारू संस्कृतीचे'. व्यक्ती या माणसं न राहता नुसते 'ग्राहक' उरले आहेत.

जर शासन आणि नागरी समाज यांना गंभीरपणे सुदृढ आरोग्यपूर्ण जनतेची अपेक्षा असेल तर आता दोन आघाड्यांवर लढावं लागेल, विकासाची धोरणं आणि सांस्कृतिक मूल्यं.

पाश्चात्त्य देशांतली सरकारं, वाढलेल्या मादक पदार्थ आणि तंबाखू सेवनाला आटोक्यात आणण्यासाठी समाज प्रबोधनाच्या मोहिमा राबवू लगाली आहेत आणि आमच्या भारत देशात याच्या नेमकी उलटी परिस्थिती आहे. दारू आणि तंबाखू उत्पादनं विकणाऱ्या मोठमोठ्या कंपन्या आता विकसनशील

देशांकडे मोर्चा वळवत आहेत. गुटखा, तंबाखू आणि दारू अशी व्यसनं ग्रामीण आणि शहरी भागांत आघाडी घेत आहेत. पुरुष, स्त्रिया इतकंच नाही तर लहान लहान मुलंसुद्धा व्यसनांच्या आहारी जाऊ लागली आहेत. त्याचा अर्थातच त्यांचा सामाजिक दर्जा आणि आरोग्य यांवर अतिशय वाईट परिणाम होत अहे.

अलीकडेच 'सर्च'तर्फे एक अभ्यास करण्यात आला. यात समाजाच्या सर्व थरांतल्या १६,७८० व्यक्तींच्या सवयींचा आढावा घेतला असता, गडचिरोली जिल्ह्यातल्या आदिवासी तसंच बिगर आदिवासी समाजामधल्या ५० टक्के लोकांना तंबाखू खाण्याची सवय असल्याचं आढळलं. या प्रमाणात हिशोब केला तर लक्षात येतं की, गडचिरोली जिल्ह्यातले लोक दर वर्षाला ७३ कोटी रुपये तंबाखूवर खर्च करतात. जिल्ह्याच्या अंदाजपत्रकात मंजूर केलेल्या विकास निधीपेक्षा ही रक्कम जास्त आहे.

हे तर सर्वज्ञातच आहे की, देशात होणाऱ्या कर्करोगांपैकी ६० टक्के कर्करोग हे तंबाखूमुळे होतात. गर्भवती स्त्री तंबाखू खात असेल तर जन्माचे वेळी बाळाचं वजन एक किलोपर्यंत कमी भरतं. यामुळे अकाली प्रसूती, मृत बालक जन्माला येणं अशा गंभीर समस्यांमध्ये खूप वाढ होते.

दुर्दैवाची गोष्ट अशी की, राज्य सरकार मद्यप्राशनास उत्तेजन देत असल्याचं चित्र दिसतं. उदाहरणार्थ, नुकतंच काँग्रेसचे मुख्यमंत्री विलासराव देशमुख यांनी सरकारतर्फे धान्यापासून मद्य बनवणाऱ्या ३६ कारखान्यांना परवानगी दिली, इतकंच नाही तर त्यांच्यावर सवलतींचा वर्षाव केला. तेही कोणत्या काळात? तर जनता कुपोषणग्रस्त, अन्नधान्याची टंचाई आणि राज्यात दुष्काळाचं थैमान चालू असताना. यामुळे ज्यांचा फायदा झाला ते सगळे मंत्र्यांचे नातेवाईक, राजकारण्यांचे सखे सोबती आणि पक्ष सोडू पाहणारे पुढारी.

लोकांनी याविरुद्ध खूप आरडाओरड केल्यानंतर सध्याचे मुख्यमंत्री अशोक चव्हाण यांनी जाहीर केलं की, इथून पुढे धान्यापासून दारू बनवण्याचे परवाने दिले जाणार नाहीत. या आधी दिले ते दिले. ते परत घेतले जाणार नाहीत. (याला कोणत्याही प्रसार माध्यमांनी विशेष प्रसिद्धी दिली नाही.)

दारू आणि तंबाखूच्या वाढत्या सेवनामुळे समाजाच्या आरोग्यावर गंभीर दुष्परिणाम होणार हे निश्चित. त्याकरता सरकारने तंबाखू आणि मद्यप्राशनावर कडक नियंत्रण ठेवण्याची फार गरज आहे.

'राजकीय अस्थिरता' याचासुद्धा स्त्रिया आणि मुलांच्या आरोग्यावर

परिणाम होत असतो. त्यासाठी अस्थिरतेचं, अस्वस्थतेचं सखोल आकलन करून राजकीय वाटाघाटीतून जलद मार्ग काढला गेला पाहिजे.

नक्षलवाद्यांसारखे दहशतवादी गटसुद्धा आरोग्याच्या वाटेत आडवे येत असतात. दहशत, भीती, असुरक्षितता यांमुळे आरोग्य कर्मचारी खेड्यात राहून प्राथमिक आरोग्य केंद्राचं काम करण्यास कचरतात.

सर्वसमावेशक आरोग्य सेवेसाठी आपल्या सेवेची व्याप्ती सतत वाढवत राहणं गरजेचं आहे. व्यक्तींवर, कुटुंबांवर आणि समाजांवर सामाजिक वातावरणाचा प्रचंड प्रभाव पडत असतो. त्यामुळे स्थानिक वास्तव आणि भेदाभेद यांचा विचार करूनच सामाजिक स्वास्थ्यासाठी राष्ट्रीय पातळीवर तोडगे शोधण्याची आवश्यकता आहे.

**